ਬਲ਼ਦੇ ਗਲੇਸ਼ੀਅਰ

(ਕਸ਼ਮੀਰ ਸਮੱਸਿਆ ’ਤੇ
ਆਧਾਰਿਤ ਨਾਵਲ)

ਇਸੇ ਕਲਮ ਤੋਂ

1. ਸੰਤਾਪ (ਨਾਵਲ)
2. ਚਿੱਟੀ ਚੁੰਨੀ (ਨਾਵਲ)

ਬਲ਼ਦੇ ਗਲੇਸ਼ੀਅਰ

ਸ਼ਮਸ਼ੇਰ ਸਿੰਘ ਡੂਮੇਵਾਲ

ਸੰਗਮ ਪਬਲੀਕੇਸ਼ਨਜ਼, ਪਟਿਆਲਾ

BALDE GLASHIAR

a novel by

Shamsher Singh Dumewal

Vill. Dumewal, P.O. Jhajj, Teh. Sri Anandpur Sahib,

Distt. Roopnagar (Punjab)

Ph. 98723-31399

ISBN 978-93-84273-43-9

© Author

2015
Price Rs. 250/-

Published by

Sangam Publications

S.C.O. 94-95, Basement Floor
New Leela Bhawan, **Patiala**-147001 (Pb.)

Ph. 0175-2305347, Mob. 99151-03490, 98152-43917

Printed & Bound at:
Aarna Printing Solutions, Patiala
Ph. 99148-40666

ਸਮਰਪਣ

ਉਸ ਆਤਮਾ ਨੂੰ ਜੋ
ਕੈਨਵਸ 'ਤੇ ਨਾ
ਆਉਣ ਦੇ ਬਾਵਜੂਦ
ਇਸ ਨਾਵਲ 'ਚ ਬੋਲਦੀ ਹੈ।

ਵਿਸ਼ੇਸ਼ ਸਹਿਯੋਗ

- ਸਰਦਾਰ ਆਇਆ ਸਿੰਘ ਅਨੰਤਨਾਗ (ਜੰਮੂ-ਕਸ਼ਮੀਰ)
- ਜਨਾਬ ਮੁਹੰਮਦ ਸਾਦਿਕ (ਮਲੇਰਕੋਟਲਾ)
- ਸ੍ਰੀ ਓਮ ਪ੍ਰਕਾਸ਼ ਗਾਸੋ
- ਪ੍ਰੋ: ਗੁਰਭਜਨ ਗਿੱਲ
- ਪ੍ਰੋ: ਮਿੰਦਰ
- ਪ੍ਰੋ: ਪਰਮਜੀਤ ਕੌਰ ਰੱਕੜ
- ਮਾਸਟਰ ਰਾਮ ਸਿੰਘ (ਨੂਰਪੁਰ ਬੇਦੀ)
- ਤਲਵਿੰਦਰ ਸਿੰਘ ਸੈਦਪੁਰ
- ਬਿਮਲ ਸੈਣੀ (ਮਵਾ)

ਬਲ਼ਦੇ ਗਲੇਸ਼ੀਅਰ ਦੇ ਸੰਦਰਭ 'ਚ........

ਅੱਖਾਂ ਵਿੱਚ ਰੌਸ਼ਨੀ 'ਤੇ ਹੋਠਾਂ ਉਤੇ ਹਾਸੇ ਹੋਣ
ਚਹਿਕਦੇ ਪਰਿੰਦੇ ਕਦੇ, ਚੁੱਪ ਨਾ ਉਦਾਸੇ ਹੋਣ।

ਵੇਦਨਾ, ਸੰਵੇਦਨਾ ਨਾ ਦਿਲਾਂ ਵਿਚੋਂ ਮੋਏ ਕਦੇ,
ਦਿਲ ਦਿਲਗੀਰ ਦੇ ਲਈ, ਹੌਸਲੇ ਦਿਲਾਸੇ ਹੋਣ।

ਚੰਬਾ ਤੇ ਰਵੇਲ ਖੁਸ਼ਬੋਈ ਵੰਡੇ, ਸਾਰੇ ਘਰੀਂ,
ਨਿੱਕੇ ਵੱਡੇ, ਫੁੱਲ ਬੂਟੇ, ਕਦੇ ਨਾ ਪਿਆਸੇ ਹੋਣ।

ਡੌਲਿਆਂ 'ਚ ਮੱਛੀਆਂ ਤੇ ਮੱਥੇ ਵਿਚ ਤੀਜੀ ਅੱਖ,
ਸੂਰਜ ਦੇ ਹਾਣੀ, ਧੀਆਂ ਪੁੱਤ ਨਾ ਨਿਰਾਸੇ ਹੋਣ।

ਚਾਵਾਂ ਅਤੇ ਖੁਸ਼ੀਆਂ ਤੇ ਡਾਕੇ ਜਿਹੜੇ ਮਾਰਦੇ ਨੇ,
ਉਹ ਜੋ ਗ੍ਰਹਿਣ ਵਾਂਗੂੰ, ਚੰਨ ਅੱਗੋਂ ਪਾਸੇ ਹੋਣ।

ਇੱਕ ਦੂਜੇ ਵਾਸਤੇ ਮੁਹੱਬਤਾਂ ਦੀ ਵੇਲ ਵਧੇ,
ਧੁੱਪਾਂ ਛਾਵਾਂ ਸਾਂਝੀਆਂ ਤੇ ਗੂੜ੍ਹੇ ਭਰਵਾਸੇ ਹੋਣ।

ਤੇਰਿਆਂ ਚਿਨਾਰਾਂ ਦੀਆਂ ਸਿਖਰਾਂ ਨੂੰ ਰੱਬ ਰੱਖੇ,
ਕੇਸਰ ਕਿਆਰੀਆਂ 'ਚ ਮਣਾਂਮੂੰਹੀਂ ਹਾਸੇ ਹੋਣ।

ਤੇਰਾ ਪਸ਼ਮੀਨਾਂ ਨਾਲੇ ਚਾਹਵਾਂ ਭਰਪੂਰ ਸੀਨਾ,
ਰਹਿਮਤਾਂ ਦਾ ਹੜ੍ਹ ਵਗੇ, ਖੁਸ਼ੀਆਂ ਚਹੁੰ ਪਾਸੇ ਹੋਣ।

ਜਿਹੜੇ ਹੱਥਾਂ ਵਿਚ ਨੇ ਬੰਦੂਕਾਂ-ਹਥਿਆਰ ਫੜੇ,
ਸੁਰਗਾਂ ਦੀ ਧਰਤੀ ਤੋਂ ਆਖ ਦਿਉ ਪਾਸੇ ਹੋਣ।

ਤੇਰੇ ਅਖਰੋਟ, ਸੇਬ, ਬੱਗੂਗੋਸ਼ੇ ਰੁੱਖ ਜੀਉਣ,
ਪੌਣ ਵਗੇ ਪੱਤਿਆਂ 'ਚੋਂ ਗੀਤ ਚਾਰੇ ਪਾਸੇ ਹੋਣ।

ਰੱਬ ਨੇ ਬਣਾਇਆ ਕਸ਼ਮੀਰ ਤਾਂ ਸੀ ਆਪ ਹੱਥੀਂ,
ਇਹਦੇ ਧੀਆਂ-ਪੁੱਤ ਅੱਜ ਆਪ ਕਿਉਂ ਉਦਾਸੇ ਹੋਣ।

ਪ੍ਰੋ: ਗੁਰਭਜਨ ਗਿੱਲ

"ਬਲ਼ਦੇ ਗਲੇਸ਼ੀਅਰ" ਦਾ ਆਤਮ-ਬੋਧ

ਅਸਾਡੀ ਇਸ ਧਰਤੀ ਦੀਆਂ ਚੁਹੰ-ਕੂਟਾਂ ਉਦਾਲੇ ਸਭਿਆਚਾਰ ਦੀਆ ਵੰਨ-ਸੁਵੰਨੀਆਂ ਤਸਵੀਰਾਂ ਦੀ ਤਾਸੀਰ ਅਤੇ ਤਮੰਨਾ ਨੂੰ ਜਦੋਂ ਕੋਈ ਅਨੁਭੂਤੀ ਆਪਣੇ ਅੰਦਾਜ਼ ਅਨੁਸਾਰ ਬਿਆਨਦੀ ਹੈ ਤਦ ਲੋਕਾਈ ਲਈ ਉਹ ਅੰਦਾਜ਼ ਇੱਕ ਲੱਭਤ ਬਣ ਬੈਠਦਾ ਹੈ। ਲੱਭਤ ਦੀ ਸੁੰਦਰਤਾ ਅਤੇ ਸੰਸਕ੍ਰਿਤੀ ਦੇ ਸਮਾਜਿਕ-ਦਿਸਹੱਦਿਆਂ ਦੀ ਹੋਣੀ ਅਤੇ ਅਣਹੋਣੀ ਕਿਹਾ ਜਾ ਸਕਦਾ ਹੈ ! ਵਿਸ਼ਵ ਪੱਧਰ ਦੀ ਹੋਣੀ ਅਤੇ ਅਣਹੋਣੀ ਦਾ ਅਧਿਐਨ ਕਰਨ ਵਾਲਾ ਅਹਿਸਾਸ ਬੜਾ ਸੂਖਮ ਤੇ ਸਾਰਥਿਕ ਹੁੰਦਾ ਹੈ! "ਬਲ਼ਦੇ ਗਲੇਸ਼ੀਅਰ" ਨਾਵਲ ਵਿੱਚ ਸ਼ਮਸ਼ੇਰ ਸਿੰਘ ਡੂਮੇਵਾਲ ਨੇ ਸਿਦਕ,ਸੰਤਾਪ ਅਤੇ ਸਿਧਾਂਤ ਦੇ ਨਿਆਂਸ਼ੀਲ ਬਿੰਦੂ ਦਾ ਦ੍ਵਿਤ-ਭਾਵਧਾਰਾ ਤਹਿਤ ਵਿਸਥਾਰ ਕੀਤਾ ਹੈ।

ਸਿਦਕ ਨੂੰ ਪ੍ਰਾਪਤੀ ਦਾ ਮੂਲ ਕਿਹਾ ਜਾ ਸਕਦਾ ਹੈ ! ਸੰਤਾਪ ਨੂੰ ਜ਼ਿੰਦਗੀ ਬਰਕਰਾਰੀ ਲਈ ਕੀਤਾ ਜਾਣ ਵਾਲਾ ਪ੍ਰਯਤਨ ਕਿਹਾ ਜਾ ਸਕਦਾ ਹੈ! ਸਿਦਕ ਅਤੇ ਸੰਤਾਪ ਦੀ ਸਿਧਾਂਤ ਅਗਵਾਈ ਕਰਦਾ ਰਹਿੰਦਾ ਹੈ! ਨਾਵਲਕਾਰ ਸ਼ਮਸ਼ੇਰ ਸਿੰਘ ਦੇ ਇਸ ਨਾਵਲ ਵਿਚਲੇ ਕਥਨ ਸਿਦਕ, ਸੰਤਾਪ ਅਤੇ ਸਿਧਾਂਤ ਅਜਿਹੇ ਸੂਚਕ ਹਨ ਜਿਨ੍ਹਾਂ ਨੇ ਵਿਸ਼ੇਸ਼ ਕਿਸਮ ਦੇ ਆਤਮ-ਬੋਧ ਨੂੰ ਉਤਪੰਨ ਕਰਨ ਦਾ ਕਾਰਜ ਨੇਪਰੇ ਚਾੜ੍ਹਿਆ ਹੈ।ਹਰ ਇੱਕ ਰਚਨਾ ਨੇ ਕਿਸੇ ਨਾ ਕਿਸੇ ਆਤਮ-ਬੋਧ ਨੂੰ ਉਤਪੰਨ ਕਰਨ ਦੀ ਕ੍ਰਿਆਤਮਿਕਤਾ ਨੂੰ ਅਪਣਾਇਆ ਹੋਇਆ ਹੁੰਦਾ ਹੈ! ਇੰਝ "ਬਲ਼ਦੇ ਗਲੇਸ਼ੀਅਰ" ਦਾ ਕਥਾਨਕ ਜਿਸ ਮਾਨਵਵਾਦੀ ਅਤੇ ਸਦਭਾਵਨਾਤਮਿਕ ਆਤਮ-ਬੋਧ ਨੂੰ ਪੈਦਾ ਕਰਦਾ ਹੈ ਉਸ ਨੂੰ ਸਰਵੋਤਮ-ਦਾਰਸ਼ਨਿਕਤਾ ਵਜੋਂ ਸਵੀਕਾਰ ਕੀਤਾ ਜਾ ਸਕਦਾ ਹੈ!

ਸ਼ਮਸ਼ੇਰ ਸਿੰਘ ਦਾ ਨਾਵਲ "ਬਲ਼ਦੇ ਗਲੇਸ਼ੀਅਰ" ਸਮਾਜਿਕ-ਜੀਵਨ -ਗਾਥਾ ਦੀ ਪ੍ਰੀਤ ਕਹਾਣੀ ਤੋਂ ਤੁਰਦਾ-ਤੁਰਦਾ ਇਤਿਹਾਸ ਦੇ ਸਿਆਸੀ ਵਿਸ਼ਲੇਸ਼ਣ ਤੱਕ ਜਾ ਪੁਜਦਾ ਹੈ। ਮਾੜੀਆਂ ਸਮਾਜਿਕ-ਧਿਰਾਂ ਦੀ ਅਗਵਾਈ ਕਰਨ ਵਾਲੀ ਅਗਰੇਜ਼ ਕੌਰ ਰੰਨ ਵਰਗੇ ਕਿਰਦਾਰ ਨੂੰ ਅਪਣਾਉਂਦੀ ਹੋਈ ਸਵਰਨੇ ਨੂੰ ਧਰਮ ਸੰਕਟ ਵਿੱਚ ਸੁੱਟ ਦਿੰਦੀ ਹੈ!

ਚਲ-ਚਿੱਤਰ ਵਰਗੀਆਂ ਕੁੱਝ ਕੁ ਘਟਨਾਵਾਂ ਇਸ ਨਾਵਲ ਦੇ ਕਥਾਨਕ ਦੇ ਸਮੁੱਚ ਨੂੰ ਯਥਾਰਥਵਾਦੀ ਹੋਣ ਵਿੱਚ ਰੁਕਾਵਟ ਖੜ੍ਹੀ ਕਰਦੀਆਂ ਹਨ ਪਰ ਫਿਰ ਵੀ ਸ਼ਮਸ਼ੇਰ ਦੇ ਇਸ ਨਾਵਲ ਵਿੱਚ ਆਪਣੀ ਇੱਕ ਵਿਸ਼ੇਸ਼ ਵਿਸ਼ੇਸ਼ਤਾ ਹੈ!

ਵੇਖੋ ਨਾ, ਮਨਜਿੰਦਰ ਤੇ ਹਰਮਨ ਦੋ ਅਜਿਹੀਆਂ ਇਸਤਰੀਆਂ ਹਨ ਜਿਨ੍ਹਾ ਦਾ ਸਾਂਝਾ ਤੇ ਸਮੁੱਚਾ ਦੁਖਾਂਤ ਦਰਦੀਲੀ ਆਵਾਜ਼ ਬਣਕੇ ਉਜਾਗਰ ਹੋ ਰਿਹਾ ਹੈ! ਮਨਜਿੰਦਰ ਅਤੇ ਹਰਮਨ ਵਿਚਕਾਰ ਹੋਈ ਵਾਰਤਾਲਾਪ ਜ਼ਿੰਦਗੀ ਦੇ ਹੁਨਰ ਨੂੰ ਕਤਲ ਕਰਨ ਵਾਲੇ ਜ਼ੁਲਮ ਦੀ ਕਹਾਣੀ ਹੈ! ਡੂਮੇਵਾਲ ਨੇ ਅਪਣੀ ਇਸ ਰਚਨਾ ਵਿੱਚ ਕਸ਼ਮੀਰ ਦੇ ਸਿਆਸੀ ਸਿਲਸਿਲੇ ਨੂੰ ਪੰਜਾਬੀਅਤ ਅਤੇ ਧੋਖਾਧੜੀ ਵਾਲੇ ਪ੍ਰਕਰਣ ਦੀ ਬਾਤ ਵੀ ਛੇੜੀ ਹੈ!

ਵੇਖਿਆ ਜਾਵੇ ਤਾ ਵਿਸ਼ਵ-ਪੱਧਰ ਦੀ ਸਾਮਰਾਜੀ ਸ਼ੈਤਾਨੀਅਤ ਨੇ ਅਪਣੀ ਇਸ ਧਰਤੀ ਉਤਲੇ ਦਰਜਨਾਂ ਦੇਸ਼ਾਂ ਦੀ ਬੌਧਿਕਤਾ ਅਤੇ ਮਾਨਸਿਕਤਾ ਨੂੰ ਕਿਸਮ-ਕਿਸਮ ਦੇ ਜੰਜਾਲ ਨਾਲ ਗੁਲਾਮ ਕੀਤਾ ਹੋਇਆ ਹੈ। ਇਸ ਪ੍ਰਕਾਰ ਦੇ ਕਾਰਣਾ ਕਰਕੇ ਹੀ ਪਕਿਸਤਾਨ ਅਤੇ ਭਾਰਤ ਦੀ ਵਸੋਂ ਦੀ ਲੋਕ ਚੇਤਨਾ ਜਨਵਾਦੀ ਚਿੰਤਨ ਦੇ ਮਾਨਵਵਾਦੀ ਸਰੂਪ ਨੂੰ ਅਣਡਿੱਠ ਕਰ ਰਹੀ ਹੈ! ਨਜੀਰਾਂ ਇਸ ਨਾਵਲ ਵਿੱਚ ਕਾਵਿ-ਦ੍ਰਿਸ਼ ਦੀ ਕਲਾ ਵਾਂਗ ਵਿਚਰਦੀ ਹੈ! ਸ਼ਹਿਬਾਜ ਦਾ ਚਰਿੱਤਰ ਹਰਮਨ ਤੋਂ ਬਿਨਾਂ ਕਿਸੇ ਹੋਰ ਥਾਂ ਨਾਲ ਆਪਣੇ-ਆਪ ਨੂੰ ਜੋੜਦਾ ਨਹੀਂ ਕਿਉਂਕਿ ਸ਼ਹਿਬਾਜ਼ ਇੱਕ ਅਜਿਹਾ ਅਹਿਸਾਸ ਹੈ ਜਿਸਨੂੰ ਕਰਾਮਤੀ-ਕਰਮ ਕਿਹਾ ਜਾ ਸਕਦਾ ਹੈ! ਦਰਅਸਲ ਇਸ ਨਾਵਲ ਦਾ ਸਾਰੇ ਦਾ ਸਾਰਾ ਭਾਵ-ਬੋਧ ਅਹਿਸਾਸ ਨਾਲ ਸੰਬਧਿਤ ਹੈ!

ਰਮਤਾ ਲੋਕ-ਯਾਨਿਕਤਾ ਦੀ ਪ੍ਰਤੀ-ਨਿਧਤਾ ਕਰਨ ਵਾਲਾ ਸੁਹਜਵਾਦੀ ਪਾਤਰ ਹੈ! ਮਝੈਲ ਸਾਮੰਤਵਾਦੀ ਸ਼ੈਤਾਨੀਅਤ ਦੀ ਅਧੀਨਗੀ ਨੂੰ ਕਬੂਲਦਾ ਹੋਇਆ ਜ਼ਿੰਦਗੀ ਦੀ ਸਾਤਵਿਕਤਾ ਤੋਂ ਬੇ-ਪਹਿਚਾਣ ਬਣਿਆ ਰਹਿੰਦਾ ਹੈ! ਇਸ ਨਾਵਲ ਵਿੱਚ ਘਰੇਲੂ ਜ਼ਿੰਦਗੀ ਦੇ ਹਾਦਸਿਆਂ ਦੇ ਨਾਲ-ਨਾਲ ਹਾਸ-ਵਿਅੰਗ ਵੀ ਵਿਦਮਾਨ ਹੈ! ਰਮਤਾ ਹਾਸ-ਵਿਅੰਗ ਲਈ ਮੰਚਿਤ ਹੋ ਰਿਹਾ ਹੈ! ਮਲਵਈ ਅਤੇ ਮਝੈਲ ਆਂਚਲਿਕਤਾ ਦੇ ਪ੍ਰਤੀਨਿਧ ਪਾਤਰ ਇਸ ਨਾਵਲ ਲਈ ਹਾਸਲ ਬਣੇ ਹੋਏ ਹਨ ! ਮਲਵਈ ਫੌਜੀ ਦਾ ਵਿਆਹ ਤੇ ਵਿਆਹ ਤੋਂ ਮਗਰੋਂ ਮਲਵਈ ਫੌਜੀ ਦੀ ਮੌਤ ਦਾ ਦੁਖਾਂਤ ਸੈਨਿਕ-ਜੀਵਨ ਦਾ ਕਠੋਰ ਤੱਥ ਹੈ!

ਇਸ ਨਾਵਲ ਵਿੱਚ ਕਸ਼ਮੀਰ ਦੇ ਸਿਆਸੀ ਤੇ ਸੰਪਰਦਾਇਕ ਮਸਲੇ ਲਈ ਦਾਨਸ਼ਮੰਦ ਦਾਰਸ਼ਨਿਕਤਾ ਦੀ ਵਰਤੋਂ ਵੀ ਕੀਤੀ ਗਈ ਹੈ ! ਸੀ.ਓ ਅਤੇ ਪ੍ਰੋਫੈਸਰ ਦੀ ਵਾਰਤਾ ਇਸ ਤੱਥ ਦੀ ਤਾਸੀਰ ਬਣਦੀ ਹੈ।

ਨਜ਼ੀਰਾ ਅਤੇ ਪ੍ਰੋਫੈਸਰ ਦੇ ਪਾਤਰ ਸੰਤੁਲਿਤ-ਸੋਚ ਅਤੇ ਸਥਿਤੀਆਂ ਦਾ ਬੌਧਿਕ-ਮੁਲਾਂਕਣ ਕਰਨ ਵਾਲਾ ਉਪਰਾਲਾ ਹਨ। ਉਹ ਕੁੱਝ ਕੁ ਅਜਿਹੇ ਅੰਕੜੇ ਪੇਸ਼ ਕਰਦੇ ਹਨ ਜਿਨ੍ਹਾਂ ਦੀ ਇਬਾਰਤ ਚਾਨਣ ਵਾਲੀ ਹੈ।

ਅਖਾਉਤੀ-ਸੂਰਬੀਰਤਾ ਦਾ ਦ੍ਰਿਸ਼-ਵਰਨਣ ਵੀ ਇਸ ਨਾਵਲ 'ਚ ਦਰਜ ਹੈ! ਫੌਜੀ ਧੜੇ ਦੇ ਸ਼ੁਗਲ ਦੀ ਗੱਲ ਬਾਤ ਦਾ ਵਿਅੰਗ ਵੀ ਲੁਤਫਦਾਰ ਹੈ।

ਇਤਿਹਾਸਕ-ਤੱਥਾਂ ਦਾ ਅਨੁਮਾਦੀ ਰੂਪ-ਰੰਗ ਵੀ ਇਸ ਨਾਵਲ 'ਚ ਵਰਣਿਤ ਹੋਇਆ ਹੈ।ਇਤਿਹਾਸਕ-ਨਿਰਣਿਆਂ ਦੀ ਨਿਰਪੱਖਤਾ ਲਈ ਸਿਰਖੁਦ ਪਾਠਕ ਦੀ ਸਮਝਦਾਰੀ ਦਾ ਸਮਝਦਾਰ-ਨਿਰਣਾ ਹੀ ਸਰਵੋਪਰੀ ਹੋਵੇਗਾ ! ਪ੍ਰੋਫੈਸਰ ਨਿਰਵੈਰ ਸਿੰਘ ਖੋਜ ਕਰਨਾ ਲੋਚਦਾ ਹੈ ! ਪਿਆਰ ਦੀ ਸੁਗੰਧ ਨਾਲ ਭਰਪੂਰ ਇਸ ਨਾਵਲ ਦੀ ਰਵਾਨਗੀ ਵਿੱਚ ਜ਼ਿੰਦਗੀ ਦੇ ਸਾਜ਼ ਵਰਗਾ ਸੰਗੀਤ ਹੈ!

ਮਜਬੂਰ ਸਵਰਨੇ ਦੀ ਮਜਬੂਰੀ 'ਚੋਂ ਕਿਸਮ-ਕਿਸਮ ਦੀਆਂ ਲਾਹਨਤਾਂ ਨੇ ਜਨਮ ਲਿਆ ਹੈ।

ਅੱਤਵਾਦੀ ਕਿਰਦਾਰ ਨੂੰ ਦਰਸਾਉਣ ਵਾਲਾ ਮਿਰਜਾ ਮੁਹੰਮਦ ਇੱਕ ਹਵਸ ਹੈ!

ਨਜੀਰਾ ਦੀ ਸਾਫ ਨੀਅਤ ਅਪਣੇ ਭਰਾ ਅਨਵਰ ਨੂੰ ਰਾਹ ਤੇ ਲੈ ਆਉਣ ਲਈ ਬੇਤਾਬ ਹੈ।

ਸ਼ਹਿਬਾਜ ਸਿਆਣਪ ਭਰੇ ਸਿਦਕ ਦੇ ਸੰਜਮ-ਵਾਂਗ ਰੂਪਮਾਨ ਹੋਣ ਵਾਲੀ ਅਕੀਦਤ ਹੈ, ਸ਼ਹਿਬਾਜ ਦੇ ਸੁਹਿਰਦ ਵਿਵਹਾਰ ਨੇ ਇਸ ਨਾਵਲ ਦੀ ਗਤੀ ਨੂੰ ਕਾਵਿਮਈ ਬਣਾਇਆ ਹੋਇਆ ਹੈ।

ਨਜੀਰਾ, ਜਗਿਆਸਾ ਬਣਕੇ ਵੀ ਇਸ ਨਾਵਲ ਵਿੱਚ ਵਿਦਮਾਨ ਹੈ!

ਡੂਮੇਵਾਲ ਦਾ ਨਾਵਲ 'ਬਲਦੇ ਗਲੇਸ਼ੀਅਰ' ਆਦਰਸ਼-ਮੂਲਕ ਭਾਵਨਾਵਾਂ ਦੀ ਸੁਕੋਮਲਤਾ ਨਾਲ ਸੰਬੰਧਿਤ ਹੈ! ਹਰਮਨ, ਨਜੀਰਾ, ਮਨਜਿੰਦਰ, ਸਤਨਾਮ, ਉਪਜੀਤ, ਕਰਨਲ ਬਾਜਵਾ, ਬਲਦੇਵ ਕੌਰ, ਇਖਲਾਕ, ਪ੍ਰੋ. ਨਿਰਵੈਰ, ਸ਼ਹਿਬਾਜ ਆਦਿ ਸਾਰੇ ਦੇ ਸਾਰੇ ਜ਼ਿੰਦਗੀ ਦੇ ਇਖਲਾਕ ਦੀ ਪ੍ਰਤੀਨਿਧਤਾ ਕਰਨ ਵਾਲਾ ਵਿਵੇਕ ਹਨ! ਇੰਝ ਹੁਣ ਸਹਿਜੇ ਹੀ ਮਹਿਸੂਸ ਹੋ ਜਾਣਾ ਚਾਹੀਦਾ ਹੈ ਕਿ 'ਬਲਦੇ ਗਲੇਸ਼ੀਅਰ' ਨਾਵਲ ਦਾ ਅਪਣਾ ਇੱਕ ਇੱਛਤ ਯਥਾਰਥ ਹੈ! ਇਸ ਇੱਛਤ ਯਥਾਰਥ ਦੀਆਂ ਮਾਨਵਵਾਦੀ ਧੁਨੀਆਂ ਦੀ ਬੁਲੰਦੀ ਲਈ ਜ਼ਿੰਦਗੀ ਦੇ ਸਹਿਜ-ਭਾਵ ਨੂੰ ਕੁਰਬਾਨ ਵੀ ਹੋਣਾ ਪੈਂਦਾ ਹੈ। ਨਿਰਸੰਦੇਹ ਤਸ਼ੱਦਦ ਦੀ ਮਾਰ ਹੇਠ ਆਈ ਸਮਾਜਿਕ-ਸੁਗੰਧ ਨੂੰ ਸੁਆਹ ਹੋਣਾ ਪੈ ਰਿਹਾ ਹੈ ਪਰ ਨਾਵਲ ਵਿਹਲੇ ਕਰਤਾਰੀ-ਕਰਨਾ ਨੇ ਮਸ਼ੈਲ ਵਰਗੇ ਸੂਰਬੀਰ ਕਿਰਦਾਰ ਨੂੰ ਸਲਾਮ ਕਹਿਣ ਲਈ ਭਾਵਨਤਮਿਕ-ਪ੍ਰੇਰਣਾਂ-ਪ੍ਰਦਾਨ ਕੀਤੀ ਹੈ! ਮੈ ਤਾਂ ਹੈਰਾਨ ਹਾਂ ਕਿ ਸ਼ਮਸ਼ੇਰ ਸਿੰਘ ਨੇ ਅੱਤਵਾਦੀ ਸਿਲਸਿਲੇ ਨੂੰ ਬੜੀ ਪੁਖਤਗੀ ਤੇ ਸ਼ਪੱਸ਼ਟਤਾ ਨਾਲ ਕਿਵੇਂ ਨਿਭਾਇਆ ਹੈ ?

ਅਨਵਰ ਅਤੇ ਸਰਵਰ ਦੁਰਾਹੇ ਦੇ ਦੋ ਰਾਹ ਹਨ! ਇਨ੍ਹਾ ਦੋ ਰਾਹਾਂ ਦੀ ਤਕਲੀਫ ਨੂੰ ਇਸ ਨਾਵਲ ਵਿੱਚ ਦਰਜ ਕੀਤਾ ਗਿਆ ਹੈ। ਜਨੂੰਨ ਦੇ ਕਿੱਸੇ ਦੀ ਕਹਾਣੀ ਦੀ ਕੁੜੱਤਣ ਨੂੰ ਬਲਦੇਵ ਕੋਰ ਅਤੇ ਇਖਲਾਕ ਦੇ ਵਾਰਤਾਲਾਪਾਂ 'ਚੋਂ ਸਹਿਜੇ ਹੀ ਲੱਭਿਆ ਜਾ ਸਕਦਾ ਹੈ।

ਇਸ ਨਾਵਲ ਵਿੱਚ ਕਿਤੇ 'ਲੋਕ-ਮੁਸੀਬਤਾਂ' ਵਾਲੇ ਵਾਕਾਂਸ਼ ਦੀ ਵਰਤੋਂ ਕੀਤੀ ਗਈ ਹੈ। ਨਤੀਜੇ ਵਜੋਂ ਇੰਝ ਕਿਹਾ ਜਾ ਸਕਦਾ ਹੈ ਕਿ ਸਾਮਰਾਜੀ ਸਕਤੀਆਂ ਮੁੱਢ ਕਦੀਮ ਤੋਂ ਹੀ ਲੋਕ ਮੁਸੀਬਤ ਪੈਦਾ ਕਰਦੀਆਂ ਰਹਿੰਦੀਆਂ ਹਨ।

ਸ਼ਮਸ਼ੇਰ ਸਿੰਘ ਡੂਮੇਵਾਲ ਨੂੰ ਮੇਰੇ ਵਲੋਂ ਢੇਰ ਸਾਰੀਆਂ ਮੁਬਾਰਕਾਂ ਕਿ ਉਸਨੇ ਲੋਕ-ਮੁਸੀਬਤਾਂ ਦਾ ਭਲੀ ਪ੍ਰਕਾਰ ਦਾਰਸ਼ਨਿਕ ਬਣਕੇ ਪਹਿਚਾਣ ਕੀਤੀ ਹੈ ।

ਓਮ ਪ੍ਰਕਾਸ਼ ਗਾਸੋ
(ਬਰਨਾਲਾ)
ਮੋਬਾਈਲ 94635-61123

ਕਾਂਡ-1

ਕਸ਼ਮੀਰ ਵਾਦੀ ਦੀ ਅਨੂਪ ਹਿਕ ਤੇ ਸ਼ੂਕਦੀ-ਲੰਘਦੀ ਸਿੰਧ ਨਦੀ ਕਿਨਾਰੇ ਵਸਿਆ ਉਹ ਆਮ ਜਿਹਾ ਗਰਾਂ ਸੀ, ਜਿਥੇ ਕੁਦਰਤ ਦੀ ਅਸੀਮ ਕਾਇਆ ਦੇ ਆਗੋਸ਼ 'ਚ ਦਿਆਰ ਦੇ ਰੁੱਖਾਂ ਨਾਲ ਲੱਦੀਆਂ ਉਚ ਪਰਬਤਾਂ ਦੀਆਂ ਸਿਖਰਾਂ ਚਾਂਦੀ ਰੰਗੇ ਬੱਦਲਾਂ ਦੇ ਬੁੱਲ੍ਹ ਚੁੰਮਦੀਆਂ। ਜਿਥੇ ਸਿੰਧ ਨਦੀ ਦੀਆਂ ਛੱਲਾਂ ,ਪੰਛੀਆਂ ਦੀਆਂ ਆਵਾਜ਼ਾਂ-ਪਰਵਾਜ਼ਾਂ ਤੇ ਸੀਤ ਪੌਣਾਂ ਦਾ ਸਾਂਝਾ ਆਲਮ ਐਸਾ ਅਨਾਹਦ ਰਾਗ ਛੇੜਦਾ ਕਿ ਹਰੇ ਰੰਗ ਲਹਿੰਗੇ ਸਜ ਬੈਠੀ ਕੁਦਰਤ ਰਾਣੀ ਦੇ ਗੁਲਾਨਾਰੀ ਬੁੱਲ੍ਹਾਂ 'ਚੋਂ ਆਪ ਮੁਹਾਰੇ ਮੁਸਕਾਨ ਕਿਰ ਪੈਂਦੀ। ਸ਼ਾਇਦ ਏਸ ਵਸ ਅੱਜ ਮੇਘਮਾਲਾ ਦੀ ਹੁਸੀਨ ਘੁੰਮਣਘੇਰੀ ਪਹੁ-ਫੁਟਾਲੇ ਤੋਂ ਹੀ ਅੰਬਰੀਂ ਝੂਮਰ ਪਾ ਰਹੀ ਸੀ। ਕੁਝ ਸਮੇਂ ਦੇ ਫਰਕ ਨਾਲ ਜ਼ੋਰਦਾਰ ਬਾਰਸ਼ ਥੋੜੇ-ਥੋੜੇ ਸਮੇਂ ਦੀ ਵਿੱਥ ਨਾਲ ਝੱਈਆਂ ਲੈ ਲੈ...ਕੇ ਪੈ ਚੁੱਕੀ ਸੀ। ਹੁਣ ਤੱਕ ਕਦੇ ਕਬੂਤਰ ਰੰਗੀਆਂ ਘਟਾਵਾਂ, ਕਦੇ ਤਿੱਤਰ ਖੰਭੀ, ਕਦੇ ਕਾਲਾ ਤੇ ਕਦੇਂ ਸਲੇਟੀ ਬੱਦਲ ਅੰਬਰ ਦੀ ਚਾਦਰ ਤੇ ਆਪਣਾ ਰੰਗ ਬਿਖੇਰ ਰਹੇ ਸਨ। ਤਿੰਨ...'ਕੁ ਵਜੇ ਅਗਸਤ ਦੀ ਬੱਦਲੀ...ਬਨਸਪਤੀ ਦਾ ਮੁੱਖੜਾ ਨਿਖਾਰ ਭਾਵੇਂ ਅਗਾਂਹ ਲੰਘ ਚੁੱਕੀ ਸੀ ਪਰ ਸੀਤ ਪੌਣ ਦੇ ਬੁੱਲੇ ਅਜੇ ਵੀ ਉਸ ਦੀ ਨਿਸ਼ਾਨਦੇਹੀ ਕਰ ਰਹੇ ਸਨ। ਅੰਬਰਾਂ ਦੀ ਕੁੱਖ ਤੇ ਤਾਰੇ ਵਾਂਗੂ ਲਿਸ਼ਕਦੀ ਅਸਮਾਨੀ ਬਿਜਲੀ ਆਪਣਾ ਘੰਟਿਆਂ ਬੱਧੀ ਜਲਵਾ ਦਿਖਾ ਚੁੱਕੀ ਸੀ ਉਸ ਦੀ ਥਾਂ ਹੁਣ ਸਤਰੰਗੀ ਪੀਂਘ ਮੇਲ ਰਹੀ ਸੀ। ਫਿਰ ਇਕਦਮ ਨਿਰੰਤਰ ਫਾਈਰਿੰਗ ਹੋਈ। ਸਮੁੱਚਾ ਆਲਮ ਦਿਲੋਂ ਦਹਿਲਾ ਗਿਆ। ਕੁਦਰਤ ਰਾਣੀ ਦੇ ਮੁਸਕਰਾਉਂਦੇ...ਬੁੱਲ੍ਹ ਫੜਕ ਪਏ। ਲਹਿਰਾਉਂਦਾ ਹਰਾ ਲਹਿੰਗਾ ਲਹੂ ਦੇ ਛਿੱਟਿਆਂ ਨਾਲ ਕਰੂਪ ਹੋ ਗਿਆ। ਬੇਨਾਮ ਰਾਈਫਲਾਂ ਬੁੱਲ੍ਹਾਂ 'ਚੋਂ ਸਿਗਰੇਟਾਂ ਵਾਂਗੂੰ ਧੂੰਆਂ ਛੱਡਦੀਆਂ ਅਲੋਪ ਹੋ ਗਈਆਂ। ਕੁਦਰਤ ਦੇ ਜ਼ਿਹਨ 'ਚ ਧੜਕਦਾ ਦਿਲ ਸਪੀਡੋ ਤੇਜ਼ ਹੋ ਗਿਆ। ਪੰਛੀਆਂ ਦੀਆਂ ਆਵਾਜ਼ਾਂ ਪਰਵਾਜ਼ਾਂ ਭਰ ਖਾਮੋਸ਼ ਹੋ ਗਈਆਂ। ਨਦੀਆਂ ਦੇ ਵਹਿਣ ਕਿਨਾਰਿਆਂ ਗਲ ਲੱਗ ਕੇ ਰੋਣ ਲੱਗੇ। ਹਿੰਦੂ ਫਿਰਕੇ ਦੇ ਅੱਠ ਬੰਦਿਆਂ ਨੂੰ ਇਕੋ ਲਾਈਨ 'ਚ ਖੜ੍ਹਾ ਕਰਕੇ ਸੀਨੇ ਗੋਲੀਆਂ ਦਾਗਣ ਦੀ ਖਬਰ ਗਰਾਂ 'ਚੋਂ ਨਿਕਲਕੇ ਕੌਮਾਂਤਰੀ ਮੰਚ ਦੀ ਸੂਹੀ ਸੁਰਖੀ ਹੋ ਨਿਬੜੀ। ਕਤਲ ਕਾਂਡ ਦੀ ਹਕੀਕਤ ਵੀ ਛੇਤੀ ਬੇਨਕਾਬ ਹੋ ਗਈ। ਇਹ ਉਹੋ ਅੱਠ ਪੰਡਿਤ ਸਨ ਜਿਨ੍ਹਾਂ ਦੀਆਂ ਸੁਆਣੀਆਂ ਨੇ ਰੱਖੜੀ ਦੇ ਤਿਉਹਾਰ 'ਤੇ ਡਿਊਟੀ ਨਿਭਾਉਂਦੇ ਫੌਜੀ ਜਵਾਨਾਂ ਦੇ ਗੁੱਟਾਂ 'ਤੇ ਰੱਖੜੀਆਂ ਬੰਨ੍ਹੀਆਂ ਸਨ।

ਮਸਤਕਾਂ ਤੇ ਸੰਧੂਰ ਦੇ ਤਿਲਕ ਲਗਾ ਕੇ ਪਾਕੀਜ ਪਵਿੱਤਰ ਰਿਸ਼ਤਿਆਂ ਦੇ ਮੂੰਹ ਮਿਠਾਸ ਭਰੀ ਸੀ। ਫੌਜੀ ਜਵਾਨਾਂ ਨੇ ਵੀ ਉਨ੍ਹਾਂ ਦੀ ਖੁਸ਼ਹਾਲੀ ਤੇ ਸੁਹਾਗਾਂ ਦੀ ਜਿੰਦ ਸਲਾਮਤੀ ਲਈ ਦੁਆਵਾਂ ਮੰਗੀਆਂ ਸਨ ਜੋ ਅੱਲ੍ਹਾ ਦੀ ਰਹਿਮਤ ਦੇ ਪ੍ਰਵਾਨ ਚੜਨੋ ਉਰੇ ਹੀ ਦਮ ਤੋੜ ਗਈਆਂ। ਸੂਹੇ ਤਿਲਕ ਰੱਤ ਦਾ ਕੁਰੂੰ ਹੋ ਨਿਬੜੇ। ਮਠਿਆਈਆਂ ਸਲਫਾਸ ਬਣ ਗਈਆਂ। ਮੋਹਸੱਤੀਆਂ ਤੰਦਾਂ ਨੂੰ ਅਰਮਾਨਾਂ ਦੀ ਗੰਢ ਮਾਰਨ ਵਾਲੀਆਂ ਮਹਿੰਦੀ ਰੰਗੀਆਂ ਉਂਗਲਾਂ ਗੁੰਮਨਾਮ ਗੁੱਟਾਂ ਤੋਂ ਲੰਮੇਰੀ ਉਮਰ ਦੀਆਂ ਅਸੀਸਾਂ ਲੈਣ ਦੇ ਬਾਵਜੂਦ ਅੱਖਾਂ ਪੂੰਝਣ ਜੋਗੀਆਂ ਰਹਿ ਗਈਆਂ।

"ਵਛੂ ਆਰਮੀ ਕਿਥ ਕਿਨ ਬਚਾਇਨ ਤੂਹਝ ਗਰਆਕ।"

("ਵੇਖਦੇ ਆਂ ! ਤੁਹਾਡੇ ਫੌਜੀ ਭਰਾ ਤੁਹਾਡੇ ਸੁਹਾਗ ਕਿਵੇਂ ਬਚਾਉਂਦੇ ਐ"?

ਕਹਿ ਕੇ ਅੱਜ ਜਦੋਂ ਜਿਹਾਦ ਦੇ ਅਖੌਤੀ ਪੈਰੋਕਾਰਾਂ ਸੁਹਾਗਣਾਂ ਦੇ ਮੱਥਿਆਂ ਤੇ ਵਿਧਵਾ ਰਾਖ ਦੇ ਤਿਲਕ ਲਗਾਏ ਤਾਂ ਸਦੀਆਂ ਤੋਂ ਡੋਰੀ ਦੇ ਤੰਦ 'ਚ ਬੱਝੀ ਮੁਕੱਦਸ ਰਿਸ਼ਤੇ ਦੀ ਪਰੰਪਰਾ ਉਮਰੋਂ ਲੰਮੇਰਾਂ ਦੁਖਾਂਤ ਹੋ ਨਿਬੜੀ।

ਆਸਾਂ ਦੀ ਮਾਂਗ ਵਾਲਾ ਸੰਧੂਰ ਸਿਵਿਆਂ ਦੀ ਰਾਖ ਵਰਗਾ ਹੋ ਗਿਆ। ਕਸ਼ਮੀਰ ਵੈਲੀ ਦੀ ਫਿਜ਼ਾ ਵੈਣਾਂ 'ਚ ਰੰਗੀ ਗਈ। ਕੀਹਦੇ-ਕੀਹਦੇ ਸੁਹਾਗ ਉਜੜੇ? ਕਿੰਨ੍ਹਾਂ ਅਰਮਾਨਾਂ ਤੇ ਬੈਸੰਤਰ ਮੱਚੀ? ਨਫਰਤ ਦੀ ਉਡਣੀ ਨਾਗਣ ਕੀਹਦੀ ਕੀਹਦੀ ਤਕਦੀਰ ਨੂੰ ਡੰਗ ਗਈ? ਰੱਖੜੀ ਬੰਨ੍ਹਣ ਦਾ ਖਮਿਆਜਾ ਸਜਾ-ਏ-ਮੌਤ ਕਿਉਂ?

ਉਕਤ ਤਮਾਮ ਸਵਾਲਾਂ ਦਾ ਜਵਾਬ ਅਜੇ ਵੀ ਭਵਿੱਖ ਦੀ ਬੁੱਕਲ 'ਚ ਗੋਲ-ਗੰਡਲੀ ਮਾਰੀ ਬੈਠਾ ਜ਼ਹਿਰੀ ਫੁੰਕਾਰੇ ਮਾਰ ਰਿਹਾ ਸੀ । ਹਰ ਅੱਖ ਨੂੰ ਕਾਤਲਾਂ ਦੀ ਤਲਾਸ਼ ਸੀ। ਹਰ ਸਵਾਲ ਨੂੰ ਜਵਾਬ ਦਾ ਇੰਤਜ਼ਾਰ।

ਕਾਰਗੁਜ਼ਾਰੀ ਨੂੰ ਅੰਜਾਮ ਵਲ ਤੋਰਨ ਲਈ ਬੀ. ਐਸ.ਐਫ, ਸੀ. ਆਰ.ਪੀ. ਤੇ ਜੰਮੂ ਕਸ਼ਮੀਰ ਪੁਲਿਸ ਦਾ ਸਾਂਝਾ ਤੇ ਗੁਰੀਲਾ ਐਕਸ਼ਨ ਸ਼ੁਰੂ ਹੋਇਆ। ਸ਼ੱਕੀ ਮੁਸਲਮਾਨ ਧੂਹ ਧੂਹ ਕੇ ਘਰੋਂ ਕੱਢੇ, ਤਲਾਸ਼ੀਆਂ ਲਈਆਂ। ਬੱਚੇ ਔਰਤਾਂ ਤੇ ਡੰਗਰਾਂ ਵਾਂਗੂ ਡਾਗਾਂ ਵਰਾਈਆਂ। ਬੰਦੂਕਾਂ ਦੇ ਵੱਟਾਂ ਤੇ ਬੂਟਾਂ ਦੇ ਠੁੱਡਾਂ ਨੇ ਮਨੁੱਖੀ ਅਧਿਕਾਰਾਂ ਦੇ ਰਿਸਦੇ ਫੱਟਾਂ ਤੇ ਕੋਹ-ਕੋਹ ਨਮਕ ਛਿੜਕਿਆ ਪਰ ਚੱਪੇ ਚੱਪੇ ਦੇ ਪੋਸਟ ਮਾਰਟਮ 'ਚੋਂ ਹੱਤਿਆਰਿਆਂ ਦਾ ਪਰਛਾਵਾਂ ਤੱਕ ਨਾ ਲੱਭਾ। ਸੂਰਜ ਅਸਤ ਹੁੰਦਿਆਂ 8 ਸਿੱਖ ਰਜਮੈਂਟ ਦੀ ਕੰਪਨੀ ਨੇ ਪਿੰਡ ਪੂਰਨ ਰੂਪ 'ਚ ਸੀਲ ਕਰ ਦਿੱਤਾ। ਸਹਿਮੇ ਲੋਕਾਂ ਨੂੰ ਤਫਤੀਸ਼ ਅਸਲੋਂ ਸਿਰੇ ਲੱਗਣ ਦੀ ਆਸ ਬੱਝੀ। ਚੀਖ ਚਿਹਾੜੇ ਦੇ ਆਲਮ 'ਚ ਤ੍ਰਾਹ-ਤ੍ਰਾਹ ਤੜਫਦੀ ਮਨੁੱਖਤਾ ਨੂੰ ਤੱਕਣ ਲਈ ਸ਼ਾਇਦ ਹਾਲਾਤਾਂ ਵਿੰਨ੍ਹਿਆ ਵਕਤ ਅਗਾਂਹ ਕਦਮ ਪੁੱਟਣੋਂ ਰੁਕ ਗਿਆ।

"ਅੰਕਲ ਮੇਰੇ ਪਾਪਾ ਨੂੰ ਅੱਤਵਾਦੀਆਂ ਨੇ ਮਾਰ ਦਿੱਤੈ ਪਰ ਤੁਸੀ ਲੇਟ ਕਿਓ ਹੋ ਗਏ? ਕਰੀਬ ਛੇ ਵਰ੍ਹਿਆਂ ਦਾ ਤਾਜ਼ਾ ਯਤੀਮ ਨਾਇਕ ਸ਼ਹਿਬਾਜ ਸਿੰਘ ਦੀਆਂ ਲੱਤਾਂ ਨੂੰ ਜੱਫਾ ਮਾਰ ਕੇ ਐਸਾ ਰੋਇਆ ਕਿ ਜਵਾਨ ਦਾ ਰੈਂਕ ਕੰਬ ਉਠਿਆ। ਉਸ ਨੇ ਯਤੀਮ ਨੂੰ ਮੋਢੇ ਨਾਲ ਲਾਇਆ, ਕੰਡ ਥਾਪੜੀ, ਪੁਚਕਾਰਿਆ ਤੇ ਧੁਰ ਅੰਦਰੋਂ ਲਾਡ ਲਡਾ ਕੇ ਹੰਝੂਆਂ ਭਿੱਜੇ ਮੁੱਖੜੇ ਨੂੰ ਚੁੰਮਿਆ। ਪਰ ਚਾਹੁੰਦਿਆਂ ਵੀ ਜਬਾਨੋਂ ਹੌਂਸਲੇ ਦਾ ਹਰਫ ਨਹੀਂ ਨਿਕਲਿਆ। ਸ਼ਾਇਦ ਉਹ ਜਬਾਨੋਂ ਖੁਦ ਅਤੀਤ ਦੀਆਂ ਸੂਲਾਂ ਤੋਂ ਜ਼ਖਮੀ ਸੀ। ਮਾਸੂਮ ਦੇ ਜ਼ਖਮ ਸਮੇਟਣੋਂ ਪਹਿਲਾਂ ਉਸ ਦੇ ਮੌਲਿਕ ਨਸੂਰ 'ਚੋਂ ਘਰਾਲਾਂ ਫੁੱਟ ਪਈਆਂ ਸਨ। ਉਸ ਦੇ ਨੈਣਾਂ ਸਾਹਵੇਂ ਕੁਝ ਕੁ ਘੜੀਆਂ ਪਹਿਲਾਂ ਸੁਹਾਗਣੋਂ ਵਿਧਵਾ ਹੋਈ ਉਸ ਦੀ ਮੁਟਿਆਰ ਦਾ ਦੁਖਾਂਤ ਵੀ ਪੈਟਰੋਲ ਦੀ ਅੱਗ ਵਾਂਗੂ ਮੱਚ ਰਿਹਾ ਸੀ ਜੋ ਕਮਾਂਡਿੰਗ ਅਫਸਰ ਕਰਨਲ ਪੀ.ਐਸ. ਬਾਜਵਾ ਦੇ ਗੱਲ ਲੱਗ ਧਾਹੀਂ ਰੋ ਰਹੀ ਸੀ। " ਅੰਕਲ ਮੈਂ ਸੱਤ ਮਹੀਨਿਆਂ ਦੀ ਸੁਹਾਗਣ ਰੰਡੀ ਹੋਈ ਆਂ। ਜਾਣ ਵਾਲੇ ਦੇ ਕੁੱਖ 'ਚ ਪਏ ਨਿਸ਼ਾਨਾਂ ਨੂੰ ਸਾਂਭਣ ਦੇ ਫਰਜ਼ ਸਿਰ ਪਏ ਨੇ, ਉਨਾਂ ਸਹਾਰੇ ਦਿਲ ਧੀਰਜ ਧਰ ਲਏਗਾ ਪਰ ਮੁਜਾਹਦੀਨਾਂ ਦਾ ਕਸ਼ਮੀਰ ਤਾਂ ਆਜ਼ਾਦ ਹੋ ਈ ਗਿਆ ਹੋਣੈ? ਅਜਾਈਂ ਡੁੱਲੇ ਲਹੂ ਦਾ ਤੇ ਤੁਪਕਾ ਈ ਮਾਣ ਨਹੀਂ ਏਥੇ ਤਾਂ ਅੱਠ ਤੁਰੇ ਨੇ"।

"ਮੈਂ ਸਭ ਜਾਣਦਾ ਹਾਂ ਬੇਟੀ ਪਰ ਤੇਰੇ ਲਬਾਂ ਤੇ ਲਟਕੇ ਸਵਾਲ ਦਾ ਮੇਰੇ ਕੋਲ ਜਵਾਬ ਨਹੀਂ। ਸ਼ੈਦ ਮੇਰੀ ਸਰਕਾਰ ਕੋਲ ਵੀ ਨਹੀਂ ।

ਸੱਚ ਸੀ ਕਰਨਲ ਬਾਜਵਾ ਦੀ ਗੱਲ ਕਸ਼ਮੀਰ ਵਾਦੀ ਦੇ ਪੀੜਾਂ ਦੇ ਦੁਖਾਂਤ ਪ੍ਰਤੀ ਸਰਕਾਰ ਲਾਜਵਾਬ ਤੇ ਗੂੰਗੀ ਹੋ ਚੁੱਕੀ ਸੀ। 12 ਕੁ ਵਰਿਆਂ ਦਾ ਇਕ ਅਮਨਪਸੰਦ ਲੜਕਾ ਸਾਥੀ ਨੂੰ ਕੂਹਣੀ ਮਾਰ ਕੇ ਕਹਿਣ ਲੱਗਾ

" ਵੇਖ ਉਏ। ਆਹ ਆ ਗੇ ਫੌਜੀ, ਇਹ ਹੁਣ ਅੱਤਵਾਦੀਆਂ ਨੂੰ ਭਜਾਉਣਗੇ।

"ਯਾਰ ਮੰਨਿਆ ਭਜਾਉਣਗੇ ਪਰ ਜੁ ਚਲੇ ਈ ਗਏ ਉਹ ਕਦੋਂ ਮੁੜ ਆਉਣਗੇ? ਸਾਥੀ ਦਾ ਜੁਆਬ ਮੁੰਡੇ ਨੂੰ ਜਬਾਨੋਂ ਕੀਲ ਗਿਆ। ਪਰ ਸ਼ਹਿਬਾਜ ਦੀ ਖਾਮੋਸ਼ ਜਬਾਨ 'ਚ ਵੀ ਸ਼ੋਰ ਸੀ-"ਵਾਹ ਤਕਦੀਰਾਂ ਘੜਨ ਵਾਲਿਆਂ। ਵੰਨ ਸੁਵੰਨੀਆਂ ਸੂਰਤਾਂ ਘੜਦੈਂ ਤੇ ਵੰਨ ਸੁਵੰਨੇ ਲੇਖ ! ਹਰ ਕੋਈ ਆਪੋ ਆਪਣੀ ਕਿਸਮਤ ਭੋਗ ਰਿਹੈ। ਸੱਖਣੀਆਂ ਮਾਗਾਂ ਰਹਿ ਗਈਆਂ ਸੰਧੂਰ ਲਹੂ ਬਣ ਨਿੱਚੜ ਗਿਆ। ਲਕੀਰੋਂ ਟੁੱਟੀਆਂ ਕਿਸਮਤਾਂ ਨੂੰ ਜੋੜਨ ਵਾਲੀ ਸੰਜੀਵਨੀ ਜੜ੍ਹੋਂ ਸੁੱਕ ਗਈ। ਜੇ ਅਖੌਤੀ ਇਸਲਾਮ ਦੀ ਸ਼ਰ੍ਹਾ 'ਚ ਬੇਗੁਨਾਹਾਂ ਨੂੰ ਗੋਲੀਆਂ ਮਾਰਨ ਦਾ ਨਾਉਂ ਜੇਹਾਦ ਐ ਤਾਂ ਫਿਰ ਕਿਹੜੀ ਵਾਰਦਾਨ ਦਾ ਨਾਂਅ ਫਿਰਕੂ ਫਸਾਦ ਐ? ਬਾਬੇ ਫਰੀਦ , ਬੁੱਲ੍ਹੇ ਤੇ ਬਾਹੂ ਦਾ ਫਲਸਫਾ ਏਸ ਨੂੰ ਮੁੱਢੋਂ ਗੁਨਾਹ ਐਲਾਨ ਰਿਹੈ ਪਰ ਜਿਹਾਦ ਦੇ ਨਾਂਅ ਤੇ ਮੋਮਨਾਂ ਹੱਥ ਬੰਦੂਕਾਂ ਕਿਹੜਾ ਸ਼ੈਤਾਨ ਫੜਾ ਗਿਐ?

ਸ਼ਹਿਬਾਜ ਆਸਮਾਂ ਵੱਲ ਨੀਝ ਭਰੀ ਝਾਤੀ ਮਾਰ ਕੇ ਕੁਦਰਤ ਨਾਲ ਸ਼ਿਕਵਾ ਕਰ ਰਿਹਾ ਸੀ। ਸ਼ਿਕਵਾ ਹੀ ਕਰ ਸਕਦਾ ਸੀ ਉਹ। ਮਾਸੂਮ ਦੇ ਖੋਏ ਪਿਤਾ-ਪਿਆਰ ਦੀ ਵਾਪਸੀ ਦਾ ਅਧਿਕਾਰ ਤਾਂ ਉਹਦਾ ਰੈਂਕ ਵੀ ਹੱਥ ਝਾੜ ਗਿਆ ਸੀ। ਫਿਰਕੂ ਮੰਝਧਾਰ 'ਚ ਰੁੜ੍ਹੇ ਜਾਂਦੇ ਉਸ ਦੇ ਖੁਸ਼ਹਾਲ ਭਵਿੱਖ ਨੂੰ ਵੀ ਫੜਨੋ ਅਸਮਰਥ ਸੀ।

ਖਿਆਲਾਂ ਨੇ ਹੋਸ਼ ਪਰਤੇ। ਸ਼ਹਿਬਾਜ ਨੇ ਤੱਕਿਆ ਮਾਸੂਮ ਹੁਬਕੀਆਂ ਭਰਦਾ-ਭਰਦਾ ਸੌਂ ਚੁੱਕਾ ਸੀ। ਉਸ ਨੇ ਉਸ ਦੀ ਮਾਂ ਦੀ ਸ਼ਨਾਖ਼ਤ ਕਰਕੇ ਬਾਲਕ ਨੂੰ ਉਸਦੇ ਹਵਾਲੇ ਕਰਨ ਦੀ ਸੋਚੀ। ਜਿਹਨ 'ਚ ਖੌਫ ਅੰਗੜਾਈ ਭਰ ਉਠਿਆ,'ਜਿਸ ਮਾਸੂਮ ਦੇ ਸਵਾਲ ਤੈਨੂੰ ਲਾਜੁਆਬ ਕਰ ਗਏ, ਉਹਦੀ ਮਾਂ ਦੇ ਜਜ਼ਬਾਤੀ ਸਵਾਲਾਂ ਦੇ ਰੂਬਰੂ ਕਿਵੇਂ ਹੋਵੇਂਗਾ। ਬਾਰੂਦਾਂ ਮਾਰੀ ਅਬਲਾ ਦੇ ਸੇਕ ਤੋਂ ਰੂਹ ਨੂੰ ਬਚਾ........!

ਇਹ ਸੋਚ ਉਸ ਨੂੰ ਰੂਹੋਂ ਖਾਮੋਸ਼ ਕਰ ਗਈ ਤੇ ਫਿਰ ਮਾਸੂਮ ਲਈ ਕੋਈ ਹੋਰ ਬਾਹਵਾਂ ਸਹਾਰਾ ਬਣ ਗਈਆਂ।

ਕੱਤਣੀ ਵਾਂਗੂੰ ਸ਼ੂਕਦੇ ਹਾਲਾਤਾਂ 'ਚ 8 ਸਿੱਖ ਰੇਜਮੈਂਟ ਨੇ ਆਪ੍ਰੇਸ਼ਨ ਦਾ ਆਗਾਜ਼ ਕੀਤਾ। ਲਹੂ-ਨਿਚੜਦੇ ਪਿੰਡ 'ਚੋਂ ਔਰਤਾਂ-ਮਰਦ ਕੱਢ ਕੇ ਆਬਾਦੀ ਵਾਲੇ ਖਿਤਿਓਂ ਦੂਰ ਲਿਜਾ ਕੇ ਬਿਠਾਏ। ਤਲਾਸ਼ੀ ਦਾ ਦੌਰ ਸਿਖਰੀਂ ਜਾ ਪੁੱਜਾ। ਲੱਕੜਾਂ ਵਾਲੇ ਹਰ ਘਰ 'ਚੋਂ ਤਲਾਸ਼ੀ ਲੈਣ ਦੇ ਬਾਵਜੂਦ ਨਿਰਾਸਤਾ ਤੋਂ ਬਿਨ੍ਹਾਂ ਕੁਝ ਹੱਥ ਨਾ ਲੱਗਾ। ਇਨਵੈਸਟੀਗੇਸ਼ਨ ਬਿਊਰੋ ਵਾਇਰਲੈਸ ਰਾਹੀਂ ਸੂਚਿਤ ਕਰ ਰਿਹਾ ਸੀ ਕਿ ਬੋਲੀ, ਲਿਬਾਸ ਤੇ ਸ਼ਕਲੋਂ ਸੂਰਤੋਂ ਕਸ਼ਮੀਰੀ ਆਜੜੀਆਂ ਦੇ ਹੁਲੀਏ ਵਾਲੇ ਅਫਗਾਨੀ ਭਾੜੇ ਦੇ ਅੱਤਵਾਦੀ ਇਸ ਕਤਲ ਕਾਂਡ ਲਈ ਜ਼ਿੰਮੇਵਾਰ ਹਨ ਅਤੇ ਉਹ ਖੂਫੀਆਂ ਰਿਪੋਰਟਾਂ ਅਨੁਸਾਰ ਉਹ ਇਸ ਬਸਤੀ 'ਚ ਮੌਜੂਦ ਹਨ, ਕਾਰਵਾਈ ਤੇਜ਼ ਕਰੋ ਪਰ ਫੌਜੀ ਜਵਾਨ ਆਪਣੇ ਮਿਸ਼ਨ 'ਚ ਖੁਦ ਮਸ਼ਰੂਫ ਸਨ।

ਫਿਰ ਸੀ. ਓ. ਬਾਜਵਾ ਨੇ ਆਪਰੇਸ਼ਨ ਦਾ ਘੇਰਾ ਆਬਾਦੀ ਵਾਲੇ ਖਿੱਤੇ ਦੇ ਆਸ-ਪਾਸ ਉਜਾੜ ਨੁਮਾ ਜਗ੍ਹਾ ਵੱਲ ਵਧਾਉਣ ਦਾ ਆਰਡਰ ਦਿੱਤਾ। ਪਲਾਂ 'ਚ ਪਹਾੜੀਆਂ ਤੇ ਗੁਲਦਸਤਿਆਂ ਵਾਂਗੂੰ ਸੱਜੇ ਦਿਆਰ ਦੇ ਰੁੱਖ ਸਰਚ ਲਾਈਟਾਂ ਦੀ ਰੌਸ਼ਨੀ ਨਾਲ ਜਗਮਗਾ ਉਠੇ। ਤੇਜ਼ਧਾਰ ਰੌਸ਼ਨੀ ਰੁੱਖਾਂ ਨਾਲ ਟਕਰਾ ਕੇ ਪੁੰਨਿਆ ਹੋ ਗਈ। ਹਰ ਜਵਾਨ ਰਾਈਫਲ ਦਾ ਨਿਸ਼ਾਨਾਂ ਸੇਧ ਰਿਹਾ ਸੀਂ ਪੋਲੇ ਕਦਮ ਧਰਦਾ ਅਗਾਂਹ ਵਧ ਰਿਹਾ ਸੀ ਸ਼ਿਕਾਰੀ ਬਿਲੀਆਂ ਵਾਂਗੂੰ! ਇਕ ਰੁੱਖ ਦੇ ਪਿਛਵਾੜਿਉਂ ਆਦਮ ਕਦਮਾਂ ਦੀ ਪੈਸ਼ਲ ਸੁਣੀ। ਸਹਿਬਾਜ ਦੀਆਂ ਲੰਮੀਆਂ ਸ਼ਿਕਾਰੀ ਲਾਘਾਂ ਬਾਜ ਵਾਂਗੂੰ ਸ਼ਿਕਾਰ ਤੇ ਜਾਂ ਝਪਟੀਆਂ। ਉਸ ਨੇ ਕਾਲੀ ਚਾਦਰ 'ਚ ਵਲੇਟੀ ਸ਼ੈਅ ਤੇ ਨਿਸ਼ਾਨਾ ਸਾਧਿਆ, ਏ.ਕੇ. ਸੰਤਾਲੀ ਦਾ ਘੋੜਾ ਨੱਪਣ ਹੀ ਲੱਗਾ ਸੀ, ਵੱਡੇ ਸਾਹਿਬ ਦੇ ਸਖਤ ਆਰਡਰਾਂ ਦਾ ਖਿਆਲ ਆ ਗਿਆ।

ਹਥਿਆਰਬੰਦ ਦੁਸ਼ਮਣ ਦੇ ਗੋਲੀ ਮਾਰਨੀ ਐ,ਨਿੱਥੇ ਨੂੰ ਕਾਬੂ ਕਰਨ ਦੀ ਕੋਸ਼ਿਸ਼ ਕਰਨੀ ਐ"। ਘੂਰੀ ਵੱਟ ਖੜੋਤੇ ਸਖਤ ਫੌਜੀ ਵਿਧਾਨ ਅੱਗੇ ਅਸਲੇ ਦੀ ਵਰਤੋਂ ਛਿੱਥੀ ਪੈ ਗਈ। ਉਧਰੋਂ ਅਗਲੀ ਸ਼ੈਅ ਦੋਵੇਂ ਬਾਹਵਾਂ ਉਲਾਰਦੀ ਚੀਖ ਉਠੀ-" ਅੱਲਾ ਦਾ ਵਾਸਤਾ ਈ ਸਰਦਾਰਾ ਵਕਤਾਂ ਦੀ ਮਾਰੀਂ ਨੂੰ ਗੋਲੀ ਨਾ ਮਾਰੀ।

ਸ਼ਹਿਬਾਜ਼ ਦੇ ਜ਼ਿਹਨ 'ਚੋਂ ਅੱਤਵਾਦੀ ਖਦਸ਼ੇ ਨੇ ਪਰਵਾਜ਼ ਭਰੀ। ਸੂਫ ਕੱਪੜਿਆਂ 'ਚੋਂ ਨਿਕਲੇ ਸੱਚ ਨੇ ਚਾਨਣ ਦੀ ਕਚਿਹਰੀ 'ਚ ਮਜਬੂਤੀ ਦੀ ਦੁਹਾਈ ਦਿੱਤੀ, ਖੌਫਜਦਾ ਨੈਣ ਕੰਬਦੀ ਕਾਇਆ ਤੇ ਫੱਟੇ ਬਸਤਰਾਂ ਸਾਹਵੇਂ ਵਿੰਨਿਆ ਨਿਸ਼ਾਨਾ ਸ਼ਰਮੀਲੀ ਅੱਖ ਵਾਂਗੂੰ ਝੁਕ ਗਿਆ। ਸ਼ਹਿਬਾਜ਼ ਦੀ ਸਮੁੱਚੀ ਸ਼ਕਤੀ ਅਪਾਹਜ਼ ਹੋ ਗਈ। "ਵਾਕਿਆ ਹੀ ਕੋਈ ਅਬਲਾ ਐ? ਖਦਸ਼ੇ ਨੂੰ ਪੁਸ਼ਟੀ ਨੇ ਸਮਝਾਇਆ।

ਪਰ ਕੌਣ ਏ ਤੂੰ? ਫੌਜੀ ਨੇ ਜ਼ਬਾਨੋਂ ਕੁੜਤਣ ਉਗਲੀ। "ਅੱਲਾ ਮਾਰੀ।" ਅਗਲਾ ਜਵਾਬ ਤਰਲਿਉਂ ਨਿਰਲੇਪ ਮਿਲਿਆ। ਪਰ ਇਨ੍ਹਾਂ ਹਾਲਾਤਾਂ 'ਚ ਏਸ ਵੇਲੇ ਇਥੇ ਕਿਵੇਂ?

"ਹਾਲਾਤ ਕੀ ਪੁੱਛਦੈ ਸਰਦਾਰਾ ਤੇ ਕੀ ਕਰੇਂਗਾ ਪੁੱਛ ਕੇ?"

"ਡਰਨ ਦੀ ਲੋੜ ਨਹੀਂ। ਜੋ ਵਾਪਰਿਐ ਬੇਖੌਫ ਬਿਆਨ"। ਸ਼ਹਿਬਾਜ਼ ਦੇ ਹੌਸਲੇ ਮਜ਼ਬੂਰੀ ਦੀਆਂ ਅੱਖਾਂ ਪੂੰਝੀਆਂ। ਖੌਫ ਪਾਸਾ ਵੱਟ ਗਿਆ। ਉਹ ਮਨ ਵਾਂਗੂੰ ਫਟੇ ਕੱਪੜਿਆਂ ਨਾਲ ਤਨ ਕਜਦਿਆਂ ਬੋਲੀ-"ਸਰਦਾਰਾ ਮੇਰੇ ਮੂੰਹੋਂ ਕੀ ਸੁਣਨਾ ਚਾਹੁੰਨੈ? ਲੀਰੋ ਲੀਰ ਹੋਏ ਹੱਕਾਂ ਦਾ ਹਾਲ ਤਾਂ ਲੰਗਾਰ ਹੋਈ ਚਾਦਰ 'ਤੇ ਈ ਲਿਖਿਐ......। ਕਹਿੰਦਿਆਂ ਉਸ ਦਾ ਗੱਚ ਭਰ ਆਇਆ।

"ਕਿਸੇ ਤਲਾਸ਼ ਵਸ ਤੁਹਾਡੇ ਦਰਦ ਦੀਆਂ ਫਿਰੋਲੀਆਂ ਪਰਤਾਂ ਦੀ ਖਿਮਾਂ ਚਾਹੁੰਦਾ ਹਾਂ। ਦੁਖੀਆਂ ਦਾ ਦਰਦ ਵੰਡਾਉਣ ਦਾ ਹੁਕਮ ਵਿਰਾਸਤੋਂ ਮਿਲਿਐ ਪਰ ਡਿਊਟੀ ਦੀ ਮਜਬੂਰੀ ਫਰਜ਼ਾਂ ਨੂੰ ਜਕੜੀ ਬੈਠੀ ਐ।

"ਤਲਾਸ਼? ਉਹ ਹੈਰਾਨ ਹੋਈ-"ਤੈਨੂੰ ਅੱਲਾ ਦੇ ਨਾਂਅ ਤੇ ਜੇਹਾਦ ਲੜਨ ਵਾਲਿਆਂ ਦੀ ਤਲਾਸ਼ ਐ, ਏਸੇ ਲਈ ਸੋਚ ਲਿਆ ਕਿ ਮੈਂ ਤੈਥੋਂ ਡਰਦੀ ਆਂ ਪਰ ਨਹੀਂ ਸਰਦਾਰਾ ਤਲਾਸ਼ ਤਾਂ ਮੈਨੂੰ ਉਸ ਅੱਲਾ ਪਾਕ ਦੀ ਐ ਜੋ ਕਤਲਗਾਰਦੋਂ ਡਰਦਾ ਮਸਜ਼ਦਾਂ ਤੇ ਮਜਲਸਾਂ ਦੀ ਛੱਡ ਕਿਤੇ ਹੋਰ ਈ ਜਾ ਛੁਪਿਐ ਤੇ ਉਹਦੀ ਗੈਰ ਮੌਜਦੂਗੀ 'ਚ ਫੱਟੜ ਕਸ਼ਮੀਰ ਦੀ ਬੇਹੋਸ਼ ਅਜ਼ਮਤ ਨੂੰ ਨਕਲੀ ਜੇਹਾਦ ਤੇ ਨਕਲੀ ਨਿਜ਼ਾਮ ਦੇ ਕੁੱਤੇ ਚਰੂੰਡ ਰਹੇ ਨੇ।

ਰੂਪਮਤੀ ਦਾ ਸੰਗੀਨ ਜਵਾਬ ਫੌਜੀ ਦੀ ਰੂਹ ਤੇ ਗਹਿਰਾ ਉਤਰ ਗਿਆ। ਉਸ ਦੀ ਡਿਊਟੀ ਪਾਬੰਦ ਫਿਤਰਤ ਸ਼ੱਕੀ ਨੂੰ ਬਾਹੋਂ ਫੜ ਸੀ. ਓ. ਕੋਲ ਲਿਜਾਉਣ ਤੋਂ ਚਾਹੁੰਦਿਆਂ ਹੋਇਆਂ ਵੀ ਤ੍ਰਭਕ ਗਈ। ਫਰਜ਼ਾਂ ਨੇ ਘੂਰੀ ਵੱਟੀ ਪਰ ਦੋ ਮੂੰਹੀਆਂ ਸੂਲਾਂ ਦੀ ਵਿੰਨ੍ਹੀ ਕਲੀ 'ਚੋਂ ਨਿਚੜਦੇ ਦੁਖਾਂ ਤਕ ਇਤਰ ਨਾਲ ਚਾਹਤ ਆਪਣੇ ਸੁੱਕੇ ਬੁੱਲ੍ਹ ਸਿੱਲੇ ਕਰਨ ਲਈ ਤੜਫ ਉਠੀ। ਪਰ ਇਸ ਦੇ ਬਾਵਜੂਦ ਉਹ ਉਸ ਨੂੰ ਅੰਦਰੋਂ ਟੋਹਣਾ ਚਾਹੁੰਦਾ ਸੀ-ਮੈਂ ਤੁਹਾਡੀ ਗੱਲ ਦਾ ਭਾਵ ਨਹੀਂ ਸਮਝਿਆ? " ਕਸ਼ਮੀਰਨਾਂ ਦੇ ਆਖੇ ਦਾ ਭਾਵ ਕੋਈ ਸਮਝਦਾ ਈ ਨਹੀਂ। ਇਹੋ ਸਾਡੀ ਤ੍ਰਾਸਦੀ ਐ ਪਰ ਸਮਝਣ ਵਾਲੇ ਤ੍ਹਾਂ ਸਾਡੀ ਖਾਮੋਸ਼ੀ ਤੋਂ ਈ ਸਭ ਕੁਝ ਪੜ੍ਹ ਲੈਂਦੇ ਐ, ਖੈਰ ! ਤੂੰ ਕੀ ਲੈਣੇ ਇਹ ਫੱਟਾਂ ਦੀ ਪੀੜ ਤੋਂ ? ਕੱਜੀ ਰਹਿਣ ਦੇਹ ਏਨੂੰ ਕਾਲੇ ਬੁਰਕਿਆਂ ਹੇਠ ਹੀ। ਇਹਨੂੰ ਏਦਾਂ ਹੀ ਸਮੇਟ ਕੇ ਕਬਰੀਂ ਲੈ ਜਾਈਏ ਤਾਂ ਚੰਗਾ, ਵਰਨਾ ਜੱਗ ਦਾ ਮਜ਼ਾਕ ਬਣੂੰਗੀ।" ਕਹਿੰਦਿਆਂ-2 ਉਹ ਮੁੜ ਡੁਸਕਣ ਲੱਗ ਪਈ।

ਇਤਿਹਾਸ ਦੀ ਅੱਖ ਬੜੀ ਪਾਰਖੂ ਐ। ਉਹ ਜਦੋਂ ਸੱਚ ਤਲਾਸ਼ਣ 'ਤੇ ਆਉਂਦੇ , ਬੁਰਕੇ ਤਾਂ ਕੀ ਕਬਰਾਂ 'ਚੋਂ ਦਬਿਆ ਸੱਚ ਕੱਢ ਲੈਂਦੇ "। ਸ਼ਹਿਬਾਜ਼ ਦੇ ਜਜ਼ਬਾਤ ਅੱਬੜਵਾਹੇ ਹੋ ਉਠੇ ਤੇ ਕਾਨੂੰਨੀ ਖੌਫ ਦੇ ਗਲ ਗੂਠਾ ਦਿੰਦੇ ਧਾਹੀ ਰੋ ਪਏ-" ਗਲਤ ! ਬਿਲਕੁਲ ਗਲਤ ॥ ਤੇਰੇ ਸੰਗ ਜੋ ਵਾਪਰਿਐ, ਸੋ ਖੁੱਲ੍ਹ ਕੇ ਦੱਸ, ਰੱਤੀ ਭਰ ਵਧੀਕੀ ਨਹੀਂ ਹੋਣ ਦਿਆਗਾਂ, ਇਹ ਪੰਜਾਬ ਦੇ ਪੁੱਤ ਦਾ ਵਾਅਦਾ ਐ।

"ਸਰਦਾਰਾ ਜੇਹਾਦ ਲੜਨ ਵਾਲੇ ਜੇਹਾਦ ਲੜਦੇ ਨੇ, ਮਾਰਦੇ ਵੀ ਐ ਤੇ ਮਰਦੇ ਵੀ ਨੇ। ਕੀ ਚੰਗੈ, ਕੀ ਮਾੜੈ, ਮੈਂ ਕੁਝ ਨਹੀਂ ਕਹਿੰਦੀ ਪਰ ਜਦੋਂ ਸੀਨੇ ਹਵਸ ਜਾਗੇ ਤਾਂ ਬੰਦੂਕਾਂ ਦਾ ਖੌਫ ਪੱਤ ਸਾਡੀ ਲਾਹੁੰਦਾ ਐ। ਏਦਾਂ ਈ ਤੇਰੇ ਫੌਜੀ ਭਰਾ, ਬਰਫਾਂ 'ਚ ਰਾਤਾਂ ਭਰ ਕੱਟਦੇ ਦੇਸ਼ ਲਈ ਲੜਦੇ ਮਰਦੇ ਤੇ ਮਾਰਦੇ ਨੇ, ਕੀ ਚੰਗੈ-ਕੀ ਮਾੜੈ, ਅਸਾਂ ਕੁਝ ਨਹੀਂ ਲੈਣਾ ਪਰ ਉਨ੍ਹਾਂ ਦੀ ਉਛਲਦੀ ਹਵਾ ਦਾ ਨਿਸ਼ਾਨਾਂ ਅਸੀਂ ਈ ਬਣਦੀਆਂ ਆਂ। ਕਾਨੂੰਨ ਤੇ ਕੱਟੜਤਾ ਦੀ ਜੰਗ 'ਚ ਪੱਤ ਰੁਲਾਣੀਆਂ ਨੂੰ ਬੇਪੱਤ ਹੋ ਕੇ ਵੀ ਇਲਮ ਨਹੀਂ ਕਿ ਅਸੀਂ ਪਾਕਿਸਤਾਨ ਦੀਆਂ ਬੇਗਮਾਂ ਹਾਂ ਜਾ ਹਿੰਦੋਸਤਾਨੀਆਂ ਦੀਆਂ ਰੰਨਾਂ? ਕੋਈ ਦੱਸ ਸਕਦੈ ਕੁਰਾਨ ਦੀ ਕਿਸੇ ਆਇਤ ਜਾਂ ਕਾਨੂੰਨ ਦੀ ਕਿਸ ਧਾਰਾ ਨੇ ਸਾਨੂੰ ਸ਼ੈਤਾਨ ਦੀ ਸੇਜ਼ ਐਲਾਨਿਆ? ਕਸ਼ਮੀਰ ਨੂੰ ਧਾਰਾ ਤਿੰਨ ਸੌ ਸੈਂਤਰ ਦੀਆਂ ਵਾਧੂ ਸਹੂਲਤਾਂ ਦੇ ਕੇ ਹਿੰਦ ਨੇ ਆਪਣਾ ਲਾਡਲਾ ਪੁੱਤ ਮੰਨਿਐ ਪਰ ਸਾਡੀ ਅਨਿਆਂ ਵਾਲੀ ਤਿੰਨ ਸੌ ਛਿੱਅਤਰ ਕਿੱਥੇ ਗਈ? "

ਕਹਿੰਦੀ-2 ਉਹ ਬੇਵਸੀ ਦੇ ਰਿਸਦੇ ਹੰਝੂ ਸਮੇਟਣ ਲੱਗ ਪਈ। ਸ਼ਹਿਬਾਜ਼ ਦਾ ਅਨੁਭਵ ਹਿੱਕ ਠੋਕ ਆਖ ਰਿਹਾ ਸੀ-"ਪੀੜਤ ਕੋਈ ਆਮ ਔਰਤ ਨਹੀਂ। ਤੈਥੋਂ ਸੁਤੇ-ਸੁਭਾ ਕਸ਼ਮੀਰ ਦੀ ਦੁਖਦੀ ਰਗ ਤੇ ਹੱਥ ਧਰਿਆ ਗਿਐ। ਏਸੇ ਲਈ ਕਸ਼ਮੀਰ ਘਾਟੀ ਦੀ ਸਮੁੱਚੀ ਔਰਤ ਜਾਤੀ ਦਾ ਗਹਿਰ ਗੰਭੀਰ ਤੇ ਅਣਗੌਲਿਆਂ ਦੁਖਾਂਤ ਏਸ ਅਬਲਾ ਦੀ ਜੁਬਾਨੀ ਉਛਲ ਰਿਹੈ ਪਰ ਵਾਰਦਾਤ ਨੂੰ ਛੇਤੀ ਹੀ ਸ਼ਾਹਰਗ ਤੱਕ ਟੋਹ ਲੈ। ਮਤੇ ਸਾਥੀ ਆ ਗੇ ਤਾਂ ਗੱਲ ਵਿਗੜ ਜੂ।"

"ਖੈਰ! ਜੁ ਤੇਰੇ ਸੰਗ ਤਾਜ਼ਾ ਵਾਪਰਿਆ ਉਹ ਸੁਣਾਂ?"

ਉਹ ਤਰਸ ਭਰੀਆਂ ਨਜ਼ਰਾਂ ਸ਼ਹਿਬਾਜ਼ ਦੇ ਮੁੱਖੜੇ ਤੇ ਮਾਰਦਿਆਂ ਬੋਲੀ-"ਲੰਘੀ ਰਾਤ ਮੁਜਾਹਿਦ ਜਬਰੀ ਸਾਡੇ ਘਰ ਆ ਵੜੇ। ਮੌਤ ਦਾ ਸਾਇਆ ਸਾਡਾ ਅੰਦਰੋਂ ਲਹੂ ਚੂਸਦਾ

ਰਿਹਾ। ਅਸੀਂ ਚੰਗਾ ਪਕਾਇਆ, ਸੁਚੱਜਾ ਖਵਾਇਆ। ਮੁਰਗੇ ਫੜ-ਫੜ ਹਲਾਲ ਕੀਤੇ। ਜੂਠੇ ਭਾਂਡੇ ਸਾਫ ਕਰਨ ਪਿਛੋਂ ਰਾਤ ਭਰ ਦਾ ਜੂਠਾ ਜਿਸਮ ਧੋਤਾ। ਆਹ ਜੋ ਅੱਜ ਦਿਨੇ ਵਾਪਰਿਐ, ਏਹਦੀਆਂ ਵਿਊਂਤਾਂ ਵੀ ਰਾਤ ਸਾਡੇ ਘਰੇ ਈ ਰਿੱਝੀਆਂ। ਮੈਂ ਚਾਹੁੰਦਿਆਂ ਵੀ ਏਸ ਦਾ ਵਿਰੋਧ ਨਾ ਕੀਤਾ। ਵਿਰੋਧ ਕਰਿਆਂ ਸ਼ੈਦ ਇਹ ਨਾ ਵਾਪਰਦਾ ਪਰ ਮੈਂ ਕਬਰੀਂ ਜਾ ਪਈ ਹੁੰਦੀ। ਏਹੋ ਖੌਫ ਮੈਨੂੰ ਇਨਸਾਫ ਦੇ ਮੱਥਿਉਂ ਪਸੀਨਾਂ ਪੂੰਝਣੋਂ ਵਰਜਦਾ ਰਿਹਾ.....। ਖੈਰ........ ਤਾਰਿਆਂ ਛਾਵੇਂ ਤਾਂ ਸੀ ਮਨ ਤੇ ਪਈਆਂ ਸਹੀਆਂ, ਦਿਨ ਚੜ੍ਹੇ ਮੁੜ ਉਹੋ ਹੀ ਤਨ ਤੇ ਆ ਪਈਆਂ। ਤਨੋਂ ਮਨੋਂ ਲਹੂ ਲੁਹਾਨ ਹੋਏ ਜਿਸਮ 'ਚੋਂ ਜੇਹਾਦੀਆਂ ਦੀ ਜੂਠ ਕਾਨੂੰਨ ਵਾਲੇ ਚੱਟਗੇ। ਸੱਚ ਤਾਂ ਭਰਾ ਮੇਰਿਆ ਇਹ ਐ, ਹੁਣ ਜੀਅ ਚਾਹੁੰਦੈ ਨਿਸ਼ੰਗ ਗੋਲੀ ਮਾਰ ਦੇ।"

ਉਸ ਨੇ ਸ਼ਹਿਬਾਜ਼ ਦੇ ਹੱਥਾਂ 'ਚ ਢਿੱਲੀ ਪਕੜ ਕਾਰਨ ਸ਼ਰਮੀਲੀ ਧੌਣ ਵਾਂਗੂੰ ਝੁਕੀ ਰਾਈਫਲ ਵੱਲ ਇਸ਼ਾਰਾ ਕੀਤਾ। ਸ਼ਹਿਬਾਜ਼ ਨਾਪਾਕ ਨਿਜ਼ਾਮ ਤੇ ਸ਼ਰ੍ਹਾ ਦੀ ਸਤਾਈ ਔਰਤ ਸਾਹਵੇਂ ਜਮੀਰੋਂ ਸ਼ਰਮਿੰਦਾ ਹੋ ਗਿਆ। ਉਹ ਹੈਰਾਨ ਸੀ ਕਿ ਅੱਲਾ ਦਾ ਵਾਸਤਾ ਦੇ ਕੇ ਮੈਨੂੰ ਹੁਣੇ-ਹੁਣੇ ਗੋਲੀ ਚਲਾਉਣੋਂ ਵਰਜਣ ਵਾਲੀ ਏਡੀ ਕਾਹਲੀ ਗੋਲੀ ਮਾਰਨ ਵਾਲੀ ਖੁਦ ਕਿਵੇਂ ਕਹਿਣ ਲੱਗ ਪਈ? ਜ਼ਿੰਦਗੀ-ਮੌਤ ਦਾ ਫੈਸਲਾ ਏਡੀ ਕਾਹਲੀ ਰੰਗ ਕਿਵੇਂ ਵਟਾ ਗਿਆ?

ਤੈਥੋਂ ਪਹਿਲਾਂ ਵੀ ਆਏ ਸੀ ਦੋ ਚਿਹਰੇ ਬੰਦੂਕਾਂ ਚੁੱਕੀ।" ਉਹ ਸਿਰ ਮਾਰਦਿਆਂ ਨਿੰਮਾ ਮੁਸਕਾਈ-"ਪਰ ਮੇਰੇ ਗੋਲੀ ਇਕ ਵੀ ਨਹੀਂ ਸੀ ਮਾਰ ਸਕਿਆ। ਤੂੰ ਭਾਵੇਂ ਬੰਦੂਕਾਂ ਤਾਣ ਦੇ ਆਇਐਂ ਪਰ ਤੇਰੀ ਸ਼ਰਾਫਤ ਨੂੰ ਮੈਂ ਤੇਰੇ ਚਿਹਰੇ 'ਚੋਂ ਪੜ੍ਹ ਲਿਆ।"

ਕਿਵੇਂ?

ਜਿਵੇਂ ਉਨ੍ਹਾਂ ਦੇ ਅੰਦਰਲੇ ਸ਼ੈਤਾਨ ਨੂੰ ਪੜ੍ਹਿਆ ਸੀ। ਤੂੰ ਰਫਲ ਤਾਣ ਕੇ ਵੀ ਮੇਰਾ ਅੰਦਰ ਪੜ੍ਹ ਲਿਆ, ਉਹ ਰਫਲਾਂ ਸੁੱਟ ਕੇ ਵੀ ਕਾਤਲ ਬਣਗੇ। ਮੈਨੂੰ ਪਤੈ ਅਗਰ ਤੂੰ ਕਸ਼ਮੀਰ ਦਾ ਸੱਚ ਸੁਣਨ ਦਾ ਮਾਦਾ ਰੱਖਦੈਂ ਤਾਂ ਏਹਦੀ ਵਕਾਲਤ ਪੰਜਾਬ 'ਚ ਜਾ ਕੇ ਵੀ ਕਰ ਫਿਰ ਤੂਹੀਓਂ ਦੱਸ ਪਲ-ਪਲ ਕਸ਼ਮੀਰ ਦੀ ਆਬਰੂ ਜ਼ਿਬਾਹ ਕਰਨ ਵਾਲਿਆਂ ਨਾਲੋਂ ਤੇਰੇ ਹੱਥੋਂ ਮਰ ਕੇ ਜੰਨਤ ਪ੍ਰਾਪਤ ਕਰਨਾਂ ਕਿਥੋਂ ਮਾੜਾ ਏ?

"ਤੂੰ ਆਪਣੀ ਥਾਂ ਸਿਰਫ ਸੱਚੀ ਹੀ ਨਹੀਂ ਐ ਭੈਣਾਂ ਉਨ੍ਹਾਂ ਦੀ ਹਵਸੋਂ ਹਲਾਲ ਹੋ ਕੇ ਵੀ ਸਿੰਧ ਨਦੀ ਦੇ ਪਾਣੀ ਜਿਹੀਂ ਪਾਕ ਏਂ। ਬੇਵਸੀ ਦੇ ਸਤਾਇਆਂ ਨੂੰ ਸਮੇਂ ਨੇ ਹਮੇਸ਼ਾਂ ਨਿਰਦੋਸ਼ ਮੰਨਿਐ ਪਰ ਏਸ ਮੁਕਾਮ ਤੇ ਤੇਰੇ ਸਰਕਾਰੀ ਕਾਇਦੇ ਕਾਨੂੰਨਾਂ ਤੇ ਇਹ ਫੌਜੀ ਵਰਦੀ ਦਾ ਨਿਆਂ-ਪਸੰਦ ਕੈਦੀ ਚਾਹੁੰਦਿਆਂ ਵੀ ਤੇਰੇ ਲਈ ਕੁਰਬਾਨੀ ਨਹੀਂ ਕਰ ਸਕਦਾ।"

"ਜਾਣਦੀ ਆਂ! ਵਰਦੀ ਤੇ ਨਿਆਂ ਦੀ ਲੜਾਈ 'ਚ ਡਿਊਟੀ ਨਾਲ ਵਫਾਦਾਰੀ ਨਿਭਾਉਣੀ ਤੇਰੀ ਕਾਨੂੰਨੀ ਮਜਬੂਰੀ ਹੈ ਪਰ ਸੀਨੇ ਹੱਥ ਧਰ ਜਰਾ ਇਹ ਜ਼ਰੂਰ ਸੋਚ ਫੌਜੀਆਂ ਦੇ ਮਰਨ ਦੀ ਕਾਨੂੰਨ ਹਮੇਸ਼ਾਂ ਹਿੱਕ ਠੋਕ ਵਕਾਲਤ ਕਰਦਾ ਆਇਐ, ਬੁਰਕੇ ਤੇ ਵਰਦੀ ਤੋਂ ਕਤਲ ਹੋਈ ਕਸ਼ਮੀਰਨਾਂ ਦੀ ਪੱਤ ਪ੍ਰਤੀ ਕਾਨੂੰਨ ਗੂੰਗੇ ਕਿਉਂ ਨੇ? ਸਾਡੇ ਵੰਡੇ ਦੇ ਨਿਆਂ ਲਈ ਹਰ ਕੋਰਟ ਨੂੰ ਤਾਲਾ ਕਿਉਂ ਵੱਜ ਜਾਦੈ? ਕਿੰਨੀਆਂ ਅਬਲਾਵਾਂ ਹੁਣ ਤੱਕ ਆਬਰੂ ਲੁਟਾ ਕੇ ਕਬਰੀਂ ਜਾ ਪਈਆਂ ਨੇ? ਕਿੰਨੀਆਂ ਦੇ ਹਤਿਆਰੇ ਜੇਹਾਦ ਦੇ ਨਕਾਬ ਤੇ ਕਾਨੂੰਨ ਦੀ ਵਰਦੀ ਪਾਈ ਕੁਫਰ ਦਾ ਦਿਖਾਵਾ ਕਰਦੇ ਫਿਰਦੇ ਨੇ? ਕੀ ਸਾਡਾ ਕੋਈ ਅਧਿਕਾਰ ਜਾਂ ਸਵੈਮਾਨ ਨਹੀਂ.......।

ਬੱਸ! ਬੱਸ!! ਬੱਸ!!! ਬੜੀ ਹੋ ਚੁੱਕੀ ਭੈਣਾਂ। ਤੇਰਾਂ ਦਰਦ ਸੁਣਦਿਆਂ ਕੰਨ ਦੁਖਦੇ ਨੇ

ਰੂਹ ਕੁਰਲਾਉਂਦੀ ਐ। ਜਦੋਂ ਮੈਂ ਤੇਰੇ ਲਈ ਕੁਝ ਕਰ ਈ ਨਹੀਂ ਸਕਦਾ ਤਾਂ ਮੈਨੂੰ ਤੇਰੇ ਫੱਟ ਉਧੇੜਨ ਦਾ ਅਧਿਕਾਰ ਵੀ ਨਹੀਂ।

ਸ਼ਹਿਬਾਜ਼ ਦਾ ਹਰ ਤਸੱਵਰ ਲਹੂ ਲੁਹਾਨ ਹੋ ਗਿਆ। ਉਸ ਕਸ਼ਮੀਰੀ ਗੁਲਾਬ ਵਾਂਗੂੰ ਜੋ ਮੁਹੱਬਤ ਦਾ ਪ੍ਰਤੀਕ ਹੋਣ ਦੇ ਬਾਵਜੂਦ ਰੂਹੋਂ-ਵਜੂਦੋਂ ਕੰਡਿਆਂ ਵਿੰਨਿਆ ਸੀ।

"ਸਰਦਾਰਾ ਤੇਰੀ ਭਾਵਨਾ ਨੂੰ ਸਲਾਮ ਤੇਰੀ ਮਜ਼ਬੂਰੀ ਤੈਨੂੰ ਕਾਨੂੰਨੋਂ ਬਾਗੀ ਕਰ ਵੀ ਮੇਰੇ ਲਈ ਕੁਝ ਨਹੀਂ ਕਰ ਦਏਗੀ, ਏਸ ਲਈ ਵਰਦੀ ਦਾ ਵਫਾਦਾਰ ਬਣ ਤੇ ਮੈਨੂੰ ਆਪਣੇ ਨਾਜ਼ਮ ਕੋਲ ਲੈ ਜਾ। ਮੇਰੀ ਨਰਮ ਕਲਾਈ ਫੜਨ ਵਾਲਾ ਤੇਰਾ ਮਜ਼ਬੂਤ ਗੁੱਟ ਤੈਨੂੰ ਤਰੱਕੀ ਦਿਵਾਏਗਾ। ਤੁਸੀਂ ਜੋ ਲੋਕ ਘਰੋਂ ਕੱਢ ਬਾਹਰ ਬਿਠਾਏ ਨੇ ਉਨ੍ਹਾਂ 'ਚੋਂ ਅੱਠ ਅਰਥੀਆਂ ਦੇ ਜ਼ਿੰਮੇਵਾਰ ਤੇ ਮੇਰੇ ਪਾਕ ਦਾਮਨ ਨੂੰ ਦਾਗੀ ਕਰਨ ਵਾਲੇ ਚਿਹਰੇ ਵੀ ਛੁਪੇ ਐ" ਚੱਲ ਉਹਨੂੰ ਤਲਾਸ਼ ਦੇ ਪੱਤੋਂ ਖੋਇਆ ਤੇ ਜਾਨੋਂ ਮੋਇਆਂ ਨੂੰ ਨਿਆਂ ਦਿਵਾਈਏ।

ਸ਼ਹਿਬਾਜ਼ ਨੇ ਲੰਮਾ ਹਉਕਾ ਲਿਆ। ਇਕੋਂ ਰਾਹ ਬਚਿਆ ਸੀ। ਸੀ.ਉ. ਨੂੰ ਵਾਇਰਲੈਸ ਤੇ ਜਾਣਕਾਰੀ ਦਿੰਦਿਆਂ ਹੀ ਚੌਗਿਰਦਾ ਫੌਜੀ ਛਾਉਣੀ ਬਣ ਗਿਆ।

"ਉਠੋ ਚਲੋ ਸਾਡੇ ਨਾਲ। ਸੀ.ਓ. ਬਾਜਵਾ ਨੇ ਇਸ਼ਾਰਾ ਕੀਤਾ। ਕੁੜੀ ਨੇ ਫਟੇ ਬਸਤਰਾਂ ਦੀ ਮਜ਼ਬੂਰੀ ਦੱਸੀ। ਅਫਸਰ ਦੀ ਪਾਰਖੂ ਅੱਖ ਨੇ ਇੰਨੇ 'ਚ ਹੀ ਵਾਪਰੇ ਦੁਖਾਂਤ ਦਾ ਮੁੱਖਬੰਦ ਪੜ੍ਹ ਲਿਆ। ਸੀ.ਓ. ਦੇ ਹੁਕਮ ਤੇ ਜਵਾਨਾਂ ਸਰਕਾਰੀ ਤੇ ਗੈਰ ਸਰਕਾਰੀ ਦਰਿੰਦਿਆਂ ਤੋਂ ਲੀਰਾਂ ਹੋਈ ਤਹਿਜੀਬ ਦੇ ਹਵਸੀ ਜ਼ਖਮ ਕੱਜੇ ਤੇ ਉਸੇ ਸਾਂਝੀ ਥਾਂ ਲੈ ਆਏ ਜਿਥੇ ਸਮੁੱਚੇ ਗਰਾਂ ਦੇ ਮਰਦ-ਔਰਤਾਂ ਨੂੰ ਦੋ ਹਿੱਸਿਆਂ 'ਚ ਤਕਸੀਮ ਕਰ ਬਿਠਾਇਆ ਹੋਇਆ ਸੀ। ਇਥੇ ਹਜ਼ਾਰਾਂ ਦਿਲਾਂ 'ਚ ਨਫਰਤ ਦੇ ਭਾਂਬੜ ਬਲ ਰਹੇ ਸਨ। ਅਣਗਿਣਤ ਅੱਖਾਂ 'ਚ ਅਣਸੁਲਝੇ ਸਵਾਲ ਮਚ ਰਹੇ ਸਨ। ਦੂਰ ਦੁਰਾਡੇ ਤੱਕ ਬਾਹਾਂ ਪਸਾਰੀ ਬੈਠੇ ਲਾ ਐਂਡ ਆਰਡਰ ਦੇ ਆਲਮ ਹੇਠ ਸਹਿਕਦੀ ਜ਼ਿੰਦਗੀ ਦੀ ਧੜਕਣ ਖਤਰਿਉਂ ਬੇਖਬਰ ਸੀ। ਸੂਫ ਦਾਮਨ 'ਚ ਵਲ੍ਹੇਟੇ ਵਜੂਦ ਦੇ ਸਿਰਨਾਵਿਓਂ ਵੀ ਹਰ ਕੋਈ ਬੇਇਲਮ ਸੀ। ਸਿਰੋਂ ਪੈਰੀਂ ਕੱਜੇ ਸਰੀਰ ਦੀਆਂ ਸਿਰਫ ਦੋ ਅੱਖਾਂ ਹੀ ਨੰਗੀਆਂ ਸਨ-ਕੌਣ ਏ ਫਿਰਕੂ ਕਹਿਰ ਲਈ ਜ਼ਿੰਮੇਵਾਰ? ਸੀ.ਉ. ਨੇ ਚਾਦਰ 'ਚ ਵਲੇਟੀ ਸ਼ੈਅ ਨੂੰ ਸਵਾਲ ਕੀਤਾ। ਰੁੱਖ ਪੱਤਿਆਂ ਤੱਕ ਖਾਮੋਸ਼ ਹੋ ਗਏ। ਹਰ ਪੈਰ ਜ਼ਮੀਂ 'ਚ ਕਿੱਲ ਵਾਂਗੂੰ ਗੱਡਿਆ ਗਿਆ। ਸਮੁੱਚੀ ਭੀੜ 'ਚੋਂ ਦੋ ਕਦਮਾਂ ਦੀ ਹਿਲਜੁੱਲ ਨੇ ਸਚਾਈ ਤੋਂ ਪਰਦਾ ਖਿੱਚਿਆ ਤਾਂ ਚੋਰ ਦੇ ਪੈਰ ਨਾ ਹੋਣ ਵਾਲੀ ਕਹਾਵਤ ਸੱਚ ਨਿਬੜੀ। ਉਨ੍ਹਾਂ ਪੈਰੋਂ ਹੇਠੋਂ ਜ਼ਮੀਨ ਹੀ ਖਿਸਕ ਗਈ ਜਿਨ੍ਹਾਂ ਦੀ ਤਲਾਸ਼ 'ਚ ਅਮਨ ਕਾਨੂੰਨ ਦੇ ਰਾਖੇ ਪੱਬਾਂ ਭਾਰ ਬੈਠੇ ਸਨ।

ਜੇਹਾਦ ਦੇ ਅਖੌਤੀ ਕਾਜੀਆਂ ਨੂੰ ਜਿਉਂ ਹੀ ਪਾਣੀ ਸਿਰੋਂ ਲੰਘਦਾ ਜਾਪਿਆ ਤਾਂ ਉਨ੍ਹਾਂ ਚੋਂ ਇਕ ਨੇ ਅੱਖ ਫਰੋਕੇ ਬੁਰਕੇ 'ਚੋਂ ਰਿਵਾਲਵਰ ਕੱਢ ਕੇ ਸੂਫ ਬਸਤਰਾਂ 'ਚ ਵਲੇਟੀ ਸ਼ੈਅ ਵੱਲ ਕੰਬਦੇ ਹੱਥੀਂ ਤਾਣ ਨਿਸ਼ਾਨਾ ਸੇਧ ਲਿਆ। ਨੈਣੋਂ ਛਲਕਦੀ ਗਜ਼ਬ ਦੀ ਲਾਲੀ ਦਾ ਜਲਵਾ ਚਿਹਰੇ ਤੇ ਛਿੜਕਦਾ ਕੜਕ ਕੇ ਬੋਲਿਆ "ਕਾਫਰਜ਼ਾਦੀ" ਰਿਵਾਲਵਰ ਦਾ ਘੋੜਾ ਨਪਦਿਆਂ ਹੀ ਬਾਰੂਦ ਦੇ ਅੰਗਿਆਰ ਝੜੇ। ਦਿਲ ਕੰਬਾਊ ਧਮਾਕਾ ਵੀ ਹੋਇਆ ਪਰ ਟਿਕਾਣਿਉਂ ਉਕਿਆ ਨਿਸ਼ਾਨਾ ਨਦੀ ਕਿਨਾਰੇ ਘੁੰਮਦੇ ਸੂਰ ਦੇ ਬੋਟ ਤੇ ਜਾ ਪਿਆ। ਉਹ ਲੜਖੜਾਉਂਦਾ-ਤੜਫਦਾ ਭੋਂਇ 'ਤੇ ਜਾ ਡਿੱਗਾ। ਹਕੀਕਤ ਅਲਫ ਨੰਗੀ ਹੋ ਗਈ।

"ਯਿ ਕਿਆ ਸੁਖ ਕਰਨ" (ਆਹ ਕੀ ਹੋ ਰਿਹੈ) ਦੀਆਂ ਆਵਾਜ਼ਾਂ ਭੀੜ ਲੋਕਾਂ

ਚੋਂ ਉਠੀਆਂ। ਫੌਜੀ ਫੁਰਤੀ ਛੇਤੀ ਹੀ ਦੋ ਅੱਤਵਾਦੀਆਂ ਨੂੰ ਜੱਫੇ ਮਾਰਨ 'ਚ ਸਫਲ ਹੋ ਗਈ ਪਰ ਤੀਜੇ ਮੌਕਾ ਤਾੜ ਸੂਫ ਦਾਮਨ ਹੇਠ ਛੁਪੀ ਇਨਸਾਨ-ਪ੍ਰਸਤੀ ਤੇ ਗੋਲੀ ਦਾਗ ਦਿੱਤੀ ਤੇ ਫਿਰ ਵਾਹੋਦਾਹੀ ਭੱਜ ਪਿਆ। ਭਰੇ ਇਕੱਠ 'ਚ ਭਗਦੜ ਮੱਚ ਉਠੀ। ਇਕ ਨੁੱਕਰੇ ਛੁਪੇ ਮੁਜ਼ਾਹਿਦਾਂ ਨੇ ਫੌਜ ਤੇ ਗੋਲੀਆਂ ਦੀਆਂ ਬੁਛਾੜਾਂ ਕਰ ਦਿੱਤੀਆਂ। ਉਨ੍ਹਾਂ ਦੀ ਹੀ ਇਕ ਗੋਲੀ ਭੱਜੇ ਜਾ ਰਹੇ ਉਸ ਮੁਜਾਹਿਦ ਦੀ ਪੁੜਪੁੜੀ ਪਾੜ ਗਈ ਜਿਹੜਾ ਹੁਣੇ ਹੁਣੇ ਹੀ ਇਨਸਾਫ ਦੀ ਦੇਵੀ ਦੇ ਗੋਲੀ ਮਾਰ ਭੱਜਿਆ ਸੀ।

ਕੁਦਰਤ ਦਾ ਅਨੋਖਾ ਸਬੱਬ ਇਸ ਮੁਕਾਮ ਤੇ ਵਿੰਗ ਪਾ ਕੇ ਜੁੜਿਆ। ਇਹ ਉਹ ਥਾਂ ਸੀ ਜਿਥੇ 8 ਹਿੰਦੂਆਂ ਦਾ ਕਤਲ ਹੋਇਆ ਸੀ। ਉਸ ਲਹੂ 'ਚ ਅਜੇ ਤੱਕ ਮਿੱਟੀ ਜ਼ਰਖੇਜ਼ ਸੀ। ਕੱਲ੍ਹ ਹਿੰਦੂ ਦਾ ਲਹੂ ਡੁੱਲਿਆ ਸੀ ਤੇ ਅੱਜ ਮੋਮਨ ਦਾ ਪਰ ਰੰਗ ਦੋਵਾਂ ਦਾ ਇਕੋ ਲਾਲ ਸੀ। ਕੱਲ੍ਹ ਤੇ ਅੱਜ ਮਰਨ ਵਾਲਿਆਂ ਦੀ ਪੈਦਾਇਸ਼ ਵੀ ਇਹੋ ਮਿੱਟੀ ਸੀ। ਉਹੀ ਲਹੂ! ਉਹੀ ਧਰਤੀ!! ਉਹੀ ਬਾਰੂਦ!!! ਮਾਂ ਮਿੱਟੀ ਇਕ, ਮਰਨ ਵਾਲੇ ਇਕੋ ਧਰਤ ਦੇ ਸਪੂਤ। ਧਰਤ ਦਾ ਕਲੇਜਾ ਕੱਲ੍ਹ ਵੀ ਇਸੇ ਤਰ੍ਹਾਂ ਫਟਿਆ ਸੀ ਤੇ ਅੱਜ ਵੀ। ਇਕਨ੍ਹਾਂ ਨੂੰ ਰਾਖ ਸਮੇਟ ਲੈ ਗਈ ਇਕ ਨੂੰ ਖਾਕ ਆਵਾਜ਼ਾਂ ਮਾਰ ਰਹੀ ਐ ਪਰ ਕਾਫਰਾ ਏਨਾ ਬੇਗੁਨਾਹਾਂ ਲਹੂ ਵਹਾ ਕੇ ਤੂੰ ਕਿਹੜਾ ਜੇਹਾਦ ਜਿੱਤ ਚੱਲਿਐਂ? ਸੱਚੇ ਮੋਮਨ ਕਦੇ ਨਾ ਸੂਰ ਨੂੰ ਮਾਰਦੇ ਐ , ਨਾ ਉਡਦਾ ਕਬਾਬ ਰਿੰਨ੍ਹਦੇ ਐ, ਤੂੰ ਤੇ ਉਹਨੂੰ ਵੀ ਕਬਰੀਂ ਪਾ ਟੁਰਿਐਂ?

ਕਾਲੀ ਚਾਦਰ 'ਚ ਤੜਫਦੀ ਲਹੂ ਲਬਰੇਜ ਆਤਮਾ ਆਪਣਾ ਉਪਰੋਕਤ ਮੂਲ ਸੰਕਲਪ ਤਵਾਰੀਖ ਸਾਹਮਣੇ ਬਿਆਨ ਰਹੀ ਸੀ।

"ਐਂਬੂਲੈਂਸ ਮੰਗਵਾਉ। ਏਨੂੰ ਜਲਦ ਚੁੱਕੋ।

ਸੀ.ਉ. ਦਾ ਜਵਾਨਾਂ ਨੂੰ ਦਿੱਤਾ ਹੁਕਮ ਖਮੋਸ਼ੀ ਦੀ ਲੰਗਾਰ ਚੀਰ ਗਿਆ।

ਨਹੀਂ ਰਿਸਦੀ ਆਵਾਜ਼ ਮੁੜ ਲਲਕਾਰੀ-ਕਾਨੂੰਨ ਤੇ ਜਨੂੰਨ 'ਚ ਮੇਰਾ ਕਿਧਰੇ ਇਲਾਜ ਨਹੀਂ । ਨਾ ਹੀ ਇਲਾਜ ਐ ਕਸ਼ਮੀਰ ਦੇ ਰਿਸਦੇ ਨਸੂਰ ਦਾ। ਪਾਕਿਸਤਾਨ ਮੱਥਿਉਂ ਤਿਊੜੀ ਨਹੀਂ ਲਾਹੁੰਦਾ, ਅਖੇ "ਮੁਸਲਮ ਸਾਡਾ ਲਹੂ, ਕਸ਼ਮੀਰ 'ਚ ਰਹਿੰਦੇ,ਇਸਲਾਮ ਦਾ ਖਾ ਕੇ ਗੱਲ ਇੰਡੀਆ ਦੀ ਕਰਦੈ। ਭਾਰਤ ਕਹਿੰਦੈ, ਮੁਸਲਮਾਨ ਗੱਦਾਰ, ਸਾਡਾ ਖਾ ਕੇ ਹਾਮੀਂ ਪਾਕਿਸਤਾਨ ਦੀ ਭਰਦੈ। ਪਾਕਿਸਤਾਨ ਦੇ ਭੇਜੇ ਅਫਗਾਨੀ ਕਹਿੰਦੈ ਇਨ੍ਹਾਂ ਨੂੰ ਆਰਥਕੋਂ ਇੱਜਤੋਂ ਲੁੱਟੋ, ਕੁੱਟੋ ਭੁੱਖੇ ਮਰਨਗੇ ਜੇਹਾਦ ਦੀ ਭੇਟਾ ਚੜ੍ਹਨਗੇ। ਭਾਰਤੀ ਫੌਜਾਂ ਕਹਿੰਦੀਆਂ ਇਨ੍ਹਾਂ ਨੂੰ ਲੁੱਟੋ ਕੁੱਟੋ ਜੇਲ੍ਹੀਂ ਸੁੱਟੋ, ਇਹ ਖੁਦ ਸਭ ਬੋਲਣਗੇ, ਅੱਤਵਾਦ ਦੇ ਪੱਤਰੇ ਫਿਰੋਲਣ ਸਰਦਾਰਾ। ਇਹੋ ਗੁਨਾਹ ਏ ਸਾਡਾ ਅਸੀ ਜੰਮੇ ਮੋਮਨਾਂ ਘਰੇ ਪਰ ਜੰਮ ਇੰਡੀਆਂ 'ਚ ਪਏ। ਪਾਕਿਸਤਾਨ-ਹਿੰਦੁਸਤਾਨ ਨੂੰ ਕਸ਼ਮੀਰ ਚਾਹੀਦੈ ਭਾਵੇਂ ਕਸ਼ਮੀਰ ਦੀਆਂ ਕਲੀਆਂ 'ਚੋਂ ਇੱਤਰ ਨਿਚੋੜ ਕੇ ਮਿਲੇ। ਕਾਨੂੰਨ ਤੇ ਕੱਟੜਤਾ ਕੋਲੋਂ ਕਸ਼ਮੀਰ ਨਿੱਤ ਦਿਨ ਆਬਰੂ ਬੇਪਤ ਹੁੰਦੈ ਪਰ ਕਦੋਂ ਤੱਕ ਹੁੰਦਾ ਰਹੇਗਾ? ਕੱਲ ਸੰਧੂਰ ਲੁੱਟਿਆ ਸੀ ਅੱਜ ਬੁਰਕਾ ਬੇਪੱਤ ਹੋਇਐ। ਕੀ ਇਹੋ ਐ ਸਾਡਾ ਫਟਿਆ ਪਾਟਿਆ ਸਵੈਮਾਣ? ਤੁਸੀਂ ਕਿਹੜੀ ਐਂਬੂਲੈਂਸ ਦੀ ਗੱਲ ਕਰਦੇ ਓ, ਤੇ ਕਿਹੜੇ ਹਸਪਤਾਲ 'ਚ ਇਲਾਜ ਐ ਏਸ ਦੁਖਾਂਤ ਦਾ? ਅਗਰ ਕੋਈ ਡਾਕਟਰ ਏਸ ਜ਼ਖਮ ਨੂੰ ਸਿਊਣ ਦੀ ਹਾਮੀ ਭਰਦੈ,ਮੈਨੂੰ ਨਿਸ਼ੰਗ ਲੈ ਜਾਓ। ਵਰਨਾ ਏਸ ਮਿੱਟੀ ਦੀ ਜੰਮੀ ਨੂੰ ਏਥੇ ਮਰਕੇ, ਏਸ ਖਾਕ ਦੇ ਸੁਪਰਦ ਹੋ ਲੈਣ ਦਿਓ।

ਕੁੜੀ ਦੀ ਗੱਲ ਸੁਣਕੇ ਸਮੁੱਚੇ ਲੋਕ ਤੇ ਫੌਜੀ ਪੱਥਰ ਦੇ ਬੁੱਤ ਬਣ ਗਏ। ਕੱਟੜਤਾ ਦੇ ਮੂੰਹ ਜਿੰਦਰਾ ਵੱਜ ਗਿਆ। ਵਕਤ ਦੇ ਕਾਨੂੰਨ ਹਕੀਕਤ ਦੇ ਵਜੂਦ ਹੇਠ ਦੱਬੇ ਗਏ।

"ਇਸ ਭੀੜ 'ਚ ਤੇਰਾ ਕੋਈ ਸਬੰਧੀ ਹੈ? ਬਾਜਵਾ ਦਾ ਅਗਲਾ ਸਵਾਲ ਕੁੜੀ ਦੀ ਗੱਲ ਤੋਂ ਹਟਵਾਂ ਸੀ।

"ਜੀ।"

"ਕੌਣ?"

"ਜੋ ਅੱਲਾ ਦਾ ਸੱਚਾ-ਸੁੱਚਾ ਮੁਰੀਦ ਉਹ ਮੇਰਾ ਅੱਬਾ ਏ। ਕਸ਼ਮੀਰ ਦੀ ਜ਼ਰਖੇਜ਼ ਮਿੱਟੀ ਮੇਰੀ ਅੰਮਾ ਐ। ਇਸਲਾਮ ਦੇ ਹਕੀਕੀ ਹੱਕਾਂ ਦਾ ਪਹਿਰੇਦਾਰ ਮੁਸਲਮ ਸਿਪਾਹੀ ਮੇਰਾ ਵੱਡਾ ਭਰਾ ਏ। ਕਾਨੂੰਨ ਪਾਬੰਦ ਤੇ ਮੈਨੂੰ ਕਾਬੂ ਕਰਨ ਵਾਲਾ ਆਹ ਸਿੱਖ ਫੌਜੀ ਮੇਰਾ ਛੋਟਾ ਵੀਰ ਏ। ਕੱਲ ਮਰੇ ਅੱਠ ਹਿੰਦੂ ਵੀ ਮੇਰੇ ਵੀਰ ਸਨ ਤੇ ਵਿਧਵਾ ਹੋਈਆਂ ਅੱਠ ਪੰਡਤਾਣੀਆਂ ਮੇਰੀਆਂ ਭਰਜਾਈਆਂ। ਮੇਰਾ ਮਜ਼ਹਬ ਇਨਸਾਫ ਏ ਤੇ ਮੇਰੀ ਜਾਤ ਹਕੀਕਤ। ਮੇਰੀ ਰੱਤ ਦਾ ਰੰਗ ਲਾਲ । ਮੇਰੀ ਤਾਸੀਰ ਦਾ ਨਾਂਅ ਸ਼ਾਂਤੀ। ਮੇਰੀ ਇਕ ਬਾਂਹ ਜੰਮੂ ਕਸ਼ਮੀਰ ਤੇ ਦੂਜਾ ਮਕਬੂਜਾ ਕਸ਼ਮੀਰ। ਹੋਰ ਪੁੱਛੋ ਮੇਰੇ ਬਾਰੇ ਕੀ ਪੁੱਛਣਾ ਚਾਹੁੰਦੇ ਹੋ?

ਕਹਿੰਦਿਆਂ ਉਸ ਨੇ ਦੋਵੇਂ ਬਾਹਵਾਂ ਦੋਵੇਂ ਕਸ਼ਮੀਰਾਂ ਵੱਲ ਉਲਾਰ ਦਿੱਤੀਆਂ। ਫਿਰ ਹੌਲੀ ਹੌਲੀ ਉਸ ਦੀ ਆਵਾਜ਼ ਖਾਮੋਸ਼ ਤੇ ਧੜਕਣ ਤੇਜ਼ ਹੋਣ ਲੱਗੀ। ਵੇਖਣ ਵਾਲਿਆਂ ਚੁਫੇਰਾ ਆ ਮੱਲਿਆ। ਕੁਝ ਕੁ ਫੌਜੀ ਫੜੇ ਮੁਜਾਹਿਦਾਂ ਨੂੰ ਗੱਡੀ 'ਚ ਛਾਉਣੀ ਵੱਲ ਲੈ ਤੁਰੇ। ਕੁਝ ਦਮ ਤੋੜ ਚੁੱਕੇ ਸੂਰ ਦੇ ਬੋਟ ਦੀਆਂ ਅਹਿਮ ਰਸਮਾਂ ਨਿਭਾਉਣ 'ਚ ਮਸ਼ਰੂਫ ਹੋ ਗਏ। ਢਲਦੀ ਸ਼ਾਮ ਦਾ ਰਾਤ 'ਚ ਡੁੱਬ ਕੇ ਨਾਮੋਂ ਨਿਸ਼ਾਨ ਮਿਟ ਗਿਆ। ਕੁਦਰਤ ਦੀ ਹਿੱਕ ਆਪਾ ਤੋੜ ਧੜਕਨ ਨਾਲ ਕੰਬ ਉਠੀ-ਛੂਨ ਜਾਨ......ਛੂਨ ਜਾਨ.... (ਬਹੁਤ ਮਾੜਾ ਬਹੁਤ ਮਾੜਾ) ਦੀਆਂ ਆਵਾਜਾਂ ਨਾਲ ਚੌਗਿਰਦਾ ਗੂੰਜ ਉਠਿਆ।

ਸੀ.ਓ. ਦੇ ਹੁਕਮ ਤੇ ਫੌਜੀ ਡਾਕਟਰਾਂ ਦੁਖਾਂਤਕ ਜਿਸਮ ਦੀ ਬੇਹੋਸ਼ੀ ਤੋੜਨ ਦੇ ਯਤਨ ਆਰੰਭੇ ਪਰ ਉਹ ਬੇਸੁਰਤ ਸੀ....ਸਿਹਤਯਾਬ ਹੋ ਜਾ ਸੱਚ ਦੀ ਸ਼ਹਿਜਾਦੀਏ! ਤੈਥੋਂ ਪਹਿਲਾਂ ਫਿਰਕਾਪ੍ਰਸਤੀ ਨੂੰ ਕਬਰੀਂ ਪਾਉਣਾ ਜ਼ਰੂਰੀ ਐ। ਤੇਰੀ ਤੌਹੀਦ ਨੂੰ ਲਹੂ ਲੁਹਾਨ ਹੋ ਕੇ ਵੀ ਹਰੇ ਨੂੰ ਤਿਰੰਗਿਓਂ ਅੱਡ ਨਹੀਂ ਹੋਣ ਦਿੱਤਾ। ਸਾਂਝੇ ਲਹੂ ਦਾ ਰੰਗ ਵੰਡਣ ਵਾਲੀ ਫਿਰਕੂ ਵਿਗਿਆਨਕ ਵਿਧੀ ਤੇਰੇ ਜਨੂੰਨ ਅੱਗੇ ਟੁੱਟ ਗਈ। ਹਥਿਆਰਬੰਦ ਕਸ਼ਮੀਰੀ ਜੇਹਾਦੀ ਪੈਂਤੜੇ ਸ਼ਰਮਨਾਕ ਫੌਜੀ ਗਤੀਵਿਧੀਆਂ 'ਚ ਕਸ਼ਮੀਰੀ ਸ਼ਬਾਬ ਲੁੱਟਣ ਦੇ ਮੁੱਦੇ ਤੇ ਹੋਏ ਨਾਪਾਕ ਗਠਜੋੜ ਤੋਂ ਚਾਦਰ ਲਾਹ ਕੇ ਤੂੰ ਕੂੜ ਦਾ ਹਵਸੀ ਚਿਹਰਾ ਅਸਲੋਂ ਨੰਗਾ ਕਰ ਛੱਡਿਐ। ਕਾਨੂੰਨੀ ਵਰਦੀ ਪਾ ਕੇ ਭਾਰਤ ਮਾਂ ਦੀ ਮਾਂਗ 'ਚ ਸੁਆਹ ਪਾਉਣ ਵਾਲੇ ਤੇ ਇਸਲਾਮ ਦੇ ਨਾਂਅ 'ਤੇ ਹਜ਼ਰਤ ਮੁਹੰਮਦ ਸਾਹਿਬ ਦੇ ਸਿਧਾਂਤ ਨੂੰ ਦਾਗੀ ਕਰਨ ਵਾਲੇ ਅੱਜ ਤੈਨੂ ਜਿਸਮੋਂ ਕੰਡਮ ਜ਼ਰੂਰ ਕਰ ਗਏ ਪਰ ਸੱਚ ਤੇਰੀਆਂ ਮੜ੍ਹੀਆਂ ਪੂਜੇਗਾ.......।

ਇਲਾਜ 'ਚ ਜੁੱਟੇ ਸ਼ਹਿਬਾਜ਼ ਦੇ ਜਿਹਨ ਇਹ ਖਿਆਲ ਉਬਾਲੇ ਭਰ ਰਹੇ ਸਨ। ਰੇਤ ਵਾਂਗੂੰ ਹੱਥੋਂ ਕਿਰਦੀ ਜਾ ਰਹੀ ਕੁੜੀ ਦੀ ਜਿੰਦ ਪ੍ਰਤੀ ਉਹ ਰੂਹੋਂ ਚਿੰਤਤ ਸੀ। ਡਾਕਟਰਾਂ ਦੀ ਕਾਰਵਾਈ ਤੇਜ਼ ਹੋਣ ਦੇ ਬਾਵਜੂਦ ਉਸ ਦੀ ਗਰਦਨ ਭੋਇੰ ਵੱਲ ਲੁੜਕ ਗਈ। ਨਬਜ਼ ਖਾਮੋਸ਼ ਹੋ ਗਈ। ਸ਼ਹਿਬਾਜ਼ ਦੀਆਂ ਅੱਖਾਂ ਛਲਕ ਪਈਆਂ। ਕੁਝ ਪਲ੍ਹਾਂ ਬਾਅਦ ਉਸ ਦੀ ਲਾਸ਼ ਵੀ

ਉਥੇ ਨਹੀਂ ਸੀ। ਪਰ ਸ਼ਹਿਬਾਜ਼ ਦੇ ਖਿਆਲ ਉਸੇ ਦੌਰ ਤੇ ਬੈਠੇ ਕਸੀਦੇ ਕੱਢ ਰਹੇ ਸਨ।" ਇਤਿਹਾਸ ਨੇ ਕਸ਼ਮੀਰ ਨੂੰ ਸਦਾ ਈ ਸਾਂਝੀਵਾਲਤਾ ਦਾ ਪ੍ਰਤੀਕ ਮੰਨਿਆ ਐ। ਨਾ ਕੋ ਹਿੰਦੂ ਨਾ ਕੋ ਮੁਸਲਮਾਨ ਦਾ ਪੈਗਾਮ ਬਾਬਾ ਨਾਨਕ ਦੂਜੀ ਉਦਾਸੀ ਤੇ ਆਇਆ ਏਸ ਧਰਤੀ ਨੂੰ ਦੇ ਗਿਆ ਸੀ ਨਾਲ ਹੀ ਚੇਤਾਵਨੀ ਦੇ ਗਿਆ ਸੀ ਬੇਗਾਨਾ ਹੱਕ ਖਾਣ ਵਾਲਿਆਂ ਨੂੰ ਉਸ ਸੂਅਰ ਉਸ ਗਾਇ ਦੀ। ਸਾਢੇ ਤਿੰਨ ਸਦੀਆਂ ਬੀਤਣ ਦੇ ਬਾਵਜੂਦ ਏਸ ਸਿਧਾਂਤ ਨੂੰ ਕਿਸੇ ਨੇ ਪਿੱਠ ਨਾ ਦਿਖਾਈ, ਅੱਜ ਫਿਰਕਾਪ੍ਰਸਤੀ ਨੇ ਐਸਾ ਤਾਂਡਵ ਨਾਚ ਨੱਚਿਆ ਅੰਮਾ ਜਾਈ ਇਕ ਦੂਜੇ ਦੇ ਕਾਤਲ ਬਣ ਗਏ। ਬਾਬਰ ਮੁੜ ਜਾਬਰ ਬਣ ਗਏ। ਆਪਣੇ ਪਰਾਏ ਦੀ ਸ਼ਨਾਖਤ ਖਤਮ ਹੋ ਗਈ।

ਬੁਰਕੇ-ਸੰਧੂਰੋਂ ਦਾਗੀ ਹੋਈਆਂ ਤੁਰਕਾਣੀਆਂ-ਹਿੰਦੂਆਣੀਆਂ ਦੇ ਧਨ ਜੋਬਨ ਦੋਵੇਂ ਵੈਰੀ ਹੋ ਗਏ।

ਸੰਸਕ ਰਾਤ ਇਹੋ ਖਿਆਲ ਫੂੰਮਣੀਆਂ ਪਾਉਂਦੇ ਰਹੇ। ਪਹੁ-ਫੱਟਦਿਆਂ ਉਨ੍ਹਾਂ ਦੀ ਲਾਲੀ ਨਾਲ ਹੀ ਰੈਡ ਅਲਰਟ ਹੋ ਗਿਆ। ਮਾਤਮਗ੍ਰਸਤ ਖਬਰ ਮਿਲੀ ਕਿ ਪੰਡਤਾਂ ਦੇ ਕਾਤਲਾਂ ਦੀ ਨਿਸ਼ਾਨਦੇਹੀ ਕਰਨ ਵਾਲੀ ਮੋਈ ਮੁਸਲਮ ਮੁਟਿਆਰ ਦੇ ਪਿਓ ਤੇ ਦੋ ਭਰਾਵਾਂ ਨੂੰ ਦੇਰ ਰਾਤ ਲੰਘ ਜਾਣ ਤੇ ਮੁਜਾਹਿਦਾਂ ਅਗਵਾ ਕਰ ਲਿਆ। ਸਪੱਸ਼ਟ ਸੀ ਕਿ ਕੁਝ ਬੀਤੇ ਦੇ ਘਟਨਾਕ੍ਰਮ ਦੇ ਇਵਜ 'ਚ ਹੋਇਆ ਪਰ ਸਨਸਨੀਖੇਜ ਪੱਖ ਇਹ ਸੀ ਕਿ ਇੰਨੀ ਸਖਤੀ ਹੋਣ ਦੇ ਬਾਵਜੂਦ ਵਾਰਦਾਤ ਨੂੰ ਅੰਜਾਮ ਦੇ ਦਿੱਤਾ ਗਿਆ। ਹੈਰਾਨੀ ਆਰਮੀ ਦੀ ਤਫਤੀਸ਼ ਨੂੰ ਚੈਲਿੰਜ ਕਰ ਰਹੀ ਸੀ। ਲੰਮੀਆਂ ਕੋਸ਼ਿਸ਼ਾਂ ਦੇ ਬਾਅਦ ਅਗਵਾਸ਼ੁਦਾ ਦੇ ਹਲਾਲ ਕੀਤੇ ਤਿੰਨੋਂ ਨਿਰਜਿੰਦ ਜਿਸਮ ਤੂੰਗ ਦੇ ਦਰਖੱਤ ਤੇ ਲਟਕੇ ਬਰਾਮਦ ਹੋਏ। ਇਕ ਦੇ ਗਲ ਲਟਕਦੇ ਗੱਤੇ ਦੇ ਟੁਕੜੇ ਤੇ ਉਰਦੂ 'ਚ ਲਿਖਿਆ ਸੀ

"ਅੰਜ਼ਾਮ-ਏ-ਤੌਹੀਨ-ਏ-ਜੇਹਾਦ

ਲੋਕ ਤਰਕ ਸੀ ਕਿ ਇਹ ਹਰਫ ਕਤਲ ਕੀਤਿਆਂ ਦੇ ਲਹੂ ਨਾਲ ਲਿਖੇ ਹਨ। ਪਰ ਜ਼ਖਮੀ ਜਬਾਨ 'ਚੋਂ ਇਕੋਂ ਸਵਾਲ ਰਿਸ ਰਿਹਾ ਸੀ ਕਿ ਕਿਸ ਗੁਨਾਹ ਦੀ ਸਜ਼ਾ? ਕਿਹੜੇ ਜੇਹਾਦ ਦੀ ਤੌਹੀਨ? ਕਾਤਲ ਕੌਣ? ਕੌਣ ਮਕਤੂਲ? ਇਹ ਕਿਸ ਕਾਜੀ ਦਾ ਫਤਵਾ?

ਸ਼ਾਇਦ ਇਸ ਦਾ ਜਵਾਬ ਅੱਲ੍ਹਾ ਪਾਕ ਕੋਲ ਵੀ ਨਹੀਂ ਸੀ। ਨਿੱਕੇ ਜਿਹੇ ਗਰਾਂ 'ਚ ਖੁੱਲ੍ਹੇ ਤਵਾਰੀਖ ਦੇ ਪੰਨੇ ਤੇ ਸਮਾਂ ਆਪਣੀ ਇਬਾਰਤ ਖੁੱਲ੍ਹ ਲਿਖ ਰਿਹਾ ਸੀ। ਇਸ ਦੇ ਅਗਲੇ ਪੰਨੇ ਦੀ ਪੀੜ ਉਦੋਂ ਹੋਰ ਵੀ ਜ਼ੋਖਮ ਗ੍ਰਸਤ ਹੋ ਗਈ ਜਦੋਂ ਇਸ ਗਰਾਂ 'ਚ ਇਕੋ ਵੇਲੇ ਚਾਰ ਤਾਬੂਤ, ਅੱਠ ਅਰਥੀਆਂ ਤਿਆਰ ਹੋਏ ਤੇ ਕੁਝ ਕੁ ਸਮੇਂ ਦੀ ਵਿੱਥ ਨਾਲ ਆਪੋ ਆਪਣੀ ਸਵਾਰੀ ਲੈ ਮੰਜ਼ਿਲਾਂ ਵੱਲ ਹੋ ਤੁਰੇ। ਫਿਜਾ ਬੂੰਦ-ਬੂੰਦ ਤੋਂ ਸੂਹੀ ਹੋ ਗਈ। ਹਰ ਬੁੱਲ੍ਹਾ ਲਹੂ ਲੁਹਾਨ ਹੋ ਗਿਆ। ਸਮੇਂ ਦਾ ਪਲ ਪਲ ਛਲਣੀ ਹੋ ਕੇ ਹਰ ਕੂਟ ਦੇ ਚੀਖ ਚਿਹਾੜੇ ਦਾ ਰੂਪ ਧਾਰਨ ਕਰ ਗਿਆ।

ਕੱਲ੍ਹ ਸ਼ਹਿਬਾਜ਼ ਦੀਆਂ ਬਾਹਵਾਂ ਦਾ ਸਿਸਕੀਆਂ ਭਰਨ ਵਾਲੇ ਯਤੀਮ ਨੂੰ ਅੱਜ ਆਪਣੇ ਪਿਤਾ ਦੀ ਲੋਥ ਤੇ ਧਾਹੀਂ ਰੌਂਦੇ ਵੇਖ ਉਸ ਦਾ ਦਿਲ ਬਾਲਕ ਨੂੰ ਮੁੜ ਬਾਹਵਾਂ 'ਚ ਲੈ ਕੇ ਵਰਾਉਣ ਲਈ ਲਲਚਾਇਆ ਪਰ ਅੱਤਵਾਦੀਆਂ ਦੇ ਮੁੜ ਹਮਲੇ ਦਾ ਖਦਸ਼ਾ ਅੱਖਾਂ ਪਾੜ ਪਾੜ ਡਰਾਉਣ ਲੱਗਾ। ਕੋਈ ਯਾਦ ਸੁੱਤੇ ਫੱਟ ਉਖੇੜਦੀ ਰਹੀ। ਸਾਮਣੇ ਵੈਂਣ ਪਾਉਂਦੀਆਂ

ਔਰਤਾਂ ਦਾ ਦੁਖਾਂਤ ਜ਼ਰੂਰ ਕਿਸੇ ਸੁਹਾਗ ਜਾ ਰੱਖੜੀ ਨਾਲ ਪ੍ਰਣਾਇਆ ਹੋਵੇਗਾ ਪਰ ਸ਼ਹਿਬਾਜ਼ ਦੀ ਅੱਖ 'ਚ ਟੱਪਕੇ ਤਾਜ਼ਾ ਹੰਝੂ ਦੀ ਦਾਸਤਾਨ ਪੁਰਾਣੀ ਸੀ।

ਸਿਵਿਆਂ ਵੱਲ ਵਧਦੇ ਜਾਂਦੇ ਹਜੂਮ 'ਚ ਅੱਲਾ ਦੇ ਸਿਧਾਂਤਕ ਤੇ ਰੂਹਾਨੀ ਫਲਸਫੇ ਦੇ ਹਾਮੀ ਮੁਸਲਮਾਨਾਂ ਸਣੇ ਸਿਆਸੀ ਤੇ ਸਮਾਜਿਕ ਵਰਗਾਂ ਦੀ ਭਾਰੀ ਸ਼ਮੂਲੀਅਤ ਸੀ।

"ਹਿੰਦੋਸਤਾਨ ਕਾ ਨਾਅਰਾ ਹੈ-ਕਸ਼ਮੀਰ ਜਿਗਰ ਹਮਾਰਾ ਹੈ।

"ਧੋਤੀ ਟੋਪੀ ਕਾ ਫੁਰਮਾਨ-ਜਾਓ ਮੁਸਲਮਾਨ ਪਾਕਿਸਤਾਨ॥

ਗਰਮ ਖਿਆਲੀ ਹਿੰਦੂਤਵ ਧਿਰਾਂ ਨੇ ਅੱਗ ਉਗਲਦਾ ਨਾਅਰਾ ਲਗਾਇਆ ਪਰ ਨਰਮ ਖਿਆਲੀ ਦੂਰ-ਅੰਦੇਸ਼ ਹਿੰਦੂਆਂ ਨੇ ਉਨ੍ਹਾਂ ਨੂੰ ਸਖਤੀ ਨਾਲ ਵਰਜਿਆ। ਫੌਜ ਦੇ ਕਮਾਂਡਰ ਬਾਜਵਾ ਦੀ ਕੋਸ਼ਿਸ਼ ਨੇ ਫਿਰਕੂ ਬੈਸੰਤਰ ਤੇ ਪਾਣੀ ਰੋੜ੍ਹ ਕੇ ਦੂਰਅੰਦੇਸ਼ੀ ਵਿਖਾਈ ਨਹੀਂ ਤਾਂ ਸ਼ਾਂਤੀ ਨੂੰ ਮੁੜ ਲਾਂਬੂ ਲੱਗ ਜਾਂਦਾ। ਕੱਲ੍ਹ ਅੱਠ ਅਰਥੀਆਂ ਦੇ ਸਵਾਰ ਹਿੰਦੂਆਂ ਤੇ ਗੋਲੀਆਂ ਚਲਾਉਣ ਵਾਲੇ ਇਸਲਾਮਪ੍ਰਸਤ ਕੱਟੜਪੰਥੀਆਂ ਨੂੰ ਵੀ ਕਤਲ ਕਾਂਡ ਤੋਂ ਬਾਅਦ ਇਸੇ ਤਰਜ਼ 'ਤੇ ਨਾਅਰਾ ਲਗਾਇਆ ਸੀ-ਅਸ਼ ਗੋਸ਼ ਕਸ਼ੀਰ-ਬਟਾਉ ਰੁਖਤ 3 ਬਟਨੀ ਸੀਤ' (ਅਸੀਂ ਕਸ਼ਮੀਰ ਚਾਹੁੰਦੇ ਹਾਂ, ਪੰਡਤਾਂ ਤੋਂ ਇਲਾਵਾ ਪੰਡਤਾਣੀਆਂ ਸਮੇਤ)

ਸ਼ਾਇਦ ਇੰਨ੍ਹਾਂ ਕੁ ਉਸ ਕੜੀ ਦੇ ਜਵਾਬ 'ਚ ਹੋਣਾ ਮੁਕਾਵਿਕ ਸੀ, ਜਿਸ ਵਿਚ ਕਿਤੇ-ਕਿਤੇ ਸਿਆਸੀ ਮਿਲਾਵਟ ਵੀ ਚਮਕ ਰਹੀ ਸੀ।

"ਫਿਰਕਾਪ੍ਰਸਤੀ ਤੇ ਨਿਆਂਪ੍ਰਸਤੀ ਦਾ ਯੁੱਗਾ ਪੁਰਾਣਾ ਇਹ ਸਿਰ ਵੱਢਵਾਂ ਵੈਰ, ਲੱਖਾਂ ਜਾਨਾਂ ਲੈ ਕੇ ਵੀ ਅੱਜ ਤੱਕ ਜਿਉਂ ਦਾ ਤਿਉਂ ਐ। ਮਣਾਂ ਮੂੰਹ ਲਹੂ ਵਹਿ ਚੁੱਕੇ, ਜਵਾਲਾ ਖਾਮੋਸ਼ੀ ਦੀ ਥਾਂ ਪ੍ਰਚੰਡ ਹੋ ਰਹੀ ਹੈ। ਸਿਆਸਤਦਾਨਾਂ ਦੀ ਰਖੇਲ, ਆਦਮਖਾਣੀ ਚੁੜੇਲ, ਫਿਰਕਾਪ੍ਰਸਤੀ। ਪੁੱਠੇ ਪੈਰੀ ਤੁਰਦੀ ਵੀ ਮਾਣ ਨਹੀਂ। ਪਾੜੇ ਪੁਆੜੇ ਤੇ ਪਿੱਟਣੇ ਪੁਆਣੀ ਵੋਟ ਰਾਜਨੀਤੀ ਨੇ ਇਨਸਾਨੀਅਤ ਨੂੰ ਚੀਰ ਹਿੰਦੂ-ਮੁਸਲਮਾਨ ਬਣਾਉਣ ਦੀ ਐਸੀ ਚਾਲ ਖੇਡੀ ਮਜ਼ਹਬਾਂ ਮਾਰਿਆ ਬੰਦਾ ਹਿੰਦੋਸਤਾਨੀ ਬਣਨਾ ਹੀ ਭੁੱਲ ਬੈਠਾ। ਕੌਮੀ ਅਖੰਡਤਾ ਨੂੰ ਕੱਟੜਤਾ ਨੇ ਤੋੜਨ ਦੀ ਕੋਸ਼ਿਸ਼ ਕੀਤੀ, ਇਨ੍ਹਾਂ ਕਸ਼ਮੀਰੀ ਪੰਡਤਾਂ ਦੇ ਤਿਲਕ ਜੰਜੂ ਦੀ ਰਾਖੀ ਲਈ ਨੌਵੇਂ ਨਾਨਕ ਨੇ ਸੀਸ ਦੇ ਦਿੱਤਾ। ਯਤੀਮਾਂ ਸਿਰੋਂ ਸਾਏ ਬਚਾਉਂਦਾ ਨੌਂ ਸਾਲਾ ਗੋਬਿੰਦ ਰਾਏ ਖੁਦ ਯਤੀਮ ਹੋ ਗਿਆ। ਅੱਜ ਹਿੰਦ ਦੀ ਚਾਦਰ ਤੇ ਨੌਂਵੇਂ ਸੋਢੀ ਦੇ ਲਹੂ ਨਾਲ ਲਿਖੇ ਸਿਧਾਂਤ ਨੂੰ ਪੜ੍ਹਨ ਵਾਲਾ ਕੋਈ ਨਹੀਂ। ਔਰੰਗੇ ਦੀ ਰੂਹ ਤਿੰਨ ਸਦੀਆਂ ਪਿਛੋਂ ਕਸ਼ਮੀਰੀ ਪੰਡਤਾਂ ਦੇ ਗਲ ਗੂਠਾ ਧਰੀ ਬੈਠੀ ਐ। ਪੰਡਿਤ ਕਿਰਪਾ ਰਾਮ ਦੀ ਵਿਰਾਸਤ ਰੂਹੋਂ ਕੁਰਲਾ ਰਹੀ ਹੈ। ਪੰਡਤ ਮਤੀ ਦਾਸ ਦੇ ਕੁਪਾਲੋਂ ਲਹੂ ਦੇ ਝਰਨੇ ਫੁੱਟੇ ਪਏ ਨੇ। ਗੁਰੂ ਦੇ ਪੁੱਤਰ ਪਿਆਰਾ ਸਿਆਂ। ਤੂੰ ਸਿੱਧੇ ਸਾਦੇ ਪੰਜਾਬੀ ਜੱਟ ਦਾ ਪੁੱਤ, ਗੁਰੂ ਦੀਆਂ ਬਖਸ਼ਿਸ਼ਾਂ ਨੇ ਤੈਨੂੰ ਪੀ ਐਸ ਬਾਜਵਾ ਬਣਾ ਕੇ ਕੌਮੀ ਸ਼ਹੀਦਾਂ ਦੀ ਆਪਾ ਵਾਰ ਬਟਾਲੀਅਨ 8 ਸਿੱਖ ਰੈਜੀਮੈਂਟ ਦਾ ਸੀ.ਓ. ਬਣਾ ਦਿੱਤਾ। ਬੁਰਕਾਸ਼ਾਹੀ, ਫੀਤਾਸ਼ਾਹੀ ਤੇ ਵਰਦੀਸ਼ਾਹੀ ਦੇ ਸਾਂਝੇ ਕਹਿਰ 'ਚ ਪਿਸਦੇ ਕਸ਼ਮੀਰ ਨੂੰ ਤੂੰ ਅੱਖੀ ਤੱਕਿਐ। ਏਸ ਮੁਕਾਮ ਤੇ ਨਾ ਕੋਈ ਪੂਰਨ ਰੂਪ 'ਚ ਦੋਸ਼ਾਂ ਦਾ ਭਾਗੀ ਏ ਤੇ ਨਾ ਹੀ ਅਸਲੋਂ ਦੋਸ਼ ਮੁਕਤ ਪਰ ਕਲਗੀਧਰ ਦੇ ਪੁੱਤਰਾਂ ਤੇਰੀ ਅਗਵਾਈ ਵਾਲੇ ਕਿਸੇ ਜਵਾਨ ਤੇ ਇਹ ਦੋਸ਼ ਨਾ ਲੱਗਣ, ਵਰਨਾ ਸਮਝ ਤੂ ਆਤਮਾ ਤੋਂ ਸਵਾਹ ਹੋ ਗਿਆ।

ਅਫਸਰ ਦੇ ਦਿਮਾਗ 'ਚ ਉਪਰੋਕਤ ਖਿਆਲ ਆਪਸੀ ਟੱਕਰਾਂ ਨਾਲ ਲਹੂ ਲੂਹਾਨ

ਹੋ ਰਹੇ ਸਨ। ਅਤੀਤ ਅਤੇ ਅੱਜ ਨੂੰ ਫਰਜ਼ਾਂ ਦੀ ਤੱਕੜੀ ਤੋਲਦਾ ਉਹ ਜ਼ਿੰਮੇਵਾਰੀ ਪ੍ਰਤੀ ਫਿਕਰਮੰਦ ਸੀ। ਲਾਗੇ ਖੜ੍ਹੇ ਸ਼ਹਿਬਾਜ਼ ਦਾ ਧਿਆਨ ਬਲਦੇ 8 ਸਿਵਿਆਂ ਵੱਲ ਹੋਣ ਦੇ ਬਾਵਜੂਦ ਧਾਂਹੀ ਰੌਂਦੇ ਜਨ ਸਮੂਹ ਨੂੰ ਚੀਰ ਮੁੜ ਮੁੜ ਉਸ ਬਾਲਕ ਤੇ ਡਿੱਗ ਰਿਹਾ ਸੀ। ਉਸ ਦਾ ਅਤੀਤ ਤੇ ਵਰਤਮਾਨ ਦੋਵੇਂ ਜ਼ਖਮੀ ਸਨ। ਉਸ ਨੂੰ ਅੱਜ ਵੀ ਯਾਦ ਸੀ ਕਿ ਇਸੇ ਉਮਰ 'ਚ ਇਸੇ ਤਰਜ਼ ਤੇ ਉਸ ਨੇ ਵੀ ਕਦੇਂ ਦੋ ਸਿਵੇ ਬਲਦੇ ਵੇਖੇ ਸਨ। ਉਹ ਵੀ ਏਦਾਂ ਹੀ ਰੋਇਆ ਸੀ। ਏਦਾਂ ਹੀ ਕੁਝ ਲੋਕਾਂ ਉਸ ਨੂੰ ਹੌਸਲਾ ਦਿੱਤਾ ਸੀ। ਇਹੋ ਦਿਲ ਦਹਿਲਾਉਣੀਆ-ਡਰਾਉਣੀਆਂ ਲਪਟਾਂ ਸਨ। ਇਸੇ ਤਸੀਰ ਦੇ ਵੈਂਣ। ਇਹੋ ਮਿਸ਼ਾਲ ਵਾਂਗੂੰ ਮੱਚਦੀ ਮਾਤਮੀ ਚੁੱਪ ਇਕ ਸਿਵੇ 'ਚ ਉਸ ਦਾ ਬਾਪੂ ਸੁੱਤਾ ਸੀ ਤੇ ਇਕ 'ਚ ਮਾਂ। ਅੱਜ ਕਸ਼ਮੀਰ ਬਲ ਰਿਹਾ ਸੀ ਤੇ ਉਦੋਂ ਪੰਜਾਬ। ਅਣਪਛਾਤੀਆਂ ਬਾਗੀ ਗੋਲੀਆਂ ਦੀ ਭੇਟਾਂ ਉਹ ਹੋਏ ਸਨ ਤੇ ਉਨ੍ਹਾਂ ਦੀ ਭੇਟਾ ਇਹ। ਇਹੋ ਜਿਹੀ ਕਾਲੀ ਹਨੇਰੀ ਸੀ। ਇੱਦਾਂ ਹੀ ਲੋਕ ਸਿਵਿਆ ਦੁਆਲੇ ਜੁੜੇ ਹੋਏ ਸਨ। ਖੱਦਸ਼ਿਆਂ ਭਰੇ ਘੁੱਟਣ ਬੁੱਲ੍ਹਾਂ ਤੇ ਇਹੋ ਜਿਹੇ ਹੀ ਚਰਚੇ ਸਨ। ਅਤੀਤ ਖੰਡਰਾਤ ਹੋ ਚੁੱਕਿਆ ਸੀ ਪਰ ਅੱਜ ਦੇ ਦ੍ਰਿਸ਼ ਰੂਪਮਾਨ ਹੋ ਰਿਹਾ ਸੀ।

ਫਿਰ ਲੋਕਾਂ ਨੇ ਚਿਤਾਵਾਂ ਦੀ ਗੋਦ 'ਚ ਪਈਆਂ ਲਾਸ਼ਾਂ ਦੇ ਮੁਖੜੇ ਖੱਫਣ ਚੁੱਕ ਧਾਂਹੀਂ ਪੈਂਦੇ ਵੈਣਾਂ ਨੂੰ ਦਿਖਾਏ। ਉਸ ਬਾਲਕ ਨੂੰ ਵੀ ਉਸ ਦੇ ਪਿਤਾ ਦਾ ਮੂੰਹ ਦਿਖਾਇਆ ਐਨ ਉਵੇਂ ਹੀ ਜਿਵੇਂ ਕਦੇਂ ਸ਼ਹਿਬਾਜ਼ ਨੂੰ ਦਿਖਾਇਆ ਸੀ। ਐਨ ਉਹੋ ਜਹੇ ਗੋਲੀਆਂ ਦੇ ਨਿਸ਼ਾਨ ਸਨ ਤੇ ਉਹੀ ਨੀਲੇ ਘੱਗ। ਉਦੋਂ ਵੀ ਲੋਕ ਆਖਦੇ ਸਨ ਕਿ ਇਨ੍ਹਾਂ ਨੂੰ ਅੱਤਵਾਦੀਆਂ ਨੇ ਮਾਰ ਦਿੱਤੈ ਪਰ ਕਿਉ? ਕਿਸ ਕਸੂਰ ਬਦਲੇ? ਕਾਤਲਾਂ ਦੀ ਕੀ ਦੁਸ਼ਮਣੀ ਸੀ ਮਾਸੂਮ ਨਾਲ? ਕਿਹੜੀ ਜ਼ਮੀਨ ਦਾ ਬਟਵਾਰਾ ਚਾਹੁੰਦੇ ਸਨ ਉਹ? ਇਨ੍ਹਾਂ ਤਮਾਮ ਸਵਾਲਾਂ ਦੇ ਜਵਾਬਾਂ ਤੋਂ ਸ਼ਹਿਬਾਜ਼ ਉਦੋਂ ਤੋਂ ਅੱਜ ਤੱਕ ਬੇਇਲਮ ਸੀ।

ਖ਼ੂਨੀ ਮੰਜ਼ਿਰ ਨੇ ਆਪਾ ਦੁਹਰਾਇਆ। ਸ਼ਹਿਬਾਜ਼ ਦੀਆਂ ਅੱਖਾਂ ਸਾਹਵੇਂ ਜਲ ਰਹੇ ਅੱਠ ਸਿਵਿਆਂ ਦੇ ਨਾਲ ਹੀ ਦੋ ਸਿਵੇ ਜਿਹਨ 'ਚ ਵੀ ਭੜਕ ਉਠੇ। ਫਿਰ ਉਸ ਨੂੰ ਉਦੋਂ ਦਾ ਅਮਿੱਟ ਤੇ ਅਭੁੱਲ ਵਾਕਿਆ ਯਾਦ ਆਇਆ ਜਦੋਂ ਜੁੜੇ ਕੁਟੰਬ 'ਚੋਂ ਕਿਸੇ ਨੇ ਕਿਹਾ-ਬਈ ਕੌਣ ਰਹਿ ਗਿਆ ਹੁਣ ਏਸ ਵਿਚਾਰੇ ਦਾ? ਮਾਪਿਆਂ ਬਿਨ੍ਹਾਂ ਰੁਲ-ਪੁਲ ਜੂ! ਜ਼ਮੀਨਾਂ ਸ਼ਰੀਕ ਸੰਭਾਲ ਲੈਣਗੇ। ਕਿਸੇ ਸਿਆਣੇ ਹਮਦਰਦ ਨੇ ਆਖਿਆ-ਬਈ ਗੱਲ 'ਚ ਹਮਦਰਦੀ ਘੱਟ! ਚੋਭ ਡੂੰਘੀ ਐ। ਐਸੀ ਗੱਲ ਕਰਨੋਂ ਪਹਿਲਾਂ ਵਕਤ ਵਿਚਾਰਨਾ ਚਾਹੀਦੈ।"

ਇਹੋ ਵਾਰਤਾਲਾਪ ਸੀ । ਜਿਸ ਵਿਚੋ ਉਬਲਦੀ ਹਕੀਕਤ ਨੂੰ ਮਾਮੀ ਦੀ ਪਾਰਖੂ ਅਕਲ ਨੇ ਦਾਲ 'ਚੋਂ ਕੜਾਹੇ ਵਾਂਗੂੰ ਕੱਢ ਲਿਆ।

"ਕੌਣ ਕਹਿੰਦੈ ਏਦਾ ਕੋਈ ਨਹੀਂ? ਕੜਕਵੀਂ ਤੌਹੀਦ ਮਾਤਮਗ੍ਰਸਤ ਖਾਮੋਸ਼ੀ ਦੀ ਵੰਗਾਰ ਚੀਰ ਗਈ। ਕੰਨ ਖੋਲ੍ਹ ਸੁਣ ਲੈਣ ਮਾਸੂਮਾਂ ਤੋਂ ਮਾਵਾਂ ਖੋਹ ਲੈਣ ਵਾਲੋ! ਮੈਂ ਹਾਂ ਸਤਨਾਮ ਕੌਰ ! ਸ਼ਹਿਬਾਜ਼ ਦੀ ਮਾਮੀ। ਮੈਂ ਸਹੁੰ ਖਾਂਦੀ ਆਂ ਬਲਦੇ ਸਿਵਿਆਂ ਦੀ ਤੇ ਸਿਵਿਆਂ 'ਚ ਜਗਦੇ ਪਾਕਿ ਰਿਸ਼ਤਿਆਂ ਦੀ। ਅੱਜ ਤੋਂ ਸ਼ਹਿਬਾਜ਼ ਦੀ ਮਾਂ ਵੀ ਮੈਂ ਤੇ ਪਿਓ ਵੀ ਮੈਂ। ਕੁਟੰਬ ਕਬੀਲੇ ਜਾਂ ਨਗਰ-ਗਰਾਂ ਕਿਸੇ ਨੂੰ ਕੋਈ ਤੋਖਲਾ ਏ ਤਾਂ ਉਹ ਏਥੇ ਹੀ ਕੱਢ ਲਏ।

ਉਸ ਦਾ ਜਜ਼ਬਾਤੀ ਤਰਕਸ਼ 'ਤੇ ਚੜ੍ਹਾ ਕੇ ਛੱਡਿਆ ਅੱਗ ਉਗਲਦਾ ਐਲਾਨੀਆ ਬਾਣ ਮਾਸੂਮ ਦੇ ਭਵਿੱਖ ਪ੍ਰਤੀ ਹਮਦਰਦ ਦਿਲਾਂ 'ਚ ਖੌਲਦੇ ਖਦਸ਼ਿਆਂ ਨੂੰ ਪਾਰ ਬੁਲਾ ਗਿਆ।

ਕੁਝ ਕੁ ਲੋਕਾਂ ਨੇ ਨਹਿਲੇ ਤੇ ਵਜੇ ਦਹਿਲੇ ਨੂੰ ਰਸਮੀ ਜਾਂ ਰਿਵਾਇਤੀ ਗੱਲ ਸਮਝ ਚੁੱਪ ਰਹੇ ਪਰ ਜ਼ਿਆਦਾਤਰ ਸਿਰ ਕੁਰਬਾਨੀਪ੍ਰਸਤ ਸਿਦਕ ਸਾਹਵੇਂ ਝੁਕ ਗਏ।

ਸਤਨਾਮ ਕੌਰ ਦੀਆਂ ਜਨੂੰਨੀ ਅੱਖਾਂ 'ਚ ਚਮਕੇ ਲਾਲ ਸੂਹੇ ਸੰਕਲਪ ਦੇ ਹੱਕ 'ਚ ਭਰੀ ਪਰ੍ਹਾ ਨੇ ਬਿਨ ਬੋਲਿਆਂ ਗਵਾਹੀ ਦਿੱਤੀ। ਉਸ ਨੇ ਭਿੱਜੀਆਂ ਬਾਹਾਂ ਨਾਲ ਸ਼ਹਿਬਾਜ਼ ਨੂੰ ਚੁੱਕ ਘੁੱਟ ਕਾਲਜੇ ਲਾ ਲਿਆ-ਆ ਪੁੱਤਾਂ ਸਿਵਿਆਂ ਦੀ ਲੋਅ 'ਚ ਉਨ੍ਹਾਂ ਅੱਤਵਾਦੀਆਂ ਦੀਆਂ ਪੈੜਾਂ ਲੱਭੀਏ ਜੋ ਤੈਨੂੰ ਖੁਦ ਖਾਤਿਰ ਯਤੀਮ ਕਰਨ ਤੱਕ ਪੁੱਜ ਗਏ। ਸ਼ਹਿਬਾਜ਼ ਡਰਿਆ, ਤ੍ਰਬਕਿਆਂ ਤੇ ਸਹਿਮਿਆ ਉਸ ਦੇ ਆਗੋਸ਼ 'ਚ ਹੁਬੀਆਂ ਭਰਦਾ ਰਿਹਾ। ਸਤਨਾਮ ਕੌਰ ਸ਼ੇਰਨੀ ਵਾਂਗੂੰ ਗਰਜੀ-"ਬਲਦੇ ਸਿਵਿਆਂ ਦੀ ਜਾਮਨੀ 'ਚ ਸੁਣ ਲਉ ਲੋਕੋ। ਏਸ ਬਚੂੰਗੜੇ ਦੀ ਮਾਂ ਸਤਨਾਮ ਕੌਰ ਐ। ਮੁੱਕਦੇ ਸਾਹਾਂ ਤੱਕ ਸਿਵਿਆਂ 'ਚ ਪਏ ਸੱਚ ਨੂੰ ਤਲਾਸ਼ਾਂਗੀ ਤੇ ਏਨੂੰ ਤੱਤੀ ਵਾ ਤੱਕ ਨਹੀਂ ਲੱਗਣ ਦਿਆਂਗੀ। ਬਹਾਦਰ ਔਰਤ ਦੀ ਦ੍ਰਿੜ੍ਹਤਾ ਸਮਾਜ ਦੇ ਬੁੱਲ੍ਹ ਸਿਉਂ ਗਈ। ਲੋਕਾਂ 'ਚ ਕਈ ਅਣਸੁਲਝੇ ਸਵਾਲ ਉਠ ਗਏ। ਕੁਝ ਲੋਕਾਂ ਦਾ ਤਰਕ ਸੀ ਕਿ-"ਡੇਢ 'ਕੁ ਵਰ੍ਹੇ ਪਹਿਲਾਂ ਸ਼ਹਿਬਾਜ਼ ਦੇ ਮਾਮੇ ਨੂੰ ਵਿਆਹੀ ਸਤਨਾਮ ਕੌਰ, ਸੱਤ ਮਹੀਨੇ ਪਹਿਲਾਂ ਹੋਈ ਵਿਧਵਾ ਹੈ। ਇਹ ਵਿਚਾਰੀ ਵਕਤਾਂ ਮਾਰੀ ਕਿਵੇਂ ਆਪਾ ਸਾਂਭੂ ਤੇ ਕਿਵੇ ਸ਼ਹਿਬਾਜ਼ ਨੂੰ ਵਰਾਊ? ਸਿਰੋਂ ਉਚੇ ਸਿਰਕੰਢੇ 'ਚੋਂ ਤਾਂ ਵਿਧਵਾ ਦਾ ਕੱਲਿਆਂ ਨਿਕਲਣਾ ਔਖੈ, ਇਹ ਸ਼ਹਿਬਾਜ਼ ਦਾ ਬਚਪਨ ਕਿਵੇਂ ਬਚਾਊ? ਸੁਣਿਆ ਸੀ ਏਨੂੰ ਤਾਂ ਕਿਤੇ ਹੋਰ ਬਿਠਾਉਣ ਦੀ ਗੱਲ ਵੀ ਚੱਲ ਰਹੀ ਸੀ ਤੇ ਏਨੂੰ ਦੂਜਾ ਵਿਆਹ ਕਰਵਾਉਣਾ ਚਾਹੀਦੈ ਪਰ ਆਹ ਕੀ............।

ਸਮਾਜ ਦੀਆਂ ਜੀਭਾਂ ਨੇ ਪਹਿਲਾਂ ਤਾਂ ਸਤਨਾਮ ਕੌਰ ਨੂੰ ਰੂਹੋਂ ਪੱਛ ਸੁੱਟਿਆ ਪਰ ਛੇਤੀ ਹੀ ਕੜ੍ਹਦੇ ਸਿਦਕ ਦਾ ਉਬਾਲ ਪੀੜ ਦੀ ਸੰਘੀ ਨੱਪ ਗਿਆ

"ਮੈਨੂੰ ਪਤਾ। ਸਿਵਿਆਂ ਦੇ ਸੇਕ ਸਾਹਵੇਂ ਪਿਘਲੇ ਲੋਕਾਂ ਦੇ ਵਿਚਾਰ ਲਪਟਾਂ ਦੇ ਠੰਢੇ ਹੁੰਦਿਆਂ ਹੀ ਸ਼ਮਸ਼ਾਨ ਦੀ ਰਾਖ ਤੋਂ ਹੌਲੇ ਹੋ ਜਾਂਦੇ ਐ। ਲੋਕ ਸੇਕ ਪਾਥੀਆਂ ਦਾ ਚੁੱਲਿਆਂ ਤੋਂ ਲੈ ਕੇ ਸਿਵੇ ਗਏ ਗੁਜਰਦਿਆਂ ਦੇ ਫਿਰੋਲਦੇ ਐ ਪਰ ਮੈਂ ਲੋਕ-ਲੱਜ ਦੇ ਖੌਫ ਨੂੰ ਇਨ੍ਹਾਂ ਲਪਟਾਂ 'ਚ ਫੂਕ ਕੇ ਈ ਨੰਗੇ ਪੈਰੀਂ ਤੁਰਨ ਦਾ ਫੈਸਲਾ ਲਿਐ। ਹੁਣ ਜੀਭਾਂ ਜਿੰਨੀਆਂ ਤਿੱਖੀਆਂ ਹੋਣਗੀਆਂ, ਸਿਦਕ ਉਨ੍ਹਾਂ ਹੀ ਪ੍ਰਵਾਨ ਚੜ੍ਹੇਗਾ।

ਸਤਨਾਮ ਨੇ ਜਿਹਨ 'ਚ ਲੜਖੜਾਉਂਦਾ ਪੁਨਰ ਵਿਆਹ ਦਾ ਖਿਆਲ ਲਪਟਾਂ 'ਚ ਵਗਾਹ ਮਾਰਿਆ ਤੇ ਰਾਖ ਕਰ ਦਿੱਤੇ ਕੁੱਖੋਂ ਜਣੇਂ ਭਵਿੱਖ ਨੂੰ ਲੋਰੀਏ ਦੇਣ ਦੇ ਸੁਪਨੇ "ਮੇਰੀ ਅੱਜ ਬੀਜੀ ਨੂੰ ਸਚਾਈ ਨੂੰ ਲਹਿਰਾਉਂਦਿਆਂ ਤੱਕ ਜਮਾਨੇ ਦੀਆਂ ਨਜ਼ਰਾਂ ਜ਼ਰੂਰ ਬੋਲਣਗੀਆਂ.............।

ਲੋਕ ਅੱਠ ਨਿਰਜਿੰਦਾਂ ਨੂੰ ਅਗਨ ਸੁਪਰਦ ਕਰਕੇ ਘਰਾਂ ਵੱਲ ਨੂੰ ਮੁੜਨ ਲੱਗੇ ਤਾਂ ਸ਼ਹਿਬਾਜ਼ ਦੇ ਖਿਆਲਾਂ ਦੀ ਲੜੀ ਟੁੱਟ ਗਈ। ਉਹ ਬਾਲਕ ਅਜੇ ਵੀ ਬੇਗਾਨੀਆਂ ਬਾਹਵਾਂ 'ਚ ਸੀ। ਸ਼ਹਿਬਾਜ਼ ਉਸ ਨੂੰ ਬਾਹਵਾਂ 'ਚ ਲੈ ਕੇ ਉਸ ਦੀ ਅੱਖਾਂ ਚੋਂ ਆਪਣੇ ਬਚਪਨ ਦੀ ਧੁੰਦਲੀ ਤਸਵੀਰ ਤੱਕਣ ਲਈ ਮੁੜ ਤੜਫਿਆ ਪਰ ਡਿਊਟੀ ਦੀ ਮਜਬੂਰੀ ਆਢਾ ਲਾ ਖਲੋ ਗਈ।

ਫਿਰ ਅੱਠ ਅਰਥੀਆਂ ਤੋਂ ਬਾਅਦ ਚਾਰ ਤਾਬੂਤ ਉਠੇ। ਇਕ ਤਾਬੂਤ 'ਚ ਖੌਫਨਾਕ ਸੱਚ ਕਹਿਣ ਵਾਲੀ ਇਨਸਾਫ ਦੀ ਦੇਵੀ ਦੀ ਲੋਥ ਸੀ। ਭਾਵੇਂ ਉਹ ਦੁਨਿਆਵੀਂ ਕਾਫਲਿਉਂ

ਨਿੱਖੜ ਚੁੱਕੀ ਸੀ ਪਰ ਉਸ ਦੀ ਜੁਬਾਨੀ ਨਿਕਲਿਆ ਸੱਚ ਅਜੇ ਤੱਕ ਆਲਮ ਨੂੰ ਕੰਬਣੀਆਂ ਛੇੜ ਰਿਹਾ ਸੀ-"ਸ਼ੇਰਨੀ ਜਿਹਾ ਜੇਰਾ। ਜੌਹਰੀ ਜਿਹੀ ਪਾਰਖੂ ਅੱਖ। ਸ਼ਹਿਬਾਜ਼ ਸਿਆਂ ਬੜਾ ਫਖਰ ਕੀਤਾ ਸੀ ਉਨੇ ਤੇਰੇ 'ਤੇ। ਕਿੰਨੀ ਅਣਪਤ ਨਾਲ ਚਿਹਰਾ ਫਰੋਲਿਆ ਸੀ ਤੇਰੇ ਮੂਹਰੇ। ਸੀਨੇ ਗੋਲੀਆਂ ਪਈਆਂ, ਫਿਰ ਵੀ ਜੁਲਮ ਨਾਲ ਮੱਥਾ ਲਾਇਆ। ਕੱਲ ਤੱਕ ਲਲਕਾਰਦੀ ਸੀ, ਅੱਜ ਜੀਰਾਨ ਦੀ ਮਿੱਟੀ ਹੋਣ ਜਾ ਰਹੀਂ ਐ...... ਵਾਹ ਮੌਲਾ ਤੇਰੀ ਕੁਦਰਤ।

ਸ਼ਹਿਬਾਜ਼ ਨੇ ਸਿਰ ਝੁਕਾ ਕੇ ਉਸ ਦੇ ਤਾਬੂਤ ਨੂੰ ਸਿਜਦਾ ਕੀਤਾ। ਕੈਂਪ 'ਚ ਪੁੱਜਾ, ਜ਼ਖਮੀ ਖਿਆਲਾਂ ਨੂੰ ਮੂੰਹ ਟੁੱਕ ਨਾ ਪੈਣ ਦਿੱਤਾ। ਭੁੱਖਾ ਤੰਬੂ 'ਚ ਜਾ ਲੇਟਿਆ। ਪਰ ਸੰਮਕ ਰੈਣ ਨੀਂਦ ਤੇ ਪਲਕਾਂ ਵਿਚਕਾਰ ਤਲਵਾਰਾਂ ਤਣੀਆਂ ਰਹੀਆਂ। ਤਸੱਵਰ ਨਾਲ ਤਸੱਵਰ ਭਿੜ ਲਹੂ ਲੂਹਾਨ ਹੁੰਦਾ ਰਿਹਾ। ਉਹ ਹਮ-ਦੁਖਾਂਤ ਬਾਲਕ ਮੈਨੂੰ ਕਦੇ ਨਹੀ ਭੁੱਲਣਾ। ਮੇਰੇ ਵਾਗੂੰ ਯਤੀਮ ਹੋਣਾਂ ਉਹਦੀ ਵੀ ਤਕਦੀਰ ਸੀ। ਫਰਕ ਤਾਂ ਇਹੋ ਰਹਿ ਗਿਆ ਉਹਨੂੰ ਯਤੀਮ ਕਰਨ ਵਾਲੇ ਤੇਰੀ ਬਟਾਲੀਅਨ ਨੇ ਥਾਂ ਹੀ ਢੇਰ ਕਰ ਦਿੱਤੇ ਪਰ ਤੇਰੇ ਮਾਪਿਆਂ ਦੇ ਕਾਤਲਾਂ ਦਾ ਹੁਣ ਤੱਕ ਨਾਮੋਂ ਨਿਸ਼ਾਨ ਨਹੀਂ ਲੱਭਿਆ । ਸਿਤਮ ਜਰੀਫੀ ਤਾਂ ਇਹੋ ਕਿ ਉਨ੍ਹਾਂ ਦੇ ਪਰਛਾਵੇਂ ਵੀ ਜ਼ਿੰਦਗੀ ਦੇ ਦਹਾਕਿਆਂ 'ਚ ਅਭੇਦ ਹੋ ਗਏ। ਮੇਰੇ ਦੋਖੀ ਵੀ ਏਦਾਂ ਹੀ ਮਰਦੇ ਸਾਡੀ ਕਹਾਣੀ ਅੱਡੋ ਅੱਡ ਕਿਨਾਰਿਆਂ ਨਾ ਲੱਗਣੀ ਪਰ ਸ਼ਹਿਬਾਜ਼ ਸਿਆਂ ਤੇਰਾਂ ਬਚਪਨ ਹਨ੍ਹੇਰਾ ਹੋਣ ਦੇ ਬਾਵਜੂਦ ਵੀ ਭਵਿੱਖ ਜਗਮਗਾ ਉਠਿਆ, ਉਹਦੇ ਭਵਿੱਖ ਦੀ ਸਾਰ ਕੋਈ ਨਹੀਂ। ਦਹਿਸ਼ਤਗਰਦੀ ਨੇ ਹਮੇਸ਼ਾਂ ਮਾਸੂਮਾਂ ਦੇ ਕੱਚੇ ਬਚਪਨ ਨੂੰ ਖਾਧਾ। ਤੇਰੇ ਮਾਪਿਆਂ ਨੂੰ ਵੀ ਤਾਂ ਅੱਤਵਾਦੀਆਂ ਨੇ ਈ ਮਾਰਿਐ ਸੀ ਪਰ ਮਾਮੀ ਨੇ ਏਸ ਗੱਲ ਤੇ ਹੁਣ ਤੱਕ ਪੈਰੀਂ ਪਾਣੀ ਨਾ ਪੈਣ ਦਿੱਤਾ। ਅਖੇ: ਇਹ ਕੰਮ ਖਾਲਿਸਤਾਨੀਆਂ ਦਾ ਨਹੀਂ। ਉਨ੍ਹਾਂ ਕੀ ਲੈਣਾ ਸੀ ਹਮਾਤੜਾਂ ਨੂੰ ਮਾਰ ਕੇ? ਸਗੋਂ ਦੂਜੇ ਹੀ ਦਿਨ ਏਸ ਵਾਰਦਾਤ ਦੀ ਉਨ੍ਹਾਂ ਅਖਬਾਰਾਂ 'ਚ ਨਿੰਦਾ ਕੀਤੀ ਸੀ ਪਰ ਕਾਤਲ ਕੌਣ ਸੀ? ਸਿਰਨਾਵਿਉਂ ਤਾਂ ਹੁਣ ਤੱਕ ਨਹੀਂ ਪਤਾ ਲੱਗਾ। ਕਦੇ-ਕਦੇਂ ਗੱਲਬਾਤ ਤੋਂ ਜ਼ਰੂਰ ਏਦਾਂ ਲੱਗਦੈ, ਜਿਵੇਂ ਮਾਮੀ ਤੋਂ ਕੁਝ ਗੁਝਾ ਨਹੀਂ ਪਰ ਉਸ ਨੇ ਮੈਥੋਂ ਇਹ ਅੱਜ ਤੱਕ ਕਿਉਂ ਛੁਪਾ ਕੇ ਰੱਖਿਐ? ਜਦਕਿ ਰੂਹ ਦੀ ਹੋਰ ਕੋਈ ਗੱਲ ਮੈਥੋਂ ਉਨੇ ਕਦੇ ਛੁਪਾਈ ਹੀ ਨਹੀਂ। ਬੜਾ ਜੋਰ ਲਾ-ਲਾ ਪੁੱਛ ਵੇਖ ਲਿਆ, ਬੱਸ ਇਹ ਆਖ ਸਾਰ ਛੱਡਦੀ ਐ,ਕਿ ਸਮਾਂ ਆਏਗਾ-ਸੱਚ ਸਿਰ ਚੜ੍ਹ ਬੋਲੇਗਾ,ਪਰ ਕਦੋਂ? ਮੈਨੂੰ ਆਸ ਕੋਈ ਨਹੀਂ ਮਾਮੀ ਵਿਸ਼ਵਾਸ਼ ਹਿੱਕ ਠੋਰ ਠੋਰ ਬੋਲਦੇ।

ਪੁਰਾਣੀਆਂ ਯਾਦਾਂ ਤੋਂ ਗਰਦ ਝਾੜਦੇ ਸ਼ਹਿਬਾਜ਼ ਦਾ ਸਿਰ ਚਕਰਾ ਗਿਆ। ਨੈਣੋਂ ਨੀਰ ਦੀਆਂ ਘਰਾਲਾਂ ਵਹਿ ਤੁਰੀਆਂ। ਸੀਤ ਸਿਵਿਆਂ ਦਾ ਬੇਝੱਲ ਸੇਕ ਰੂਹ ਨੂੰ ਛਾਲੇ ਛਾਲੇ ਕਰਦਾ ਰਿਹਾ ਤੇ ਉਹ ਕੌੜੀ ਕਸੀਸ ਵੱਟ ਸਭ ਕੁਝ ਜਰਦਾ ਰਿਹਾ।

ਕਾਂਡ-2

ਅਗਲੇ ਦਿਨ ਨੈਣਾਂ 'ਚ ਮਣਾਮੂੰਹ ਉਨੀਂਦਰਾਂ ਲੈ ਕੇ ਉਹ ਨੀਮ ਪਹਾੜੀ ਖੋਦ ਕੇ ਬਣਾਏ ਮੋਰਚੇ 'ਚ ਡਿਊਟੀ ਨਿਭਾ ਰਿਹਾ ਸੀ। ਸੜਕ ਤੇ ਕਸ਼ਮੀਰੋਂ ਹਿਜਰਤ ਕਰਕੇ ਜਾ ਰਹੇ ਪਰਿਵਾਰਾਂ ਦਾ ਕਾਫਲਾ ਗੁਜਰਿਆ। ਬੋਝਲ ਅੱਖਾਂ ਦੀ ਜਾਂਬਾਜ਼ ਤੱਕਣੀ ਨੇ ਭੀੜ 'ਚੋਂ ਉਸ ਬਾਲਕ ਨੂੰ ਮੁੜ ਜਾ ਲੱਭਿਆ। ਸ਼ਹਿਬਾਜ਼ ਨੂੰ ਚਿੱਟਾ ਇਲਮ ਹੋ ਗਿਆ, ਇਹ ਬਾਲਕ ਅੱਜ ਤੋਂ

ਬਾਅਦ ਸ਼ਾਇਦ ਹੀ ਕਦੇਂ ਦਿੱਸੇਗਾ ਪਰ ਰੂਹ ਨੂੰ ਸ਼ਾਹਰਗ ਤੱਕ ਜ਼ਖਮੀ ਕਰੇਗਾ। ਉਸ ਨੇ ਦਿਲ 'ਚ ਅੰਤਿਮ ਪਿਆਰ ਦੇਣ ਦੀ ਖਾਹਿਸ਼ ਨੂ ਤਿੜਕ ਕੇ ਦਿਲ ਸਮਝਾਉਣ ਦੀ ਕੋਸ਼ਿਸ਼ ਕੀਤੀ ਪਰ ਨਿਰੰਤਰ ਝਾਕਦੀਆਂ ਅੰਤਮ ਸ਼ੁਕਰੀਏ ਭਰਪੂਰ ਮਾਸੂਮ ਨਜ਼ਰਾਂ ਰੂਹ ਨੂੰ ਪੀੜੋ ਪੀੜ ਕਰ ਗਈਆਂ। ਨੰਨੀ ਉਮੰਗ ਨੂੰ ਹੋਰ ਹਮਦਰਦੀ ਦੀ ਉਮੀਦ ਕਦਮਾਂ ਦੀ ਦੂਰੀ ਨਾਲ ਸੁੰਗੜਦੀ ਜਾਪੀ ਅਤੇ ਰਿਸ਼ਤਿਆਂ ਦੇ ਪਰ ਸੁੰਗੜ ਗਏ। ਵੀਹ ਵਰ੍ਹੇ ਪਹਿਲਾਂ ਸ਼ਹਿਬਾਜ਼ ਜੱਦੀ ਪਿੰਡ ਛੱਡ ਮਾਮੀ ਨਾਲ ਜਦੋਂ ਅਣਜਾਣ ਮੰਜਿਲ ਵੱਲ ਤੁਰਿਆ ਸੀ ਤਾਂ ਉਸ ਦੀਆਂ ਅੱਖਾਂ ਵਿਚ ਵੀ ਸਾਥੀਆਂ ਪ੍ਰਤੀ ਅਜਿਹੀ ਤਾਂਘ ਸੀ। ਇਹੋ ਜਿਹੀ ਉਤਸੁਕਤਾ। ਇਹ ਇਲਮ ਵੀ ਸੀ ਕਿ ਅੱਜ ਦੇ ਵਿਛੜੇ ਸਾਥੀਆਂ ਨੂੰ ਸ਼ਾਇਦ ਉਹ ਕਦੇ ਨਾ ਮਿਲ ਸਕੇ ਤੇ ਉਹ ਮੁੜ ਕਦੇਂ ਮਿਲ ਵੀ ਨਹੀਂ ਸਕਿਆ।

ਆਲਣਿਉਂ ਭਟਕੇ ਬੋਟਾਂ ਨੂੰ ਜ਼ਿੰਦਗੀ ਕੱਟਣੀ ਔਖੀ ਹੁੰਦੀ ਹੈ। ਹਿੰਸਕ ਦੈਂਤ ਪਿਉ ਪਿਆਰ ਨੂੰ ਝਪਟ ਮਾਰ ਗਿਆ, ਮਾਂ ਦੀ ਮਾਖਿਉਂ ਮਿੱਠੀ ਮਮਤਾ ਨੂੰ ਵਿਧਵਾ ਜੂਨ ਨੇ ਖਾਲੀ ਕਰ ਛੱਡਣੈਂ। ਸਮੇਂ ਦੀ ਹਨ੍ਹੇਰੀ ਅਸਤ-ਵਿਅਸਤ ਹੋਈ ਜ਼ਿੰਦਗੀ ਦਾ ਮੌਲਾ ਤੂੰ ਈ ਰਾਖਾ ਏਂ। ਸ਼ਹਿਬਾਜ਼ ਨੇ ਹਉਕਾ ਭਰ ਕੇ ਉਸ ਬਾਲਕ ਲਈ ਦੁਆ ਕੀਤੀ। ਤਸੱਵਰ ਦਾ ਵਿਸ਼ਾ ਮੁੜ ਸਤਨਾਮ ਕੌਰ ਦੀ ਯਾਦ ਨੂੰ ਤਾਜ਼ਾ ਕਰ ਗਿਆ-ਸ਼ਹਿਬਾਜ਼ ਸਿਆਂ ਭਾਵੇਂ ਕਿਸਮਤ ਤੈਨੂੰ ਯਤੀਮ ਕਰ ਗਈ ਪਰ ਮਾਮੀ ਤੇਰੇ ਲਈ ਵਿਧਵਾ ਜੂਨ ਹੰਢਾ ਕੇ ਵੀ ਐਸੀ ਠੰਡੀ ਛਾਂ ਬਣੀ ਤੈਨੂੰ ਕਦੇ ਮਾਂ-ਪਿਉ ਦੇ ਪਿਆਰ ਦੀ ਘਾਟ ਹੀ ਨਾ ਮਹਿਸੂਸ ਹੋਈ। ਭਾਵੇਂ ਉਹਦੀ ਰੂਹ ਤਪਦੇ ਤੰਦੂਰੀ ਭੁੱਜਦੀ ਰਹੀ ਪਰ ਤੈਨੂੰ ਕੰਨੀ ਤੱਤਾ ਬੁੱਲਾ ਨਾ ਔਣ ਦਿੱਤਾ ਏਹਦੀ ਤਾਂ ਅਜੇ ਮਾਂ ਜੀਊਂਦੀ ਐ ਪਰ..........।

ਸੋਚਦਿਆਂ-ਸੋਚਦਿਆਂ ਉਸ ਦੀ ਰੂਹ ਰੋ ਪਈ ਸਿਰ ਮਾਮੀ ਸਤਨਾਮ ਦੇ ਸਜ਼ਦੇ 'ਚ ਝੁਕ ਗਿਆ। ਚੇਤੇ ਦੀ ਚੰਗੇਰ 'ਚੋਂ ਤਾਜਾ ਘਟਨਾਕ੍ਰਮ ਦੀਆਂ ਕੱਢੀਆਂ ਧੁੰਦਲੀਆਂ-ਧੁਆਖੀਆਂ ਯਾਦਾਂ ਮੁੜ ਝੁਰਮਟ ਪਾ ਬੈਠ ਗਈਆਂ-"ਜਦੋਂ ਮਾਮੀ ਸੰਗ ਤੂੰ ਉਹਦੇ ਪਿੰਡ ਗਿਆ ਤਾਂ ਉਹਦੀ ਵੀ ਹਰ ਸਧਰ ਰੰਡ ਮੁਰੰਡ ਸੀ। ਤੂੰ ਵੱਡਾ ਹੋਣ ਲੱਗਾ, ਉਹਦੀਆਂ ਸੱਧਰਾਂ ਨੂੰ ਮੌਲ ਫੁੱਟਣ ਲੱਗੇ। ਏਦੂੰ ਪਹਿਲਾਂ ਥੋੜਾ ਕੁ ਅਰਸਾ ਹੀ ਬੀਤਿਆ ਹੋਵੇਗਾ ਜਦੋਂ ਉਹ ਏਸ ਘਰੋਂ ਵਿਆਹੀ ਨਾਨਕ ਘਰ ਗਈ ਸੀ। ਕੱਲੀ ਧੀ ਸੀ ਉਹ ਵੀ ਆਪਣੇ ਮਾਪਿਆਂ ਦੀ। ਸਿਰੋਂ ਸਾਈਂ ਦਾ ਸਾਇਆ ਉਠਣੋਂ ਬਾਅਦ ਮਾਂ ਵੱਲੋਂ ਹਜ਼ਾਰਾਂ ਮੁਸ਼ੱਕਤਾ ਘਾਲ ਪਾਲੀ। ਉਹਦੀ ਰੰਡੀ ਰੂਣੀ ਮਾਂ ਨੂੰ ਏਸ ਆਸ ਦੀ ਮਹਿੰਦੀ ਉਹਦੀਆਂ ਤਲੀਆਂ ਤੇ ਲਾ ਕੇ ਤੇਰੇ ਮਾਮੇ ਲੜ ਲਗਾ ਕੇ ਤੋਰਿਆ ਸੀ ਕਿ ਧੀ ਦੇ ਕੇ ਪੁੱਤ ਬਣਾਇਆ ਜਵਾਈ ਥਹੁੰ-ਥਹੁੰ ਤੇ ਟੁੱਟੀ ਜ਼ਿੰਦਗੀ ਨੂੰ ਤੋਪੇ ਭਰੇਗਾ। ਉਧਰ ਮਾਮੇ ਲਈ ਵੀ ਅਸੀਸਾਂ ਦਾ ਇਹੋ ਘਰ ਸੀ, ਨਾਨਾ-ਨਾਨੀ ਤਾਂ ਸੁਪਨਾ ਵਿਆਹੁਣ ਤੋਂ ਪਹਿਲਾਂ ਹੀ ਸ਼ਮਸ਼ਾਨ ਵਾਲੀ ਰਾਖ ਹੋ ਚੁੱਕੇ ਸਨ। ਮਾਮੇ ਦੇ ਰਿਸ਼ਤੇ ਨਾਤਿਓਂ ਲੱਗਦੀ ਭੂਆ ਨੇ ਮਾਂ ਤੋਂ ਬਾਅਦ ਮਾਮੇ ਦੇ ਵਿਆਹ ਦੇ ਫਰਜ਼ ਨਿਭਾ ਮਾਮੀ ਨੂੰ ਆਖਿਆ ਸੀ- 'ਲੈ ਕੁੜੇ ਸਤਨਾਮ ਕੁਰੇ, ਮੈਂ ਅੱਜ ਸੁਰਖ਼ੁਰ ਹੋਈ ਆਂ। ਬਾਬੁਲ ਦੇ ਕਬੀਲੇ ਦੀਆਂ ਜੜ੍ਹਾਂ ਵੱਧਣ ਫੁੱਲਣ, ਮੇਰੀ ਦਿਲੀ ਰੀਝ ਸੀ। ਅਗਾਂਹ ਤੋਂ ਇਸ ਨੌਲੱਖੇ ਹਾਰ 'ਚ ਹੀਰੇ ਜੜਨ ਦਾ ਜ਼ੁੰਮਾ ਤੇਰਾ।

.... ਪਰ ਭੂਆ ਦੀ ਅਸੀਸ ਦੇ ਉਲਟ ਤਕਦੀਰ ਨੌਲੱਖੇ ਹਾਰ 'ਚ ਹੀਰਿਆਂ ਦੀ ਥਾਂ ਰੀਠੇ ਜੜ ਗਈ। ਸਾਲ ਕੁ ਪਹਿਲਾਂ ਬਣੀ ਮਾਮੇ ਮਾਮੀ ਦੀ ਦੀ ਜੋੜੀ ਵਿਚਕਾਰ ਵਾਪਰੇ

ਹਾਦਸੇ ਨੇ ਲਕੀਰਾਂ ਖਿਚ ਦਿੱਤੀਆਂ। ਦੋ ਘਰਾਂ ਦਾ ਸਾਂਝਾ ਚਿਰਾਗ ਬੁਝਿਆ, ਹੱਥੀਂ ਸਜਾਏ ਸੁਪਨੇ ਨੂੰ ਚੂਰੋ ਚੂਰ ਹੋਇਆ ਵੇਖ ਭੂਆ ਦੁਹੱਥੜੀ ਪਿੱਟ ਉਠੀ। "ਲੁੱਟੇ ਗਏ ਵੇ ਲੋਕਾਂ" ਭਤੀਜਾ ਤੁਰ ਗਿਆ, ਭਤੀਜੀ ਦਾ ਸੰਧਾਰਾ, ਭਤੀਜ ਨੂੰਹ ਦਾ ਸੰਧੂਰ ਦੋਵੇਂ ਮਿੱਟੀ ਹੋ ਗਏ। ਨਾਭਾਗੀਏ ਸਤਨਾਮ ਕੌਰੇ। ਤੇਰੀ ਮਾਂ ਦੇ ਸਿਰੜ-ਸਿਦਕ 'ਚ ਰਸੀ ਤਪੱਸਿਆ ਕੱਲਰੀਂ ਰੁੜ ਗਈ। ....ਮਾਮੀ ਦੀ ਮਾਂ ਤੇ ਏਸ ਸਦਮੇ ਦੀ ਦੂਹਰੀ ਮਾਰ ਪਈ। ਜਿਨ੍ਹਾਂ ਰਾਹਾਂ ਤੇ ਮਾਸੂਮ ਧੀ ਨੂੰ ਢਾਕਾ 'ਤੇ ਬਿਠਾ ਕੇ ਉਹ ਖੁਦ ਤੁਰਦੀ ਰਹੀ ਉਨੀਂ ਰਾਹੀਂ ਧੀ ਨੂੰ ਇਕੱਲਿਆਂ ਤੁਰਦੇ ਉਹ ਕਿਵੇ ਵੇਖਦੀ? ਜਵਾਨ ਧੀ ਦੀ ਬੇਝਲ ਇੰਤਹਾ ਦੀ ਸਤਾਈ ਉਹ ਪੂਰੇ ਮਹੀਨੇ ਬਾਅਦ ਜੁਆਈ ਵਾਲੇ ਸੱਥਰਾਂ ਤੇ ਆਪਣੀ ਮੁਕਾਣ ਬਿਠਾ ਖੁਦ ਤੁਰਦੀ ਬਣੀ। ਦੋ ਘਰਾਂ ਦੇ ਬੁਝੇ ਚਿਰਾਗ ਮਾਮੀ ਲਈ ਚਾਰੇ ਕੂਟਾ ਸਾਫ ਹਨੇਰੀਆਂ ਕਰ ਗਏ। ਪੇਕੇ-ਸਹੁਰੇ ਦੋਵੇਂ ਘਰਾਂ 'ਚੋਂ ਕੋਈ ਚਿਰਾਗ ਭਾਲਿਆਂ ਨਾ ਲੱਭਾ। ਉਤੋਂ ਤੇਰੇ ਮਾਂ-ਬਾਪ ਦਾ ਦਿਲ ਕੰਬਾਊ ਕਤਲ ਸਿਰ ਲੋਹੇ ਦੀ ਛੜ ਵਾਂਗ ਵੱਜਿਆ। ਵਕਤ ਹਰ ਮੰਜ਼ਿਰ ਤੋਂ ਲਹੂ ਲੂਹਾਨ ਹੋ ਗਿਆ। ਮੰਦੇ ਮਕੂੰਦਰ ਫੁੰਕਾਰੇ ਮਾਰਨ ਲੱਗੇ। ਵੇਖਣ ਸੁਣਨ ਵਾਲੇ ਹਰ ਰੂਹ ਖੌਫ ਨਾਲ ਧੜਕ ਉਠੀ। ਕਿਸਮਤ ਦੀ ਸ਼ਤਰੰਜ 'ਚ ਹਾਰੀ ਜ਼ਿੰਦਗੀ ਵਕਤ ਤੋਂ ਚੀਰ ਹਰਨ ਕਰਵਾਉਣ ਲਈ ਮਜ਼ਬੂਰ ਹੋ ਗਈ। ਲੋਕਾਂ ਦੀਆਂ ਦਿੱਤੀਆਂ ਪੁਨਰ ਵਿਆਹ ਦੀਆਂ ਨਸੀਹਤਾਂ ਨੂੰ ਵਿਚਾਰ ਅਧੀਨ ਰੱਖ,ਨੇਸਤੋਂ ਨਾਬੂਦ ਹੋਏ ਤਿੰਨ ਘਰਾਂ ਦੇ ਮਲਬੇ 'ਚੋਂ ਜ਼ਿੰਦਗੀ ਤਲਾਸ਼ਦੀ ਮਾਮੀ ਦੀ ਗੋਦ 'ਚ ਤੂੰ ਆਸ ਦਾ ਐਸਾ ਬੋਟ ਬਣ ਕੇ ਡਿੱਗਾ ਕਿ ਜ਼ਖਮਾਂ ਤੇ ਨਮਕ ਛਿੜਕਦੀ ਤਕਦੀਰ ਜ਼ਖਮਾਂ ਲਈ ਟਕੋਰ ਬਣ ਗਈ। ਵਹਿੰਦੀਆਂ ਅੱਖਾਂ ਦੇ ਵਹਿਣ ਰੁਕ ਗਏ। ਤੇਰੀ ਆਮਦ ਨਾਲ ਨਫਰਤਾਂ ਭਰੀ ਜ਼ਿੰਦਗੀ ਪਤਵੰਤੀ ਹੋ ਗਈ। ਸੁੱਕੀ ਵੱਟੀ ਨੰ ਤੇਲ ਮਿਲਿਆ,ਚਿਰਾਗ ਖੁਦ ਜੱਗ ਉਠਿਆ। ਸੂਫ ਵਰਤਮਾਨ 'ਚੋਂ ਸੂਹੇ ਭਵਿੱਖ ਦੀਆਂ ਰਿਸ਼ਮਾਂ ਨਿਕਲ ਆਈਆਂ। ਜ਼ਿੰਦਗੀ ਟੁੱਟੇ ਪਹੀਏ ਵਾਲੇ ਗੱਡੇ ਵਾਗੂੰ ਡੱਕੇ ਡੋਲੇ ਖਾਂਦੀ ਰੁੜ ਪਈ। ਤੂੰ ਮਾਮੀ ਲਈ ਦੁੱਖਾਂ ਦਾ ਢਾਰਸ ਤੇ ਕੁੱਖ ਦਾ ਵਾਰਸ ਬਣਿਆ ਉਹ ਤੇਰੇ ਲਈ ਲੋਰੀ ਤੇ ਮਮਤਾ ਹੋ ਨਿਬੜੀ। ਹਜ਼ਾਰਾਂ ਹਮਦਰਦਾਂ ਦੁਆਵਾਂ ਤੇ ਪਿੰਡ ਦੇ ਲੋਕਾਂ ਛਾਵਾਂ ਕੀਤੀਆਂ............।

ਸ਼ਹਿਬਾਜ਼ ਨੇ ਸੁਰਤ ਸੰਭਾਲਦਿਆਂ ਇਹ ਸੱਚ ਦੇਵ ਦੀ ਜੁਬਾਨੀ ਸੁਣਿਆ ਸੀ। ਅੱਜ ਜਦੋਂ ਕਦੇ ਯਾਦਾਂ ਪੱਖੀ ਝੱਲਦੀਆਂ ਹਨ ਤਾਂ ਅਨੁਭਵ ਹੁੰਦਾ ਜਿਵੇਂ ਦੇਵ ਹੀ ਇਹ ਬਿਰਤਾਂਤ ਸੁਣਾ ਰਿਹਾ ਹੋਵੇ। ਕੁਝ ਏਦਾਂ ਹੀ ਲੱਗ ਰਿਹਾ ਸੀ ਹੁਣ ਵੀ ਸੁਭਾਵਿਕ ਹੀ ਅੱਖਾਂ ਰਿਸ ਪਈਆਂ ਤਾਂ ਉਸ ਨੂੰ ਯਾਦ ਆਇਆ ਕਿ ਇਸ ਬਦਲੇ ਮਾਮੀ ਨੇ ਦੇਵ ਨੂੰ ਵੀ ਝਿੜਕਾਂ ਮਾਰੀਆਂ ਸਨ। ਉਹ ਨਹੀਂ ਸੀ ਚਾਹੁੰਦੀ ਕਿ ਖਿੜਦੇ ਅਲੂਣੇ ਫੁੱਲ ਨੂੰ ਕੋਈ ਤੱਤੀ ਧੁੱਪ ਲੱਗੇ। ਜੋ ਕੁਝ ਰਾਜ਼ ਰੱਖਿਆ ਉਸ ਨੂੰ ਨੌਕਰ ਖੋਲੇ। ਫਿਰ ਇਹ ਸਭ ਕੁਝ ਬੇਨਕਾਬ ਹੋ ਗਿਆ ਤਾਂ ਉਹ ਖੁਦ ਦੁਖਦੇ ਵਿਰਤਾਂਤ ਦਾ ਹਾਲ ਸ਼ਹਿਬਾਜ਼ ਨੂੰ ਸੁਣਾਉਦੀ ਰਹੀ। ਕਦੇ ਸੋਣ ਵੇਲੇ ਰਜਾਈ 'ਚ ਪੈ ਕੇ ਤੇ ਕਦੇ ਰਾਤ ਦੀ ਰੋਟੀ ਖਾਣ ਉਪਰੰਤ ਕੋਲਿਆਂ ਦੇ ਸੇਕ ਮੂਹਰੇ ਚੁੱਲ੍ਹੇ ਮੁੱਢ ਬਹਿ ਕੇ ਤੇ। ਗੋਡੇ ਲਾ ਕੇ.....

ਵਿਛੜਿਆਂ ਦੇ ਸੱਲ ਨੇ ਇਕ ਵਾਰ ਤਾਂ ਸ਼ਹਿਬਾਜ਼ ਨੂੰ ਵੀ ਝਿੰਜੋੜ ਦਿੱਤਾ ਸੀ ਪਰ ਉਹ ਛੇਤੀ ਹੀ ਸੰਭਲ ਗਿਆ। ਵਹਿੰਦੀਆਂ ਅੱਖਾਂ ਨੂੰ ਪੂੰਝਦਿਆਂ ਮਾਮੀ ਨੇ ਇਹੋ ਸਮਝਾਇਆ ਸੀ "ਪੁੱਤਰਾਂ ਜਦੋਂ ਵਿਛੜਿਆਂ ਬਾਰੂਦੀ ਦਾ ਸੱਲ ਜ਼ਿਆਦਾ ਸਤਾਏ ਤਾਂ ਸਰਸਾ ਨਦੀ ਤੇ ਫਤਿਹਗੜ੍ਹ ਸਾਹਿਬ ਦਾ ਇਤਿਹਾਸ ਕੰਨੀ ਝਾਕ ਲਿਆ ਕਰ...........।

ਪੀੜਾ ਖਿਡਾਉਣ ਦੇ ਇਸ ਤਜ਼ਰਬੇ ਦਾ ਇਸਤੇਮਾਲ ਸ਼ਹਿਬਾਜ਼ ਅਕਸਰ ਦੁੱਖਾਂ ਦੀ ਘੜੀ ਕਰਦਾ ਤੇ ਅਜਿਹੇ ਹੀ ਕਰਦਿਆਂ ਉਸ ਨੂੰ ਅੱਜ ਵੀ ਲਹੂ ਰੱਤਦੀ ਤਵਾਰੀਖ ਨੂੰ ਸਿਜਦਾ ਕੀਤਾ ਅਤੇ ਆਮ ਵਰਗੀ ਹਾਲਤ 'ਚ ਮੁੜ ਪਰਤ ਆਇਆ।

.....ਕਸ਼ਮੀਰ ਵਾਦੀ 'ਚ ਜ਼ੋਖਮਗਸ੍ਤ ਡਿਊਟੀ ਨਿਭਾਉਦਿਆਂ ਉਸ ਨੂੰ ਅਰਸਾ ਹੋ ਗੁਜਰਿਆ ਸੀ। ਕਤਲੋਗਾਰਤ, ਬਾਰੂਦ ਤੇ ਲਹੂ ਦੀ ਹੋਲੀ ਇਸ ਖਿੱਤੇ 'ਚ ਕੋਈ ਨਵੀਂ ਗੱਲ ਨਹੀਂ ਸੀ । ਹਰ ਪ੍ਰਭਾਤ ਤੇ ਤਾਜ਼ੇ ਲਹੂ ਨਾਲ ਲਿਖੀ ਇਬਾਰਤ ਨਿੱਤ ਪੜ੍ਹਨ ਲਈ ਮਿਲਦੀ ਸੀ। ਇੰਡੀਆ ਦਾ ਉਹ ਪੀਸ ਫੁੱਲ ਖਿਤਾ ਜਿਸ ਨੂੰ ਭਾਰਤ ਦਾ ਸਵਿਟਜਰਲੈਂਡ ਅਖਵਾਉਣ ਦਾ ਮਾਣ ਪ੍ਰਾਪਤ ਹੈ ਅੱਜ ਮਨੁੱਖਤਾ ਦਾ ਸੀਨਾ ਲੂਹਣੀ ਕਬਰਸਤਾਨ 'ਚ ਬਦਲ ਗਿਆ। ਇਥੋਂ ਦਾ ਲਾਜਵਾਬ ਸ਼ਬਾਬ ਸੰਗੀਨਾਂ ਤੇ ਚਾੜ ਤੰਦੂਰੀ ਭੁੰਨਿਆ ਜਾ ਰਿਹਾ ਸੀ। ਹੁਣ ਕਸ਼ਮੀਰ ਦੀ ਅਜਮਤ ਤੋਂ ਸੇਬਾਂ ਦੀ ਲਾਲੀ ਲੱਥ, ਲਹੂ ਦਾ ਰੰਗ ਚੜ੍ਹ ਰਿਹਾ ਸੀ। ਜਰਖੇਜ਼ ਤੇ ਮੁਕੱਦਸ ਮਿੱਟੀ ਦੀ ਹਿੱਕ ਖੋਦ ਵਿਛਾਈਆਂ ਬਾਰੂਦੀ ਸੁਰੰਗਾਂ ਕਸ਼ਮੀਰ ਦੀ ਕੁੱਖ ਤੇ ਨਿਤ ਦਿਨ ਨਵੀਆਂ ਕਬਰਾਂ ਖੁਦਵਾ ਰਹੀਆਂ ਸਨ।

ਬਹੁ-ਗਿਣਤੀ ਮੁਸਲਮਾਨ ਖਿੱਤੇ ਦਾ ਹਿੱਕ ਫੋਰ ਦਾਅਵੇਦਾਰ ਬਣਿਆ ਪਾਕਿਸਤਾਨ ਹਰ ਸ਼ਕਤੀ ਇਸ ਜੰਨਤ ਪ੍ਰਾਪਤੀ ਲਈ ਝੋਕ ਰਿਹਾ ਸੀ। ਕਸ਼ਮੀਰ ਦੇ ਗਲ ਪਏ ਰੱਤ ਦੇ ਰੰਗੂ ਦਾ ਰੰਗ ਪਰ ਪ੍ਰਭਾਤ ਸੂਹਾ ਹੁੰਦਾ ਜਾ ਰਿਹਾ ਸੀ।

ਆਗਾਜ਼ ਮੌਕੇ ਹਿੰਦੋਸਤਾਨ ਵਿਰੋਧੀ ਤਾਕਤਾਂ ਤੋਂ ਹਿਮਾਇਤ ਪ੍ਰਾਪਤ ਗਰਮ ਖ਼ਿਆਲੇ ਜਥੇਬੰਦੀਆਂ ਲਸ਼ਕਰ-ਏ-ਤੋਇਬਾ, ਹਰਕਤ-ਉਲ-ਅੰਸਾਰ, ਹਿਜ਼ਬੁਲ ਮੁਜ਼ਾਹਦੀਨ ਤੇ ਤਾਲਿਬਾਨ ਆਦਿ ਨੇ ਇਸਲਾਮਪ੍ਰਸਤ ਸੋਚ ਨੂੰ ਜੇਹਾਦ ਦੇ ਨਾਂਅ ਤੇ ਜ਼ਜਬਾਤੋਂ ਅਜਿਹਾ ਭੜਕਾਇਆ ਕਿ ਕਸ਼ਮੀਰ ਦਾ ਵੱਡਾ ਹਿੱਸਾ ਹਥਿਆਰਬੰਦ ਸੰਘਰਸ਼ ਦਾ ਹਾਮੀ ਹੋ ਕੇ ਰਹਿ ਗਿਆ। ਗਰੀਬੀ ਤੇ ਭੁੱਖਮਰੀ ਦੇ ਸ਼ਿਕਾਰ ਅਕਲ ਵਿਹੂਣੇ ਅਫਗਾਨੀ ਭਾੜੇ ਦੇ ਅੱਤਵਾਦੀਆਂ ਦੀਆਂ ਮਾਰੂ ਧਾੜਾ ਕੰਟਰੋਲ ਰੇਖਾ ਪਾਰ ਕਰ ਕਸ਼ਮੀਰ 'ਚ ਆ ਵੜੀਆਂ।

ਕਸ਼ਮੀਰ ਦੀ ਹਿਫ਼ਾਜ਼ਤ ਲਈ ਪਾਕਿਸਤਾਨੋਂ ਟ੍ਰੇਨਿੰਗ ਪ੍ਰਾਪਤ ਅੱਤਵਾਦੀਆਂ ਨਾਲ ਭਾਰਤੀ ਫੌਜਾਂ ਨੇ ਲਹੂ ਵੀਟਵੀ ਲੜਾਈ ਲੜੀ। ਅਣਗਿਣਤ ਫੌਜੀ ਤੇ ਜੇਹਾਦ ਦੇ ਪੈਰੋਕਾਰ ਇਸ ਫਿਰਕੂ ਫਸਾਦ ਦੀ ਭੇਟਾ ਹੋ ਗਏ। ਚੱਕੀ ਦੇ ਦੋ ਪੁੜਾਂ 'ਚ ਫਸਿਆ ਕਸ਼ਮੀਰੀ ਆਵਾਮ ਤੜਫ਼-ਤੜਫ਼ ਦਮ ਤੋੜਨ ਲੱਗਾ।

ਕਸ਼ਮੀਰ ਦੀ ਉਹ ਖ਼ਲਕਤ ਜਿਸ ਨੂੰ ਕਦੇ ਮਾਨਵਤਾ ਦੇ ਸਰਬ ਸਾਂਝੇ ਰਹਿਬਰ ਗੁਰੂ ਨਾਨਕ ਦੇਵ ਜੀ ਨੇ ਫਿਰਕੂ ਕੱਟੜਤਾ ਨੂੰ ਤਿਲਾਂਜਲੀ ਦੇ ਕੇ ਅਕਾਲ ਦੀ ਜੋਤ ਨੂੰ ਮੁਹੱਬਤ ਕਰਨ ਦੀ ਜਾਂਚ ਸਿਖਾਈ ਸੀ। ਜਿੱਥੋਂ ਦੀਆਂ ਫਿਜ਼ਾਵਾਂ ਅੱਜ ਤੱਕ ਮਰਦਾਨੇ ਦੇ ਰਬਾਬੀ ਤਰੰਨੁਮ 'ਚ "ਏਕ ਪਿਤਾ ਏਕਸ ਕੇ ਹਮ ਬਾਰਿਕ" ਦੀ ਸਿਧਾਂਤਕ ਦੁਹਾਈ ਦੇ ਰਹੀਆਂ ਸਨ। ਜੋ ਸਰਜ਼ਮੀਨ ਜ਼ਰੇ-ਜ਼ਰੇ ਤੋਂ ਹਜ਼ਰਤ ਮੁਹੰਮਦ ਸਾਹਿਬ ਦੀ ਅੱਲ੍ਹਾ ਮਿਲਾਉਣ ਵਾਲੀ ਅਵਸਥਾ 'ਚ ਲਬਰੇਜ਼ ਹੈ। ਜਿਥੋਂ ਮਹਾਤਮਾ ਬੁੱਧ ਦਾ ਫ਼ਲਸਫ਼ਾ ਕੁੱਲ ਆਲਮ ਨੂੰ ਇਨਸਾਨੀ ਮੁਹੱਬਤ ਦੀ ਜਾਂਚ ਸਿਖਾਉਂਦਾ ਹੈ। ਜਿੱਥੋਂ ਦੀਆਂ ਬਰਫ਼ੀਲੀਆਂ ਪਹਾੜੀਆਂ ਤੇ ਕਦੇ ਸ਼ਿਵਾ ਨੇ ਪਾਰਬਤੀ ਨੂੰ ਅਮਰ ਕਥਾ ਸੁਣਾਈ ਸੀ। ਜਿੱਥੇ ਬਾਬਾ ਸ੍ਰੀ ਚੰਦ ਦੀ ਉਦਾਸੀ ਮੱਤ ਦਾ ਪ੍ਰਭਾਵ ਚਿਰਾਂ ਤੋਂ ਲੋਕ

ਦਿਲਾਂ ਤੇ ਉੱਕਰਿਆ ਹੈ। ਜਿੱਥੇ ਗੁਰੂ ਹਰਗੋਬਿੰਦ ਸਾਹਿਬ ਨੇ ਮੀਰੀ-ਪੀਰੀ ਦੇ ਸਿਧਾਂਤ ਦੀ ਪ੍ਰਫੁਲਤਾ ਲਈ ਪ੍ਰਚਾਰ ਕੀਤਾ।

ਸਰਬ ਧਰਮਾਂ ਦੇ ਸਾਂਝੇ ਫਲਸਫ਼ੇ 'ਚ ਰੰਗਿਆਂ ਉਹ ਖਿੱਤਾ ਅੱਜ ਫਿਰਕੂ ਭਾਂਬੜ 'ਚ ਬੁਰੀ ਤਰ੍ਹਾਂ ਗ੍ਰਿਫ਼ਤ ਸੀ। ਅੱਜ ਇੱਥੋਂ ਆਜ਼ਾਦ ਇਸਲਾਮੀ ਸਲਤਨਤ ਜਾਂ ਆਜ਼ਾਦ ਕਸ਼ਮੀਰ ਦੀ ਮੰਗ ਵੱਡੇ ਜਿਹਾਦ ਦੇ ਰੂਪ 'ਚ ਉੱਠ ਖਲੋਤੀ ਸੀ।

"ਸਰ! ਇਹ ਹਲਾਤ ਕਿਉਂ ਤੇ ਕਿਵੇਂ ਬਣੇ? ਮੁਜ਼ਾਹਿਦਾਂ ਨੇ ਤਬਾਹੀ ਦਾ ਰਾਹ ਕਿਉਂ ਚੁਣਿਐਂ? ਕੀ ਕਸ਼ਮੀਰ ਸੱਚ-ਮੁੱਚ ਹੀ ਪਾਕਿਸਤਾਨ ਦਾ ਹਿੱਸਾ ਐ, ਜਾਂ ਭਾਰਤ ਦਾ? ਤੁਹਾਡੇ ਨਜ਼ਰੀਏ ਤੋਂ ਏਹਦਾ ਹੱਲ ਵੀ ਕੋਈ ਨਿਕਲ ਸਕਦੈ ਜਾਂ...?"

ਬਾਬਾ ਫ਼ਰੀਦ ਮੈਮੋਰੀਅਲ ਕਾਲਜ ਆਫ਼ ਕਸ਼ਮੀਰ 'ਚ ਉਪਰੋਕਤ ਵਿਸ਼ੇ ਸਬੰਧੀ ਹੋਏ ਸੈਮੀਨਾਰ ਉਪਰੰਤ ਬੀ.ਏ. ਸੈਕਿੰਡ ਦੀ ਵਿਦਿਆਰਥਣ ਬੇਨਜ਼ੀਰ ਉਰਫ਼ ਨਜ਼ੀਰਾਂ ਨੇ ਪ੍ਰੋ: ਨਿਰਵੈਰ ਸਿੰਘ ਤੋਂ ਪੁੱਛਿਆ। ਜੋ ਉਕਤ ਵਿਸ਼ੇ ਤੇ ਸੈਮੀਨਾਰ 'ਚ ਲੈਕਚਰ ਦੇ ਕੇ ਆਇਆ ਸੀ।

"ਮਸਲੇ ਦੇ ਹੱਲ ਦਾ ਪੱਖ ਤਾਂ ਫਿਰ ਵਿਚਾਰਾਂਗੇ। ਬੇਟਾ ਮਸਲਾ ਕੀ ਐ? ਇਹ ਸੁਣ। ਸੰਨ ਸੰਤਾਲੀ 'ਚ ਤਕਸੀਮ-ਏ-ਹਿੰਦ ਤੋਂ ਪਹਿਲਾਂ ਸਾਂਝਾ ਕਸ਼ਮੀਰ ਅੱਡ ਰਿਆਸਤ ਦਾ ਹਿੱਸਾ ਸੀ, ਜਿਸ ਦੀ ਹਕੂਮਤ ਤੇ ਕਰੀਬ ਸੌ ਵਰ੍ਹਿਆਂ ਤੋਂ ਡੋਗਰਾ ਕੌਮ ਕਾਬਜ਼ ਸੀ। ਤਿੰਨ ਜੂਨ ਉਨੀ ਸੌ ਸੰਤਾਲੀ ਨੂੰ ਭਾਰਤ ਦੇ ਵਾਇਸਰਾਏ ਨੇ ਜਦੋਂ ਦੇਸ਼ ਦੀ ਵੰਡ ਦਾ ਐਲਾਨ ਕੀਤਾ ਤਾਂ ਮੁਸਲਮਾਨਾਂ ਦੀ ਬਹੁ-ਆਬਾਦੀ ਵਾਲੇ ਖਿੱਤੇ ਪਾਕਿਸਤਾਨ ਨੂੰ ਦੇ ਦਿੱਤੇ ਗਏ ਪਰ ਜੰਮੂ-ਕਸ਼ਮੀਰ ਏਸ ਦੇ ਬਾਵਜੂਦ ਪਾਕਿਸਤਾਨ 'ਚ ਸ਼ਾਮਿਲ ਹੋਣ ਤੋਂ ਰਹਿ ਗਿਆ।"

"ਉਹ ਕਿਉਂ ਸਰ?"

"ਕਿਉਂ ਜੁ ਤਕਸੀਮੇ ਹਿੰਦ 'ਚ ਦੇਸ਼ ਦੀਆਂ ਪੰਜ ਸੌ ਪੈਂਹਟ ਰਿਆਸਤਾਂ ਨੂੰ ਆਜ਼ਾਦ ਦੇਸ਼ਾਂ ਦੇ ਰੂਪ 'ਚ ਨਾਮੂਦਾਰ ਕਰਨ ਦਾ ਪਲਾਨ ਵੀ ਸ਼ਾਮਿਲ ਸੀ। ਜਿਸ ਨੂੰ ਪੰਜ ਸੌ ਇਕਾਹਟ ਰਿਆਸਤਾਂ ਦੇ ਰਾਜਿਆਂ ਰਜ਼ਾਮੰਦੀਆਂ ਦੇ ਕੇ ਹਿੰਦ ਜਾਂ ਪਾਕਿ 'ਚ ਸ਼ਾਮਿਲ ਹੋਣ ਦਾ ਫ਼ੈਸਲਾ ਕਰ ਲਿਆ ਪਰ ਚਾਰ ਰਿਆਸਤਾਂ ਦੇ ਰਾਜੇ ਆਪਣੇ ਰਾਜਾਂ ਨੂੰ ਕਿਸੇ ਦੇਸ਼ 'ਚ ਸ਼ਾਮਿਲ ਕਰਨ ਦੀ ਥਾਂ ਆਜ਼ਾਦ ਰਹਿਣ 'ਤੇ ਅੜ ਗਏ, ਜਿਨ੍ਹਾਂ 'ਚ ਇੱਕ ਸੀ ਜੰਮੂ ਕਸ਼ਮੀਰ।"

ਦੱਸਦਿਆਂ-2 ਪ੍ਰੋਫੈਸਰ ਡੂੰਘੇ ਤਸੱਵਰ 'ਚ ਜਾ ਉਤਰਿਆ।

"...ਪਰ ਜੰਮੂ-ਕਸ਼ਮੀਰ ਪਾਕਿਸਤਾਨ 'ਚ ਕਿਉਂ ਨਾ ਜਾ ਸਕਿਆ ਸਰ?"

"ਉਸ ਵੇਲੇ ਕਸ਼ਮੀਰ ਰਿਆਸਤ ਤੇ ਹਰੀ ਸਹੁੰ ਡੋਗਰਾ ਸ਼ਾਸ਼ਕ ਸੀ। ਉਸ ਗੁਲਾਬ ਸਿਹੁੰ ਡੋਗਰੇ ਦਾ ਪੜਪੋਤਰਾ ਜਿਹਦੀਆਂ ਸਿੱਖ ਰਾਜ ਨਾਲ ਕੀਤੀਆਂ ਗੱਦਾਰੀਆ ਦਾ ਕਿੱਸਾ ਮੈਂ ਤੈਨੂੰ ਉਦਣ ਸੁਣਾ ਰਿਹਾ ਸਾਂ, ਖ਼ੈਰ...ਉਦੋਂ ਉਹਨੂੰ ਵਾਇਸਰਾਏ ਲਾਰਡ, ਮਾਊਂਟਬੇਟਨ ਨੇ ਕਸ਼ਮੀਰ 'ਚ ਬਹੁਗਿਣਤੀ ਮੁਸਲਮਾਨਾਂ ਦੇ ਹੋਣ ਦੇ ਨਾਤੇ ਪਾਕਿਸਤਾਨ 'ਚ ਸ਼ਾਮਿਲ ਹੋਣ ਦੀ ਸਲਾਹ ਦਿੱਤੀ ਪਰ ਉਹਦੀ ਰਾਜਨੀਤੀ ਏਹਤੋਂ ਕੰਨੀਂ ਕਤਰਾ ਗਈ ਪਰ ਲੜ ਉਹ ਇੰਡੀਆ ਦਾ ਵੀ ਨਹੀਂ ਫੜ ਸਕਿਆ। ਚੌਦਾਂ ਅਗਸਤ ਉਨੀ ਸੌ ਸੰਤਾਲੀ ਚੜ੍ਹਿਆ, ਹਿੰਦੂਆਂ ਨੂੰ ਹਿੰਦੋਸਤਾਨ, ਮੋਮਨਾ ਨੂੰ ਪਾਕਿਸਤਾਨ ਸੌਂਪ ਦਿੱਤੇ ਪਰ ਮੰਦਭਾਗਾ ਕਸ਼ਮੀਰ ਆਜ਼ਾਦ ਈ ਰਹਿ ਗਿਆ।"

"ਓ.ਕੇ. ਸਰ! ਪਰ ਬਹੁਗਿਣਤੀ ਮੁਸਲਮਾਨ ਜਨਰੇਸ਼ਨ ਵਾਲੀ ਪਾਲਿਸੀ ਕਿਵੇਂ ਟੁੱਟ ਗਈ?" ਤਹਿ ਤੱਕ ਤਵਰੀਖ ਫਿਰੋਲਣ ਦੀ ਇੱਛਾ ਨਾਲ ਨਜ਼ੀਰਾਂ ਨੇ ਪੁੱਛਿਆ।

"ਉਹੀ ਟੁੱਟੀ ਪਾਲਿਸੀ ਤਾਂ ਅੱਜ ਮੋਮਨਾ ਲਈ ਮੁੱਦਾ ਤੇ ਕਸ਼ਮੀਰ ਲਈ ਦੁਖਾਂਤ ਹੋ ਨਿਬੜੀ। ਮੁਸਲਮਾਨਾਂ ਦਾ ਬਹੁਤਾ ਹਿਸਾ ਪਾਕਿਸਤਾਨ ਨਾਲ ਮਿਲਣਾ ਚਾਹੁੰਦਾ ਸੀ ਪਰ ਹਰੀ ਸਿਹੁੰ ਡੋਗਰਾ ਚਾਹੁੰਦਾ ਸੀ ਆਜ਼ਾਦ ਮੁਲਕ ਦੇ ਨਾਂਅ ਹੇਠ ਉਨ੍ਹਾਂ ਦੀ ਆਵਾਜ਼ ਨੂੰ ਦਬਾਉਣਾ। ਫਿਰਕ ਦਰਾਨਾ ਅੱਗ ਨੂੰ ਸੀਤ ਕਰਕੇ ਆਪਣਾ ਰਾਜ ਸਲਾਮਤ ਰੱਖਣਾ ਪਰ ਹਿੰਦੂ ਰਾਜੇ ਦੀ, ਇਹ ਰਾਜਨੀਤੀ ਇਸਲਾਮੀ ਕੱਟੜਤਾ ਨੇ ਉਦੋਂ ਦਰੜ ਸੁੱਟੀ, ਜਦੋਂ ਚੌਵੀ ਅਕਤੂਬਰ ਨੂੰ ਕਬਾਇਲੀ ਲੋਕਾਂ...ਕੱਟੜਪੰਥੀ ਮੁਸਲਮਾਨਾਂ ਨਾਲ ਮਿਲ ਕੇ ਮੁਜ਼ੱਫਰਾਬਾਦ ਵਾਲੇ ਪਾਸਿਓਂ ਹਮਲਾ ਕਰ ਦਿੱਤਾ। ਜੇਹਾਦ ਦੇ ਨਾਂਅ ਤੇ ਇਸਲਾਮ ਪ੍ਰਸਤਾਂ ਦੀਆਂ ਭਾਵਨਾਵਾਂ ਭੜਕ ਉੱਠੀਆਂ। ਅਫਵਾਹ ਫੈਲ ਗਈ ਕਿ ਹਰੀ ਸਿਹੁੰ ਦਿੱਲੀ ਨਾਲ ਗੰਢਤੁਪ ਕਰਕੇ ਕਸ਼ਮੀਰ ਨੂੰ ਇੰਡੀਆ ਨਾਲ ਮਿਲਾਉਣਾ ਚਾਹੁੰਦੈ...।"

"...ਸਰ। ਰਾਜੇ ਹਰੀ ਸਿਹੁੰ ਨੇ ਏਸ ਦੇ ਵਿਰੋਧ ਕੋਈ ਸਟੈਂਡ ਨਾ ਲਿਆ?"

"ਬੇਟਾ ਸੁਣਦੇ ਜਾਓ।" ਪ੍ਰੋਫੈਸਰ ਖੰਘੂਰੇ ਨਾਲ ਗ਼ਲ ਸਾਫ਼ ਕਰਦਾ ਬੋਲਿਆ-"ਇਸੇ ਅੱਗ ਬਗੂਲੇ ਵਿਰੋਧ ਦਾ ਸਤਾਇਆ ਹਰੀ ਸਿੰਹੁ ਨਹਿਰੂ ਕੋਲ ਜਾਂ ਫਰਿਆਦੀ ਹੋਇਆ। ਜਿਹੜਾ ਰਾਜਾ ਵੰਡ ਮੌਕੇ ਕੋਈ ਡਸੀਜ਼ਨ ਨਹੀਂ ਸੀ ਲੈ ਸਕਿਆ, ਉਸ ਨੇ ਹਥਿਆਰਬੰਦ ਫੌਜੀ ਸਹਾਇਤਾ ਲਈ ਕਸ਼ਮੀਰ ਨੂੰ ਲਿਖਤੀ ਭਾਰਤ ਦਾ ਹਿਸਾ ਮੰਨ ਲਿਆ। ਛੱਬੀ ਅਕਤੂਬਰ ਨੂੰ "ਇਨਸਟਰੂਮੈਂਟ ਆਫ਼ ਐਕਸੈਸ਼ਨ ਟੂ ਇੰਡੀਆ" ਸਮਝੌਤੇ ਤਹਿਤ ਦੋਵੇਂ ਧਿਰਾਂ ਇਸ ਮੁੱਦੇ ਤੇ ਰਜ਼ਾਮੰਦ ਹੋ ਗਈਆਂ। ਇਸੇ ਕਬਾਇਲੀ ਹਮਲੇ ਦਾ ਜੋ ਸੰਤਾਪ ਹਿੰਦੂ-ਸਿੱਖਾਂ ਨੇ ਭੋਗਿਆ ਉਹਦਾ ਪੱਖ ਅੱਡ ਤੇ ਦਾਸਤਾਨ ਬੜੀ ਦਰਦਨਾਕ ਏ, ਕਦੇ ਫਿਰ ਸਮਝਾਵਾਂਗਾ। ਭਾਰਤੀ ਫੌਜਾਂ ਖ਼ਾਸਕਰ ਸਿੱਖ ਰੈਜਮੈਂਟ ਦੇ ਕਸ਼ਮੀਰ ਦੇ ਹੱਕ 'ਚ ਖੜ੍ਹਨ ਨਾਲ਼ ਜੰਗ ਦੀ ਸਥਿਤੀ ਦਾ ਰੰਗ ਬਦਲ ਗਿਆ। ਭਾਰਤ ਵਲ ਵਧਦੀਆਂ ਕਬਾਇਲੀ ਫ਼ੌਜਾਂ ਨੂੰ ਊੜੀ ਲਾਗੇ ਇੰਡੀਆ ਦੀਆਂ ਫੌਜਾਂ ਆ ਟੱਕਰੀਆਂ। ਭਾਵ ਕਿ ਮੰਦਭਾਗੇ ਦੁਖਾਂਤ ਦਾ ਮੁੱਢ ਬੱਝ ਗਿਆ...।"

"ਮੁੱਢ ਬੱਝਦਾ ਤੇ ਸੁਣ ਈ ਲਿਐ! ਹਸ਼ਰ ਬਾਰੇ ਵੀ ਦੱਸੋ?"

"ਪੂਰੇ ਦੋ ਮਹੀਨੇ ਕਸ਼ਮੀਰ ਦੋ ਮੂੰਹੀਆਂ ਰਫ਼ਲਾਂ ਸੰਗ ਛਲਣੀ ਹੁੰਦਾ ਰਿਹਾ। ਲੱਖਾਂ ਜਿੰਦਾਂ ਨਰਜਿੰਦ ਹੋ ਗਈਆਂ। ਆਖਿਰ ਯੂ.ਐਨ.ਓ. ਦੀ ਦਖਲਅੰਦਾਜ਼ੀ ਨਾਲ ਪਹਿਲੀ ਤੇ ਦੋ ਜਨਵਰੀ 1948 ਦੀ ਰਾਤ ਨੂੰ ਯੁੱਧਬੰਦੀ ਦਾ ਐਲਾਨ ਹੋਇਆ। ਸਮਝੌਤਾ ਹੋਇਆ ਕਿ ਜਿੰਨਾ ਕੁ ਕਸ਼ਮੀਰ ਪਾਕਿਸਤਾਨ ਦੀਆਂ ਫ਼ੌਜਾਂ ਕੋਲ ਐ ਉਹਦੇ ਤੇਂ ਕਬਜ਼ਾ ਉਨ੍ਹਾਂ ਦਾ ਰਹੇਗਾ। ਜੋ ਹਿੱਸਾ ਭਾਰਤੀ ਫੌਜਾਂ ਕੋਲ ਐ ਉਹਦੇ ਤੇ ਹੱਕ ਹਿੰਦੋਸਤਾਨ ਦਾ ਹੋਵੇਗਾ। ਇਹੋ ਸਿਲਾ ਨਿਕਲਿਆ ਦਰਿਆਏ ਜਿਹਲਮ ਤੋਂ ਪਾਰਲਾ ਕਸ਼ਮੀਰ ਮਕਬੂਜ਼ਾ ਕਸ਼ਮੀਰ ਬਣ ਤੇ ਉਹਦੀ ਰਾਜਧਾਨੀ ਬਣ ਗਿਆ ਮੁਜ਼ੱਫਰਾਬਾਦ।

ਏਧਰਲਾ ਕਸ਼ਮੀਰ ਇੰਡੀਆ ਕੋਲ ਰਹਿ ਗਿਆ ਤੇ ਏਹਦੀ ਰਾਜਧਾਨੀ ਰਹਿ ਗਿਆ ਸ੍ਰੀਨਗਰ। ਉਦੋਂ ਤੇ ਉੱਥੇ ਈ ਦੋਵਾਂ ਧਿਰਾਂ ਨੇ ਆਪੋ-ਆਪਣੇ ਪੱਕੇ ਮੋਰਚੇ ਬਣਾ ਲਏ ਤੇ ਉਹਨੂੰ ਕੰਟਰੋਲ ਰੇਖਾ ਦਾ ਨਾਂਅ ਦੇ ਦਿੱਤਾ। ਖਰਬੂਜੇ ਵਾਂਗੂੰ ਚੀਰੇ ਕਸ਼ਮੀਰ 'ਚੋਂ ਉਦੋਂ ਤੋਂ ਈ ਲਹੂ ਨਿੱਚੜ ਰਿਹੈ। ਪਾਕਿਸਤਾਨ-ਹਿੰਦੋਸਤਾਨ ਇੱਕ-ਦੂਜੇ ਦੇ ਹਿੱਸੇ ਤੇ ਆਪੋ-ਆਪਣਾ ਹੱਕ ਜਿਤਾ ਰਹੇ ਨੇ। ਇਹੋ ਐ ਕਸ਼ਮੀਰ ਦਾ ਦੁਖਾਂਤ...।"

"ਓ.ਕੇ. ਸਰ, ਓ.ਕੇ.! How The L.O.C. Come Exist?" ਏਸੇ ਟਾਪਕ ਤੇ ਤੁਹਾਡਾ ਆਰਟੀਕਲ ਪਾਸਟ ਵੀਕ ਅਖ਼ਬਾਰ 'ਚ ਵੀ ਛਪਿਆ ਸੀ।"

"ਹਾਂ! ਇਹੋ ਲਿਖਿਆ ਸੀ ਮੈਂ ਉਹਦੇ 'ਚ ਵੀ ਕਿ ਅਗਰ ਕਸ਼ਮੀਰ ਦਾ ਬਟਵਾਰਾ ਈ ਚਾਹੀਦਾ ਸੀ ਤਾਂ ਸਰਬਸੰਮਤੀ ਨਾਲ ਕਰ ਲੈਂਦੇ? ਉਹਨੂੰ ਕਿਸੇ ਦੇਸ਼ ਦਾ ਹਿਸਾ ਬਣਾਉਣਾ ਸੀ ਤਾਂ ਵੀ ਕੋਈ ਫੈਸਲਾਕੁੰਨ ਰਾਹ ਲੱਭ ਲੈਂਦੇ। ਪਰ ਕਸ਼ਮੀਰ ਨੂੰ ਟੋਟੇ ਤੇ ਲਹੂ-ਲੁਹਾਨ ਵੀ ਕਰਵਾਇਆ। ਬੇਗਾਨੀ ਅੱਗ ਵੀ ਧੂਹ ਕੇ ਆਪਣੇ ਘਰ ਲੈ ਆਉਂਦੀ ਪਰ ਖੱਟਿਆ ਕੀ...?"

"ਤੁਹਾਡੇ ਅਨੁਸਾਰ ਸੱਤਾ ਦੀ ਲਾਲਸਾ ਈ ਏਸੇ ਦੁਖਾਂਤ ਦੀ ਮੁੱਖ ਦੋਸ਼ੀ ਏ।"

"ਬਿਲਕੁਲ! ਖ਼ਾਸ ਕਰ ਕੇ ਹਰੀ ਸਿਉਂ ਡੋਗਰਾ! ਉਹਦਾ ਸਟੈਂਡ ਸਪਸ਼ਟ ਹੁੰਦਾ, ਕਸ਼ਮੀਰ ਨੂੰ ਆਹ ਦਿਨ ਨਾ ਵੇਖਣੇ ਪੈਂਦੇ। ਵਾਇਸਰਾਏ ਦਾ ਆਖਿਆ ਮੰਨ ਉਹ ਪਾਕਿਸਤਾਨ 'ਚ ਜਾਣਾ ਈ ਮੰਨ ਲੈਂਦਾ ਤਾਂ ਜੰਨਤ ਤੇ ਕਦੇ ਲਕੀਰਾਂ ਨਾ ਪੈਂਦੀਆਂ। ਨਾ ਹੀ ਕਦੇ ਇੰਡੀਆ ਬਹੁ-ਗਿਣਤੀ ਮੁਸਲਮ ਖਿੱਤਾਜਾਣ ਦੇ ਹਮਲੇ ਦੀ ਪਹਿਲਕਦਮੀ ਕਰਦਾ, ਨਾ ਲੱਖਾਂ ਨਿਰਦੋਸ਼ ਮਰਦੇ ਤੇ ਨਾਂ ਹੀ ਲਹੂ ਸਫ਼ੈਦ ਹੁੰਦਾ!...ਫਿਰ ਜੇ ਏਸ ਨੂੰ ਪਹਿਲਾਂ ਹੀ ਹਿੰਦੋਸਤਾਨ ਦਾ ਹਿਸਾ ਮੰਨ ਲਿਆ ਹੁੰਦਾ ਤਾਂ ਸ਼ੈਦ ਕਬਾਇਲੀ ਅੱਗ ਨਾ ਭੜਕਦੀ। ਕਸ਼ਮੀਰ ਨੂੰ ਅਪਾਣਾ ਅਟੁੱਟ ਅੰਗ ਮੰਨ ਇੰਡੀਆ ਅਗਾਊਂ ਹਿਫ਼ਾਜ਼ਤੀ ਪ੍ਰਬੰਧ ਕਰਦਾ। ਗੰਦੀ ਰਾਜਨੀਤੀ ਨੂੰ ਤੱਕ ਪਾਕਿਸਤਾਨ ਜੰਨਤ ਪ੍ਰਾਪਤੀ ਲਈ ਤੜਫ ਉਠਿਆ। ਹੱਕ ਬਚਾਉਣ ਲਈ ਇੰਡੀਆ ਬਹਿਬਲ ਹੋ ਗਿਆ। ਟੋਟੇ ਕਸ਼ਮੀਰ ਦੇ ਹੋ ਗਏ। ਕੰਟਰੋਲ ਰੇਖਾ ਦੇ ਦੁਖਾਂਤ ਦਾ ਇਹੋ ਪੱਖ ਮੈਂ ਉਸ ਦਿਨ ਆਰਟੀਕਲ 'ਚ ਕਲਮਬੱਧ ਕਰਨ ਦੀ ਕੋਸ਼ਿਸ਼ ਕੀਤੀ ਸੀ।"

"ਖ਼ੈਰ...ਸਰ! ਹਰੀ ਸਿਹੁੰ ਸਹੀ ਵਕਤ ਸਹੀ ਫ਼ੈਸਲਾ ਕਿਉਂ ਨਹੀਂ ਲੈ ਸਕਿਆ? ਨਜ਼ੀਰਾਂ ਚਿਹਰਿਓਂ ਗਹਿਰ ਗੰਭੀਰ ਸੀ।

"ਸਤਾ ਦੀ ਲਾਲਸਾ ਬਹੁਤੀ ਵਾਰ ਹਕੂਮਤਾਂ ਨੂੰ ਜਨਮਾ ਪ੍ਰਤੀ ਗੱਦਾਰੀ ਭਰੇ ਫ਼ੈਸਲੇ ਲੈਣ ਲਈ ਮਜ਼ਬੂਰੇ ਕਰ ਦੇਂਦੀ ਐ। ਅਗਰ ਉਹ ਵੰਡ ਵੇਲੇ ਮੁਸਲਮ ਭਾਵਨਾਵਾਂ ਮੱਦੇਨਜ਼ਰ ਪਾਕਿਸਤਾਨ ਨਾਲ ਮਿਲਣ ਦਾ ਫ਼ੈਸਲਾ ਲੈ ਲੈਂਦਾ ਤਾਂ ਮੁਸਲਮ ਕੌਮ ਦੀ ਮਜ਼ਬੂਤ ਹੋਈ ਸ਼ਕਤੀ ਉਹਤੋਂ ਰਾਜ ਝਪਟ ਲੈਂਦੀ। ਹਿੰਦੂ ਹੋਣ ਦੇ ਨਾਤੇ ਉਹ ਚਾਹੁੰਦਿਆ ਹੋਇਆਂ ਵੀ ਹਿੰਦੋਸਤਾਨ 'ਚ ਸ਼ਾਮਿਲ ਏਸ ਲਈ ਨਹੀਂ ਹੋਇਆ ਕਿ ਉਹ ਜਾਣਦਾ ਸੀ ਬਹੁਗਿਣਤੀ ਮੁਸਲਮ ਆਬਾਦੀ ਵਾਲੇ ਖਿੱਤੇ 'ਚ ਵਿਦਰੋਹ ਪੈਦਾ ਹੋ ਜੂ। ਏਸ ਲਈ ਉਸ ਆਜ਼ਾਦ ਰਹਿਣ 'ਚ ਫਾਇਦਾ ਸੀ ਤੇ ਆਜ਼ਾਦ ਰਹਿਣਾ ਈ ਉਸ ਨੇ ਮੰਨਿਆ ਪਰ ਬਦਲਦੇ ਹਾਲਾਤਾਂ ਨੇ ਐਸਾ ਨਹੀਂ ਹੋਣ ਦਿੱਤੇ। ਦੋਗਲੀ ਨੀਤੀ ਬੇਗਾਨੀ ਅੱਗ ਨੂੰ ਧੂਹ ਕੇ ਆਪਣੇ ਘਰ ਲੈ ਆਈ। ਏਸ ਲਈ ਮੇਰੇ ਨਜ਼ਰੀਏ ਤੋਂ ਉਹ ਏਸ ਪੱਖੋਂ ਕਿਧਰੇ ਵੀ ਦੋਸ਼ ਮੁਕਤ ਨਹੀਂ। ਸਿੱਖ ਰਾਜ ਦਾ ਸੂਰਜ ਅਸਤ ਹੋਣ ਵੇਲੇ ਇਹੋ ਨੀਤੀ ਹਰੀ ਸਿਹੁੰ ਡੋਗਰੇ ਦੇ ਪੜਦਾਦੇ ਗੁਲਾਬ ਸਿਹੁੰ ਡੋਗਰੇ ਨਾਲ ਫਰੰਗੀ ਨਾਲ ਯਾਰਾਨਾ ਗੰਢ ਅਪਣਾਈ ਸੀ ਉਹੋ ਪਿਤਾ ਪੁਰਖੀ ਡੋਗਰਾ ਨੀਤੀ ਅਪਣਾ ਕੇ ਹਰੀ ਸਿਉਂ ਏਥੇ ਵੀ ਸ਼ੈਤਾਨੀ ਖੇਡਣਾ ਚਾਹੁੰਦਾ ਸੀ ਪਰ ਖੋਟੀ ਦੁਆਨੀ ਸਦਾ ਨਹੀਂ ਚਲਦੀ।"

ਪ੍ਰੋ: ਨਿਰਵੈਰ ਸਿੰਘ ਨਜ਼ੀਰਾਂ ਨੂੰ ਸਮਝਾ ਰਿਹਾ ਸੀ। ਸਾਹਮਣੇ ਖੜ੍ਹਾ ਛੈਲ-ਛਬੀਲਾ ਸਿੱਖ ਨੌਜਵਾਨ ਇਨ੍ਹਾਂ ਖੋਜ ਭਰਪੂਰ ਵਿਚਾਰਾਂ ਤੋਂ ਗੰਭੀਰ ਤੇ ਹੈਰਾਨ ਸੀ।

ਨਜ਼ੀਰਾਂ ਪ੍ਰੋਫ਼ੈਸਰ ਦੇ ਕਹਿਣ ਤੇ ਲਾਇਬ੍ਰੇਰੀ 'ਚੋਂ ਪੁਸਤਕਾਂ ਲੈਣ ਗਈ। ਉਹ ਪ੍ਰੋਫ਼ੈਸਰ ਦੇ ਸਨਮੁੱਖ ਆ ਖੜ੍ਹਿਆ। ਦੋਵੇਂ ਹੱਥ ਜੋੜ ਬੁਲਾਈ ਫ਼ਤਹਿ ਵਾਕਫੀਅਤ ਲਈ ਜ਼ਾਮਨ ਬਣੀ। ਦੋ ਦਸਤਾਰਾਂ ਦੀ ਪਹਿਚਾਣ ਸਿੱਖ ਤੇ ਬੋਲਚਾਲ ਦੀ ਸ਼ਨਾਖਤ ਨੇ ਪੰਜਾਬੀ ਮੂਲ ਦਾ ਪ੍ਰਮਾਣ ਦਿੱਤਾ-"ਆਓ ਜੀ ਸਿੰਘ ਸਾਹਿਬ। ਖ਼ਿਮਾ ਚਾਹੁੰਨੈ। ਡੂੰਘੇ ਵਿਚਾਰਕ ਵਾਰਤਾਲਾਪ 'ਚ ਖੁੱਭਿਆ ਤੁਹਾਨੂੰ ਬੁਲਾਉਣ 'ਚ ਲੇਟ ਹੋ ਗਿਆ।" ਸ਼ਾਇਦ ਪ੍ਰੋਫ਼ੈਸਰ ਨੌਜਵਾਨ ਦੇ ਭਾਵ ਦੇਰ ਤੋਂ ਪੜ੍ਹ ਰਿਹਾ ਸੀ।

"ਐਸੀ ਕੋਈ ਗੱਲ ਨਹੀਂ ਸਰ। ਤੁਹਾਡੇ ਵਿਸ਼ੇ ਦਾ ਬੰਨ੍ਹਿਆ ਮੈਂ ਬੁੱਤ ਬਣ ਖਲੋਤਾ ਰਿਹਾ। ਕਸ਼ਮੀਰ ਦੇ ਮਹਿਕਾਂ ਵੰਡਦੇ ਗੁਲਸ਼ਨ ਨੂੰ ਲੱਗੀ ਤੀਲੀਂ ਦਾ ਇਲਮ ਪਹਿਲੀ ਵੇਰ ਤੁਹਾਡੀ ਜ਼ਬਾਨੀ ਹੋਇਐ। ਕੌਮਾਂਤਰੀ ਪੱਧਰ ਦੇ ਏਸ ਮੁੱਦੇ ਦਾ ਸੱਚ ਸ਼ੈਦ ਆਰਮੀ ਤੇ ਅੱਤਵਾਦੀਆਂ ਨੂੰ ਵੀ ਨਾ ਹੋਵੇ।"

"ਥੈਂਕ ਯੂ।" ਏਡੀ ਵਡਿਆਈ ਬਦਲੇ ਪ੍ਰੋਫ਼ੈਸਰ ਦਾ ਸਿਰ ਝੁੱਕ ਗਿਆ। ਓਪਰਾਪਨ, ਅਪਣੱਤ 'ਚ ਭਿੱਜ ਗਿਆ। ਪ੍ਰੋਫ਼ੈਸਰ ਅਗਲੀ ਗੰਢ ਖੋਲ੍ਹਦਿਆਂ ਬੋਲਿਆ-"ਏਥੇ ਹੀ ਸੈਮੀਨਾਰ 'ਚ ਭਾਗ ਲੈਣ ਆਏ ਸੀ ਤੁਸੀਂ ਵੀ?"

"ਸੈਮੀਨਾਰ ਦਾ ਜ਼ਿਕਰ ਤਾਂ ਤੁਹਾਡੀ ਜ਼ਬਾਨੀ ਈ ਸੁਣਿਐਂ। ਖੈਰ ਪਹਿਲਾਂ ਇਹ ਦੱਸੋ ਮੈਂ ਗੱਲਬਾਤ ਪ੍ਰੋ: ਨਿਰਵੈਰ ਸਿੰਘ ਹੁਰਾਂ ਨਾਲ ਈ ਕਰ ਰਿਹੈਂ?"

"ਬਿਲਕੁੱਲ! ਪਰ ਮੈਂ ਤੁਹਾਨੂੰ ਅਜੇ ਤੱਕ ਨਹੀਂ ਪਹਿਚਾਣਿਆ?

"ਸਰ ਮੈਂ ਸ਼ਹਿਬਾਜ਼ ਸਿੰਘ। ਇੰਡੀਅਨ ਆਰਮੀ ਦੀ ਅੱਠ ਸਿੱਖ ਬਟਾਲੀਅਨ 'ਚ ਬਤੌਰ ਨਾਇਕ ਕਸ਼ਮੀਰ ਵੈਲੀ 'ਚ ਈ ਡਿਊਟੀ ਨਿਭਾ ਰਿਹੈ। ਅਖ਼ਬਾਰ ਮੈਗਜ਼ੀਨਾਂ 'ਚ ਤੁਹਾਡੀਆਂ ਲਿਖਤਾਂ ਪੜ੍ਹਨ ਦੀ ਚੇਟਕ ਸੀ.ਓ. ਸਾਹਿਬ ਨੇ ਲਗਾਈ, ਤੁਹਾਡੀ ਕਲਮ-ਕਲਾ ਦਾ ਰੂਹੋਂ ਕਾਇਲ ਹੋ ਗਿਆ। ਏਸ ਮੁਕਾਮ ਤੇ ਤੁਹਾਡੇ ਸੰਗ ਹੋਈ ਮੁਲਾਕਾਤ ਭਾਵੇਂ ਮੌਕਾ ਮੇਲ ਈ ਐ ਪਰ ਏਦੂੰ ਵੱਡੀ ਮੇਰੇ ਲਈ ਖ਼ੁਸ਼ੀ ਕੋਈ ਨਹੀਂ। ਤੁਹਾਡੇ ਰੂਬਰੂ ਹੋ ਕੇ ਵੀ ਮੁਲਾਕਾਤ ਦਾ ਸਬੱਬ ਸੁਪਨਾ ਈ ਲੱਗਦੈ। ਬਹੁਤ-ਬਹੁਤ ਮੁਬਾਰਕਬਾਦ ਤੁਹਾਡੀ ਨਿਰਪੱਖ ਧਾਂਕ ਸਥਾਪਤ ਕਰ ਚੁੱਕੀ ਨਿੱਗਰ, ਨਿਡਰ ਤੇ ਬਾ-ਕਮਾਲ ਕਲਮ ਨੂੰ....।"

ਸ਼ਹਿਬਾਜ਼ ਅਵੱਲੜੇ ਚਾਅ 'ਚ ਖੀਵਾ ਸੀ। ਪ੍ਰੋਫ਼ੈਸਰ ਵੀ ਰੂਹੋਂ ਸ਼ਰਸ਼ਰ ਹੋ ਗਿਆ। ਲਿਖਤਾਂ ਪ੍ਰਤੀ ਸਿਫ਼ਤ-ਸਲਾਹ ਤੇ ਸਨਮਾਨ ਤੋਂ ਵੱਡਾ ਲੇਖਕ ਲਈ ਹੋਰ ਉਤਸ਼ਾਹ ਕੋਈ ਨਹੀਂ।

"ਏਡੇ ਪਿਆਰ ਤੁੱਲ ਸ਼ਬਦ ਕੋਈ ਨਹੀਂ। ਇਹ ਕੁੜੀ ਨਜ਼ੀਰਾਂ, ਏਹਦਾ ਅਸਲ ਨਾਂਅ ਬੇਨਜ਼ੀਰ ਐ। ਉਭਰਦੀ ਕਸ਼ਮੀਰਨ ਕਹਾਣੀਕਾਰ! ਕਈ ਮੈਗਜ਼ੀਨਾਂ, ਅਖ਼ਬਾਰਾਂ 'ਚ ਲਿਖਤਾਂ ਛਪਣ ਬਾਅਦ ਸਾਹਿਤਕ ਸਫ਼ਾਂ 'ਚ ਆਪਣੀ ਪਹਿਚਾਣ ਬਣ ਚੁੱਕੀ ਐ।"

ਪ੍ਰੋਫ਼ੈਸਰ ਨੇ ਰਸਮੀ ਜਾਣਕਾਰੀ ਕਰਵਾਈ।

"ਲੇਕਿਨ ਸਰ ਮੈਂ ਹੈਰਾਨ ਏਸ ਗੱਲੋਂ ਆਂ। ਕੁੜੀ ਸ਼ਕਲੋਂ, ਸੂਰਤੋਂ ਤੇ ਪਹਿਰਾਵਿਉਂ ਕਸ਼ਮੀਰਨ ਪਰ ਬੋਲੀ ਠੇਠ ਪੰਜਾਬੀ?"

"ਬਾਰਾਮੁੱਲਾ ਤੇ ਉੜੀ ਸਣੇ ਕੁੱਝ ਕਸ਼ਮੀਰੀ ਖਿੱਤੇ ਆਪਸ 'ਚ ਭਾਵੇਂ ਕਸ਼ਮੀਰੀ ਬੋਲੀ ਬੋਲਣ ਪਰ ਲੋੜ ਅਨੁਸਾਰ ਉਹ ਪਹਾੜੀ ਪੰਜਾਬੀ ਬੋਲ ਲੈਂਦੇ ਨੇ। ਇਹਦਾ ਮੂਲ ਬਾਰਾਮੁੱਲਾ

ਐ ਪਰ...।" ਕੋਈ ਖ਼ਿਆਲ ਪ੍ਰੋਫੈਸਰ ਦੀ ਗੱਲ ਨੂੰ ਵਿਚਕਾਰੋਂ ਕੱਟ ਗਿਆ,"...ਆ ਜਾਓ! ਆਪਾਂ ਕੰਟੀਨ 'ਚ ਬਹਿਨੇ ਆਂ।" ਪ੍ਰੋਫੈਸਰ ਨੇ ਇਸ਼ਾਰਾ ਕੀਤਾ-"ਤਲਖ ਤਰੀਖੀ ਹਕੀਕਤਾਂ ਪ੍ਰਤੀ ਸੰਘਣਾ ਸੁਨੇਹਾ ਕੋਈ ਵਿਰਲਾ ਫੌਜੀ ਈ ਰੱਖਦੈ! ਖ਼ੈਰ...ਉਹ ਵਿਸ਼ਾ ਤਾਂ ਸੀ ਹਰੀ ਸਿਹੁੰ ਡੋਗਰੇ ਦੀ ਨਾਕਾਮ ਸਿਆਸੀ ਕੋਸ਼ਿਸ਼ ਦਾ, ਇੱਕ ਫੌਜੀ ਨੂੰ ਇਤਿਹਾਸ ਸੁਣਾਉਣਾ ਚਾਹੀਦੈ...ਹਰੀ ਸਿੰਘ ਨਲਵੇ ਦਾ।"

"ਵਾਹ! ਕਿਆ ਬਾਤ ਐ।" ਸਹਿਬਾਜ਼ ਨੇ ਮੁਸਕਰਾਉਂਦਿਆਂ ਹੱਥ ਜੋੜ ਸਿਰ ਝੁਕਾਇਆ।

"ਸ਼ੇਰੇ ਪੰਜਾਬ ਦਾ ਉਹ ਸੂਰਬੀਰ ਜਰਨੈਲ ਜੇਹਦੇ ਨਾਂਅ ਦਾ ਡਰਾਵਾ ਦੇ ਕੇ ਅੱਜ ਵੀ ਪਠਾਣੀਆਂ ਰੋਂਦੇ ਜੁਆਕਾਂ ਨੂੰ ਡਰਾਉਂਦੀਆਂ ਨੇ। ਉਹ ਯੋਧਾ ਅਠਾਰਾਂ ਸੌ ਵੀਹ 'ਚ ਏਸੇ ਕਸ਼ਮੀਰ ਦਾ ਗਵਰਨਰ ਸੀ।

"ਇਹੋ ਕਿੱਸਾ ਸਾਨੂੰ ਸੀ.ਓ. ਸਾਹਿਬ ਆਰਮੀ ਦੇ ਮੰਥਲੀ ਦਰਬਾਰ 'ਚ ਸੁਣਾਉਂਦੇ ਹੁੰਦੇ ਨੇ। ਆਖਦੇ ਨੇ, "ਹਰੀਆਂ ਚੋਟੀਆਂ ਤੇ ਕੇਸਰੀ ਪਰਚਮ ਝੁਲਾਇਆ ਤਾਂ ਹਰੀ ਸਿੰਘ ਨਲੂਏ ਨੇ। ਕੇਸਰ ਦਾ ਟਿੱਕਾ ਹਰੇ ਝੰਡਿਓਂ ਛੁਡਾਇਆ ਤਾਂ ਵੀ ਹਰੀ ਸਿੰਘ ਨਲੂਏ ਨੇ।" ਸੱਚ ਜਾਣੋਂ ਸਰ ਜਿਵੇਂ ਕੌਮੀ ਸ਼ਹਾਦਤਾਂ ਤੁਹਾਡੀਆਂ ਕਲਮਾਂ ਨੂੰ ਰੁਆਉਂਦੀਆਂ ਨੇ, ਇਵੇਂ ਬਹਾਦਰ ਦੀਆਂ ਧਾਕਾਂ ਸਾਨੂੰ ਡੋਲਿਓਂ ਫੁਰਕਾਉਂਦੀਆਂ ਨੇ।"

"ਤੇਰੀਆਂ ਗੱਲਾਂ ਤੋਂ ਤੇਰਾ ਅਫਸਰ ਖ਼ਾਸਾ ਚੜ੍ਹਦੀਕਲਾ ਵਾਲਾ ਲੱਗਦੈ?" ਪ੍ਰੋਫੈਸਰ ਨੇ ਅੰਦਾਜ਼ਾ ਲਗਾਇਆ। "ਬਈ ਦੇਸ਼ ਦੇ ਰਖਵਾਲਿਆਂ ਦੇ ਆਗੂ ਚਾਹੀਦੇ ਵੀ ਅਜਿਹੇ ਈ ਨੇ।"

"ਕੌਮੀ ਭਾਵਨਾ 'ਚ ਰੂਹੋ ਰੰਗੇ ਉਹ ਅਜਿਹੇ ਅਫ਼ਸਰ ਨੇ ਜੋ ਜਵਾਨਾਂ ਨਾਲ ਰੈਂਕ ਦਾ ਫਾਸਲਾ ਮੇਟ ਮੋਹ-ਮੁਹੱਬਤ ਦੇ ਰੂਪ 'ਚ ਘੁਲੇ-ਮਿਲੇ ਹਨ। ਹਰ ਜਵਾਨ ਉਨ੍ਹਾਂ ਦਾ ਪ੍ਰਭਾਵ ਦਿਲੋਂ ਕਬੂਲਦਾ ਐ। ਤੁਹਾਡੀਆਂ ਲਿਖਤਾਂ ਦੇ ਉਹ ਧੁਰ-ਅੰਦਰੋਂ ਕਾਇਲ ਨੇ। ਸੱਬਬ ਜੁੜਿਆ ਤੁਹਾਨੂੰ ਉਨ੍ਹਾਂ ਦੇ ਰੂਬਰੂ ਵੀ ਕਰਾਂਗਾ।"

"ਲੈ ਫਿਰ ਘਾਟਾ ਕਾਹਦਾ ਐ ਮਿੱਤਰਾ? ਮੈਂ ਤਾਂ ਪਹਿਲਾਂ ਹੀ ਅਜਿਹੇ ਅਫ਼ਸਰ ਨੂੰ ਲੱਭਦੈ, ਜੋ ਕਸ਼ਮੀਰ ਵਾਦੀ 'ਚ ਦੱਬੇ ਹਜ਼ਾਰਾਂ ਬੇਨਾਮ ਵਾਰਦਾਤਾਂ ਦੇ ਸੱਚ ਤੱਕ ਪਹੁੰਚਾਣ 'ਚ ਮੇਰੀ ਸਹਾਇਤਾ ਕਰੇ।"

"ਉਹ ਤੁਹਾਡੇ ਮਿਸ਼ਨ 'ਚ ਸੋਲ੍ਹਾਂ ਕਲਾਂ ਸੰਪੂਰਨ ਨੇ। ਮੈਂ ਅੱਜ ਉਨ੍ਹਾਂ ਦੀ ਡਿਊਟੀ ਨਿਭਾਉਣ ਲਈ ਸ਼੍ਰੀਨਗਰ ਆਇਆ ਸਾਂ। ਉਹ ਸਾਡੀ ਇਸ ਇਤਫ਼ਾਕਨ ਮੁਲਾਕਾਤ ਬਾਰੇ ਸੁਣਨਗੇ ਤਾਂ ਪਛਤਾਵਾ ਤੇ ਖ਼ੁਸ਼ੀ ਇੱਕੋ ਪਲ ਹੰਢਾਉਣਗੇ।"

"ਗੱਲਾਂ ਤੋਂ ਤਾਂ ਜਵਾਨਾ ਇਉਂ ਲੱਗਦੈ, ਜਿਵੇਂ ਤੇਰਾ ਉਨ੍ਹਾਂ ਦਾ ਨਾਤਾ ਅਫ਼ਸਰ ਤੇ ਜਵਾਨ ਵਾਲੀ ਡਿਊਟੀ ਤੋਂ ਵੀ ਅਗਾਂਹ ਲੰਘ ਚੁੱਕੈ?"

"ਤੁਹਾਡੇ ਤਜ਼ਰਬੇ ਨੇ ਗਹਿਰਾਈ 'ਚੋਂ ਸੱਚ ਤਲਾਸ਼ ਮਾਰਿਐ। ਮੇਰਾ ਤੇ ਉਨ੍ਹਾਂ ਦਾ ਨਾਤਾ ਪਿਉ-ਪੁੱਤਰ ਵਾਲਾ ਐ। ਸੱਚ ਇਹ ਕਿ ਜੇ ਮੈਨੂੰ ਕਿਤੋਂ ਪਿਤਾ ਪਿਆਰ ਮਿਲਿਆ ਤਾਂ ਉਹ ਕਰਨਲ ਸ: ਪੀ.ਐੱਸ ਬਾਜਵਾ ਕੋਲੋਂ। ਜੇ ਮਾਮੀ ਤੋਂ ਬਾਅਦ ਮਾਂ ਪਿਆਰ ਪ੍ਰਾਪਤ ਹੋਇਆ ਤਾਂ ਉਨ੍ਹਾਂ ਦੀ ਪਤਨੀ ਸਰਦਾਰਨੀ ਜਗਪਾਲ ਕੌਰ ਕੋਲੋਂ...।"

ਦੱਸਦਿਆਂ-ਦੱਸਦਿਆਂ ਸ਼ਹਿਬਾਜ਼ ਦਾ ਗੱਚ ਭਰ ਆਇਆ। ਪ੍ਰੋਫ਼ੈਸਰ ਦੀ ਪਾਰਖੂ ਅਕਲ ਨੇ ਝੱਟ ਉਸ ਦਾ ਦੁਖਾਂਤ ਸਮਝ ਲਿਆ। ਗੱਲਬਾਤ ਦਾ ਸਿਲਸਿਲਾ ਅਗਾਂਹ ਤੋਰਿਆ, ਸ਼ਹਿਬਾਜ਼ ਨੇ ਸਮੁੱਚਾ ਸੱਚ ਪ੍ਰੋਫ਼ੈਸਰ ਨੂੰ ਕਹਿ ਸੁਣਾਇਆ। ਭਾਵੁਕ ਹੋਏ ਪ੍ਰੋ: ਨਿਰਵੈਰ ਸਿੰਘ ਨੇ ਸ਼ਹਿਬਾਜ਼ ਦੇ ਸਿਰ 'ਤੇ ਹੱਥ ਧਰਦਿਆਂ ਹੌਂਸਲਾ ਦਿੰਦਿਆਂ ਕਿਹਾ-

"ਇਮੋਸ਼ਨਲ ਨਾ ਹੋ ਪਿਆਰਿਆ।" ਮੂੰਹ ਬੋਲੇ ਜਜ਼ਬਾਤੀ ਰਿਸ਼ਤਿਆਂ ਦਾ ਮੋਹ ਕਦੇ-ਕਦੇ ਲਹੂ ਦੇ ਰਿਸ਼ਤਿਆਂ ਨੂੰ ਵੀ ਫਿੱਕੇ ਕਰ ਛੱਡਦੈ ਤੂੰ ਹੈਰਾਨ ਹੋਏਂਗਾ। ਇਹ ਇਸਲਾਮਪ੍ਰਸਤ ਕੁੜੀ ਨਜ਼ੀਰਾਂ। ਕਸ਼ਮੀਰ ਦੀ ਜੰਮਪਲ, ਮੂੰਹ ਬੋਲੇ ਰਿਸ਼ਤਿਉਂ ਮੇਰੀ ਧੀ ਐ। ਤੂੰ ਪੁੱਛਦਾ ਸੀ ਏਹਦੇ ਠੇਠ ਪੰਜਾਬੀ ਬੋਲਣ ਦਾ ਕਾਰਨ। ਏਹਨੂੰ ਡੇਢ ਵਰ੍ਹਿਆਂ ਦੀ ਉਮਰੋਂ ਅੱਜ ਤੱਕ ਪਾਲ-ਪੜ੍ਹਾ ਕੇ ਮੈਂ ਹੀ ਜਵਾਨ ਕੀਤਾ। ਸਾਹਿਤਕ ਕਲਮ ਦੀ ਗੁੜ੍ਹਤੀ ਦਿੱਤੀ, ਅੱਗੇ ਹੱਥ ਪੀਲੇ ਕਰਨ ਦੀ ਡਿਊਟੀ ਵੀ ਮੇਰੀ ਐ।"

"ਪਰ ਸਰ...ਇਹ?"

ਸ਼ਹਿਬਾਜ਼ ਦੇ ਹੈਰਾਨੀ ਭਰੇ ਸਵਾਲ ਤੋਂ ਪ੍ਰੋਫ਼ੈਸਰ ਮੁਸਕਰਾਇਆ-"ਤੇਰਾ ਹੈਰਾਨ ਹੋਣਾ ਸੁਭਾਵਿਕ ਐ। ਕੋਈ ਵੀ ਅਣਜਾਣ ਵਿਅਕਤੀ ਏਸ ਗੱਲੋਂ ਹੈਰਾਨ ਹੋਣੋਂ ਰਹਿ ਹੀ ਨਹੀਂ ਸਕਦਾ। ਖ਼ੈਰ ਸੁਣ...। ਅੱਜ ਸਾਢੇ ਕੁ ਸਤਾਰਾਂ ਵਰ੍ਹੇ ਹੋ ਗੁਜ਼ਰੇ ਨੇ ਜਦੋਂ ਨਜ਼ੀਰਾਂ ਦੀ ਮਾਂ ਏਨੂੰ ਖੇਡਦਿਆਂ ਛੱਡ ਕਬਰੀਂ ਜਾ ਸੁੱਤੀ ਸੀ। ਏਹਦਾ ਅੱਬੂ ਇਖਲਾਕ ਮੁਹੰਮਦ ਏਸੇ ਈ ਕਾਲਜ 'ਚ ਬਤੌਰ ਕਲਰਕ ਨੌਕਰੀ ਕਰਦੈ। ਇੱਥੇ ਹੀ ਮੈਨੂੰ ਦੋ ਦਹਾਕਿਉਂ ਜ਼ਿਆਦੈ ਸਮਾਂ ਹਿਸਟਰੀ ਦੇ ਪ੍ਰੋਫ਼ੈਸਰ ਦੀ ਡਿਊਟੀ ਨਿਭਾਉਂਦਿਆਂ ਬੀਤ ਚੁੱਕੈ। ਮਜ਼ਹਬਾਂ-ਧਰਮਾਂ ਦੇ ਫਾਸਲੇ ਮੇਟ ਨਿਭਦੀ ਆਂ ਰਹੀ ਸਾਡੀ ਸਾਂਝ ਕਿਸੇ ਤੋਂ ਗੁੱਝੀ ਨਹੀਂ। ਕਾਦਿਰ ਦੀ ਕ੍ਰਿਪਾ ਰਹੀ ਇਹ ਪ੍ਰਵਾਨ ਵੀ ਚੜ੍ਹੇਗੀ।"

"ਜ਼ਰੂਰ ਚੜ੍ਹੇਗੀ। ਨਿਸ਼ਕਾਮ ਰਿਸ਼ਤਿਆਂ ਦੀ ਕੁਦਰਤ ਨੇ ਸਦਾ ਲੱਜ ਪਾਲੀ ਐ।" ਖ਼ਾਸ ਸ਼੍ਰੀਨਗਰ ਦੇ ਈ ਨੇ ਇਹ ਵੀ?"

"ਨਹੀਂ! ਤੈਨੂੰ ਦੱਸਿਆ ਸੀ ਨਾ ਇਨ੍ਹਾਂ ਦਾ ਮੂਲ ਜ਼ਿਲ੍ਹਾ ਬਾਰਾਮੂਲਾ ਐ! ਗੁਲਮਰਗ ਖਿੱਤੇ 'ਚ ਇਨ੍ਹਾਂ ਦਾ ਪਿੰਡ ਤੇ ਨਿਰਬਾਹ ਗੋਚਰੇ ਨੇ ਸਾਂਝੀ ਪਰਿਵਾਰਕ ਜ਼ਮੀਨ ਐ। ਅਕਸਰ ਇਖ਼ਲਾਕ ਉਧਰ ਦੇਖਭਾਲ ਲਈ ਆਉਂਦਾ ਜਾਂਦਾ ਰਹਿੰਦੈ। ਇਨ੍ਹਾਂ ਦੇ ਅਖਰੋਟਾਂ-ਸੇਬਾਂ ਦੇ ਭਰੇ ਬਾਗ਼ ਐ। ਜੰਨਤ ਦੀ ਗੋਦ ਦਾ ਡਾਹਢਾ ਰਮਣੀਕ ਖਿੱਤਾ ਇਨ੍ਹਾਂ ਦੇ ਪੁਰਖਿਆਂ ਨੇ ਲੱਕ ਤੋੜਵੀਂ ਮਿਹਨਤ ਨਾਲ ਬਣਾਇਐ।" ਚਾਹ ਦੀ ਚੁਸਕੀ ਲੈਂਦਿਆਂ ਪ੍ਰੋਫ਼ੈਸਰ ਦੱਸ ਰਿਹਾ ਸੀ- "ਉਦੋਂ ਡੇਢ ਵਰ੍ਹਿਆਂ ਦੀ ਨਜ਼ੀਰਾਂ ਤੇ ਏਹਦੇ ਦੋ ਵੱਡੇ ਭਰਾ ਅਨਵਰ ਤੇ ਸਰਵਰ ਅੱਠ ਤੇ ਸੱਤ ਵਰ੍ਹਿਆਂ ਦੇ ਹੋਣਗੇ ਜਦੋਂ ਇਨ੍ਹਾਂ ਦੀ ਮਾਂ ਭਰਿਆ ਪਰਿਵਾਰ ਛੱਡ ਅੱਖਾਂ ਮੀਟ ਗਈ। ਇਖਲਾਕ ਦੀ ਖਿੜੀ ਕਾਇਆ ਨੂੰ ਜ਼ਹਿਰੀਲੇ ਪਰਛਾਵੇਂ ਪੈ ਗਏ। ਡੇਢ ਵਰ੍ਹਿਆਂ ਦੀ ਬੱਚੀ ਦਾ ਜ਼ਖ਼ਮੀ ਵਰਤਮਾਨ ਇਖ਼ਲਾਕ ਦੀ ਸੋਚ ਨੂੰ ਲਹੂ ਪੀਣੀ ਜੋਕ ਬਣ ਜਾ ਚਿੰਬੜਿਆ। ਉਸ ਦੁਖਾਂਤਾਂ ਮਾਰੇ ਨੇ ਨੌਕਰੀ ਛੱਡ ਜੁਆਕਾਂ ਨੂੰ ਸਮਰਪਿਤ ਹੋਣ ਦੀ ਸੋਚੀ। ਮੈਂ ਅਫ਼ਸੋਸ ਲਈ ਗਿਆ, ਉਹਦੀ ਹਨੇਰਿਓਂ ਹੱਥ ਮਾਰ ਲੱਭੀ ਜੁਗਤ ਨੂੰ ਰੱਦ ਕਰ ਉਸ ਨੂੰ ਪਿੰਡ ਛੱਡ ਸ਼੍ਰੀਨਗਰ ਜਾਣ ਦੀ ਨਸੀਹਤ ਦਿੰਦਿਆਂ ਸਮਝਾਇਆ ਕਿ ਜੋ ਹੋਣਾ ਸੀ ਸੋ ਹੋ ਗਿਆ। ਵਾਈਫ ਦਾ ਘਾਟਾ ਤੂੰ ਇੱਥੇ ਰਹਿ ਕੇ ਨਹੀਂ ਪੂਰ ਸਕਦਾ। ਏਦੂੰ ਚੰਗੈ ਤੂੰ ਉੱਥੇ ਚੱਲ ਤੇ ਸੁਖਾਵੇਂ ਮਾਹੌਲ 'ਚ ਬੱਚੇ ਪੜ੍ਹਾ।"

"ਤੁਸੀਂ ਹਾਲਾਤਾਂ ਅਨੁਸਾਰ ਸਹੀ ਰਾਇ ਦਿੱਤੀ।"

"ਮੈਂ ਹੀ ਨਹੀਂ, ਮੇਰੀ ਸਰਦਾਰਨੀ ਨੇ ਵੀ ਵਕਾਲਤ ਕੀਤੀ ਤੇ ਵਚਨ ਦਿੱਤਾ," ਭਰਾਵਾਂ ਤੇਰੇ ਬੱਚੇ ਮਾਂ ਦੇ ਪਿਆਰ ਖੁਣੋਂ ਤਾਂ ਨਹੀਂ ਵਾਂਝੇ ਰਹਿੰਦੇ, ਮੈਂ ਤੇਰੀ ਖ਼ਾਤਿਰ ਬੱਚਿਆਂ ਲਈ ਮਾਂ ਵਾਲੇ ਫਰਜ਼ ਨਿਭਾਵਾਂਗੀ।" ਇਖ਼ਲਾਕ ਨਾ ਤਾਂ ਸਾਡੀ ਮੋੜ ਸਕਦਾ ਸੀ ਤੇ ਨਾਂ ਹੀ ਉਨ੍ਹੇ ਮੋੜੀ। ਉਹ ਦਿਨ ਗੁਜ਼ਰਿਆ ਅਨਵਰ, ਸਰਵਰ ਤੇ ਨਜ਼ੀਰਾਂ ਸਾਡੇ ਪੁੱਤ ਧੀਆਂ ਬਣਗੇ। ਮਾਂ ਪਿਆਰ ਤੇ ਪਿੰਡ ਮੁੜਨ ਦਾ ਖ਼ਿਆਲ ਬਲਦੇਵ ਕੌਰ ਦੀ ਵਫ਼ਾ ਨੇ ਬੱਚਿਆਂ ਨੂੰ ਮੌਲੋਂ ਭੁਲਾ ਛੱਡਿਆ। ਅੱਲ੍ਹਾ ਦੀ ਰਜ਼ਾ 'ਚ ਅਸਮਸਤ ਇਖ਼ਲਾਕ ਸਬਰ ਦਾ ਕੌੜਾ ਕਾਸਾ ਡੀਕ ਲਾ ਕੇ ਪੀ ਗਿਆ।

ਅਨਵਰ-ਸਰਵਰ ਸਕੂਲੋਂ ਪਰਤਦੇ, ਦਿਨ ਭਰ ਬਲਦੇਵ ਕੌਰ ਕੋਲ ਰਹਿੰਦੇ। ਸ਼ਾਮਾਂ ਢਲਦੀਆਂ ਆਪਣੇ ਅੱਬੂ ਕੋਲ ਚਲੇ ਜਾਂਦੇ ਪਰ ਨਜ਼ੀਰਾਂ ਲਈ ਸਭ ਕੁਝ ਅਸੀਂ ਹੀ ਸਾਂ। ਉਸ ਨੂੰ ਜਿੰਨਾ ਕੁ ਮਮਤਾ ਦਾ ਨਿੱਘ ਮਿਲਿਆ, ਕੇਵਲ ਉਹ ਬਲਦੇਵ ਕੌਰ ਕੋਲੋਂ। ਸਮਾਂ ਲੰਘਦਿਆਂ ਪਤਾ ਨਾ ਲੱਗਾ। ਦੋਵੇਂ ਘਰਾਂ ਦੀਆਂ ਸੁਰਜੀਤ ਸਾਂਝਾਂ ਇਨ੍ਹਾਂ ਫ਼ਰਜ਼ਾਂ ਨੂੰ ਹੋਰ ਸੂਹੀਆਂ ਕਰ ਦਿੱਤੀਆਂ।

"ਸਰ! ਤੁਹਾਡੇ ਆਵਦੇ ਘਰ ਕੋਈ ਬੱਚਾ ਨਹੀਂ?" ਸ਼ਹਿਬਾਜ਼ ਪੁੱਛਦਾ-ਪੁੱਛਦਾ ਸ਼ਰਮਾ ਗਿਆ।

"ਮੇਰਾ ਇਕਲੋਤਾ ਪੁੱਤਰ ਸੀ ਸਿਟੀਜ਼ਨਸ਼ਿਪ ਲੈ ਕੇ ਯੂ.ਐਸ.ਏ. ਰਹਿੰਦੈ। ਸਾਨੂੰ ਨਾਲ ਲਿਜਾਉਣ ਲਈ ਉਨੇ ਬੜਾ ਜ਼ੋਰ ਲਗਾਇਆ ਪਰ ਉਹਦੇ ਸੁਨੇਹੇ ਤੇ ਨਜ਼ੀਰਾਂ ਦਾ ਮੋਹ ਭਾਰੂ ਰਿਹਾ। ਡੇਢ ਦਹਾਕੇ ਪਹਿਲਾਂ ਇਖਲਾਕ ਨਾਲ ਕੀਤਾ ਵਾਅਦਾ ਵੀ ਅੱਜ ਨਜ਼ੀਰਾਂ ਦੇ ਨਾਲ ਹੀ ਜਵਾਨ ਹੋ ਚੁੱਕੈ। ਮੈਂ ਇਹਦਾ ਨਿਕਾਹ ਕਰਕੇ ਵਾਅਦਿਓਂ ਸੁਰਖ਼ਰੂ ਹੋਣ ਦੀ ਬੜੀ ਬੇਸਬਰੀ ਨਾਲ ਉਡੀਕ ਕਰ ਰਿਹੈ।

"ਵਾਹ ਪ੍ਰੋਫ਼ੈਸਰ ਸਾਹਿਬ। ਵਾਹ ਤੁਹਾਡਾ ਸਿਦਕ!! ਸਿਰ ਝੁਕਦੈ ਤੁਹਾਡੇ ਜਜ਼ਬਾਤੀ ਫੈਸਲੇ ਸਾਹਵੇਂ। ਮੂੰਹ ਬੋਲੇ ਰਿਸ਼ਤਿਆਂ ਦੀ ਲੱਜ ਪਾਲਣ ਦਾ ਵਲ ਕੋਈ ਤੁਹਾਥੋਂ ਸਿੱਖੇ।"

"ਪਰ ਮੇਰਾ ਸਿਰ ਤਾਂ ਤੇਰੀ ਮਾਮੀ ਦੇ ਸਿਦਕ ਸਾਹਵੇਂ ਝੁਕਦੈ। ਚਲਦੀ ਜ਼ਿੰਦਗੀ 'ਚ ਰਿਸ਼ਤੇ ਪਾਲਣੇ ਔਖੀ ਗੱਲ ਨਹੀਂ ਪਰ ਕਿਸੇ ਲਈ ਵਿਧਵਾ ਜੂਨ ਹੰਢਾ ਕੇ ਵਫ਼ਾ ਪਾਲਣੀ, ਸਿਰੜ ਤੇ ਸ਼ਿੱਦਤ ਦਾ ਲਾਸਾਨੀ ਪ੍ਰਮਾਣ ਐ।" ਪ੍ਰੋਫ਼ੈਸਰ ਨੂੰ ਸਤਨਾਮ ਕੌਰ ਦੇ ਸਿਦਕ ਸਾਹਵੇਂ ਆਪਣਾ ਕਾਰਜ ਨਿਗੂਣਾ ਜਾਪਿਆ।

"ਫਿਰ ਵੀ ਸਮਾਜ ਦੇ ਸਿਧਾਂਤ 'ਚ ਰਹਿ ਕੇ ਮਜ਼ਹਬੀ ਗੁਲਾਮੀ ਨੂੰ ਤੋੜਨਾ, ਤਿੱਖੀਆਂ ਤਲਵਾਰਾਂ ਤੇ ਤਲੀਆਂ ਧਰਨ ਦੇ ਤੁੱਲ ਹੁੰਦੈ ਪਰ ਕਸ਼ਮੀਰ 'ਚ ਵਗਦੀ ਫਿਰਕੂ ਹਨ੍ਹੇਰੀ ਤੁਹਾਨੂੰ ਏਸ ਸੰਕਲਪ ਦੀ ਜੋਤ ਜਗਾਉਣ ਦਏਗੀ?"

"ਏਸ ਪੱਖੋਂ ਮੈਂ ਵੀ ਚਿੰਤਤ ਹਾਂ। ਜਦੋਂ ਇਹ ਸੁਪਨਾ ਤੱਕਿਆ ਸੀ ਉਦੋਂ ਫਿਰਕੂ ਪਾੜਾਂ ਤੇ ਇਨਸਾਨੀ ਕਦਰਾਂ-ਕੀਮਤਾਂ ਭਾਰੂ ਸਨ। ਲੋਕਾਂ ਦੀ ਆਪਸੀ ਮੁਹੱਬਤ ਨੇ ਕਸ਼ਮੀਰ ਦੀਆਂ ਪਹਾੜੀਆਂ ਤੋਂ ਉੱਚਾ ਪਰਚਮ ਲਹਿਰਾਇਆ ਸੀ। ਫਲਸਫੇ ਤੇ ਸਿਧਾਂਤ ਉਦੋਂ ਵੀ ਅੱਡ ਸਨ। ਮੰਦਰਾਂ-ਮਸਜਿਦਾਂ ਨੂੰ ਜਾਣ ਵਾਲੇ ਰਸਤੇ ਵੀ ਵੱਖਰੇ ਪਰ ਮੁਹੱਬਤ ਸਾਂਝੀ ਸੀ। ਸਮਾਜਿਕ ਸਾਂਝਾਂ ਪੀਡੀਆ ਤੇ ਪ੍ਰਪੱਕ ਸਨ। ਇੱਕ ਦੂਜੇ ਦੇ ਧਰਮ ਅੱਡ ਹੋਣ ਦੇ ਬਾਵਜੂਦ ਸਤਿਕਾਰ ਸਾਂਝਾ ਸੀ। ਪਰ ਹੁਣ ਪਾਕ ਪਾਣੀਆਂ 'ਚ ਨਫਰਤ ਘੁਲ ਗਈ ਐ। ਸਾਂਝੀ ਫਿਜ਼ਾ ਦਾ ਫਿਰਕੂ ਕਰਨ ਹੋ ਚੁੱਕੈ ਪਰ ਸ਼ੁਕਰ ਏ ਪਰਵਦਗਾਰ ਦਾ ਮੇਰੇ ਤੇ ਇਖ਼ਲਾਕ ਵਿਚਕਾਰ ਐਸੀ ਕੋਈ ਗੱਲ ਨਹੀਂ।

ਮੇਰੀ ਨਿਰਪੱਖਤਾ ਦੇ ਘੇਰੇ ਨੇ ਮੁਸਲਮ ਕੌਮ 'ਚ ਮੇਰੇ ਸਤਿਕਾਰ ਦਾ ਸਿਰ ਸਦਾ ਈ ਉੱਚਾ ਰੱਖਿਐ। ਜਿੰਨੇ ਕੁ ਮੁਸਲਮ ਮੇਰੇ ਤੇ ਇਖ਼ਲਾਕ ਵਿਚਲੇ ਰਿਸ਼ਤੇ ਤੋਂ ਵਾਕਿਫ਼ ਨੇ, ਉਨ੍ਹਾਂ ਮੇਰੇ ਏਸ ਕਦਮ ਨੂੰ ਸਤਿਕਾਰਤ ਨਜ਼ਰਾਂ ਨਾਲ ਈ ਵੇਖਿਐ।" ਪ੍ਰੋਫ਼ੈਸਰ ਨੇ ਜ਼ਜਬਾਤੀ ਰੌਅ 'ਚ ਆਖਿਆ।

"ਉਂਝ ਤਾਂ ਤੁਹਾਡੀ ਕਲਮ ਨੇ ਹਮੇਸ਼ਾ ਈ ਸੱਚ ਲਿਖਿਐ। ਸੱਚ ਨੇ ਮੁਸਲਮ ਕੌਮ 'ਚ ਤੁਹਾਡਾ ਸਿਰ ਵੀ ਉੱਚਾ ਕੀਤੈ ਪਰ ਬਹੁਤੀ ਵੇਰ ਸੱਚ ਈ ਧੋਖਾ ਦੇ ਛੱਡਦੈ।"

"ਸੱਚ ਸੱਚ ਈ ਹੁੰਦੈ, ਮੈਂ ਸੱਚ ਦਾ ਐਥੋਂ ਤੱਕ ਆਦੀ ਹੋ ਚੁੱਕੈ, ਕਿ ਲਿਖੇ ਬਿਨਾਂ ਰਹਿ ਹੀ ਨਹੀਂ ਸਕਦਾ।"

ਸਰਦਾਰ ਜੀ ਕੁਛ ਔਰ? ਵੇਟਰ ਦੂਜੀ ਵਾਰ ਆ ਠਹਿਕਿਆ।

"ਦੋ ਕੱਪ ਚਾਹ ਔਰ।" ਬਿਨਾਂ ਸਲਾਹੋਂ ਪ੍ਰੋਫ਼ੈਸਰ ਦੇ ਦਿੱਤੇ ਦੂਜੇ ਆਰਡਰ ਦੀ ਸ਼ਹਿਬਾਜ ਨੇ ਕੋਈ ਵਿਰੋਧਤਾ ਨਾ ਕੀਤੀ। ਪ੍ਰੋਫ਼ੈਸਰ ਗੱਲਬਾਤ ਦੀ ਲੜੀ ਨੂੰ ਅਗਾਂਹ ਤੋਰਨ ਲੱਗਾ ਤਾਂ ਸਾਹਮਣੇ ਨਜ਼ੀਰਾਂ ਆ ਗਈ-"ਉਹ ਹੋ ਸਰ! ਤੁਸੀਂ ਇੱਥੇ ਉਂ? ਮੈਂ ਕਾਲਜ ਛਾਣ ਮਾਰਿਆ ਤੁਹਾਨੂੰ ਲੱਭਦਿਆਂ। ਸਾਦਿਕ ਸਰ ਤੁਹਾਨੂੰ ਜਲਦ ਜ਼ਰੂਰੀ ਕੰਮ ਲਈ ਬੁਲਾਉਂਦੇ ਪਏ ਐਂ।

ਪ੍ਰੇਸ਼ਾਨ ਨਜ਼ੀਰਾਂ ਸ਼ਾਇਦ ਲੰਮੇ ਸਮੇਂ ਤੋਂ ਹੀ ਪ੍ਰੋਫ਼ੈਸਰ ਦੀ ਭਾਲ 'ਚ ਸੀ।

"ਮੈਂ ਹੁਣੇ ਈ ਜਾਨੈ। ਜ਼ਰਾ ਇਧਰ ਧਿਆਨ ਦੇਹ। ਇਹ ਨੇ ਸ਼ਹਿਬਾਜ਼ ਸਿੰਘ। ਆਰਮੀ 'ਚ ਏਥੇ ਹੀ ਡਿਊਟੀ ਨਿਭਾ ਰਹੇ ਨੇ। ਮੈਂ ਇਨ੍ਹਾਂ ਨੂੰ ਤੇਰੇ ਬਾਰੇ ਵਿਸਥਾਰ 'ਚ ਦੱਸ ਚੁੱਕੈਂ। ਤੇਰੀਆਂ ਕਹਾਣੀਆਂ ਲਈ ਮੈਟਰ ਵੀ ਇਨ੍ਹਾਂ ਕੋਲ ਬੜਾ ਏ। ਚਾਹ ਦਾ ਆਰਡਰ ਜਾ ਚੁੱਕੈ। ਸ਼ਹਿਬਾਜ਼ ਜੀ। ਤੁਸਾਂ ਇੱਕ ਕੱਪ ਮੇਰੇ ਨਾਲ ਪੀ ਲਿਆ, ਇੱਕ ਨਜ਼ੀਰਾਂ ਨਾਲ ਵੀ ਪੀਉ। ਮੈਂ ਜਲਦ ਆਇਆ।" ਕਹਿ ਕੇ ਪ੍ਰੋਫ਼ੈਸਰ ਕਾਹਲੀ-ਕਾਹਲੀ ਕੰਟੀਨ ਤੋਂ ਬਾਹਰ ਹੋ ਗਿਆ। ਧਿਆਨ ਸ਼ਾਇਦ 'ਚੋਂ ਨਿਕਲਿਆ ਕੋਈ ਅਤੀ ਜ਼ਰੂਰੀ ਕੰਮ ਉਸ ਨੂੰ ਅਚਨਚੇਤ ਯਾਦ ਆਇਆ ਸੀ।

"ਸਰ! ਹਿਸਟਰੀ ਆਫ਼ ਕਸ਼ਮੀਰ" ਪੁਸਤਕ ਲਾਇਬਰੇਰੀ 'ਚ ਮੌਜੂਦ ਨਹੀਂ।" ਨਜ਼ੀਰਾਂ ਨੇ ਉੱਚੀ ਕਿਹਾ....

"ਨੋ ਪਰੋਬਲਮ। ਕਿਤੋਂ ਹੋਰ ਮੰਗਾਵਾ ਦਿਆਂਗਾ...।"

ਅਜ਼ੀਜ਼ ਜਿਹਾ ਅਹਿਸਾਸ ਲੈ ਕੇ ਸ਼ਹਿਬਾਜ਼ ਤੇ ਨਜ਼ੀਰਾ ਰੂਬਰੂ ਹੋਏ। ਸ਼ਹਿਬਾਜ਼ ਨੇ ਪ੍ਰੋਫ਼ੈਸਰ ਦੀ ਜ਼ਬਾਨੀ ਸੁਣੀ ਦਾਸਤਾਨ ਦਾ ਜ਼ਿਕਰ ਕੀਤਾ ਤੇ ਆਪਣੀ ਰਸਮੀ ਵਾਕਫ਼ੀਅਤ ਤੇ ਪਿਛੋਕੜ ਬਾਰੇ ਦੱਸਿਆ।

"ਪ੍ਰੋਫ਼ੈਸਰ ਸਰ ਨੇ ਮੈਨੂੰ ਸਿਰਫ਼ ਬੇਟੀ ਦੇ ਰਿਸ਼ਤੇ ਨਾਲ ਹੀ ਨਹੀਂ ਨਿਵਾਜਿਆ ਬਲਕਿ ਮੈਂ ਫਖਰਮੰਦ ਆ ਕਿ ਅੱਜ ਮੈਂ ਉਰਦੂ, ਅੰਗਰੇਜ਼ੀ ਤੇ ਕਸ਼ਮੀਰੀ ਭਾਸ਼ਾ ਦੀ ਆਲਮ ਇਨ੍ਹਾਂ ਬਦੌਲਤ ਹੀ ਹਾਂ। ਜੇ ਮੈਂ ਬਾਰ੍ਹਵੀਂ ਦੀ ਪ੍ਰੀਖਿਆ ਦੌਰਾਨ ਸਟੇਟ 'ਚੋਂ ਦੂਜਾ ਸਥਾਨ ਹਾਸਲ ਕੀਤਾ। ਕਾਲਜ ਦਾ ਨਾਂਅ ਬੁਲੰਦੀਆਂ ਤੱਕ ਪਹੁੰਚਾਇਆ ਤਾਂ ਏਸ ਪਿੱਛੇ ਵੀ ਇਨ੍ਹਾਂ ਦੀ ਅਠਾਰਾਂ ਵਰ੍ਹਿਆਂ ਦੀ ਮਿਹਨਤ ਦਾ ਕਮਾਲ ਐ।"

ਨਜ਼ੀਰਾਂ ਦੀ ਜਵਾਨੀ ਆਪ-ਮੁਹਾਰੇ ਚਮਕੀ ਪ੍ਰੋਫ਼ੈਸਰ ਦੀ ਜਿੰਦਾਦਿਲੀ ਤੇ ਫਿਰਾਖ਼ਦਿਲੀ ਸ਼ਹਿਬਾਜ਼ ਨੂੰ ਹਲੂਣ ਕੇ ਰੱਖ ਗਈ।"

"ਇਹ ਜਾਣਦਿਆਂ ਹੋਇਆਂ ਵੀ ਮੈਂ ਇੱਕ ਕਸ਼ਮੀਰਨ ਮੁਟਿਆਰ ਨੂੰ ਪੰਜਾਬੀਅਤ

ਦੇ ਰੰਗ 'ਚ ਰੰਗੀ ਵੇਖ ਹੈਰਾਨ ਹਾਂ। ਪ੍ਰੋਫ਼ੈਸਰ ਸਾਹਿਬ ਤਾਂ ਦੱਸ ਰਹੇ ਸੀ ਤੁਹਾਨੂੰ ਹਰ ਤਰ੍ਹਾਂ ਦੀ ਹਿਸਟਰੀ ਦਾ ਵੀ ਗਿਆਨ ਐਂ।"

"ਜੇਹਦਾ ਰਾਹ ਦਸੇਰਾ ਹਿਸਟਰੀ ਦਾ ਪ੍ਰੋਫ਼ੈਸਰ ਹੋਵੇ ਉਹ ਇਤਿਹਾਸਕ ਇਲਮ ਤੋਂ ਕਿਵੇਂ ਗ਼ਰੀਬ ਰਹੇ? ਉਨ੍ਹਾਂ ਦੀ ਕੋਸ਼ਿਸ਼ ਨਾਲ ਪ੍ਰਾਪਤ ਹੋਈ ਸਿੱਖ ਇਤਿਹਾਸ ਦੀ ਜਾਣਕਾਰੀ ਦੀ ਤਾਂ ਮੈਂ ਮੁੱਢੋਂ ਕਾਇਲ ਹਾਂ।"

"ਪਰ ਅਫਸੋਸ ਅਸੀਂ ਮੂਲ ਸਿੱਖ ਤੇ ਪੰਜਾਬੀ ਹੋਣ ਦੇ ਨਾਤੇ ਵੀ ਏਸ ਇਲਮ ਪ੍ਰਾਪਤੀ 'ਚ ਪੱਛੜ ਗਏ ਹਾਂ।"

"ਤੇ ਮੈਨੂੰ ਦੁੱਖ ਐ, ਮੈਂ ਸਿੱਖ ਇਤਿਹਾਸ ਬਾਰੇ ਖੋਜ ਭਰਪੂਰ ਜਾਣਕਾਰੀ ਪ੍ਰਾਪਤ ਕਰਨ ਦੇ ਬਾਵਜੂਦ ਚਾਹੁੰਦਿਆਂ ਹੋਇਆਂ ਵੀ ਸਿੱਖ ਨਾ ਬਣ ਸਕੀ। ਨਜ਼ੀਰਾਂ ਮੁਸਕਰਾਈ।

"ਪਰ ਕਿਉਂ?"

"ਮੇਰੀ ਇਹ ਇੱਛਾ ਪ੍ਰੋਫ਼ੈਸਰ ਸਾਹਿਬ ਦੇ ਮੁਨਾਸਿਬ ਨਹੀਂ।

"ਉਹ ਖ਼ੁਦ ਸਿੱਖ ਹਨ।"

"ਪਰ ਮੈਨੂੰ ਮੁਸਲਾਨ ਵੇਖਣਾ ਚਾਹੁੰਦੇ ਹਨ। ਮੇਰੇ ਲਈ ਯੋਗ ਤੇ ਇਸਲਾਮਪ੍ਰਸਤ ਵਰ ਲੱਭ ਕੇ ਪੂਰਨ ਮੁਸਲਮ ਰਹੁ ਰੀਤਾਂ ਨਾਲ ਮੇਰਾ ਨਿਕਾਹ ਕਰਨਾ ਚਾਹੁੰਦੇ ਹਨ।"

"ਇਸ ਮੁੱਦੇ ਤੇ ਉਹ ਤੇਰੇ ਫੈਸਲੇ 'ਚ ਦਖਲਅੰਦਾਜ਼ੀ ਕਿਉਂ ਕਰਦੇ ਨੇ "ਉਹ ਨਹੀਂ ਚਾਹੁੰਦੇ ਕੱਲ ਨੂੰ ਕੋਈ ਜ਼ਬਾਨ ਉਨ੍ਹਾਂ ਨੂੰ ਇਸਲਾਮ ਵਿਰੋਧੀ ਆਖੇ ਤੇ ਕਹੇ ਕਿ ਇੱਕ ਸਿੱਖ ਨੇ ਕੁੜੀ ਦਾ ਇਸ਼ਟ ਬਦਲਨ ਲਈ ਉਹਨੂੰ ਧੀ ਬਣਾਇਆ। ਏਸੇ ਲਈ ਉਹ ਆਖਦੇ ਨੇ ਬਾਣੀ, ਬਾਈਬਾਲ ਭਾਵੇਂ ਕੁਰਾਨ ਪੜ੍ਹ ਪਰ ਸੱਚੀਂ-ਸੁੱਚੀ ਆਦਰਸ਼ਵਾਦੀ ਇਸਲਾਮਪ੍ਰਸਤ ਬਣ। ਸੋ ਏਸੇ ਲਈ ਅੱਜ ਮੈਂ ਸਿੱਖ ਧਰਮ ਦੀ ਕਾਇਲ ਹੋਣ ਦੇ ਬਾਵਜੂਦ ਮੁਸਲਮ ਹਾਂ।"

"ਉਂਝ ਉਹ ਸਿੱਖ ਹੋਣ ਦੇ ਬਾਵਜੂਦ ਨਿਆਂ ਦੇ ਹਾਮੀ ਤੇ ਮਜ਼ਹਬੀ ਕੱਟੜਤਾ ਦੇ ਸਖ਼ਤ ਵਿਰੋਧੀ ਹਨ।"

"ਇਹੋ ਸਿਧਾਂਤ ਉਨ੍ਹਾਂ ਦਾ ਤੇ ਇਹੋ ਸਿਧਾਂਤ ਮੇਰਾ ਐ। ਸੱਚ ਜਾਣੋਂ ਇੱਕ ਕਲਮਜ਼ਾਰ ਨੂੰ ਇਸੇ ਹੀ ਸਿਧਾਂਤ ਦਾ ਹਾਮੀ ਹੋਣਾ ਵੀ ਚਾਹੀਦੈ। ਸ਼ਾਇਦ ਇਹੋ ਮਿਸ਼ਨ ਸਾਡੀਆਂ ਕਲਮਾਂ ਨੂੰ ਸੱਚਾਈ ਨਾਲ ਜੋੜ ਰਿਹੈ। ਮੇਰੇ ਅੱਬੂ ਜਾਨ ਦੀ ਤਸੀਰ ਵੀ ਇਸ ਪੱਖੋਂ ਸਾਡੇ ਨਾਲ ਮਿਲਦੀ ਐ। ਉਹ ਜਾਣਦੇ ਹਨ ਕਿ ਮੈਂ ਸਿੱਖ ਫਲਸਫ਼ੇ ਦੀ ਹਾਮੀ ਹਾਂ ਤੇ ਉਹ ਇਸ ਦਾ ਵਿਰੋਧ ਨਹੀਂ ਕਰਦੇ ਪਰ ਮੈਨੂੰ ਪ੍ਰੋਫ਼ੈਸਰ ਸਾਹਿਬ ਦਾ ਹੁਕਮ ਪਿਤਾ ਦੇ ਹੁਕਮ ਤੋਂ ਜ਼ਰੂਰੀ ਐ।"

ਸ਼ਹਿਬਾਜ਼ ਕੁੜੀ ਦੀ ਵਿਚਾਰਧਾਰਾ ਤੋਂ ਕਾਇਲ ਹੋ ਰਿਹਾ ਸੀ। ਇੱਕ ਕਸ਼ਮੀਰਨ ਮੁਟਿਆਰ ਨੂੰ ਇਸ ਕਦਮ ਨੇੜਿਓਂ ਤੱਕਣ ਤੇ ਗੱਲਾਂ ਕਰਨ ਦਾ ਜ਼ਿੰਦਗੀ ਦਾ ਸਬੱਬ ਵੀ ਪਹਿਲਾ ਸੀ।" ਕਾਸ਼! ਇਹੋ ਜਿਹੀ ਸੋਚ ਸਭ ਦੀ ਹੋ ਜਾਵੇ?" ਉਹ ਮਨੋ-ਮਨੀ ਸੋਚ ਰਿਹਾ ਸੀ। ਰੂਹ ਅਗਲੀ ਜਾਣਕਾਰੀ ਤਲਾਸ਼ਣ ਲਈ ਬਹਿਬਲ ਹੋਈ। ਉਸ ਨੇ ਪੁੱਛਿਆ।

"ਅਨਵਰ-ਸਰਵਰ ਹੁਣ ਕਿੱਥੇ ਨੇ?"

"ਅਨਵਰ ਦਸਵੀਂ ਕਰ ਕੇ ਗਰਾਂ ਰਹਿੰਦੈ ਚਾਰੂ ਹੁਰਾਂ ਕੋਲ। ਸਰਵਰ ਬੀ.ਏ. ਫਾਈਨਲ ਕਰਦੈ ਏਥੇ ਈ।"

"ਤੁਹਾਨੂੰ ਕਦੇ ਪਿੰਡ ਜਾਣ ਦਾ ਖ਼ਿਆਲ ਨਹੀਂ ਆਇਆ?"

"ਜਾ ਆਉਂਨੀ ਆ ਕਦੇ-ਕਦੇ ਘੜੀ ਪਲ ਲਈ। ਬੇਜੀ ਤੇ ਪ੍ਰੋਫ਼ੈਸਰ ਸਾਹਿਬ ਕੋਲ ਰਹਿਣਾਂ ਮੈਨੂੰ ਜ਼ਿਆਦੈ ਪਸੰਦ ਐ। ਮੈਨੂੰ ਜੋ ਪਿਆਰ ਤੇ ਸਕੂਲ ਨਿੱਕੀ ਹੁੰਦੀ ਤੋਂ ਅੱਜ ਤੱਕ ਏਸ ਘਰੋਂ ਮਿਲਿਆ, ਉਸ ਬਰਾਬਰ ਕੋਈ ਘਾਟ ਨੇੜੇ ਵੀ ਨਹੀਂ ਢੁੱਕਦੀ। ਅੱਬੂ ਕਹਿੰਦੇ ਹੁੰਦੇ ਐ ਮੈਨੂੰ ਭਰਾਵਾਂ ਜਿਹੇ ਯਾਰ ਦਾ ਵਿਸ਼ਵਾਸ ਤੇਰੀ ਕਬਰ ਸੁੱਤੀ ਮਾਂ ਜਿਹਾ ਲੱਗਦੈ ਪਰ ਮੈਂ ਬੇਜੀ ਤੋਂ ਬਿਨਾਂ ਕਿਸੇ ਨੂੰ ਮਾਂ ਨਹੀਂ ਮੰਨਿਆ।"

"ਅੱਜਕੱਲ੍ਹ ਪੜ੍ਹਾਈ ਏਸੇ ਈ ਕਾਲਜ ਚਲ ਰਹੀ ਐ?"

"ਨਹੀਂ ਜੀ! ਐਥੇ ਤਾਂ ਮੈਂ ਸੈਮੀਨਾਰ ਕਰਕੇ ਈ ਆਈ ਸਾਂ। ਬੀ.ਏ. ਸੈਕਿੰਡ ਮੈਂ ਕਸ਼ਮੀਰ ਯੂਨੀਵਰਸਿਟੀ 'ਚ ਕਰ ਰਹੀ ਆਂ।"

ਫਿਰ ਲੰਮਾ ਸਮਾਂ ਸ਼ਹਿਬਾਜ਼ ਤੇ ਨਜ਼ੀਰਾਂ ਨੇ ਆਪੋ-ਆਪਣੀਆਂ ਜ਼ਿੰਦਗੀ ਦੀਆਂ ਰੌਚਿਕ ਘਟਨਾਵਾਂ, ਤੱਥ-ਤਜ਼ਰਬੇ ਇਸ ਕਦਰ ਇੱਕ ਦੂਜੇ ਕੋਲ ਸਾਹਵੇਂ ਫਿਰੋਲ ਦਿੱਤੇ ਜਿਵੇਂ ਉਹ ਲੰਮੇ ਸਮੇਂ ਤੋਂ ਹਮਵਿਚਾਰ ਹੋਣ। ਸ਼ਹਿਬਾਜ਼ ਤੁਰਦਾ ਫਿਰਦਾ ਦੁਖਾਂਤ ਸੀ ਤੇ ਨਜ਼ੀਰਾਂ ਦੁੱਖਾਂ ਨੂੰ ਕਲਮਬੱਧ ਕਰਨ ਵਾਲੀ ਲੇਖਕਾ। ਗੱਲਬਾਤ ਦਾ ਸਿਲਸਿਲਾ ਸੁੰਗੜਿਆ। ਅਪਣੱਤ ਮਜ਼ਬੂਤ ਹੋ ਗਈ। ਪ੍ਰੋ: ਨਿਰਵੈਰ ਸਿੰਘ ਤਸ਼ਰੀਫ਼ ਲੈ ਕੇ ਆਏ ਪਰ ਮਜ਼ਬੂਰੀ ਸ਼ਹਿਬਾਜ਼ ਨੂੰ ਵਾਪਸੀ ਲਈ ਵਰਜ ਰਹੀ ਸੀ-"ਸਰ ਮੈਨੂੰ ਇਜਾਜ਼ਤ ਦਿਓ। ਜਲਦ ਸੀ ਓ ਸਾਹਿਬ ਸਣੇ ਤੁਹਾਨੂੰ ਮਿਲਣ ਦਾ ਵਾਅਦਾ ਕਰਦਾ ਹਾਂ।"

"ਮੈਂ ਬੇਸਬਰੀ ਨਾਲ ਇੰਤਜ਼ਾਰ ਕਰਾਂਗਾ।"

ਮੌਰ ਦੀ ਪੈਲ ਵਾਂਗੂੰ ਸਦਾ ਯਾਦ ਰਹਿਣ ਵਾਲੀ ਸੰਖੇਪ ਮੁਲਾਕਾਤ ਅਮਿਟ ਯਾਦਾਂ ਕਲਾਵੇ 'ਚ ਲੈ ਕੇ ਸਿਮਟ ਗਈ। ਕਾਲਜੋਂ ਰੁਖ਼ਸਤ ਕਰਕੇ ਦੂਰ ਜਾ ਪਹੁੰਚੇ ਸ਼ਹਿਬਾਜ਼ ਨੂੰ ਅਜ਼ੀਮ ਸ਼ਖ਼ਸੀਅਤ ਦੇ ਨਾਲ ਹੋਈ ਮੁਲਾਕਾਤ ਅਥਾਹ ਖ਼ੁਸ਼ੀ ਸੀ। ਨਜ਼ੀਰਾਂ ਜਿਹੀ ਹਮਦਰਦ ਕੁੜੀ ਅੱਗੇ ਫਿਰੋਲੇ ਜ਼ਿੰਦਗੀ ਭਰ ਦੇ ਦੁੱਖਾਂ ਨੇ ਉਸ ਨੂੰ ਰੂਹੋਂ ਹੌਲਾ-ਫੁੱਲ ਕਰ ਦਿੱਤਾ ਸੀ। ਅਜਿਹੇ ਆਲਮ 'ਚ ਕੁੱਝ ਲਿਖਣਾ ਲੋੜਦੀ ਨਜ਼ੀਰਾਂ ਲਿਖਣ ਬਹਿ ਗਈ।

...ਪਰ ਇੱਕ ਝਰਨੇ ਕਿਨਾਰੇ ਵੱਡੇ ਪੱਧਰ ਤੇ ਬਹਿ ਡਿਊਟੀ ਨਿਭਾਉਂਦੇ ਸ਼ਹਿਬਾਜ਼ ਦੀਆਂ ਅੱਖਾਂ ਸਾਹਵੇਂ ਨਜੀਰਾਂ ਦਾ ਹੀਰੇ ਹਰਨ ਵਾਂਗੂੰ ਚੁੰਘੀਆਂ ਭਰਦਾ ਲੰਮਾ-ਪਤਲਾ ਜੱਸਾ। ਮਿਰਗਣੀ ਜਿਹੇ ਨਖਰੀਲੇ ਨੈਣ। ਕਸ਼ਮੀਰੀ ਸੁੰਦਰਤਾ ਨੂੰ ਸ਼ਰਮਿੰਦਾ ਕਰਦਾ ਲਜਵਾਬ ਸ਼ਬਾਬ ਆਪ-ਮੁਹਾਰੇ ਘੁੰਮਦਾ ਰਿਹਾ। ਰੂਹਾਨੀ ਖ਼ਿਆਲ ਉਸ ਦੀਆਂ ਅਦਾਵਾਂ ਦਾ ਲੇਖਾ-ਜੋਖਾ ਕਰਦੇ ਰਹੇ। ਕਿਸੇ ਫਰਜ਼ 'ਚ ਬੱਝਾ ਮਨ ਨਹੀਂ ਸੀ ਚਾਹੁੰਦਾ ਕਿ ਅਜਿਹੇ ਚੁਲਬਲੇ ਖ਼ਿਆਲ ਉਸ ਤੇ ਜ਼ਬਰੀ ਕਾਬਜ਼ ਹੋਣ ਪਰ ਫਿਰ ਵੀ ਹਕੀਕੀ ਜਜ਼ਬਾ ਭਾਰੂ ਸੀ।

ਬਾਹਾਂ ਦੀ ਵਲਗਣ 'ਚ ਪੱਟ ਦਾ ਸਿਰਹਾਣਾਂ ਲਾ ਕੇ ਮਦਹੋਸ਼ ਮਹਿਬੂਬ ਵਾਂਗੂੰ ਪਈ ਐਲ.ਐਮ.ਜੀ. ਸੰਭਾਲਦਿਆਂ ਉਸ ਨੇ ਘੜੀ ਵੱਲ ਤੱਕਿਆ। ਕੁੱਝ ਘੜੀਆਂ ਡਿਊਟੀ ਬਕਾਇਆ ਸੀ।

ਸਾਹਮਣੇ ਭੇਡਾਂ ਦਾ ਵੱਗ ਜਰ ਟਿਕਾਣਿਆਂ ਨੂੰ ਪਰਤ ਰਿਹਾ ਸੀ। ਕਾਲੇ ਦਾਮਨ 'ਚ ਕਰੀਬ ਨੌਂ ਵਰ੍ਹਿਆਂ ਦੀ ਕੁੜੀ ਤੇ ਬਾਰਾਂ ਕੁ ਵਰ੍ਹਿਆਂ ਦਾ ਆਜੜੀ ਮੁੰਡਾ ਉਸ ਵੱਗ ਪਿੱਛੇ ਢਾਕਾਂ ਤੇ ਡੰਡੇ ਧਰੀ ਆ ਰਹੇ ਸਨ। ਹਾਲਾਤਾਂ ਤੋਂ ਬੇਖ਼ਬਰ-ਬੇਖੌਫ਼ ਤੇ ਟਹਿਕਦੇ। ਉਨ੍ਹਾਂ ਦੀ ਬੋਲੀ ਤੋਂ ਬੇਸਮਝ ਸ਼ਹਿਬਾਜ਼ ਨੇ ਉਨ੍ਹਾਂ ਦੀਆਂ ਬੁੱਲੀਆਂ ਤੇ ਤੈਰਦੀ ਮੁਸਕਾਨ ਨੂੰ ਜਿਉਂ ਹੀ

ਤੱਕਿਆ ਤਾਂ ਕੋਈ ਪੁਰਾਣੇ ਬਸਤਰਾਂ ਵਾਲੀ ਮਤਵਾਲੀ ਰੁੱਤ ਦੀ ਯਾਦ ਦਿਲ ਦਾ ਬੂਹਾ ਫੋਰਨ ਲੱਗ ਪਈ। ਆਲ੍ਹਣਿਆਂ 'ਚ ਸੁੱਤੀਆਂ ਪੀੜਾਂ ਚੀਖ-ਚਿਹਾੜਾ ਪਾ ਬੈਠੀਆਂ। ਯਾਦਾਂ ਦੇ ਰਾਹਵਾਂ 'ਚ ਉਹ ਹਰਮਨ ਨੌ ਤੇ ਬਾਰਾਂ ਵਰ੍ਹਿਆਂ ਦੀਆਂ ਉਮਰਾਂ 'ਚ ਮੱਝਾਂ ਦੇ ਵੱਗ ਮਗਰ ਤੁਰੇ ਜਾ ਰਹੇ ਸਨ। ਵਿਸਾਖ-ਜੇਠ ਦੀ ਸੁਰਮਈ ਸ਼ਾਮ ਸੀ। ਉਦੋਂ ਦੁਪਹਿਰ ਚੜ੍ਹਨੋਂ ਪਹਿਲਾਂ ਮੱਝਾਂ ਦੇ ਪਾਲੀ ਪਿੰਡ ਭਰ ਦੀਆਂ ਮੱਝਾਂ ਨੂੰ ਦੂਰ ਦਰਿਆ ਕਿਨਾਰੇ ਮੰਡ ਏਰੀਏ 'ਚ ਚਾਰਨ ਲੈ ਜਾਂਦੇ। ਸਾਰਾ ਦਿਨ ਮੱਝਾਂ ਦਰਿਆ ਕਿਨਾਰੇ ਚੁਗਦੀਆਂ। ਪਾਣੀ ਪੀਂਦੀਆਂ। ਨਹਾਂਦੀਆਂ!!! ਅਲਬੇਲੇ ਪਾਲੀ ਪੁਰੇ ਦੀਆਂ ਪੌਣਾਂ 'ਚ ਮਦਹੋਸ਼ ਢੋਲੇ-ਮਾਹੀਏ ਗਾਉਂਦੇ ਤੇ ਲੰਮੀਆਂ ਹੇਕਾਂ ਲਗਾਉਂਦੇ। ਭੁੱਖ ਲੱਗਦੀ ਪਰਨੇ 'ਚ ਲਪੇਟਿਆ ਤੇ ਕਿੱਕਰਾਂ ਤੇ ਟੰਗਿਆ ਭੱਤਾ ਲਾਹ ਕੇ ਖਾ ਲੈਂਦੇ। ਦਿਨ ਢਲੇ ਪਿੰਡ ਦੀ ਜੂਹ 'ਚ ਆ ਵੜਦੇ। ਲੋਕ ਆਪੋ-ਆਪਣੇ ਡੰਗਰ ਪਹਿਚਾਣਦੇ ਤੇ ਲੈ ਜਾਂਦੇ। ਆਪਣੇ-ਪਰਾਏ ਦਾ ਕਿਸੇ ਨੂੰ ਕੋਈ ਫਰਕ ਨਾ ਹੁੰਦਾ। ਅਗਲੀ ਸਵੇਰ ਮੱਝਾਂ ਮੁੜ ਵੱਗ ਨਾਲ ਰਲ ਜਾਂਦੀਆਂ।

ਇਸੇ ਸਿਲਸਿਲੇ ਨਾਲ ਜੁੜੀ ਉਹ ਇੱਕ ਸ਼ਾਮ ਸੀ। ਜਦੋਂ ਸ਼ਹਿਬਾਜ਼ ਤੇ ਹਰਮਨ ਇਨ੍ਹਾਂ ਆਜੜੀਆਂ ਵਾਂਗੂ ਵੱਗ 'ਚੋਂ ਡੰਗਰਾਂ ਨੂੰ ਲੈ ਕੇ ਘਰਾਂ ਵਲ ਪਰਤ ਰਹੇ ਸਨ। ਬਚਪਨ ਦੇ ਖੇਡਣ ਦੇ ਦਿਨ ਉਨ੍ਹਾਂ ਦੀ ਅਵਸਥਾ 'ਚੋਂ ਸੁੰਗੜ ਚੁੱਕੇ ਸਨ। ਇਕੱਠਿਆਂ ਮਿੱਟੀ ਦੇ ਘਰ ਬਣਾਉਣਾ, ਢਾਹੁਣਾ, ਮੁੜਬਣਾਉਣਾ, ਫਿਰ ਢਾਹੁਣਾ। ਇੱਕ ਦਾ ਰੁੱਸਣਾ, ਦੂਜੇ ਦਾ ਮਨਾਉਣਾ ਬਚਪਨ ਦੀਆਂ ਪੀਡੀਆ ਤੇ ਅਟੁੱਟ ਸਾਂਝਾ ਉਨ੍ਹਾਂ ਲਈ ਯਾਦਾਂ ਬਣ ਕੇ ਰਹਿ ਗਈਆਂ ਸਨ। ਫਿਰ ਉਨ੍ਹਾਂ ਇਨ੍ਹਾਂ ਸਾਂਝਾਂ ਦੀਆਂ ਪੈੜਾਂ ਨੱਪਣੀਆਂ ਨਹੀਂ ਸਨ ਛੱਡੀਆਂ। ਇਹ ਉਸ ਉਮਰ ਦੀਆਂ ਸਾਂਝਾ ਸਨ ਜਿਨ੍ਹਾਂ ਬਾਰੇ ਅਕਸਰ ਲੋਕ ਤਰਕ ਹੈ ਕਿ ਇਸ ਉਮਰ ਦੀਆਂ ਲੱਗੀਆਂ ਸਿਵਿਆਂ ਤੱਕ ਨਹੀਂ ਟੁੱਟਦੀਆਂ।

...ਹਰਮਨ ਉਦੋਂ ਸਵਾ ਕੁ ਵਰ੍ਹਿਆਂ ਦੀ ਸੀ ਜਦੋਂ ਉਹਦੀ ਮਾਂ ਨਾਮੁਰਾਦ ਬਿਮਾਰੀ ਪਿੱਛੇ ਲੱਗ ਉਹਨੂੰ ਰੌਂਦਿਆਂ-ਵਿਲਕਦਿਆਂ ਛੱਡ ਤੁਰੀ। ਮੌਤ ਡੈਣ ਨੇ ਖੇਡਦੇ ਬਚਪਨ ਤੋਂ ਝਪਟਮਾਰ ਐਸੀ ਮਮਤਾ ਖੋਹੀ, ਬੇਕਾਬੂ ਬਾਲੜੀ ਯਤੀਮਪੁਣੇ ਦੇ ਖੱਡੇ ਜਾ ਪਈ। ਹਰਮਨ ਦੀ ਰੁਲਦੀ ਨੰਨ੍ਹੀ ਜਿੰਦ ਨੂੰ ਤੱਕ ਉਹਦੇ ਪਿਉ ਸਵਰਨੇ ਦੀਆਂ ਵੀ ਧਾਹਾਂ ਨਿਕਲ ਗਈਆਂ। ਪਤੀਲੇ ਵਾਂਗੂ ਮੂਧੀ ਵੱਜੀ ਜ਼ਿੰਦਗੀ ਤੜਫਦੀ ਫੋਹਾਂ ਭਰਦੀ ਬੋਟੀ ਨੂੰ ਕਿਵੇਂ ਸਾਂਭਦੀ? ਟਾਹਣੀਓਂ ਟੁੱਟੀਆਂ ਟਾਹਣੀਆਂ ਵੀ ਕਦੋਂ ਬਚੀਆਂ? ਇਸੇ ਇਲਾਹੀ ਸੱਚ ਦੇ ਫ਼ਿਕਰ ਉਹਨੂੰ ਜੋਕਾਂ ਵਾਂਗੂ ਆ ਚਿਬੜੇ। ਦਿਨਾਂ ਦੇ ਅਸਤ ਤੇ ਰਾਤਾਂ ਦੀ ਨੀਂਦ ਨੂੰ ਲਾਂਬੂ ਲੱਗ ਗਿਆ। ਬਹੁਤੇ ਲੋਕਾਂ ਨੇ ਹੋਰ ਵਿਆਹ ਕਰਵਾਉਣ ਦੀ ਨਸੀਹਤ ਦਿੱਤੀ-"ਗਈ ਗੁਜ਼ਰੀ ਦੀ ਨਿਸ਼ਾਨੀ ਸੰਭਾਲਣ ਦਾ ਇਹੋ ਹੱਲ ਐ ਸਵਰਨਿਆ। ਤੇਰੀ ਉਮਰ ਕੀ ਐ? ਤੂੰ ਕਮਾ ਜ਼ਰੂਰ ਸਕਦੈਂ ਪਰ ਬੱਚੀ ਨੂੰ ਖਵਾਉਣਾ ਤੇਰੇ ਵਸ ਨਹੀਂ। ਕੋਈ ਚੁੱਲ੍ਹਾ ਬਾਲਣ ਵਾਲੀ ਆ ਜੂ ਤਾਂ ਸਣੇ ਬਚੂੰਗੜੀ ਉਜੜਿਆ ਘਰ ਬਚਾ ਲੂੰ। ਨਹੀਂ ਤਾਂ ਵੱਸਦਾ ਘਰ ਸ਼ਮਸ਼ਾਨ ਤੇ ਬਣਿਆ ਈ ਸਮਝ।

"ਹਰ ਕਿਸੇ ਦਾ ਆਪੋ-ਆਪਣਾ ਤਰਕ ਸੀ ਪਰ ਸਤਨਾਮ ਕੌਰ ਦੇ ਵਿਚਾਰ ਸਾਰੇ ਪਿੰਡ ਤੋਂ ਅੱਡ ਸਨ। ਉਸ ਨੇ ਕਿਹਾ "ਭਰਾ ਮੇਰਿਆ। ਕਦੇ ਮਤ੍ਰੇਈਆਂ ਵੀ ਮਸ਼ਹੋਰਾਂ ਸੰਗ ਨਿਆਂ ਕੀਤੈ? ਯਤੀਮਾਂ ਦੀਆਂ ਜਿੰਦਾ ਖ਼ੁਸ਼ੀਆਂ ਦੀ ਬਲੀ ਦੇ ਕੇ ਈ ਬਚਦੀਆਂ ਨੇ। ਮੇਰੇ ਵੱਲ ਵੇਖ ਮੈਂ ਔਰਤ ਹੋ ਕੇ ਵੀ ਸ਼ਹਿਬਾਜ਼ ਲਈ ਦੂਜੇ ਵਿਆਹ ਦਾ ਖਿਆਲ ਚੁੱਲ੍ਹੇ ਪਾ ਦਿੱਤੈ। ਤੂੰ

ਮਰਦ ਹੋ ਕੇ ਵੀ ਜਾਤ ਨੂੰ ਢਾਹ ਲਾਉਣ 'ਤੇ ਤੁਲਿਐ। ਮੇਰੀ ਮੰਨਦੈ ਤਾਂ ਏਸ ਖ਼ਿਆਲ ਨੂੰ ਜਾਣ ਵਾਲੀ ਦੇ ਸੰਗ ਈ ਤੋਰ ਦੇ।"

"ਪਿਉ ਦਾ ਸਾਇਆ ਜੁਆਕਾਂ ਸਿਰੋਂ ਉੱਠ ਜੇ ਤਾਂ ਮਾਵਾਂ ਘਾਟ ਪੂਰ ਦੇਂਦੀਆ ਨੇ ਪਰ ਮਾਵਾਂ ਦੀ ਘਾਟ ਪਿਉ ਦੀ ਕੋਈ ਮਿਹਨਤ ਨਹੀਂ ਪੂਰੀ ਕਰ ਸਕਦੀ। ਹਰਮਨ ਦੀ ਦੇਖਭਾਲ ਲਈ ਕੋਈ ਚਾਚੀ-ਤਾਈ ਹੁੰਦੀ, ਮੈਂ ਤੇਰੀ ਤਾਂ ਵੀ ਨਾ ਮੋੜਦਾ। ਮੇਰੇ ਕੱਲੇ ਲਈ ਕਮਾਉਣ ਨਾਲੋਂ ਪਕਾਉਣਾ ਔਖੈ, ਮੋ ਮਰਦਿਆਂ ਨੂੰ ਅੱਕ ਚੱਬਣਾਂ ਈ ਪਊ।"

"ਮੰਨਦੀ ਆਂ ਥੋੜ੍ਹਾ ਅਰਸਾ ਜ਼ਿਆਦੈ ਔਖੈ ਪਰ ਤੇਰੇ ਲੱਭੇ ਰਾਹ 'ਚ ਵੀ ਤੇਜ਼ਧਾਰ ਪਛਤਾਵਿਓਂ ਬਿਨਾਂ ਕੁੱਝ ਨਹੀਂ। ਮੈਂ ਸ਼ਹਿਬਾਜ਼ ਲਈ ਸਹੁਰੇ ਛੱਡ ਪੇਕੇ ਆ ਵੱਸੀ, ਸਿਰਫ਼ ਇਹੋ ਸੋਚ ਕਿ ਨਾਨਕਿਆਂ, ਦਾਦਕਿਆਂ ਤੇ ਮੇਰੇ ਪੇਕਿਆਂ ਦਾ ਇਹੋ ਨਿਸ਼ਾਨ ਈ ਬਾਕੀ ਐ।" ਸਤਨਾਮ ਕੌਰ ਦੀ ਬੇਵੱਸ ਹੋਈ ਦਲੀਲ ਸਵਰਨੇ ਦੇ ਦਿਲ 'ਚ ਕੁੱਝ ਕਹਿਣ ਦੀ ਥਾਂ ਵਿਹੁ ਬਣ ਘੁਲਦੀ ਰਹੀ। ਸਤਨਾਮ ਕੌਰ ਨੇ ਸਭ ਕੁੱਝ ਜਾਣਨ ਦੇ ਬਾਵਜੂਦ ਇੱਥੋਂ ਤੱਕ ਕਹਿ ਦਿੱਤਾ- "ਬਾਈ ਐਵੇਂ ਵੀ ਨਾ ਸੋਚੀਂ ਮੈਂ ਫੋਕੇ ਫੈਂਟਰ ਮਾਰਦੀ ਆਂ। ਤੂੰ ਮੂਹ ਖੋਲ੍ਹ ਮੈਂ ਸ਼ਹਿਬਾਜ਼ ਦੇ ਬਰਾਬਰ ਦਾ ਹੱਕ ਹਰਮਨ ਦੇ ਪੱਲੇ ਤੋਲ ਦਿਆਂਗੀ।"

ਫਿਰ ਬਹੁਤੇ ਲੋਕ ਸਤਨਾਮ ਕੌਰ ਦੀ ਦਲੀਲ ਨਾਲ ਵੀ ਆ ਜੁੜੇ ਪਰ ਇਸ ਦੇ ਬਾਵਜੂਦ ਉਹ ਕੱਝ ਹੀ ਹੋਇਆ ਜੋ ਜ਼ਮਾਨੇ ਨੂੰ ਭਾਉਂਦਾ ਸੀ ਤੇ ਸਵਰਨਾ ਚਾਹੁੰਦਾ ਸੀ। ਸਮਾਜ ਦੀ ਭਰੀ ਕਚਹਿਰੀ 'ਚ ਹਰਮਨ ਨੂੰ ਮਾਂ-ਪਿਆਰ ਦੇਣ ਦਾ ਵਾਅਦੇ ਭਰਿਆ ਐਲਾਨ ਕਰਕੇ ਅਤੇ ਵਿਹੁ ਘੋਲਦੀ ਸਾਜਿਸ਼ ਸੂਹੇ ਸ਼ਾਲੂ ਹੇਠ ਕੱਜ ਅੰਗਰੇਜ਼ ਕੌਰ ਸਵਰਨੇ ਦੀ ਨਾਰ ਬਣ ਗਈ। ਹਰਮਨ ਲਈ ਮਾਂ ਦੇ ਰਿਸ਼ਤੇ ਦੀ ਫਰਜ਼ੀ ਖਾਨਾਪੂਰਤੀ ਵੀ ਹੋ ਗਈ। ਵਕਤ ਦੀ ਸਕਰੀਨ 'ਤੇ ਸੰਖੇਪ ਜਿਹੇ ਸੀਨ 'ਚ ਪਿੰਡ ਨੇ ਸਵਰਨੇ ਨੂੰ ਕਮਾਉਂਦਿਆਂ, ਅੰਗਰੇਜ਼ ਕੌਰ ਨੂੰ ਪਕਾਉਂਦਿਆਂ ਤੇ ਹਰਮਨ ਨੂੰ ਖਾਂਦਿਆਂ ਵੇਖਿਆ ਪਰ ਸਤਨਾਮ ਕੌਰ ਦਾ ਸੱਚ ਛੇਤੀ ਹੀ ਟੱਲੀ ਵਾਂਗੂੰ ਖੜਕ ਗਿਆ। ਜਦੋਂ ਸਵੇਰ ਸਾਰ ਸਵਰਨਾ ਕੰਮ ਤੇ ਤੁਰ ਜਾਂਦਾ ਅੰਗਰੇਜ਼ ਕੌਰ ਆਨੇ-ਬਹਾਨੇ ਨਿੱਕੀ ਹਰਮਨ ਨੂੰ ਕੁੱਟਦੀ। ਵਜੂਦੋਂ ਭਾਰਾ ਕੰਮ ਸਖ਼ਤੀ ਵਰਤ ਕੇ ਲੈਂਦੀ। ਸਿਵਿਆਂ 'ਚ ਸੁੱਤੀ ਮਾਂ ਨੂੰ ਧੀ ਜੰਮਣ ਦਾ ਤਾਅਨਾ ਮਿਲਦਾ। ਪਿੰਡ ਬੂ-ਬੂ ਕਰਦਾ ਮੂੰਹ ਉਂਗਲਾਂ ਲੈ ਸਹਿੰਦਾ। ਇਹ ਵਿਵਾਦ ਜੱਗ ਜ਼ਾਹਿਰ ਹੋ ਚੁੱਕਾ ਸੀ।

ਕਦੇ-ਕਦੇ ਹਰਮਨ ਸ਼ਹਿਬਾਜ਼ ਨਾਲ ਖੇਡਣ ਸਤਨਾਮ ਕੌਰ ਵੱਲ ਜਾਂਦੀ ਤੇ ਕਦੇ ਸ਼ਹਿਬਾਜ਼ ਸਵਰਨੇ ਦੇ ਘਰ ਆ ਜਾਂਦਾ। ਵਿਹੜੇ ਦੀ ਕੰਧ ਨਾਲ ਲੱਗੇ ਧਰੇਕ ਦੇ ਬੂਟੇ ਨੂੰ ਦੋਵੇਂ ਖੂਹ ਤੋਂ ਡੋਲ ਭਰ-ਭਰ ਪਾਣੀ ਲਿਆ ਪਾਉਂਦੇ। ਸਵਰਨਾ ਦੱਸਦਾ ਸੀ "ਹਰਮਨ ਇਹ ਬੂਟਾ ਤੇਰੀ ਮਾਂ ਦੇ ਹੱਥਾਂ ਦਾ ਲੱਗਿਐ। ਉਹਦੀ ਆਤਮਾ ਅੱਜ ਵੀ ਏਸੇ ਧਰੇਕ 'ਚ ਈ ਵਸਦੀ ਐ।"

ਪਰ ਹਰਮਨ ਖੌਫ਼ ਖਾਂਦੀ, ਕਿਧਰੇ ਨਵੀਂ ਮਾਂ ਦੀ ਲੋਹ-ਲਾਖੀ ਫ਼ਿਤਰਤ ਜੜ੍ਹੋਂ ਹੀ ਨਾ ਧੂਹ ਮਾਰੇ। ਇਸ ਦਾ ਝੋਰਾ ਕਦੇ-ਕਦੇ ਉਹ ਸ਼ਹਿਬਾਜ਼ ਕੋਲ ਵੀ ਕਰਦੀ। ਉਹ ਹੌਂਸਲਾ ਦਿੰਦਾ ਮਾਮੀ ਐਸਾ ਕਦੇ ਨਹੀਂ ਹੋਣ ਦੇਵੇਗੀ।

ਹੁਣ ਉਹ ਦੋਵੇਂ ਬੱਚੇ ਨਹੀਂ ਸਨ ਰਹੇ। ਅੰਗਰੇਜ਼ ਕੌਰ ਦੇ ਅੰਦਰ ਰਿੱਝਦੀ ਨਫ਼ਰਤ ਦੀ ਭਾਵ ਪਹਿਚਾਣਦੇ ਸਨ। ਸਤਨਾਮ ਕੌਰ ਆਖਦੀ-

"ਅਗਰ ਮਤਰੇਈ ਦਾ ਕੁੜੀ ਪ੍ਰਤੀ ਦਿਲੋਂ ਮੋਹ ਹੁੰਦਾ ਤਾਂ ਉਹ ਉਹਨੂੰ ਮੋਈ ਮਾਂ ਦਾ

ਇਲਮ ਤੱਕ ਨਾ ਹੋਣ ਦੇਂਦੀ। ਭੇਦਭਰੀ ਚਾਦਰ ਹੇਠ ਸਵਾ ਕੇ ਐਸੀ ਲੋਰੀ ਦੇਂਦੀ, ਬਚਪਨ ਸੁੱਤਿਆਂ ਸੁਪਨੇ ਵਹਿੰਦਾ ਲੰਘ ਜਾਂਦਾ। ਪਰ ਕਿੱਕਰਾਂ ਦੇ ਫੁੱਲਾਂ 'ਚੋਂ ਖੁਸ਼ਬੋਆਂ ਕਦੋਂ ਮਿਲੀਆਂ? ਕੁੜੀ ਦਾ ਹਿਰਦਾ ਸਾੜਨ ਲਈ ਏਹਨੇ ਤਾਂ ਤਾਅਨਾ ਈ ਗਈ ਗੁਜਰੀ ਮਾਂ ਦਾ ਚੁਣਿਐ। ਸ਼ਹਿਬਾਜ਼ ਮੈਨੂੰ ਮਾਮੀ ਆਖ ਪੁਕਾਰਦੈ ਪਰ ਮਾਂ ਦੀ ਉਹਨੂੰ ਤਲਾਸ਼ ਕੋਈ ਨਹੀਂ। ਕੁੜੀ ਦੇ ਬੁੱਲ੍ਹ ਏਨੂੰ ਮਾਂ-ਮਾਂ ਆਖਦਿਆਂ ਸੁੱਕਦੇ ਐ। ਇਹ ਸੱਪਣੀ ਉਹਨੂੰ ਊਂ ਈ ਡਘਾਰਨ ਨੂੰ ਫਿਰਦੀ ਐ। ਲੋਹੜਾ ਮਾਰ ਗਿਆ ਵੇ ਸਾਈਆਂ...।"

ਪਾਣੀ ਸਿਰੋਂ ਲੰਘਦਾ ਵੇਖ ਗੁਆਂਢੀਆਂ ਸਵਰਨੇ ਕੋਲ ਗੁਹਾਰ ਕੀਤੀ-"ਭਲਿਆ ਲੋਕਾਂ। ਕੁੜੀ ਦੀ ਜਿੰਦ ਸਲਾਮਤ ਚਾਹੁੰਨੈ ਤਾਂ ਅੰਗਰੇਜ਼ ਕੌਰ ਦੀ ਅਕਲ ਨੂੰ ਨੱਥ ਪਾ। ਤੂੰ ਕੰਮ ਤੇ ਤੁਰ ਜਾਂਦੈ ਤੇ ਕੁੜੀ ਦੀ ਹਾਲ ਪਾਹਰਿਆ ਸਾਥੋਂ ਵੇਖ ਨਹੀਂ ਹੁੰਦੀ। ਹਾਲਾਤ ਇਹੋ ਰਹੇ ਤਾਂ ਕੋਮਲ ਕਲੀ ਕੁਮਲਾਈ ਸਮਝ। ਐਵੇਂ ਨਾ ਦੁੱਧ ਦੀ ਰਾਖੀ ਬਿੱਲੀ ਬਠਾਉਣ ਦੇ ਵਹਿਮ 'ਚ ਰਹੀ।"

ਕੁੜੀ ਪ੍ਰਤੀ ਤਰਸ 'ਚ ਸਵਰਨਾ ਦਿਲੋਂ ਪਿਘਲ ਗਿਆ। ਅੰਗਰੇਜ਼ ਕੌਰ ਪ੍ਰਤੀ ਥੋੜ੍ਹਾ ਸਖ਼ਤ ਹੋਇਆ ਉਹਨੇ ਅੱਗਿਓਂ ਨਹਿਲੇ ਤੇ ਦਹਿਲਾ ਕੱਢ ਮਾਰਿਆ-"ਕੰਨ ਖੋਲ੍ਹ ਸੌ ਦੀ ਇਕ ਸੁਣ ਲੈ ਕੰਤੜਿਆ। ਮੈਨੂੰ ਸੌਂਕਣ ਦਾ ਸਾਇਆ ਕਿਸੇ ਭਾਅ ਕਬੂਲ ਨੀ। ਏਨੂੰ ਕਿਸੇ ਸਾਕ-ਸਬੀਲੇ ਤੋਰ ਨਹੀਂ ਤਾਂ ਕਿਤੇ ਪੱਕਿਆਂ ਪੜ੍ਹਨੀ ਪਾ। ਮੈਨੂੰ ਏਸ ਘਰ ਦਾ ਵਾਰਿਸ ਚਾਹੀਦੈ ਆਪ ਦੀ ਕੁੱਖੋਂ ਅਰ ਛੇਤੀ।"

ਅੰਗਰੇਜ਼ ਕੌਰ ਦੇ ਰਵੱਈਏ ਦਾ ਇੱਕ ਕਾਰਨ ਤਾਂ ਸਵਰਨਾ ਮੂਲੋਂ ਸਮਝ ਗਿਆ। ਉਸ ਨੂੰ ਅੰਗਰੇਜ਼ ਕੌਰ ਦੀ ਮਾਨਸਿਕਤਾ ਨੂੰ ਹੋਈ ਤਪਦਿਕ ਦਾ ਵੀ ਅਹਿਸਾਸ ਹੋ ਗਿਆ।

"ਪਰ ਮੈਂ ਅੱਧੇ ਪਿੰਡ ਦੀਆਂ ਨਸੀਹਤਾਂ ਖੂਹੇ ਪਾ ਕੇ ਤੈਨੂੰ ਕੁੜੀ ਖ਼ਾਤਿਰ ਵਿਆਹਿਆ ਸੀ ਨਾ ਕਿ ਜੁਆਕ ਜੰਮਣ ਲਈ। ਉਦੋਂ ਤਾਂ ਬੜਾ ਬੂਥਾ ਚੜ੍ਹਾ ਕੇ ਆਖਦੀ ਸੈਂ। ਅਖੇ ਮੈਂ ਏਹਦੇ ਸਾਰੇ ਦੁੱਖ ਡੀਕ ਲਾ ਕੇ ਪੀ ਜੂੰ। ਦੁੱਖ ਤਾਂ ਕੀ ਤੂੰ ਤਾਂ ਕੁੜੀ ਖਾਣੀ ਡੈਣ ਬਣ ਬਹਿ ਗਈ ਐਂ।"

"ਜਾਹ ਉਏ ਜਾਹ। ਜਿਧਰ ਗਏ ਬਾਣੀਏ ਉਧਰ ਗਏ ਬਾਜ਼ਾਰ। ਉਹ ਉਦੋਂ ਦੇ ਵਾਅਦੇ ਸਨ, ਇਹ ਅੱਜ ਦੇ ਫ਼ੈਸਲੇ ਕੰਨ ਖੋਲ੍ਹ ਸੁਣ ਲੈ। ਮੈਂ ਔਂਤਰੀ ਨਿਪੁੱਤੀ ਨਹੀਉਂ ਮਰਨਾ। ਏਸ ਘਰ ਦਾ ਵਾਰਿਸ ਉਹੀ ਹੋਊ ਜੋ ਮੇਰੇ ਢਿੱਡੋਂ ਜੰਮੂ। ਤੂੰ ਜੋ ਲੱਗਾ ਏ ਨਾ ਸੌਂਕਣ ਦਾ ਥੋਪਣ ਮੈਨੂੰ ਮੜ੍ਹਨ। ਇਹ ਵਹਿਮ ਈ ਦਿਲੋਂ ਕੱਢ ਦੇਹ।" ਸਵਰਨੇ ਦੀਆਂ ਵਿਉਂਤਾਂ ਚੁਟਕੀ 'ਚ ਮਸਲਦੀ ਅੰਗਰੇਜ਼ ਕੌਰ ਬੋਲੀ।

"ਢਿੱਡੋਂ ਜੰਮੇ ਦਾ ਏਨਾ ਈ ਚਾਅ ਸੀ ਤਾਂ ਖਸਮ ਕਰਨ ਤੋਂ ਪਹਿਲਾਂ ਈ ਜੁਆਕ ਜੰਮਦੀ। ਬੇਗਾਨਾ ਪੁੱਤ ਤੇਰੇ ਜੰਮੇ ਜੁਆਕ ਨੂੰ ਬੇਗਾਨਾ ਥੋਪਣ ਦੱਸਦਾ ਫਿਰ ਤੈਨੂੰ ਪਤਾ ਲੱਗਦੈ ਗਿੱਠ ਲੰਮੀ ਜੀਭ ਕਿਵੇਂ ਵਧਾਈਦੀ ਐ। ਸੌ ਹੱਥ ਰੱਸਾ ਸਿਰੇ ਗੰਢ, ਗੱਲ ਹੇਠੇ ਈ ਗੱਠੜੀ ਬੰਨ੍ਹ ਲੈ ਨਾ ਤੇਰੀ ਕੁੱਖੋਂ ਕੋਈ ਜੁਆਕ ਜੁੱਲਾ ਜੰਮਣੈ ਤਾਂ ਕੋਈ ਏਸ ਘਰ ਦਾ ਵਾਰਿਸ ਬਣਨੈ। ਗਿੱਠ ਲੰਮੀ ਲੁਤਰੋ ਦਾ ਬੀਜਿਆ ਵੱਢ ਔਂਤਰੀ ਨਿਪੁੱਤੀ ਹੀ ਮਰਨੈ। ਕੰਨ ਖੋਲ੍ਹ ਸੁਣ ਲੈ...।"

"ਵੇ ਔਂਤਰਾ ਨਿਪੁੱਤਾ ਮਰੇਗਾ ਤੂੰ-ਤੇਰਾ ਪਿਉ। ਮੈਨੂੰ ਵੀ ਪਿਉ ਦੀ ਧੀ ਨਾ ਆਖੀਂ, ਜੇ ਤੈਨੂੰ ਲਿੱਪ ਕੇ ਭੜੋਲੇ ਪਾ ਅੰਗੀਠੇ ਨਾ ਧਰਿਆ ਤਾਂ...। ਫਿਰਦੈ ਐਥੇ ਖੱਸੀ ਝੋਟੇ ਵਾਂਗੂੰ ਠੋਕਰਾਂ ਮਾਰਦੈ। ਹੂੰ!!" ਅੰਗਰੇਜ਼ ਕੌਰ ਦੇ ਮੱਥੇ ਫੁੱਟੇ ਠੀਕਰ ਵਰਗੀਆਂ ਲਕੀਰਾਂ ਫੁੰਕਾਰੇ ਮਾਰਨ ਲੱਗੀਆਂ। ਫਿਰ ਸਵਰਨੇ ਨੇ ਵੀ ਸਿਰੇ ਲਾ ਦਿੱਤੀ-

"ਸੌ ਦੀ ਇੱਕੋ ਸੁਣ ਲੈ ਤੇਰੀ ਕੁੱਖੋਂ ਬਿੱਟੂ, ਪੱਪੂ ਪੈਦਾ ਕਰਨੇ ਮੇਰੀ ਕੋਈ ਟੈਨਸ਼ਨ ਨਹੀਂ। ਜੁਆਕ ਜੰਮਣੇ ਦਾ ਏਨਾ ਹੀ ਸ਼ੌਂਕ ਚੜ੍ਹਿਐ ਤਾਂ ਨਵਾਂ ਖਸਮ ਢੂੰਡ ਲੈ।"

"ਤੇ ਜੇ ਇਹੋ ਗੱਲ ਐ ਤਾਂ ਮੈਨੂੰ ਅੱਜ ਹੀ ਮੇਰਾ ਹਿੱਸਾ ਕੱਢ ਕੇ ਵੱਖ ਕਰ ਦੇਹ।"

"ਹੂੰ! ਦੇ ਗਿਆ ਹੋਣੈਂ ਤੇਰਾ ਪਿਉ ਮੈਨੂੰ ਮੁਰੱਬੇ ਖਰੀਦ ਕੇ। ਵੱਡੀ ਆਈ ਅੱਡ ਹਿੱਸਾ ਲੈਣ ਵਾਲੇ ਨਾਲੇ ਬਾਂਹ ਮਰੋੜ ਕੇ ਹੱਕ ਕਦੇ ਨੀ ਮਿਲਦਾ। ਜ਼ੁਬਾਨ ਚਲਾ ਕੇ ਨੱਕ ਉੱਚਾ ਰੱਖਣ ਦਾ ਵਹਿਮ ਥੁੱਕ ਦੇਹ। ਨਹੀਂ ਤਾਂ ਐਵੇਂ ਜਾਹ ਜਾਂਦੀ ਕਰਾ ਬਹੇਂਗੀ।

"ਇਸ ਘਰ ਦੀ ਪ੍ਰਾਪਰਟੀ 'ਚ ਮੇਰਾ ਅੱਧ ਏ ਅੱਧ।" ਅੰਗਰੇਜ਼ ਕੌਰ ਨੇ ਹਿੱਕ ਠੋਕਦਿਆਂ ਕਿਹਾ-"ਜੇ ਤੂੰ ਨਹੀਂ ਦਏਂਗਾ, ਮੈਨੂੰ ਵਿੰਗੀ ਉਂਗਲ ਨਾਲ ਘਿਉ ਕੱਢਣਾ ਵੀ ਔਂਦੈ। ਸ਼ਾਲਾ! ਕੁੱਤਿਆਂ ਦਾ ਰੰਨ ਨੂੰ ਯੱਕੜ ਕੁੱਟ-ਕੁੱਟ ਦੱਸਦੈ।" ਅੰਗਰੇਜ਼ ਕੌਰ ਨੇ ਸਾਰੀਆਂ ਸ਼ਰਮਾਂ ਦੇ ਮੂੰਹੋਂ ਘੁੰਡ ਚੁੱਕ ਲਾਹ ਮਾਰਿਆ।

"ਭੌਂਕਣ 'ਚ ਤਾਂ ਕੁੱਤੀਏ ਤੈਥੋਂ ਰੱਬ ਵੀ ਹਾਰਿਆ।" ਕਹਿੰਦੇ-ਕਹਿੰਦੇ ਸਵਰਨੇ ਨੇ ਕਹੀ ਮੋਢੇ ਧਰੀ ਤੇ ਖੇਤਾਂ ਵਲ ਹੋ ਤੁਰਿਆ। ਕੌੜੀਆਂ-ਕੁਸੈਲੀਆਂ ਗੱਲਾਂ ਤੋਂ ਅਣਜਾਣ ਹਰਮਨ ਇਹ ਸਭ ਵੇਖਦੀ ਸੁਣਦੀ ਰਹੀ। ਉਲਝੇ ਸਵਾਲਾਂ-ਜਵਾਬਾਂ ਦੇ ਅਰਥ ਕੱਢਣੋਂ ਉਹ ਨਹੀਂ ਸੀ ਜਾਣਦੀ ਪਰ ਇੰਨਾ ਕੁ ਇਲਮ ਸੀ ਕਿ ਪਿਓ ਦੀਆਂ ਕਹੀਆਂ ਦਾ ਗੁੱਸਾ ਮੇਰੇ ਤੇ ਕੱਢਣ ਤੋਂ ਬਿਨਾਂ ਮਾਂ ਦੇ ਗਲੋਂ ਪਾਣੀ ਨਹੀਂ ਲੰਘਣਾ। ਚੜ੍ਹਦੇ-ਲਹਿੰਦੇ ਰਿੱਝਦੀ ਛਿੱਤਰੀਂ ਦਾਲ ਦਾ ਸੇਕ ਸਵਰਨੇ ਦੀ ਗੈਰ ਮੌਜੂਦਗੀ 'ਚ ਉਸ ਤੇ ਹੀ ਪੈਂਦਾ। ਕਈ ਵਾਰ ਸਵਰਨੇ ਨੂੰ ਵੀ ਇਸ ਤ੍ਰਾਸਦੀ ਦਾ ਵਾਸਤਾ ਦੇ ਕੇ ਅੰਗਰੇਜ਼ ਕੌਰ ਨਾਲ ਨਾ ਲੜਨ ਦੀ ਸਲਾਹ ਵੀ ਉਸ ਨੇ ਦਿੱਤੀ ਪਰ ਅੰਗਰੇਜ਼ ਕੌਰ ਦੇ ਮੂੰਹੋਂ ਨਿਕਲਦੇ ਬੋਲ ਛੱਪੜਾਂ ਨੂੰ ਅੱਗ ਲਾਣੇਂ ਬੋਲ ਫੂਕਾਂ ਮਾਰ-ਮਾਰ ਭਾਂਬੜ ਬਾਲ ਬਹਿੰਦੈ। ਉਸ ਨੂੰ ਛੋਟੀ ਉਮਰੇ ਨੈਣਾਂ ਦੇ ਨੀਰ ਨਾਲ ਜ਼ਖਮਾਂ ਤੇ ਟਕੋਰਾਂ ਕਰਨ ਦਾ ਵੱਲ ਤਕਦੀਰ ਨੇ ਸਿਖਾਇਆ ਕੋਮਲ ਹੱਥੀਂ ਕੰਡੇ ਚੁੱਕਣ ਦੀ ਆਦੀ ਉਹ ਖੁਦ ਹੋ ਗਈ। ਪਰ ਮਾਂ-ਪਿਉ ਵਿਚਕਾਰਲੀ ਲੜਾਈ ਨੇ ਅਜਿਹਾ ਅਮਿੱਟ ਤੇ ਅਣਬੋਲਿਆ ਅਹਿਸਾਸ ਉਸ ਦੀ ਸੋਚ ਤੇ ਉੱਕਰਿਆ, ਉਹ ਪੁੱਠ ਪੈਰੇ ਸਵਾਲਾਂ 'ਚ ਹੀ ਖੋ ਕੇ ਰਹਿ ਗਈ।

"ਕੌਣ ਹੁੰਦਾ ਏ ਘਰ ਦਾ ਵਾਰਿਸ? ਕੀ ਹੁੰਦੀ ਐ ਹੱਕਾਂ ਦੀ ਲੜਾਈ? ਕੀ ਸਨ ਵਿਆਹੋਂ ਪਹਿਲੇ ਫ਼ੈਸਲੇ? ਕੀ ਹਨ ਵਾਅਦੇ? ਮੈਨੂੰ ਇਹ ਸਵਾਲ ਸਕੂਲ ਵਾਲੀ ਭੈਣ ਜੀ ਨੇ ਕਿਉਂ ਨਹੀਂ ਸਮਝਾਇਆ? ਮੈਂ ਬੜੀ ਵੇਰ ਪਿੰਡ ਦੀਆਂ ਔਰਤ ਨੂੰ ਲੜਦਿਆਂ ਤੱਕਿਆ। ਇੱਕ ਦੂਜੀ ਪ੍ਰਤੀ ਕੌੜੇ ਬੋਲ-ਕੁਬੋਲ ਵੀ ਬੋਲਦੀਆਂ ਸੁਣੀਆਂ ਪਰ ਮੇਰੇ ਨਾਲ਼ ਬੋਲਣ ਵੇਲੇ ਹਰ ਇੱਕ ਦੀ ਜ਼ੁਬਾਨ ਸ਼ਹਿਦ ਹੋ ਜਾਂਦੀ ਪਰ ਮਾਂ ਦੀ ਕੌੜੀ ਬੋਲੀ ਤਾਂ ਮੇਰੇ ਲਈ ਕਦੇ ਭੁੱਲ-ਭੁਲੇਖੇ ਵੀ ਨਾ ਮਿੱਠੀ ਹੋਈ? ਉਹਦੀਆਂ ਲਬਾਂ ਤੇ ਹਰ ਵੇਲੇ ਸੌਂਕਣ ਦੀ ਔਲਾਦ ਵਾਲਾ ਤਾਅਨਾ ਕਿਉਂ ਨੱਚਦੈ? ਹਰ ਔਰਤ ਮੈਨੂੰ ਪੁੱਤ-ਧੀ ਆਖ ਸਿਰੋਂ ਪੁਚਕਾਰਦੀ ਐ, ਉਹਨੇ ਤਾਂ ਮੈਨੂੰ ਇਹ ਕਹਿ ਕੇ ਕਦੇ ਬੁਲਾਇਆ ਹੀ ਨਹੀਂ, ਕਿਉਂ? ਕੀ ਕਿਸੇ ਹੋਰ ਘਰ 'ਚ ਵੀ ਕੋਈ ਮਾਂ ਆਵਦੇ ਬੱਚੇ ਨਾਲ ਐਸਾ ਸਲੂਕ ਕਰਦੀ ਹੋਊ? .ਕਾਸ਼! ਸਤਨਾਮ ਭੂਆ ਮੇਰੀ ਮਾਂ ਹੁੰਦੀ! ਮੈਂ ਕਦੇ ਦੁਖੀ ਨਾ ਹੁੰਦੀ!...।"

ਇਹੋ ਸਵਾਲ ਉਸ ਦੇ ਜ਼ਿਹਨ 'ਚ ਧੜਕਦੇ। ਉਸ ਨੂੰ ਸਤਨਾਮ ਕੌਰ ਦਾ ਇੱਕ ਦਿਨ ਸਵਰਨੇ ਨੂੰ ਆਖਿਆ ਯਾਦ ਸੀ-"ਭਰਾ ਮੇਰਿਆ! ਤੇਰੀ ਖਰੀਦੀ ਪਟਰਾਣੀ ਨੇ, ਕੁੜੀ ਦੀ ਮਾਂ

ਦੇ ਸਿਵਿਆਂ ਦਾ ਸੇਕ ਲਾ-ਲਾ ਕੇ, ਉਸ ਵਿਚਾਰੀ ਦੀਆਂ ਆਂਦਰਾਂ ਲੂੰਹ ਸੁੱਟੀਆਂ ਨੇ। ਹਾਲਾਤ ਇਹੋ ਰਹੇ ਤਾਂ ਵਿਹੜੇ ਵਾਲੀ ਧਰੇਕ ਨੂੰ ਸੁੱਕੀ ਸਮਝ।"

ਗੱਲ ਦੇ ਅਰਥ ਹਰਮਨ ਨੂੰ ਸਮਝ ਨਾ ਲੱਗੇ ਪਰ ਵਿਹੜੇ ਵਾਲ਼ੀ ਧਰੇਕ ਦੇ ਸੁੱਕਣ ਦੀ ਗੱਲ ਉਸ ਦੀ ਸੋਚ ਨੂੰ ਜਾ ਚਿੰਬੜੀ। ਉਸ ਨੇ ਇਸ ਦੇ ਅਰਥ ਕਈ ਵਾਰ ਸਤਨਾਮ ਕੌਰ ਤੋਂ ਪੁੱਛਣ ਦੀ ਕੋਸ਼ਿਸ਼ ਕੀਤੀ ਪਰ ਉਹ ਟਾਲ਼ ਗਈ। ਫਿਰ ਇੱਕ ਦਿਨ ਉਸ ਦੀ ਕੰਬਦੀ ਜ਼ਬਾਨ ਸਵਰਨੇ ਲਈ ਅਬੁੱਝ ਸਵਾਲ ਬਣ ਗਈ-"ਭਾਪਾ! ਭਾਪਾ!! ਗੁਰਦੁਆਰੇ ਆਲਾ ਬਾਬਾ ਕਹਿੰਦੈ, ਮਾਂ ਰੱਬ ਹੁੰਦੀ ਐ! ਬੱਚਿਆਂ ਨੂੰ ਬੜਾ ਪਿਆਰ ਕਰਦੀ ਐ ਆਪ ਗਿੱਲੀ ਥਾਂ ਸੌਂਦੀ ਐ-ਬੱਚਿਆਂ ਨੂੰ ਸੁੱਕੀ ਥਾਂ ਰੱਖਦੀ ਐ। ਪਰ ਮੈਨੂੰ ਮਾਂ ਨੇ ਬਿਨਾਂ ਗੱਲੋਂ ਕੁੱਟਣੋਂ ਕੋਈ ਹੋਰ ਗੱਲ ਈ ਨਹੀਂ ਕੀਤੀ। ਉਹ ਤਾਂ ਇਹ ਵੀ ਕਹਿੰਦੀ ਐ ਮੈਂ ਤੇਰੀ ਮਾਂ ਨਹੀਂ। ਜੇ ਉਹ ਮਾਂ ਨਹੀਂ ਤਾਂ ਮੇਰੀ ਮਾਂ ਕਿੱਥੇ? ਜੇ ਕਿਤੇ ਗਈ ਐ ਤਾਂ ਹੁਣ ਤੱਕ ਮੁੜੀ ਕਿਉਂ ਨਹੀਂ? ਮੈਨੂੰ ਸੱਚ ਦੱਸੋ ਉਹ ਕਦੋਂ ਮੁੜੂ? ਜੇ ਮੇਰੀ ਮਾਂ ਕੋਈ ਹੋਰ ਐ ਤਾਂ ਇਹ ਕੌਣ ਐ?"

"ਮੈਂ ਤੈਨੂੰ ਕਦੇ ਫਿਰ ਦੱਸਾਂਗਾ।"

"ਲੈ ਫਿਰ ਕਦੋਂ? ਜਦੋਂ ਸਤਨਾਮ ਭੂਆ ਨੂੰ ਪੁੱਛਦੀ ਆਂ ਉਹ ਵੀ ਇਹੋ ਕਹਿੰਦੀ ਐ। ਤੁਹਾਥੋਂ ਪੁੱਛਾਂ ਤਾਂ ਤੁਸੀਂ ਵੀ...।" ਕੁੜੀ ਨਿਮੋਝੂਣੀ ਹੋ ਕੇ ਰਹਿ ਜਾਂਦੀ। ਹਨ੍ਹੇਰਿਆਂ, ਲਾਰਿਆਂ ਤੇ ਸਹਿਮ ਨਾਲ ਟੱਕਰਾਂ ਮਾਰਦਾ ਅਣਭੋਲ ਬਚਪਨ ਪਿਤਾ ਤੋਂ ਸਵਾਲ ਦਾ ਜਵਾਬ ਨਾ ਮਿਲਣ ਤੇ ਉਦਾਸ ਹੋ ਜਾਂਦਾ। ਉਹ ਸਮਝਦਾ ਮੈਂ ਹਰਮਨ ਨਾਲ ਗੱਲ ਛੁਪਾ ਕੇ ਦੂਜਾ ਧੋਖਾ ਕਰ ਰਿਹਾ ਹਾਂ। ਮਨ ਬੋਝਲ ਹੁੰਦਾ ਤਾਂ ਕਦੇ ਆਖਦਾ-"ਚੱਲ ਹਰਮਨ ਧਰੇਕ ਦੇ ਬੂਟੇ ਨੂੰ ਪਾਣੀ ਪਾਈਏ।" ਕੁੜੀ ਦੇ ਮਨ ਨੂੰ ਧੀਰਜ ਬੱਝਦਾ। ਆਸ ਹੋ ਜਾਂਦੀ, "ਸ਼ਾਇਦ ਹੁਣ ਬੂਟਾ ਨਾ ਸੁੱਕੇ।"

"ਇਸ ਦੁਆਲੇ ਪੱਕੀ ਵਾੜ ਕਰ ਦਿੱਤੀ ਐ। ਇਹ ਹੁਣ ਨਹੀਂ ਸੁੱਕੇਗਾ।"

ਸਵਰਨੇ ਦੇ ਕਹਿਣ ਤੇ ਕੁੜੀ ਦੇ ਮਨ ਨੂੰ ਹੋਰ ਜ਼ਿਆਦੇ ਥੰਮਣਾਂ ਮਿਲ ਜਾਂਦਾ। ਪਰ ਸਵਰਨਾ ਜਾਣਦਾ ਸੀ ਕਿ ਇਸ ਆਰਜੀ ਦਿਵਾਏ ਵਿਸ਼ਵਾਸ ਦੀ ਕੋਈ ਬੁਨਿਆਦ ਨਹੀਂ।

ਇੱਕ ਦਿਨ ਸਵਰਨਾ ਅੰਗਰੇਜ਼ ਕੌਰ ਨਾਲ ਲੜ ਕੇ ਬਾਹਰ ਨਿਕਲ ਗਿਆ। ਹਰਮਨ ਬਿਨਾਂ ਆਖਿਆਂ ਬਾਲਟੀ ਚੁੱਕ ਨਲਕੇ ਤੋਂ ਪਾਣੀ ਭਰਨ ਲੱਗ ਪਈ। ਸਾਹੋ-ਸਾਹ ਹੋਈ ਕੰਬਦੀ ਕਾਇਆ ਨਾਲ ਧਰੇਕ ਵੱਲ ਵਧੀ। ਸਣੇ ਬਾਲਟੀ ਪੈਰ ਤਿਲਕ ਫਰਸ਼ ਤੇ ਜਾ ਡਿੱਗੀ। ਅੰਗਰੇਜ਼ ਕੌਰ ਦੇ ਧੁਖਦੇ ਗੁੱਸੇ ਤੇ ਪੈਟਰੋਲ ਆ ਪਿਆ-"ਅੱਗ ਲੱਗੇ ਐਸੀ ਛੋਕਰੀ ਨੂੰ। ਸੌਂਕਣ ਆਪ ਮਰ ਗਈ, ਆਹ ਸਿਆਪਾ ਮੈਨੂੰ ਸੁਹੇੜ ਗਈ...।"

ਉਸ ਨੇ ਉੱਪਰੋਥਲੀ ਤਿੰਨ-ਚਾਰ ਕਰਾਰੇ ਥੱਪੜ ਬੇਰਹਿਮੀ ਨਾਲ ਕੁੜੀ ਦੇ ਮੂੰਹ ਜੜ ਦਿੱਤੇ। ਗੋਡੇ ਤੇ ਵੱਜੀ ਸੱਟ ਨੂੰ ਅਣਡਿੱਠ ਕਰ ਧੂਹ ਗੇਟ ਤੋਂ ਬਾਹਰ ਮਾਰਿਆ। ਪਿਉ ਤੇ ਆਇਆ ਗੁੱਸਾ ਧੀ ਦੇ ਕੱਢ ਅੰਦਰੋਂ ਕੁੰਡੀ ਮਾਰ ਲਈ। ਕੰਨਾਂ ਤੇ ਪਏ ਥੱਪੜਾਂ ਦੀ ਪੀੜ ਅੰਗਿਆਰਾਂ ਵਰਗੇ ਸਵਾਲ ਹਰਮਨ ਮੂਹਰੇ ਸੁੱਟ ਰਹੀ ਸੀ-"ਕਿਹੜੀ ਸੌਂਕਣ ਮਰ ਗਈ? ਕਿਹੜਾ ਸਿਆਪਾ ਕੀਹਨੂੰ ਸੁਹੇੜ ਗਈ?"

ਕੁੜੀ ਨੂੰ ਅਤੀਤ ਰਿਸਦਾ ਜਾਪਿਆ। ਜ਼ਖ਼ਮ ਦੀ ਪੀੜ ਨਾਲ ਆਪ ਮੁਹਾਰੇ ਮੂੰਹੋਂ ਚੀਸ ਨਿਕਲ ਗਈ-"ਊਈ।"

"ਕੀ ਹੋਇਐ ਹਰਮਨ?" ਮੌਕੇ ਤੇ ਸੁਤੈ-ਸੁਭਾ ਬਹੁੜੇ ਸ਼ਹਿਬਾਜ਼ ਦੀਆਂ ਅੱਖਾਂ ਗੋਡੇ ਦੇ ਜ਼ਖ਼ਮ ਨੂੰ ਦੇਖ ਅੱਡੀਆਂ ਰਹਿ ਗਈਆਂ।

"ਸਿਰ ਤੇਰੇ ਜਣਦਿਆਂ ਦਾ।" ਗੇਟ ਦੇ ਅੰਦਰੋਂ ਆਈ ਆਵਾਜ਼ ਨੇ ਰਿਸਦੇ ਜ਼ਖ਼ਮ ਦੀ ਹਕੀਕਤ ਸ਼ਹਿਬਾਜ਼ ਨੂੰ ਚੰਗੀ ਤਰ੍ਹਾਂ ਸਮਝਾ ਦਿੱਤੀ। ਪੀੜ 'ਚ ਲਰਜ ਰਿਹਾ ਕੁੜੀ ਦਾ ਦੁਖਦੇ ਫੱਟ ਜਿਹਾ ਚਿਹਰਾ ਦੁਖੀ ਦਿਲ ਪ੍ਰਤੀ ਹਮਦਰਦੀ ਮੰਗ ਰਿਹਾ ਸੀ। ਸ਼ਹਿਬਾਜ਼ ਨੇ ਸਿਰੋਂ ਪੱਟਕਾ ਲਾਹ ਉਸ ਦੇ ਗੋਡੇ ਤੇ ਬੰਨ੍ਹ ਦਿੱਤਾ। ਤੜਫਦੀ-ਲੁੜਛਦੀ ਨੂੰ ਸਹਾਰਾ ਦੇ ਕੇ ਮਾਮੀ ਕੋਲ ਲੈ ਆਇਆ। ਵੇਖਦਿਆਂ ਹੀ ਸਤਨਾਮ ਨੇ ਵਾਪਰੇ ਦੁਖਾਂਤ ਦਾ ਅੰਦਾਜ਼ਾ ਸਹਿਜੇ ਹੀ ਲਾ ਲਿਆ-"ਜਾਹ ਜਾਦੀਏ ਰੂਪ-ਬਸੰਤ ਤੇ ਪੂਰਨ ਵਾਲੀ ਕਿਸਮਤ ਕਿੱਥੋਂ ਲਿਖਾ ਲੈ ਆਈਓਂ?"

ਹਰਮਨ ਦੀ ਦਿਲ ਪਸੀਜਵੀਂ ਭੁੱਬ ਨੇ ਵਕਤ ਨੂੰ ਫਾਕਾਂ ਤੋਂ ਫੜ ਹਲੂਣ ਦਿੱਤਾ- "ਮੈਂ ਸਭ ਕੁੱਝ ਦੱਸ ਦਿਆਂਗੀ ਭੂਆ ਪਹਿਲਾਂ ਮੈਨੂੰ ਦੱਸ ਕਿਹੜੀ ਸੌਂਕਣ ਮਰ ਗਈ? ਕੀਹਨੂੰ ਸਿਆਪਾ ਸਹੇੜ ਗੀ? ਕਿਉਂ ਪੈਂਦੀ ਐ ਮੇਰੇ ਨਿੱਤ ਦਿਨ ਕੁੱਟ? ਕੀ ਕਸੂਰ ਐ ਮੇਰਾ?"

ਜ਼ਿੰਦਗੀ ਦੇ ਦੁਖਾਂਤਾਂ ਨਾਲ ਅਡੋਲ ਮੱਥਾ ਲਾਉਣ ਵਾਲੀ ਸਤਨਾਮ ਕੁੜੀ ਦੇ ਸੁਆਲਾਂ ਅੱਗੇ ਫਿਸ ਪਈ-"ਆ ਜਾ ਧੀਏ ਦੱਸਾਂ ਤੇਰੇ ਕਿਉਂ ਪੈਂਦੀ ਐ ਕੁੱਟ। ਹੁਣ ਜਿੰਨੀਆਂ ਮਰਜੀ ਚਾਦਰਾਂ ਤਾਣ ਲੈ ਵੀਰ ਸਵਰਨ ਸਿਆਂ, ਮੈਥੋਂ ਸੱਚ ਦਾ ਸੂਰਜ ਨਹੀਂ ਕੱਜਿਆ ਜਾਂਦੇ। ਉਦੋਂ ਤੂੰ ਮੇਰੀ ਮੰਨੀ ਕੋਈ ਨੀ, ਅੱਜ ਮੈਂ ਦੁਖਾਂਤ ਦੀ ਚੋਰ ਕਿਉਂ ਬਣਾਂ? ਮੇਰੀਏ ਬੱਚੀਏ, ਮੈਂ ਆਖਰਾਂ ਤੱਕ ਵਾਹ ਲਾਵਾਂਗੀ, ਟੁੱਟਣੀ ਧਰੇਕ ਦੀ ਬਹਾਰ ਬਚਾਉਣ ਲਈ ਪਰ ਮਾਫ ਕਰੀਂ ਤੇਰੇ ਲਈ ਵਫ਼ਾਦਾਰ ਹੋ ਕੇ ਵੀ ਤੇਰੀ ਗੱਦਾਰ ਹਾਂ।" ਹਰਮਨ ਨੂੰ ਕਲਾਵੇ 'ਚ ਲੈ ਕੇ ਸਤਨਾਮ ਰੂਹ ਭਰ-ਭਰ ਰੋਈ। ਜਜ਼ਬਾਤੀ ਤਾਹਨਿਆਂ ਤੋਂ ਸਵਰਨਾ ਵੀ ਨਾ ਬਚਿਆ-"ਮਰਜ਼ੀ ਦਿਆ ਮਾਲਕਾ। ਤੇਰੀ ਅੜੀ ਲਛਮਣ ਰੇਖਾ ਨਾਂ ਲੰਘਦੀ। ਨਾ ਆਹ ਮਾਮਲੇ ਪੈਂਦੇ। ਆਹ ਚੱਟ ਲੈ ਹੁਣ ਦੂਜੇ ਵਿਆਹ ਦਾ ਸੁਆਦ।"

ਮਨ ਹੌਲਾ ਕਰਕੇ ਸਤਨਾਮ ਕੌਰ ਨੇ ਹੰਝੂ ਪੂੰਝੇ। ਕੁੜੀ ਦੇ ਅਧਮੋਏ ਅਤੀਤ ਦਾ ਪੋਸਟ ਮਾਰਟਮ ਸ਼ੁਰੂ ਕਰ ਦਿੱਤਾ। ਇੱਕ ਬੰਨੇ ਉਹ ਜ਼ਿੰਦਗੀ ਦੇ ਜ਼ਖ਼ਮ ਤੋਂ ਜ਼ੁਬਾਨ ਨਾਲ ਪੱਟੀ ਲਾਹੁੰਦੀ ਰਹੀ। ਨਾਲੋ-ਨਾਲ ਪਾਣੀ 'ਚ ਉਬਾਲੇ ਨਿੰਮ ਦੇ ਪੱਤਿਆਂ ਦੀ ਹਰਮਨ ਦੇ ਗੋਡੇ ਨੂੰ ਟਕੋਰ ਕਰਦੀ ਰਹੀ।

"ਲੈ ਭੂਆ ਮੇਰਾ ਜ਼ਖ਼ਮ ਹੁਣ ਪੀੜ ਕਰਨੋਂ ਹਟ ਗਿਆ। ਮੈਨੂੰ ਗੁਰਦੁਆਰੇ ਵਾਲੇ ਬਾਬੇ ਤੇ ਗ਼ੁੱਸਾ ਸੀ ਕਿ ਉਹ ਮਾਵਾਂ ਬਾਰੇ ਝੂਠ ਬੋਲਦੈ, ਉਹ ਵੀ ਲਹਿ ਗਿਆ। ਮੈਂ ਹੁਣ ਅੰਗਰੇਜ ਕੌਰ ਨੂੰ ਨਾ ਕਦੇ ਮਾਂ ਆਖਾਂਗੀ। ਨਾ ਹੀ ਉਹਦੀ ਕੁੱਟ ਤੋਂ ਰੋਵਾਂਗੀ।" ਸਾਰਾ ਸੱਚ ਕੰਨੀਂ ਸੁਣਨ ਤੋਂ ਬਾਅਦ ਹਰਮਨ ਨੇ ਸਤਨਾਮ ਨੂੰ ਕਿਹਾ। ਸ਼ਾਇਦ ਤਨ ਦੇ ਫੱਟ ਨਾਲ ਮਨ ਦੇ ਜ਼ਖ਼ਮ ਦੀ ਤਾਬ ਵੀ ਟੁੱਟ ਚੁੱਕੀ ਸੀ।

ਉਸ ਸ਼ਾਮ ਬੇਲਿਆਂ ਤੋਂ ਮੁੜਦੀਆਂ ਮੱਝਾਂ ਲੈਣ ਸ਼ਹਿਬਾਜ਼ ਤੇ ਹਰਮਨ ਦੋਵੇਂ ਗਏ। ਮੱਝਾਂ ਦੇ ਪਿੱਛੇ ਤੁਰਦੇ ਸ਼ਹਿਬਾਜ਼ ਨੇ ਕਿਹਾ-"ਹਰਮਨ ਜਿਹੜੀ ਗੱਲ ਤੈਨੂੰ ਮਾਮੀ ਨੇ ਅੱਜ ਸੁਣਾਈ ਐ, ਮੈਨੂੰ ਉਨੇ ਬਹੁਤ ਪਹਿਲਾਂ ਸੁਣਾ ਦਿੱਤੀ ਸੀ।"

"ਫਿਰ ਤੂੰ ਮੈਨੂੰ ਕਿਉਂ ਨਾ ਸੁਣਾਈ?"

"ਮੈਨੂੰ ਮਾਮੀ ਨੇ ਮਨਾਂ ਕੀਤਾ ਸੀ।"

"ਉਦੋਂ ਤਾਂ ਮੈਨੂੰ ਭਾਪੇ ਨੇ ਵੀ ਮਨਾਂਹ ਕੀਤਾ ਸੀ।"

"ਕਦੋਂ?"

"ਜਦੋਂ ਉਨੇ ਦੱਸਿਆ ਕਿ ਸਤਨਾਮ ਭੂਆ ਤੇਰੀ ਮਾਮੀ ਐ ਤੇ ਮਾਂ ਤੇ ਬਾਪੂ ਤਾਂ ...।"

ਸ਼ਹਿਬਾਜ਼ ਦੰਗ ਰਹਿ ਗਿਆ। ਦੋਹਾਂ ਰੂਹਾਂ ਤੇ ਸੰਘਣੀ ਸਨਸਨੀ ਫੈਲ ਗਈ। ਯਤੀਮਪੁਣੇ ਦੇ ਅਹਿਸਾਸ ਦਾ...ਦੋਵਾਂ ਨੂੰ ਪਹਿਲੀ ਵਾਰ ਇਲਮ ਹੋਇਆ।

ਉਹ ਘਰ ਪਹੁੰਚੇ ਹਰਮਨ ਨੂੰ ਲੱਭਦਾ ਸਵਰਨਾ ਸਤਨਾਮ ਕੌਰ ਕੋਲ ਪਹੁੰਚਿਆ ਸੀ। ਦੋਵੇਂ ਅੰਗਰੇਜ ਕੌਰ ਦੀਆਂ ਕਰਤੂਤਾਂ ਦਾ ਕਿੱਸਾ ਫਿਰੋਲਣ 'ਚ ਮਸ਼ਰੂਫ ਸਨ।

"ਮਾਮੀ ਤੂੰ ਅੱਜ ਤੱਕ ਮੈਥੋਂ ਮੇਰੇ ਮਾਂ-ਪਿਉ ਦੀ ਮੌਤ ਨੂੰ ਕਿਉਂ ਛੁਪਾਇਐ?"

"ਭਾਪਾ ਤੂੰ ਮੈਥੋਂ?" ਦੋਵਾਂ ਦਾ ਸਾਂਝਾ ਇਤਰਾਜ਼ ਸਵਰਨੇ ਤੇ ਸਤਨਾਮ ਕੌਰ ਸਿਰ ਆ ਪਿਆ। ਸਵਰਨੇ ਨੂੰ ਖੁੱਲ੍ਹੇ ਭੇਦ ਦਾ ਸੱਲ ਨਾ ਮਾਤਰ ਸੀ ਪਰ ਸਤਨਾਮ ਸ਼ਹਿਬਾਜ਼ ਦੇ ਸਵਾਲਾਂ ਤੋਂ ਡਰਦੀ ਖਾਮੋਸ਼ ਹੋ ਗਈ। ਉਹ ਨਹੀਂ ਚਾਹੁੰਦੀ ਇਹ ਦੁਖਾਂਤਕ ਰਾਜ਼ ਸ਼ਹਿਬਾਜ਼ ਦੇ ਬਾਲ ਵਰੇਸ 'ਚ ਖੁੱਲ੍ਹੇ ਪਰ ਉਹ ਹੁਣ ਕੀ ਕਰੇ? ਉਸ ਦੀ ਹਾਲਤ ਇਹ ਸੋਚਦਿਆਂ ਅਧਮੋਈ ਲੋਥ ਵਰਗੀ ਹੋ ਗਈ। ਰਾਤ ਨੂੰ ਸੌਣ ਵੇਲੇ ਸ਼ਹਿਬਾਜ਼ ਦੇ ਸੰਭਾਵੀ ਸਵਾਲਾਂ ਦਾ ਖੌਫ਼ ਉਸ ਨੂੰ ਡਰਾਉਣ ਲੱਗਾ ਤਾਂ ਉਸ ਨੇ ਨੌਕਰ ਦੇਵ ਨੂੰ ਕਿਹਾ-"ਮੇਰੀ ਸਿਹਤ ਠੀਕ ਨਹੀਂ, ਸਹਿਬਾਜ਼ ਨੂੰ ਤੂੰ ਗੱਲਾਂ-ਬਾਤਾਂ ਦਾ ਲਾਲਚ ਦੇ ਕੇ ਆਪਣੇ ਨਾਲ ਪਾ ਲੈ।" ਦੇਵ ਉਸ ਨੂੰ ਆਪਣੇ ਕੋਠੇ 'ਚ ਲੈ ਗਿਆ।

ਸ਼ਹਿਬਾਜ਼ ਨੇ ਉਹੀ ਸਵਾਲ ਦੇਵ ਨੂੰ ਕੀਤੇ ਤਾਂ ਉਸ ਨੇ ਗਏ ਮੋਏ ਮਾਪਿਆਂ ਦੇ ਕਤਲ ਦੀ ਸਮੁੱਚੀ ਦਾਸਤਾਨ ਸ਼ਹਿਬਾਜ਼ ਨੂੰ ਸੁਣਾ ਦਿੱਤੀ। ਸਤਨਾਮ ਕੌਰ ਨੂੰ ਇਸ ਦਾ ਪਤਾ ਲੱਗਾ। ਉਹ ਦੇਵ 'ਤੇ ਲੋਹੀ-ਲਾਖੀ ਹੋ ਗਈ-"ਏਸ ਡਰੋਂ ਮੈਂ-ਸ਼ਹਿਬਾਜ਼ ਨੂੰ ਤੇਰੇ ਨਾਲ ਪਾਇਆ ਸੀ ਕਿ ਉਹ ਰਾਤ ਸੌਂ ਕੇ ਸਵੇਰ ਤੱਕ ਆਪਣੇ ਸੁਆਲਾਂ ਨੂੰ ਛੱਡ ਜੂਗਾ ਪਰ ਤੂੰ ...।"

ਸਤਨਾਮ ਕੌਰ ਦੇ ਪਿਤਾ ਦਾ ਹਾਣੀ ਦੇਵ ਦੋਵੇਂ ਹੱਥ ਬੰਨ੍ਹ ਖੜ੍ਹ ਗਿਆ-"ਮੈਂ ਸਾਲਾਂ ਤੋਂ ਤੁਹਾਡੇ ਘਰ ਦਾ ਨਮਕ ਖਾਧੈ। ਜ਼ਿੰਦਗੀ ਦੀ ਪਹਿਲੀ ਗਲਤੀ ਏ। ਵਫ਼ਾਦਾਰੀ ਦਾ ਵਾਸਤਾ ਏ ਮੈਨੂੰ ਮੁਆਫ਼ ਕਰ ਦੇ।"

ਸਤਨਾਮ ਕੌਰ ਦਾ ਪਾਰਾ ਲੱਥ ਗਿਆ। ਵਾਕਿਆ ਹੀ ਦੇਵ ਦੀ ਵਫ਼ਾਦਾਰੀ ਤੇ ਉਂਗਲ ਰੱਖਣ ਲਈ ਥਾਂ ਨਹੀਂ ਸੀ। ਨਿੱਕੀ ਹੁੰਦੀ ਸਤਨਾਮ ਕੌਰ ਨੂੰ ਉਸ ਦੇ ਢਾਕਾਂ ਤੇ ਚੁੱਕ ਖਿਡਾਇਆ ਸੀ। ਉਹ ਵਿਆਹੀ ਗਈ ਤਾਂ ਸਹੁਰੇ ਪਰਿਵਾਰ ਦੀ ਕਿਸਾਨੀ ਤੱਕ ਦੇਵ ਨੂੰ ਵਰਤਦੀ ਰਹੀ। ਫਿਰ ਉੱਥੋਂ ਹੀ ਉਹਦੀ ਨਣਦ ਤੇ ਸ਼ਹਿਬਾਜ਼ ਦੀ ਮਾਂ ਉਹਨੂੰ ਆਪਣੇ ਘਰ ਕੰਮ ਦੇ ਦਿਨੀਂ ਲਿਜਾਉਂਦੀ ਰਹੀ। ਉਨ੍ਹਾਂ ਦਾ ਕਤਲ ਵੀ ਦੇਵ ਦੀਆਂ ਅੱਖਾਂ ਸਾਹਮਣੇ ਹੀ ਹੋਇਆ। ਇੱਕੋ ਇੱਕ ਚਸ਼ਮਦੀਦ ਗਵਾਹ ਸੀ ਉਹ ਉਸ ਕਤਲ ਕਾਂਡ ਦਾ। ਫਿਰ ਸਤਨਾਮ ਕੌਰ ਸ਼ਹਿਬਾਜ਼ ਨੂੰ ਲੈ ਕੇ ਪੇਕੇ ਪਿੰਡ ਆਈ ਤਾਂ ਦੇਵ ਨੂੰ ਵੀ ਨਾਲ ਲੈ ਆਈ। ਇਸੇ ਘਰ 'ਚ ਦੇਵ ਨੇ ਕਦੇ ਸਤਨਾਮ ਕੌਰ ਨੂੰ ਕੁੱਛੜ ਚੁੱਕ ਖਿਡਾਇਆ ਸੀ। ਉਸੇ ਘਰ ਉਵੇਂ ਹੀ ਉਹ ਸ਼ਹਿਬਾਜ਼ ਲਈ ਸਹਾਰਾ ਬਣਿਆ।

ਉਹ ਕਦੋਂ ਕੁ ਤੋਂ ਇੱਥੇ ਰਹਿ ਰਿਹਾ ਸੀ? ਉਸ ਦੇ ਮਾਂ ਪਿਉ ਕੌਣ ਸਨ? ਪਿਛੋਕੜ

ਕੀ ਸੀ? ਇਸ ਬਾਰੇ ਸਣੇ ਦੇਵ ਸਭ ਬੇਇਲਮ ਸਨ। ਪਰ ਉਸ ਨੇ ਹਮੇਸ਼ਾ ਇਸ ਘਰ ਨੂੰ ਆਪਣਾਂ ਜਾਣ ਰੂਹੋਂ ਵਫ਼ਾਦਾਰੀ ਨਿਭਾਈ ਸੀ। ਸ਼ਾਇਦ ਏਸੇ ਸਿਦਕ ਸਾਹਵੇਂ ਸਤਨਾਮ ਕੌਰ ਦਾ ਗੁੱਸਾ ਛੇਤੀ ਹੀ ਪਿਘਲ ਗਿਆ।

"ਤੂੰ ਸ਼ਹਿਬਾਜ਼ ਨੂੰ ਮਾਪਿਆਂ ਦੇ ਕਤਲ ਬਾਰੇ ਸਭ ਕੁੱਝ ਦੱਸ ਦਿਤੈ?"

"ਹੂੰ।"

"ਇਹ ਵੀ ਦੱਸਿਆ ਕਤਲ ਕਿਸ ਨੇ ਕੀਤਾ ਸੀ?"

"ਅੱਤਵਾਦੀਆਂ ਨੇ।"

"ਇਸ ਤੋਂ ਅੱਗੇ ਕੁਝ?"

"ਕੁੱਝ ਵੀ ਨਹੀਂ।"

"ਫਿਰ ਅਗਾਂਹ ਤੋਂ ਸਤਰਕ ਰਹੀ।" ਸਤਨਾਮ ਨੇ ਉਸ ਨੂੰ ਸਖ਼ਤ ਤਾੜਨਾ ਕੀਤੀ। ਅਗਲੀ ਸਵੇਰ ਹਰਮਨ ਦੀ ਮੌਜੂਦਗੀ 'ਚ ਸ਼ਹਿਬਾਜ਼ ਦੇ ਪੁੱਛਣ ਤੇ ਸਤਨਾਮ ਕੌਰ ਨੇ ਚੁੱਪ ਰਹਿਣ ਦੀ ਮਜ਼ਬੂਰੀ ਦੱਸੀ–"ਪਰ ਮੈਥੋਂ ਮੇਰੀ ਮਾਂ ਦੀ ਮੌਤ ਨੂੰ ਕਿਉਂ ਛੁਪਾਇਆ।" ਹਰਮਨ ਨੇ ਇਤਰਾਜ਼ ਕੀਤਾ।

"ਸੋਹਦੀ ਸਾਂ ਅੰਗਰੇਜ਼ ਕੌਰ, ਕੁੱਤੇ ਦੀ ਪੂਛ ਗਿੱਧੀ ਹੋ ਜਾਊਂਗੀ ਤੇ ਤੂੰ ।ਾਂ ਦੇ ਵਿਛੋੜੇ ਦਾ ਸਾਕ ਹੰਢਾਉਣੋਂ ਬਚੀ ਰਹੇਂਗੀ।"

"ਪਰ ਮਾਮੀ...।" ਸ਼ਹਿਬਾਜ਼ ਬੋਲਿਆ–"ਮੈਂ ਤੈਨੂੰ ਵੇਖ ਕਦੇ ਆਪਣੇ ਮਾਂ ਪਿਉ ਬਾਰੇ ਨੀ ਸੋਚਿਆ। ਹੁਣ ਏਨਾ ਪਿਆਰ ਹਰਮਨ ਨੂੰ ਵੀ ਦੇਹ, ਇਹ ਵੀ ਮੇਰੇ ਵਾਂਗੂੰ ਤੈਨੂੰ ਹੀ ਮਾਂ ਤੇ ਪਿਉ ਮੰਨੇ...।"

ਸਤਨਾਮ ਕੌਰ ਮੁੜ ਲਾਜਵਾਬ ਹੋ ਗਈ। ਉਸ ਨੇ ਦੋਵਾਂ ਨੂੰ ਘੁੱਟ ਕਾਲਜੇ ਲਾ ਲਿਆ। ਫਿਰ ਉਸ ਦਿਨ ਦੀ ਸ਼ਾਮ ਮੱਝਾਂ ਲੈ ਕੇ ਪਰਤਣ ਮੌਕੇ ਸ਼ਹਿਬਾਜ਼ ਨੇ ਹਰਮਨ ਨੂੰ ਕਿਹਾ– "ਹਰਮਨ ਮੇਰੇ ਸੰਗ ਇੱਕ ਵਾਅਦਾ ਕਰ।"

"ਕੀ?"

"ਤੂੰ ਕਦੇ ਕੋਈ ਸੱਚ ਮੈਥੋਂ ਦਿਲ 'ਚ ਨਹੀਂ ਛੁਪਾਏਂਗੀ।"

"ਵਾਅਦਾ ਰਿਹਾ। ਜ਼ਿੰਦਗੀ ਭਰ ਤੈਥੋਂ ਕੁੱਝ ਨਹੀਂ ਛੁਪਾਂਵਾਗੀ ਪਰ ਤੂੰ ...?" "ਨਾ ਹੀ ਮੈਂ ਤੈਥੋਂ ਕੁੱਝ ਛੁਪਾਵਾਂਗਾ।"

ਦੋਵਾਂ ਵਿਚਕਾਰ ਜ਼ਿੰਦਗੀ ਦੇ ਇਸ ਵਾਅਦੇ ਤੋਂ ਬਾਅਦ ਅਨੇਕਾਂ ਵਾਅਦੇ ਹੋਏ। ਅਜਿਹੀਆਂ ਸ਼ਾਮਾਂ ਤੇ ਉਨ੍ਹਾਂ ਕੱਚੇ ਰਾਹਵਾਂ ਤੇ ਗੁਜ਼ਰਦਿਆਂ ਪਤਾ ਨਾ ਲੱਗਾ ਉਹ ਕਦੋਂ ਜਵਾਨ ਹੋ ਗਏ। ਕੁੱਝ ਵਾਅਦੇ ਪ੍ਰਵਾਨ ਚੜ੍ਹੇ ਕੁਝ ਕਿਸਮਤ ਦੇ ਬੇਝੱਲ ਸੇਕ ਨੇ ਰਾਖ ਕਰ ਦਿੰਤੇ।

...ਸ਼ਹਿਬਾਜ਼ ਨੇ ਦੂਰ ਤੱਕ ਨਜ਼ਰਾਂ ਦੌੜਾਈਆਂ। ਭੇਡਾਂ ਦੇ ਵੱਗ ਪਿੱਛੇ ਤੁਰੇ ਜਾਂਦੇ ਕਸ਼ਮੀਰੀ ਮੁੰਡਾ ਤੇ ਕੁੜੀ ਨਜ਼ਰੀਂ ਨਾ ਲੱਗੇ। ਸ਼ਾਇਦ ਉਹ ਵੀ ਉਸ ਦੇ ਬਚਪਨ ਵਾਂਗੂੰ ਦੂਰ ਜਾ ਚੁੱਕੇ ਸਨ। ਸੋਚਾਂ ਲੰਮਾ ਸਮਾਂ ਅਤੀਤ ਦਾ ਵਹੀ ਖਾਤਾ ਖੋਲ੍ਹ ਕੇ ਜ਼ਿੰਦਗੀ ਦੇ...ਘਾਟੇ-ਮੁਨਾਫ਼ਿਆਂ ਦਾ ਅਹਿਦ ਕਰਦੀਆਂ ਰਹੀਆਂ। ਨਿੱਕੀ ਉਮਰ ਦੇ ਰੋਗ ਭਰ ਜਵਾਨੀਦੇ ਨਾਸੂਰ ਬਣਦੇ ਰਹੇ।

"ਸ਼ਹਿਬਾਜ਼?" ਅਫ਼ਸਰ ਦੀ ਆਵਾਜ਼ ਪਹਾੜਾਂ ਨਾਲ ਜਾ ਟਕਰਾਈ।

"ਸਰ?"

"ਚਾਰ ਸੌ ਪੈਂਤੀ ਨੰਬਰ ਚੋਟੀ ਤੇ ਗਹਿਗੱਚ ਮੁਕਾਬਲਾ ਚਲ ਰਿਹੈ। ਸਾਵਧਾਨ।

"ਓ.ਕੇ. ਸਰ। ਧੁਰ ਅੰਦਰੋਂ ਬਹਾਦਰੀ ਕੜਕੀ। ਹਿਜ਼ਰ ਦੇ ਖੰਭ ਸੁੰਘੜ ਗਏ। ਦਲੇਰ ਫੌਜੀ ਦੀ ਆਮਦ ਸਾਹਮਣੇ ਨਿਮਾਣਾ ਪ੍ਰੇਮੀ ਅਲੋਪ ਹੋ ਗਿਆ।

ਮੁਜ਼ਾਹਿਦਾਂ ਤੇ ਫੌਜ ਦਰਮਿਆਨ ਮੁਕਾਬਲਾ ਨਵੀਂ ਗੱਲ ਨਹੀਂ ਸੀ ਪਰ ਜੋਗੀਆਂ ਦੀ ਧੂਣੀ ਵਾਂਗੂੰ ਧੁਖਦੀ ਕਸ਼ਮੀਰ ਘਾਟੀ ਦੀ ਡਿਊਟੀ ਵਰਤੀ ਮਾਮੂਲੀ ਢਿੱਲ ਸੁੱਤੀ ਮੌਤ ਜਗਾਉਣ ਦੇ ਤੁਲ ਸੀ।

"ਚੱਲ ਬਈ ਸ਼ਹਿਬਾਜ਼ ਸਿਆਂ।" ਸਿਰ ਖੜ੍ਹਾ ਜਵਾਨ ਸ਼ਹਿਬਾਜ਼ ਨੂੰ ਡਿਊਟੀਓਂ ਫਾਰਗ ਹੋਣ ਲਈ ਕਹਿ ਰਿਹਾ ਸੀ। ਬਿਨ ਬੋਲਿਆਂ ਸਿਰ ਝੁਕਾ ਉਸ ਦਾ ਸ਼ੁਕਰੀਆ ਕਰ ਸ਼ਹਿਬਾਜ਼ ਮੋਰਚੇ ਤੋਂ ਬਾਹਰ ਆ ਗਿਆ।

ਕਾਂਡ-3

ਟੈਂਟ 'ਚ ਪਹੁੰਚਦਿਆਂ ਇੱਕ ਚਿੱਠੀ ਹੱਥ ਲੱਗੀ। ਲਿਖਾਈ ਤੱਕਦਿਆਂ ਹੀ ਪਤਾ ਲੱਗ ਗਿਆ ਪੰਜਾਬੋਂ ਆਈ ਚਿੱਠੀ ਦੀ ਲਿਖਤੁਮ ਸਤਨਾਮ ਕੌਰ ਹੈ। ਬਲਬ ਤੋਂ ਉਧਾਰੀ ਲੋਅ ਲੈ ਕੇ ਖੱਤ ਪੜ੍ਹਿਆ। ਜਗਦੀ ਰੂਹ ਫਿਊਜ਼ ਹੋ ਗਈ। ਇੱਕ ਚਿੱਠੀ ਮਲਵਈ ਨੂੰ ਵੀ ਆਈ ਸੀ। ਪੜ੍ਹਕੇ ਉਸ ਦੀਆਂ ਬਾਛਾਂ ਖਿੜੀਆਂ ਪਈਆਂ ਸਨ। ਰਮਤੇ ਫੌਜੀ ਨੇ ਸਾਂਝਾਂ ਜਿਹਾ ਸ਼ੁਗਲ ਝਾੜਿਆ-"ਮੰਗਿਆਂ ਨੂੰ ਔਣ ਚਿੱਠੀਆਂ। ਛੜੇ ਸੁਣਨ ਗੱਲਾਂ ਮਿੱਠੀਆਂ। ਕੰਜਰੋ ਆਪੋ-ਆਪਣੀਆਂ ਖ਼ੁਸ਼ੀਆਂ 'ਚ ਈ ਖੀਵੇ ਹੋਈ ਜਾ ਰਹੇ ਓ। ਘੁੱਟ ਕੁ ਦਾ ਨਜ਼ਾਰਾ ਸਾਡੇ ਮੂੰਹ ਵੀ ਪਾ ਦਿਓ।" ਰਮਤੇ ਨੇ ਭੀਲੀ ਲਗਾਈ। ਮਝੈਲ ਨੂੰ ਮਲਵਈ ਤੇ ਸੂਈ ਧਰਨ ਦਾ ਸਬੱਬ ਜੁੜ ਗਿਆ, "ਕਿਉਂ ਬਈ ਮਲਵਈਆ। ਲਗਦੈ ਮੰਗੇਤਰ ਬਾਹਲੀ ਯਾਦ ਔਣ ਡਹੀ ਐ। ਤਾਜ਼ਾ ਛੁਆਰਾ ਚੱਬਿਐ। ਚਿੱਠੀ ਵੀ ਸੁੱਖ ਨਾਲ ਜੇਠੀ ਆਈ ਐ।"

ਮਲਵਈ ਚੁੱਪ ਰਿਹਾ ਪਰ ਬੁੱਲਾਂ ਤੇ ਖੇਡਦੀ ਸ਼ਰਮੀਲੀ ਮੁਸਕਾਨ ਦਿਲ 'ਚ ਭਰਦੇ ਲੱਡੂਆਂ ਦਾ ਸੁਆਦ ਚੱਖ ਰਹੀ ਸੀ।

"ਨਾਂ ਉਏ ਭਰਾ ਮੇਰਿਆ। ਤੈਨੂੰ ਸ਼ੁਗਲ ਛੁਆਰੇ ਸੁਝਦੇ ਪਏ ਐ। ਉਤੋਂ ਹਰ ਸਾਹ ਮੌਤ ਮੰਡਰਾਉਂਦੀ ਫਿਰਦੀ ਐ।" ਮਲਵਈ ਨੇ ਸੁਗਲ ਨੂੰ ਗੰਭੀਰਤਾ ਵੱਲ ਯੂ ਟਰਨ ਦਿੱਤੀ।

"ਆਹ ਤੇ ਭਾਊ, ਤੂੰ ਸਿਰੇ ਦੀ ਆਖੀ ਐ। ਹਾਲਾਤ ਨਾ ਸੰਭਲੇ ਤਾਂ ਚਾਦਰਾਂ 'ਚ ਗੰਢਾ ਬੰਨੇ ਜਾਵਾਂਗੇ ਇੱਥੋਂ। ਹਲਾਤਾਂ ਦੇ ਪਰਛਾਵੇਂ ਮਝੈਲ ਤੇ ਚਿਹਰੇ ਤੇ ਪਏ, ਉਹ ਸ਼ੁਗਲ ਛੱਡ ਗੰਭੀਰ ਹੋ ਗਿਆ। ਫਿਰ ਉਸ ਨੇ ਲੰਮੀ ਖਾਮੋਸ਼ੀ ਧਾਰ ਬੈਠੇ ਸ਼ਹਿਬਾਜ਼ ਨੂੰ ਕੂਹਣੀ ਕੱਢ-ਕੱਢ ਮਾਰੀ।

"ਓਏ ਭਾਅ ਸ਼ਹਿਬਾਜ਼ ਸਿਆਂ। ਤੂੰ ਤੇ ਬੁੱਲ੍ਹ ਈ ਸਿਉਂ ਬੈਠਾ ਐ ਚਿੱਠੀ ਪੜ੍ਹ ਕੇ ਸੁਣਾਂ ਕੀ ਹਾਲ ਨੇ ਮਾਮੀ ਦੇ? ਕੀ ਆਹਦੀਂ ਵਾ ਤੇਰੀ ਮੰਗਣੀ ਬਾਰੇ?"

"ਮਾਮੀ ਨੇ ਹਾਲ ਚਾਲ ਤੇ ਵਧੀਆ ਲਿਖਿਐ।"

"ਫਿਰ ਤੂੰ ਟੁੱਟੀ ਤੋੜੀ ਵਾਂਗੂੰ ਮੂੰਹ ਕਿਉਂ ਬਣਾ ਬੈਠੇ? ਹੈਅ? ਰਮਤੇ ਨੇ ਵਿਚਕਾਰੋਂ ਸ਼ੁਰਲੀ ਛੱਡ ਦਿੱਤੀ।"

"ਗੁਰੂ ਰਾਮਦਾਸ ਭਲੀ ਕਰੋ। ਫਿਰ ਤੂੰ ਵਾਹਲਾ ਉਦਾਸ ਕਿਉਂ ਹੋਣ ਡਿਐਂ?"

"ਨਾਂ ਭਰਾ ਮਝੈਲ ਸਿਆਂ ਮੈਂ ਉਦਾਸ ਤਾਂ ਨਹੀਂ।"

"ਬਈ ਭਾਵੇਂ ਲੱਖ ਛੁਪਾ। ਐਂ ਕਹਿਣ ਨਾਲ ਤੂੰ ਸਚਾਈ ਉਂ ਸੁਰਖਰੂ ਹੋ ਜੇਂਗਾ ਭਲਾ?" ਮਲਵਈ ਨੇ ਮਝੈਲ ਦੀ ਗੱਲ ਦੀ ਵਕਾਲਤ ਕੀਤੀ।" ਮਝੈਲ ਸਿਆਂ। ਲੱਗਦੈ ਹੁਣ ਐਂ ਬੇੜੇ ਪਾਰ ਨਹੀਂ ਲੱਗਣੇ। ਸਾਬ੍ਹ ਨਾਲ ਗੱਲ ਕਰ ਕੇ ਪਹਿਲਾਂ ਏਦੀ ਸੁਸਤੀ ਲਾਹੁਨੇ ਆਂ। ਮਤੇ ਕੰਨ ਪੜ੍ਹਾ ਕੇ ਐਵੇਂ ਈ ਬਾਹਰਲੇ ਮੁਲਕ ਧੱਕੇ ਧੋਲੇ ਖਾਂਦਾ ਰਹੂ।"

ਸਾਰੇ ਖਿੜਖੜਾ ਕੇ ਹੱਸ ਪਏ ਪਰ ਸ਼ਹਿਬਾਜ਼ ਅਜੇ ਵੀ ਖਾਮੋਸ਼ ਸੀ।

"ਸਾਬ ਤੇ ਸਰਦਾਰਨੀ ਸਿਰ ਪਤਾ ਨਹੀਂ ਏਨੇ ਕੀ ਗਿੱਦੜ ਸਿੰਗੀ ਪਾ ਦਿੱਤੀ ਐ। ਏਹਦੇ ਪੈਰੀਂ ਤਾਂ ਦੋਵੇਂ ਈ ਨਹੀਂ ਪਾਣੀ ਪੈਣ ਦਿੰਦੇ।" ਰਮਤਾ ਵਿੱਚੋਂ ਟੁੱਲ ਲਾ ਗਿਆ।

"ਕਿਉਂ ਬਈ ਸ਼ਹਿਬਾਜ਼ ਸਿਆਂ? ਕੀ ਆਂਹਦੈ ਮਲਵਈ? ਵਿਆਹ ਲੈ ਏਹਦੀ ਗੱਲ ਨੂੰ ਤੇ ਲੈ ਕੇ ਕਿਸੇ ਬੰਦੀ ਨਾਲ ਚਾਰ ਲਾਵਾਂ ਮਾਮੀ ਨੂੰ ਵੀ ਵਿਖਾ ਦੇ ਖ਼ੁਸ਼ੀ ਦੀਆਂ ਘੜੀਆਂ।"

"ਪਰ ਵੀਰਨਾ ਅਜੇ ਤਾਂ ਵਿਚਾਰ ਕੋਈ ਨਹੀਂ।"

"ਉਹ ਛੱਡਿਆ ਕਰ ਭਾਅ ਸ਼ਹਿਬਾ ਸਿਆਂ। ਐਵੇਂ ਹੀ ਤੜਕਦਾ ਰਹਿੰਨੇ ਕਦੇ ਠਾਂਹ ਦੀਆਂ, ਕਦੇ ਤਾਂਅ ਦੀਆਂ। ਰੋਂਦੀਆਂ ਸੂਰਤਾਂ ਨੂੰ ਸਮਾਜ ਨੇ ਕਦੇ ਨੀ ਸਵੀਕਾਰਿਆ। ਗਏ ਔਤਾਂ ਦੀਆਂ ਥਾਵਾਂ ਤੇ ਕੋਈ ਚਿਰਾਗ ਨਹੀਂ ਧਰਦਾ। ਨਾਲੇ ਜਿਹੜੀ ਯੂਨਿਟ 'ਚ ਤੂੰ ਸੇਵਾ ਕਰਦੈ, ਇਹ ਕੋਈ ਰਾਂਝਿਆਂ-ਮਜਨੂੰਆਂ ਦਾ ਝੰਗ ਸਿਆਲ ਥੋੜੋ ਆ। ਇਹ ਤੇ ਅਣਖ, ਗੈਰਤ ਤੇ ਕੌਮ ਦੀ ਆਬਰੂ ਤੇ ਮਰ ਮਿਟਣ ਵਾਲੇ ਸੂਰਬੀਰਾਂ ਦਾ ਪਿੜ ਐ।"

ਮਝੈਲ ਨੇ ਸ਼ਹਿਬਾਜ਼ ਨੂੰ ਕੌਮੀ ਫਰਜ਼ ਸਮਝਾਇਆ।

"ਪਰ ਬਾਈ ਜੀ ਤੁਸੀਂ ਉਂ ਦੋਵੇਂ ਮੰਗੇ-ਮੰਗਾਏ ਪਰ ਵਿਆਹ ਕਰਵਾਉਣ ਦੇ ਨਾਂਅ ਤੇ ਦੋਵੇਂ ਈ ਡਰਪੋਕ। ਅਖੇ ਡੁੱਬੀ ਤਾਂ ਤਦ ਜਦ ਸਾਹ ਨਾ ਆਇਆ। ਮੈਂ ਤੁਹਾਡੇ ਆਖੇ ਲੱਗ ਜਫ਼ਰ ਜਾਲ 'ਚ ਫਸ ਜਾਂ, ਇਹ ਵੀ ਕਿੱਥੋਂ ਦੀ ਸਿਆਣਪ ਏ? ਸੋ ਮੇਰੀ ਛੱਡੋ ਆਵਦੀ ਸੋਚੋ।"

"ਆਹ ਕੀਤੀ ਐ ਬਾਈ ਸਿਆਂ ਲੱਖ ਦੀ। ਜਦੋਂ ਅਜੇ ਵਿਆਹ ਈ ਨਹੀਂ ਕਰੌਉਣੇ ਤਾਂ ਮੰਗਣੀਆਂ-ਕੁੜਮਾਈਆਂ 'ਚ ਵੀ ਕਿਉਂ ਫਸਣੈਂ?" ਸ਼ਹਿਬਾਜ਼ ਦੇ ਹੱਕ ਦੀ ਕਰਕੇ ਮਲਵਈ ਨੇ ਮਝੈਲ ਤੋਂ ਪੁੱਛਿਆ।" ਮਝੈਲ ਸਿਆਂ ਤੂੰ ਹੋਰਨਾਂ ਤੇ ਤਵੇ ਠੋਕੀ ਜਾ ਰਿਹੈ। ਆਪਦਾ ਵੀ ਦੱਸ ਕੀ ਵਿਚਾਰ ਐ ਵਿਆਹ ਬਾਰੇ?"

"ਬਈ ਆਪਾਂ ਤੇ ਆਵਦੀ ਸਿੰਘਣੀ ਨੂੰ ਆਖ ਛੱਡਿਆਂ ਜੇ। ਲਾਵਾਂ ਉਦਣੇ ਈ ਲਵਾਂਗੇ। ਜਿੱਦਣ ਕਸ਼ਮੀਰੋਂ ਬੋਰੀਆਂ ਬਿਸਤਰਾ ਬੰਨ੍ਹ ਪੰਜਾਬ ਕੰਨੀ ਜਾਵਾਂਗੇ।"

"ਉਂ ਤਾਂ ਬੜਾ ਗਿਆਨ ਘੋਟਦਾ ਰਹਿਨੇ ਪਰ ਕਮਲਿਆ ਜੇ ਮੌਤ ਨੇ ਆਉਣਾ ਈ ਹੋਇਆ ਤਾਂ ਕੀ ਉਹਨੇ ਸਟੇਟ ਵੇਖਣੀ ਐ? ਜਾਂ ਲਾਵਾਂ ਤੋਂ ਉਰਲਾ-ਪਰਲਾ ਵਿਚਾਰਨਾ ਐ?"

"ਆਹ ਵੀ ਰਮਤਿਆਂ ਤੂੰ ਸੋਚਣ ਦੀ ਜੁਗਤ ਸੁਣਾਂ ਛੱਡੀ ਐ। ਲੈ ਫਿਰ ਭਲਾ ਈ ਸਿੰਘਣੀ ਨੂੰ ਚਿੱਠੀ ਲਿਖਣਾ ਵਾਂ ਕਿ ਜੇ ਮੇਰੇ ਗੋਲੀ ਵੱਜ ਜੇ ਤੂੰ ਛੋਟੇ ਤੇ ਚਾਦਰ ਪਾ ਛੱਡੀਂ।"

ਮਝੈਲ ਨੇ ਗੱਲ ਸ਼ੁਗਲ ਵੱਲ ਤੋਰੀ ਪਰ ਮਲਵਈ ਦਾ ਚਿਹਰਾ ਉੱਡ ਗਿਆ।

"ਯਾਰ ਮੈਨੂੰ ਤਾਂ ਬੜਾ ਡਰ ਲੱਗਦੈ ਤੇਰੀਆਂ ਅਜਿਹੀਆਂ ਗੱਲਾਂ ਤੋਂ। ਮੈਂ ਪੰਜਾਂ ਭੈਣਾਂ ਦਾ ਕੱਲਾ ਕਹਿਰਾ ਭਰਾ, ਸ਼ਹੀਦ ਹੋ ਗਿਆ ਉਨ੍ਹਾਂ ਦਾ ਕੀ ਬਣੂੰ? ਮਾਂ ਨੇ ਮੈਨੂੰ ਚਿੱਟੀ ਚੁੰਨੀ ਹੇਠ ਮਸਾਂ ਈ ਪਾਲਿਐ। ਘਰ ਦੇ ਹਾਲਾਤਾਂ ਨੂੰ ਗੁਰਬਤ ਨਾ ਪੈਂਦੀ, ਮੈਂ ਕਦੇ ਭਰਤੀ ਨਾ ਹੁੰਦਾ।

ਮਲਵਈ ਘਰ ਦੇ ਫਿਕਰਾਂ 'ਚ ਅੰਦਰੋਂ ਪਿਘਲ ਗਿਆ।

"ਦਿਲ ਹੌਲਾ ਕਿਉਂ ਕਰਦੈ ਯੋਧਿਆਂ?" ਅਚਾਨਕ ਸੀ.ਓ. ਆ ਪਹੁੰਚਿਆ-"ਮਾਂ ਦੀ ਮਮਤਾ ਤੇ ਕੌਮੀ ਸਿਦਕ ਦਾ ਫ਼ਾਸਲਾ ਮਾਪਣੈਂ ਤਾਂ ਗੁਰਦਾਸ ਨੰਗਲ ਦੀ ਗੜ੍ਹੀ ਤੋਂ ਦਿੱਲੀ ਤੱਕ ਦੀ ਤਵਾਰੀਖ ਪੜ੍ਹ ਵੇਖੀ। ਮਾਂ ਦੀ ਮਮਤਾ ਪੁੱਤ ਦੀ ਜਿੰਦ ਸਲਾਮਤੀ ਲਈ ਵਾਸਤਾ ਪਾ ਰਹੀ ਐ "ਆਖ ਪੁੱਤਾ ਮੈਂ ਸਿੱਖ ਨਹੀਂ ਹਾਂ।" ਪਰ ਪੁੱਤ ਕਹਿੰਦੈ ਮਾਂ ਝੂਠ ਬੋਲਦੀ ਐ, ਮੈਂ ਸਿੱਖ ਹਾਂ ਸ਼ਹੀਦ ਹੋਣ ਦਾ ਖ਼ੌਫ਼ ਕੋਈ ਨਹੀਂ। ਮਲਵਈਆ ਤੇਰੇ ਪਰਿਵਾਰ ਦੀ ਗੰਭੀਰ ਤ੍ਰਾਸਦੀ ਸਾਥੋਂ ਗੁੱਝੀ ਨਹੀਂ ਪਰ ਪੰਜ ਭੈਣਾਂ ਤੋਂ ਬਾਅਦ ਉਨ੍ਹਾਂ ਹਜ਼ਾਰਾਂ ਭੈਣਾਂ ਬਾਰੇ ਵੀ ਸੋਚ ਜਿਨ੍ਹਾਂ ਦੀ ਰੱਖੜੀ ਸਲਾਮਤ ਰੱਖਣ ਲਈ ਅਸੀਂ ਆਹ ਜੰਗ ਲੜ ਰਹੇ ਹਾਂ। ਸ਼ੇਰ ਪੁੱਤਰਾ। ਹੋਣਾ ਤਾਂ ਉਹੀਓ ਐ ਜੋ ਮਨਜ਼ੂਰ ਏ ਖੁਦਾ ਹੋਣੈ ਪਰ ਇਹ ਕਦੇ ਨਾ ਭੁੱਲੋ, ਨਿਸ਼ਾਨਿਓਂ, ਥਿੜਕੀਆਂ ਰਫ਼ਲਾਂ ਕਦੇ ਸ਼ਿਕਾਰ ਨਹੀਂ ਫੁੰਡਦੀਆਂ।"

ਸੀ.ਓ. ਬਾਜਵਾ ਦੀਆਂ ਗੱਲਾਂ ਸੁਣ ਮਲਵਈ ਗੰਭੀਰ ਹੋ ਗਿਆ। ਫਿਰ ਡੌਲੇ ਤੇ ਹੱਥ ਮਾਰਦਾ ਬੋਲਿਆ-

"ਸਰ। ਪਰਿਵਾਰ ਦੇ ਫ਼ਿਕਰ ਆਪਣੀ ਥਾਂ ਸੱਚੇ ਹਨ ਤੇ ਬਹਾਦਰੀ ਆਪਣੀ ਥਾਂ। ਤੁਸੀਂ ਗੱਲ ਗੁਰਦਾਸ ਨੰਗਲ ਦੀ ਗੜ੍ਹੀ ਦੀ ਕੀਤੀ ਐ ਪਰ ਮੈਨੂੰ ਇਹ ਤਾਂ ਨਹੀਂ ਭੁੱਲਿਆ ਕਿ ਇਹ ਧਰਤੀ ਉਸੇ ਗੜ੍ਹੀ ਦੇ ਨਾਇਕ ਬਾਬਾ ਬੰਦਾ ਸਿੰਹੁ ਦੀ ਜਨਮਦਾਤੀ ਐ ਜੇਹਨੇ ਜ਼ੁਲਮ ਰਾਜ ਦੀ ਇੱਟ ਨਾਲ ਇੱਟ ਖੜਕਾ ਕੇ ਸਿੱਖ ਰਾਜ ਦਾ ਝੰਡਾ ਲਹਿਰਾਇਆਸੀ। ਉਸ ਯੋਧੇ ਦਾ ਲਹੂ ਸਾਡੀਆਂ ਰਗਾਂ 'ਚ ਅੱਜ ਵੀ ਖੌਲ ਰਿਹੈ। ਅੱਜ ਜੇ ਉਹਦੀ ਮਾਂ ਮਿੱਟੀ ਦੀ ਹਿਫ਼ਾਜਤ ਕਰਨ ਦਾ ਮੌਕਾ ਆਇਐ ਤਾਂ ਮਰ ਮਿਟਾਂਗੇ ਪਰ ਕਸ਼ਮੀਰ ਦੀ ਧਰਤੀ ਤੇ ਕਦੇ ਹਰਾ ਹੈਦਰੀ ਨਹੀਂ ਝੂਲਣ ਦਿਆਂਗੇ।"

"ਓਏ ਵਾਹ ਸਦਕੇ ਜੁਆਨਾ ਤੇਰੇ। ਫਿਰ ਵੀ ਮਾਲਵੇ ਦਾ ਪੁੱਤ ਐ...।" ਬਾਜਵਾ ਸਾਹਿਬ ਨੇ ਮਲਵਈ ਨੂੰ ਸ਼ਾਬਾਸ਼ ਦਿੱਤੀ।

"ਬਈ ਆਹ ਤੇ ਕਮਾਲ ਕਰ ਛੱਡੀ ਐ ਮਲਵੱਈਆਂ। ਹੁਣੇ-ਹੁਣੇ ਤਾਂ ਘਰ ਦੇ ਪਿੱਟਣੇ ਪਿੱਟ ਰਿਹਾ ਸਉਂ, ਸਾਹਿਬ ਦੀ ਇੱਕੋ ਗੁੜ੍ਹਤੀ ਹੱਥ ਹਥਿਆਰ ਫੜਾ ਖਲਿਆਰ ਗਈ। ਪੁੱਤ ਦੀਆਂ ਆਂਦਰਾਂ ਮੂੰਹ ਪਵਾਉਣ ਵਾਲੇ ਯੋਧੇ ਦਾ ਸ਼ੇਰ ਬਣ, ਮਾਂ ਦੀਆਂ ਆਂਦਰਾਂ ਨਾਲ ਨਿਆਂ ਡਾਹਢਾ ਆਪ ਕਰੂ।"

"ਨਹੀਂ ਓਏ ਮਝੈਲਾ। ਮਲਵਈ ਮੇਰਾ ਸ਼ੇਰ ਪੁੱਤ ਐ। ਇਹਦੀਆਂ ਰਗਾਂ 'ਚ ਉਬਲਦੇ ਲਹੂ ਦੀਆਂ ਭਾਫਾਂ ਤਾਂ ਏਦੀਆਂ ਗੱਲਾਂ 'ਚੋਂ ਆ ਰਹੀਆਂ ਨੇ। ਗੁਰਦਾਸ ਨੰਗਲ ਦੀ ਗੜ੍ਹੀ ਨੇ ਸਿੱਖਾਂ ਦੇ ਸਿਦਕ ਨੂੰ ਏਥੋਂ ਤੱਕ ਪਰਖਿਆ ਕਿ ਸਿੰਘਾਂ ਤਨ ਦੇ ਬਸਤਰਾਂ 'ਚੋਂ ਪਸੀਨਾ ਨਿਚੋੜ ਪੀ ਕੇ ਪਿਆਸਾਂ ਬੁਝਾਈਆਂ। ਭੁੱਖ ਦਾ ਮੂੰਹ ਮੋੜਨ ਲਈ ਕਿੱਕਰਾਂ ਦੇ ਛੱਲ ਉਬਾਲ-ਉਬਾਲ ਪੀਤੇ। ਫਿਰ ਇੱਥੇ ਗੱਲ ਈ ਕੀ ਐ। ਤੁਹਾਡਾ ਮਾਰੂ ਅਸਲਾ ਵੈਰੀ ਨੂੰ ਛੋਲਿਆਂ ਵਾਂਗੂੰ ਭੁੰਨ ਸੁੱਟੇਗਾ।"

ਮਲਵਈ ਨੂੰ ਥਾਪੜਾ ਦੇ ਕੇ ਬਾਜਵਾ ਸਾਹਿਬ ਬਾਹਰ ਨਿਕਲ ਗਏ। ਅਜਿਹੀ ਸਥਿਤੀ 'ਚ ਜਵਾਨਾਂ ਨੂੰ ਇਤਿਹਾਸਕ ਹਵਾਲਿਆਂ ਨਾਲ ਹੌਂਸਲਾ ਦੇਣਾ ਉਨ੍ਹਾਂ ਦੀ ਮੂਲ ਫ਼ਿਤਰਤ ਸੀ।

"ਓਏ! ਕੇਰਾਂ ਗੱਲ ਸੁਣ ਓਏ ਭਾਊ। ਅਹਾਂ ਕੀ ਜੱਗ ਤੇ ਮੁੜ-ਮੁੜ ਜੰਮਣੈ? ਪਰ੍ਹਾ ਲਾਹ ਕੇ ਸੁੱਟ ਖਾਂ ਘਰਾਂ-ਘਰਾਠਾਂ ਦੇ ਫ਼ਿਕਰ, ਪੱਤ-ਪੱਗ ਲਈ ਜੂਝਣਾਂ ਵਿਰਾਸਤੋਂ ਲੈ ਕੇ ਪੰਜਾਬ 'ਚ ਜੰਨਮੈ ਆਂ। ਵੈਰੀ ਨੂੰ ਐਸੇ ਚਣੇ ਚਬਾਵਾਂਗੇ ਕਸ਼ਮੀਰ ਕੰਨੀ ਝਾਕਣਾਂ ਤਾਂ ਕੀ ਨਾਉਂ ਲੈਣਾ ਵੀ ਭੁੱਲ ਜੂ।"

ਖੱਬੀ ਮੁੱਛ ਨੂੰ ਤਾਅ ਚਾੜ੍ਹਦਾ ਮਝੈਲ ਰਜਾਈ 'ਚ ਜਾ ਵੜਿਆ ਇੱਧਰ-ਉਧਰ ਦੀਆਂ ਗੱਲਾਂ ਤੋਂ ਬਾਦ ਬਾਕੀ ਵੀ ਸੌਂ ਗਏ ਪਰ ਮਾਮੀ ਦੀ ਚਿੱਠੀ ਵੱਲੋਂ ਛੇੜਿਆ ਡੂੰਮਣਾਂ ਸ਼ਹਿਬਾਜ਼ ਦੀਆਂ ਸੋਚਾਂ ਨੂੰ ਘੇਰੀ ਬੈਠਾ ਸੀ। ਪਲ-ਪਲ ਕਰਕੇ ਰਾਤ ਕਿਰਦੀ ਗਈ ਪਰ ਨੀਂਦਰ ਨਾ ਆਈ। ਲਾਗਲੇ ਤੰਬੂ 'ਚ ਪਿਆ ਰਮਤਾ ਗਾ ਰਿਹਾ ਸੀ...

"ਅੱਜ ਮਾਹੀ ਨੇ ਸੀ ਔਣੈਂ,
ਨੀ ਮੈਂ ਸਣ ਕੇ ਪਟੋਲਾ, ਉਹਦੇ ਸਾਮਣੇ ਸੀ ਔਣੈਂ!
ਔਣੈਂ ਹੱਦਾਂ ਤੋਂ ਵੈਰੀ ਨੂੰ ਉਹਨੇ ਮਾਰ ਕੇ,
ਵੇ ਤੇਰੀ ਮਾਂ ਨੇ ਸ਼ੀਸ਼ਾ ਤੋੜਤਾ, ਵੇ ਮੈਂ ਮੁੱਖ ਵੀ ਨਾ ਤੱਕਿਆ ਸੁਮਾਰ ਕੇ,
ਵੇ ਤੇਰੀ .।"

"ਓਏ ਕੁੜੀ ਜਾਣੇ ਦਿਆਂ ਸੌਂਣ ਵੀ ਦਏਂਗਾ ਜਾਂ ਸ਼ੀਸ਼ਾ ਈ ਤੱਕੀ ਜਾਏਂਗਾ ਅੱਭੜਵਾਹੇ ਉੱਠੇ ਸਾਥੀ ਫੌਜੀ ਨੇ ਝਿੜਕ ਦਿੱਤੀ।" ਸਾਲੇ ਨੂੰ ਜਦੋਂ ਜਾਗ ਆਉਂਦੀ ਐ। ਇਹੋ ਢੋਲੇ ਦੀ ਆ ਲਾਉਣ ਬਹਿ ਜਾਂਦੈ।" ਰਮਤਾ ਰਾਤ ਵੇਲੇ ਅਕਸਰ ਇਸੇ ਤਰ੍ਹਾਂ ਹੀ ਗਾਉਂਦਾ ਹੁੰਦਾ ਸੀ। ਫਿਰ ਆਖਿਰ ਉਹ ਵੀ ਜੀਅ ਭਰ ਸੌਂ ਗਿਆ।

ਸ਼ਹਿਬਾਜ਼ ਦੀਆਂ ਅੱਖਾਂ 'ਚ ਰੜਕਦੀ ਪੁਰਾਣੀ ਜੰਗਾਲੀ ਯਾਦ ਰੜਕ ਰਹੀ ਸੀ। ਕਿਸੇ ਤਿੜਕੇ ਖ਼ੁਆਬ ਦੇ ਟੋਟਿਆਂ ਨਾਲ ਨੈਣ ਬੋਝਲ ਸਨ। ਤਨ ਨੂੰ ਨਰਜਿੰਦ ਤੇ ਬੇਸ਼ਰਤ ਜਿਹੀ ਹਾਲਤ 'ਚ ਛੱਡ ਮਨ ਪੰਜਾਬ ਦੀਆਂ ਸਰੋਂ ਲਹਿਰਾਉਂਦੀਆਂ ਹਰੀਆਂ-ਭਰੀਆਂ ਪੈਲੀਆਂ 'ਚ ਜਾ ਵੜੀ। ਸਿਰ ਹੇਠਾਂ ਹਰਮਨ ਦੇ ਪੱਟਾਂ ਦਾ ਸਿਰਾਹਣਾ ਸੀ ਤੇ ਅੱਖਾਂ 'ਚ ਨਸ਼ੀਲੀਆਂ ਅੱਖਾਂ। ਮੁਹੱਬਤ ਦੀ ਪੈ ਰਹੀ ਮੂਸਲੇਧਾਰ ਬਾਰਿਸ਼ ਤੋਂ ਡਰਦਾ ਦੁਨਿਆਵੀ ਖੌਫ਼ ਦੂਰ ਉਡਾਰੀ ਮਾਰ ਗਿਆ ਤਾਂ ਕੰਨੀਂ ਆਵਾਜ਼ ਪਈ-

"ਸ਼ਹਿਬਾਜ਼?"

"ਕੀ ਕਹਿੰਦੀ ਐ ਮੇਰੀ ਮੁਹੱਬਤ?"

"ਜ਼ਿੰਦਗੀ ਦੀ ਇੱਕੋ ਖਾਹਿਸ਼ ਬਾਕੀ ਐ।"

"ਕੀ?"

"ਜਦੋਂ ਜ਼ਿੰਦਗੀ ਦਾ ਆਖਰੀ ਪੜਾਅ ਹੋਵੇ ਤੇ ਵਸਲਾਂ ਦੀਆਂ ਘੜੀਆਂ ਏਸ ਮੁਕਾਮ ਤੇ ਖੜ੍ਹੀਆਂ ਹੋਣ। ਏਦਾਂ ਈ ਤੇਰੇ ਗੱਲ ਮੇਰੀਆਂ ਬਾਹਵਾਂ ਹੋਣ। ਸਿਰ ਮੇਰਾ ਹੋਵੇ, ਗੋਦ ਤੇਰੀ। ਮੈਨੂੰ ਮੌਤ ਆ ਜੇ। ਖ਼ੁਦਾ ਨਾਲ ਮੇਰਾ ਕੋਈ ਸ਼ਿਕਵਾ ਨਹੀਂ। ਜਿੰਦ ਯਾਰ ਦੀ ਬੁੱਕਲ ਵਿਚ ਨਿਕਲੇ, ਸੁਰਗਾਂ ਨੂੰ ਜਾਣ ਹੱਡੀਆਂ...।"

ਕੁੜੀ ਦੀ ਅੱਧੀ ਗੱਲ ਨੂੰ ਉਂਗਲਾਂ ਨਾਲ ਸੂਹੀਆਂ ਬੁੱਲ੍ਹੀਆਂ 'ਚ ਦਬਾ ਕੇ ਸ਼ਹਿਬਾਜ਼ ਤਲਖੀ 'ਚ ਬੋਲਿਆ-"ਇੰਝ ਨਾ ਬੋਲ ਚੰਦਰੀਏ। ਤੈਥੋਂ ਪਹਿਲਾਂ ਤਾਂ ਮੈਂ ਮਰ ਜਾਂ।"

"ਨਹੀਂ ਸ਼ਹਿਬਾਜ਼। ਇਹ ਖਾਹਿਸ਼ ਮੇਰੀ ਐ, ਏਨੂੰ ਮੇਰੀ ਰਹਿਣ ਦੇਹ। ਮਰਾਂਗੀ ਜ਼ਰੂਰ ਤੈਥੋਂ ਪਹਿਲਾਂ ਤੇ ਮਰਾਂਗੀ ਆਹ ਵਾਅਦਾ ਲੈ ਕੇ।

"ਝੱਲੀਏ। ਮੈਂ ਕਿਵੇਂ ਰਹਿ ਸਕਦੈ ਤੇਰੇ ਬਿਨਾਂ? ਜੜ੍ਹਾਂ ਤੋਂ ਬਾਅਦ ਟਾਹਣੀਆਂ ਵੀ ਕਦੋਂ ਬਚੀਆਂ ਨੇ?"

"ਫਿਰ ਲੱਗਦੈ ਤੈਨੂੰ ਮੇਰੇ ਸੰਗ ਕੀਤਾ ਵਾਅਦਾ ਭੁੱਲ ਗਿਐ?"

"ਕਿਹੜਾ?"

"ਮੇਰੀ ਮੌਤੋਂ ਬਾਅਦ ਭੂਆ...(ਸਤਨਾਮ) ਖ਼ਾਤਿਰ ਜੀਉਣ ਦਾ? ਤੂੰ ਇਹ ਵਾਅਦਾ ਤੋੜੇਂਗਾ ਤਾਂ ਸਮਝ ਮੁਹੱਬਤ ਦੀ ਹਿੱਕ 'ਚ ਛੁਰਾ ਖੋਭੇਂਗਾ। ਮੈਂ ਹੈਰਾਨ ਹਾਂ ਤੂੰ ਏਡੀ ਜਲਦੀ ਵਾਅਦਾ ਭੁੱਲ ਗਿਉਂ?"

"ਮੈਂ ਵਾਅਦਾ ਨਹੀਂ ਭੁੱਲਿਆ ਪਰ ਵਸਲਾਂ ਦੀਆਂ ਬਾਰਸ਼ਾਂ ਨਾਲ ਵਾਅਦਿਆਂ ਨੂੰ ਨਹੀਂ ਧੋਈਦਾ।"

"ਪਰ ਸੰਜੀਦਾ ਜ਼ਰੂਰ ਐ। ਸਪਸ਼ਟ ਐ ਤੈਥੋਂ ਪਹਿਲਾਂ ਮੈਂ ਮਰਾਂਗੀ। ਕਿਵੇਂ, ਕਦੋਂ ਤੇ ਕਿੱਥੇ? ਇਹ ਰੱਬ ਜਾਣਦੈ।"

"ਮਰਨ ਜੀਉਣ ਦੀਆਂ ਗੱਲਾਂ ਕਰਕੇ ਤੂੰ ਮੈਨੂੰ ਮੋਇਆਂ ਜਿਹਾ ਕਰ ਦੇਂਦੀ ਐ।"

"ਪਰ ਜਿਉਣ ਜੋਗਿਆ ਇਹ ਕਿਉਂ ਨਹੀ ਕਹਿੰਦੈ, " ਜੇ ਮੈਂ ਅੱਜ ਜੱਗ ਜੀਉਨੀ ਆਂ ਤਾਂ ਸਿਰਫ਼ ਤੇਰੀ ਬਚਾਈ ਤੇਰੇ ਕਰਕੇ। ਤੇਰਾ ਪਿਆਰ ਸਹਾਰਾ ਨਾ ਬਣਦਾ, ਅੱਜ ਤੂੰ ਤਾਂ ਕਦੋਂ ਦੀ ਮਰ ਗਈ ਹੁੰਦੀ।" ਕੁੜੀ ਦੇ ਅੰਤਰੀਵ ਭਾਵ ਸ਼ਹਿਬਾਜ਼ ਨੂੰ ਰੂਹੋਂ ਵਿੰਨ੍ਹ ਗਏ।

"ਹਰਮਨ। ਤੇਰਾ ਮੇਰਾ ਸੰਯੋਗ ਰੱਬ ਨੇ ਧੁਰੋਂ ਲਿਖਿਐ। ਏਸੇ ਲਈ ਉਹ ਮੈਨੂੰ ਕੜਾਕੇ ਦੀਆਂ ਧੁੱਪਾਂ ਤੋਂ ਬਚਾਉਂਦਾ ਰਿਹੈ।"

"ਉਨ੍ਹਾਂ ਦੁਪਹਿਰਿਆਂ 'ਤੇ ਤਾਂ ਸਤਨਾਮ ਭੂਆ ਘਟਾ ਬਣਗੀ।" ਹਰਮਨ ਦੀ ਆਵਾਜ਼ ਇੱਕ ਦਮ ਸੋਜ਼ ਹੋ ਗਈ "ਮੇਰਾ ਬਚਪਨ ਤਾਂ ਤੂੰ ਰੁਲਦਾ ਵੇਖ ਚੁੱਕੈ। ਦਸੌਂਟੇ ਕੱਟਦੀ ਜਵਾਨੀ ਤੇਰੇ ਮੂਹਰੇ ਐ। ਕਹਿੰਦੇ ਹੁੰਦੇ ਐ ਬਾਲ ਵਰੇਸ ਨੂੰ ਸਦਾ ਹੀ ਮੂੰਹੋਂ ਮੰਗਿਆ ਮਿਲਿਐ ਪਰ ਮੈਨੂੰ ਤਾਂ ਮਾਂ ਦੀ ਲੋਰੀ ਤੇ ਦੁੱਧ ਦਾ ਸੁਆਦ ਚੱਖਣਾਂ ਨਾ ਮਿਲਿਆ। ਪੰਘੂੜੇ ਦੀਆਂ ਚਾਰੇ ਦੌਣਾਂ ਮਤਰੇਏਵਾਦ ਨੇ ਕੱਟਤੀਆਂ। ਤੋਲਾ-ਤੋਲਾ ਜੋੜੀ ਯਤੀਮਛਾਪ ਹਮਦਰਦੀ ਕਿਸਮਤ ਦੇ ਕਾਵਾਂ ਖੋਹ ਲਹੀ। ਰੱਖੜੀ ਲਈ ਗੁੱਟ ਦੇਣੋਂ ਰੱਬ ਰੌਂਡੀ ਨਾ ਮਾਰਦਾ, ਕਿਸਮਤ ਆਪਣਾ ਕਿਨਾਰਾ ਖੁਦ ਲੱਭ ਲੈਂਦੀ ਪਰ...।"

ਹਰਮਨ ਹੁਬਕੀ-ਹੁਬਕੀ ਰੋ ਗਈ।

"ਏਦਾਂ ਨਾ ਕਰ ਹਰਮਨ। ਬਚਪਨ ਦੀ ਬੇਸਮਝਦੀ ਨੂੰ ਮਾਫ਼ ਕਰਦੇ। ਜਵਾਨੀ ਦਾ ਅੱਥਰੂਆਂ ਨਾਲ ਰਿਸ਼ਤਾ ਕੋਈ ਸੀ।" ਸ਼ਹਿਬਾਜ਼ ਨੇ ਨੈਣਾਂ ਦਾ ਵਹਿਣ ਪੂੰਝਦਿਆਂ ਕਿਹਾ।

"ਮੈਂ ਕੀ ਜਾਣਾ ਜਵਾਨੀ ਦੇ ਅਰਥ? ਨਾਂ ਮੈਂ ਕਦੇ ਤ੍ਰਿੰਜਣੀ ਕੱਤਿਆਂ ਨਾ ਮਤਵਾਲੀ ਰੁੱਤ ਹੰਢਾਈ। ਔਸੀਆਂ ਮੇਰੀਆਂ ਦਾ ਅਰਥ ਕੋਈ ਨਾ। ਵਹਿੰਦੇ ਨੈਣ ਕਜਲੇ ਦੇ ਮੁੱਢੋਂ ਵੈਰੀ ਨੇ। ਮੇਰੀ ਹਰ ਸੱਧਰ ਦੀ ਪੀਂਘ ਥਾਂ-ਥਾਂ ਟੁੱਟੀ ਐ, ਆਸ ਦੀ ਕਿਹੜੀ ਗੰਢਮਾਰ ਖਵਾਬਾਂ ਦੀ

ਪਿਪਲੀ ਚੜ੍ਹਾਵਾਂ? ਮੇਰੇ ਸੋਹਣਿਆਂ ਮੇਰੇ ਹਰ ਸੂਰਜ ਮੱਥੇ ਕਾਲਖ ਤੇ ਹਰ ਚੰਨ ਤੇ ਬਦਕਿਸਮਤੀ ਮੱਸਿਆ ਬਣ ਛਾਈ ਐ। ਜ਼ਿੰਦਗੀ ਦਾ ਪੂਰ ਪਲ-ਪਲ ਡੁੱਬਣ ਦੀ ਕੰਗਾਰ ਤੇ ਖਲੋਤੈ।"

ਫਿਰ ਹੁਬਕੀਆਂ ਭੁੱਬਾਂ ਬਣ ਗਈਆਂ।

"ਹਰਮਨ ਕੀ ਹੋ ਗਿਐ ਤੈਨੂੰ?"

ਸ਼ਹਿਬਾਜ਼ ਨੇ ਠੋਡੀ ਤੋਂ ਫੜ ਹਲੂਣਿਆਂ ਪਰ ਉਹ ਰੱਜ-ਰੱਜ ਕੇ ਰੂਹੋਂ ਗੁਬਾਰ ਲਾਹੁੰਣਾ ਚਾਹੁੰਦੀ ਸੀ। ਅਕਸਰ ਹਰ ਮੁਲਾਕਾਤ 'ਚ ਇਸ ਤਰ੍ਹਾਂ ਹੀ ਲਹਿੰਦੀ ਸੀ।

"ਹਰਮਨ। ਚੁੱਪ ਤੈਨੂੰ ਮੇਰੀ ਸਹੁੰ ਸ਼ਹਿਬਾਜ਼ ਨੇ ਆਖਰੀ ਬਾਣ ਚਲਾਇਆ। ਇਹੋ ਇੱਕੋ ਤਰੀਕਾ ਸੀ ਜਿੱਦ ਕਰਦੀ ਹਰਮਨ ਨੂੰ ਵਰਾਉਣ ਦਾ। ਹੌਲੀ-ਹੌਲੀ ਆਮ ਜਿਹੀ ਸਥਿਤੀ ਆਈ ਹਰਮਨ ਦੀਆਂ ਉਸ ਨੇ ਅੱਖਾਂ ਪੂੰਝੀਆਂ-" ਚੁੱਪ। ਏਸ ਤੋਂ ਅਗਾਂਹ ਮੈਂ ਤੇਰਾ ਦੁੱਖ ਨਹੀਂ ਵੇਖ ਸਕਦਾ।"

"ਏਸੇ ਲਈ ਤੈਨੂੰ ਪਿੱਟਦੀ ਰਹਿੰਦੀ ਆਂ, ਮੇਰਾ ਇੱਕ ਕਿਨਾਰਾ ਹੋ ਲੈਣ ਦੇ। ਇੱਕੋ ਵਸੀਲਾ ਬਚਿਐ ਦੁੱਖਾਂ ਤੋਂ ਨਿਜ਼ਾਤ ਪਾਣ ਦਾ। ਉਵੇਂ ਤਾਂ ਕਮਲਿਆਂ ਤੈਥੋਂ ਗੁੱਝਾ ਵੀ ਕੀ ਐ।"

"ਹਾਂ! ਤੇਰਾ ਗਵਾਇਆ-ਹੰਢਾਇਆ ਮੈਥੋਂ ਕਿਤੇ ਗੁੱਝਾ ਨਹੀਂ। ਜੀਉਂਦੇ ਜੀਅ ਤੇਰਾ ਦੁੱਖ ਝੋਲੀ ਪਵਾਉਣ ਲਈ ਸਦਾ ਤਿਆਰ ਹਾਂ ਪਰ ਮੈਂ ਤੇਰੀ ਜ਼ਬਾਨੀ ਛੱਡ ਕੇ ਜਾਣ ਦੀ ਗੱਲ ਉਕੀ ਨਹੀਂ ਸੁਣ ਸਕਦਾ।"

"ਇਹੋ ਤਾਂ ਤੇਰੀ ਫਿਰਾਖ਼ਦਿਲੀ ਦਾ ਜਲਵਾ ਐ ਜੇਹਨੇ ਤੱਤੜੀ ਨੂੰ ਹਰ ਫੱਟ ਸਹਿ ਕੇ ਵੀ ਜਿਉਣ ਲਈ ਮਜ਼ਬੂਰ ਕਰ ਛੱਡਿਐ। ਵਕਤ ਦੀ ਵਿੰਨ੍ਹੀ ਡਾਰੋਂ ਵਿਛੜੀ ਕੂੰਜ ਸਮੇਂ ਦੀ ਸਤਾਈ ਤੇਰੇ ਆਗੋਸ਼ 'ਚ ਆ ਡਿੱਗੀ। ਤੇਰੇ ਪਿਆਰ ਨੇ ਜ਼ਖਮਾਂ ਨੂੰ ਲਹੂ ਦੀਆਂ ਟਕੋਰਾਂ ਕੀਤੀਆਂ। ਰੂਹ ਬਹਾਰਾਂ ਨਾਲ ਭਰ ਤੀ। ਅੱਜ ਦੁਨੀਆਂ ਦੇ ਤਮਾਮ ਰਿਸ਼ਤੇ...ਤੇਰੇ ਤੇ ਤੇਰੀ ਮਾਮੀ ਸਾਹਵੇਂ ਰੁੱਖੇ ਹੋ ਗਏ ਪਰ...।" ਹਰਮਨ ਦੇ ਨੈਣ ਮੁੜ ਰਿਸ ਪਏ।

"ਸਾਡੇ ਫਰਜ਼ਾਂ ਨੂੰ ਉਪਕਾਰ ਨਾ ਸਮਝ? ਹਰਮਨ। ਤੇਰੀ ਖ਼ੁਸ਼ੀ 'ਚ ਹੀ ਸਾਡੀ ਜ਼ਿੰਦਗੀ ਧੜਕਦੀ ਐ।"

"ਪਤਾ ਨਹੀਂ ਕਿਉਂ ਤੇਰੀਆਂ ਬਾਹਵਾਂ 'ਚ ਆ ਕੇ ਸਭ ਜ਼ਖਮ ਸਿਉਤੇ ਜਾਂਦੇ ਨੇ।" ਤੂੰ ਦੂਰ ਹੋਵੇ ਤਾਂ ਦੁੱਖਾਂ ਦੇ ਸੋਮੇ ਫੁੱਟ ਪੈਂਦੇ ਨੇ।"

ਨੈਣੋਂ ਕਿਰਦੇ ਹੰਝੂ ਤੇ ਬੁੱਲਾਂ 'ਚੋਂ ਖਿਲਰਦੀ ਮੁਸਕਾਨ ਨੇ ਹਰਮਨ ਦੇ ਚਿਹਰੇ ਤੇ ਅਨੋਖਾ ਸੰਗਮ ਸਿਰਜ ਦਿੱਤਾ। ਮੁਖੜੇ ਤੋਂ ਤਨਹਾਈ ਨੇ ਪਾਸਾ ਵੱਟਿਆ ਰੂਪ ਮੁੜ ਤ੍ਰੇਲ ਧੋਤੇ ਫੁੱਲ ਵਰਗਾ ਹੋ ਗਿਆ।

"ਹਰਮਨ?"

"ਹਾਂ ਜੀ?"

"ਬਾਤਾਂ ਪਿਆਰ ਪਾਉਂਦਾ ਸੀ ਤੇ ਹੁੰਘਾਰਾ ਉਲਫ਼ਤ ਦੇਂਦੀ ਸੀ।"

"ਸੱਚ ਕਿਹੈ।"

"ਫਿਰ ਆਹ ਮਰਨ ਜੀਉਣ ਤੇ ਅਹਿਸਾਨਾਂ-ਉਪਕਾਰਾਂ ਦੀ ਦਖ਼ਲ ਅੰਦਾਜ਼ੀ ਕਿਵੇਂ ਹੋ ਗਈ?"

"ਇਹ ਮੈਂ ਨਹੀਂ ਜਾਣਦੀ ਪਰ ਪ੍ਰੀਤ ਪਿਆਰ ਦੀ ਲੜੀ ਦੇ ਖਿੱਲਰੇ ਮੋਤੀ ਚੁੱਗ ਕੇ ਸਿਲਸਿਲਾ ਉੱਥੇ ਈ ਲੈ ਚੱਲ ਜਿੱਥੇ ਟੁੱਟਿਆ ਸੀ।"

"ਲੈ ਫਿਰ ਮੀਟ ਅੱਖਾਂ।"

"ਲੈ ਮੀਟ ਲਈਆਂ।"

"ਇਨ੍ਹਾਂ ਨੂੰ ਉਦੋਂ ਤੱਕ ਨਾ ਖੋਲ੍ਹੀਂ ਜਦੋਂ ਤੱਕ ਮੈਂ ਨਾ ਕਹਾਂ।"

"ਠੀਕ।"

ਹਰਮਨ ਪਲਕਾਂ ਦੇ ਬੂਹੇ ਭੇੜ ਖ਼ਿਆਲਾਂ ਦੀ ਦੁਨੀਆਂ 'ਚ ਦੂਰ ਲੰਘ ਗਈ। ਉਸ ਨੂੰ ਮਹਿਸੂਸ ਹੋਇਆ ਜਿਵੇਂ ਸ਼ਹਿਬਾਜ਼ ਦੀਆਂ ਗੋਰੀਆਂ-ਲੰਮੀਆਂ ਉਂਗਲਾਂ ਉਸ ਦੇ ਵਾਲਾਂ 'ਚੋਂ ਕੁੱਝ ਤਲਾਸ਼ ਰਹੀਆਂ ਹੋਣ ਤੇ ਉਹ ਮੂੰਹ 'ਚ ਕੋਈ ਗੀਤ ਗੁਣਗੁਣਾਂ ਰਿਹਾ ਹੋਵੇ। "ਲੈ ਹਰਮਨ ਖੁੱਟ ਅੱਖਾਂ।"

ਉਸ ਨੇ ਅੱਖਾਂ ਖੋਲ੍ਹੀਆਂ, ਸ਼ਹਿਬਾਜ਼ ਦੇ ਹੱਥ 'ਚ ਸ਼ੀਸ਼ੇ ਦਾ ਟੁਕੜਾ ਸੀ। ਜਿਸ ਵਿਚ ਹਰਮਨ ਨੂੰ ਆਪਣਾ ਚਿਹਰਾ ਤੇ ਵਾਲਾਂ 'ਚ ਅਨੇਕ ਪ੍ਰਕਾਰ ਦੇ ਫੁੱਲ ਟੰਗੇ ਦਿਸੇ। ਉਸ ਦੀਆਂ ਬਾਹਵਾਂ ਮੁੜ ਆਪ ਮੁਹਾਰੇ ਸ਼ਹਿਬਾਜ਼ ਨੂੰ ਜਾ ਲਿਪਟੀਆਂ।

"ਕੀ ਲੱਗਦੈ ਹਰਮਨ?"

"ਸੱਚ ਪੁੱਛਦੈਂ?"

"ਹਾਂ।"

"ਮੈਂ ਕਸ਼ਮੀਰਨ ਕੁੜੀ ਲੱਗਦੀ ਆਂ।"

"ਕਸ਼ਮੀਰਨ ਕੁੜੀਆਂ ਜ਼ਿਆਦੈ ਹੁਸਨ ਮੱਤੀਆਂ ਹੁੰਦੀਆਂ ਨੇ।"

"ਸੁਣਿਐਂ।"

"ਪਰ ਤੈਥੋਂ ਉਤਰ ਕੇ ਈ ਹੋਣਗੀਆਂ।"

"ਮੈਂ ਕਿੰਨੀ ਕੁ ਸੋਹਣੀ ਆਂ?"

"ਮੈਂ ਮੂੰਹੋਂ ਨਹੀਂ ਬਿਆਨ ਸਕਦਾ ਪਰ ਕਿੰਨਾ ਚੰਗਾ ਹੁੰਦੈ ਅੱਜ ਅਸੀਂ ਕਸ਼ਮੀਰ 'ਚ ਹੁੰਦੇ। ਮੈਂ ਤੇਰੇ ਕੇਸਾਂ 'ਚ ਗੁਲਮੋਹਰ, ਗੁਲਾਬ, ਸਰ੍ਹੋਂ ਤੇ ਸਤਵਰਗ ਦੀ ਥਾਂ ਕੇਸਰ ਦੇ ਫੁੱਲ ਲਗਾਉਂਦਾ। ਬੈਂਗਣੀ ਫੁੱਲਾਂ 'ਚ ਪਈਆਂ ਕੇਸਰ ਦੀਆਂ ਸੂਹੀਆਂ ਧਾਰਾਵਾਂ ਤੈਨੂੰ ਕੋਹ-ਕਾਫ਼ ਦੀਆਂ ਪਰੀਆਂ ਦੀ ਹੀਰੋ ਬਣਾ ਦੇਂਦੀਆਂ।"

ਫਿਰ ਗੱਲਾਂ ਕੀ ਕਰਦੈ, ਲੈ ਚੱਲ ਉੱਥੇ।

"ਨਿਹੋਰੇ ਨੇ ਮਾਰ, ਰੱਬ ਨੇ ਚਾਹਿਆ ਜ਼ਰੂਰ ਲੈ ਕੇ ਜਾਊਂਗਾ।"

"ਵੇਖ ਸੋਚ ਲੈ ਮਤੇ ਜਾਣ ਦਾ ਲਾਰਾ ਦੇ ਕੇ ਚੋਰ ਭਲਾਈ ਦੇ ਕੇ ਕੱਲੀ ਨਾ ਛੱਡ ਜੀਂ।"

"ਤੂੰ! ਕਮਲੀ! ਕਿਹੋ ਜਿਹੀਆਂ ਗੱਲਾਂ ਕਰਦੀ ਐਂ। ਕਦੇ ਏਦਾਂ ਵੀ ਹੋਇਐ, ਰੂਹ ਪੰਜਾਬ 'ਚ ਵਜੂਦ ਕਸ਼ਮੀਰ 'ਚ ਭਟਕੇ।"

"ਜਦੋਂ ਕਾਲ੍ਹੀਆਂ ਹਨੇਰੀਆਂ ਝੁੱਲ ਜਾਣ। ਮੁਕੱਦਰਾਂ ਦੀਆਂ ਲਕੀਰਾਂ ਸੱਪਣੀਆਂ ਹੋ ਨਿਬੜਨ। ਫਿਰ ਰਿਸ਼ਤਿਆਂ ਦੇ ਸਿਰਨਾਵੇਂ ਹੋਰ ਥਾਈਂ ਜਾ ਜੁੜਦੇ ਨੇ। ਮੁਹੱਬਤਾਂ ਦੀਆਂ ਸੇਜਾਂ ਸੂਲ਼ੀ ਹੋ ਜਾਂਦੀਆਂ ਨੇ।"

"ਹੂ ਝੱਲੀ ਕਿਹੇ ਥਹੁ ਦੀ। ਇਹੋ ਜਿਹੀਆਂ ਕਰੇਂਗੀ, ਮੈਂ ਤੇਰੇ ਨਾਲ ਰੁੱਸ ਜਾਵਾਂਗਾ।"

"ਹਾਏ ਮੇਰਾ ਸੋਹਣਾ।" ਮੁਸਕਰਾਉਂਦੀ ਹਰਮਨ ਨੇ ਹਲਕੀ ਜਿਹੀ ਉਂਗਲਾਂ ਦੀ

ਝੱਲ ਸ਼ਹਿਬਾਜ਼ ਦੀਆਂ ਗੱਲ੍ਹਾਂ ਤੇ ਮਾਰੀ।" ਅੱਡ ਹੋਣ ਵਾਲੀਆਂ ਗੱਲਾਂ ਨਾ ਕਰ। ਗੰਭੀਰਤਾ 'ਚ ਸੋਚ ਏਦਾਂ ਹੋ ਈ ਜਾਵੇ ਤਾਂ ਕੀ ਬਣੂੰਗਾ?"

"ਤੈਥੋਂ ਬਿਨਾਂ ਨਹੀਂ ਰਹਿ ਸਕਾਂਗਾ।"

"ਤੈਨੂੰ ਰਹਿਣਾ ਪਏਗਾ। ਮੇਰੇ ਲਈ ਨਹੀਂ, ਮਾਮੀ ਲਈ।"

"ਮੈਨੂੰ ਤਨਹਾਈ ਪਰੋਸਣ ਤੋਂ ਪਹਿਲਾਂ ਸੀਨੇ ਹਥ ਧਰ ਮਹਿਸੂਸ ਕਰ, ਉਹਨੂੰ ਹੰਢਾਉਣਾ ਕਿੰਨਾ ਮੁਹਾਲ ਹੋਵੇਗਾ।"

"ਮਜ਼ਬੂਤ ਇਰਾਦੇ ਤਨਹਾਈ ਦਾ ਲੱਕ ਤੋੜ ਦੇਂਦੇ ਨੇ।" ਫਿਲਹਾਲ ਐਸੀ ਗੱਲ ਕੋਈ ਨਹੀਂ ਪਰ ਮੈਂ ਤੇਰੀ ਸ਼ਾਹਰਗ ਤੱਕ ਕਮਜ਼ੋਰੀ ਬਣ ਚੁੱਕੀ ਆਂ, ਇਹ ਸੱਚ ਮੈਥੋਂ ਗੁੱਝਾ ਨਹੀਂ। ਤੂੰ ਜੁਦਾਈਆਂ ਸਹਿਣ ਦਾ ਆਦੀ ਹੋਵੇਂਗਾ, ਕੋਈ ਤੂਫ਼ਾਨੀ ਤੈਨੂੰ ਅਕੀਦਿਓਂ ਨਹੀਂ ਥਿੜਕਾ ਸਕੇਗਾ। ਹਰਮਨ ਭਾਵੇਂ ਵਜੂਦੋਂ ਤੈਥੋਂ ਨਿਖੜ ਜੇ ਪਰ ਤੂੰ ਅੰਤਰ ਆਤਮਾ 'ਚੋਂ ਉਹਨੂੰ ਵੇਖਣ ਦੇ ਸਮਰਥ ਹੋ ਸਕੇਂਗਾ।"

ਹਰਮਨ ਦੀ ਗੱਲ ਸੁਣ ਸ਼ਹਿਬਾਜ਼ ਦੀ ਖਿੜੀ ਕਾਇਆ ਕੁਮਲਾ ਗਈ ਪਰ ਉਸ ਨੇ ਕਮਜ਼ੋਰੀ ਜ਼ਾਹਿਰ ਨਾ ਹੋਣ ਦਿੱਤੀ। ਹਰਮਨ ਦੇ ਸਿਰ ਹੱਥ ਧਰ ਉਸ ਨੇ ਪੁੱਛਿਆ-

"ਤੈਨੂੰ ਮੇਰੀ ਸਹੁੰ ਜੋ ਪੁੱਛਾਂ ਸੱਚੋ-ਸੱਚ ਦੱਸੇਂਗੀ?"

"ਤੇਰੀ ਸਹੁੰ ਮਰ ਕੇ ਵੀ ਨਹੀਂ ਚੁਕੇਂਦੀ, ਜੋ ਪੁੱਛਣਾ ਉਹ ਦੱਸ?"

"ਜੋ ਪੁੱਛਣੈਂ ਸੋ ਸਹੁੰ ਚੁਕਾ ਕੇ ਈ ਪੁੱਛਣੈ।"

"ਕਿਹਾ ਨਾਂ ਤੇਰੀ ਸਹੁੰ ਮੈਂ ਨਹੀਂ ਚੁੱਕਣੀ।"

"ਇਹ ਚੁੱਕਣੀ ਪਊ।"

"ਨਹੀਂ।"

"ਕਿਉਂ ਨਹੀਂ?"

"ਫਿਰ ਦੱਸਾਂਗੀ।"

"ਜੇ ਮੈਂ ਨਰਾਜ਼ ਹੋ ਜਾਂ ਤਾਂ?"

"ਤੈਨੂੰ ਤੇਰੀ ਮਿੰਨਤ ਕਰਕੇ ਮਨਾ ਲਵਾਂਗੀ।"

"ਮੈਂ ਨਾ ਮੰਨਾਂ ਤਾਂ?"

"ਵਿਸ਼ਵਾਸ ਏਡਾ ਕੱਚਾ ਨਹੀਂ। ਪਰ ਕੀ ਗੱਲ ਪੁੱਛਣ ਤੋਂ ਪਹਿਲਾਂ ਸਹੁੰ ਚੁੱਕਣ ਦੀ ਰਸਮ ਜ਼ਰੂਰੀ ਹੁੰਦੀ ਐ?"

"ਨਹੀਂ।"

ਫਿਰ ਸਹੁੰ ਖਵਾ ਕੇ ਕੁੱਝ ਪੁੱਛਣਾਂ ਵਿਸ਼ਵਾਸ ਨੂੰ ਖੌਰਾ ਨਹੀਂ ਲੌਂਦਾ?"

"...।" ਸ਼ਹਿਬਾਜ਼ ਲਾਜਵਾਬ ਹੋ ਕੇ ਰਹਿ ਗਿਆ।" ਮੈਨੂੰ ਖਦਸ਼ਾ ਤਾਂ ਅੰਗਰੇਜ਼ ਕੌਰ ਤੇ ਐ ਜੋ ਗਾਹੇ-ਬਗਾਹੇ ਸਾਡੇ ਪਿਆਰ ਨੂੰ ਮਿਰਚ-ਮਸਾਲਾ ਲਾਉਂਦੀ ਐ। ਮੇਰੇ ਮੁਤਾਬਕ ਉਹਦੀ ਸਾਜਿਸ਼ ਦੀ ਤੈਨੂੰ ਕਿਧਰੋਂ ਭਿਣਕ ਪਈ ਹੋਊ ਤੇ ਤੂੰ ਉਹ ਮੈਥੋਂ ਛੁਪਾਉਣ ਦੀ ਨੀਅਤ ਨਾਲ ਮੈਨੂੰ ਅਜਿਹੀਆਂ ਗੱਲਾਂ ਕਰਦੀ ਹੋਏਂਗੀ।" ਉਸ ਨੇ ਦਿਲ ਦੀ ਕਹਿ ਸੁਣਾਈ।

"ਪਰ ਭੋਲਿਆ ਪਿਆਰ 'ਚ ਖੁਫ਼ੀਆ ਤੰਤਰ ਨਹੀਂ ਚੱਲਦਾ। ਅਜਿਹੀ ਗੱਲ ਹੋ ਸਕਦੀ ਐ ਪਰ ਜਦੋਂ ਹੋਊ ਤੈਥੋਂ ਛੁਪਾਉਣ ਦੀ ਥਾਂ ਤੈਨੂੰ ਸਪਸ਼ਟ ਸੱਚ ਤੋਂ ਜਾਣੂ ਕਰਵਾ ਦੇਊਂਗੀ।"

"ਸੋਰੀ। ਵਿਸ਼ਵਾਸ ਤੇ ਸ਼ੱਕ ਕੀਤੈ।"

"ਪਰ ਹੁਣ ਗੁੱਸਾ ਨਾ ਮੰਨੀ, ਮੈਂ ਵੀ ਇੱਕ ਸ਼ੁਗਲ ਕਰਨ ਲੱਗੀ ਆਂ।"

"ਕੀ?"

"ਜੇ ਮੈਥੋਂ ਬਿਨਾਂ ਈ ਕਸ਼ਮੀਰ ਚਲਾ ਗਿਆ ਤਾਂ ਕਿਸੇ ਕਸ਼ਮੀਰਨ ਦਾ ਹੋ ਕੇ ਨਾ ਰਹਿ ਜਾਵੀਂ...।"

...ਮਾਮੂਲੀ ਖੜਾਕ ਨਾਲ ਸ਼ਹਿਬਾਜ਼ ਦਾ ਧਿਆਨ ਘੁੱਟ ਗਿਆ। ਅਰਧ ਨੀਂਦ 'ਚ ਉਸਰੀ ਪ੍ਰੀਤ ਨਗਰੀ ਉਜੜ-ਪੁਜੜ ਗਈ। ਸਰ੍ਹੋਂ ਦੇ ਪੀਲੇ ਫੁੱਲਾਂ ਦੀ ਚਾਦਰ ਲੰਗਾਰ ਹੋ ਗਈ। ਸੀਨੇ ਲੱਗੀ ਹਰਮਨ ਨੂੰ ਵਕਤ ਝਪਟ ਕੇ ਲੈ ਗਿਆ। ਹਰੇ ਭਰੇ ਖੇਤਾਂ ਨੂੰ ਹਨੇਰੀ ਰਾਤ ਖਾ ਗਈ। ਜ਼ਿੰਦਗੀ ਦੇ ਦੂਜੇ ਵਾਰ ਟੁੱਟੇ ਸੁਪਨੇ ਦਾ ਅਹਿਸਾਸ। ਸੂਖ਼ਮ ਝਟਕੇ ਨਾਲ ਮਾਂ-ਮਿੱਟੀ ਨਾਲੋਂ ਪਿਆ ਵਿਛੋੜਾ ਰੂਹ ਤੇ ਆਰੀ ਫੇਰ ਗਿਆ। ਪੀੜ ਨਾਲ ਸਿਰ ਬੰਬ ਵਾਂਗੂੰ ਫਟਣ ਲਈ ਤਿਆਰ ਸੀ।

ਘੜੀ ਦੀ ਲਾਈਟ ਜਗ੍ਹਾ ਕੇ ਵੇਖਿਆ। ਦੋ ਵਜਾ ਕੇ ਸੂਈ ਅਗਾਂਹ ਹੋ ਤੁਰੀ ਸੀ। ਉਸ ਨੇ ਹੌਂਸਲਾ ਵੱਟ ਕੰਬਲ ਦੀ ਘੁੱਟ ਬੁੱਕਲ ਮਾਰੀ। ਟੈਂਟ ਤੋਂ ਬਾਹਰ ਆ ਗਿਆ। ਸੁੰਨੇ ਅਸਮਾਨ ਹੇਠ ਘੁੰਮਦਿਆਂ ਰੂਹ ਫਰੈਸ਼ ਹੋ ਜਾਵੇਗੀ ਤੇ ਰਾਤ ਦੇ ਬਚੇ ਕੁੱਝ ਘੰਟੇ ਉਹ ਨੀਂਦ ਦੀ ਗੋਦ ਹੰਢਾ ਲਏਗਾ। ਦਿਮਾਗ ਨੂੰ ਭਾਰ ਮੁਕਤ ਕਰਨ ਦਾ ਇਹ ਉਸ ਦਾ ਸਵੈ ਅਜ਼ਮਾਇਆ ਤਰੀਕਾ ਸੀ।

ਅਕਤੂਬਰ ਦੀ ਆਮਦ ਸਰਦੀ ਦੀ ਪਕੜ ਨੂੰ ਤੇਜ਼ੀ ਮਜ਼ਬੂਤ ਕਰ ਰਹੀ ਸੀ। ਆਮ ਨਾਲੋਂ ਠੰਡ ਦਾ ਪ੍ਰਕੋਪ ਘੱਟ ਸੀ ਸ਼ਾਇਦ ਅੰਬਰੀਂ ਬੱਦਲ ਤੇ ਪੌਣ ਦੇ ਵਹਿਣਾਂ ਦੀ ਖਾਮੋਸ਼ੀ ਕਾਰਨ।

ਲੰਮਾ ਸਮਾਂ ਘੁੰਮਣ ਉਪਰੰਤ ਸ਼ਹਿਬਾਜ਼ ਇੱਕ ਛੋਟੇ ਜਿਹੇ ਰੁੱਖ ਕਿਨਾਰੇ ਜਾ ਖੜ੍ਹਿਆ ਜੋ ਬੈਠੇ ਵਿਅਕਤੀ ਤੋਂ ਕਰੀਬ ਗਿੱਠ ਉੱਚਾ ਲੱਗ ਰਿਹਾ ਸੀ। ਉਹਦੀ ਸੰਘਦੀ ਬਣਤਰ ਜ਼ਮੀਨ ਨੂੰ ਚੁੰਮ ਰਹੀ ਸੀ। ਹਵਾ ਦੀ ਗੈਰ-ਮੌਜੂਦਗੀ ਹਿੱਲਦੇ ਉਸ ਦੇ ਪੱਤੇ ਮਾਮੂਲੀ ਜਿਹਾ ਰਾਗ ਅਲਾਪ ਰਹੇ ਸਨ। ਤਹਿਨਾਈ ਦਾ ਝੰਬਿਆ ਸ਼ਹਿਬਾਜ਼ ਇਸ ਤੋਂ ਬੇਖ਼ਬਰ ਹਿਜ਼ਰ ਦੇ ਹਵਨਕੁੰਡ 'ਚ ਥਿੜਕਦੇ ਹੱਥੀਂ ਖ਼ੁਆਬਾਂ ਦੀ ਆਹੂਤੀ ਪਾਉਂਦਾ ਰਿਹਾ। ਕਦੇ-ਕਦੇ ਉਸ ਨੂੰ ਮਹਿਸੂਸ ਹੁੰਦਾ ਜਿਵੇਂ ਰੁੱਖ ਸਾਹ ਲੈ ਰਿਹਾ ਹੈ ਜਾਂ ਮੇਰੀ ਵੇਦਨਾ 'ਚ ਸ਼ਰੀਕ ਹੋ ਰਿਹਾ ਹੈ। ਕਿਤੇ ਪੜ੍ਹਿਆ ਸੀ ਰੁੱਖ ਅਣਬੋਲ ਹੋਣ ਦੇ ਬਾਵਜੂਦ ਮਨੁੱਖ ਦੇ ਦਰਦਮੰਦ ਹੁੰਦੇ ਨੇ। ਜ਼ਰੂਰ ਏਹਨੇ ਮੇਰੇ ਦੁੱਖ ਨੂੰ ਪਹਿਚਾਣ ਲਿਆ ਹੈ। ਰੂਹ ਉਸ ਨਾਲ ਧਾਹ ਗਲਵੱਕੜੀ ਹੋਣ ਨੂੰ ਤੜਫੀ ਪਰ ਕਿਸੇ ਦਾ ਸੁਣਿਆ ਕਿ ਰਾਤ ਨੂੰ ਰੁੱਖ ਮਨੁੱਖ ਵਾਂਗੂੰ ਸੌਂਦੇ ਹਨ। ਇਨ੍ਹਾਂ ਨੂੰ ਕੁਵੇਲੇ ਛੇੜਨਾ ਵੱਡਾ ਗੁਨਾਹ ਐ। ਉਸ ਨੂੰ ਬਾਹੋਂ ਫੜ ਵਰਜ ਗਿਆ। ਪੜ੍ਹੀਆਂ ਸਤਰਾਂ ਤੇ ਸੁਣੇ ਬੋਲ ਭਾਰੂ ਪੈ ਗਏ। ਸ਼ਹਿਬਾਜ਼ ਜਜ਼ਬਾਤੋਂ ਛਿੱਥਾ ਪੈ ਗਿਆ। ਫਿਰ ਉਸ ਨੂੰ ਖ਼ਿਆਲ ਆਇਆ ਕਿ ਮੈਂ ਇਹ ਰੁੱਖ ਦਿਨੇ ਜਾਂ ਪਹਿਲਾਂ ਕਦੇ ਵੇਖਿਆ ਤੱਕ ਨਹੀਂ। ਜ਼ਰੂਰ ਕੁਦਰਤ ਨੇ ਇਸ ਨੂੰ ਤਨਹਾਈ ਲਈ ਵਸੀਲਾ ਬਣਾ ਕੇ ਭੇਜਿਆ ਹੋਊ।

ਫਿਰ ਉਹ ਉੱਥੋਂ ਕਿਨਾਰਾ ਕਰ ਆਲੇ-ਦੁਆਲੇ ਟਹਿਕਣ ਲੱਗ ਤਾਂ ਮਹਿਸੂਸ ਹੋਇਆ ਜਿਵੇਂ ਉਹ ਰੁੱਖ ਵੀ ਪਿੱਛੇ-ਪਿੱਛੇ ਆ ਰਿਹਾ ਹੈ। "ਇਹ ਨਜ਼ਰ ਦਾ ਈ ਜਲਵਾ ਐ ਸ਼ਹਿਬਾਜ਼। ਤੈਨੂੰ ਤਨਹਾਈ ਨੇ ਪਾਗਲ ਕਰ ਸੁੱਟਿਐ। ਭੌਂਦੂਆਂ, ਕਦੇ ਰੁੱਖ ਵੀ ਤੁਰਦੇ ਹੁੰਦੇ ਐ?"

ਅਕਲ ਨੇ ਖਿਆਲ ਨੂੰ ਝਿੜਕ ਮਾਰੀ। ਨਜ਼ਰਾਂ ਦੇ ਖਦਸ਼ੇ ਤੋਂ ਬੇਖ਼ਬਰ ਸ਼ਹਿਬਾਜ਼ ਮੁੜ ਟੈਂਟਾਂ ਲਾਗੇ ਟਹਿਕਣ ਲੱਗ ਪਿਆ। ਕੁੱਝ ਪਲ ਆਲੇ-ਦੁਆਲੇ ਘੁੰਮਣ ਤੋਂ ਬਾਅਦ ਵੇਖਿਆ ਰੁੱਖ ਉੱਥੋਂ ਜੜ੍ਹੋਂ ਗਾਇਬ ਸੀ। ਸਨਸਨੀਖੇਜ਼ ਵਰਦਾਨ ਸ਼ਹਿਬਾਜ਼ ਨੂੰ ਸਿਰੋਂ ਘੁੰਮਾ ਗਈ। "ਆਹ ਕੀ? ਖ਼ਿਆਲਾਂ ਦੀ ਮਦਹੋਸ਼ੀ ਜਾਂ ਨਜ਼ਰ ਦਾ ਧੋਖਾ? ਜਾਂ ਅਕਲ ਤੇ ਪਰਦਾ?" ਸੋਚਾਂ ਤੇ ਨਜ਼ਰਾਂ ਦੁਹਾਈ ਪਾ ਬੈਠੀਆਂ-"ਰੁੱਖ ਹੁਣ ਏਥੇ ਸੀ ਪਰ ਗਿਆ ਕਿੱਥੇ?"..."ਰੁੱਖ ਕਦੇ ਨਹੀਂ ਤੁਰਦੇ।" ਸਿਆਣੀ ਅਕਲ ਨੇ ਸਮਝਾਇਆ ਪਰ ਨਜ਼ਰਾਂ ਗਲ ਪੈ ਗਈਆਂ- "ਸਾਨੂੰ ਅਜੇ ਮੋਤੀਆ ਨਹੀਂ ਪਿਆ। ਸਾਡਾ ਵੇਖਿਆ ਧੁੱਪ ਤੋਂ ਕੋਰਾ ਸੱਚ ਐ। ਰੁੱਖ ਨੂੰ ਅਸਾਂ ਤੁਰਦਾ ਵੇਖਿਐ।"

ਸ਼ਹਿਬਾਜ਼ ਦੇ ਦਿਮਾਗ਼ ਨੂੰ ਹੈਰਾਨੀ ਰੂੜੀ ਮਾਰਕਾ ਸ਼ਰਾਬ ਵਾਂਗੂੰ ਚੜ੍ਹ ਗਈ। "ਅਹੁ ਵੇਖ ਰੁੱਖ ਵਾਕਿਆ ਈ ਤੁਰਿਆ ਜਾ ਰਿਹੈ।"

"ਅਕਲ 'ਤੇ ਪਿਆ ਪਰਦਾ ਪਾਰਖੂ ਨਿਗਾਹਾਂ ਨੇ ਕੰਨੀਓਂ ਫੜ ਖਿੱਚ ਮਾਰਿਆ। ਹਕੀਕਤ ਅਲਫ ਨੰਗੀ ਹੋ ਗਈ।" ਸੰਭਲ ਓਏ ਜਵਾਨਾਂ। ਰੁੱਖ ਦੇ ਭੇਸ 'ਚ ਛੁਪੀ ਸਾਜ਼ਿਸ਼ ਨੂੰ ਤੀਲਾ-ਤੀਲਾ ਖਿਲਾਰ ਦੇ...।" ਅਕਲ ਦੀ ਵਕਾਲਤ ਨੇ ਸ਼ਹਿਬਾਜ਼ ਨੂੰ ਹਲੂਣ ਕੇ ਰੱਖ ਦਿੱਤਾ। ਲੰਮੀਆਂ-ਪੁਲਾਂਘਾਂ ਪੁੱਟਦਾ ਉਹ ਚੈੱਕ ਪੋਸਟ 'ਤੇ ਜਾ ਪੁੱਜਾ-

"ਡੇਂਜ਼ਰਜ਼! ਡੇਂਜ਼ਰਜ਼!!" ਪਹਿਰਾ ਦਿੰਦੇ ਸੰਤਰੀ ਨੂੰ ਵੰਗਾਰਿਆ।

"ਹੋ ਹੁਸ਼ਿਆਰ ਜਵਾਨ।" ਆਰਮੀ ਕੋਡ-ਵਰਡ ਹਨੇਰੇ ਦੀ ਲੰਗਾਰ ਲਾਹੁੰਦਾ ਬਟਾਲੀਅਨ ਨੂੰ ਰੈੱਡ ਅਲਰਟ ਕਰ ਗਿਆ। ਜਵਾਨਾਂ ਦਾ ਡੂੰਮਣਾਂ ਫਰਜ਼ੀ ਰੁੱਖ ਉੱਤੇ ਟੁੱਟ ਪਿਆ। ਥੋੜ੍ਹੀ ਦੇਰ 'ਚ ਹੀ ਫੌਜੀ ਫੁਰਤੀ ਨੇ ਨਕਲੀ ਰੁੱਖ ਨੂੰ ਟਾਹਣੀ-ਟਾਹਣੀ ਕਰ ਕੇ ਵਿਚਕਾਰ ਛੁਪੇ ਮਾਨਵ ਨੂੰ ਫੜ ਲਿਆ। ਰੱਜ ਖੁੰਭ ਠੱਪੀ ਪਰ ਉਹ ਕੁੱਝ ਨਾ ਬੋਲਿਆ। ਜਾਮਾ ਤੁਲਾਸ਼ੀ 'ਚ ਟਾਈਮ ਬੰਬ ਰਿਵਾਲਵਰ, ਚਾਰ ਹੈਂਡ ਗਰਨੇਡ ਤੇ ਵਾਇਰਲੈਸ ਸੈੱਟ ਦੀ ਬਰਾਮਦੀ ਨੇ ਖ਼ਤਰਨਾਕ ਅੱਤਵਾਦੀ ਦੀ ਪੁਸ਼ਟੀ ਕੀਤੀ। ਪਲਾਂ 'ਚ ਚੌਗਿਰਦਾ ਫੌਜੀ ਮਿਸਲਾਂ ਦੇ ਕਬਜ਼ੇ 'ਚ ਆ ਗਿਆ।

ਬਰਾਮਦ ਬੰਬ ਦੀ "ਬੰਬ ਡਿਸਪੋਜਲ" ਵੱਲੋਂ ਦਿੱਤੀ ਰੌਂਗਟੇ ਖੜ੍ਹੇ ਕਰ ਦੇਣ ਵਾਲੀ ਰਿਪੋਰਟ ਸਭ ਨੂੰ ਮੂੰਹ ਉਂਗਲਾਂ ਲੈਣ ਲਈ ਮਜਬੂਰ ਕਰ ਗਈ।

"ਟਾਈਮ ਬੰਬ ਸਵੇਰੇ ਚਾਰ ਵਜੇ ਫੁਟਣਾ ਸੀ। ਏਨੂੰ ਨਸ਼ਟ ਕਰਦਿਆਂ-ਕਰਦਿਆਂ ਵੀ ਤਿੰਨ ਵੱਜ ਗਏ। ਬੰਬ ਡਿਸਪੋਜਲ ਟੀਮ ਦਾ ਇਕ ਅਧਿਕਾਰੀ ਪੁਸ਼ਟੀ ਕਰ ਕਰ ਰਿਹਾ ਸੀ-

"ਫੜਿਆ ਅੱਤਵਾਦੀ ਏ.ਕੇ. ਸੰਤਾਲੀ ਨੂੰ ਪਹਿਲੀ ਵੇਰ ਭਾਰਤ ਲੈ ਕੇ ਆਉਣ ਵਾਲੇ ਅਲ-ਕਾਇਦਾ ਦਾ ਮੈਂਬਰ ਐ। ਇਹ ਫੜਿਆ ਨਾ ਜਾਂਦਾ ਤਾਂ ਏਹਨੇ ਬੰਬ ਰੱਖ ਕੇ ਏਸੇ ਹਾਲਾਤ 'ਚ ਮੁੜ ਜਾਣਾ ਸੀ। ਬ੍ਰਾਮਦ ਬੰਬ ਦੀ ਮਾਰ ਪੰਜ ਸੌ ਮੀਟਰ ਤੱਕ ਦੀ ਫੌਜੀ ਛਾਉਣੀ ਨੂੰ ਉਡਾਉਣ ਦੇ ਸਮਰੱਥ ਸੀ।" ਆਈ.ਐਨ.ਟੀ. ਨੇ ਪੁੱਛ-ਪੜਛਾਲ ਤੋਂ ਬਾਅਦ ਖ਼ੁਲਾਸਾ ਕੀਤਾ।

"ਰੁੱਖ ਦੇ ਭੇਸ 'ਚ ਛਾਉਣੀ 'ਚ ਵੜਨ ਦਾ ਕਾਰਨਾਮਾ ਹੈਰਾਨੀ ਤੇ ਜ਼ੋਖਮ ਭਰਿਆ ਐ। ਬੜੀ ਵੱਡੀ ਟ੍ਰੈਜਡੀ ਹੋਣੋਂ ਬਚ ਗਈ ਐ।" ਕਰਨਲ ਬਾਜਵਾ ਬਾਕੀ ਸਾਥੀਆਂ ਤੇ ਜਵਾਨਾਂ ਨਾਲ ਵਿਚਾਰ ਕਰਨ ਲੱਗਾ।

"ਸਰ! ਏਹਨੇ ਭੇਸ ਬਦਲਣ ਵਾਲੀ ਤਾਂ ਜਮਾਂ ਈ ਹੱਦ ਕਰ ਦਿੱਤੀ ਐ। ਇਹ ਦੋ ਦਿਨ ਵੀ ਏਦਾਂ ਬੈਠਾ ਰਹਿੰਦਾ, ਸਾਨੂੰ ਕੋਲ ਘੁੰਮਦਿਆਂ ਵੀ ਪਤਾ ਨਹੀਂ ਸੀ ਲੱਗਣਾ।" ਸ਼ਹਿਬਾਜ਼ ਨੇ ਉਹਦੀ ਬਣਤਰ ਬਾਰੇ ਦੱਸਿਆ।

"ਕਮਾਲ ਈ ਕਰ ਛੱਡੀ ਐ, ਆਹ ਤੇ ਉਹਨੇ।"

"ਓਏ ਮਝੈਲਾ ਤੂੰ ਸ਼ੁਕਰ ਕਰ ਗੁਰੂ ਦਾ, ਸਮੇਂ ਸਿਰ ਨਾ ਸੰਭਲੇ ਹੁੰਦੇ। ਸਾਰੀ ਪਲਟੂਨ ਟਾਟਾਂ ਵਾਂਗੂ ਭੁੱਜ ਕੇ ਹੌਲਾਂ ਹੋ ਗਈ ਹੁੰਦੀ।

"ਦੁਸ਼ਮਣ ਦੀ ਬਹਾਦਰੀ ਨੂੰ ਦਾਦ ਦੇਣੀ ਬਣਦੀ ਐ। ਚੁਣੌਤੀ ਸਵੀਕਾਰਦਿਆਂ ਸਾਨੂੰ ਭਵਿੱਖ ਬਾਰੇ ਚਿੰਤਤ ਹੋਣਾ ਚਾਹੀਦੈ।" ਉੱਚ ਅਧਿਕਾਰੀ ਨਿੱਜੀ ਵਿਚਾਰ ਕਰ ਰਹੇ ਸਨ। ਹੈਰਾਨ ਹੋ ਰਹੇ ਸਨ ਕਿ ਉਸ ਨੇ ਚੌਵੀ ਘੰਟੇ ਭੁੱਖਾ ਤ੍ਰਿਹਾਇਆ ਰਹਿ ਕੇ ਵੀ ਵਾਰਦਾਤ ਨੂੰ ਅੰਜ਼ਾਮ ਦੇਣ ਲਈ ਖੁਦ ਰੁੱਖ ਦਾ ਰੂਪ ਕਿਵੇਂ ਬਣਾ ਲਿਆ?

ਅਧਿਕਾਰੀਆਂ ਨੇ ਪੁੱਛਿਆ "ਕੀ ਕਰਦੈ ਹੁੰਦੈ ਤੂੰ?"

"ਜੇਹਾਦ ਲੜਦਾ ਹਾਂ।"

"ਜੇ ਤੈਨੂੰ ਗੋਲ਼ੀ ਮਾਰ ਦਈਏ ਤਾਂ?"

"ਮੈਨੂੰ ਹਜ਼ਰਤ ਮੁਹੰਮਦ ਦੀ ਪਾਕ ਗੋਦ ਮਿਲੇਗੀ।"

"ਤੇਰੇ ਕਿੰਨੇ ਧੀਆਂ ਪੁੱਤ ਨੇ?"

"ਚੌਦਾਂ।"

"ਕੀ ਕਰਦੇ ਨੇ ਉਹ?"

"ਜੇਹਾਦ ਚਾਰ ਲੜਦੇ ਨੇ ਬਾਕੀਆਂ ਬਾਰੇ ਪਤਾ ਨਹੀਂ।"

"ਘਰ ਦੀ ਫ਼ੌਜ ਕਿਵੇਂ ਬਣਾ ਲਈ?"

"ਅੱਲ੍ਹਾ ਸੇਤੀ।"

"ਉਨ੍ਹਾਂ ਨੂੰ ਮਾਰ ਦਈਏ ਤਾਂ?"

"ਉਹ ਜੇਹਾਦ ਲਈ ਸ਼ਹੀਦ ਹੋਣਗੇ।"

ਸਾਰੇ ਅਫ਼ਸਰ ਉਸ ਤੋਂ ਪੁੱਛ ਪੜਤਾਲ ਉਪਰੰਤ ਕੁਆਰਟਰ ਗਾਰਦ ਛੱਡ ਕੇ ਖ਼ੁਦ ਅਫ਼ਸਰ ਮੈਸ 'ਚ ਆ ਗਏ।

"ਆਹ ਭਾਵਨਾ ਕਸ਼ਮੀਰ 'ਚ ਘਰ ਕਰ ਚੁੱਕੀ ਐ। ਇਹ ਲੋਕ ਮਰਨੋਂ ਮੂਲ ਨਹੀਂ ਡਰਦੇ। ਏਦਾਂ ਈ ਅਸਾਂ ਇੱਕ ਮੁਕਾਬਲੇ 'ਚ ਚਾਰ ਮੁਜਾਹਿਦਾਂ ਨੂੰ ਪਾਰ ਬੁਲਾ ਦਿੱਤਾ। ਉਨ੍ਹਾਂ ਦੀਆਂ ਬੀਵੀਆਂ ਨੂੰ ਡਰਾ ਕੇ ਪੁੱਛਿਆ–"ਤੁਹਾਡੇ ਸਹਾਰੇ ਟੁੱਟ ਗਏ ਨੇ। ਸਾਨੂੰ ਅੱਤਵਾਦੀਆਂ ਬਾਰੇ ਕੁੱਝ ਦੱਸੋ, ਤੁਹਾਨੂੰ ਇਨਾਮ ਦਿਆਂਗੇ।" ਉਹ ਬੋਲੀਆਂ–

"ਅਮੇਛੁਨ ਜ਼ਰੂਰਤ ਚਾਨੇ ਇਨ ਘਰ" (ਸਾਨੂੰ ਤੁਹਾਡੇ ਇਨਾਮਾਂ ਦੀ ਲੋੜ ਨਹੀਂ) "ਪਨੁਨ ਇਨਾਹ ਥਾਵ ਪਾਨਸ ਨਿਫ" (ਆਪਣੇ ਇਨਾਮ ਕੋਲੇ ਰੱਖੋ) ਮਸਾਂ ਪੁੱਛਿਆ, "ਅਗਰ ਅਸੀਂ ਤੁਹਾਡੇ ਬੱਚਿਆਂ ਨੂੰ ਮਾਰ ਦੇਈਏ ਉਨ੍ਹਾਂ ਕਿਹਾ "ਐਮ ਕਰਾਓ ਬਇ ਬਚ ਪਾਦ" (ਅਸੀਂ ਹੋਰ ਬੱਚੇ ਪੈਦਾ ਕਰਾਂਗੀਆਂ) "ਤਿਮਨ ਬਨਾਓ ਮੁਜ਼ਾਹਿਦ" (ਉਨ੍ਹਾਂ ਨੂੰ ਮੁਜ਼ਾਹਿਦ ਬਣਾਵਾਂਗੀਆਂ) "ਤੁਹਨ ਬੱਚ ਮਾਰਨਓ" (ਤੁਹਾਡੇ ਬੱਚੇ ਮਰਵਾਵਾਂਗੀਆਂ) ਦੱਸੋ ਅਸੀਂ ਹਾਲਾਤਾਂ ਨੂੰ ਸੌਖੇ ਕਾਬੂ ਪਾ ਸਕਾਂਗੇ? ਇੱਥੇ ਤਾਂ ਰਾਤ ਦਾ ਜੰਮਿਆ ਬੱਚਾ ਵੀ ਸਟੇਨਗੰਨ ਚੁੱਕੀ ਫਿਰਦੈ।"

ਇੱਕ ਅਫ਼ਸਰ ਨੇ ਆਪ ਬੀਤੀ ਸੁਣਾਈ।

"ਕੱਟੜਤਾ ਇਨ੍ਹਾਂ ਲੋਕਾਂ ਦੇ ਹੱਡੀਂ ਰਚ ਚੁੱਕੀ ਐ। ਉਤੋਂ ਪਾਕਿਸਤਾਨ ਪੁੱਠਾ ਇਲਮ ਪੜ੍ਹਾ ਰਿਹੈ। ਅਸਾਂ ਵੀ ਬੀਤੇ ਦਿਨੀਂ ਇੱਕ ਮੁਜ਼ਾਹਿਦ ਫੜਿਆ ਸੀ। ਉਹ ਕਹਿੰਦੈ ਪਾਕਿਸਤਾਨ 'ਚ ਅਲਕਾਇਦਾ ਸਾਨੂੰ ਜੋ ਮੂਵੀਆਂ ਦੱਸਦੈ ਉਨ੍ਹਾਂ 'ਚ ਵਰਦੀਧਾਰੀ ਫੌਜੀਆਂ ਨੂੰ ਕਸ਼ਮੀਰੀ ਕੁੜੀਆਂ ਨਾਲ ਰੇਪ ਕਰਦੇ ਦੱਸਿਆ। ਤੁਸੀਂ ਮੁਜ਼ਾਹਿਦ ਬਣਕੇ ਹਿੰਦੋਸਤਾਨ ਤੋਂ ਬਦਲਾ ਲਓ। ਕਸ਼ਮੀਰ 'ਚ ਜਾ ਕੇ ਜੇਹਾਦ ਲੜੋ। ਤੁਹਾਡਾ ਕਸ਼ਮੀਰੀ ਕੁੜੀਆਂ ਨਾਲ ਰੇਪ ਕਰਨ ਦਾ ਬੁਨਿਆਦੀ ਹੱਕ ਐ ਤੁਸੀਂ ਕਸ਼ਮੀਰੀ ਮੋਮਨਾਂ ਖਾਤਰ ਜੁ ਲੜ ਰਹੇ ਓ। ਸੱਚ ਜਾਣੋਂ ਮੈਂ ਹੈਰਾਨ ਰਹਿ ਗਿਆ ਇਹ ਸੁਣ ਕੇ।"

ਇੱਕ ਹੋਰ ਅਫ਼ਸਰ ਆਪਣੀ ਸੁਣਾ ਰਿਹਾ ਸੀ।

"ਪਰ ਵੇਖੋ। ਏਸ ਮੁੱਦੇ ਤੇ ਸ਼ੀਆ-ਸੁੰਨੀ ਮੁਸਲਮਾਨਾਂ 'ਚ ਫੁੱਟ ਐ। ਇੱਕ ਪਾਕਿਸਤਾਨ ਨਾਲ ਰਲੇਵਾਂ ਚਾਹੁੰਦੈ, ਦੂਜਾ ਆਜ਼ਾਦ ਕਸ਼ਮੀਰ। ਜਿਹਾਦ ਦੇ ਨਾਮ ਤੇ ਕੁਕਰਮਾਂ ਵਾਲਾ ਤਾਂ ਵਰਕਾ ਈ ਨਾ ਫੋਲੋ।"

ਕਰਨਲ ਬਾਜਵਾ ਨੇ ਪ੍ਰਤੀਕਰਮ ਪ੍ਰਗਟਾਇਆ। ਲਾਗੇ ਖੜ੍ਹੇ ਐਡਜੂਡੈਂਟ ਨੇ ਸ਼ਹਿਬਾਜ਼ ਦੀ ਕੰਡ ਥਾਪੜਦਿਆਂ ਕਿਹਾ-"ਆਪ ਕੇ ਇਸ ਸ਼ੇਰ ਨੇ ਆਬਰੂ ਬਚਾਈ ਹੈ।"

ਅਗਰ ਜੇਹ ਡਿਊਟੀ ਪੇ ਚੌਕਸ ਨਾ ਹੋਤਾ ਤੋ ਅਬ ਤੱਕ ਹਮਾਰੇ ਜਵਾਨੋਂ ਕਾ ਬਹੁਤ ਨੁਕਸਾਨ ਹੋ ਜਾਤਾ।"

"ਥੈਂਕ ਯੂ ਸਰ।" ਸ਼ਹਿਬਾਜ਼ ਨੇ ਸਿਰ ਝੁਕਾ ਕੇ ਅਫ਼ਸਰ ਦਾ ਸ਼ੁਕਰਾਨਾ ਕੀਤਾ।" ਤੈਨੂੰ ਹਰਮਨ ਦੀ ਯਾਦ ਨਾ ਜਗਾਉਂਦੀ, ਤੂੰ ਵੀ ਬਾਕੀਆਂ ਵਾਂਗੂੰ ਘੁਰਾੜੇ ਕੁੱਟੀ ਜਾਨੈ। ਸ਼ੁਕਰੀਆਂ ਤਾਂ ਉਹਦਾ ਕਰਨਾ ਬਣਦੈ।" ਇਸ ਖ਼ਿਆਲ ਨਾਲ ਸ਼ਹਿਬਾਜ਼ ਦੀ ਰੂਹ ਉਛਲ ਉੱਠੀ।

"ਵੈਰੀ ਗੁੱਡ ਜਵਾਨਾਂ।" ਇੱਕ ਹੋਰ ਅਫ਼ਸਰ ਨੇ ਵੀ ਸਹਿਬਾਜ਼ ਦੀ ਸ਼ਲਾਘਾ ਕੀਤੀ-"ਵਿਭਾਗੀ ਕਾਰਵਾਈ ਕਰੋ। ਡਿਪਾਰਟਮੈਂਟ ਤੋਂ ਸਨਮਾਨ ਤੇ ਤਰੱਕੀ ਦੋਵੇਂ ਈ ਮਿਲਣਗੇ।"

"ਸਨਮਾਨ ਹਰਮਨ ਦਾ ਹੋਵੇਗਾ। ਪ੍ਰਾਪਤ ਮੈਂ ਕਰਾਂਗਾ। ਡਾਹਢਾ ਮੇਲ ਕਰਾਏ। ਉਹਦੀ ਅਮਾਨਤ ਉਹਨੂੰ ਸੌਂਪ ਦਿਆਂਗਾ।" ਅੰਤਰੀਵ ਖ਼ਿਆਲ ਨੂੰ ਹਉਕੇ ਹੇਠ ਦੱਬਦਿਆਂ ਉਹ ਨਿਮੋਝਣਾ ਹੋ ਗਿਆ।

"ਜੈ ਹਿੰਦ ਸਰ?" ਇੱਕ ਜਵਾਨ ਸਲੂਟ ਮਾਰ ਅਫ਼ਸਰ ਦੇ ਸਨਮੁੱਖ ਹੋਇਆ।

"ਹਾਂ?" ਕਰਨਲ ਬਾਜਵਾ ਦੇ ਪੁੱਛਣ ਤੇ ਜਵਾਨ ਨੇ ਹੋਲਡ ਵਾਇਰਲੈੱਸ ਉਸ ਦੇ ਹੱਥ ਫੜ ਦਿੱਤੀ। ਆਈ.ਐਨ.ਟੀ. ਮੁਜ਼ਾਹਿਦਾਂ ਦੀ ਟੋਲੀ ਸਾਹਮਣੀ ਚੋਟੀ ਤੇ ਬੈਠੇ ਹੋਣ ਦੀ ਸੂਚਨਾ ਦੇ ਰਹੀ ਸੀ। ਜੰਗ ਦਾ ਬਿਗਲ ਵੱਜਦਿਆਂ ਤੇ ਸਾਹਬ ਦਾ ਆਰਡਰ ਕਬੂਲਦਿਆਂ ਜਵਾਨ ਆਪੋ-ਆਪਣੇ ਸਮਾਨ ਤੇ ਅਸਲੇ ਨਾਲ ਲੈਸ ਹੋ ਕੇ ਪਲਟੂਨ 'ਚ ਜਾ ਸ਼ਾਮਿਲ ਹੋਏ। ਚਾਰ ਘੰਟੇ ਚੱਲੇ ਮੁਕਾਬਲੇ 'ਚ ਚਾਰ ਅੱਤਵਾਦੀਆਂ ਨੂੰ ਪਾਰ ਬੁਲਾ ਕੇ ਸਮੁੱਚੀ ਬਟਾਲੀਅਨ ਜੇਤੂ ਜਸ਼ਨਾਂ 'ਚ ਮਸ਼ਰੂਫ ਹੋ ਗਈ। ਸ਼ਹਿਬਾਜ਼ ਦੀ ਬਹਾਦਰੀ ਨੇ ਸੀ.ਓ.ਪੀ.ਐੱਸ. ਬਾਜਵਾ ਦਾ ਸਿਰ ਮਾਣ ਨਾਲ ਉੱਚਾ ਕਰ ਦਿੱਤਾ। ਜਗਪਾਲ ਕੌਰ ਨੇ ਪੁੱਤੋਂ ਪਿਆਰੇ ਸ਼ਹਿਬਾਜ਼ ਨੂੰ ਸੀਨੇ

ਲਗਾਉਂਦਿਆਂ ਮੱਥਾ ਚੁੰਮਿਆ–"ਮੇਰੇ ਪੁੱਤ ਨੂੰ ਹੁਣ ਤਰੱਕੀ ਮਿਲ ਜੂ! ਤੂੰ ਸਾਡੇ ਰਿਸ਼ਤੇ ਦਾ ਵੀ ਸਿਰ ਉੱਚਾ ਕੀਤਾ ਐ।"

ਪਰ ਸ਼ਹਿਬਾਜ਼ ਦਾ ਚਿਹਰਾ ਮਾਯੂਸ ਸੀ। ਕੁਦਰਤੀ ਵਡਿਆਈ, ਸਨਮਾਨ ਤੇ ਤਰੱਕੀ ਦਾ ਚਾਅ ਉਸ ਦੀ ਰੂਹ ਦੇ ਪ੍ਰਵਾਨ ਨਾ ਚੜ੍ਹਿਆ–"ਪਰ ਏਨਾ ਉਦਾਸ ਕਿਉਂ ਐਂ ਮੇਰਾ ਪੁੱਤਰ?"

"ਨਹੀਂ ਬੇਜੀ ਐਸੀ ਕੋਈ ਗੱਲ ਨਹੀਂ।"

"ਤੂੰ ਲੱਖ ਕਹੁ। ਗੱਲ ਤਾਂ ਕੋਈ ਜ਼ਰੂਰ ਏ। ਮੈਂ ਤਾਂ ਇਹ ਖ਼ੁਸ਼ੀ ਫੋਨ ਤੇ ਤੇਰੀ ਮਾਮੀ ਨੂੰ ਸੁਣਾਉਣੀ ਚਾਹੁੰਦੀ ਸਾਂ।"

"ਪਰ ਨਹੀਂ ਬੇਜੀ।"

"ਪਰ ਕਿਉਂ?"

ਸ਼ਹਿਬਾਜ਼ ਜਵਾਬ ਦੇਣ ਦੀ ਥਾਂ ਚੁੱਪ ਹੋ ਗਿਆ। ਅੱਖਾਂ 'ਚ ਚਮਕ ਉਤਰ ਆਈ। ਸ਼ਹਿਬਾਜ਼ ਦੇ ਅੰਦਰੂਨੀ ਦਰਦ ਨੂੰ ਪੜ੍ਹਨ ਦੀ ਸਮਰੱਥ ਬਲਦੇਵ ਕੌਰ ਤਹਿ ਤੱਕ ਦੀ ਵੇਦਨਾ ਨੂੰ ਪੜ੍ਹਦਿਆਂ ਬੋਲੀ–"ਤੂੰ ਰੋ ਕਿਉਂ ਰਿਹੈ ਪੁੱਤਰ?"

ਸ਼ਹਿਬਾਜ਼ ਚੁੱਪ ਰਿਹਾ ਪਰ ਉਸ ਨੇ ਮਾਮੀ ਦੀ ਆਈ ਚਿੱਠੀ ਜੇਬ ਤੋਂ ਕੱਢ ਬੀਜੀ ਨੂੰ ਫੜਾ ਦਿੱਤੀ, "ਉਹਨੇ ਤੁਹਾਨੂੰ ਤੇ ਸਰ ਹੁਰਾਂ ਨੂੰ ਸਤਿ ਸ੍ਰੀ ਅਕਾਲ ਬੁਲਾਈ ਐ।" ਕਹਿ ਕੇ ਉਹ ਦੂਜੇ ਪਾਸੇ ਚਲਾ ਗਿਆ। ਸਮੁੱਚੀ ਚਿੱਠੀ 'ਚ ਰਸਮੀ ਗੱਲਾਂ ਬਾਤਾਂ ਤੋਂ ਬਾਅਦ ਸਤਨਾਮ ਕੌਰ ਨੇ ਸੀਨੇ ਕੜਵੱਲ ਪਾਉਣ ਵਾਲੀਆਂ ਸਤਰਾਂ ਲਿਖੀਆਂ ਸਨ...

"...ਸ਼ਹਿਬਾਜ਼! ਤੂੰ ਮੇਰੀਆਂ ਦਲੀਲਾਂ ਤੇ ਪਾਣੀ ਰੋੜ ਕੇ ਫੌਜ 'ਚ ਨੌਕਰੀ ਕਰਨ ਦੀ ਰੀਝ ਹੰਢਾ ਵੇਖੀ ਐ! ਮੈਂ ਜਾਣਦੀ ਆਂ, ਮੇਰੀ ਆਖੀ ਨੂੰ ਅਣਡਿੱਠ ਕਰਨ ਦਾ ਦੁੱਖ ਅੱਜ ਤੇਰੇ ਦਿਲ 'ਚ ਵੀ ਜਵਾਨ ਹੋ ਚੁੱਕੈ। ਫੌਜ 'ਚ ਭਰਤੀ ਹੋਣ ਦਾ ਤੇਰਾ ਉਦੋਂ ਦਾ ਅਮੋੜ ਫੈਸਲਾ ਮੇਰੇ ਕਿਸੇ ਵੀ ਪੱਖੋਂ ਮੁਨਾਸਿਬ ਨਹੀਂ ਸੀ ਪਰ ਮੈਂ ਤੇਰੀ ਏਸ ਅੜੀ ਬਦਲੇ ਸੀਨੇ ਪੱਥਰ ਧਰ ਲਿਆ। ਚਾਹੁੰਦੀ ਸਾਂ ਮੇਰਾ ਲਹੂ ਲੱਖ ਸੁੱਕੇ। ਮੇਰੀਆਂ ਆਂਦਰਾਂ ਨਿਤ ਨਿਚੜਣ ਪਰ ਮੇਰਾ ਪੁੱਤ ਮੈਨੂੰ ਦੁੱਖ ਦੇ ਕੇ ਵੀ ਸੁਖੀ ਰਹੇ ਤਾਂ ਸੌਦਾ ਮਹਿੰਗਾ ਨਹੀਂ। ਤੂੰ ਤਿੰਨ ਘਰਾਂ ਦੇ ਮਲਬੇ 'ਤੇ ਜਗਦਾ ਚੌਮੁੱਖਾ ਦੀਵਾ ਐਂ। ਦੁਨੀਆਂ ਦੇ ਕਿਸੇ ਵੀ ਕੋਨੇ ਜਗੇ ਤੂੰ ਜਗਦਾ ਰਹਿਣਾ ਚਾਹੀਦੈ। ਮੇਰੀ ਵੇਦਨਾ ਤੈਥੋਂ ਗੁੱਝੀ ਨਹੀਂ। ਇਹ ਅਜੇ ਵੀ ਤੈਨੂੰ ਇਹੋ ਪੁਕਾਰ ਰਹੀ ਹੈ ਕਿ ਜੇ ਤੂੰ ਦਰਿਆ ਦੇ ਅੱਥਰੇ ਵੇਗ ਵਾਂਗੂੰ ਭਟਕੀ ਜ਼ਿੰਦਗੀ ਦੇ ਅਰਥ ਸਮਝ ਚੁੱਕੈਂ ਤਾਂ ਬਰਫ਼ਾ-ਬਰੂਦਾਂ 'ਚ ਭਟਕਦੀ ਫੌਜੀ ਡਿਊਟੀ ਤਿਆਗ ਕੇ ਘਰ ਆ ਜਾ। ਰਿਜ਼ਕ ਤੇਰਾ ਇੱਥੇ ਵੀ ਇੰਤਜ਼ਾਰ ਕਰਦੈ। ਜ਼ਿੰਦਗੀ ਦੀਆਂ ਖੋਈਆਂ ਹਸਰਤਾਂ ਲੱਭਣ ਦੀਆਂ ਕੋਸ਼ਿਸ਼ਾਂ 'ਚ ਮੈਂ ਤੈਥੋਂ ਵੀ ਚਾਰ ਕਦਮ ਅਗਾਂਹ ਤੁਰਾਂਗੀ...।"

ਜਗਪਾਲ ਕੌਰ ਦੀ ਖ਼ੁਸ਼ੀ ਨੂੰ ਸਤਨਾਮ ਕੌਰ ਪ੍ਰਤੀ ਉਛਲਿਆ ਤਰਸ ਚੱਟ ਗਿਆ। ਕਈ ਮਹੀਨੇ ਪਹਿਲਾਂ ਜਦੋਂ ਉਹ ਸਰਦਾਰ ਬਾਜਵਾ ਨਾਲ ਅਨੰਦਪੁਰ ਸਾਹਿਬ ਦੇ ਦਰਸ਼ਨਾਂ ਲਈ ਗਈ ਤਾਂ ਉਹ ਸ਼ਹਿਬਾਜ਼ ਦੇ ਭੇਜੇ ਉਸ ਦੇ ਪਿੰਡ ਸਤਨਾਮ ਕੌਰ ਕੋਲ ਵੀ ਇੱਕ ਰਾਤ ਗੁਜ਼ਾਰ ਆਏ। ਜ਼ਿੰਦਗੀ ਭਰ ਦੇ ਸਮੁੱਚੇ ਦੁਖਾਂਤ ਪ੍ਰਤੀ ਜਾਣੂੰ ਹੋਣ ਦੇ ਬਾਵਜੂਦ ਸਤਨਾਮ ਕੌਰ ਦੀ ਤ੍ਰਾਸਦੀ ਉਨ੍ਹਾਂ ਨੂੰ ਝਿੰਜੋੜ ਕੇ ਧਰ ਗਈ। ਸ਼ਹਿਬਾਜ਼ ਦੇ ਵਿਆਹ ਨੂੰ ਤਰਸਦੀ ਖ਼ੁਸ਼ੀ ਤੇ

ਮਜਬੂਰੀ ਤੇ ਵਿਚਾਰ-ਵਟਾਂਦਰਾ ਹੋਣ ਤੋਂ ਬਾਅਦ ਸਤਨਾਮ ਕੌਰ ਨੇ ਕਿਹਾ-

"ਵਿਆਹ ਲਈ ਉਸ ਨੂੰ ਤੁਸੀਂ ਮਨਾਓ। ਮੈਂ ਚਾਹੁੰਦਿਆਂ ਵੀ ਬੇਵੱਸ ਹਾਂ।"

"ਪਰ ਉਦੋਂ ਤੱਕ ਤਾਂ ਇੰਤਜ਼ਾਰ ਕਰਨਾ ਈ ਪਊਗਾ?" ਸੀ.ਓ. ਨੇ ਕਿਹਾ।

"ਹਾਂ, ਉਸ ਗੱਲੋਂ ਮੈਂ ਵੀ ਸਹਿਮਤ ਆਂ।" ਸਤਨਾਮ ਨੇ ਹਾਮੀਂ ਭਰੀ।

"ਉਦੋਂ ਤੱਕ ਸ਼ਹਿਬਾਜ਼ ਨੂੰ ਮੋੜਨਾ ਔਖੇ। ਫਿਰ ਜ਼ਿਮੇਵਾਰੀ ਮੇਰੀ ਐ।"

"ਮੈਂ ਚਾਹੁੰਨੀ ਆਂ ਉਹ ਇਹ ਨੌਕਰੀ ਛੱਡ ਦਏ?"

"ਅਸੀਂ ਨਹੀਂ ਚਾਹੁੰਦੇ ਪਰ ਭੈਣਾਂ ਤੇਰੀ ਜ਼ਿੰਦਗੀ ਦੇ ਦੁਖਾਂਤ ਤੇ ਮੱਲ੍ਹਮ ਲਾਉਣ ਬਦਲੇ ਅਸੀਂ ਇਹ ਕੁਰਬਾਨੀ ਕਰਨ ਲਈ ਵੀ ਤਿਆਰ ਹਾਂ।"

...ਅੱਜ ਜਦੋਂ ਇਹ ਖਾਹਿਸ਼ ਮੁੜ ਉੱਭਰੀ ਤਾਂ ਜਗਪਾਲ ਕੌਰ ਨੂੰ ਸਤਨਾਮ ਕੌਰ ਡਾਹਢੀ ਦੁਖੀ ਲੱਗੀ। ਪੰਜਾਬ ਫੇਰੀ ਤੋਂ ਬਾਅਦ ਜਗਪਾਲ ਕੌਰ ਤੇ ਸ: ਬਾਜਵਾ ਦੀ ਅਕਸਰ ਫ਼ੋਨ ਤੇ ਗੱਲਬਾਤ ਵੀ ਹੁੰਦੀ ਰਹਿੰਦੀ ਸੀ ਤੇ ਇਹ ਵਿਚਾਰ ਵੀ। ਸਾਂਝ ਪਰਿਵਾਰਕ ਤੇ ਨਾਤਾ ਰਿਸ਼ਤਿਆਂ ਵਰਗਾ ਹੋਣ 'ਤੇ ਹੁਣ ਕਿਸੇ ਤੋਂ ਕਿਸੇ ਦਾ ਭੇਦ ਛੁਪਿਆ ਨਹੀਂ ਸੀ। ਤਾਜ਼ਾ ਚਿੱਠੀ ਬਾਰੇ ਜਗਪਾਲ ਕੌਰ ਨੇ ਸ: ਬਾਜਵਾ ਨਾਲ ਗੱਲ ਸਾਂਝੀ ਕੀਤੀ।

"ਗਾਹੇ ਬਗਾਹੇ ਸਤਨਾਮ ਕੌਰ ਨੂੰ ਤੁਹੀਓਂ ਫੋਨ ਤੇ ਸਮਝਾ ਦੇਵੀਂ, ਤਰੱਕੀ ਦੇ ਰਾਹ ਪਏ ਸ਼ਹਿਬਾਜ਼ ਨੂੰ ਰੈਂਕ ਮਿਲਣ ਤੋਂ ਬਾਅਦ ਇਹ ਮੁੱਦਾ ਵਿਚਾਰਾਂਗੇ...।"

ਸੀ.ਓ. ਨੇ ਇਹ ਕਹਿ ਕੇ ਮੁੱਦਾ ਠੰਢੇ ਬਸਤੇ 'ਚ ਪਾ ਦਿੱਤਾ। ਜਗਪਾਲ ਨੂੰ ਚਿੱਠੀ ਪੜ੍ਹਾਉਣ ਤੋਂ ਬਾਅਦ ਸ਼ਹਿਬਾਜ਼ ਪਛਤਾ ਰਿਹਾ ਸੀ, "ਮੈਂ ਆਪਣੇ ਦੁੱਖਾਂ ਤੋਂ ਕਿਨਾਰਾ ਕਰਨ ਲਈ ਮਾਮੀ ਦੇ ਦੁੱਖਾਂ ਨੂੰ ਵਿਆਜ ਲਾਇਆ ਹੈ। ਅੜਬਾਈ ਹੇਠ ਉਹਦੀਆਂ ਦਲੀਲਾਂ ਦੱਬ ਕੇ ਵੀ ਨਤੀਜਾ ਸਿਫ਼ਰ ਹੀ ਨਿਕਲਿਆ। ਯਾਦ ਕਰ ਉਸ ਦੇ ਉਸ ਅਰਜ਼ ਭਰਪੂਰ ਚਿਹਰੇ ਨੂੰ ਜਦੋਂ ਤੇਰੀ ਅੜੀ ਮੂਹਰੇ ਹਥਿਆਰ ਸੁੱਟਦਿਆਂ ਉਹਨੇ ਆਖਿਆ ਸੀ-"ਪੁੱਤਰਾਂ! ਇੱਕ ਤੇਰੀ ਖ਼ੁਸ਼ੀ ਲਈ ਮੈਂ ਆਪਣੇ ਸੀਨੇ ਪੱਥਰ ਧਰ ਰਹੀ ਆਂ ਪਰ ਏਨੂੰ ਮੇਰੀ ਰਜ਼ਾਮੰਦੀ ਨਾ ਮੰਨੀ।"

"ਸਿਦਕ ਦੇ ਰਾਹ ਮੈਨੂੰ ਤੂਹੀਓਂ ਤੁਰਨਾ ਸਿਖਾਇਆ ਸੀ?"

"ਮੈਂ ਕਦੋਂ ਮੁਨਕਰ ਹਾਂ। ਦੇਸ਼ ਨੂੰ ਸਦਾ ਈ ਯੋਧਿਆਂ ਦੀ ਲੋੜ ਰਹੀ ਐ ਪਰ ਸ਼ਹਾਦਤਾਂ ਦੇ ਚਿਰਾਗ ਵੀ ਉੱਥੇ ਹੀ ਬਲੇ ਐ ਜਿੱਥੇ ਕੋਈ ਤੇਲ ਪਾਉਣ ਵਾਲਾ ਬਚਿਐ। ਤੂੰ ਤੁਰ ਗਿਆ ਮੇਰੇ ਸਿਰ ਤਾਂ ਕੋਈ ਕੁੱਜਾ ਤੋੜਨ ਵਾਲਾ ਨਹੀਂ ਰਹਿਣੈ।"

"ਮੈਂ ਚਾਹੁੰਨਾ ਆਂ ਦੇਸ਼ ਸੇਵਾ 'ਚ ਮੇਰਾ ਵੀ ਕਿਣਕਾ ਪੈ ਜੇ। ਜੀਊਣ ਮਰਨ ਤਾਂ ਡਾਹਢੇ ਹੱਥ ਐ। ਗੁਰੂ ਦੇ ਅਮੋੜ ਭਾਣੇ ਨੂੰ ਮੰਨਣ ਦੀ ਜਾਂਚ ਵੀ ਤੇਰੇ ਸਿਦਕੋਂ ਈ ਸਿੱਖੀ ਐ। ਉਹ ਤਾਂ ਘਰ ਬੈਠਿਆਂ ਵੀ ਵਰਤ ਸਕਦੈ। ਨੌਕਰੀਆਂ ਦਾ ਪੰਜਾਬ 'ਚ ਪਹਿਲਾਂ ਈ ਕਾਲ ਪਿਆ ਹੋਇਐ।"

"ਤੇਰੀ ਦੇਸ਼ ਸੇਵਾ ਭਰਪੂਰ ਭਾਵਨਾ ਤੋਂ ਬਲਿਹਾਰੇ ਜਾਂਦੀ ਹਾਂ। ਕਦਰਦਾਨ ਲੋਕਾਂ "ਜੈ ਜਵਾਨ" ਨੂੰ ਹੀ ਨਹੀਂ "ਜੈ ਕਿਸਾਨ" ਨੂੰ ਵੀ ਆਖਿਐ। ਤੂੰ ਤਿੰਨ ਪਿੰਡਾਂ ਦੀ ਪੁਸ਼ਤੈਨ ਜ਼ਮੀਨ ਤੇ ਟਰੈਕਟਰ ਚਲਾ। ਬਾਬੇ ਦੀਆਂ ਮਿਹਰਬਾਨੀਆਂ ਤੈਨੂੰ ਕੱਲ ਈ ਜਗੀਰਦਾਰ ਬਣਾ ਦੇਣਗੀਆਂ। ਧਰਮ ਦੀ ਕਿਰਤ-ਵਿਰਤ ਤੇ ਮਿਹਨਤ-ਮੁਸ਼ੱਕਤ ਨੂੰ ਜੱਗ ਨੇ ਉਤਮ ਮੰਨਿਐ। ਸਖ਼ਤ ਫੌਜੀ ਟਰੇਨਿੰਗ ਬਦਲੇ ਨਿਗੂਣੀ ਤਨਖ਼ਾਹ, ਸੌਦਾ ਤੇਰੀ ਘਰੇਲੂ ਬਾਦਸ਼ਾਹੀ ਤੁੱਲ ਪਾਸਕੂ

ਨਹੀਂ ਚੜ੍ਹਦਾ। ਅੱਗੇ ਦੌੜ ਪਿੱਛੇ ਚੌੜ। ਉੱਤੋਂ ਸਾਹ ਸੂਤਣੀ ਕਸ਼ਮੀਰੀ ਡਿਊਟੀ ਮੈਨੂੰ ਸਿਰੋਂ ਪੈਰੀਂ ਕੰਬਣੀ ਛੇੜ ਰਹੀ ਐ...।"

...ਰੱਜ-ਰੱਜ ਮਾਮੀ ਨੇ ਸਮਝਾਇਆ। ਆਖਿਰ ਸ਼ਹਿਬਾਜ਼ ਦੀ ਜਿੱਦ ਨਿਮਾਣੇ ਤਰਲੇ ਨੂੰ ਦਰੜ ਰੰਗਰੂਟ ਭਾਰੀ ਹੋ ਗਈ। ..."ਪਰ ਸ਼ਹਿਬਾਜ਼ ਸਿਆਂ। ਤੂੰ ਉਦੋਂ ਮਾਮੀ ਅੱਗੇ ਕੁਫਰ ਵੀ ਤੋਲਿਆ। ਸੀਨੇ ਹੱਥ ਧਰ ਸੋਚ ਜ਼ਾਲਮਾਂ। ਤੂੰ ਹਿਜ਼ਰ ਦਾ ਭੰਨਿਆ ਚਾਉ ਦੇਸ਼ ਸੇਵਾ ਦਾ ਖਿਡਾਉਂਦਾ ਰਿਹਾ। ਦੁਖੀ ਤੂੰ ਹਰਮਨ ਦੇ...।"

ਸ਼ਹਿਬਾਜ਼ ਦੀ ਅੰਤਰ ਆਤਮਾ ਉਸ ਨੂੰ ਜ਼ਮੀਰੋਂ ਹਲੂਣ ਰਹੀ ਸੀ। ਫਿਰ ਉਹ ਭਰਤੀ ਹੋ ਗਿਆ ਡਿਊਟੀ ਟਰੇਨਿੰਗ ਮੁੱਕਦਿਆਂ ਹੀ ਸੈਚੀਅਨ ਗਲੇਸ਼ੀਅਰ ਦੀਆਂ ਉਨ੍ਹਾਂ ਬਰਫੀਲੀਆਂ ਪਹਾੜੀਆਂ ਤੇ ਲੱਗ ਗਈ ਜਿਨ੍ਹਾਂ ਨੂੰ ਵੇਖਣ ਵਾਲੇ ਸਵਰਗ ਤੇ ਫੌਜੀ ਜਵਾਨ ਨਰਕ ਮੰਨਦੇ ਹਨ। ਸਮੁੰਦਰ ਤਲ ਤੋਂ 18 ਹਜ਼ਾਰ ਫੁੱਟ ਉਚਾਈ ਦੀਆਂ ਉਹ ਚੋਟੀਆਂ ਜਿੱਥੇ ਆਕਸੀਜਨ ਵੀ ਇਨਸਾਨ ਦਾ ਸਾਥ ਛੱਡਦੀ ਹੈ। ਜਿੱਥੇ ਬਰਫ਼ਾਂ ਨਾਲ ਟਕਰਾਉਂਦਾ ਸੂਰਜ ਦੀ ਧੁੱਪ ਦਾ ਤਾਪ ਇਨਸਾਨ ਦੀਆਂ ਨਜ਼ਰਾਂ ਦਾ ਵੈਰੀ ਬਣ ਬਹਿੰਦਾ ਹੈ। ਜਿੱਥੇ ਕੰਟਰੋਲ ਰੇਖਾ ਦੀ ਹੋਂਦ ਵੀ ਅਭੇਦ ਹੋ ਜਾਂਦੀ ਹੈ। ਜਿੱਥੇ ਜ਼ਿੰਦਗੀ ਪਲ-ਪਲ ਮੌਤ ਦੇ ਆਗੋਸ਼ ਧੜਕਦੀ ਹੈ।

ਤਿੰਨ ਮਹੀਨਿਆਂ ਦਾ ਉਹ ਨਰਕ ਸ਼ਹਿਬਾਜ਼ ਲਈ ਮਾਮੀ ਦਾ ਸਰਾਪ ਹੋ ਨਿਬੜਿਆ। ਨੌਕਰੀ ਛੱਡਣ ਲਈ ਸੀ.ਓ. ਤੱਕ ਕੀਤੀ ਪਹੁੰਚ ਉਸ ਨਾਲ ਇਹ ਰਿਸ਼ਤਾ ਸਿਰਜ ਗਈ। ਅਫ਼ਸਰ ਸਾਹਮਣੇ ਮਜ਼ਬੂਰ ਹੋ ਕੇ ਫਿਰੋਲਿਆ ਜ਼ਖ਼ਮ ਉਸ ਦੇ ਸੁਨੇਹ ਦਾ ਪਾਤਰ ਬਣ ਗਿਆ। ਫਿਰ ਕਦੇ ਅਖਨੂਰ, ਕਦੇ ਪੁੰਛ ਸੈਕਟਰਾਂ 'ਚ ਹੁੰਦੀ ਡਿਊਟੀ ਅੱਜ ਕਸ਼ਮੀਰ ਵਾਦੀ 'ਚ ਜ਼ੋਖਮ ਹੰਢਾ ਰਹੀ ਸੀ। ਸਤਨਾਮ ਨਾਲ ਕਈ ਵਾਰ ਸ਼ਹਿਬਾਜ਼ ਦੀ ਫ਼ੋਨ 'ਤੇ ਗੱਲ ਹੋਈ। ਚਿੱਠੀਆਂ ਵੀ ਆਉਂਦੀਆਂ-ਜਾਂਦੀਆਂ ਰਹੀਆਂ। ਇੱਕ-ਦੋ ਵਾਰ ਛੁੱਟੀ ਵੀ ਉਹ ਕੱਟ ਆਇਆ। ਸਤਨਾਮ ਕੌਰ ਨੇ ਕਦੇ ਇਹ ਪੱਖ ਮੁੜ ਨਹੀਂ ਸੀ ਛੂਹਿਆ ਨਾ ਹੀ ਕਦੇ ਇਸ ਇਤਰਾਜ ਦੀ ਤਿਊੜੀ ਉਸ ਦੇ ਮੱਥੇ ਦਿੱਸੀ ਪਰ ਇਸ ਦੇ ਬਾਵਜੂਦ ਸ਼ਹਿਬਾਜ਼ ਖੁਦ ਨੂੰ ਮਾਮੀ ਦਾ ਦੋਖੀ ਮੰਨਦਿਆਂ ਉਸ ਅੱਗੇ ਗਰਦਣ ਨਹੀਂ ਸੀ ਚੁੱਕਦਾ।

ਇਸ ਚਿੱਠੀ ਜਰੀਏ ਲੰਮੀ ਚੁੱਪ ਮਗਰੋਂ ਛੂਹਿਆ ਇਹ ਦੁਖਦਾ ਪੱਖ ਸ਼ਹਿਬਾਜ਼ ਦੇ ਜ਼ਖਮ ਨੂੰ ਮੁੜ ਰਿਸਣ ਲੱਗ ਗਿਆ। ਕੰਗਣੀਆਂ ਵਾਲੇ ਗਿਲਾਸ ਵਾਂਗੂੰ ਪਛਤਾਵੇ ਭਰਿਆ ਦਿਲ ਮੁੜ ਉੱਛਲ ਪਿਆ। ਨਜ਼ੀਰਾਂ ਨਾਲ ਹੋਈ ਪਹਿਲੀ ਮੁਲਾਕਾਤ 'ਚ ਭਾਵੇਂ ਉਸ ਨੇ ਜ਼ਿੰਦਗੀ ਦੀ ਹਕੀਕਤ ਨੂੰ ਅਲਫ਼ ਨੰਗੀ ਕਰ ਦਿੱਤਾ ਸੀ ਪਰ ਮਾਮੀ ਦੀ ਅਸਹਿਮਤੀ ਦੇ ਬਾਵਜੂਦ ਭਰਤੀ ਹੋਣ ਦਾ ਰਾਜ਼ ਉਸ ਨੇ ਅਗਲੀ ਮੁਲਾਕਾਤ ਦੇ ਵਾਅਦੇ 'ਚ ਛੁਪਾ ਦਿੱਤਾ ਸੀ। ਇਨ੍ਹਾਂ ਦਿਨਾਂ 'ਚ ਸ: ਪੀ.ਐਸ. ਬਾਜਵਾ, ਪ੍ਰੋ: ਨਿਰਵੈਰ ਸਿੰਘ, ਇਖ਼ਲਾਕ ਮੁਹੰਮਦ ਤੇ ਨਜ਼ੀਰਾਂ ਦੀ ਹੋਈ ਸਾਂਝੀ ਮੁਲਾਕਾਤ ਨੇ ਇਨਸਾਨੀਅਤ ਹਿਤੈਸ਼ੀਆਂ ਦਾ ਕਾਫ਼ਲਾ ਵੀ ਹੋਰ ਵਿਸ਼ਾਲ ਕਰ ਦਿੱਤਾ ਸੀ। ਫਿਰ ਇਸ ਤੋਂ ਬਾਅਦ ਹੋਈਆਂ ਕਈ ਮੁਲਾਕਾਤਾਂ ਦਿਲਖਿਚ ਤੇ ਲੰਮੀਆਂ ਹੋ ਨਿਬੜੀਆਂ। ਸੁਨੇਹ ਹੋਰ ਵੀ ਸੰਘਣਾ ਹੋ ਗਿਆ।

"ਬਰਖ਼ੁਰਦਾਰ! ਤੇਰੇ ਯਤਨਾਂ 'ਚੋਂ ਜਨਮੇ ਕਾਫ਼ਲੇ ਨੇ ਸਾਬਤ ਕਰ ਦਿੱਤੈ ਕਿ ਮਨੁੱਖ ਦੀ ਜਾਤ ਇਨਸਾਨੀਅਤ ਐ। ਐਸੇ ਕਾਫ਼ਲੇ ਬਣਦੇ ਰਹਿਣ, ਮਜ਼ਹਬਾਂ ਦਾ ਸਾਂਝਾ ਲਹੂ ਕਦੇ ਸਫ਼ੈਦ ਨਹੀਂ ਹੋ ਸਕਦਾ। ਨਾ ਹੀ ਕੱਟੜਤਾ ਦਾ ਕੁਚਲਿਆ ਨਿਰਪੱਖ ਸਿਧਾਂਤ ਨਿਆਂਪ੍ਰਸਤੀ ਨੂੰ

ਕਬਰੀਂ ਪੈਣ ਵਾਲੀ ਲੋਥ ਬਣਾ ਸਕਦੈ।" ਇਖ਼ਲਾਕ ਮੁਹੰਮਦ ਨੇ ਇੱਕ ਦਿਨ ਸ਼ਹਿਬਾਜ਼ ਨੂੰ ਕਿਹਾ।

"ਮੈਂ ਪ੍ਰੋਫ਼ੈਸਰ ਸਾਹਿਬ ਤੇ ਨਜ਼ੀਰਾਂ 'ਚੋਂ ਇਹੋ ਵਿਚਾਰ ਵੇਖੇ ਸਨ ਬਾਬਾ ਤੇ ਫਿਰ ਇਹੋ ਸੁਭਾਅ ਸੀ.ਓ. ਸਾਹਿਬ ਦਾ ਸੀ। ਸੋ ਕਾਫ਼ਲਾ ਖ਼ੁਦ ਈ ਬਣ ਬੈਠਾ।"

"ਪ੍ਰੋਫ਼ੈਸਰ ਮੇਰਾ ਅਜੀਜੋ ਹਬੀਬ ਐ, ਨਜ਼ੀਰਾਂ ਮੇਰੀ ਦੁਖਤਰ (ਬੇਟੀ) ਪਰ ਇਹ ਵਿਚਾਰ ਸਾਡੇ 'ਚੋਂ ਕਿਸੇ ਦੇ ਨਹੀਂ ਉਸ ਅੱਲ੍ਹਾ ਪਾਕ ਦੇ ਨੇ। ਕੁਰਾਨ-ਏ-ਪਾਕਿ ਦਾ ਫ਼ਲਸਫ਼ਾ ਐ।"

"ਪਰ ਇਨ੍ਹਾਂ ਤੇ ਅਮਲ ਕਰਨਾ ਭੁੱਲ ਗਏ ਨੇ ਲੋਕ।"

"ਫਰੀਦਾ ਅਮਲ ਜੇ ਕੀਤੇ ਦੁਨੀ ਚੁ ਦਰਗਹ ਆਏ ਕੰਮ।" ਇਨ੍ਹਾਂ ਦੇ ਅਮਲ ਕਰਨ ਵਾਲਿਆਂ ਨੂੰ ਹੀ ਦਰਗਾਹ ਢੋਈ ਮਿਲੀ ਐ। ਕਾਫ਼ਰ ਤਾਂ ਮੂਲ ਵੀ ਗੁਆ ਬਹਿੰਦੇ ਨੇ।"

"ਵਿਰਲੇ ਹੀ ਨੇ ਅਮਲ ਕਰਨ ਵਾਲੇ।"

"ਸੱਚ ਕਿਹੈ! ਅੱਲ੍ਹਾ ਦੇ ਮਾਰਗ ਦੇ ਪਾਂਧੀ ਵਿਰਲੇ ਈ ਹੁੰਦੇ ਨੇ। ਪੀਰ ਬੁੱਧੂ ਸ਼ਾਹ, ਸਾਈਂ ਮੀਆਂਮੀਰ, ਸ਼ੇਖ ਫ਼ਰੀਦ ਜਾਂ ਜੋਗੀ ਅੱਲਾ ਯਾਰ ਖਾਨ ਜਿਹੇ। ਇਹ ਦੂਨੀ ਨੂੰ ਨਹੀਂ ਦਿਸਦੇ ਪਰ ਅੱਲ੍ਹਾ ਇਨ੍ਹਾਂ ਨੂੰ ਖ਼ੁਦ ਜਾ ਢੂਡੇਂਦਾ ਐ।"

"ਕਿਵੇਂ? ਮੈਂ ਸਮਝਿਆ ਨਹੀਂ।"

"ਉਵੇਂ ਈ ਜਿਵੇਂ ਨੀਲੇ ਵਾਲੇ ਨੇ ਨਿਹੰਗ ਖਾਨ ਨੂੰ ਕੋਟਲੇ ਜਾ ਢੂੰਡਿਆ ਸੀ। ਕੋਧਰੇ ਦੀ ਰੋਟੀ ਖਾਣ ਬਹਾਨੇ ਬਾਬੇ ਨਾਨਕ ਨੇ ਭਾਈ ਲਾਲੋ ਨੂੰ ਲੱਭ ਲਿਆ ਸੀ। ਰਾਮ ਚੰਦਰ ਨੂੰ ਭੀਲਣੀ ਦੀ ਕੁੱਲੀ ਤਲਾਸ਼ਣੀ ਪੈ ਗਈ ਸੀ। ਸਮਝਿਐ?"

"ਸਮਝ ਗਿਆਂ ਆ ਬਾਬਾ ਪਰ ਤੇਰੀ ਰਜ਼ਾ ਨੂੰ ਸਮਝਣਾ ਕਿਸੇ ਐਰੇ-ਗੈਰੇ ਦਾ ਕੰਮ ਨਹੀਂ।"

"ਮੇਰੀ ਰਜ਼ਾ ਨਹੀਂ ਇਹ ਅੱਲ੍ਹਾ ਦਾ ਸਿਧਾਂਤ ਐ। ਇਹ ਕਿਸੇ ਅਮੀਰੀ-ਗ਼ਰੀਬੀ ਜਾਤ ਜਾਂ ਮਜ਼ਹਬ ਨਹੀਂ ਸਿਰਫ਼ ਇਨਸਾਨੀਅਤ ਤੇ ਈ ਲਾਗੂ ਹੁੰਦੈ। ਏਹਦੀ ਪਿੱਠ 'ਚ ਖੰਜਰ ਖੋਭਣ ਵਾਲਾ ਕਦੇ ਅੱਲਾ ਵਫ਼ਾਦਾਰ ਨਹੀਂ ਹੋ ਸਕਦਾ। ਨਾ ਕੋਈ ਸੱਚਾ ਮੋਹਨ ਏਸ ਤੋਂ ਬਾਗ਼ੀ ਹੋ ਸਕਦੈ।"

ਗੱਲਾਂ ਕਰਦੇ ਇਖਲਾਕ ਨੂੰ ਜੋਸ਼ ਚੜ੍ਹ ਗਿਆ।

"ਏਥੇ ਤਾਂ ਬਾਬਾ ਜੇਹਾਦ ਵਾਲੇ ਕਹਿ ਰਹੇ ਨੇ ਸਾਥੋਂ ਬਿਨ੍ਹਾਂ ਅੱਲਾ ਦਾ ਕੋਈ ਵਫ਼ਾਦਾਰ ਨਹੀਂ।"

"ਓਏ ਇਹ ਤਾਂ ਔਰੰਗਜ਼ੇਬ, ਬਾਬਰ ਤੇ ਅਬਦਾਲੀ ਦਾ ਵਿਗੜਆ ਲਹੂ ਏ। ਏਨੇ ਮਜ਼ਹਬਾਂ ਦੀਆਂ ਦੀਵਾਰਾਂ ਖੜ੍ਹੀਆਂ ਕਰਕੇ ਸਿੱਖਾਂ, ਮੋਮਨਾਂ ਤੇ ਹਿੰਦੂਆਂ ਨੂੰ ਵੰਡ ਸੁੱਟਿਐ। ਪਰ ਕਿਉਂ ਨਹੀਂ ਸਮਝਦੇ, "ਕੁਲਹੁ ਵੱਲਾਹੁ ਅਰਦ। ਅੱਲਾ ਹੁ-ਸ-ਮਦ।" (ਅਲਾਹ ਇੱਕ ਹੈ! ਅੱਲ੍ਹਾ ਬੇ ਨਿਆਜ਼ ਹੈ)"

"ਗੱਲ ਤੇਰੀ ਨੂੰ ਐਵੇਂ ਨਹੀਂ ਵਗਾਹਿਆ ਜਾ ਸਕਦੈ ਬਾਬਾ। ਧਰਮਾਂ ਦਾ ਸਿਰ ਹਮੇਸ਼ਾ ਨਿਰਪੱਖਤਾ ਨੇ ਈ ਚੁੱਕਿਐ। ਕੱਟੜਤਾ ਧਰਮ ਦੀ ਹਾਨੀ ਈ ਕਰਦੀ ਆਈ ਐ।"

"ਓਏ ਇਹਨੂੰ ਹਜ਼ਰਤ ਪਾਕ ਲਹੂ ਕੌਣ ਕਹੇਗਾ? ਇਹ ਤਾਂ ਮੀਰ ਮੰਨੂ ਦਾ ਲਹੂ ਐ! ਸਵਾ ਮਣ ਜਨੇਊ ਲਾਹ ਕੇ ਰੋਟੀ ਖਾਣ ਵਾਲੇ ਵਣਜ ਨੇ ਇਸਲਾਮ ਦਾ ਕੀ ਸੰਵਾਰ ਦਿੱਤਾ ਸੀ ਭਲਾ?"

"ਬਾਬਾ ਤੇਰੇ ਜਿਹੇ ਅੱਲ੍ਹਾ ਨੇ ਰੰਗਰੱਤੇ ਲੋਕਾਂ ਦੀ ਅੱਜ ਮੁਜ਼ਾਹਿਦਾਂ ਨੂੰ ਇਹ ਸਿਧਾਂਤ ਸਮਝਾਉਣ ਦੀ ਲੋੜ ਐ।"

"ਭਲਿਆ ਲੋਕਾਂ ਜੇਹਦੀ ਕਾਜ਼ੀ ਨਾਲ ਯਾਰੀ ਉਹਦੇ ਲਈ ਮੀਆਂ ਕੌਣ? ਕੌਣ ਸੁਣਦੈ ਬਲਦੀ 'ਚ ਪਪੀਤੇ ਦੀਆਂ ਕੂਕਾਂ? ਜਿਹਾਦ ਦੀਆਂ ਘਰ-ਘਰ ਪਈਆਂ ਦੁਹਾਈਆਂ ਨੇ ਏਹਦੇ ਅਰਥ ਹੀ ਬਦਲ ਸੁੱਟੇ ਐ। ਘਰੋਂ-ਘਰੀਂ ਲੱਗੀ ਅੱਗ ਮੈਨੂੰ ਲੱਗਦੈ ਕਿਤੇ ਸਾਡੇ ਤੱਕ ਨਾ ਅੱਪੜੇ...।"

ਰਹਿਮਾਨ ਦਾ ਚਿਹਰਾ ਘਬਰਾ ਗਿਆ।

"ਤੁਹਾਡੇ ਘਰ ਤੱਕ...?"

"ਤੂੰ ਸੋਚਦਾ ਹੋਏਂਗਾ ਮੇਰੀ ਰੱਤ ਨਜ਼ੀਰਾਂ ਮੇਰੀ ਖੈਰ ਖਵਾਹ ਐ ਤਾਂ ਸਾਰਾ ਕਬੀਲਾ ਵੀ ਮੇਰੇ ਨਾਲ ਬੰਨ੍ਹਿਆ ਹੋਣੈ? ਬਿਲਕੁਲ ਨਹੀਂ? ਬਿਲਕੁਲ ਨਹੀਂ। ਨਜ਼ੀਰਾਂ ਜਿਹਾ ਏ ਮੇਰਾ ਛੋਟਾ ਵਾਲਦ ਸਰਵਰ। ਅਨਵਰ ਸਾਥੋਂ ਮੂਲੋਂ ਅੱਡ ਐ। ਮੁਜਾਹਿਦ ਤੇ ਜੇਹਾਦ ਪ੍ਰਸਤ। ਅਸੀਂ ਅਮਨ ਦੇ ਪੁਜਾਰੀ ਹਾਂ ਉਹ ਦਹਿਸ਼ਤ ਦਾ। ਕੀ ਕਰੀਏ ਖਸਲਤ ਆਪੋ-ਆਪਣੀ।"

"ਸ਼ਹਿਬਾਜ਼ ਦੰਗ ਰਹਿ ਗਿਆ। ਅਸਿੱਧੇ ਰੂਪ 'ਚ ਇਹ ਦੁਖਾਂਤ ਨਜ਼ੀਰਾਂ ਵੀ ਰੌਂਦੀ ਸੀ। ਉਸ ਨੂੰ ਯਾਦ ਆਇਆ-"ਪਰ ਸਮਝਾ ਵੇਖਣਾਂ ਸੀ ਤੁਸਾਂ ਉਹਨੂੰ? ਤੁਹਾਡੀ ਵਿਚਾਰਧਾਰਾ ਤਾਂ ਪੱਥਰ ਨੂੰ ਮੋਮ ਬਣਾ ਸਕਦੀ ਐ।"

"ਬੇਵਕੂਫੀ ਅਕਲ ਦਾ ਆਖਿਆ ਕਦੋਂ ਮੰਨਦੀ ਐ? ਉਹਦੇ ਤੇ ਮੈਥੋਂ ਜ਼ਿਆਦੈ ਮੇਰੇ ਭਤੀਜੇ ਮਿਰਜ਼ਾ ਮੁਹੰਮਦ ਦੀ ਜਹਾਲਤ (ਬੇਵਕੂਫੀ) ਜ਼ਿਆਦੈ ਤੀਬਰ ਐ! ਇਸੇ ਲਈ ਉਹ ਸ਼੍ਰੀਨਗਰ ਛੱਡ ਗਰਾਂ ਚਲਾ ਗਿਐ।"

"ਅਫਸੋਸ ਏ ਬਾਬਾ। ਉਹ ਤੇਰੀਆਂ ਕੋਸ਼ਿਸ਼ਾਂ ਦੇ ਅਸਰ ਤੋਂ ਵੀ ਨਿਰਲੇਪ ਰਿਹਾ।"

"ਉਹ ਏਡਾ ਦਾਨਿਸ਼ਮੰਦ ਨਹੀਂ। ਮੁਤੱਸਬ ਦੇ ਮੁਸ਼ੀਰਾਂ (ਸਲਾਹਕਾਰਾਂ) ਦਾ ਕਾਇਲ ਹੋ ਚੁੱਕੈ ਉਹ।"

ਸ਼ਹਿਬਾਜ਼ ਦੀ ਸੋਚ ਚਕਰਾ ਗਈ, "ਨਿੰਮ ਤੇ ਚੜ੍ਹੇ ਕਰੇਲੇ ਨੇ ਦੂਹਰਾ ਕੌੜਾ ਹੋਣਾ ਈ ਹੋਇਐ ਪਰ ਆਹ ਤਾਂ ਸੇਬ ਦੇ ਰੁੱਖ ਨੂੰ ਔਲ੍ਹਾ ਲੱਗ ਗਿਆ।" ....।

"ਕੁਰਾਹੇ ਪਿਆ ਅਨਵਰ ਮੁੜ ਨਹੀਂ ਸਕਦਾ? ਪ੍ਰੋਫੈਸਰ ਤੇ ਇਖਲਾਕ ਦਾ ਪ੍ਰਭਾਵ ਨਜ਼ੀਰਾਂ ਤੇ ਸਰਵਰ ਵਾਂਗੂੰ ਉਸ ਤੇ ਕਿਉਂ ਨਹੀਂ ਪਿਆ? ਸਾਨੂੰ ਉਹਨੂੰ ਸਮਝਾ ਵੇਖਣਾ ਚਾਹੀਦੈ?"

ਉਸ ਨੇ ਇਹ ਸਵਾਲ ਨਜ਼ੀਰਾਂ ਨਾਲ ਸਾਂਝੇ ਕੀਤੇ।

"...ਪਰ ਸ਼ਹਿਬਾਜ਼! ਅਖੌਤੀ ਜਿਹਾਦ ਦੇ ਜਾਦੂਮਈ ਅਸਰ ਦਾ ਤੈਨੂੰ ਇਲਮ ਨਹੀਂ। ਤੂੰ ਏਹਨੂੰ ਨਫ਼ਰਤਾਂ-ਨਾਅਰਿਆਂ 'ਚ ਈ ਰੰਗਿਆ ਵੇਖਿਐ ਪਰ ਮੈਂ ਇਹਦਾ ਉਹ ਮੁਹੱਬਤੀ ਰੰਗ ਵੀ ਤੱਕਿਐ, ਜਦੋਂ ਸ਼ਰਾਧਾਂ ਨੂੰ ਹਿੰਦੂ ਘਰ ਖੀਰ ਦਾ ਪਤੀਲਾ ਰਿੱਝਦਾ, ਸੱਤਾਂ ਮੋਮਨਾ ਘਰੇ ਕੌਲੀਆਂ ਭਰਕੇ ਜਾਂਦੀਆਂ। ਅੱਗਿਓਂ ਬੇਸਬਰੀ ਨਾਲ ਉਡੀਕਦੇ ਮੋਮਨ ਚਾਹ-ਰਾਹ ਕੇ ਖੀਰ ਖਾਂਦੇ। ਵਿਆਹ ਸਿੱਖ ਦੀ ਧੀ ਦਾ ਹੁੰਦਾ, ਕਸ਼ਮੀਰੀ ਪਸ਼ਮੀਨੇ ਦੀਆਂ ਚਾਦਰਾਂ ਦੇ ਨਜ਼ਰਾਨੇ ਮੁਸਲਮਾਨ ਦਿੰਦੇ। ਮੋਮਨ ਈਦ ਮਨਾਉਂਦੇ। ਹਿੰਦੂ-ਸਿੱਖ ਘਰੇ ਖ਼ੁਸ਼ੀਆਂ ਵੰਡਾਉਣ ਪੁੱਜਦੇ। ਮੋਮਨਾ ਲਈ ਹਲਾਲ ਕੀਤਾ ਕਬਾਬ ਰਿੱਝਦਾ। ਸਿੱਖਾਂ ਹਿੰਦੂ ਦੀ ਮਹਿਮਾਨ ਨਿਵਾਜ਼ੀ ਲਈ ਸਪੈਸ਼ਲ ਝਟਕੇ ਦਾ ਕਬਾਬ ਭੁੱਜਦਾ। ਸਿੱਖ ਹਿੰਦੂ ਮੋਮਨਾਂ ਦੀਆਂ ਕੁੜੀਆਂ ਦੇ ਨਿਕਾਹਾਂ

ਤੇ ਜਾਂਦੇ ਉੱਥੇ ਮੋਮਨਾਂ ਲਈ ਵਾਜ਼ਵਾਨ ਤਿਆਰ ਹੁੰਦਾ ਹਿੰਦੂਆਂ ਸਿੱਖਾਂ ਲਈ ਅੱਡ ਵੈਜੀਟੇਰੀਅਨ। ਸਿਧਾਂਤ ਅੱਡ ਸਨ ਪਰ ਸਾਂਝਾਂ ਪੀਡੀਆਂ ਤੇ ਸੁਰਜੀ ਫਿਰ ਜੇਹਾਦ ਦਾ ਜਾਦੂ ਚੱਲਿਆ। ਆਓ, ਭਗਤ ਕਰਵਾਉਣ ਹਿਜ਼ਰਤ ਕਰ ਗਏ। ਮੋਮਨ ਉਸ ਦੇ ਲਹੂ ਦੇ ਤ੍ਰਿਹਾਏ ਹੋ ਗਏ। ਕਸ਼ਮੀਰ ਦੀ ਜਗਤ ਪ੍ਰਸਿੱਧ ਮਹਿਮਾਨ ਨਿਵਾਜ਼ੀ ਬੰਬ ਧਮਾਕਿਆਂ 'ਚ ਖੋ ਗਈ। ਮੋਮਨੇ ਲਿਬਾਸ ਹਰ ਨਜ਼ਰ ਲਈ ਖੌਫ਼ ਬਣ ਗਿਆ। ਸੋ ਸ਼ਹਿਬਾਜ਼! ਇਹੋ ਚਿਣਗ ਐ ਕਸ਼ਮੀਰ ਨੂੰ ਨਫ਼ਰਤ ਦੀ ਮੰਜ਼ਿਰ ਦਿਖਾਉਣ ਵਾਲੀ।"

"ਵਾਹ! ਸਿਰ ਝੁਕਦੈ ਏਸ ਇਤਫ਼ਾਕ ਅੱਗੇ। ਇਹ ਸਾਂਝਾਂ ਤਾਂ ਕਿਧਰੇ ਭਾਲਿਆਂ ਵੀ ਨਹੀਂ ਦਿੱਸਦੀਆਂ ਹੁੰਦੀਆਂ।

"ਸਾਂਝਾਂ ਤਾਂ ਏਹਤੋਂ ਵੀ ਸੰਘਣੀਆਂ ਸਨ। ਮੈਂ ਨਿੱਕੀ ਹੁੰਦੀ ਨੇ ਇੱਕ ਸਿੰਘਣੀ ਨੂੰ ਮੋਮਨ ਬੱਚੇ ਨੂੰ ਦੁੱਧ ਚੁੰਘਾਉਂਦੇ ਅੱਖੀਂ ਵੇਖਿਐ। ਤਿੰਨਾਂ ਮਜ਼ਹਬਾਂ ਦੇ ਬੱਚਿਆਂ ਦਾ ਇੱਕ ਮਾਂ ਦੀ ਗੋਦ ਖੇਡਣਾ ਆਮ ਜਿਹੀ ਗੱਲ ਸੀ। ਝਰਨਿਆਂ ਕਿਨਾਰੇ ਹਿੰਦਵਾਣੀਆਂ, ਮੁਗਲਾਣੀਆਂ, ਸਿੰਘਣੀਆਂ ਇਕੱਠੀਆਂ ਕੱਪੜੇ ਧੋਂਦੀਆਂ, ਦੁੱਖ-ਸੁੱਖ ਫਿਰੋਲਦੀਆਂ ਸਨ। ਸਭਨਾਂ ਦੇ ਬੱਚੇ ਇਕੱਠੇ ਖੇਡਦੇ ਸਨ। ਫਿਰ ਜਦੋਂ ਆਹ ਵਾਹ ਵਗਣ ਲੱਗੀ। ਜਿਸਮੋਂ ਤੇ ਦਿਲੋਂ ਮਜ਼ਹਬਾਂ 'ਚ ਪਾੜਾਂ ਪੈਣ ਲੱਗ ਪਈਆਂ। ਇੱਕ ਦੂਜੇ ਤੋਂ ਗੱਲ ਛੁਪਾਈ ਜਾਣ ਲੱਗੀ। ਚਿਹਰਿਆਂ ਤੋਂ ਭੋਲਾਪਨ ਲਹਿ ਕੇ ਨਫ਼ਰਤ ਦੀਆਂ ਲਕੀਰਾਂ ਆ ਉਕਰੀਆਂ। ਔਰਤਾਂ ਦੇ ਕਾਫਲਿਆਂ 'ਚੋਂ ਹਿੰਦਵਾਣੀਆਂ ਗਾਇਬ ਹੋ ਗਈਆਂ। ਹਿੰਦੂਆਂ ਦੇ ਘਰ ਤੇ ਮੰਦਿਰ ਸੁੰਨੇ ਹੋ ਗਏ...।" ਨਜ਼ੀਰਾਂ ਨੇ ਦੱਸਿਆ। ..."ਘਰ-ਘਰ ਸੁਲਘਦਾ ਸੇਕ ਅਸੀਂ ਭਾਵੇਂ ਆਪਣੀ ਦਹਿਲੀਜ਼ ਨਹੀਂ ਟੱਪਣ ਦਿੱਤਾ ਪਰ ਅਨਵਰ ਏਸ ਅੱਗ 'ਚ ਬੁਰੀ ਤਰ੍ਹਾਂ ਸੜ ਚੁੱਕੈ। ਸ਼ੁਰੂਆਤ 'ਚ ਤਾਂ ਧੁਖਦੀ ਅੱਗ ਬੁਝਾਉਣ ਲਈ ਮੈਂ ਵੀ ਬੜੀਆਂ ਫੂਕਾਂ ਮਾਰੀਆਂ ਪਰ ਪੱਥਰ ਤੇ ਪਾਣੀ ਦਾ ਅਸਰ ਕੋਈ ਨੀ।"

"ਫਿਰ ਵੀ ਕੋਸ਼ਿਸ਼ ਕਰ ਵਹਿਨੇ ਐ?" ਸ਼ਹਿਬਾਜ਼ ਨੂੰ ਆਪਣੇ ਅਕੀਦੇ ਨੇ ਪੂਰਾ ਵਿਸ਼ਵਾਸ਼ ਸੀ।

"ਕੋਈ ਫਾਇਦਾ ਨਹੀਂ। ਉਹ ਤੁਹਾਡੀ ਨਸੀਅਤ ਨੂੰ ਮਜ਼ਹਬਾਂ ਦੇ ਪੈਮਾਨੇ ਨਾਲ ਨਾਪੇਗਾ। ਨਾਲੇ ਤੁਸੀਂ ਕਾਨੂੰਨ ਪਾਬੰਦ ਤੇ ਉਹ ਜੇਹਾਦ ਦਾ ਹਾਮੀ। ਵਿਚਾਰਧਾਰਾ 'ਚ ਅਕਾਸ਼-ਪਾਤਾਲ ਜੇਡਾ ਫਾਸਲਾ ਆਪਸ 'ਚ ਨਾ ਬੰਦੂਕਾਂ 'ਤਾਣ ਬਿਹਾਏ! ਮੈਂ ਡਰਦੀ ਆਂ। ਤੁਹਾਥੋਂ ਪਹਿਲਾਂ ਮੈਨੂੰ ਵੀ ਇਹ ਕੋਸ਼ਿਸ਼ ਉਦੇ ਤੱਕ ਲੈ ਗਈ ਸੀ।"

"ਫਿਰ ਕੋਸ਼ਿਸ਼ ਨੂੰ ਬੂਰ ਪਿਆ ਜਾਂ?"

"ਸੱਚ ਪੁੱਛਦੇ ਓਂ?"

"ਹਾਂ।"

"ਲਓ ਸੁਣੋ ਫਿਰ। ਮੈਂ ਇਹ ਸੱਚ ਅੱਜ ਤੱਕ ਅੱਬੂ ਜਾਨ ਤੋਂ ਛੁਪਾ ਕੇ ਰੱਖਿਆ ਤੁਹਾਨੂੰ ਛੁਪਾ ਕੇ ਰੱਖਣ ਦੀ ਸਹੁੰ ਚੁਕਾਉਂਦੀ ਆਂ। ਉਹ ਮੁਜ਼ਾਹਿਦਾਂ ਦੀ ਟੋਲੀ ਨਾਲ ਕਦੋਂ ਦਾ ਬਾਗ਼ੀ ਹੋ ਚੁੱਕੈ। ਕਿਸੇ ਭਰੋਸੇਮੰਦ ਨੇ ਇਹ ਵੀ ਦੱਸਿਐ ਕਿ ਉਹ ਪਾਕਿਸਤਾਨ ਚਲਾ ਗਿਐ।" ਨਜ਼ੀਰਾਂ ਨੇ ਸੱਚ ਤੋਂ ਪਰਦਾ ਲਾਹ ਮਾਰਿਆ।

"ਫਿਰ ਉਹ ਸਾਡੇ ਕਾਫ਼ਲੇ 'ਚ ਕਦੇ ਨਹੀਂ ਪਰਤ ਸਕਦੈ। ਤੁਹਾਡੇ ਮੁਤਾਬਿਕ ਉਹ

ਪਹਿਲਾਂ ਹੀ ਕੱਟੜਵਾਦੀ ਐ ਉਤੋਂ ਪਾਕਿਸਤਾਨ ਦਾ ਖਾਧਾ ਜ਼ਹਿਰ ਉਹਨੂੰ ਤਬਾਹੀ ਦੀ ਮੰਜ਼ਿਰ ਵੱਲ ਲੈ ਜਾਏਗਾ।"

"ਮੈਨੂੰ ਤਾਂ ਇਹ ਖਦਸ਼ਾ ਉਦੋਂ ਹੀ ਹੋ ਗਿਆ ਸੀ, ਜਿਸ ਦਿਨ ਉਹ ਅੱਬੂ ਜਾਨ ਤੋਂ ਖਫ਼ਾ ਹੋਇਆਂ ਗਰਾਂ ਚਲਾ ਗਿਆ ਸੀ। ਮੈਂ ਉਸ ਦਿਨ ਅੱਬੂ ਜਾਨ ਨੂੰ ਵੀ ਰੋਕਦਿਆਂ ਇਹੋ ਸਮਝਾਇਆ ਸੀ ਕਿ ਜੇ ਅੱਜ ਹਰ ਹਿੰਦੋਸਤਾਨੀ ਮੁਜ਼ਾਹਿਦਾਂ ਦਾ ਦੁਸ਼ਮਣ ਏ ਤਾਂ ਮੁਜ਼ਾਹਿਦਾਂ ਖ਼ਿਲਾਫ਼ ਬੋਲਣ ਵਾਲੀ ਹਰ ਜ਼ੁਬਾਨ ਉਨ੍ਹਾਂ ਲਈ ਕਾਫ਼ਰ ਐ। ਏਸੇ ਲਈ ਚਾਹੁੰਦਿਆਂ ਹੋਇਆਂ ਵੀ ਅਨਵਰ ਨੂੰ ਕੁੱਝ ਨਾ ਕਹੋ। ਅਕਲ ਨੇ ਕੰਮ ਕੀਤਾ ਤਾਂ ਖ਼ੁਦ ਹੀ ਸਮਝ ਜਾਊਂਗਾ। ਪਰ ਅੱਬੂ ਜਾਨ ਨੂੰ ਪਿਉ ਹੋਣ ਦਾ ਮਾਣ ਸੀ, ਅਨਵਰ ਦੇ ਲਹੂ ਫਿਰਕਾਪ੍ਰਸਤੀ। ਇਨਸਾਫ਼ ਪ੍ਰਸਤੀ ਦੀ ਪੁੜਪੁੜੀ ਤੇ ਦੋਵੇਂ ਪਾਸਿਓਂ ਬੰਦੂਕਾਂ ਤਣ ਗਈਆਂ। ਅਨਵਰ ਐਸੀ ਮਨਹੂਸ ਘੜੀ ਘਰੋਂ ਨਿਕਲਿਆ, ਮੁੜ ਨਾ ਪਰਤਿਆ। ਅੱਜ ਜਦੋਂ ਹਰ ਉਦੈ-ਅਸਭ ਮੈਂ ਧਰਮ ਨਿਰਪੱਖਤਾ ਦਾ ਜਨਾਜ਼ਾ ਉੱਠਦਾ ਵੇਖਦੀ ਹਾਂ ਤਾਂ ਇਹੋ ਸੋਚ ਚੁੱਪ ਕਰ ਜਾਂਦੀ ਹਾਂ...।"

ਨਜ਼ੀਰਾਂ ਸੱਚੀ-ਮੁੱਚੀਂ ਚੁੱਪ ਕਰ ਗਈ।

"ਕੀ ਸ਼ੋਰ?"

"ਕਿ ਜ਼ੁਬਾਨੋਂ ਨਿਕਲਣ ਵਾਲੇ ਸੱਚ ਦੀ ਕਬਰ ਜਿਹਨ 'ਚ ਹੀ ਪੁੱਟ ਕੇ ਉਹਨੂੰ ਦਫਣਾ ਦਿੱਤਾ ਜਾਵੇ। ਬਾਹਰ ਨਿਕਲੇਗਾ। ਭਾਂਬੜ ਮੱਚੇਗਾ।"

"ਪਰ ਤੈਨੂੰ ਕਾਹਦਾ ਖ਼ੌਫ਼?"

"ਉਨ੍ਹਾਂ ਸਿਰਫਿਰੇ ਹਾਲਾਤਾਂ ਦਾ ਜਿਨ੍ਹਾਂ ਦੀ ਨਿਰਪੱਖਤਾ ਨਾਲ ਮੁੱਢੋਂ ਦੁਸ਼ਮਣੀ ਐ। ਨਿਰਪੱਖਤਾ ਸੱਚ ਹਿਤੈਸ਼ੀ ਐ। ਫਿਰਕਾਪ੍ਰਸਤੀ ਸੱਚ ਦੀ ਦੁਸ਼ਮਣ। ਦੂਜਾ ਖ਼ੌਫ਼ ਐ ਅਨਵਰ ਤੇ ਤੁਹਾਡੀ ਗੋਲੀ ਦਾ ਜੋ ਜੇਹਾਦ ਤੇ ਕਾਨੂੰਨ ਦੀਆਂ ਰਫਲਾਂ ਦੇ ਮੂੰਹੋਂ ਨਿਕਲ ਕੇ ਇੱਕ ਦੂਜੇ ਤੇ ਵਾਰ ਕਰਨ ਤੋਂ ਪਹਿਲਾਂ ਮੈਨੂੰ ਲੋਥ ਬਣਾਉਣਗੀਆਂ ਕਿਉਂਕਿ ਮੈਂ ਇਨਸਾਨੀਅਤ ਹਾਂ। ਅਨਵਰ ਨੂੰ ਉਸ ਰਾਹੋਂ ਮੋੜ ਲੈਂਦੀ, ਜ਼ਰੂਰ ਰਿਸ਼ਤਿਆਂ 'ਚ ਪੁਲ਼ ਬਣਦੀ ਅੱਜ ਮਿਸ਼ਨ ਦੀ ਅਸਫਲਤਾ ਮੈਨੂੰ ਰਾਹ ਦਾ ਰੋੜਾ ਬਣਾ ਗਈ ਐ। ਫਿਰ ਦੱਸੋ ਰਾਹ ਦਾ ਰੋੜਾ ਵਗਾਉਣ ਲਈ ਕੋਈ ਕੀ ਨਹੀਂ ਕਰਦਾ?"

"ਉਹਦੇ ਰਾਹ ਤੂੰ ਇਕੱਲੀ ਹੀ ਨਹੀਂ, ਬਾਬਾ ਤੇ ਪ੍ਰੋਫ਼ੈਸਰ ਸਾਹਿਬ ਵੀ ਆਉਂਦੇ?"

"ਉਨ੍ਹਾਂ ਦੀ ਜ਼ਾਤ ਮਰਦ ਏ, ਮੇਰੀ ਔਰਤ। ਮਜਬੂਰੀ ਔਰਤ ਜਾਤ ਦਾ ਦੂਜਾ ਨਾਂਅ ਏ।"

ਸ਼ਹਿਬਾਜ਼ ਬਹੁਮੰਤਵੀ ਜਵਾਬ ਹੱਥੋਂ ਲਾਜਵਾਬ ਹੋ ਗਿਆ।

"ਖ਼ੈਰ ! ਏਸ ਪੱਖ ਤੋਂ ਤੇਰਾ ਚੁੱਪ ਰਹਿਣਾ ਈ ਸਹੀ ਐ। ਕੋਈ ਮਜ਼ਬੂਰੀ ਪਵੇ ਵੀ ਤੇਰਾ ਤੇ ਪ੍ਰੋਫ਼ੈਸਰ ਸਾਹਿਬ ਦਾ ਰਿਸ਼ਤਾ ਤੇਰੇ ਲਈ ਢਾਲ ਜ਼ਰੂਰ ਬਣੇਗਾ।" ਉਸ ਨੇ ਸੁਭਾਵਿਕ ਹੀ ਕਿਹਾ।

ਅਕਸਰ ਉਨ੍ਹਾਂ ਦੀ ਗੱਲਬਾਤ 'ਚ ਇਹ ਵਿਸ਼ਾ ਭਾਰੂ ਰਹਿੰਦਾ। ਇੱਕ ਅੱਧਾ ਗੇੜਾ ਮਹੀਨੇ 'ਚ ਉਹ ਸ੍ਰੀਨਗਰ ਦਾ ਕੱਢ ਲੈਂਦਾ। ਸਾਂਝ ਦਾ ਰੰਗ ਸੂਹਾ ਹੁੰਦਾ ਗਿਆ। ਸੀ.ਓ. ਨੇ ਸਭ ਇਲਮ ਹੋਣ ਦੇ ਬਾਵਜੂਦ ਇਸ ਨੇੜਤਾ ਦਾ ਜ਼ਿਕਰ ਕਦੇ ਸ਼ਹਿਬਾਜ਼ ਨਾਲ ਨਾ ਕੀਤਾ। ਉਂਝ ਉਹ ਉਸ ਰਾਹੀਂ ਕਈ ਵਾਰ ਪ੍ਰੋ: ਨਿਰਵੈਰ ਸਿੰਘ ਤੇ ਇਖਲਾਕ ਨੂੰ ਮਿਲ ਚੁੱਕਾ ਸੀ। ਫਿਰ ਇੱਕ ਦਿਨ ਕੁਦਰਤਨ ਜ਼ਿਕਰ ਛਿੜਿਆ ਤਾਂ ਉਸ ਨੇ ਆਖਿਆ-

"ਸ਼ਹਿਬਾਜ਼! ਤੇਰੀ ਨਜ਼ੀਰਾਂ ਦੀ ਨੇੜਤਾ ਸ਼ੁੱਭ ਸ਼ਗਨ ਐ। ਉੱਚੇ-ਸੁੱਚੇ ਵਿਚਾਰਾਂ ਦੀ ਆਲਮ ਫਾਜ਼ਲ, ਸ਼ਕਲੋਂ-ਪਹਿਰਾਵਿਉਂ ਮੋਮਨ ਤੇ ਸਰਬ ਧਰਮ ਦੇ ਸਾਂਝੇ ਫਲਸਫੇ ਦੀ ਹਾਮੀ। ਤੇਰਾ ਸੁਮੇਲ ਭਾਵੇਂ ਉਹਦੇ ਨਾਲ ਬਹੁਤਾ ਨਹੀਂ ਪਰ ਮੈਂ ਜਾਣਦਾ ਆਂ, ਉਹ ਤੇਰੀ ਤਨਹਾਈ ਨੂੰ ਜ਼ਰੂਰ ਧੋ ਦੇਵੇਗੀ।"

"ਪਰ ਸੁਮੇਲ ਲੰਮੇਰਾ ਨਹੀਂ?...ਮੈਂ ਸਮਝਿਆ ਨਹੀਂ?"

"ਅਸੀਂ ਡਿਊਟੀ ਪਾਬੰਦ ਆਰਮੀ ਦੇ ਮੁਲਾਜ਼ਮ। ਕੀ ਪਤੈ ਡਿਊਟੀ ਮਨੂੰ ਕਦੋਂ ਤੇ ਕਿੱਥੇ ਲੈ ਜੇ। ਪਰ ਜੋ ਸਾਡੀਆਂ ਸਾਝਾਂ ਨੇ ਇਨ੍ਹਾਂ ਅਹਿਮ ਰਿਸ਼ਤਾ ਸਿਰਜ਼ ਦਿੱਤਾ ਏ ਨਜ਼ੀਰਾਂ ਹੀ ਨਹੀਂ ਬਲਕਿ ਪ੍ਰੋਫ਼ੈਸਰ ਤੇ ਇਖਲਾਕ ਨਾਲ ਵੀ।"

"ਜੀ! ਆਹ ਤਾਂ ਐ।"

"ਪਰ ਇੱਕ ਪੱਖ ਹੋਰ ਵਿਚਾਰੀਂ।"

"ਦੱਸੋ?"

"ਪ੍ਰੋਫ਼ੈਸਰ ਤੇ ਇਖਲਾਕ ਨਾਲ ਮੁਲਾਕਾਤ ਦਾ ਖ਼ਤਰਾ ਕੋਈ ਨਹੀਂ।" ਤੇਰੀ ਨਜ਼ੀਰਾਂ ਨਾਲ ਨੇੜਤਾ ਕੱਟੜਪੰਥੀ ਨਜ਼ਰਾਂ 'ਚ ਰੜਕ ਸਕਦੀ ਐ। ਉਵੇਂ ਨਜ਼ੀਰਾਂ ਤੇ ਸ਼ੱਕੀ ਉਂਗਲ ਧਰਨ ਦੀ ਭਾਵੇਂ ਰੱਤੀ ਭਰ ਗੁੰਜਾਇਸ਼ ਨਹੀਂ, ਪਰ ਫੌਜੀ ਕਲਚਰ ਏਡੀ ਖੁੱਲ੍ਹੀ ਇਜਾਜ਼ਤ ਨਹੀਂ ਦੇਂਦਾ।"

"ਮੈਂ ਏਸ ਆਜ਼ਾਦੀ ਨੂੰ ਤੁਹਾਡੀ ਦੇਣ ਸਮਝਦਾ ਹਾਂ ਪਰ ਮੈਂ ਜ਼ਿੰਦਗੀ ਦਾ ਹਰ ਮੋੜ ਸਤਰਕ ਹੋ ਕੇ ਲੰਘਦਾ ਹਾਂ। ਮੈਨੂੰ ਤੇ ਨਜ਼ੀਰਾਂ ਨੂੰ ਇਹ ਤਾੜਨਾ ਪ੍ਰੋਫ਼ੈਸਰ ਸਾਹਿਬ ਤੇ ਬਾਬੇ ਨੇ ਵੀ ਕੀਤੀ ਸੀ।

"ਮੈਨੂੰ ਪਤੈ! ਬੇਦਰਦ ਹਿਜ਼ਰ ਵੱਲੋਂ ਤੇਰੀ ਰੂੰ ਵਾਂਗੂੰ ਪਿੰਜੀ ਰੂਹ ਤੇ ਚਿਹਰੇ ਦੀ ਨੁਹਾਰ ਬਦਲਣ ਨਜ਼ੀਰਾਂ ਨੇ ਬੜੀ ਭੂਮਿਕਾ ਨਿਭਾਈ ਐ ਪਰ ਹਰਮਨ ਦੀ ਜੁਦਾਈ ਅਜੇ ਵੀ ਤੇਰੇ ਜਿਹਨ 'ਚ ਧੜਕ ਰਹੀ ਐ! ਪੁੱਤਰਾਂ, ਹਰਮਨ ਨੂੰ ਮੋੜ ਲਿਆਉਣਾ ਮੇਰੇ ਵਸ ਨਹੀਂ, ਤੇਰੀਆਂ ਖ਼ੁਸ਼ੀਆਂ ਮੋੜਨ ਲਈ ਸਰਦੀ ਵਾਹ ਲਾਵਾਂਗਾ। ਤੇਰੀ ਮਾਮੀ ਦੇ ਤੀਬਰ ਸੁਪਨਿਆਂ ਦਾ ਕਰਜ਼ ਮੇਰੇ ਸਿਰ ਵੀ ਬੜਾ ਪਰ ਵੇਖਦੇ ਆਂ। ਸਮਾਂ ਕਿਸਮਤ ਦੇ ਕਿਹੜੀ ਲੀਕ ਉੱਕਰਦੈ।"

ਸ਼ਹਿਬਾਜ਼ ਨੂੰ ਕਲਾਵੇ 'ਚ ਲੈ ਕੇ ਕਰਨਲ ਬਾਜਵਾ ਨੇ ਅਫ਼ਸਰ ਤੇ ਜਵਾਨ ਵਾਲੇ ਸਾਰੇ ਫਾਸਲੇ ਮੇਟ ਦਿੱਤੇ। ਸ਼ਹਿਬਾਜ਼ ਅਫ਼ਸਰ ਦੀ ਫਿਰਾਖ ਦਿਲੀ ਸਾਹਮਣੇ ਝੁਕ ਗਿਆ। ਉਸ ਦੀਆਂ ਦਿਲਬਰੀਆਂ ਹੀ ਸ਼ਹਿਬਾਜ਼ ਦੀ ਖੁਰਾਕ ਸਨ।

ਨਵੰਬਰ ਚੜ੍ਹਿਆ। ਕਸ਼ਮੀਰ ਦੀ ਫਿਜ਼ਾ ਸੀਤ ਲਹਿਰ 'ਚ ਜਕੜੀ ਗਈ। ਪਿੰਜਣੀ 'ਚ ਪਿੰਜੇ ਜਾਂਦੇ ਰੂੰ ਦੇ ਸੂਖਮ ਫੰਬਿਆਂ ਵਾਂਗੂੰ ਅਕਾਸ਼ੋਂ ਡਿੱਗਦੀ ਬਰਫ਼ ਨੇ ਪਹਾੜੀਆਂ ਤੇ ਚਾਂਦੀ ਦਾ ਵਰਕ ਚਾੜ੍ਹ ਦਿੱਤਾ। ਚਾਲੀ ਦਿਨਾਂ ਦੀ ਛੁੱਟੀ ਏਸ ਵਰ੍ਹੇ ਦੀ ਬਕਾਇਆ ਸੀ-"ਸਰ! ਮੈਂ ਇਹ ਛੁੱਟੀ ਕੱਟ ਆਵਾਂ।"

"ਨਿਸ਼ੰਗ। ਤੇਰੀ ਮਾਮੀ ਨੂੰ ਵੀ ਭੋਰਾ ਹੌਂਸਲਾ ਬੱਝ ਜੂ। ਕੜਾਕੇ ਦੀ ਸਰਦੀ ਤੋਂ ਵੀ ਹੱਡ ਛੁੱਟ ਜਾਣਗੇ। ਉਹਨੇ ਕੋਈ ਨਸੀਅਤ ਦਿੱਤੀ, ਗੰਭੀਰਤਾ ਨਾਲ ਵਿਚਾਰ ਲਵੀਂ। ਤੇਰੀ ਖ਼ੁਸ਼ੀ ਲਈ ਸਲੀਬ ਤੇ ਟੰਗੀਆਂ ਖ਼ੁਸ਼ੀਆਂ ਨੂੰ ਉਹਨੇ ਤੇਰੀ ਹਾਅ ਤੋਂ ਬਿਨਾ ਨਹੀਂਓ ਲਾਹੁਣਾਂ। ਫੋਨ 'ਤੇ ਉਹਨੇ ਮੇਰੇ ਨਾਲ ਵੀ ਸਿਫ਼ਤ ਸਲਾਹ ਕੀਤੀ ਸੀ ਪਰ ਵਿਚਾਰ ਉਹਨੇ ਤੈਥੋਂ ਬਿਨਾਂ

ਨਹੀਂ ਕਰਨਾ। ਵਾਹਿਗੁਰੂ ਭਲੀ ਕਰੇ।"

"ਸਰ। ਮਾਮੀ ਦਾ ਦੋਖੀ ਹੋਣੋਂ ਮੈਨੂੰ ਕੋਈ ਸਚਾਈ ਨਹੀਂ ਬਚਾ ਸਕਦੀ। ਸੰਤਾਪ ਦਾ ਪਰ ਦਰ ਲੰਘ ਗਿਆ ਪਰ ਕੁਆਰੇ ਸੁਪਨੇ ਛੁਹਾਰੇ ਲਈ ਮੂੰਹ ਅੱਡੀ ਬੈਠੇ ਐ। ਸੀਨੇ ਸੁਲਘਦੇ ਲੱਖਾਂ ਅਰਮਾਨਾਂ ਨੂੰ ਦੱਬ ਕੇ ਮੇਰੇ ਹੱਥ ਰੰਗਣ ਦੀ ਇਜ਼ਾਜਤ ਉਹ ਅਜੇ ਵੀ ਮੈਥੋਂ ਮੰਗਦੀ ਐ! ਕਿੱਥੇ ਲੇਖਾ ਦੇਵਾਂਗਾ ਉਹਦੇ ਉਪਕਾਰਾਂ ਦਾ?" ਸ਼ਹਿਬਾਜ਼ ਦਾ ਸਿਰ ਮੁੜ ਝੁਕ ਗਿਆ।

"ਚਲੋ! ਤੇਰੀ ਕਿਸਮਤ ਨਾਲ ਉਹਦੀ ਮਮਤਾ ਦੀ ਸੱਖਣੀ ਮਾਂਗ 'ਚ ਵੀ ਸੰਧੂਰ ਭਰ ਜੂ। ਪਰ ਦਾਦ ਦੇਣੀ ਬਣਦੀ ਐ, ਉਹਦੇ ਕਾੜ੍ਹਨੀ ਦੇ ਦੁੱਧ ਵਰਗੇ ਸਿਦਕ ਨੂੰ। ਸਿਰ ਚਿੱਟੀ ਚੁੰਨੀ, ਬਾਹਵਾਂ-ਭਰਾਵਾਂ ਦਾ ਸੰਗ ਕੋਈ ਨਹੀਂ। ਮਾਪਿਆਂ-ਸਹੁਰਿਆਂ ਦੇ ਵਿਹੜੇ ਸੱਖਣੇ। ਰਿਸ਼ਤੇਦਾਰੀਆਂ ਸਾਰੇ ਬੂਹਿਓਂ ਬੰਦ। ਫਿਰ ਵੀ ਮੂੰਹੋਂ ਇਹੋ ਕਹਿੰਦੀ ਸੁਣੀਂਦੀ ਐ।" ਭਰਾ ਮੇਰਿਆਂ ਮੈਂ ਆਪਣੇ ਘਰ ਵੜਨ ਵਾਲ਼ੇ ਖ਼ੁਸ਼ੀਆਂ ਦੇ ਡੋਲੇ ਨੂੰ ਦੋ ਵਰ੍ਹੇ ਹੋਰ ਉਡੀਕ ਲਊਂ ਪਰ ਮੇਰਾ ਪੁੱਤ ਕੋਈ ਚੀਸ ਨਾ ਹੰਢਾਵੇ।" ਸੀ.ਓ. ਬਾਜਵਾ ਖ਼ੁਦ ਨਾਲ਼ ਹੋਏ ਪ੍ਰਗਟਾਵਿਆਂ ਨੂੰ ਸਿਜ਼ਦਾ ਕਰ ਰਿਹਾ ਸੀ।

"ਪਰ ਸਰ! ਮੈਂ ਉਸ ਉਡੀਕ ਤੋਂ ਆਜ਼ਾਦ ਹੋ ਜਾਂ, ਮਾਮੀ ਦੇ ਸੁਪਨੇ ਉਦੂੰ ਪਹਿਲਾਂ ਸਾਕਾਰ ਹੋਣਗੇ। ਇਹ ਮੇਰਾ ਵੀ ਤੁਹਾਡੇ ਨਾਲ ਕੀਤਾ ਵਾਅਦਾ ਐ।"

"ਸ਼ਹਿਬਾਜ਼।" ਅੰਦਰੋਂ ਜਗਪਾਲ ਕੌਰ ਵੀ ਨਿਕਲ ਆਈ।

"ਸਤਿ ਸ਼੍ਰੀ ਅਕਾਲ ਬੇਜੀ।" ਕਹਿੰਦਿਆਂ ਉਸ ਨੇ ਮੂੰਹ ਬੋਲੀ ਮਾਂ ਦੇ ਪੈਰ ਛੋਹੇ।

"ਜੁੱਗ-ਜੁੱਗ ਜੀਉ ਮੇਰੇ ਲਾਲ।" ਅਸੀਸ ਦਿੰਦਿਆਂ ਮਾਂ ਨੇ ਸਿਰ ਪਲੋਸਿਆ।

"ਰੱਬ ਨਾ ਕਰੇ, ਤੇਰੀ ਆਸ ਨੂੰ ਬੂਰ ਨਾ ਪਵੇ। ਫਿਰ ਅਰਮਾਨ ਤਾਂ ਮੇਰੇ ਵੀ ਤੇਰੀ ਮਾਮੀ ਤੋਂ ਘੱਟ ਨਹੀਂ।"

"ਫਿਰ ਮਾਮੀ ਨਾਲ ਵੀ ਵਾਅਦਾ ਕੀਤਾ ਸੀ ਤੇ ਤੁਹਾਡੇ ਨਾਲ ਵੀ ਕਰਦਾ ਆਂ। ਮੈਨੂੰ ਤੁਹਾਡੀਆਂ ਖ਼ੁਸ਼ੀਆਂ ਲਈ ਜ਼ਹਿਰ ਵੀ ਪੀਣਾ ਪਵੇ। ਪੈਰ ਪਿੱਛੇ ਨਹੀਂ ਹਟਾਂਗਾ।"

"ਤੇ ਜੇ ਜ਼ੁਬਾਨ ਜ਼ਜਬਾਤ ਦੀ ਸੂਲ਼ੀ ਚੜ੍ਹ ਜੇ-ਮੁੜ ਕੇ?"

"ਮੈਂ ਤੁਹਾਡੇ ਨਾਲ ਝੂਠ ਬੋਲ ਕੇ ਕੀ ਲੈਂਣੇ ਬੇਜੀ। ਮੈਂ ਤਾਂ ਪਹਿਲਾਂ ਹੀ ਰੱਬ ਜਾਣੈ ਕਿਹੜੇ ਸਰਾਪ ਦਾ ਮਾਰਿਐਂ...।" ਕਹਿੰਦੇ ਸ਼ਹਿਬਾਜ਼ ਦਾ ਗੱਚ ਭਰ ਆਇਆ।

"ਚੁੱਪ ਕਮਲਾ ਨਾ ਹੋਏ ਤਾਂ। ਕਿੰਨੀ ਵਾਰ ਕਿਹੈ, ਏਦਾਂ ਨਾ ਕਰਿਆ ਕਰ।" ਚੁੰਨੀ ਨਾਲ਼ ਜਗਪਾਲ ਕੌਰ ਨੇ ਸ਼ਹਿਬਾਜ਼ ਦੀਆਂ ਅੱਖਾਂ ਪੂੰਝੀਆਂ, "ਸਤਿਨਾਮ ਕੌਰ ਦਾ ਦੁੱਖ ਫਰੋਲੀਏ। ਤੂੰ ਰੋਣ ਬਹਿ ਜਾਨੈ, ਪਰ ਕਿਉਂ ਨਹੀਂ ਸੋਚਦਾ, ਤੈਨੂੰ ਇੱਕ ਦੁੱਖ ਨੇ ਭੰਨ ਸੁਟਿਐ। ਉਹ ਕਿੰਨੀਆਂ ਪੀੜਾਂ ਕਲੇਜੇ ਜ਼ਰੀ ਬੈਠੀ ਐ।"

"ਚੱਲ ਛੱਡ ਪਰ੍ਹਾਂ ਜਗਪਾਲ ਕੁਰੇ। ਜਦੋਂ ਨੂੰ ਏਹਦਾ ਸੁਪਨਾ ਵਿਆਹਿਆ ਜਾਣੈਂ, ਮੈਂ ਉਦੋਂ ਨੂੰ ਕਦੋਂ ਦਾ ਰਿਟਾਇਰਡ ਹੋ ਗਿਆ ਹੋਣੈ। ਸਾਰੇ ਫ਼ਿਕਰਾਂ ਦਾ ਫੱਕਾਂ ਮਾਰ ਕੇ ਪੁੱਤ ਦੀ ਬਰਾਤੇ ਜਾਵਾਂਗੇ।" ਸੀ.ਓ. ਨੇ ਮਾਹੌਲ ਬਦਲਣ ਦੀ ਕੀਤੀ।

"ਪਰ ਮੈਨੂੰ ਤੇ ਲੱਗਦੈ ਤੁਸੀਂ ਇਹ ਖ਼ੁਸ਼ੀ ਵੀ ਸ਼ਹਿਬਾਜ਼ ਤੋਂ ਛੁਪਾਈ ਫਿਰਦੇ ਓ। ਸਤਿਨਾਮ ਕੌਰ ਨੂੰ ਤਾਂ ਉੱਦਣ ਫ਼ੋਨ ਤੇ ਈ ਸੁਣਾਉਂਦੇ ਪਏ ਸਉਂ। ਹੈਰਾਨਗੀ ਜਿਹੀ 'ਚ ਸਰਦਾਰਨੀ ਬਾਜਵਾ ਨੇ ਸਰਦਾਰ ਬਾਜਵਾ ਨੂੰ ਕਿਹਾ।

"ਜੇ ਏਹਨੂੰ ਮੈਂ ਖ਼ੁਸ਼ੀ ਦੀ ਖ਼ਬਰ ਦੇਣੀ ਹੁੰਦੀ ਤਾਂ ਤੈਥੋਂ ਪਹਿਲਾਂ ਬਾਜ਼ੀ ਲੈ ਜਾਂਦਾ। ਪਰ ਇਹ ਖ਼ੁਸ਼ਖਬਰੀ ਏਹਨੂੰ ਏਹਦੀ ਮਾਮੀ ਸੁਣਾਊਗੀ।"

"ਪਰ ਕੀ? ਮੇਰੀ ਅਕਲ ਤੇ ਤਾਂ ਕੁੱਝ ਚੜ੍ਹਿਆ ਨਹੀਂ?" ਸ਼ਹਿਬਾਜ਼ ਸੱਚਮੁੱਚ ਹੀ ਅਣਜਾਣ ਸੀ।

"ਜਿਹੇ ਜਹੀ ਮਰਜ਼ੀ ਹੋਏ ਤੂੰ ਕੀ ਲੈਣੈਂ?" ਸਰਦਾਰਨੀ ਨੇ ਉਦਾਸੀ ਤੋਂ ਉਮੰਗਾਂ ਵੱਲ ਕਰਵਟ ਲੈਂਦਾ ਸ਼ਹਿਬਾਜ਼ ਦਾ ਚਿਹਰਾ ਚਿਤਾਰਿਆ।

"ਖ਼ੈਰ! ਤੂੰ ਕਦੋਂ ਜਾ ਰਿਹੈਂ?" ਸੀ.ਓ. ਨੇ ਗੱਲ ਵਿਸ਼ੇ ਤੋਂ ਉਲ਼ੱਦ ਦਿੱਤੀ।

"ਐਥੋਂ ਭਲਕੇ। ਰਾਤ ਸ਼੍ਰੀਨਗਰ ਰਹਿਣ ਦਾ ਵਿਚਾਰ ਐ।"

"ਉਹ! ਯਾਦ ਆਇਆ। ਕੱਲ੍ਹ ਨਜ਼ੀਰਾਂ ਦਾ ਫ਼ੋਨ ਆਇਆ ਸੀ।

"ਕੀ ਕਹਿੰਦੀ ਸੀ?"

"ਖ਼ਾਸ ਨਹੀਂ। ਹਾਲ ਚਾਲ ਈ ਕੀਤਾ ਪਰ ਕੁੜੀ ਹੈ ਬੜੀ ਸੋਹਣੀ ਤੇ ਭੋਲੀ। ਆਂਟੀ-ਆਂਟੀ ਆਖ ਕੇ ਈ ਜਿੰਦ ਕੱਢ ਲੈਂਦੀ ਐ।"

ਜਗਪਾਲ ਦਿਲੋਂ ਨਜ਼ੀਰਾਂ ਦੀ ਕਾਇਲ ਸੀ।

"ਸ਼ਹਿਬਾਜ਼! ਤੇਰਾ ਪ੍ਰੋਫ਼ੈਸਰ ਸਾਹਿਬ ਨੂੰ ਮਿਲ ਕੇ ਜਾਣ ਦਾ ਪ੍ਰੋਗਰਾਮ ਐ?"

ਸੀ.ਓ. ਨੇ ਸ਼ਹਿਬਾਜ਼ ਤੋਂ ਪੁੱਛਿਆ।

"ਸੋਚਿਆ ਤਾਂ ਇਹੋ ਐ ਸਰ।"

"ਜ਼ਰੂਰ ਮਿਲਦਾ ਜਾਵੀਂ। ਭਲੇ ਸੱਜਣਾਂ ਨੂੰ ਫ਼ਤਹਿ ਆਖੀਂ। ਕਾਨਵਾਈ ਨੇ ਸ਼੍ਰੀਨਗਰ ਇੱਕ ਰਾਤ ਰੁਕਣੈਂ! ਮੈਂ ਕਮਾਂਡੈਂਟ ਨੂੰ ਕਹਿ ਕੇ ਤੈਨੂੰ ਸਿਵਲ 'ਚ ਬਾਹਰ ਜਾਣ ਦੀ ਇਜ਼ਾਜਤ ਦਿਵਾ ਦਿਆਂਗਾ।"

"ਲਊ! ਹੋਰ ਕੀ ਚਾਹੀਦੈ? ਫਿਰ ਤਾਂ ਸਮਝੋ ਮਿਲੇ ਬਗ਼ੈਰ ਜਾਵਾਂਗਾ ਹੀ ਨਹੀਂ।"....।

ਰਾਤ ਭਰ ਕਰਮ ਭੂਮੀ ਤੋਂ ਜਨਮ ਭੂਮੀ ਜਾਣ ਦਾ ਅਵੱਲੜਾ ਚਾਅ ਤੇ ਰਿਸਦੇ ਜ਼ਖ਼ਮਾਂ ਦੀ ਪੀੜ ਵਧਣ ਦਾ ਖ਼ੌਫ਼ ਮਿਲਵੇਂ-ਰਲ਼ਵੇਂ ਅਨੁਭਵਾਂ ਦਾ ਸੁਮੇਲ ਸ਼ਹਿਬਾਜ਼ ਦੀ ਰੂਹ ਤੇ ਤੈਰਦਾ ਰਿਹਾ। ਅਗਲੀ ਸਵੇਰੇ ਸਰਦਾਰਨੀ ਤੇ ਸ: ਬਾਜਵਾ ਨੂੰ ਮਿਲ ਕੇ ਉਹ ਸਾਥੀਆਂ ਵੱਲ ਗਿਆ ਤਾਂ ਰਮਤਾ ਮਸਤ ਅਦਾ 'ਚ ਗਾ ਰਿਹਾ ਸੀ-

"ਸੁੱਚੇ ਯਾਰ ਬਿਨਾਂ ਮੇਰਾ ਜੀਅ ਨੀ ਲੱਗਦਾ ਕੱਲੀ ਦਾ,
ਮੇਰੇ ਨੈਣੀਂ ਮਰਦੇ ਯਾਦਾਂ ਦੇ ਅੰਗਿਆਰੇ।
ਖੌਰੇ ਛੁੱਟੀ ਲੈ ਕੇ ਔਣਾ ਐ ਕਦੋਂ ਫੌਜੀ ਨੇ-ਮੈਂ ਮਰਜਾਂ
ਸਾਰਾ ਦਿਨ ਮੈਂ ਬੈਠੀ ਤੱਕਦੀ ਰਹਾਂ ਚੁਬਾਰੇ...।"

ਸ਼ਹਿਬਾਜ਼ ਹਉਕਾ ਭਰ ਕੇ ਰੁਕ ਗਿਆ, "ਤੇਰੇ ਮੂੰਹ ਸ਼ੱਕਰ ਪਾਵਾਂ ਰਮਤਿਆਂ। ਜੇ ਤੂੰ ਇਹ ਮੇਰੇ ਲਈ ਗਾ ਰਿਹੈ ਤੇ ਮੈਨੂੰ ਸੱਚ ਹੀ ਕੋਈ ਚੁਬਾਰੇ ਚੜ੍ਹ ਉਡੀਕ ਰਿਹੈ...। ਤੂੰ ਰੂਹੋਂ ਫੱਕਰ ਏ ਰਮਤਿਆਂ। ਫੱਕਰਾਂ ਦੀ ਰਜ਼ਾ ਸੁਣਿਐ ਰੱਬ ਦੀ ਰਜ਼ਾ ਹੁੰਦੀ ਐ...।"

"ਓਏ ਗਾੜ੍ਹੀ ਲੰਘ ਆ ਭਾਅ ਸ਼ਹਿਬਾਜ਼ਿਆ। ਪਛਾਂਹ ਈ...

ਬਰੇਕਾਂ ਦਬਾ ਛੱਡੀਆਂ ਨੇ? ਮਸ਼ੈਲ ਨੇ ਰਸਤੇ ਤੇ ਸ਼ਹਿਬਾਜ਼ ਦੋਵਾਂ ਦੀ ਲਗਨ ਤੋੜ ਦਿੱਤੀ।

"ਬਹੁਤਾ ਸਮਾਂ ਨਹੀਂ ਮਝੈਲ ਸਿਆਂ। ਸੋਚਦਾ ਸਾਂ ਜਾਂਦਾ-ਜਾਂਦਾ ਸਾਥੀਆਂ ਨੂੰ ਮਿਲਦਾ ਜਾਵਾਂ।"

"ਉਏ ਏਡੀ ਕੀ ਕਾਹਲ਼ ਪਈ ਐ? ਚਲਾ ਈ ਜਾਣੈ ਜਦੋਂ ਤੁਰਿਆ ਵਾਂ।"

"ਕਿੰਨੀ ਛੁੱਟੀ ਮਿਲ਼ੀ ਐ ਸ਼ਹਿਬਾਜ਼ ਸਿਆਂ?" ਮਲਵਈ ਨੇ ਹੱਥ ਮਿਲ਼ਾਦਿਆਂ ਪੁੱਛਿਆ।

"ਸਵਾ ਮਹੀਨੇ ਦੀ।"

"ਉਏ ਜੇਹਦੀ ਸਾਹਬ ਨਾਲ ਸਿੱਧੀ ਸੂਤ ਹੋਏ ਉਹਨੂੰ ਵੀ ਭਲਾ ਛੁੱਟੀ ਦੀ ਘਾਟ ਐ।" ਰਮਤਾ ਬੋਲਿਆ।

"ਤੇਰਾ ਮੰਨ ਮੰਨਦੈ ਤਾਂ ਚੱਲ ਨਾਲ਼ ਈ। ਤੇਰੀ ਛੁੱਟੀ ਲਈ ਸਿਫਾਰਸ਼ ਮੈਂ ਕਰ ਦੇਨਾਂ ਆਂ।" ਸੁੱਖ ਨਾਲ ਸਾਰੀ ਵਾਟ ਮਨ ਤਾਂ ਪਰਚਿਆ ਰਹੂ।"

"ਉਏ ਮਨ ਪਰਚਿਆ ਰਹੂ ਜਾਂ ਦਿਮਾਗ ਚੱਟਿਆ ਜਾਂਦਾ ਰਹੂ?" ਮਝੈਲ ਨੇ ਰਮਤੇ ਤੇ ਸੂਈ ਧਰ ਦਿੱਤੀ। ਫਿਰ ਕੁੱਝ ਆਲ਼ੇ-ਦੁਆਲੇ ਦੀਆਂ ਕਰਨ ਪਿੱਛੋਂ ਸ਼ਹਿਬਾਜ਼ ਸਾਥੀਆਂ ਤੋਂ ਜਲਦ ਮਿਲ਼ਣ ਦੇ ਵਾਅਦੇ ਬਦਲੇ ਇਜ਼ਾਜ਼ਤ ਲੈ ਆਇਆ।

ਕਾਂਡ-4

ਫੌਜ ਦੀ ਗੱਡੀ ਸ਼੍ਰੀਨਗਰ ਪਹੁੰਚਦਿਆਂ 9.15 ਵੱਜ ਗਏ। ਨਜ਼ੀਰਾਂ ਨੇ...ਮਿਲਣ ਦਾ ਇਕਰਾਰ 10 ਵਜੇ ਤੋਂ ਪਹਿਲਾਂ ਕਸ਼ਮੀਰ ਯੂਨੀਵਰਸਿਟੀ ਦੇ ਮੁੱਖ ਗੇਟ ਦਾ ਕੀਤਾ ਸੀ। ਸੁੰਗੜਦਾ ਸਮਾਂ ਦਿਲ ਦੀ ਧੜਕਣ ਵਧਾਉਣ ਲੱਗਾ। ਵਸਲ ਦੀ ਉਮੀਦ ਧੁੰਦਲੀ ਪੈ ਗਈ। ਉਹ ਲੜਖੜਾਉਂਦਾ ਮੁਕਾਮ ਤੇ ਪੁੱਜਿਆ ਪਰ ਨਜ਼ੀਰਾਂ ਦੀ ਮਜ਼ਬੂਰੀ ਨੇ ਅੱਗਿਓਂ ਆ ਘੇਰਿਆ- "ਸੌਰੀ ਸ਼ਹਿਬਾਜ਼। ਇਗਜ਼ਾਮ ਸ਼ੁਰੂ ਹੋਣ 'ਚ ਪੰਜ ਕੁ ਮਿੰਟ ਬਾਕੀ ਨੇ। ਦਸਤਾਰਧਾਰੀ ਨੌਜਵਾਨ ਨਾਲ ਏਸ...ਮੁਕਾਮ 'ਤੇ ਕੀਤੀ ਲੰਮੀ ਗੱਲਬਾਤ ਮੈਨੂੰ...ਬੁਰਕਾਵਾਦੀ ਸ਼ੱਕ ਦੇ ਘੇਰੇ 'ਚ ਲੈ ਜਾਏਗੀ। ਤੁਹਾਨੂੰ ਬਾਰਾਂ ਵਜੇ ਤੋਂ ਪਹਿਲਾਂ ਕਿਸੇ ਵੀ ਕੀਮਤ ਨਹੀਂ ਮਿਲ ਸਕਦੀ। ਦੱਸੋ, ਵਾਪਿਸ ਮੁੜਨੈਂ ਜਾਂ ਇੰਤਜ਼ਾਰ ਕਰਨੈ?"

"ਇੰਤਜ਼ਾਰ ਕਰਾਂਗਾ।" ਡਲ ਲੇਕ ਦੇ ਏਸ ਕਿਨਾਰੇ।

"ਓ.ਕੇ.! ਸਵਾਂ ਬਾਰਾਂ ਮੈਂ ਤੁਹਾਡੇ ਕੋਲ ਹੋਵਾਂਗੀ।" ਕਹਿ ਕੇ ਨਜ਼ੀਰਾਂ ਚਲੀ ਗਈ।

"ਉਫ! ਘੰਟੇ ਦੀ ਦੇਰੀ ਬਰਬਾਦੀ ਤੇ ਬੋਰੀਅਤ ਪੱਲੇ ਪਾ ਗਈ। ਸ਼ਹਿਬਾਜ਼ ਸਿਆਂ ਕੁਵੇਲੇ ਦੀਆਂ ਟੱਕਰਾਂ ਖਾਣੀਆਂ ਪਊ। ਮੰਜ਼ਿਲ ਅਜੇ ਦੂਰ ਐ।"

ਸੋਚਦਾ-ਸੋਚਦਾ ਉਹ ਝੀਲ ਕਿਨਾਰੇ ਜਾ ਟਹਿਲਣ ਲੱਗਾ। ਸਿਰੋਂ ਪੈਰੀਂ ਬਦਨ ਕੰਬਾਊ ਸੀਤ ਲਹਿਰ ਨੂੰ ਵਸਲਾਂ ਦੇ ਨਿੱਘੇ ਅਹਿਸਾਸ ਨੇ ਗਲੋਂ ਝਟਕਾ ਦਿੱਤਾ। ਮਜ਼ਬੂਤ ਇਰਾਦੇ 'ਚ ਮਿੱਠੀ-ਮਿੱਠੀ ਤਰੰਗ ਆ ਛਿੜੀ। ਉਸ ਨੇ ਵਿਹਲਾ ਸਮਾਂ ਬਤੀਤ ਕਰਨ ਲਈ ਹਜ਼ਰਤ ਬਲ ਦਰਗਾਹ ਨੂੰ ਅੰਦਰੋਂ ਵੇਖਣ ਦੀ ਸੋਚੀ! ਉਹ ਦਰਗਾਹ ਜਿਸ ਨੂੰ ਇਸਲਾਮ ਦੀ ਅਜ਼ੀਮ ਆਸਥਾ ਦੀ ਪ੍ਰਤੀਕ ਮੰਨਿਆ ਗਿਆ ਹੈ। ਉਸ ਦੀ ਕੰਧ ਕਸ਼ਮੀਰ ਯੂਨੀਵਰਸਿਟੀ ਦੇ ਐਨ ਨਾਲ ਲੱਗਦੀ ਐ। ਸ਼੍ਰੀਨਗਰ 'ਚ ਆਮ ਲੋਕ ਇਸੇ ਲਈ ਕਸ਼ਮੀਰ ਯੂਨੀਵਰਸਿਟੀ ਨੂੰ

ਅਕਸਰ ਹਜ਼ਰਤ ਯੂਨੀਵਰਸਿਟੀ ਆਖਦੇ ਹਨ। ਸ਼ਹਿਬਾਜ਼ ਨੂੰ ਕਿਸੇ ਤੋਂ ਸੁਣੀ-ਸੁਣਾਈ ਗੱਲ ਯਾਦ ਆਈ ਕਿ ਹਜ਼ਰਤ ਬਲ 'ਚ ਅਜੇ ਵੀ ਇਸਲਾਮ ਦੇ ਬਾਨੀ ਹਜ਼ਰਤ ਮੁਹੰਮਦ ਸਾਹਿਬ ਦੇ ਵਾਲ਼ ਮੌਜੂਦ ਹਨ। ਅੱਜ ਮੌਕਾ ਮੇਲ਼ ਹੈ ਮੈਂ ਜ਼ਰੂਰ ਦਰਸ਼ਨ ਕਰਾਂਗਾ। ਉਹ ਮਨੋਂ ਲਲਚਾਇਆ..."ਪਰ ਮੈਨੂੰ ਉੱਥੇ ਘੁੰਮਦਿਆਂ ਵੇਖ ਹਰ ਨਜ਼ਰ ਸ਼ੱਕ ਨਾਲ ਭਿੱਜੇਗੀ। ਤੂੰ ਸਿੱਖ ਹੋ ਕੇ ਇਸਲਾਮ ਦਾ ਮੂਲ਼ ਵੇਖਣਾ ਚਾਹੁੰਨੈ ਪਰ ਹਜ਼ਰਤ ਬਲ 'ਚ ਜਾਣ ਮੌਕੇ ਤੈਨੂੰ ਸਿੱਖ ਮੂਲ ਸਰਾਪ ਬਣ ਟਕਰੇਗਾ! ਸਾਵਧਾਨ!!"

ਇਹ ਸੋਚ ਸ਼ਹਿਬਾਜ਼ ਠਠੰਬਰ ਗਿਆ "ਕਸੂਰ ਕਿਸੇ ਦਾ ਨਹੀਂ ਹਾਲਾਤ ਜ਼ੋਰਾਵਰ ਨੇ। ...ਦੂਰ ਅੰਦੇਸ਼ ਨਜ਼ੀਰਾਂ, ਏਸੇ ਲਈ ਤੈਨੂੰ ਯੂਨੀਵਰਸਿਟੀ ਅੱਗੇ ਖੜ੍ਹਨੋਂ ਵਰਜ਼ ਗਈ। ਸਬੱਬ ਮਿਲਿਆ ਉਹਦੇ ਨਾਲ਼ ਈ ਕਦੇ ਘੁੰਮ ਆਵੀਂ। ਅੱਜ ਦੀ ਉਡੀਕ ਉਹਦੇ ਨਾਂਅ ਹੀ ਲਾ ਕੇ।"

ਉਹ ਸੋਚਦਾ ਰਿਹਾ। ਸਾਹਮਣੇ ਝੀਲ 'ਚ ਘੁੰਮਦੇ ਸ਼ਿਕਾਰਿਆਂ ਨੂੰ ਤੱਕ ਧਿਆਨ ਵਿਸ਼ੇ ਤੋਂ ਟੁੱਟ ਗਿਆ। ਕੋਈ ਟੂਰਿਸਟ ਕਾਫ਼ਲਾ ਹਾਲਾਤਾਂ ਤੋਂ ਬੇਫ਼ਿਕਰ ਝੀਲ ਦੇ ਆਸ-ਪਾਸ ਘੁੰਮ ਰਿਹਾ ਸੀ। ਕਈ ਪ੍ਰੇਮੀ ਜੋੜਿਆਂ ਦੀ ਮਸਤੀ ਨੂੰ ਤੱਕ ਹਰਮਨ ਦਾ ਚਿਹਰਾ ਇਕਦਮ ਸ਼ਹਿਬਾਜ਼ ਦੇ ਮੂਹਰੇ ਆ ਖੜ੍ਹਾ ਹੋਇਆ ਫਿਰ ਯੱਕਦੱਮ...ਰਸਤੇ ਦਾ ਗੀਤ ਯਾਦ ਆਇਆ ਤਾਂ ਮੂੰਹ ਉਮੇ ਅਨੁਭਵ ਨਾਲ ਸੁਆਦ ਹੋ ਗਿਆ। ਉਹ ਸੋਚਣ ਲੱਗਾ, "ਕਿੰਨਾ ਚੰਗਾ ਹੋਵੇ ਜੇ ਮੈਨੂੰ ਇਨ੍ਹਾਂ ਦਿਨਾਂ 'ਚ ਕਿਧਰੋਂ ਹਰਮਨ ਆ ਮਿਲੇ।" ਉਹ ਹਉਕਾ-ਹਉਕਾ ਹੋ ਕੇ ਰਹਿ ਗਿਆ-"ਸੱਚ ਸ਼ਹਿਬਾਜ਼। ਹਰਮਨ ਤੈਨੂੰ ਜਦੋਂ ਵੀ ਮਿਲੇ ਤੂੰ ਉਹਦੇ ਰੋਸ ਤੋਂ ਨਹੀਂ ਬਚੇਂਗਾ। ਉਹ ਆਖੇਗੀ-"ਵਾਅਦਾ ਮੇਰੇ ਨਾਲ ਕੀਤਾ, ਕਸ਼ਮੀਰ ਕੱਲਾ ਈ ਘੁੰਮ ਆਇਐਂ? ਜਾਹ ਝੂਠਾ।"

"ਉਠ ਹਰਮਨ।" ਸ਼ਹਿਬਾਜ਼ ਨੇ ਬੇਵਸੀ ਭਰਪੂਰ ਕਚੀਚੀ ਵੱਟੀ-"ਤੂੰ ਆ ਜਾ ਇੱਕ ਹੀ ਤੇਰੇ ਸੌ ਇਤਰਾਜ਼ ਸਿਰ ਮੱਥੇ। ਤੇਰਾ ਮੋੜਾ ਸੱਚਾ ਹੋਵੇ। ਸਿਰ ਤੇਰੇ ਕਦਮਾਂ 'ਤੇ ਧਰ ਕੇ ਵੀ ਰੋਸ ਤੋੜ ਦਿਆਂਗਾ।"

ਤਨਹਾਈ ਰੂਹ ਤੱਕ ਚੋਭਾਂ ਭਰਨ ਲੱਗੀ। ਸ਼ਹਿਬਾਜ਼ ਮੁੜ ਤੜਫ ਉਠਿਆ-"ਹਰਮਨ ਨੇ ਨਹੀਂ ਔਣਾਂ ਤਾਂ ਨਜ਼ੀਰਾਂ ਤੂੰ ਹੀ ਆ ਜਾ। ਰੂਹੋਂ ਤਨਹਾਈ ਲਾਹੁਣ ਦਾ ਵੱਲ ਤੈਨੂੰ ਵੀ ਔਂਦੈ।"

ਹਰਮਨ ਤੋਂ ਬਾਅਦ ਸ਼ਹਿਬਾਜ਼ ਨੂੰ ਨਜ਼ੀਰਾਂ ਦੀ ਲੋੜ ਮਹਿਸੂਸ ਹੋਈ। ਪਰ ਉਸ ਦੇ ਆਉਣ 'ਚ ਵੀ ਸਮਾਂ ਕਾਫ਼ੀ ਸੀ। ਹਰਮਨ ਦੀ ਅਗਲੀ ਗੱਲ ਅਚਨਚੇਤ ਯਾਦ ਆਈ ਤਾਂ ਤਨਹਾਈ ਦੀ ਜਕੜ ਮੁੜ ਮਜ਼ਬੂਤ ਹੋ ਗਈ-"ਸ਼ਹਿਬਾਜ਼! ਤੂੰ ਇਕੱਲਾ ਕਸ਼ਮੀਰ ਚਲਾ ਵੀ ਗਿਉਂ ਤਾਂ ਕਿਸੇ ਕਸ਼ਮੀਰਨ ਦਾ ਨਾ ਹੋ ਬੈਠੀਂ...।"

"...ਨਹੀਂ ਹਰਮਨ ਨਹੀਂ।" ਸ਼ਹਿਬਾਜ਼ ਦੀ ਜ਼ਮੀਰ ਕੰਬ ਗਈ-ਆ ਹਰਮਨ ਆ। ਆਪਣੇ ਨੈਣੀਂ ਤੱਕ ਲੈ। ਤੇਰੀ ਮੁਹੱਬਤ ਦੀ ਕੰਢਿਆਂ ਤੱਕ ਭਰੀ ਗਾਗਰ ਹੁਣ ਤੱਕ ਸੀਨੇ ਲਾ ਕੇ ਰੱਖੀਐ। ਕਸ਼ਮੀਰ ਦਾ ਕੋਨੇ-ਕੋਨੇ ਤੋਂ ਤੱਕਿਆ ਹੁਸਨ ਸੀਨੇ ਵਸੀ ਤੇਰੀ ਤਸਵੀਰ ਨੂੰ ਧੁੰਦਲਾ ਨਹੀਂ ਸਕਿਆ। ਤੇਰੀ ਲੱਕ ਤੋੜਵੀਂ ਜੁਦਾਈ ਨੇ ਕਸ਼ਮੀਰ ਵੈਲੀ ਤੱਕ ਪਿੱਛਾ ਨਾ ਛੱਡਿਆ, ਮੈਂ ਨਜ਼ੀਰਾਂ ਅੱਗੇ ਜ਼ਖ਼ਮ ਫਿਰਲੋਣੋਂ ਨਾ ਰਹਿ ਸਕਿਆ। ਉਹਨੇ ਰਿਸਦੇ ਫੱਟ ਸਮੇਟ ਇਨਸਾਨੀ ਫਰਜ਼ ਨਿਭਾਇਆ। ਸ਼ੱਕੀ ਨਿਗਾਹਾਂ ਹਮਦਰਦੀ ਨੂੰ ਹੀਰ ਮੰਨ ਬੈਠੀਆਂ। ਤੇਰੀ

ਮੁਹੱਬਤ ਤੋਂ ਜਾਣੂੰ ਫੌਜੀਆਂ ਮੈਨੂੰ ਤੇਰਾ ਗੱਦਾਰ ਵੀ ਗਰਦਾਨਿਐ। ਸੱਚਾਈ ਦੇ ਸੱਚੇ ਜਾਮਨ ਸੀ.ਓ. ਸਾਹਿਬ ਤੇਰੀ ਮੇਰੀ ਉੱਜੜੀ ਦਾਸਤਾਨ ਦੇ ਦਿਲੋਂ ਹਾਮੀਂ, ਮੇਰੀ ਕੰਡ ਤੇ ਆ ਖਲੋਤੇ। ਹਰਮਨ! ਕੋਈ ਕੁਫ਼ਰ ਤੇਰੇ ਸ਼ਹਿਬਾਜ਼ ਨੂੰ ਈਮਾਨੋਂ ਪਰਖਣਾ ਚਾਹੇ, ਮੇਰਾ ਸਿਦਕ ਪੋਟਾ-ਪੋਟਾ ਹੋਣ ਲਈ ਤਿਆਰ ਐ। ਨਜ਼ੀਰਾਂ ਨੂੰ ਮੈਂ ਹਮਦਰਦ ਦੀ ਦੇਵੀ ਤੋਂ ਅੱਗੇ ਕੁੱਝ ਨਹੀਂ ਮੰਨਿਆ। ਮੇਰੀ ਤਨਹਾਈ ਦਾ ਲੱਕ ਅਸਲੋਂ ਉਹਦੇ ਵਿਚਾਰਾਂ ਨੇ ਭੰਨਿਆ। ਤੇਰੀ ਗੈਰ ਮੌਜੂਦਗੀ ਮੇਰੀਆਂ ਅੱਖਾਂ ਪੂੰਝ ਨਿਭਾਏ ਉਹਦੇ ਨਿਸ਼ਕਾਮ ਫ਼ਰਜ਼ਾਂ ਮੈਨੂੰ ਉਹਦਾ ਹਮਦਰਦ ਦੋਸਤ ਬਣਾ ਦਿੱਤੈ ਪਰ ਦਿਲ ਦੀ ਸਲਤਨਤ ਦੀ ਰਾਣੀ ਉਦੋਂ ਵੀ ਹਰਮਨ ਸੀ ਤੇ ਅੱਜ ਵੀ। ਤੇਰੇ ਨਾਂਅ ਕਰਵਾਈ ਮੁਹੱਬਤੀ ਵਸੀਅਤ ਨੂੰ ਸਮਾਜ ਦਾ ਕੋਈ ਕਾਨੂੰਨ ਨਹੀਂ ਤੋੜ ਸਕਿਆ ਤੇ...।

ਉਕਤ ਖ਼ਿਆਲਾਂ ਦੀ ਜੰਗ 'ਚ ਸ਼ਹਿਬਾਜ਼ ਥਿੜਕ ਗਿਆ। ਘੁੰਮਣ-ਫਿਰਨ ਦੀ ਥਾਂ ਇੱਕ ਰੁੱਖ ਨਾਲ ਢੋਆ ਲਾ ਕੇ ਬਹਿ ਗਿਆ। ਬੈਗ ਨੂੰ ਘੁੱਟ ਬਾਹਵਾਂ 'ਚ ਲੈ ਕੇ ਥਕੇਵਾਂ ਭੰਨਣ ਦੀ ਸੋਚ 'ਚ ਪਲਕਾਂ ਬੰਦ ਕਰ ਲਈਆਂ ਪਰ ਝੀਲ ਦੀਆਂ ਲਹਿਰਾਂ ਦੇ ਸੂਖਮ ਸ਼ੋਰ ਦੇ ਬਾਵਜੂਦ ਬੇਮੁਰਤੀ ਦਾ ਆਲਮ ਰੰਗ ਬਿਖੇਰਨ ਲੱਗਾ। ਖ਼ਿਆਲ ਅਤੀਤ ਦੇ ਆਲਣਿਆਂ ਨੂੰ ਮੁੜ ਪਰਵਜ਼ਾ ਭਰ ਗਏ।

"ਸ਼ਹਿਬਾਜ਼! ਸ਼ਹਿਬਾਜ਼!!" ਖ਼ਿਆਲ 'ਚ ਕਈ ਵਰ੍ਹੇ ਪਹਿਲਾਂ ਫਰਕਦੇ ਹਰਮਨ ਦੇ ਬੁੱਲ੍ਹ ਨਜ਼ਰੀਂ ਪਏ।

"ਕੀ ਹੋਇਐ? ਘਬਰਾਈ ਕਿਉਂ ਐ? ਨਿਸ਼ੰਗ ਦੱਸ।"

"ਤੇਰੀ ਹਰਮਨ ਕਿਨਾਰਿਓਂ ਨਹਿਰ ਵੱਲ ਡਿੱਗ ਰਹੀ ਐ। ਬਚਾ ਸਕਦੈਂ ਤਾਂ ਬਚਾ ਲੈ।"

"ਜ਼ਿੰਦਗੀ ਮੌਤ ਦੇ ਹਜ਼ਾਰ ਸਾਗਰ ਵੀ ਤੈਨੂੰ ਬਚਾਉਣ ਲਈ ਤਰਨੇ ਪੈਣ। ਝਿਜਕਾਂਗਾਂ ਨਹੀਂ। ਪਰ ਤਾਜ਼ਾ ਹਾਲਾਤ ਦੱਸੀਂ ਕੀ ਨੇ ਜਿਨ੍ਹਾਂ ਕਰਕੇ ਤੂੰ ਏਨੀ ਘਬਰਾਈ ਐ?"

"ਚਾਰ ਲਾਵਾਂ 'ਚ ਬੰਨ੍ਹ ਅੰਗਰੇਜ਼ ਕੌਰ ਤੈਨੂੰ-ਮੈਨੂੰ ਜੁਦਾ ਕਰ ਰਹੀ ਐ। ਤੈਥੋਂ ਬਿਨਾਂ ਜੀਊਣ ਦੀ ਆਸ ਰੱਖਣ ਪਾਲ਼ਣੀ ਅਸਮਾਨੋਂ ਉੱਚੀ ਬੇਵਕੂਫ਼ੀ ਐ। ਮੈਥੋਂ ਬਿਨਾਂ ਤੇਰਾ ਕੀ ਬਣੂੰ, ਇਹੋ ਸੋਚਾਂ ਘੁੱਟ-ਘੁੱਟ ਕਰਕੇ ਲਹੂ ਪੀ ਰਹੀਆਂ ਨੇ। ਤੈਨੂੰ ਛੱਡ ਕਿਸੇ ਹੋਰ ਦੀ ਹੋਣ ਤੋਂ ਪਹਿਲਾਂ ਮੌਤ ਦੀ ਗੋਦ ਸੌਣਾ ਹੱਸ-ਹੱਸ ਮਨਜ਼ੂਰ ਐ। ਮੇਰਾ ਸਿਰ ਆਪਣੇ ਪੱਟ ਤੇ ਧਰ ਕੇ ਗਲ਼ ਗੂਠਾ ਦੇ ਕੇ ਮੈਨੂੰ ਅਜ਼ਾਬੋਂ ਮੁਕਤੀ ਦਿਵਾ ਦੇਹ...।"

"...ਹਰਮਨ।" ਸ਼ਹਿਬਾਜ਼ ਦੇ ਤੇਜ਼ਧਾਰ ਬੋਲ ਨੇ ਹਰਮਨ ਦੀ ਗੱਲ ਵਿਚਕਾਰੋਂ ਝਟਕ ਦਿੱਤੀ-"ਮੈਥੋਂ ਤੇਰੀ ਹਾਲਤ ਨਹੀਂ ਵੇਖੀ ਜਾਂਦੀ। ਸੰਭਲ ਕੇ ਦੱਸ ਕੀ ਗੱਲ ਐ ਵਿਚੋਂ?" ਉਸ ਨੇ ਹਰਮਨ ਨੂੰ ਸਿਰੋਂ ਫੜ ਕੇ ਹਲੂਣਿਆ।

"ਲੱਗਦੈ ਤੇਰੇ-ਮੇਰੇ ਵਿਛੋੜੇ ਪੈਣ ਵਾਲੇ ਨੇ।"

"ਤੈਨੂੰ ਕੇਹਨੇ ਦੱਸਿਆ? ਮਾਮੀ ਨੇ ਤੇਰੇ ਪਿਉ ਤੋਂ ਤੈਨੂੰ ਪੱਲਾ ਅੱਡ ਮੰਗਿਐ। ਅੰਗਰੇਜ਼ ਕੌਰ ਦੇ ਵਿਰੋਧ ਨੂੰ ਤੋੜ-ਤੋੜ ਸੁੱਟਣ ਵਾਲ਼ਾ, ਉਹ ਚਾਹੁੰਦਾ ਵੀ ਦਿਲੋਂ ਸੀ। ਹੁਣ ਐਡਾ ਕੀ ਹੋ ਗਿਆ?"

"ਇਹੋ ਰੋਣਾ ਐ ਸ਼ਹਿਬਾਜ਼। ਮਤਰੇਈ ਦੇ ਵਿਰੋਧ ਨਾਲ਼ ਅੱਗ ਲਾਉਣ ਵਾਲਾ ਪਿਉ ਉਹਦਾ ਈ ਹਾਮੀਂ ਬਣ ਗਿਆ। ਕੱਲ੍ਹ ਤੱਕ ਦੇ ਅੰਗਰੇਜ਼ ਕੌਰ ਵਿਰੋਧੀ ਸੁਰ ਅੱਜ ਪੱਕੇ

ਜਾਮ ਹੋ ਗਏ। ਉਹਨੇ ਕੀ ਬੂਟੀ ਸੁੰਘਾਈ, ਇਹ ਮੈਨੂੰ ਨਹੀਂ ਪਤਾ ਪਰ ਧੀ ਦੇ ਹਰ ਦੁੱਖ ਦਾ ਹਾਮੀ ਅੱਜ ਉਹਦੀ ਜਿੰਦ ਦਾ ਵੈਰੀ ਬਣ ਗਿਆ। ਕੁੱਝ ਕਰ ਸਕਦੈਂ ਤਾਂ ਕਰ ਨਹੀਂ ਮੈਂ ਮਰ ਜੂੰ।" ਸੁੰਞ ਰਾਤ ਦੇ ਆਲਮ 'ਚ ਹਰਮਨ ਨੇ ਕੁਦਰਤ ਨੂੰ ਉਲਾਂਭਾ ਦਿੱਤਾ। ਅੰਬਰਾਂ ਤੋਂ ਜਵਾਬ ਮੰਗਿਆ।

ਸ਼ਹਿਬਾਜ਼ ਸੁੰਨ ਹੋ ਕੇ ਰਹਿ ਗਿਆ–"ਇਹ ਕਿਵੇਂ ਹੋ ਸਕਦੈ? ਕਿੱਥੇ ਵਿਆਹਿਆ ਜਾ ਰਿਹੈ ਤੈਨੂੰ? ਕਦੋਂ ਢੁਕੂ ਜੰਞ? ਕੌਣ ਐ ਜੋ ਦੋ ਰਾਤਾਂ 'ਚ ਈ ਮੇਰੇ-ਤੇਰੇ ਵਿਚਕਾਰ ਜ਼ਹਿਰੀ ਤੱਕਲਾ ਗੱਡ ਗਿਐ?" ਉਸ ਨੂੰ ਯਕੀਨ ਨਹੀਂ ਸੀ ਆ ਰਿਹਾ।

"ਮੈਨੂੰ ਕੋਈ ਇਲਮ ਨਹੀਂ। ਹਰ ਵਾਸਤਾ ਪਾ ਕੇ ਬਾਪੂ ਨੂੰ ਪੁੱਛ ਵੇਖਿਆ। ਪਰ ਅੰਗਰੇਜ਼ ਕੌਰ ਦਾ ਜੜਿਆ ਤਾਲ੍ਹਾ ਨਾ ਖੁੱਲਿਆ ਪਰ ਤਕਰੀਰ ਨੂੰ ਗ੍ਰਹਿਣ ਲੱਗਾ, ਸਪਸ਼ਟ ਦਿਸ ਰਿਹੈ।" ਹਰਮਨ ਦੇ ਚਿਹਰੇ ਤੇ ਖ਼ੌਫਨਾਕ ਪ੍ਰਛਾਵੇਂ ਸਨ।

"ਆਹ ਕੀ ਪੰਗਾ ਪੈ ਗਿਐ? ਕੀ ਬਣਿਆ ਹੋਊ?"

ਸ਼ਹਿਬਾਜ਼ ਨੂੰ ਕੁੱਝ ਸਮਝ ਨਹੀਂ ਸੀ ਪੈ ਰਿਹਾ।

"ਇਹ ਫਿਰ ਤਲਾਸ਼ਾਂਗੇ। ਪਹਿਲਾਂ ਖ਼ੁਦ ਨੂੰ ਸੇਫ ਕਰਨ ਦੀ ਸੋਚ। ਦੇਰੀ ਕਰਾਂਗੇ ਸਾਡੀ ਲੰਕਾ ਮੁੱਕ ਲਊ।"

"ਤੇਰੇ ਮੁਤਾਬਿਕ ਕੀ ਕਰਨਾ ਚਾਹੀਦੈ?"

"ਵੇਖ ਸ਼ਹਿਬਾਜ਼। ਤੇਰੀ ਮੁਹੱਬਤ ਦਾ ਰੰਗ ਮੇਰੀ ਰੂਹੋਂ ਲੱਥਣਾ ਨਹੀਂ। ਕੁਸੰਭੜੇ ਰੰਗੀਂ ਹੱਥ ਰੰਗਣੇ ਮੇਰੇ ਉੱਕੇ ਪਸੰਦ ਨਹੀਂ। ਤੂੰ ਲਹੂ 'ਚ ਰਚ ਚੁੱਕੇਂ, ਨਿਖੇੜ ਕੋਈ ਸਕਦਾ ਨਹੀਂ। ਕੋਈ ਏਦਾਂ ਦੇ ਹਾਲਾਤ ਪੈਦਾ ਕਰਕੇ ਮੇਰੇ ਦਿਲੋਂ ਤੈਨੂੰ ਕੱਢਣ ਲਈ ਅਸਫ਼ਲ ਆਪ੍ਰੇਸ਼ਨ ਕਰੇ, ਉਹਦੇ ਨਾਲੋਂ ਤਾਂ ਸਦਾ ਲਈ ਤੇਰੀਆਂ ਬਾਹਵਾਂ 'ਚ ਸੌਣਾ ਬਹਿਸ਼ਤ ਐ। ਲਹੂ-ਲੂਹਣੇ ਵਿਛੋੜੇ ਦੇ ਖੰਜਰ ਮੈਥੋਂ ਕਦੇ ਵੀ ਜਰ ਨਹੀਉਂ ਹੋਣੇ।"

"ਹਰਮਨ। ਇਹ ਜ਼ਜਬਾਤੋਂ ਨਹੀਂ ਸੰਜਮ ਤੋਂ ਫ਼ੈਸਲਾ ਲੈਣ ਦਾ ਵੇਲ਼ਾ ਐ। ਤੂੰ ਜੋ ਕਰੇਂਗੀ, ਮੈਂ ਤੈਥੋਂ ਇੰਚ ਭਰ ਬਾਹਰ ਨਹੀਂ ਪਰ ਡਰ ਲੱਗਦੈ ਹਵਾ 'ਚ ਚਲਾਏ ਤੀਰ ਮੁਹੱਬਤ ਦੇ ਸੀਨੇ ਈ ਨਾ ਜਾ ਵੱਜਣ।"

"ਬੱਲੇ ਉਏ ਸੂਰਮਿਆਂ ਤੇਰੇ! ਤੂੰ ਤੀਰ ਵੱਜਣੋਂ ਡਰਦੈ ਮੁਹੱਬਤ ਤਾਂ ਸੀਨੇ ਤੀਰ ਖਾ ਕੇ ਤੜਪ ਰਹੀ ਐ। ਮੰਦੇ-ਮੁਕੱਦਰਾਂ ਸਾਡੇ ਵੱਲ ਘੋੜੇ ਭਜਾਏ ਨੇ ਤੂੰ ਸੰਜਮ ਦਾ ਪਾਠ ਪੜ੍ਹਾਉਣ ਲੱਗੈਂ।"

"ਫਿਰ ਤੂੰਹੀਉਂ ਕੱਢ ਮਸਲੇ ਦਾ ਕੋਈ ਹੱਲ?"

"ਇੱਕੋ ਹੱਲ ਬਚਿਐ।"

"ਕੀ?"

"ਕੋਰਟ ਮੈਰਿਜ। ਵਸਲਾਂ ਨੂੰ ਬਚਾਉਣ ਦਾ ਇਹੋ ਤਰੀਕਾ ਬਾਕੀ ਐ। ਨਾ ਏਹਨੂੰ ਸਮਾਜ ਦਾ ਕੋਈ ਪੱਖ ਚੈਲਿੰਜ ਕਰ ਸਕਦੈ ਨਾ ਕੋਈ ਤੈਨੂੰ-ਮੈਨੂੰ ਵਿਛੋੜ ਸਕਦੈ। ਅੱਜ ਅਸੀਂ ਅਕੀਦਿਉਂ ਰੱਤੀ ਭਰ ਵੀ ਥਿੜਕ ਗਏ ਜੁਦਾਈ ਤੋਂ ਬਚਅ ਕੋਈ ਨਹੀਂ ਸਕਦਾ ਪਰ ਮੈਂ ਕਹਿੰਦੀ ਆਂ ਤੂੰ ਮੈਨੂੰ ਲੈ ਚੱਲ ਕਿਤੇ ਦੂਰ...।"

ਹਰਮਨ ਦੀ ਦ੍ਰਿੜ੍ਹਤਾ ਅੱਗੇ ਸ਼ਹਿਬਾਜ਼ ਸਿਰੋਂ ਝੁੱਕ ਗਿਆ। ਉਸ ਦੇ ਸੰਕਲਪ 'ਚੋਂ ਨਿਕਲੀ ਲੋਹੀ ਲਾਖੀ ਤਲਵਾਰ ਸਮਾਜਿਕ ਸਿਧਾਂਤਾਂ ਦੀ ਬਲੀ ਮੰਗ ਰਹੀ ਸੀ–"ਸੋਚ ਮਹਿਬੂਬਾ

ਅਸੀਂ ਬਾਗ਼ੀ ਹੋ ਗਏ-ਕਾਲੀਆਂ ਜੀਭਾਂ ਸਾਡੇ ਫ਼ੈਸਲੇ ਨੂੰ ਖ਼ੂਬ ਮਿਰਚ-ਮਸਾਲਾ ਲਾਉਣਗੀਆਂ। ਚੁਗਲੀ ਦੇ ਪਟੇ ਤੇ ਚਾੜ੍ਹਿਆ ਸਾਡਾ ਕਦਮ ਚਰਚੇ ਵੀ ਛੇੜੇਗਾ ਪਰ ਵਕਤ ਦੇ ਵਹਿਣਾਂ 'ਚੋਂ ਛੇਤੀ ਹੀ ਇਹ ਸਭ ਅਭੇਦ ਹੋ ਜਾਵੇਗਾ। ਤੇਰੇ-ਮੇਰੇ ਨਾਲ ਜੁੜੀ ਪਿੰਡ ਦੀ ਬਹੁ-ਸੰਮਤੀ ਏਸ ਨੂੰ ਮਜ਼ਬੂਰੀ ਵਸ ਢੂੰਡਿਆਂ ਛੁਟਕਾਰੇ ਦਾ ਰਾਹ ਜਾਣ ਦੇ ਵਗਾਹ ਮਾਰੇਗੀ। ਫਿਰ ਦੱਸ ਕਾਹਦੀ ਪ੍ਰਵਾਹ? ਨਿੱਤ ਦੀ ਸਿਰਦਰਦੀ ਤੋਂ ਛੁਟਕਾਰਾ ਮਿਲ ਈ ਜੂ।"

ਹਰਮਨ ਨੇ ਸਮਝਾਇਆ। ਸ਼ਹਿਬਾਜ਼ ਸੋਚਾਂ 'ਚ ਗਹਿਰ-ਗੰਭੀਰ ਹੋ ਗਿਆ। ਮੰਜ਼ਿਲ ਪ੍ਰਤੱਖ ਸਾਹਮਣੇ ਸੀ ਪਰ ਪੈਰੀਂ ਪਈ ਕੱਚੇ ਧਾਗੇ ਦੀ ਜ਼ਜਬਾਤੀ ਗੰਢ ਨੂੰ ਉਹ ਚੁਰਾਉਂਦਿਆਂ ਵੀ ਨਾ ਤੋੜ ਸਕਿਆ। ਇਸ ਮਜ਼ਬੂਰੀ ਦਾ ਇਜ਼ਹਾਰ ਉਸ ਨੇ ਹਰਮਨ ਨਾਲ ਕੀਤਾ-"ਤੇਰਾ ਫ਼ੈਸਲਾ ਮੰਨਣ ਤੋਂ ਮੈਂ ਇਨਕਾਰੀ ਨਹੀਂ ਪਰ ਏਡਾ ਵੱਡਾ ਫ਼ੈਸਲਾ ਲੈਣ ਤੋਂ ਪਹਿਲਾਂ ਮਾਮੀ ਦੀ ਰਜ਼ਾਮੰਦੀ ਜ਼ਰੂਰੀ ਐ। ਸਾਡੇ ਦੋਵਾਂ ਦੇ ਪੱਲੜੇ 'ਚ ਬਰਾਬਰ ਤੁਲਦੀਆਂ ਉਹਦੀਆਂ ਭਾਵਨਾਵਾਂ ਨਾਲ ਸਾਡਾ ਇਕੱਲਿਆਂ ਦਾ ਫ਼ੈਸਲਾ ਅਨਿਆਂ ਹੋਵੇਗਾ।"

"ਸ਼ਹਿਬਾਜ਼ ਮੈਂ ਮਾਮੀ ਤੋਂ ਕਿਧਰੇ ਬਾਗ਼ੀ ਨਹੀਂ ਪਰ ਜੇ ਉਹਦਾ ਫ਼ੈਸਲਾ ਵੀ ਸਾਥੋਂ ਉਲਟ ਹੋਇਆ ਤਾਂ?"

"ਮੈਨੂੰ ਪੱਕਾ ਵਿਸ਼ਵਾਸ ਐ ਉਹ ਸਾਥੋਂ ਅਲੱਗ ਨਹੀਂ ਹੋਏਗੀ।"

"ਏਹਤੋਂ ਵੱਡਾ ਸ਼ਗਨ ਕੋਈ ਨਹੀਂ ਪਰ ਤੂੰ ਏਡੇ ਵਿਸ਼ਵਾਸ ਨਾਲ ਕਿਵੇਂ ਕਹਿ ਸਕਦੈਂ?"

"ਉਹਨੂੰ ਗਾਹੇ-ਬਗਾਹੇ ਸਵਰਨਾ ਚਾਚਾ ਮਿਲਿਆ ਹੋਣੈਂ। ਗੱਲ ਸਾਡੇ ਮਾਮਲੇ 'ਤੇ ਛਿੜੀ ਹੋਊ। ਮਾਮੀ ਨੇ ਸਪਸ਼ਟ ਕਹਿ ਦਿੱਤੈ ਭਰਾਵਾਂ ਕੱਲ੍ਹ ਨੂੰ ਨਿਆਣਿਆਂ ਕੋਈ ਗਲਤ ਰਾਹ ਲੱਭ ਲਿਆ, ਤਾਂ ਕਿਸਮਤ ਨੂੰ ਝੂਰੇਂਗਾ। ਏਦੂੰ ਚੰਗੈ ਪਹਿਲਾਂ ਹੀ ਚਾਰ ਲਾਵਾਂ ਦੇ ਦੇ।"

"ਉਫ ਰੱਬਾ।" ਹਰਮਨ ਮੱਥੇ ਹੱਥ ਮਾਰਦੀ ਰਹਿ ਗਈ-"ਮੈਂ ਨਾ ਕਹਾਂ ਰਾਤ ਦੇ ਤੇਵਰ ਏਨੇ ਤਿੱਖੇ ਕਿਉਂ ਨੇ? ਸ਼ਹਿਬਾਜ਼ ਹੁਣ ਤਾਂ ਇਹ ਪੱਕਾ ਈ ਐ, ਅਗਰ ਅਸਾਂ ਆਪਣਾ ਰਾਹ ਹੁਣ ਨਾ ਲੱਭਿਆ ਤਾਂ ਉਮਰ ਭਰ ਪਛਤਾਵਾਂਗੇ।" ਹਰਮਨ ਦਾ ਚਿਹਰਾ ਫਿਊਜ਼ ਬਲਬ ਵਰਗਾ ਹੋ ਗਿਆ। ਮਿਸ਼ਾਲ ਵਾਂਗੂੰ ਜਗਦੀਆਂ ਅੱਖਾਂ 'ਚ ਚਮਕ ਉਤਰ ਆਈ।" ਕਿਉਂ ਭੁੱਲਦੈਂ ਕਮਲਿਆ ਵਕਤ ਉਹਦੀ ਈ ਕਦਰ ਕਰਦੈ ਜੋ ਵਕਤ ਵਿਚਾਰਦੈ।"

"ਹਰਮਨ ! ਮਾਮੀ ਦੀ ਇਜ਼ਾਜਤ ਮਿਲੇ। ਅਸੀਂ ਏਸੇ ਰਾਤ ਪਿੰਡੋਂ ਦੂਰ ਚਲੇ ਜਾਵਾਂਗੇ। ਚੱਲ ਉਠ ਖਲੋ। ਅਸੀਂ ਮਾਮੀ ਕੋਲ ਚੱਲੀਏ।"

ਸ਼ਹਿਬਾਜ਼ ਦਾ ਵਿਸ਼ਵਾਸ਼ ਭਰਪੂਰ ਹੁੰਗਾਰਾ ਹਰਮਨ ਦੇ ਅੰਗ-ਅੰਗ 'ਚ ਹਰਕਤ ਲੈ ਆਇਆ। ਉਹ ਉੱਠ ਖੜ੍ਹੀ ਹੋਈ। ਪਰ ਕੁੱਝ ਸੋਚਦਿਆਂ ਬੋਲੀ।

"ਸ਼ਹਿਬਾਜ਼?"

"ਬੋਲ ਹਰਮਨ?"

"ਬੁਰਾ ਨਾ ਮੰਨੇ ਤਾਂ ਐਥੋਂ ਕਦਮ ਪੁੱਟਣੋਂ ਪਹਿਲਾਂ ਤੈਨੂੰ ਕੁੱਝ ਵਾਅਦੇ ਦੇ ਕੇ ਤੈਥੋਂ ਕੁੱਝ ਵਾਅਦੇ ਲੈਣਾ ਚਾਹੁੰਦੀ ਆਂ।"

"ਮੈਂ ਤਿਆਰ ਹਾਂ ਹਰਮਨ ਬੋਲ?"

ਸ਼ਹਿਬਾਜ਼ ਨੇ ਉਸ ਦੇ ਸਿਰ 'ਤੇ ਹੱਥ ਧਰ ਦਿੱਤਾ।

"ਮਾਮੀ ਸਾਨੂੰ ਉਡਾਰੀਆਂ ਬਖਸ਼ੇ, ਮਾਨੋਂ ਅਸੀਂ ਆਜ਼ਾਦ ਆਂ। ਜੇ ਕਿਸਮਤ ਖੰਭ ਕੁਤਰ ਕੇ ਸਾਨੂੰ ਅੱਡੋ-ਅੱਡ ਆਲ੍ਹਣੇ ਲਿਜਾ ਸੁੱਟੇ ਤਾਂ ਮੇਰੀ ਅੰਤਿਮ ਇੱਛਾ ਐ ਕਿ ਮੈਂ ਮਰਾਂ ਤੇਰੀਆਂ ਬਾਹਵਾਂ 'ਚ ਆ ਕੇ। ਸੋ ਕਿਸਮਤ ਮੌਕੇ ਮੈਂ ਤੱਤੜੀ ਡਿੱਗਦੀ-ਢਹਿੰਦੀ ਜੇ ਤੇਰੇ ਆਗੋਸ਼ 'ਚ ਆ ਡਿੱਗਾਂ ਤਾਂ ਮਰਨ ਜੋਗੀ ਥਾਂ ਜ਼ਰੂਰ ਦੇ ਦੇਵੀਂ।" ਹਰਮਨ ਦੇ ਬੋਲ ਖੌਫ਼ਗ੍ਰਸਤ ਸਨ।

"ਹਰਮਨ।" ਸ਼ਹਿਬਾਜ਼ ਦੇ ਜ਼ਿਹਨ 'ਚੋਂ ਨਿਕਲੇ ਹਉਕੇ ਨੇ ਫ਼ਨੀਅਰ ਫੁੰਕਾਰਾ ਮਾਰਿਆ-"ਮੈਂ ਇਹ ਨੀ ਜਾਣਦੈ ਫੁੱਟਦੀ ਪ੍ਰਭਾਤ ਮੱਥੇ ਕੀ ਲਿਖਿਐ। ਜ਼ਿੰਦਗੀ ਤੇਰੇ ਵਿਛੋੜੇ ਤੋਂ ਪਹਿਲਾਂ ਸਾਥ ਛੱਡਣ ਨੂੰ ਫਿਰਦੀ ਐ। ਤੈਥੋਂ ਜੁਦਾ ਹੋਇਆਂ ਕਲਬੂਤ ਤਾਂ ਲੋਕਾਂ ਭਾਣੇ ਸ਼ਹਿਬਾਜ਼ ਦਾ ਹੋਊ ਪਰ ਅੰਦਰੋਂ ਅਰਮਾਨਾਂ ਦਾ ਜ਼ਬਰਦਸਤ ਹੋਏਗਾ। ਤੇਰੇ ਸੰਗ ਬਿਤਾਏ ਪਲ ਟੁੱਟੀ-ਫੁੱਟੀ ਜ਼ਿੰਦਗੀ ਦਾ ਕੀਮਤੀ ਸਰਮਾਇਆ ਹਨ। ਇਨ੍ਹਾਂ ਸਹਾਰੇ ਤੇਰੀ ਮੁੜ ਵਾਪਸੀ ਦੀ ਉਮੀਦ ਲੈ ਕੇ ਤੇਰਾ ਇਹ ਤਾਜ਼ਾ ਇਜ਼ਹਾਰ ਮੈਨੂੰ ਨਰਕਾਂ ਨਾਲ ਖਹਿ-ਖਹਿ ਕੇ ਵੀ ਜਿਊਣ ਲਈ ਮਜ਼ਬੂਰ ਕਰੇਗਾ। ਤੂੰ ਜਦੋਂ ਵੀ ਆਵੇਂ ਮੈਂ ਉਡੀਕਾਂਗਾ...।"

"ਜੁੱਗ-ਜੁੱਗ ਜੀ ਮੇਰੇ ਸੋਹਣਿਆਂ।" ਹਰਮਨ ਦੇ ਨੈਣੋਂ ਮਾਨਸਿਕ ਪੀੜ ਡੁੱਲ੍ਹ ਪਈ-"ਅੱਜ ਤੱਕ ਤੇਰੇ ਵੱਲ ਵੇਖ-ਵੇਖ ਜੀਊਂਦੀ ਸਾਂ। ਕਦੇ ਪੈਰੀਂ ਕੰਡਾ ਚੁੱਭਿਆ, ਤੂੰ ਤਲੀਆਂ ਵਿਛਾ ਦਿੱਤੀਆਂ। ਹਉਕਾ ਨਿਕਲਿਆ ਤੂੰ ਹੰਝੂਆਂ ਦੀ ਥਾਂਹ ਲਹੂ ਡੋਲ੍ਹ ਦਿੱਤਾ। ਅੱਜ ਵਿਛੜਨ ਦੀ ਗੱਲ ਛਿੜੀ ਤੂੰ ਵਿਛੋੜੇ 'ਚੋਂ ਉਡੀਕ ਨੂੰ ਜਨਮ ਦੇ ਕੇ ਮੈਨੂੰ ਮੁੱਲ ਖਰੀਦ ਲਿਆ। ਮੇਰੀਆਂ ਅੱਖਾਂ ਸਦਾ ਪੂੰਝਣ ਵਾਲਿਆ, ਹੰਝੂਆਂ ਦੀਆਂ ਹਜ਼ਾਰਾਂ ਕਾਂਗਾਂ ਤੈਨੂੰ ਇਨ੍ਹਾਂ ਨੈਣਾਂ ਤੋਂ ਨਹੀਂ ਵਿਛੋੜ ਸਕਦੀਆਂ।"

"ਰੋ ਨਾ ਮੇਰੀਏ ਜਿੰਦੇ! ਰੋਣਾਂ ਮੈਨੂੰ ਚਾਹੀਦਾ ਸੀ, ਰੋ ਤੂੰ ਰਹੀ ਐਂ। ਮੈਂ ਤਾਂ ਰੱਬ ਤੋਂ ਬਾਅਦ ਜੇ ਕਿਸੇ ਨੂੰ ਰੱਬ ਮੰਨਿਐ ਤਾਂ ਤੈਨੂੰ! ਸਿਰਫ਼ ਤੈਨੂੰ...।" ਸ਼ਹਿਬਾਜ਼ ਬੁਰੀ ਤਰ੍ਹਾਂ ਫਿਸ ਪਿਆ-"ਰੱਬ ਨਾ ਕਰੇ, ਸੂਹੀ ਫੁਲਕਾਰੀਓਂ ਬਿਨਾ ਈ ਵਿਛੋੜਾ ਪੈ ਜੇ, ਦਸ ਤੂੰ ਕਦੋਂ ਆਵੇਂਗੀ? ਮੈਂ ਤੇਰਾ ਇੰਤਜ਼ਾਰ ਕਰਾਂਗਾ। ਪੂਰਾ ਜਨਮ ਵੀ ਤੇਰੀ ਉਡੀਕ ਪਿਛੋਂ ਵਾਰਨਾ ਪਵੇ, ਪਿਛਾਂਹ ਨਹੀਂ ਹਟਾਂਗਾ।" ਕੰਬਦੀ ਕਲਾਈ ਨਾਲ ਉਸ ਨੇ ਹਰਮਨ ਦੀਆਂ ਅੱਖਾਂ ਪੂੰਝੀਆਂ।

"ਜਨਮਾਂ ਦੀ ਉਡੀਕ ਸਤਨਾਮ ਭੂਆਂ ਦੇ ਅਰਮਾਨਾਂ ਦਾ ਘਾਣ ਕਰ ਸੁੱਟੇਗੀ। ਮੈਂ ਉਹਦੇ ਸੰਗ ਅਨਿਆਂ ਕੀਤੈ, ਤੂੰ ਇਨਸਾਫ਼ ਕਰੀਂ। ਦੋ ਮਹਿੰਦੀ ਰੱਤੇ ਹੱਥ ਲੱਭ ਕੇ ਉਹਨੂੰ ਪੱਕਿਆਂ ਟੱਕ ਖਵਾ ਦਵੀਂ। ਵਰ੍ਹਿਆਂ ਤੋਂ ਰੋਹੀ ਬੀਆਬਾਨ ਹੋਈ ਉਹਦੀ ਜ਼ਿੰਦਗੀ ਅੱਜ ਬੰਜਰ ਜ਼ਮੀਨ ਬਣ ਚੁੱਕੀਐ। ਉਹਨੂੰ ਜ਼ਰਖੇਜ਼ ਕਰਨ ਦਾ ਵਸੀਲਾ ਤੇਰੇ ਕੋਲ਼ ਐ। ਹਰਮਨ ਦੀ ਲਾਸ਼ ਕੋਈ ਵਿਆਹ ਕੇ ਵੀ ਲੈ ਜੇ ਪਰ ਰੂਹ ਨੂੰ ਤੈਥੋਂ ਨਿਖੇੜ ਕੌਣ ਸਕਦੈ?"

"ਨਹੀਂ ਹਰਮਨ ਨਹੀਂ। ਤੇਰੇ ਵਜੂਦ ਨੂੰ ਕੋਈ ਵਿਆਹ ਕੇ ਵੀ ਲੈ ਜੂ, ਤੇਰੀ ਮਜ਼ਬੂਰੀ ਐ। ਤੇਰੇ ਲਈ ਬਣਿਆ ਮੇਰਾ ਵਜੂਦ ਆਖਿਰੀ ਸੁਆਸ ਤੱਕ ਤੇਰੀ ਅਮਾਨਤ ਬਣ ਕੇ ਮੇਰੇ ਕੋਲ ਰਹੇਗਾ। ਮਹਿੰਦੀ-ਮੱਤੇ ਹੱਥਾਂ ਦੀ ਆਖੀ ਗੱਲ ਤੂੰ ਏਥੇ ਈ ਵਾਪਸ ਲੈ ਲੈ। ਮੈਂ ਤੈਨੂੰ ਕਬੂਲ ਚੁੱਕਾ ਆਂ। ਹੋਰ ਕੋਈ ਮੇਰੇ ਮੁਨਾਸਿਬ ਨਹੀਂ। ਤੂੰ ਸਮੇਂ ਦੀ ਸਤਾਈ ਜਦੋਂ ਕਦੇ, ਜਿਸ ਮਰਜ਼ੀ ਹਾਲਾਤ 'ਚ ਪਰਤੇ ਮੈਂ ਤੈਨੂੰ ਕਬੂਲਾਂਗਾ। ਸਮਾਜ ਨੂੰ ਛੱਡ ਕੇ ਵੀ ਤੈਨੂੰ ਕਬੂਲਾਂਗਾ।"

"ਵਾਅਦਾ?" ਹਰਮਨ ਨੇ ਅੱਗੇ ਹੱਥ ਵਧਾਇਆ।

"ਹਾਂ! ਵਾਅਦਾ ਐ।" ਸ਼ਹਿਬਾਜ਼ ਨੇ ਘੁੱਟ ਕੇ ਹੱਥ ਫੜ ਲਿਆ। "ਖੈਰ ਰੱਬ ਨਾ

ਕਰੇ। ਫਿਰ ਵੀ ਵਿਛੋੜੇ ਤੋਂ ਬਾਅਦ ਮੇਰੀ ਉਡੀਕ ਦੀ ਵੀ ਸੀਮਾਂ ਤੂੰ ਹੀ ਮਿਥ ਜਾ।"

"ਝੂਠਾ ਲਾਰਾ ਲਾਉਣਾ ਤਾਂ ਮੈਂ ਨਹੀਂ ਜਾਣਦੀ। ਮੈਂ ਜੀਉਂਦੀ ਰਹੀ ਤਾਂ ਹਰ ਹਾਲਾਤ ਤੇਰੇ ਕੋਲ ਪਹੁੰਚਾਂਗੀ।"

"ਮੈਂ ਪਹਿਲਾਂ ਹੀ ਕਹਿ ਚੁੱਕੈਂ ਕਿ ਮੈਂ ਉਡੀਕਾਂਗਾ।'

"ਅਗਲੀ ਗੱਲ। ਮੈਂ ਮੋਈ ਵੀ ਤੇਰੇ ਤੱਕ ਨਾ ਪਹੁੰਚਾਂ ਪਰ ਮੇਰੀ ਮੌਤ ਦੀ ਖ਼ਬਰ ਸੁਣ ਕੇ ਤੂੰ ਵਿਆਹ ਕਰਵਾ ਲਵੀਂ। ਮੇਰੇ ਨਹੀਂ ਸਤਨਾਮ ਕੌਰ ਖ਼ਾਤਰ।"

"ਠੀਕ ਐ! ਕੁਝ ਹੋਰ?"

"ਇਹ ਵੀ ਵਾਅਦਾ ਕਰ ਜੁਦਾਈ ਦਾ ਸਤਾਇਆ ਤੂੰ ਕੋਈ ਗ਼ਲਤ ਕਦਮ ਤਾਂ ਨਹੀਂ ਪੁੱਟੇਂਗਾ?"

"ਜੁਦਾਈ ਦਾ ਜ਼ਹਿਰ ਡਾਹਡਾ ਕੌੜਾ ਹੁੰਦੈ ਪਰ ਮੈਂ ਪੀਵਾਂਗਾ। ਤੇਰੇ ਵਾਅਦੇ ਲਈ।"

"ਗ਼ਮ ਭੁਲਾਉਣ ਲਈ ਕਿਸੇ ਨਸ਼ੇ ਦਾ ਸਹਾਰਾ ਤਾਂ ਨਹੀਂ ਭਾਲੇਂਗਾ?"

"ਤੇਰੀ ਸਹੁੰ ਨਹੀਂ। ਪਰ ਮੌਤ ਤੋਂ ਭੈੜੀ ਜ਼ਿੰਦਗੀ ਮੇਰੀ ਝੋਲੀ ਪਾਉਣੋਂ ਪਹਿਲਾਂ, ਏਹਨੂੰ ਹੰਢਾਉਣ ਦੀ ਜਾਚ ਤਾਂ ਦੱਸ ਜਾ?"

"ਤੂੰ ਏਸ ਜੁਦਾਈ ਨੂੰ ਕਲਾ ਬਣਾਈ, ਹਨ੍ਹੇਰੇ ਰਾਹ ਖ਼ੁਦ ਰੁਸ਼ਨਾ ਜਾਣਗੇ। ਅੰਦਰੋਂ ਆਧੁਨਿਕ ਹੋਈ, ਨੈਣ ਰਿਸਣੋਂ ਰੁਕ ਜਾਣਗੇ। ਆਪਣੀ ਕਿਸਮਤ ਖ਼ੁਦ ਸਿਰਜੀਂ, ਮੰਜ਼ਿਲ ਨੇੜੇ ਆ ਢੁੱਕੇਗੀ। ਅਗਾਂਹ ਤੁਰੀ, ਪਿੱਛੇ ਨਾ ਵੇਖੀਂ। ਪਿੱਛੇ ਵੇਖੇਂਗਾ, ਅੱਗੇ ਤੁਰਨੋਂ ਰਹਿ ਜਾਵੇਂਗਾ।"

"ਤੇਰੀ ਯਾਦ ਜ਼ਿਆਦੇ ਸਤਾਏ ਤਾਂ ਕੀ ਕਰਾਂ?"

"ਹਰ ਪੂਰਨਮਾਸ਼ੀ ਦੇ ਚੰਨ ਵੱਲ ਵੇਖ ਕੇ ਇਹੋ ਖ਼ਿਆਲ ਸੀਨੇ ਲਗਾ ਲਿਆ ਕਰੀਂ ਕਿ ਧਰਤੀ ਦੇ ਕਿਸੇ ਕੋਨੇ ਬੈਠੀ ਮੇਰੀ ਹਰਮਨ ਵੀ ਚੰਨ ਵੱਲ ਵੇਖ ਰਹੀ ਐ। ਵਿਹੜੇ ਵਾਲੀ ਧਰੇਕ 'ਚ ਸਾਡੇ ਅਰਮਾਨ ਛੁਪੇ ਨੇ, ਉਹਦਾ ਖ਼ਿਆਲ ਰੱਖੀਂ ਮਤੇ ਸੁੱਕ ਈ ਨਾ ਜਾਵੇ।"

"ਮੈਂ ਤੇਰੇ ਹਰ ਵਾਅਦੇ ਨੂੰ ਜਾਨ ਹਲੂਣ ਨਿਭਾਉਣ ਲਈ ਵਾਹ ਲਾਵਾਂਗਾ। ਫਿਰ ਵੀ ਇੰਤਜ਼ਾਰ ਤੇ ਮੁੜ ਵਾਪਸੀ ਦੀ ਕੋਈ ਸੀਮਾ ਤੇ ਮਿੱਥ ਜਾ?"

"ਤੂੰ ਪੂਰੇ ਢਾਈ ਵਰ੍ਹੇ ਮੇਰਾ ਇੰਤਜ਼ਾਰ ਕਰੀਂ, ਮੇਰਾ ਹਰ ਯਤਨ ਅੰਤਿਮ ਘੜੀ ਤੇ ਅੰਤਿਮ ਪਲ ਤੱਕ ਤੇਰੇ ਕੋਲ ਪੁੱਜਣ ਲਈ ਜੁਗਤ ਲੜਾਵੇਗਾ। ਮੰਦੇ ਮੁਕੱਦਰਾਂ ਨਾਲ ਲੜੇਗਾ। ਮੈਂ ਇੱਕ ਦਿਨ ਵੀ ਲੇਟ ਹੋ ਜਾਂ! ਤੂੰ ਜਾਣ ਲਵੀਂ ਤੇਰੀ ਹਰਮਨ ਮਰ ਚੁੱਕੀ ਐ।"

"ਢਾਈ ਵਰ੍ਹੇ?" ਸ਼ਹਿਬਾਜ਼ ਨਿਮੋਝੂਣਾਂ ਜਿਹਾ ਹੋ ਗਿਆ-"ਉਡੀਕ ਬੇਵਸੀ ਦਾ ਦੂਜਾ ਨਾਂਅ ਐ ਪਰ ਮੈਂ ਉਡੀਕਾਂਗਾ। ਢਾਈ ਵਰ੍ਹੇ ਤੋਂ ਬਾਅਦ ਦੀਆਂ ਘੜੀਆਂ ਨੂੰ ਤੇਰੇ ਇੰਤਜ਼ਾਰ 'ਚ ਬੰਨ੍ਹ ਧਰਾਂਗਾ।"

"ਪਰ ਇੱਕ ਗੱਲ ਕਦੇ ਨਾ ਭੁੱਲੀਂ।"

"ਕੀ?"

"ਤੂੰ ਜਦੋਂ ਵੀ ਮੇਰੇ ਹਿਜ਼ਰ 'ਚ ਭੁੱਜੇਗਾਂ। ਉਹਦਾ ਸੇਕ ਹਜ਼ਾਰਾਂ ਮੀਲ ਚੀਰ ਕੇ ਵੀ ਮੈਨੂੰ ਜਾ ਲੱਗੇਗਾ। ਮੈਂ ਸੋਚਾਂਗੀ ਮੇਰਾ ਸ਼ਹਿਬਾਜ਼ ਤੜਪ ਰਿਹੈ ਤੇ ਫਿਰ ਇਹੋ ਮੇਰੇ ਤੇ ਡਬਲ ਅਸਰ ਕਰੇਗੀ।"

"ਵਾਧੂ ਤਨਹਾਈ ਨਾਲੋਂ ਟੁੱਟਣ ਲਈ ਸਿਰਤੋੜ ਯਤਨ ਕਰਾਂਗਾ। ਹੰਝੂਆਂ ਨੂੰ

ਰੋਕਣਾਂ ਮੇਰੇ ਵਸ ਨਹੀਂ। ਆਖਿਰ ਦੁੱਖਾਂ 'ਚ ਸਹਾਈ ਵੀ ਇਹੋ ਈ ਹੁੰਦੇ ਐ! ਇਨ੍ਹਾਂ ਕਦੇ ਜ਼ਖ਼ਮ ਨਹੀਂ ਕੀਤੇ, ਸਿਉਂਦੇ ਜ਼ਰੂਰ ਐ। ਮੈਨੂੰ ਏਸ ਵਾਅਦਿਓਂ ਮੁਆਫ਼ੀ ਦੇਵੀਂ ਹਰਮਨ। ਇੱਕ ਵਾਅਦਾ ਤੈਥੋਂ ਵੀ ਮੰਗਦਾ ਹਾਂ। ਮੇਰੀ ਤਨਹਾਈ ਨੂੰ ਤੜਪ ਕਦੇ ਨਾ ਬਣਾਈ। ਜੁਦਾਈ ਨੂੰ ਵਸਲਾਂ 'ਚ ਬਦਲਣ ਦੀ ਦੁਆ ਕਰੀਂ।"

"ਮੇਰੇ ਪਿਆਰਿਆ। ਅੰਞਾਣੇ ਹੱਥੀਂ ਬਣਾਈਆਂ ਰੇਤ ਦੀਆਂ ਵੱਟਾਂ ਨੂੰ ਭਿਆਨਕ ਕਾਗਾਂ ਰੋੜ ਭਾਵੇਂ ਲੈ ਜਾਣ ਪਾਣੀਆਂ ਦਾ ਲਹਿੰਦਾ ਜਵਾਲ ਉਨ੍ਹਾਂ ਨੂੰ ਕੁਦਰਤੀ ਦੁਵਾਰਾ ਸਿਰਜ ਲੰਘਦਾ ਐ। ਸੋ ਝਟਕਾ ਲੱਗੇਗਾ ਪਰ ਮੰਜ਼ਿਲਾਂ ਤੱਕ ਉਮੀਦ ਨਹੀਂ ਟੁੱਟੇਗੀ।"

"ਮੰਜ਼ਿਲ ਪ੍ਰਾਪਤੀ ਦੇ ਠੋਸ ਵਿਸ਼ਵਾਸ ਬੱਝਾਂ ਮੈਂ ਢਾਈ ਵਰ੍ਹਿਆ ਤੋਂ ਕੱਲਾ-ਕੱਲਾ ਦਿਨ ਵਾਰ ਦਿਆਂਗਾ। ਤੂੰ ਜਿੱਥੇ ਵੀ ਜਾਵੇਂ ਰੱਬ ਤੈਨੂੰ ਬਹਿਸ਼ਤ ਬਖਸ਼ੇ...।"

"ਮੇਰੇ ਭੋਲਿਆ। ਰੂਹ ਤੇਰੇ ਰੰਗੀਂ ਰੰਗੀ ਐ। ਏਦੂੰ ਅਗਾਂਹ ਹੋਰ ਬਹਿਸ਼ਤ ਕਿੱਥੋਂ ਲੱਭਣੈ। ਸਾਜਿਸ਼ ਮੈਨੂੰ ਮਲੀਆਮੇਟ ਕਰਨ ਲਈ ਤਿਆਰ ਐ।"

"ਪਰ ਹਰਮਨ ਇਹ ਸਾਡਾ ਖ਼ੌਫ਼ ਐ। ਕਿਸਮਤ ਦੇ ਅਗਲੇ ਪੰਨੇ ਤੇ ਲਿਖੇ ਨੂੰ ਜੇ ਅਸੀਂ ਮੇਟਣ ਨਹੀਂ ਜਾਣਦੇ ਤਾਂ ਪੜ੍ਹਨਾ ਵੀ ਨਹੀਂ। ਡਾਹਢੇ ਦੀ ਸਵੱਲੀ ਨਜ਼ਰ ਕਿਸਮਤਾਂ ਬਦਲਕੇ ਨਫ਼ਰਤ ਨੂੰ ਮੁਹੱਬਤੀ ਰੰਗ ਚਾੜ੍ਹਨ ਦੇ ਸਮਰੱਥ ਐ।"

"ਸਾਡੀ ਕਿਸਮਤ ਤੇ ਤਾਂ ਅੱਜ ਤੱਕ ਤਕਦੀਰ ਦਾ ਇਹ ਨਿਯਮ ਵੀ ਲਾਗੂ ਨਹੀਂ ਹੋਇਆ ਫਿਰ ਵੀ ਢਾਈ ਵਰ੍ਹਿਆਂ ਦੇ ਮੋੜੇ ਨੂੰ ਆਵਦੇ ਲੜ ਬੰਨ੍ਹ ਲੈ...।"

ਕਹਿ ਕੇ ਹਰਮਨ ਸ਼ਹਿਬਾਜ਼ ਦੀਆਂ ਬਾਹਵਾਂ 'ਚ ਲਿਪਟ ਗਈ। ਜ਼ੁਬਾਨ ਸੀਤ, ਬੁੱਲ੍ਹ ਖਾਮੋਸ਼, ਦੋਵੇਂ ਧੜਕਣਾਂ ਆਪਸੀ ਸਵਾਲ-ਜਵਾਬ ਕਰਦੀਆਂ ਰਹੀਆਂ ਰਾਤ ਦੀ ਕਚਹਿਰੀ 'ਤੇ ਤਾਰਿਆਂ ਦੀ ਗਵਾਹੀ 'ਚ ਹੰਝੂਆਂ ਦੀ ਸਿਆਹੀ ਨਾਲ ਤਸਦੀਕ ਕੀਤੇ ਵਾਅਦਿਆਂ ਨੇ ਅੰਤਿਮ ਸੀਲ ਲਗਾਉਂਦਿਆਂ ਹਰਮਨ ਨੇ ਚੁੱਪ ਤੋੜੀ-

"ਸ਼ਹਿਬਾਜ਼! ਵਿਛੋੜਾ ਪਿਆ ਇਹ ਵਾਅਦੇ ਉਦੋਂ ਪੜ੍ਹੇ ਜਾਣਗੇ ਪਰ ਅੱਜ ਦੀ ਰਾਤ ਦਾ ਅਗਲਾ ਅਹਿਮ ਮੋੜ ਸਤਨਾਮ ਭੂਆ ਐ। ਉੱਠ ਉੱਥੇ ਚੱਲੀਏ, ਖੌਰੇ ਉਹ ਦੀ ਪ੍ਰਵਾਨਗੀ ਕੁਆਰੀ ਮੁਲਾਕਾਤ ਨੂੰ ਆਖਿਰੀ ਬਣਾ ਕੇ ਸਾਨੂੰ ਆਜ਼ਾਦੀਆਂ ਦੇ ਹੀ ਦਏ? ਮੈਂ ਮੰਨਦੀ ਆਂ, ਤੇਰੀ ਜ਼ਿੰਦਗੀ ਹਰਮਨ ਐ ਪਰ ਜ਼ਿੰਦਗੀ ਦੀ ਅੰਤਿਮ ਮੰਜ਼ਿਲ ਸਤਨਾਮ ਐ। ਸਾਡੇ ਵਾਂਗੂੰ ਅੱਜ ਦੀ ਰਾਤ ਪ੍ਰਭਾਤ ਉਨ੍ਹਾਂ ਲਈ ਵੀ ਦੋਵੇਂ ਅਹਿਮ ਹਨ। ਸਧਰਾਂ ਦਾ ਸੂਰਜ ਨਿਕਲ ਜੇ ਆਹ ਵਾਅਦੇ ਤਾਂ ਧੁੱਪ 'ਚ ਈ ਕੁਮਲਾ ਜਾਣਗੇ ਨਹੀਂ ਤਾਂ ਏਨਾਂ ਦਾ ਇਤਿਹਾਸ ਸਮੇਂ ਦੀਆਂ ਕੰਧਾਂ ਤੋਂ ਮਿਲੇ ਨੈਣੀਂ ਪੜ੍ਹਦਾ ਰਹੀਂ।"

ਪਿੰਡ ਦੀ ਕੱਚੀ ਵਿਹੀ ਤੇ ਦੁਨੀਆਂ ਦੇ ਤਮਾਮ ਖ਼ੌਫ਼ ਵਿਸਾਰ ਕੇ ਤੁਰਦੇ ਜਾਂਦੇ ਕਦਮਾਂ 'ਚੋਂ ਵਿਲਕਦੀਆਂ ਬਚਪਨ ਦੀਆ ਯਾਦਾਂ ਦਾ ਵਿਰਤਾਂਤ ਭਾਵੇਂ ਅਹਿਮ ਯਾਦ ਬਣ ਲਰਜ਼ ਰਿਹਾ ਸੀ ਪਰ ਮੁਹੱਬਤ ਨੂੰ ਪੱਕੇ ਰੰਗੀਂ ਰੰਗਣ ਦਾ ਜਨੂੰਨ ਕਦਮਾਂ 'ਚ ਜੋਸ਼ ਭਰ ਰਿਹਾ ਸੀ।

"ਮਾਮੀ?" ਧੀਮੀ ਜਿਹੀ ਆਵਾਜ਼ 'ਚ ਸ਼ਹਿਬਾਜ਼ ਨੇ ਬੂਹਾ ਫੋਰਿਆ।

"ਆ ਜਾਓ।" ਜਿਵੇਂ ਉਹ ਇਸੇ ਆਵਾਜ਼ ਦੀ ਉਡੀਕ 'ਚ ਅੱਧੀ ਰਾਤ ਲੰਘਣ ਦੇ ਬਾਵਜੂਦ ਜਾਗਦੀ ਸੀ। ਹਰਮਨ ਨੇ ਸਾਂਝਾਂ ਸਿਰਜਿਆ ਫ਼ੈਸਲਾ ਸੁਣਾਇਆ-"ਭੂਆ ਮੇਰੇ

ਪਿਓ ਦਾ ਤੈਨੂੰ ਦਿੱਤਾ ਵਿਸ਼ਵਾਸ ਨੱਕੋ-ਨੱਕ ਕੁਫਰ ਭਰਿਐ। ਉਹ ਮਨੋਂ ਤੇਰੇ ਜਿਹਾ ਸਾਫ਼ ਨਹੀਂ। ਉਹਦੀ ਕਹਿਣੀ-ਕਥਨੀ 'ਚ ਬੜਾ ਫਰਕ ਐ। ਵੇਖੀ ਤੇਰਾ ਭੋਲਾਪਨ ਸਭ ਦਾ ਝੁੱਗਾ ਨਾ ਚੌੜ ਕਰ ਬੈਠੇ।"

"ਇਹ ਕਿਵੇਂ ਹੋ ਸਕਦੈ?" ਸਤਿਨਾਮ ਰੂਹੋਂ ਕੰਬ ਗਈ-"ਮੈਂ ਸਵੇਰੇ ਈ ਉਹਨੂੰ ਜਾ ਪੁੱਛਦੀ ਆਂ।"

"ਸਵੇਰੇ ਤੱਕ ਕੁਝ ਵੀ ਹੋ ਸਕਦੈ। ਹੁਣ ਪੁੱਛੇਂ ਤਾਂ ਖੇਡ ਵਿਗੜ ਜੂ। ਵੇਲਾ ਵਹਿ ਚੁੱਕੈ ਕੋਬਰੇ ਦੇ ਡੰਗ ਦਾ ਇਲਾਜ ਹੋ ਸਕਦੈ ਪਰ ਵਾਅਦਿਉਂ ਬੇਈਮਾਨ ਦਾ ਇਲਾਜ ਕੋਈ ਨਹੀਂ। ਰਾਤ ਪ੍ਰਭਾਤ 'ਚ ਡੁੱਬਣ ਲਈ ਊਂਘ ਰਹੀ ਐ। ਸਾਨੂੰ ਤੋਰਨ ਦਾ ਇੰਤਜ਼ਾਰ ਕਰ।"

ਹਰਮਨ ਕਾਹਲੀ ਪਈ ਸੀ।

"ਸ਼ਹਿਬਾਜ਼। ਕੀ ਕਹਿੰਦੀ ਐ ਹਰਮਨ?" ਜੋ ਮੈਂ ਕਹਿੰਦਾ ਹਾਂ ਮਾਮੀ। ਨਾ ਹੁਣ ਕੋਈ ਵਰਤਣ ਵਾਲੀ ਭਾਵੀ ਬਾਰੇ ਕੋਈ ਸੰਦੇਹ ਐ ਨਾ ਕੋਈ ਬਚਾਅ ਲਈ ਹੋਰ ਇਲਾਜ।"

ਸ਼ਹਿਬਾਜ਼ ਦੇ ਕਦਮ ਹਰਮਨ ਦੇ ਬਰਾਬਰ ਚਲਦੇ ਵੇਖ ਸਤਨਾਮ ਨੇ ਸਮਝਾਉਣ ਦੀ ਕੋਸ਼ਿਸ਼ ਕੀਤੀ-"ਜ਼ਰਾ ਸੋਚ ਲਓ। ਸਮਾਜੋਂ ਉਧਲੀਆਂ ਜੋੜੀਆਂ ਨੂੰ ਮੁੜ ਇੱਜ਼ਤਾਂ ਨਹੀਂ ਥਿਹਾਉਂਦੀਆਂ।"

"ਸਾਨੂੰ ਸਮਾਜੋਂ ਇੱਜ਼ਤ ਦੀ ਲੋੜ ਵੀ ਨਹੀਂ।" ਤੁਸੀਂ ਕਦੋਂ ਤੋਂ ਡਰਨ ਲੱਗ ਪਏ ਓ ਸਮਾਜ ਤੋਂ?"

"ਮੈਂ ਸਮਾਜ ਤੋਂ ਕਦੇ ਨਹੀਂ ਡਰੀ। ਤੁਹਾਡੀ ਖ਼ੁਸ਼ੀ ਲਈ ਤਾਂ ਜਵਾਂ ਹੀ ਨਹੀਂ।"

"ਫਿਰ ਕੋਈ ਸਮੱਸਿਆ ਏ ਤੈਨੂੰ ਤੋਰਨ 'ਚ?" ਹਰਮਨ ਬੋਲੀ-"ਰਸੇ ਅੰਬ ਲਾਹੁਣ 'ਚ ਕੀਤੀ ਦੇਰੀ ਅੰਬਾਂ ਨੂੰ ਹੀ ਗਾਲ ਸੁੱਟਦੀ ਐ। ਭੂਆ ਕਦਮੋਂ ਨਾ ਥਿੜਕ ਸਾਡੇ ਬਰਾਬਰ ਤੁਰਨ ਲਈ ਤਿਆਰ ਹੋ।"

"ਭੱਜਿਆਂ ਨੂੰ ਵਾਹੁਣ ਇਕੋ ਜਿਹੇ ਹੁੰਦੇ ਐ ਤੇ ਕਾਹਲੀ ਅੱਗੇ ਟੋਏ। ਵੱਡੀਏ ਕਾਹਲੀਏ ਤੂੰ ਤਾਂ ਮੈਨੂੰ ਪਿੱਛੇ ਛੱਡ ਕੇ ਅਗਾਂਹ ਨੂੰ ਭੱਜੀ ਫਿਰਦੀ ਐਂ?"

"ਖ਼ੈਰ! ਮਾਮਲੇ ਨੂੰ ਲੰਮਾ ਖਿਚਣ ਦਾ ਵੇਲਾ ਨਹੀਂ। ਮਾਮੀ! ਤੂੰ ਆਪਣੀ ਦੱਸ ਅਸੀਂ ਤੈਨੂੰ ਸੁਣਾ ਦਿੱਤੀ ਐ।" ਸ਼ਹਿਬਾਜ਼ ਨੇ ਗੱਲ ਕਿਨਾਰੇ ਲਗਾਉਣ ਦੀ ਸੋਚੀ।

"ਕਦੇ ਬੀਬੋ ਭੂਆ ਨੇ ਮਿਰਜ਼ੇ-ਸਾਹਿਬਾਂ ਨੂੰ ਭਜਾਉਣ 'ਚ ਦਖ਼ਲ ਦੇ ਕੇ ਦੋ ਰੂਹਾਂ ਨੂੰ ਮਿਲਾਉਣ ਦਾ ਯਤਨ ਕੀਤਾ ਸੀ ਪਰ ਉਹ ਅੱਜ ਤੱਕ ਜ਼ਮਾਨੇ ਲਈ ਕਲੰਕ ਵਾਂਗੂੰ ਰੜਕਦੈ।

ਮੈਂ ਜ਼ਮਾਨੇ ਦਾ ਕਦੇ ਖ਼ੌਫ਼ ਨਹੀਂ ਮੰਨਿਆ ਪਰ ਹਰ ਕਦਮ ਸੋਚ ਕੇ ਧਰਨਾ ਮੈਨੂੰ ਜ਼ਿੰਦਗੀ ਦੇ ਜ਼ਖ਼ਮਾਂ ਨੇ ਹੀ ਸਿਖਾਇਐ।" ਕਾਹਲੀ 'ਚ ਪੁੱਟੇ ਕਦਮਾਂ ਨੂੰ ਮੰਜ਼ਿਲਾਂ ਨਹੀਂ ਮਿਲਦੀਆਂ ਵਕਤ ਵਿਚਾਰੇ ਸੋ ਬੰਦਾ ਹੋਏ। ਵਕਤ ਵਿਚਾਰ ਵੇਖੀਏ ਤੁਹਾਡੀ ਹਰ ਖੁਸ਼ੀ ਲਈ ਕੁਰਬਾਨੀ ਦੇਣੋਂ ਮੈਂ ਝਿਜਕਦੀ ਨਹੀਂ।"

ਸਤਨਾਮ ਦੀ ਗੱਲ ਤੋਂ ਸ਼ਹਿਬਾਜ਼ ਤੇ ਹਰਮਨ ਦਾ ਤੇਜ਼ਧਾਰ ਜੋਸ਼ ਕੱਚੇ ਦੁੱਧ ਦੀ ਝੱਗ ਵਾਂਗੂੰ ਬਹਿ ਗਿਆ।" ਅਸੀਂ ਕੀ ਕਰੀਏ ਭੂਆ?" ਹਰਮਨ ਨੇ ਪੁੱਛਿਆ।

"ਪਹੁ-ਫੁਟਾਲ਼ੇ ਤੱਕ ਕਾਹਲ਼ ਤਿਆਗੋ। ਕੇਰਾਂ ਮੈਂ ਸਵਰਨੇ ਨੂੰ ਪੁੱਛ ਵੇਖਾਂ ਉਹਦੇ ਰੱਤੀ ਭਰ ਵੀ ਪੈਰ ਪਿਛਾਂਹ ਨੂੰ ਖਿਸਕਾਏ। ਮੈਂ ਤੁਹਾਡੇ ਰਾਹ ਆਜ਼ਾਦ ਕਰ ਦਿਆਂਗੀ।"

"ਉਹਨੇ ਨਹੀਂ ਮੰਨਣਾਂ ਭੂਆ। ਤੈਨੂੰ ਆਪਣੀ ਵਫ਼ਾ 'ਤੇ ਮਾਣ ਹੋਊਗਾ ਪਰ ਅਕ੍ਰਿਤਘਣਾਂ ਲਈ ਏਸ ਦਾ ਅਰਥ ਕੋਈ ਨੀਂ।"

"ਕੁੱਝ ਘੰਟੇ ਸਬਰ ਕਰ। ਉਹ ਮੁਨਕਰ ਹੋਊ, ਮੈਂ ਤੁਹਾਡਾ ਰਾਹ ਛੱਡ ਦੂੰ। ਰਤੀ ਕੁ ਭਰ ਵੇਲਾ ਵਿਚਾਰੋ।"

"ਇਹੋ ਫਰਕ ਐ ਅਟੱਲ ਫੈਸਲਿਆਂ ਤੇ ਸੋਚਾਂ ਵਿਚਾਲੇ।" ਹਰਮਨ ਹਉਕਾ ਖਿੱਚ ਕੇ ਰਹਿ ਗਈ" ਪਰ...?"

"ਪਰ...ਪਰ। ਉਹ ਤੈਨੂੰ ਏਡੀ ਕਾਹਲੀ ਤਾਂ ਕਿਧਰੇ ਤੋਰਨੋ ਰਹੇ। ਖੁੰਡਿਉਂ-ਡੰਗਰ ਖੋਲ੍ਹਣ ਨੂੰ ਵੀ ਵੇਲਾ ਲੱਗਦੈ ਤੂੰ ਤਾਂ ਆਖਿਰ ਧੀ ਧਿਆਣੀ ਐ।"

"ਧੀ ਧਿਆਣੀਂ ਮੈਨੂੰ ਸਮਝਿਆ ਕੇਹਨੇ ਐ। ਡੰਗਰੋਂ ਭੈੜੀ ਜੂਨ ਗੁਜ਼ਾਰ ਰਹੀ ਆਂ ਮੈਂ ਉਸ ਘਰ 'ਚ।"

ਫਿਰ ਵੀ ਥੋੜ੍ਹੇ ਸਮੇਂ ਦੀ ਬੇਸਬਰੀ ਨੂੰ ਉਮਰਾਂ ਦਾ ਕਲੰਕ ਬਣਾਉਣਾ ਕੋਈ ਨਫ਼ੇਦਾਰ ਸੌਦਾ ਨਹੀਂ। ਤੂੰ ਚੱਲ ਮੈਂ ਪਹੁ ਫੱਟਦਿਆਂ ਹੀ ਆਈ। ਮਤੇ ਐਵੇਂ ਈ ਉਂਗਲਾਂ ਊਸ਼ਾ ਦੀ ਲਾਲੀ ਸਾਡੀ ਪਾਲਿਸੀ ਨੂੰ ਨਾ ਨੰਗੀ ਕਰ ਬਹੇ।"

ਸਤਨਾਮ ਕੌਰ ਆਪਣੀ ਥਾਂ ਸੱਚੀ ਵੀ ਸੀ ਪਰ ਸਵਰਨੇ ਤੋਂ ਐਸੀ ਉਮੀਦ ਵੀ ਨਹੀਂ ਸੀ। ਰਿਸ਼ਤੇ ਦੀ ਆੜ 'ਚ ਮੋਟੀ ਰਕਮ ਬਟੋਰ ਚੁੱਕਾ ਸੀ ਉਹ ਉਸ ਤੋਂ ਸਤਨਾਮ ਨੇ ਕਈ ਵੇਰ ਉਸ ਨੂੰ ਟੋਹ ਕੇ ਵੀ ਵੇਖਿਆ ਪਰ ਉਹ ਚਾਰੇ ਖੁਰ ਚੁੱਕ ਉੱਲਰ ਪੈਂਦਾ-"ਤੈਨੂੰ ਮੇਰੇ ਤੇ ਯਕੀਨ ਹੈ ਜਾਂ ਨਾ? ਤੇਰੀ ਇਕ ਮੋੜੀ, ਅੰਗਰੇਜ਼ ਕੌਰ ਦਾ ਗ਼ਲ-ਗ਼ਲਾਵਾ ਪਾ ਕੇ ਅੱਜ ਤੱਕੋਂ ਪਛਤਾਉਂਦੈ। ਮੈਂ ਤਾਂ ਉਹ ਘੜੀ ਉਡੀਕ ਰਿਹੈਂ ਜਦੋਂ ਕੁੜੀ ਸੁੱਖ-ਬੀਲੀ ਘਰੋਂ ਤੁਰ ਜੇ, ਲਹੂ ਪੀਣੀ ਏਸ ਜੋਕ ਨੇ ਮਾਰਨਾ ਲਿਐ ਉਹਨੂੰ। ਨਾਲ਼ੇ ਸ਼ਹਿਬਾਜ਼ ਵਰਗੇ ਮੁੰਡੇ ਤੇ ਤੇਰੇ ਜਿਹੀਆਂ ਔਰਤਾਂ ਕਦੇ ਸੌਖੀਆਂ ਈ ਮਿਲਦੀਆਂ ਨੇ...?"

ਇਹੋ ਯਕੀਨ ਸਤਨਾਮ ਕੌਰ ਨੂੰ ਵਿਸ਼ਵਾਸ਼ੋਂ ਪ੍ਰਪੱਕ ਕਰ ਰਿਹਾ ਸੀ ਕਿ ਸਵਰਨਾ ਮੁੜ ਗਲਤੀ ਤੇ ਗਲਤੀ ਨਹੀਂ ਕਰਦਾ। "ਜਾਹ ਸ਼ਹਿਬਾਜ਼ ਤੂੰ ਹਰਮਨ ਨੂੰ ਘਰ ਛੱਡ ਆ। ਚੱਲ ਧੀਏ, ਮੈਂ ਆਈ। ਬੰਬ ਏਡੀ ਛੇਤੀ ਨਹੀਂ ਫਟਣ ਲੱਗਾ। ਮੈਂ ਵੇਖਦੀ ਆਂ, ਖੇਖਣ ਪਿੱਟਾਂ ਸਵਰਨਾ ਤੇਰੀ ਮਰਜੀ ਨੂੰ ਕਿਵੇਂ ਉਲੱਦਦੈ।"

ਕੰਬਦੇ ਪੈਰੀਂ ਸ਼ਹਿਬਾਜ਼ ਤੇ ਹਰਮਨ ਹਨ੍ਹੇਰੇ 'ਚ ਹਨ੍ਹੇਰਾ ਹੋ ਗਏ। "ਹੂੰ। ਮੱਤ ਥੋੜ੍ਹੀ ਵੱਜੀ ਐ ਸਵਰਨੇ ਦੀ। ਵਰ੍ਹਿਆਂ ਤੋਂ ਤਾਂ ਅੱਖਾਂ ਪੂੰਝ-ਪੂੰਝ ਰੋਂਦਾ ਰਿਹਾ ਇੱਥੇ ਆ ਕੇ, "ਅਖੇ ਮੈਂ ਕੁੜੀ ਦੋਖੀ ਆਂ ਅੰਗਰੇਜ਼ ਕੌਰ ਨੂੰ ਘਰੇ ਵਾੜ ਕੇ। ਕਦੇ ਉਹਨੂੰ ਤਲਾਕ ਦੇਣ ਦੀ ਡੌਂਡੀ ਪਿੱਟਦੈ। ਕਦੇ ਉਹਨੂੰ ਦੋ ਮੂੰਹੀ ਸੱਪਣੀ ਦੱਸਦੈ ਤੇ ਕਦੇ ਪੁੱਠ ਪੈਰੀਂ ਚੁੜੈਲ। ਇਹ ਕੀ ਸ਼ਗੂਫਾ ਐ? ਪਰ ਸਤਨਾਮ ਕੁਰੇ। ਹਰਮਨ ਨੇ ਤੈਨੂੰ ਸਦਾ ਈ ਢਿੱਡ ਦੀ ਕਹੀ ਐ। ਸਵਰਨਾ ਸੱਚ ਹੀ ਭੌਂਦੂ ਬਣ ਗਿਆ ਹੋਏਗਾ ਤਾਂ ਤੇਰੇ ਸ਼ਹਿਬਾਜ਼ ਦਾ ਕੀ ਬਣੂੰ? ਜਾਹ ਜਾਦੀਏਂ, ਏਦੋਂ ਚੰਗਾ ਹੁੰਦਾ ਤੂੰ ਹੁਣੇ ਈ ਤੋਰ ਦੇਂਦੀ ਉਨ੍ਹਾਂ ਨੂੰ...।"

ਉਕਤ ਖ਼ਿਆਲ ਨਾਲ ਸਤਨਾਮ ਦਾ ਦਿਲ ਠਠੰਬਰ ਗਿਆ। ਦਿਲ ਧੜਕਿਆ। ਬਾਹਰੋਂ ਕੁੰਡਾ ਖੜਕਣ ਦੀ ਆਵਾਜ਼ ਆਈ। ਸੋਚਿਆ ਸ਼ਹਿਬਾਜ਼ ਹਰਮਨ ਨੂੰ ਛੱਡ ਪਰਤਿਆ ਹੋਵੇਗਾ। ਫਿਰ ਲੰਮਾ ਸਮਾਂ ਕੁੱਤੇ ਭੌਂਕਦੇ ਰਹੇ। ਉਸ ਨੂੰ ਲੱਗਾ ਜਿਵੇਂ ਉਸ ਦੀ ਲਗਾਈ "ਜ਼ੋਬਨ

ਤੇ ਪੁੱਜੀ ਵੇਲ ਨੂੰ ਕੋਈ ਕੱਟ ਰਿਹਾ ਹੋਵੇ। ਉਹ ਵੇਲ ਜਿਸ ਨੂੰ ਉਹਨੇ ਨਿੱਕੀਉਂ ਪਾਲ ਜਵਾਨ ਕੀਤਾ ਸੀ-"ਸਵਰਨਿਆ! ਤੂੰ ਅੰਗਰੇਜ਼ ਕੌਰ ਤੋਂ ਬਚਾਉਣ ਲਈ ਹਰਮਨ ਮੇਰੇ ਹਵਾਲੇ ਛੱਡਦਾ ਰਿਹਾ। ਮੈਂ ਉਹਨੂੰ ਕੁੱਕੜੀ ਵਾਂਗੂੰ ਖੰਭਾ ਦਾ ਨਿੱਘ ਦੇ ਕੇ ਬਚਾਉਂਦੀ ਰਹੀ। ਮੇਰੀ ਰਸੀ ਵਫ਼ਾਦਾਰੀ ਤੇ ਕੋਈ ਉਂਗਲ ਨਹੀਂ ਧਰ ਸਕਦਾ। ਮੈਂ ਸਦਾ ਕੁੜੀ ਦੀ ਪਸੰਦ ਵੇਖੀ, ਚੀਜ਼ ਦਾ ਮੁੱਲ ਨਹੀਂ ਵੇਖਿਆ। ਸ਼ਹਿਬਾਜ਼ ਲਈ ਲੱਗੇ ਰਿਸ਼ਤਿਆਂ ਦੀ ਲਾਇਨ ਹੁਣ ਤੱਕ ਬੜੀ ਲੰਮੇਰੀ ਐ ਪਰ ਮੈਂ ਤਾਂ ਹਰਮਨ ਨੂੰ ਹੀ ਆਵਦੀ ਨੂੰਹ ਮੰਨ ਬੈਠੀ ਰਹੀ। ਸਰਦੇ-ਪੁੱਜਦੇ ਘਰਾਂ ਦੇ ਰਿਸ਼ਤਿਆਂ ਤੇ ਸ਼ਹਿਬਾਜ ਦੀ ਰੂਹ ਦੀ ਪਸੰਦ ਜਾਣ ਕੇ ਮੈਂ ਖੁਦ ਕਾਟੇ ਮਾਰਦੀ ਰਹੀ। ਦੋਵਾਂ ਦੀ ਰੂਹਾਨੀ ਸਾਂਝ ਦੀ ਹਾਮੀ ਪੂਰਾ ਪਿੰਡ ਭਰਦਾ ਆਇਐ। ਅੱਜ ਕੁੜੀ ਵੱਲੋਂ ਪਹਿਲੀ ਵੇਰ ਤੇਰੇ 'ਤੇ ਉਠਾਈ ਉਂਗਲ ਮੈਨੂੰ ਹੁਣ ਤੱਕ ਸ਼ੱਕੀ ਲੱਗ ਰਹੀ ਐ...।" ਸਤਨਾਮ ਕੌਰ ਦਾ ਸਿਰ ਚਕਰਾ ਗਿਆ। ਉਹ ਰਜਾਈ 'ਚੋਂ ਨਿਕਲ ਮੰਜੇ ਤੇ ਉੱਠ ਬੈਠੀ-"ਉਫ ਸਤਨਾਮ ਕੁਰੇ। ਲੱਗਦੈ ਤੂੰ ਅੱਲੜ ਅਰਮਾਨਾਂ ਨੂੰ ਠੁਕਰਾ ਮਾਰਿਐ। ਕਿਧਰੇ ਦੋਵਾਂ ਦੀ ਦਿਲੀ ਅਰਮਾਨ ਕੁਆਰੇ ਈ ਨਾ ਰਹਿ ਜਾਣ। ਦੋਵੇਂ ਇੱਕ ਦੂਜੇ ਲਈ ਚੰਨ ਚਿਕੋਰ, ਜਿਸਮ ਜਾਨ ਤੇ ਜ਼ਮੀਂ ਅਸਮਾਨ। ਤੇਰੀਆਂ ਦੁਆਵਾਂ ਨਾਲ ਅੰਬਰੀਂ ਚੜ੍ਹੀ ਮੁਹੱਬਤ ਤੇਰੀ ਛੋਟੀ ਜਿਹੀ ਜ਼ਿੱਦ ਨਾਲ ਆਖਿਰੀ ਫੌਡਿਓਂ ਨਾ ਗਿਰ ਜੇ। ਕੈਦੋਂ ਚੂਰੀ 'ਚ ਜ਼ਹਿਰ ਪਾ ਗਏ ਤਾਂ ਸਮਝ ਤੇਰੇ ਚੌਮੁਖੇ ਚਿਰਾਗ ਨੂੰ ਚੂੰਹੀ ਕੂਟੀ ਹਨ੍ਹੇਰੀਆਂ ਪੈ ਗਈਆਂ। ਉੱਠ ਬਚਾ ਲੈ ਜੇ ਬਚਾ ਸਕਦੀ ਐਂ। ਨਹੀਂ ਤੇ ਏਸ ਮੁਕਾਮ ਤੇ ਟੁੱਟਿਆ ਸਿਲਸਿਲਾ ਔਖਾ ਈ ਜੁੜਨੈ।"

ਸਤਨਾਮ ਹੌਂਸਲਾ ਵੱਟ ਉੱਠੀ। ਨਲਕਾ ਗੇੜ ਅੱਖਾਂ ਨੂੰ ਸੁੱਚੇ ਜਲ ਦੇ ਛਿੱਟੇ ਮਾਰੇ। ਦੁਪੱਟੇ ਨਾਲ ਮੂੰਹ ਪੂੰਝਦੀ ਗੇਟ ਤੋਂ ਬਾਹਰ ਹੋ ਗਈ। ਗੁਰੂ ਘਰੋਂ ਅੰਮ੍ਰਿਤਮਈ ਬਾਣੀ ਦੇ ਪ੍ਰਵਾਹ ਕੰਨੀਂ ਪਏ। ਸੀਤ ਪੌਣਾਂ ਨੇ ਜੀ ਆਇਆਂ ਆਖਿਆ। ਆਲ੍ਹਣਿਓਂ ਉੱਡਦੇ ਪੰਛੀਆਂ ਦੇ ਚੀਖ-ਚਿਹਾੜੇ ਬਲਦਾਂ ਗਲ਼ ਖੜਕਦੀਆਂ ਟੱਲੀਆਂ ਤੇ ਚਾਟੀਆਂ 'ਚ ਗੂੰਜਦੀਆਂ ਮਧਾਣੀਆਂ ਬੇਖ਼ਬਰ ਉਹ ਮੰਜ਼ਿਲ ਵੱਲ ਵੱਧਦੀ ਗਈ। ਸਾਹਮਣੇ ਆ ਰਹੀ ਗੱਡੀ ਦੀਆਂ ਤੇਜ਼ਧਾਰ ਲਾਈਟਾਂ ਦੇ ਬਚਾਅ ਤੋਂ ਉਹਨੇ ਅੱਖਾਂ ਤੇ ਹੱਥ ਧਰ ਲਿਆ। ਹਨ੍ਹੇਰੇ ਤੋਂ ਡਰਦੀ ਲੋੜ ਤੋਂ ਜ਼ਿਆਦੇ ਸਾਈਡ ਮਲ ਖੜ੍ਹੋ ਗਈ। ਕਾਰ ਕੋਲੋਂ ਲੰਘ ਗਈ। ਕਾਰ ਕਿਸ ਦੀ ਸੀ? ਕੌਣ ਵਿਚ ਬੈਠਾ ਸੀ? ਬੰਦ ਲਾਈਟਾਂ ਤੇ ਕਾਲਿਆਂ ਸ਼ੀਸ਼ਿਆਂ ਨੇ ਨਜ਼ਰਾਂ ਨੂੰ ਇਹ ਜਾਣਨ ਦੀ ਕੋਸ਼ਿਸ਼ ਦੇ ਬਾਵਜੂਦ ਨਿਰਾਸ਼ ਕਰ ਦਿੱਤਾ। ਸਾਹੋ-ਸਾਹੀ ਹੋਈ ਉਹ ਸਵਰਨੇ ਦੇ ਗੇਟ ਅੱਗੇ ਪੁੱਜੀ-

"ਠੱਕ ! ਠੱਕ !! ਠੱਕ !!! ਗੇਟ ਖੜਕਾਇਆ।

"ਕੌਣ ਐਂ?" ਆਵਾਜ਼ ਸਵਰਨੇ ਦੀ ਸੀ।

"ਸਤਨਾਮ ਕੌਰ।"

ਗੇਟ ਖੁੱਲ੍ਹਿਆ। ਸਾਹਮਣੇ ਖੜ੍ਹਾ ਸਵਰਨਾ ਉਂਗਲਾਂ ਦੇ ਪੋਟੇ ਭੰਨੇ ਰਿਹਾ ਸੀ-"ਆ ਜਾ ਲੰਘ ਆ।" ਕਹਿ ਉਸ ਨੇ ਗੇਟ ਨੂੰ ਕੁੰਡੀ ਮਾਰ ਦਿੱਤੀ। ਸਿਰ ਪਰਨਾ ਵਲ਼ੇਟਦਿਆਂ ਕੁਰਸੀ ਖਿਚ ਸਤਨਾਮ ਕੌਰ ਮੂਹਰੇ ਲਿਆ ਧਰੀ-"ਬਹਿ ਜਾਹ।"

"ਬਹਿ ਜਾਨੀ ਆਂ। ਅੱਜ ਅੰਗਰੇਜ਼ ਕੌਰ ਨਹੀਂ ਦੀਂਹਦੀ?"

"ਗਈ ਐ ਕਿਧਰੇ। ਪਰ ਅੱਜ ਤੂੰ ਸਵੇਰੇ-ਸਵੇਰੇ, ਸੁੱਖ ਤਾਂ ਐ?"

"ਸੁੱਖ ਤਾਂ ਐ ਪਰ ਹਰਮਨ ਵੀ ਕਿਤੇ ਨਹੀਂ ਦਿਸਦੀ।" ਉਸ ਦੀਆਂ ਤੇਜ਼ਧਾਰ ਨਜ਼ਰਾਂ ਘਰ ਨੂੰ ਪੋਟੇ-ਪੋਟਿਓਂ ਛਾਣ ਰਹੀਆਂ ਸਨ।

"ਏਥੇ ਹੀ ਹੋਣੀ ਐ। ਖੌਰੇ ਖੇਤਾਂ ਵੱਲ ਨਾ ਤੁਰਗੀ ਹੋਵੇ...।"

ਸਵਰਨੇ ਦਾ ਜਵਾਬ ਸੰਤੁਸ਼ਟੀਜਨਕ ਨਹੀਂ ਸੀ ਪਰ ਚਿਹਰੇ ਦੀ ਉਤਸੁਕਤਾ ਸਤਨਾਮ ਦੇ ਸੁਵਖਤੇ ਆਉਣ ਦਾ ਕਾਰਨ ਪੁੱਛਣ ਲਈ ਤਤਪਰ ਸੀ। ਸਤਨਾਮ ਕੌਰ ਦੀ ਬੇਚੈਨੀ ਨੇ ਉਸ ਨੂੰ ਬਹੁਤਾ ਸਮਾਂ ਸਬਰ ਨਹੀਂ ਕਰਨ ਦਿੱਤਾ। ਉਸ ਨੇ ਖ਼ੁਦ ਹੀ ਪਹਿਲ ਕਰ ਲਈ-

"ਭਰਾਵਾਂ ਮੈਂ ਤਾਂ ਤੇਰੇ ਕੋਲ ਆਈ ਸਾਂ ਏਸ ਲਈ ਕਿ ਆਪਾਂ ਸ਼ਹਿਬਾਜ਼ ਤੇ ਹਰਮਨ ਦਾ ਕੁੱਝ ਸੋਚ ਕੇ ਫ਼ਿਕਰ ਮੁਕਤ ਹੋ ਜਾਈਏ। ਲੋਕਾਂ ਮੈਨੂੰ ਕਈ ਪਾਸਿਆਂ ਤੋਂ ਤੰਗ ਕਰ ਸੁੱਟਿਐ ਪਰ ਤੇਰੇ ਨਾਲ ਕੀਤੀ ਜ਼ਬਾਨ ਨੂੰ ਮੈਂ ਕਿਵੇਂ ਤੋੜਾਂ। ਨਿਆਣਿਆਂ ਦੀ ਉਮਰ ਵੀ ਇਹੋ ਮੰਗਦੀ ਐ।"

ਉਸ ਨੇ ਘੁੰਮਾ ਕੇ ਗੱਲ ਕੀਤੀ।

"...ਪਰ ਭੈਣ ਮੇਰੀਏ। ਵਲ਼ ਵਿੰਗ ਪਾ ਕੇ ਮੈਨੂੰ ਗੱਲ ਕਰਨੀ ਨਹੀਂ ਔਂਦੀ। ਜ਼ੁਬਾਨ ਤੇਰੇ ਨਾਲ ਮੈਂ ਕੀਤੀ ਸੀ। ਰਿਸ਼ਤਾ ਹਰਮਨ ਦੀ ਮਾਂ ਨੇ ਕਰਨੇ। ਸਾਡੇ ਪਿੱਛੇ ਤੂੰ ਆਵਦਾ ਨਾ ਗਵਾਂ। ਪੁੱਤ ਨੂੰ ਕਿਤੇ ਹੋਰ ਵਿਆਹੁਣਾ ਐ ਤਾਂ ਵਿਆਹ ਲੈ...।" ਸਵਰਨੇ ਦੀ ਗੱਲ ਸਤਨਾਮ ਸਿਰ ਲੋਹੇ ਦੀ ਛੜ ਬਣ ਵੱਜੀ। "ਵਾਹ ਉਏ ਵਾਹ। ਕੱਲ੍ਹ ਤੱਕ ਦੀ ਮਨਹੂਸ, ਚੁੜੇਲ, ਕੁਲੱਛਣੀ ਤੇ ਨਹਿਸ ਅੱਜ ਤੇਰੀ ਸਲਾਹਕਾਰ ਕਿੱਥੋਂ ਬਣਗੀ? ਫਿਰ ਹਰਮਨ ਦੀ ਮਾਂ?" ਮਨੋਂ ਕਹਿਣ ਦੇ ਬਾਵਜੂਦ ਉਹ ਇਹ ਜ਼ਬਾਨੋਂ ਨਾ ਕਹਿ ਸਕੀ। ਖ਼ੁਦ ਨੂੰ ਸੰਭਾਲਦਿਆਂ ਬੋਲੀ :

"ਹੋਰ ਥਾਂ ਵਿਆਹੁਣ ਦੀਆਂ ਗੱਲਾਂ ਬਾਅਦ ਸਵਰਨਿਆਂ ਪਰ ਮੇਰੀ ਪਹਿਲੀ ਪਸੰਦ ਹਰਮਨ ਏ। ਤੂੰ ਐਵੇਂ ਈ ਗੱਡੇ ਨਾਲ ਕੱਟਾ ਨਾ ਬੰਨ੍ਹ ਗੱਲ ਸਪਸ਼ਟ ਦੱਸ ਕੀ ਐ?"

"ਸਪਸ਼ਟ ਸੁਣ ਲੈ ਹਰਮਨ ਦਾ ਵਿਆਹ ਸ਼ਹਿਬਾਜ਼ ਨਾਲ ਨਹੀਂ ਹੋ ਸਕਦਾ।"

"ਐਸੀ ਕੀ ਗੱਲ ਐ?"

"ਮੇਰੀ ਕੋਈ ਮਜ਼ਬੂਰੀ ਹੀ ਐਸੀ ਬਣ ਗਈ ਐ।"

"ਤੇਰੀ ਮਜ਼ਬੂਰੀ ਨੂੰ ਹੱਲ ਕਰਨ ਵਾਲ਼ੀ ਮੈਂ ਬੈਠੀ ਆਂ। ਕੱਲ੍ਹ ਤੱਕ ਤੂੰ ਅੰਗਰੇਜ਼ ਕੌਰ ਨੂੰ ਗਾਲ਼ਾਂ ਕੱਢਦਾ ਸੀ। ਉਸ ਦੇ ਵਿਰੋਧ ਦਾ ਮੂੰਹ ਭੰਨ ਕੇ ਹਰਮਨ ਨੂੰ ਮੇਰੀ ਝੋਲੀ ਪਾਉਣ ਦੀ ਗੱਲ ਕਰਦਾ ਸੈਂ। ਅੱਜ ਕੀ ਹੋ ਗਿਆ?"

ਸਤਨਾਮ ਕੌਰ ਨੂੰ ਅੰਦਰ ਖੁਰਦਾ ਜਾਪਿਆ।

"ਘਰ ਦਾ ਕਲੇਸ਼ ਖ਼ਤਮ ਕਰਨ ਲਈ ਬੜਾ ਕੁਝ ਦੇਖਣਾ ਪੈਂਦੇ ਭੈਣਾਂ।"

"ਸਭ ਬੇਫਜ਼ੂਲ ਗੱਲਾਂ ਨੇ ਇਹ। ਮਸ਼ਹੋਰ ਧੀਆਂ ਦੇ ਪਿਉ ਕਦੇ ਏਦਾਂ ਨਹੀਂ ਕਰਦੇ। ਤੂੰ ਕੀਤੀ ਜ਼ੁਬਾਨ ਦੀ ਪਿੱਠ 'ਚ ਛੁਰਾ ਮਾਰਿਐ। ਹਰਮਨ ਨਾਲ ਕੁੱਝ ਜ਼ਰੂਰ ਵਾਪਰਿਐ। ਉਹ ਹੈ ਕਿੱਥੇ? ਮੈਨੂੰ ਛੇਤੀ ਦੱਸ। ਕੀ ਹੋਇਆ ਸਪਸ਼ਟ ਬੋਲ।" ਜਜ਼ਬਾਤੀ ਹੋਈ ਸਤਨਾਮ ਦੀਆਂ ਅੱਖਾਂ ਵਹਿ ਤੁਰੀਆਂ। ਸਵਰਨਾ ਜਮੀਰੋਂ ਪਿਘਲ ਗਿਆ।

"ਭੈਣੇ ਤੈਨੂੰ ਹਰਮਨ ਨਹੀਂ ਮਿਲ ਸਕਦੀ। ਮੈਂ ਤੇਰਾ ਗੁਨਾਹਗਾਰ, ਆਪਣੀ ਥਾਂ ਮਜ਼ਬੂਰ ਹਾਂ।" ਉਸ ਨੇ ਤਰਲਾ ਮਾਰਿਆ।

"ਤੂੰ ਕਿੱਥੋਂ ਮਜ਼ਬੂਰ ਏ ਮੈਨੂੰ ਖੁੱਲ੍ਹ ਕੇ ਦੱਸ? ਅੱਜ ਦੀ ਘੜੀ ਮੈਨੂੰ ਅੰਗਰੇਜ਼ ਕੌਰ ਦੇ ਪੈਰੀਂ ਵੀ ਸਿਰ ਧਰਨਾ ਪਏ ਮੈਂ ਧਰ ਦਿਆਂਗੀ ਪਰ ਭਰਾ ਮੇਰਿਆ ਮੈਨੂੰ ਧੋਖੇ 'ਚ ਨਾ ਰੱਖ।"

"ਕੀ ਕਰਾਂ ਭੈਣੇ ਤੇ ਕੀ ਦੱਸਾਂ? ਧੀਆਂ ਦੀ ਜ਼ਿੰਦਗੀ ਲਈ ਬੜਾ ਮੁੱਲ ਤਾਰਨਾ ਪੈਂਦੇ।"

"ਵੇ ਕਿਹੜੀ ਜ਼ਿੰਦਗੀ ਦੀਆ ਗੱਲਾਂ ਪਿਆ ਕਰਦੈਂ?" ਉਸ ਨੇ ਸਵਰਨੇ ਨੂੰ ਮੋਢਿਓਂ ਫੜ ਹਲੂਣਿਆਂ। ਹੁਣ ਨਰਕ ਦੇਵੀ ਅੰਗਰੇਜ਼ ਕੌਰ ਹਰਮਨ ਦੀ ਜ਼ਿੰਦਗੀ ਸੁਧਾਰੇਗੀ? ਉਏ ਕਮਲਿਆਂ ਉਹ ਕੋਮਲ਼ ਕਲੀ ਤਾਂ ਸਾਥੋਂ ਟੁੱਟ ਕੇ ਕੁਮਲਾ ਜੂ ਗੀ ਕੁਮਲ਼ਾ।"

ਸਤਨਾਮ ਕੌਰ ਦੀ ਗੱਲ ਦਾ ਸਵਰਨੇ ਕੋਲੋਂ ਕੋਈ ਜਵਾਬ ਨਾ ਸਰਿਆ। ਉਸ ਦੋਵੇਂ ਹੱਥਾਂ ਦੀ ਬੁੱਕ ਬੰਨ੍ਹ ਉੱਤੇ ਚੁੰਨੀ ਧਰ ਵਾਸਤਾ ਵੀ ਪਾਇਆ-"ਸਵਰਨਿਆਂ! ਮੈਂ ਆਪਣੇ ਸ਼ਹਿਬਾਜ਼ ਲਈ ਨਹੀਂ ਮੇਰੀ ਹਰਮਨ ਲਈ ਤੈਥੋਂ ਭੀਖ ਮੰਗਦੀ ਹਾਂ। ਚੁੱਪ ਨਾ ਵੱਟ। ਛੇਤੀ ਦੱਸ ਹਰਮਨ ਕਿੱਥੇ ਗਈ ਐ? ਤੂੰ ਨਹੀਂ ਦੱਸੇਂਗਾ। ਅਸੀਂ ਸਾਰੇ ਮਰਾਂਗੇ।"

"ਤੂੰ ਜੇ ਏਨਾ ਤਰਲਿਆਂ ਤੇ ਉੱਤਰ ਆਈ ਐਂ ਤਾਂ ਸੁਣ ਲੈ ਉਹ ਜਿੱਥੇ ਵੀ ਗਈ ਐ ਉੱਥੇ ਸੁਖੀ ਵਸਣ ਗਈ ਐ।"

ਸਤਨਾਮ ਦੇ ਤਰਲੇ ਨੂੰ ਮਜ਼ਾਕ ਬਣਾ ਕੇ ਸਵਰਨੇ ਨੇ ਅਣਿਆਲਾ ਤੀਰ ਉਹਦੇ ਸੀਨੇ ਖਿੱਚ ਮਾਰਿਆ।

"ਤੁਹਾਡਾ ਬੇੜਾ ਬਹਿ ਜੇ ਪਾਪੀਓ। ਕੌਣ ਸੁਖੀ ਵਸਦੈ? ਇਹ ਤਾਂ ਸਮਾਂ ਹੀ ਦੱਸੂ। ਪਰ ਤੂੰ ਪਿਉ ਨਹੀਂ ਧੀ ਦੇ ਅਰਮਾਨਾਂ ਦਾ ਕਾਤਲ ਏ ਕਾਤਲ। ਉਏ ਪਿਉ ਹੋ ਕੇ ਮਸ਼ਹੋਰ ਧੀ ਨਾਲ ਧਰੋਹ ਕਮਾਉਣ ਵਾਲੇ ਦੁਸ਼ਟਾ ਤੈਨੂੰ ਦੋ ਰੂਹਾਂ ਦਾ ਸਰਾਪ ਲੈ ਬਹੂਗਾ। ਕਿਆਮਤ ਵੇਲੇ ਤੂੰ ਤੜਫੇਂਗਾ। ਮੌਤ ਮੰਗੇਗਾ ਪਰ ਤੈਨੂੰ ਰੱਬ ਨੇ ਮੌਤ ਵੀ ਨਹੀਂ ਦੇਣੀ ਦੁਸ਼ਟਾ। ਉਏ ਤੂੰ ਮੂੰਹ ਖੋਲ੍ਹਦਾ, ਮੈਂ ਦੋ ਪਿੰਡਾਂ ਦੀ ਜ਼ਮੀਨ ਦੀ ਵਸੀਅਤ ਹਰਮਨ ਨਾਂਅ ਕਰ ਦਿੰਦੀ। ਕੱਲ੍ਹ ਨੂੰ ਦੋਵਾਂ 'ਚੋਂ ਕੋਈ ਜਾਨੋਂ ਹੱਥ ਧੋ ਬੈਠਾ ਤੇਰੇ ਮੈਂ ਸੀਰਮੇ ਪੀ ਜੂੰ ਉਏ ਦੁਸ਼ਟਾ...।"

ਉੱਚੀ-ਉੱਚੀ ਬੋਲਦੀ ਸਤਨਾਮ ਕੌਰ ਸਵਰਨੇ ਦੇ ਘਰੋਂ ਬਾਹਰ ਆ ਗਈ। ਫੁੱਟਦੀ ਪ੍ਰਭਾਤ ਦੇ ਸੂਰਜ ਨੇ ਸ਼ਾਇਦ ਹੀ ਕਦੇ ਮਾਂ ਇੱਛਰਾਂ ਨੂੰ ਪੂਰਨ ਦੀ ਜਿੰਦ ਬਦਲੇ ਜਲਾਦਾਂ ਦੇ ਤਰਲੇ ਕੱਢਦੀ ਵੇਖਿਆ ਹੋਵੇ ਪਰ ਹਰਮਨ ਲਈ ਉਸ ਦੇ ਪਿਓ ਅੱਗੇ ਭੀਖ ਮੰਗਦੀ ਸਤਨਾਮ ਕੌਰ ਨੂੰ ਅੱਜ ਦਾ ਸੂਰਜ ਪ੍ਰਤੱਖ ਦੇਖ ਰਿਹਾ ਸੀ।

......"ਅਰੇ ਬਾਈ ਕੌਨ ਉ ਤੁਮ?" ਜੰਮੂ-ਕਸ਼ਮੀਰ ਪੁਲਿਸ ਦੇ ਵਰਦੀਧਾਰੀ ਸਿਪਾਹੀ ਨੇ ਅਜਨਬੀ ਤੇ ਸ਼ੱਕੀ ਹਾਲਤ ਨੂੰ ਭਾਂਪਦਿਆਂ ਸ਼ਹਿਬਾਜ਼ ਨੂੰ ਬਾਹੋਂ ਫੜ ਹਲੂਣਿਆਂ। ਅਤੀਤ-ਅਤੀਤ 'ਚ ਅਭੇਦ ਹੋ ਗਿਆ।

"ਸੌਰੀ! ਆਈ ਐਮ ਏ. ਸੋਲਜਰ ਆਫ਼ ਇੰਡੀਅਨ ਆਰਮੀ।" ਉਹ ਅੱਭੜਵਾਹਾ ਹੋ ਉੱਠਿਆ। ਜੇਬ 'ਚੋਂ ਕੱਢ ਸ਼ਨਾਖਤੀ ਕਾਰਡ ਜਵਾਨ ਦੇ ਅੱਗੇ ਕੀਤਾ। ਵੇਖਦਿਆਂ ਹੀ ਉਹ ਸੰਤੁਸ਼ਟ ਹੋ ਗਿਆ।

"ਸੌਰੀ।"

"ਨੋ ਪਰੋਬਲਮ! ਡਿਊਟੀ ਨਿਭਾਉਣਾਂ ਤੁਹਾਡਾ ਫਰਜ਼ ਐ।"

"ਥੈਂਕ ਯੂ। ਆਓ, ਕੋਈ ਚਾਏ-ਬਾਏ, ਕਾਫ਼ੀ-ਸਾਫ਼ੀ।"

"ਓ.ਕੇ. ਥੈਂਕ ਯੂ।" ਕਹਿ ਕੇ ਜਵਾਨ ਅੱਗੇ ਲੰਘ ਗਿਆ। ਅੰਗੜਾਈ ਭਰ ਸ਼ਹਿਬਾਜ਼ ਉੱਠ ਖੜ੍ਹਾ ਹੋਇਆ। ਡਲ ਝੀਲ ਦੀਆਂ ਲਹਿਰਾਂ 'ਚ ਹਜ਼ਰਤ ਬਲ ਦੀਆਂ ਕੰਧਾਂ ਦੇ ਤੈਰਦੇ ਪਰਛਾਵੇਂ ਅਜੀਬੋ ਗਰੀਬ ਸਨ-

"ਸੌਰੀ! ਬੜੇ ਪ੍ਰੇਸ਼ਾਨ ਹੋਏ ਹੋਵੋਂਗੇ?" ਦੂਜੇ ਪਾਸਿਓਂ ਆਈ ਨਜ਼ੀਰਾਂ ਦੇ ਸੂਹੇ ਬੁੱਲ੍ਹਾਂ ਤੇ ਮੁਸਕਾਨ ਸੀ।

"ਨਹੀਂ ਐਸੀ ਤਾਂ ਕੋਈ ਗੱਲ ਨਹੀਂ। ਸਵੇਰ ਦੀ ਦੇਰੀ ਦਾ ਆਹ ਨਜ਼ਾਰਾ ਦਿਖਾਉਣ ਬਦਲੇ ਧੰਨਵਾਦ।"

"ਮੁਬਾਰਕਾਂ! ਸਵੇਰੇ ਦੇਣ ਦਾ ਸਬੱਬ ਨਹੀਂ ਜੁੜਿਆ। ਹੁਣ ਕਬੂਲੋ।"

"ਪਰ ਕਿਸ ਗੱਲ ਦੀਆਂ?"

"ਬੜੇ ਸ਼ੈਤਾਨ ਓ! ਪਾਰਟੀ ਦੇਣ ਬਦਲੇ ਖ਼ੁਸ਼ੀ ਛੁਪਾ ਰਹੇ ਓ?"

"ਪਰ ਸੱਚ ਮੰਨੋ ਨਜ਼ੀਰਾਂ ਮੈਨੂੰ ਕੋਈ ਪਤਾ ਨਹੀ।"

"ਏਡੀ ਖ਼ੁਸ਼ੀ ਪਰ ਖ਼ੁਸ਼ੀ ਦੇ ਮਾਲਕ ਨੂੰ ਪਤਾ ਕੋਈ ਨਹੀਂ? ਕਿਵੇਂ ਹੋ ਸਕਦੈ?"

ਸ਼ਹਿਬਾਜ਼ ਹੈਰਾਨ ਹੋ ਗਿਆ-"ਯਕੀਨ ਮੰਨੋ ਨਜ਼ੀਰਾਂ। ਯੂਨਿਟ ਤੋਂ ਚੱਲਣ ਵੇਲੇ ਇਹੋ ਚਿੱਤ ਨੂੰ ਚਤਮਣੀ ਸੀ.ਓ. ਸਾਹਿਬ ਤੇ ਬੋਜੀ ਨੇ ਲਾ ਦਿੱਤੀ। ਇਹੋ ਅਲਜ਼ਬਰਾ ਤੂੰ। ਪਰ ਯਕੀਨ ਮੰਨੋ ਮੈਨੂੰ ਪਤਾ ਕੁੱਝ ਨਹੀਂ।"

"ਉਨ੍ਹਾਂ ਕੀ ਆਖਿਆ ਸੀ?"

"ਸੁੱਕੀਆਂ ਮੁਬਾਰਕਾਂ ਦਿੱਤੀਆਂ ਸਨ ਤੇਰੇ ਵਾਂਗੂੰ। ਮੈਂ ਪੁੱਛਿਆ ਵੀ ਬੜਾ ਜ਼ੋਰ ਦੇ ਕੇ ਪਰ ਉਹ ਇਹੋ ਆਖਣ ਘਰ ਜਾ ਕੇ ਮਾਮੀ ਦੀ ਜ਼ਬਾਨੀ ਲਵੀਂ।" ਅਵੱਲੜਾ ਜਿਹਾ ਨਸ਼ਾ ਲੈ ਕੇ ਏਥੇ ਆ ਕੇ ਪੁੱਜਾ ਪਰ ਮਾਮੀ ਤੋਂ ਪਹਿਲਾਂ ਬਾਜ਼ੀ ਤੂੰ ਲੈ ਗੀ। ਸੋ ਗੇਂਦ ਤੁਹਾਡੀ ਪਾਰੀ 'ਚ ਐ। ਦੱਸੋ ਜਾਂ ਨਾ ਦੱਸੋ।

"ਏਡੇ ਤੜਪੇ ਕਿਉਂ ਓ? ਸਭ ਕੁੱਝ ਸੁਣਾਂਵਾਗੀ। ਨਾਲੇ ਕੁੱਝ ਖਾਵਾਂਗੀ। ਚਲੋ ਫਲੋਟਿੰਗ ਰੈਸਟੋਰੈਂਟ ਬਹਿਨੇ ਆ। ਪਾਰਟੀ ਤੁਹਾਡੇ ਜ਼ੁੰਮੇ ਪਰ ਦਿਆਂਗੀ ਮੈਂ।"

ਸ਼ਹਿਬਾਜ਼ ਬਿਨਾਂ ਕੁੱਝ ਬੋਲਿਆਂ ਸੁਣਿਆਂ ਨਜ਼ੀਰਾਂ ਨਾਲ ਹੋ ਤੁਰਿਆ।

ਡੱਲ ਝੀਲ ਦੇ ਐਨ ਵਿਚਕਾਰ ਬਣੇ ਰੈਸਟੋਰੈਂਟ ਦੇ ਨਜ਼ਾਰੇ ਨੇ ਰੂਹਾਂ 'ਚ ਅਲੱਗ ਜਿਹੀਆ ਤਰੰਗਾਂ ਉਤਪੰਨ ਕਰ ਦਿੱਤੀਆਂ। "ਕੀ ਲਉਗੇ?" ਨਜ਼ੀਰਾਂ ਨੇ ਪੁੱਛਿਆ।

"ਜੋ ਜੀਅ ਚਾਹਵੇ ਮੰਗਵਾ ਲਓ ਪਰ ਖ਼ਿਆਲ ਰੱਖਣਾ ਨਜ਼ੀਰਾਂ ਅੱਜ ਮੈਂ ਕਾਨਵਾਈ 'ਚ ਆਇਆਂ ਤਾਂ ਪਿੰਡ ਛੁੱਟੀ ਜਾ ਰਿਹੈ। ਕਾਨਵਾਈ 'ਚੋਂ ਬਾਹਰ ਸਿਵਲ 'ਚ ਜਾਣਾ ਗੈਰ-ਕਾਨੂੰਨੀ ਐ। ਮੈਂ ਔਫੀਸਰ ਕਮਾਂਡੈਂਟ ਦੀ ਮਿਹਰਬਾਨੀ ਜਰੀਏ ਤੁਹਾਡੇ ਨਾਲ ਗੱਲਾਂ ਕਰ ਰਿਹੈ। ਅੱਜ ਰਾਤ ਕਾਨਵਾਈ ਸ਼੍ਰੀਨਗਰ ਠਹਿਰੇਗੀ ਤੇ ਭਲਕੇ ਜੰਮੂ ਲਈ ਰਵਾਨਾ ਹੋਵੇਗੀ। ਜਵਾਹਰ ਟਨਲ ਬੰਦ ਹੋਣ ਕਰਕੇ ਕਾਨਵਾਈ ਦਾ ਪ੍ਰੋਗਰਾਮ ਪਹਿਲਾਂ ਏਥੇ ਹੋਰ ਰੁਕਣ ਦਾ ਸੀ ਪਰ ਹੁਣ ਖੁੱਲ੍ਹ ਜਾਣ ਤੇ ਬਦਲ ਚੁੱਕੈ। ਮੇਰਾ ਪੰਜ ਵਜੇ ਪ੍ਰੋਫ਼ੈਸਰ ਸਾਹਿਬ ਤੇ ਬਾਬਾ ਜੀ ਨੂੰ ਮਿਲ ਕੇ ਕਮਾਂਡੈਂਟ ਸਾਹਿਬ ਕੋਲ ਹਾਜ਼ਰ ਹੋਣਾ ਲੀਗਲ ਮਜ਼ਬੂਰੀ ਐ। ਸੌਰੀ।"

"ਓ.ਕੇ.। ਤੁਹਾਡੀ ਮਜ਼ਬੂਰੀ ਨੂੰ ਧਿਆਨ 'ਚ ਰੱਖਾਂਗੀ। ਭਾਰਤੀ ਫ਼ੌਜੀਆਂ ਲਈ ਯੂਨਿਟ ਤੋਂ ਬਾਹਰ ਜਾਣਾਂ, ਇਕੱਲੇ ਘੁੰਮਣਾ ਵੱਡੀ ਸਮੱਸਿਆ ਤੇ ਖ਼ਤਰਾ ਮੰਨਿਆ ਜਾ ਰਿਹੈ।"

"ਹਾਂ। ਇਹ ਵੱਡਾ ਰਿਸਕ ਐ। ਪਰ ਤੁਹਾਡੀ ਤਾਂਘ ਕਾਨੂੰਨ ਤੇ ਭਾਰੂ ਐ। ਸੀ.ਓ. ਸਾਹਿਬ ਦਾ ਆਸ਼ੀਰਵਾਦ ਮੇਰੀਆਂ ਮਨਮਰਜ਼ੀਆਂ ਨਾ ਕੱਜਦਾ। ਸ਼ੈਦ ਮੈਂ ਕਦੇ ਵੀ ਤੁਹਾਨੂੰ ਏਸ ਕਦਰ ਨਾ ਮਿਲ ਸਕਦਾ।"...ਖ਼ੈਰ! ਮੇਰੇ ਹਿੱਸੇ ਦੀ ਖ਼ੁਸ਼ਖ਼ਬਰੀ ਤੇ ਲੱਗਦੈ ਝੀਲ 'ਚ ਈ ਰੁੜ੍ਹ ਗਈ ਐ?" ਸ਼ਹਿਬਾਜ਼ ਮੁਸਕਰਾਇਆ।

"ਮੈਥੋਂ ਈ ਸੁਣੋਂਗੇ? ਜਾਂ ਮਾਮੀ ਤੋਂ?"

"ਤੂੰਹੀਓਂ ਸੁਣਾ ਦੇਹ। ਪੰਜਾਬ ਪੁੱਜਣ ਤੱਕ ਤਾਂ ਤੜਪ ਕੜ-ਕੜ ਕੇ ਚਾਹ ਬਣ ਜੂਗੀ।"

"ਹੂ! ਬੜੇ ਤੇਜ਼ ਨੇ ਬਾਜਵਾ ਅੰਕਲ ਵੀ। ਤੁਹਾਨੂੰ ਬੈਗ 'ਚ ਵਧਾਈਆਂ ਬੰਨ੍ਹ ਕੇ ਛੁੱਟੀ ਤਾਂ ਤੋਰ ਛੱਡਿਐ ਪਰ ਦੱਸਿਆ ਕੁੱਝ ਵੀ ਨਾ?"

"ਕੱਲੇ ਬਾਜਵਾ ਅੰਕਲ ਹੀ ਨਹੀਂ ਬਾਜਵਾ ਅੰਟੀ ਵੀ। ਕੱਲ੍ਹ ਏਸੇ ਵਧਾਈ ਬਦਲੇ ਪਲੇਟ ਭਰ ਬਰਫ਼ੀ ਮੂਹਰੇ ਧਰ ਤੀ ਪਰ ਖਵਾਉਣ ਦੀ ਖ਼ੁਸ਼ੀ ਆਪਣੇ ਕੋਲ਼ ਹੀ ਰੱਖ ਲਈ।"

"ਕਿਵੇਂ?"

"ਜਿਵੇਂ ਤੂੰ ਰੱਖੀ ਐ।"

"ਲਓ ਸੁਣ ਲਓ ਜਨਾਬ ਫਿਰ। ਉਦਣ ਕੈਂਪ 'ਚ ਬੰਬ ਧਰਨ ਆਏ ਅੱਤਵਾਦੀ ਨੂੰ ਫੜਾਉਣ ਬਦਲੇ ਸਰਦਾਰ ਸਾਹਿਬ ਨੂੰ ਹਵਾਲਦਾਰ ਬਣਾਇਆ ਜਾ ਰਿਹੈ। ਛੱਬੀ ਜਨਵਰੀ ਨੂੰ ਲਾਲ ਚੌਂਕ 'ਤੇ ਹੋਣ ਵਾਲੇ ਸਮਾਗਮ 'ਚ ਬਹਾਦਰੀ ਪੁਰਸਕਾਰ ਤੇ ਸੋਨਾ ਮੈਡਲ ਨਾਲ ਸਨਮਾਨਤ ਕੀਤਾ ਜਾ ਰਿਹੈ।"

ਨਜ਼ੀਰਾਂ ਨੇ ਗੱਲ ਸੁਣਾਈ ਪਰ ਖ਼ੁਸ਼ੀ ਦੀ ਥਾਂ ਦੋਵਾਂ ਦੇ ਚਿਹਰੇ ਉੱਡ ਗਏ" ਬਿੰਦ ਕੁ ਪਹਿਲਾਂ ਖ਼ੁਸ਼ਖ਼ਬਰੀ ਸੁਣਨ ਲਈ ਉਤਾਵਲੇ ਹੁੰਦੇ ਪਏ ਸੀ। ਹੁਣ ਉਦਾਸ ਕਿਉਂ ਹੋ ਗਏ? ਨਜ਼ੀਰਾਂ ਨੇ ਪੁੱਛਿਆ।

"ਹਾਵ-ਭਾਵ ਤਾਂ ਤੇਰੇ ਚਿਹਰਿਓਂ ਵੀ ਇਹੋ ਜਹੇ ਈ ਪੜ੍ਹ ਰਿਹੈ?" ਸ਼ਹਿਬਾਜ਼ ਨੇ ਸਵਾਲ ਦਾ ਮੂੰਹ ਨਜ਼ੀਰਾਂ ਵੱਲ ਮੋੜ ਦਿੱਤਾ।

"ਮੈਂ ਤੁਹਾਨੂੰ ਇਹ ਖ਼ਬਰ ਦੇ ਕੇ ਏਸ ਲਈ ਘਬਰਾਈ ਤਾਂ ਕਿ ਸਰਕਾਰ ਨੇ ਹਰ ਹੀਲੇ ਲਾਲ ਚੌਂਕ ਤੇ ਤਿਰੰਗਾ ਲਹਿਰਾਉਣ ਦਾ ਐਲਾਨ ਕੀਤੈ ਜਦਕਿ ਮੁਜ਼ਾਹਿਦ ਏਸ ਨੂੰ ਹਰ ਕੀਮਤ ਰੋਕਣ ਦੀਆਂ ਵਾਰਨਿੰਗਾਂ ਦੇ ਰਹੇ ਨੇ। ਏਸੇ ਲਈ ਖ਼ੁਸ਼ੀ ਨਾਲ ਖ਼ਤਰੇ ਦਾ ਅਨੁਭਵ ਵੀ ਆ ਮਿਲਿਆ ਪਰ ਤੁਸੀਂ?"

"ਮੈਂ ਸੋਚਦਾ ਸਾਂ ਕਿ ਉਹ ਸਾਹਿਬ ਤੇ ਬੇਜੀ ਜੋ ਖ਼ੁਸ਼ਖ਼ਬਰੀ ਮੈਨੂੰ ਮਾਮੀ ਮੂੰਹੋਂ ਸੁਣਨ ਦੀ ਗੱਲ ਕਰਦੇ ਸੀ ਉਹ ਖ਼ਬਰ ਜ਼ਰੂਰ ਹਰਮਨ ਦੀ ਮੁੜ ਵਾਪਸੀ ਦੀ ਹੋਵੇਗੀ। ਇਹ ਭਾਵੇਂ ਮੇਰਾ ਨਿੱਜੀ ਤਰਕ ਸੀ ਪਰ ਸੀ ਸਰੂਰ ਭਰਿਆ। ਖ਼ੈਰ, ਇਹ ਵੀ ਵਧੀਆ ਹੋਇਆ, ਵਹਿਮ ਪਿੰਡ ਪੁੱਜਣੋਂ ਪਹਿਲਾਂ ਈ ਟੁੱਟ ਗਿਆ।"

"ਅੱਲ੍ਹਾ-ਅੱਲ੍ਹਾ ਤੇ ਖ਼ੈਰ ਸੱਲਾ। ਸਲਾਮ ਕਰਦੀ ਹਾਂ ਤੁਹਾਡੀ ਸਾਧਨਾ ਨੂੰ ਪਰ ਸ਼ਹਿਬਾਜ਼ ਤੁਹਾਨੂੰ ਵਾਅਦੇ ਮੁਤਾਬਿਕ ਹਰਮਨ ਦੀ ਵਾਪਸੀ ਦੀ ਕਿੰਨੀ ਕੁ ਉਮੀਦ ਐ?"

"ਸਿਰੋਂ ਉੱਚੀ।"

"ਢਾਈ ਵਰ੍ਹੇ ਗ੍ਰਿਹਸਤ ਹੰਢਾ ਕੇ ਪਰਤੀ ਹਰਮਨ ਨੂੰ ਤੁਹਾਡਾ ਮਨ ਕੀ ਸੋਚ ਸਵੀਕਾਰੇਗਾ?"

"ਮਹਿਬੂਬ ਦੀ ਮਜ਼ਬੂਰੀ ਨੂੰ ਗਲ਼ ਲਾਵਾਂਗਾ। ਧਾਹੀਂ ਰੋਂਦੀ ਨੂੰ ਕਿਸਮਤ ਨੇ ਜ਼ਬਰੀ

ਵਜੂਦੋਂ ਨਿਖੇੜ ਦਿੱਤਾ। ਰੂਹੋਂ ਕੋਈ ਤਾਕਤ ਕੱਢ ਨਹੀਂ ਸਕਦੀ। ਉਂਝ ਵੀ ਮਹਿਬੂਬ ਦੀ ਮਜ਼ਬੂਰੀ ਤੋਂ ਮੂੰਹ ਵੱਟਣਾ ਵੱਡਾ ਪਾਪ ਐ।"

"ਤੁਹਾਡੀ ਬੇਜੋੜ ਮੁਹੱਬਤ ਦਾ ਜਵਾਬ ਕੋਈ ਨਹੀਂ।" ਨਜ਼ੀਰਾਂ ਮੁਸਕਰਾਈ-"ਪਰ ਜੇ ਉਹ ਢਾਈ ਵਰ੍ਹੇ ਬੀਤਣ ਤੇ ਵੀ ਨਾ ਪਰਤੀ?"

"ਉਹ ਜ਼ਰੂਰ ਪਰਤੇਗੀ। ਜੁਦਾ ਹੋਣੋਂ ਪਹਿਲਾਂ ਉਹਦਾ ਇਹ ਜ਼ਿੰਦਗੀ ਮੌਤ ਦੀ ਲੜਾਈ ਜਿਹਾ ਕੀਤਾ ਵਾਅਦਾ ਸਮਾਜ ਨੂੰ ਕਦੇ ਮੁਆਫ਼ ਨਹੀਂ ਕਰ ਸਕਦਾ। ਕਿਸਮਤ ਮੁੜ ਬੇਵਫਾਈ ਕਰ ਜੇ ਤਾਂ ਮੈਂ ਜ਼ਿੰਦਗੀ ਭਰ ਦੇ ਅਧਿਕਾਰ ਮਾਮੀ ਨੂੰ ਸੌਂਪ ਦਿਆਂਗਾ। ਉਹਦੀਆਂ ਢਾਈ ਵਰ੍ਹੇ ਦੀਆਂ ਪਿਆਸੀਆਂ ਰੀਝਾਂ ਨਿਆਂ ਮੰਗਦੀਆਂ ਨੇ। ਏਸ ਸਥਿਤੀ 'ਚ ਮਾਮੀ ਦੀ ਮੰਨਣ ਦਾ ਵਾਅਦਾ ਮੈਥੋਂ ਹਰਮਨ ਵੀ ਲੈ ਗਈ ਐ। ਵੈਸੇ ਹਰਮਨ ਮਾਮੀ ਵੀ ਮੈਥੋਂ ਘੱਟ ਨਹੀਂ ਚਾਹੁੰਦੀ।"

"ਮੈਨੂੰ ਕਦੇ-ਕਦੇ ਲੱਗਦੈ ਸ਼ਹਿਬਾਜ਼, ਸਮਾਜੋਂ ਬਾਗ਼ੀ ਹੋਣ ਦੇ ਮੁੱਦੇ ਤੇ ਹਰਮਨ ਜ਼ਰੂਰ ਤੁਹਾਡੇ ਨਾਲ ਨਰਾਜ਼ ਵੀ ਹੋਊਗੀ?"

"ਨਰਾਜ਼ ਨਹੀਂ ਤਾਂ ਪਛਤਾਵਾ ਜ਼ਰੂਰ ਹੋਏਗਾ। ਏਸ ਦੋਸ਼ ਤੋਂ ਜ਼ਮੀਰ ਸਾਹਵੇਂ ਮੈਂ ਵੀ ਘੱਟ ਸ਼ਰਮਿੰਦਾ ਨਹੀਂ। ਦੋ ਘੜੀਆਂ ਦੀ ਢਿੱਲ ਦਾ ਝੋਰਾ ਮਾਮੀ ਨੂੰ ਵੀ ਖਾ ਰਿਹੈ। ਹਰਮਨ ਦੇ ਕੋਰੇ ਘੜੇ ਦੇ ਨੀਰ ਵਰਗੇ ਸੁਭਾਅ 'ਚ ਕਦੇਂ ਬੂੰਦ ਭਰੀ ਤਲਖ਼ੀ ਨਹੀਂ ਵੇਖੀ। ਸੋ ਉਹਦੀ ਏਸ ਪੱਖੋਂ ਨਰਾਜ਼ਗੀ ਬਾਰੇ ਸੋਚਣਾ ਸਿਰਖਪਾਈ ਤੋਂ ਬਿਨਾਂ ਕੁੱਝ ਨਹੀਂ।"

"ਮੌਲਾ ਭਲੀ ਕਰੇ। ਇਹ ਮੇਰਾ ਵਹਿਮ ਹੋਵੇ। ਮੇਰਾ ਇੱਕ ਤਰਕ ਵੀ ਐ। ਭਰਤੀ ਹੋਣ ਦੇ ਮੁੱਦੇ ਤੇ ਮਾਮੀ ਤੋਂ ਬਾਗ਼ੀ ਹੋਣ ਤੋਂ ਚੰਗਾ ਸੀ ਤੂੰ ਹਰਮਨ ਦੀ ਸੁਣ ਕੇ ਹੀ ਮਾਮੀ ਦੀ ਰਾਇ ਤੋਂ ਬਿਨਾਂ ਹੀ ਬਾਗ਼ੀ ਹੋ ਜਾਂਦਾ।"

"ਇਹ ਪਛਤਾਵਾ ਮੈਨੂੰ ਹੀ ਨਹੀਂ ਸਾਨੂੰ ਸਭ ਨੂੰ ਐ। ਹਰਮਨ ਦੇ ਆਖਿਆ ਮੌਕਾ ਨਾ ਸਾਂਭ ਸਕਿਆ ਇਹ ਕਿਸਮਤ ਦਾ ਗੇੜ ਸੀ ਪਰ ਮਾਮੀ ਦੇ ਆਖੇ ਤੋਂ ਵਿਰੋਧੀ ਹੋ ਕੇ ਫੌਜ ਭਰਤੀ ਹੋਣ ਦਾ ਪਛਤਾਵਾ ਵੀ ਮੈਨੂੰ ਘੱਟ ਨਹੀਂ।"

"ਮਾਮੀ ਨੂੰ ਭਰਤੀ ਹੋਣ ਦੀ ਜ਼ਿੱਦ ਤੁਸੀਂ ਸਿਰਫ਼ ਦੇਸ਼ ਸੇਵਾ ਹੀ ਦੱਸਦੇ ਰਹੇ ਲੇਕਿਨ ਏਸ ਪਿੱਛੇ ਛੁਪੀ ਅਸਲ ਮਜ਼ਬੂਰੀ ਦਾ ਜ਼ਿਕਰ ਤੁਸੀਂ ਮੇਰੇ ਕੋਲ਼ ਕਰਨ ਦੇ ਬਾਵਜੂਦ ਉਸ ਮਜ਼ਬੂਰੀ ਦਾ ਮੂਲ ਮੈਥੋਂ ਵੀ ਛੁਪਾ ਗਏ?"

"ਕੀ ਮਤਲਬ?"

"ਮਤਲਬ ਕਿ ਉਹ ਕਿਹੜੀ ਮਜ਼ਬੂਰੀ ਸੀ ਜਿਸ ਕਰ ਕੇ ਤੁਸੀਂ ਆਰਮੀ ਦਾ ਰਾਹ ਅਡੋਪਟ ਕਰ ਲਿਆ?"

"ਸੱਚ ਤਾਂ ਨਜ਼ੀਰਾਂ ਇਹ ਐ ਮੈਂ ਹਰਮਨ ਤੋਂ ਵਿਛੜ ਕੇ ਇਕੱਲਾ ਰਹਿਣਾਂ ਔਖਾ ਤੇ ਮੁਹਾਲ ਸਮਝਦਾ ਆਂ। ਪਿੰਡ ਛੱਡ ਕੇ ਉਸ ਦੀਆਂ ਯਾਦਾਂ ਨੂੰ ਭੁਲਾਇਆ ਭਾਵੇਂ ਨਹੀਂ ਸੀ ਜਾ ਕਦਾ ਪਰ ਉਨ੍ਹਾਂ ਤੋਂ ਦੂਰ ਹੋ ਕੇ ਪੀੜ ਨੂੰ ਘਟਾਇਆ ਜਾ ਸਕਦਾ ਸੀ ਸੋ ਮੈਂ ਇਹ ਰਾਹ ਲੱਭ ਲਿਆ।"

"ਤੇ ਫਿਰ ਪਿੱਛੋਂ ਪਛਤਾਵਾ ਕਿਉਂ ਹੋਇਆ?"

"ਮੇਰਾ ਇਹ ਮਕਸਦ ਹੱਲ ਨਹੀਂ ਹੋ ਸਕਿਆ। ਨਾ ਪੀੜ ਘਟੀ। ਨਾ ਹਰਮਨ ਭੁੱਲੀ। ਜੇ ਮਾੜਾ ਮੋਟਾ ਲਾਭ ਹੋਇਆ ਤਾਂ ਸਿਰਫ਼ ਇਹ ਕਿ ਤੇਰੀ ਸੀ.ਓ. ਸਾਹਿਬ ਤੇ ਪ੍ਰੋਫੈਸਰ ਦੀ ਸਾਂਝ ਨੇ ਉਡੀਕ ਦਾ ਅਰਸਾ ਤੋੜ ਦਿੱਤਾ।"

"ਏਨੀ ਵਡਿਆਈ ਲਈ ਸ਼ੁਕਰੀਆ।" ਨਜ਼ੀਰਾਂ ਦੀਆਂ ਗੁਲਾਨਾਰੀ ਬੁੱਲ੍ਹੀਆਂ ਜੋ ਚੰਬੇ ਦੀਆਂ ਕਲੀਆਂ ਵਰਗੇ ਦੰਦ ਚਮਕੇ-"ਮੈਂ ਤੁਹਾਡੇ ਜ਼ਖ਼ਮ ਨੂੰ ਨੇੜਿਓਂ ਤੱਕ ਕੇ ਉਨਾ ਕੁ ਈ ਫਰਜ਼ ਨਿਭਾਇਐ, ਜਿੰਨੀ ਕੁ ਮੇਰੀ ਡਿਊਟੀ ਸੀ। ਫਾਲਤੂ ਦੇ ਅਹਿਸਾਨਮੰਦ ਤਾਂ ਤੁਸੀਂ ਐਵੇਂ ਈ ਹੋਈ ਜਾ ਰਹੇ ਓ।"

"ਮੈਂ ਤੇਰੀ ਗੱਲ ਹੀ ਮੰਨ ਲੈਂਦਾਂ ਹਾਂ ਪਰ ਤੁਹਾਥੋਂ ਜੇਡਾ ਹਮਦਰਦੀ ਦਾ ਰਿਕਾਰਡ ਕੋਈ ਹੋਰ ਨਹੀਂ। ਕੱਲ੍ਹ ਬੇਜੀ ਨਾਲ ਅਚਾਨਕ ਗੱਲ ਛਿੜੀ ਉਨ੍ਹਾਂ ਵੀ ਤੇਰੀਆਂ ਸਿਫ਼ਤਾਂ ਦੇ ਪੁਲ ਬੰਨ੍ਹ ਦਿੱਤੇ।"

ਦੋਵਾਂ ਵਿਚਕਾਰ ਗੱਲਬਾਤ ਦਾ ਸਿਲਸਿਲਾ ਬਰਕਰਾਰ ਰਿਹਾ। ਘਰ ਪਹੁੰਚੇ ਪ੍ਰੋ: ਨਿਰਵੈਰ ਸਿੰਘ ਤੇ ਇਖਲਾਕ ਉੱਥੇ ਹੀ ਮਿਲ ਪਏ। ਰਸਮੀ ਗੱਲਬਾਤ ਤੋਂ ਬਾਅਦ ਪ੍ਰੋਫੈਸਰ ਨੇ ਕਿਹਾ-"ਤੂੰ ਛੁੱਟੀ ਕੱਟ ਆ ਸ਼ਹਿਬਾਜ਼। ਬਾਜਵਾ ਸਾਹਿਬ ਨਾਲ ਗੱਲ ਹੋ ਚੁੱਕੀ ਐ। ਅਸੀਂ ਕੁੱਝ ਵੇਰਵੇ ਇਕੱਠੇ ਕਰਨ ਲਈ ਮਕਬੂਜ਼ਾ ਕਸ਼ਮੀਰ ਦੀਆਂ ਹੱਦਾਂ 'ਚ ਘੁੰਮਣੈਂ।"

"ਕੰਟਰੋਲ ਰੇਖਾ ਦੇ ਆਸ-ਪਾਸ ਜਾਂ...?"

"ਨਹੀਂ। ਉੱਥੇ ਜਿੱਥੇ ਦਰਿਆਏ ਜੇਹਲਮ ਨੂੰ ਦੋਵਾਂ ਕਸ਼ਮੀਰਾਂ ਦੀ ਹੱਦ ਮੰਨਿਐ।"

"ਹੱਦ ਏ ਹਬੀਬਾ ਤੇਰੇ ਵੀ। ਕਸ਼ਮੀਰ 'ਚ ਵੀ ਜ਼ਖ਼ਮਾਂ ਦਾ ਤੋੜਾ ਐ? ਜਿੰਨਾ ਮਰਜ਼ੀ ਇਲਮ ਲਿਖਦਾ ਫਿਰ।" ਇਖਲਾਕ ਮੁਹੰਮਦ ਬੋਲਿਆ-" "ਜਦੋਂ ਤੂੰ ਤਵਾਰੀਖ ਦੀ ਗੱਲ ਛੇੜ ਬੈਹਿਨੈ ਮੇਰੇ ਤਾਂ ਕਲੇਜੇ ਦਰੇਗ ਮੱਚ ਜਾਂਦੈ। ਐਵੇਂ ਈ ਉਖੇੜ ਛੱਡਦੈਂ ਹੱਦਾਂ ਸਰਹੱਦਾਂ ਦੀ ਗੱਲ ਕਰ ਕੇ ਸਿਉਂਤੇ ਫੱਟ। ਗੱਲ ਛੇੜੂੰ ਕਦੇ ਸਵਾਤ ਘਾਟੀ ਤੇ ਕਸ਼ਮੀਰ ਘਾਟੀ ਦੇ ਬਟਵਾਰੇ ਦੀ। ਕਦੇ ਅਟਕ ਤੇ ਬਿਆਸ 'ਚ ਪਏ ਵਿਛੋੜੇ ਦੀ।"

"ਭਰਾ ਮੇਰਿਆ। ਤਵਾਰੀਖ ਅੱਖਾਂ ਮੂਹਰੇ ਖੁੱਲ੍ਹੀ ਵੇਖ ਸੀਨਾ ਕੀਹਦਾ ਨਹੀਂ ਫਟਦਾ? ਹੱਥ ਫੜੀ ਕਲਮ ਪ੍ਰਤੀ ਫਰਜ਼ ਤਾਂ ਨਿਭਾਉਣੈ ਈ ਪਊ।"

"ਖ਼ੈਰ ! ਜਦੋਂ ਸ਼ਹਿਬਾਜ਼ ਮੁੜ ਆਊ ਉਦੋਂ ਨਿਭਾ ਲਈਂ ਫਰਜ਼ ਵੀ। ਨਜ਼ੀਰਾਂ?"

"ਜੀ ਅੱਬੂ?"

"ਸ਼ਹਿਬਾਜ਼ ਪੰਜਾਬ ਚੱਲਿਐ। ਕਸ਼ਮੀਰ ਦਾ ਮੇਵਾ ਏਹਦੀ ਮਾਮੀ ਨੂੰ ਵੀ ਭੇਜ ਦੇ।"

ਇਖਲਾਕ ਨੇ ਨਜ਼ੀਰਾਂ ਨੂੰ ਕਿਹਾ। ਬਾਹਰੋਂ ਤੁਰਦਾ-ਫਿਰਦਾ ਸਰਵਰ ਵੀ ਆ ਗਿਆ। ਸਭਨਾਂ ਨੇ ਦੁਪਹਿਰ ਦੀ ਰੋਟੀ ਇਕੱਠਿਆਂ ਖਾਧੀ ਸ਼ਹਿਬਾਜ਼ ਤੁਰਨ ਲੱਗਾ, ਇਖ਼ਲਾਕ ਨੇ ਅਖਰੋਟਾਂ, ਬਦਾਮਾਂ, ਸੇਬਾਂ ਤੇ ਹੋਰ ਕਸ਼ਮੀਰੀ ਮੇਵਿਆਂ ਦੀ ਬੋਰੀ ਭਰ ਦਿੱਤੀ-"ਮਾਮੀ ਨੂੰ ਮੇਰਾ ਸਲਾਮ ਆਖੀਂ।" ਉਸ ਨੇ ਕਿਹਾ।

ਪ੍ਰੋ: ਨਿਰਵੈਰ ਸਿੰਘ ਦੀ ਗੱਡੀ 'ਚ ਡਰਾਈਵਰ ਤੇ ਸਰਵਰ ਸ਼ਹਿਬਾਜ਼ ਨੂੰ ਟ੍ਰਾਂਜਿਟ ਕੈਂਪ ਕੋਲ਼ ਛੱਡ ਗਏ।

ਕਾਂਡ-5

ਕਈ ਦਿਨਾਂ ਤੋਂ ਗਰਾਂ ਆਈ ਨਜ਼ੀਰਾਂ ਨੇ ਭਲਕੇ ਸ਼੍ਰੀਨਗਰ ਨੂੰ ਮੁੜਨ ਦਾ ਮਨ ਬਣਾ ਲਿਆ। ਅੱਜ ਸ਼ਾਮ ਕੁਦਰਤੀ ਲੁਤਫ਼ ਲੈਣ ਲਈ ਉਹ ਰਮਣੀਕ ਰਾਹਵਾਂ 'ਚੋਂ ਗੁਜ਼ਰਦੀ ਤੇਜ਼ ਵਗਦੇ ਝਰਨੇ ਵਿਚਕਾਰ ਪਏ ਵੱਡੇ ਪੱਥਰ 'ਤੇ ਆ ਬੈਠੀ। ਪੁਰੇ ਦੀ ਤੇਜ਼ਧਾਰ ਵਗਦੀ ਪੌਣ

ਉਸ ਦੇ ਕੁੱਝ ਵਾਲ਼ ਉੱਡ-ਉੱਡ ਮੱਥੇ ਤੇ ਪੈ ਰਹੇ ਸਨ। ਚਾਂਦੀ ਰੰਗੇ ਪਾਣੀ ਡੋਬੇ ਮੱਖਣ ਦੇ ਪੇੜਿਆਂ ਵਰਗੇ ਪੈਰਾਂ ਨੂੰ ਉਹ ਲੰਮੇ ਸਮੇਂ ਤੋਂ ਕਦੇ ਬਾਹਰ ਕੱਢਦੀ ਕਦੇ ਮੁੜ ਪਾਣੀ 'ਚ ਡੋਬ ਦਿੰਦੀ। ਜ਼ਿੰਦਗੀ 'ਚ ਪਹਿਲੀ ਵਾਰ ਉਸ ਨੇ ਅਨਵਰ ਨੂੰ ਮਿਲਣ ਦੀ ਨੀਅਤ ਨਾਲ ਕਈ ਦਿਨ ਪਿੰਡ ਗੁਜ਼ਾਰ ਲਏ ਸਨ ਪਰ ਹੁਣ ਤੱਕ ਅਨਵਰ ਨੂੰ ਮਿਲਣ ਦੀ ਆਸ ਵੀ ਦਮ ਤੋੜ ਚੁੱਕੀ ਸੀ। ਉਸ ਨੇ ਲੰਮੀ ਅੰਗੜਾਈ ਭਰੀ ਤੇ ਸੋਚੀਂ ਪੈ ਗਈ-"ਕੀ ਸੋਚ ਕੇ ਆਈ ਸਾਂ ਕੀ ਪੱਲੇ ਪੈ ਗਿਆ? ਰੂਹ ਚਾਹੁੰਦੀ ਸੀ ਅੱਲ੍ਹਾ ਨੂੰ ਪਿਆਰੀ ਹੋਈ ਮੰਮੀ ਦਾ ਵਾਸਤਾ ਦੇ ਕੇ ਕੁਰਾਹੇ ਪਏ ਅੰਮਾਂ ਜਾਏ ਨੂੰ ਮੋੜਾਂ ਪਰ ਆਸ ਨੂੰ ਫੁੱਟੀਆਂ ਕਰੂੰਬਲਾਂ ਜੜ੍ਹੋਂ ਸੁੱਕ ਚੁੱਕੀਆਂ ਸਨ।

ਅੱਜ ਜਦੋਂ ਉਹ ਇਧਰ ਆਹੀ ਤਾਂ ਰਸਤੇ 'ਚ ਲੱਕੜਾਂ ਲੈ ਕੇ ਜਾਂਦੀ ਇੱਕ ਅਜਨਬੀ ਔਰਤ ਨੇ ਉਸ ਨੂੰ ਕਿਹਾ-"ਉਰ ਗਿਸਜ਼ੀਨਾ ਮੁਜਾਹਿਸ਼ ਇਵਨ ਗਸਨ।" (ਇਧਰ ਨਾ ਜਾਵੀਂ, ਇਧਰ ਅੱਤਵਾਦੀ ਆਉਂਦੇ ਜਾਂਦੇ ਨੇ) ਉਸ ਦੇ ਚਿਹਰੇ ਤੇ ਖੌਫ ਦੇ ਡੂੰਘੇ ਪਰਛਾਵੇਂ ਸਨ। ਪਰ ਨਜ਼ੀਰਾਂ ਬਿਨ ਬੋਲਿਆਂ ਸਿਰ ਝੁਕਾ ਕੇ ਉਸ ਦਾ ਸ਼ੁਕਰੀਆ ਕਰਦੀ ਅਗਾਂਹ ਲੰਘ ਗਈ। ਉਸ ਨੂੰ ਅੱਤਵਾਦੀਆਂ ਦਾ ਡਰ ਨਹੀਂ ਤਲਾਸ਼ ਸੀ। ਉਹ ਪੁਰ-ਉਮੀਦ ਸੀ ਕਿ ਇਨ੍ਹਾਂ ਅੱਤਵਾਦੀਆਂ 'ਚ ਉਸ ਨੂੰ ਜ਼ਰੂਰ ਕਿਧਰੇ ਅਨਵਰ ਲੱਭ ਪਵੇਗਾ ਤੇ ਉਹ ਉਸ ਨੂੰ ਸਮਝਾਵੇਗੀ। ਉਹ ਨਾ ਵੀ ਮਿਲੇ ਪਰੰਤੂ ਉਸ ਦਾ ਥਹੁ-ਪਤਾ ਜ਼ਰੂਰ ਲੱਭ ਪਵੇਗਾ।

ਪਰ ਰਾਤ ਨੇ ਦਿਨ ਨੂੰ ਗ਼ਲ ਲੱਗ ਮਿਲਣ ਲਈ ਬਾਹਾਂ ਉਲਾਰ ਦਿੱਤੀਆਂ ਪਰ ਕੋਈ ਅੱਤਵਾਦੀ ਤਾਂ ਕੀ ਆਮ ਵਿਅਕਤੀ ਵੀ ਨਹੀਂ ਮਿਲਿਆ। ਸ਼ਾਇਦ ਖ਼ਤਰਨਾਕ ਮੰਨੇ ਗਏ ਇਲਾਕੇ 'ਚ ਹਰ ਕੋਈ ਜਾਣ ਤੋਂ ਡਰਦਾ ਸੀ ਪਰ ਨਜ਼ੀਰਾਂ ਨੂੰ ਬੇਸਬਰੀ ਨਾਲ ਖ਼ਤਰੇ ਦੀ ਉਡੀਕ ਸੀ ਜੋ ਨਾ ਪੂਰੀ ਹੋਣ ਤੇ ਉਸ ਲਈ ਨਿਰਾਸ਼ਾ ਹੋ ਨਿਬੜੀ। ਆਖ਼ਿਰ ਉਹ ਪੱਲਾ ਝਾੜ ਗਰਾਂ ਵੱਲ ਨੂੰ ਤੁਰ ਪਈ। ਥਾਂ-ਥਾਂ ਤੇ ਤਾਇਨਾਤ ਫੌਜ ਦੀਆਂ ਪਾਰਖੂ ਅੱਖਾਂ ਉਸ ਤੇ ਬਿਜਲੀ ਵਾਂਗੂੰ ਡਿੱਗ ਰਹੀਆ ਸਨ-"ਉਫ਼ ਨਜ਼ੀਰਾਂ। ਇਹ ਕਿਉਂ ਭੁੱਲ ਬੈਠੀ ਤੂੰ ਏਸ ਖਿੱਤੇ ਦੇ ਖ਼ਤਰਨਾਕ ਅੱਤਵਾਦੀ ਅਨਵਰ ਦੀ ਭੈਣ ਐ?"

ਅਹਿਸਾਸ ਨੇ ਕਦਮ ਦੀ ਚਾਲ ਤੇਜ਼ ਕਰ ਦਿੱਤੀ। ਆਬਾਦੀ ਵਾਲੇ ਖਿੱਤੇ 'ਚ ਪਹੁੰਚਦਿਆਂ ਹੀ ਇੱਕ ਜਾਣੀ-ਪਹਿਚਾਣੀ ਖ਼ੂਬਸੂਰਤ ਕੁੜੀ ਫੁੱਲਾਂ ਵਾਂਗੂੰ ਖਿੜੀ ਉਸ ਦੇ ਕੋਲ਼ ਆ ਗਈ ਤੇ ਬਿਨਾਂ ਕੁੱਝ ਸੋਚੇ-ਸਮਝਿਆਂ ਬੋਲ ਪਈ-"ਵਾਹ ਨਜ਼ੀਰ ਵਾਹ। ਬਡ ਕਥ ਬੁਜ਼ਮ ਮੇਰਜਾ ਮਹੰਮਦ ਛੀ ਪਸੰਦ ਕਰਾਨ 'ਚ, ਨਿਕਾ ਕਰ ਤੁ ਨਿਰਰਫ਼ ਨਜੀਰਸ ਸੀਤ" (ਵਾਹ ਨਜ਼ੀਰਾਂ ਵਾਹ! ਬੜੀ ਵਧੀਆ ਗੱਲ ਸੁਣੀ ਐ ਕਿ ਤੈਨੂੰ ਮਿਰਜ਼ਾ ਮੁਹੰਮਦ ਨੇ ਪਸੰਦ ਕਰ ਲਿਐ। ਉਹ ਕਹਿੰਦੈ ਮੈਂ ਨਿਕਾਹ ਕਰਵਾਊਂ ਤਾਂ ਸਿਰਫ਼ ਨਜ਼ੀਰਾਂ ਨਾਲ ਹੀ)।

"ਕਿਆ ਛਖ ਵਨਨੁ ਚੂ।"

(ਕੀ ਬੋਲ ਰਹੀ ਐ ਤੂੰ, ਨਜ਼ੀਰਾਂ ਨੇ ਕੁੜੀ ਨੂੰ ਢਾਕਾਂ ਤੋਂ ਫੜ ਹਲੂਣਿਆ। ਉਸ ਨੂੰ ਆਪਣੇ ਕੰਨੀਂ ਸੁਣੀ ਦਾ ਯਕੀਨ ਨਹੀਂ ਸੀ ਆਇਆ। ਉਸ ਦੀ ਦਿਲੀ ਧੜਕਣ ਢੋਲ ਦੀ ਤਾਲ ਵਾਂਗੂੰ ਗੂੰਜ ਪਈ।)

"ਬੁਛਸ ਪੁਜ਼ ਵਨਨ, 'ਚ ਛਏ ਨ ਕਾ ਖ਼ੁਸ਼ੀ ਮਿਸਤ ਸੀਤ ਨਿਕਾ ਕਰਨਸ, ਸੁ ਛੁ ਕਸ਼ੀਰ ਮੰਜ ਮਜਹਦਨ ਲੀਡਰ, ਤਿਤ ਛੁ ਤਿਮਸੁੰਦੀ ਨਾਉ ਚਲਨ।"

(ਮੈਂ ਸੱਚ ਆਖਦੀ ਹਾਂ ਪਰ ਨਜ਼ੀਰਾਂ ਤੈਨੂੰ ਕੋਈ ਖ਼ੁਸ਼ੀ ਨਹੀਂ ਉਹਦੇ ਨਾਲ ਨਿਕਾਹ

ਕਰਾਉਣ ਦੀ? ਉਹ ਮੁਜਾਹਿਦ ਲੀਡਰ ਐ ਤੇ ਸਾਰੇ ਕਸ਼ਮੀਰ 'ਚ ਨਾਂਅ ਚਲਦੈ ਉਹਦਾ)

"ਨਾਉ ਰੋਜਨ ਚਲਵਾਨ, ਤਿਮਸ ਗੀਤ ਨਿਕਾ ਕਰਨ ਨਿਸ਼ ਛ ਮਰੁਨ ਜਾਨ। (ਨਾਂ ਪਿਆ ਚਲਦੇ ਹੋਵੇਗਾ। ਉਹਦੇ ਨਾਲ ਨਿਕਾਹ ਕਰਵਾਉਣ ਨਾਲੋਂ ਤਾਂ ਮਰ ਜਾਣਾ ਚੰਗੈ)

"ਯਿਹ ਕਚ ਤੀ ਛੁ ਸਹੀ, ਕੋਰਿਅਨ ਰੰਜ਼ ਜਵਾਨੀ ਸੀਤ ਛੁ ਤਿਮਸੁਨ ਸ਼ੋਖ, ਜੁ ਤ੍ਰਿਹਿ ਕੋਰਿ ਕਰਯ ਤਿਮ ਇਸਤਮਾਲ ਤੁ ਤਗਯਨ, ਸੁ ਛੁ ਜਬਰੀ ਨਿਕਾ ਕਰਾਨ, ਯਨ ਨਾਂ ਮਾਨਨ ਸਰਸੀ ਕਬੀਲਸ ਸਾਨ ਛੁ ਖਤਮ ਕਰਾਨ, ਚਾਨੀ ਗਾਮਚਿ ਹਸੀਨਾ, ਨਿਕਾ ਵਰੇ ਬਨੋਵਨ ਬਚ ਸੁਜ਼ ਮੋਜ, ਤਿਮਸੁਨ ਵਨੂਨ ਕੋਸ ਨਾ ਮਾਨੀ"

(ਇਹ ਗੱਲ ਵੀ ਸਹੀ ਐ। ਕੁੜੀਆਂ ਦੀਆਂ ਜ਼ਿੰਦਗੀਆਂ ਨਾਲ ਖੇਡਣਾ ਤਾਂ ਮਿਰਜ਼ਾ ਮੁਹੰਮਦ ਦਾ ਸ਼ੌਂਕ ਹੈ। ਦੋ-ਤਿੰਨ ਕੁੜੀਆਂ ਤਾਂ ਉਹਨੇ ਪਹਿਲਾਂ ਹੀ ਵਰਤ ਕੇ ਸੁੱਟ ਦਿੱਤੀਆਂ ਹਨ। ਉਹ ਕੁੜੀਆਂ ਨਾਲ ਜਬਰੀ ਨਿਕਾਹ ਕਰਦਾ ਹੈ। ਜੋ ਸਹਿਮਤ ਨਾ ਹੋਵੇ ਉਹਨੂੰ ਸਣੇ ਕਬੀਲੇ ਮਰਵਾ ਦਿੰਦਾ ਹੈ। ਉਹ ਸੀ ਜੋ ਹੁਸੀਨਾ ਤੁਹਾਡੇ ਗਰਾਂ ਦੀ, ਨਿਕਾਹ ਤੋਂ ਪਹਿਲਾਂ ਮਿਰਜ਼ਾ ਮੁਹੰਮਦ ਨੇ ਉਸ ਨੂੰ ਮਾਂ ਬਣਾ ਦਿੱਤੈ ਇੱਕ ਜੁਆਕ ਦੀ ਪਰ ਉਸ ਦੀ ਆਖੀ ਨੂੰ ਮੋੜ ਕੌਣ ਸਕਦਾ ਹੈ?)

ਨਜ਼ੀਰਾਂ ਦੀ ਛਾਤੀ ਧੜਕ ਗਈ। ਉਸ ਨੂੰ ਲੱਗਾ ਜਿਵੇਂ ਹੁਣੇ ਮਿਰਜ਼ਾ ਮੁਹੰਮਦ ਧਾੜਵੀਆਂ ਸਣੇ ਆ ਜਾਵੇਗਾ ਤੇ ਉਸ ਨੂੰ ਜਬਰੀ...।

"'ਚ ਕਿਚਕਿਨ ਲੋਗੀ ਪਤਾ।"

(ਤੈਨੂੰ ਇਹ ਪਤਾ ਕਿਵੇਂ ਲੱਗਾ?)

"ਸੁ ਛੁ ਫ਼ੋਜਸ ਦਸਿ ਮਾਰਨ ਆਮੁਤ, ਉ ਬਦਲ ਨਸੀਰ ਉਸ ਵਨਤ।"

(ਉਹ ਜੋ ਮਾਰਿਆ ਗਿਐ ਫ਼ੌਜ ਹੱਥੋਂ ਅਬਦੁਲ ਨਸੀਰ, ਉਹ ਆਖਦਾ ਸੁਣਿਆਂ ਸੀ ਕਿਧਰੇ)

ਇਸ ਤੋਂ ਅੱਗੇ ਨਜ਼ੀਰਾਂ ਦੀ ਕੁੱਝ ਪੁੱਛਣ ਸੁਣਨ ਦੀ ਹਿੰਮਤ ਨਾ ਰਹੀ। ਉਸ ਦੀ ਅਨਵਰ ਨੂੰ ਕੁਰਾਹਿਉਂ ਰਾਹ ਪਾਉਣ ਦੀ ਸਵੈ-ਸਥਾਪਤ ਸੋਚ ਨੇਸਤੋਂ ਨਬੂਦ ਹੋ ਗਈ। ਹਰ ਖ਼ਿਆਲ 'ਚ ਫਨੀਅਰ ਸੱਪਾਂ ਨੇ ਬਰਮੀਆਂ ਬਣਾ ਲਈਆਂ। ਰੂਹ ਤੂੰਬਾ-ਤੂੰਬਾ ਹੋ ਗਈ-"ਐ ਅੱਲ੍ਹਾ। ਮੇਰੇ ਜਿਸਮ ਨੂੰ ਖੰਭ ਲਾ ਦੇ ਮੈਂ ਉੱਡ ਕੇ ਸ਼੍ਰੀਨਗਰ ਜਾ ਪੁੱਜਾਂ।"

ਸਕੇ ਤਾਏ ਦੇ ਫਰਜ਼ੰਦ ਮਿਰਜ਼ਾ ਮੁਹੰਮਦ ਦੀ ਈਰਖਾਲੂ ਜਿੱਦ ਖੋਰ, ਗ਼ੁੱਸੇ ਤੇ ਨਿਰਮੋਹੀ ਫ਼ਿਰਤ ਨਜ਼ੀਰਾਂ ਤੋਂ ਕਿਸੇ ਪੱਖੋਂ ਗੁੱਝੀ ਨਹੀਂ ਸੀ। ਬਚਪਨ ਤੋਂ ਅੱਜ ਤੱਕ ਨਜ਼ੀਰਾਂ ਤੇ ਮਿਰਜ਼ਾ ਮੁਹੰਮਦ ਵਿਚਕਾਰ ਹਮ-ਉਮਰ ਹੋਣ ਦੇ ਬਾਵਜੂਦ ਛੱਤੀ ਦਾ ਅੰਕੜਾ ਚਲ ਰਿਹਾ ਸੀ। ਉਸ ਦੇ ਕਬੀਲੇ ਤੇ ਬਜ਼ੁਰਗਾਂ ਨਜ਼ੀਰਾਂ ਨੂੰ ਸਦਾ ਹੀ ਰੱਜ ਪਿਆਰ ਦਿੱਤਾ ਪਰ ਉਸ ਦੀਆਂ ਨਜ਼ਰਾਂ ਨਜ਼ੀਰਾਂ ਨੂੰ ਤੱਕਦਿਆਂ ਹੀ ਮੱਥੇ ਦੀ ਤਿਊੜੀ ਬਣ ਬਹਿੰਦੀਆਂ।

ਅਨਵਰ ਨੂੰ ਕੁਰਾਹੇ ਪਾਉਣ 'ਚ ਜ਼ਰੂਰ ਮਿਰਜ਼ਾ ਮੁਹੰਮਦ ਨੇ ਪਾਨ ਚਾੜ੍ਹੀ ਹੋਵੇਗੀ। ਇਹ ਸੋਚ ਕੇ ਨਜ਼ੀਰਾਂ ਸ਼੍ਰੀਨਗਰ ਤੋਂ ਚੱਲੀ ਸੀ ਪਰ ਇੱਥੇ ਆ ਕੇ ਸਭ ਕੁੱਝ ਸਪਸ਼ਟ ਹੋ ਗਿਆ ਕਿ ਇਹ ਕੁੱਝ ਉਸ ਬਦੌਲਤ ਹੀ ਹੋਇਆ ਹੈ।

ਫਿਰ ਨਜ਼ੀਰਾਂ ਨੂੰ ਕੁਝ ਸਾਲ ਪਹਿਲਾਂ ਵਾਪਰੀ ਉਹ ਘਟਨਾ ਯਾਦ ਆਈ ਜਦੋਂ ਇਸੇ ਤਰ੍ਹਾਂ ਗਰਾਂ ਆਈ ਨੂੰ ਮਿਰਜ਼ਾ ਮੁਹੰਮਦ ਨੇ ਅੱਖ 'ਚ ਕੋਈ ਸ਼ਰਾਰਤ ਲੈ ਕੇ ਕਿਸੇ ਉਮੰਗ

ਲਈ ਹੁੰਘਾਰਾ ਮੰਗਿਆ ਸੀ ਪਰ ਨਜ਼ੀਰਾਂ ਦੇ ਸਖ਼ਤ ਰਵੱਈਏ ਨੇ ਉਸ ਦੀ ਸਾਰੀ ਆਕੜ ਮਿੱਟੀ ਮਿਲਾ ਦਿੱਤੀ ਸੀ।" ਕਾਸ਼! ਮੈਨੂੰ ਅੱਜ ਅਨਵਰ ਮਿਲ ਪੈਂਦਾ ਤਾਂ ਮੈਂ ਵਰ੍ਹਿਆਂ ਤੋਂ ਛੁਪਾਇਆ ਇਹ ਸੱਚ ਉਹਦੇ ਅੱਗੇ ਰੱਖ ਉਹਨੂੰ ਕੁਰਾਹੇ ਪਾਉਣ ਵਾਲੀ ਮਿਰਜ਼ਾ ਮੁਹੰਮਦ ਦੀ ਸ਼ਾਜ਼ਿਸ਼ੀ ਮਨਸ਼ਾ ਉਜਾਗਰ ਕਰ ਦੇਂਦੀ। ਭੈਣ ਦੀ ਆਬਰੂ ਲਈ ਅਨਵਰ ਜ਼ਰੂਰ ਕੁੱਝ ਸੋਚਦਾ। ਕੁੜੀ ਆਖਦੀ ਸੀ "ਕੁੜੀਆਂ ਦੀਆਂ ਜ਼ਿੰਦਗੀਆਂ ਨਾਲ ਖੇਡਣਾ ਉਹਦਾ ਸ਼ੌਂਕ ਐ। ਕਈ ਕੁੜੀਆਂ ਨੂੰ ਉਹ ਪਹਿਲਾਂ ਹੀ ਵਰਤ ਕੇ ਸੁੱਟ ਚੁੱਕੈ। ਹੁਸੀਨਾਂ ਨੂੰ ਉਹਨੇ ਕੁਆਰੀ ਮਾਂ ਬਣਾ ਸੁਟਿਐ।" ਨਜ਼ੀਰਾਂ! ਤੂੰ ਉਹਦੇ ਮਕੜ ਜਾਲ 'ਚ ਆ ਜਾਂਦੀ ਸ਼ਾਇਦ ਅੱਜ ਤੂੰ ਵੀ ਉਸੇ ਪੀੜਤ ਕਤਾਰ 'ਚ ਲੱਗੀ ਹੁੰਦੀ। ਫਿਰ ਜੋ ਅਸਹਿਮਤ ਹੋਵੇ ਉਹਨੂੰ ਉਹ ਸਣੇ ਕਬੀਲੇ ਮਰਵਾ ਸੁੱਟਦੈ... ।"

ਨਜ਼ੀਰਾਂ ਦਾ ਮੱਥਾ ਠਣਕਿਆ। "ਜ਼ਰੂਰ ਮਿਰਜ਼ਾ ਮੁਹੰਮਦ ਮੈਥੋਂ ਹੋਈ ਬੇਇਜ਼ਤੀ ਦਾ ਬਦਲਾ ਲੈਣਾ ਚਾਹੁੰਦੈ। ਜਿੰਦਖੋਰ ਫਿਤਰਤ, ਉਤੋਂ ਤਾਕਤ ਦਾ ਗੁਮਾਨ ਤੇਰੇ ਜਾਦੂਖੋਰ ਸ਼ਬਾਬ ਤੋਂ ਉਹ ਪਹਿਲਾਂ ਈ ਫੱਟੜ ਐ। ਫੱਟ ਖਾਧਾ ਹਥਿਆਰਬੰਦ ਸ਼ਿਕਾਰੀ ਤਾਕਤ ਹੋਣ ਦੇ ਬਾਵਜੂਦ ਕਿਵੇਂ ਚੁੱਪ ਰਹਿ ਸਕਦੈ?" ਨਜ਼ੀਰਾਂ ਨੂੰ ਲੱਗਾ ਜਿਵੇਂ ਉਸ ਦੀਆਂ ਅੰਤਰੀਵ ਆਂਦਰਾਂ ਨੂੰ ਕੋਈ ਰੁੱਗ ਭਰ ਨਿਚੜ ਰਿਹਾ ਹੋਵੇ। ਅਨਵਰ ਨੂੰ ਮਿਲਣ ਦੀ ਤਾਂਘ ਲੈ ਕੇ ਪਲ ਪਹਿਲਾਂ ਪ੍ਰਤਰੇ ਸੁਹੇੜਦੀ ਨਜ਼ੀਰਾਂ ਨੂੰ ਹਰ ਪਾਸਿਓਂ ਪਏ ਖੌਫ਼ ਨੇ ਸਮਝੋ ਬੇਸਮਝ ਕਰ ਦਿੱਤਾ।

ਨਜ਼ੀਰਾਂ ਨਾਲ਼ ਤਕਰਾਰ ਤੋਂ ਬਾਅਦ ਕੁਦਰਤਨ ਇੱਕ-ਦੋ ਵਾਰ ਰੂਬਰੂ ਹੋਏ ਮਿਰਜ਼ਾ ਮੁਹੰਮਦ ਦਾ ਲੋਹਾ-ਲਾਖਾ ਚਿਹਰਾ ਤੱਕ ਕੇ ਬੇਖ਼ਬਰ ਤੇ ਬੇਖੌਫ਼ ਰਹੀ ਨਜ਼ੀਰਾਂ ਨੂੰ ਅੱਜ ਉਸ ਦੀ ਕ੍ਰੋਧ ਭਰੀ ਅੱਖ ਦਾ ਖੌਫ਼ ਅੱਗਿਓਂ ਹੋ-ਹੋ ਸਤਾਉਣ ਲੱਗਾ। ਉਸ ਲਈ ਅਨਵਰ ਦਾ ਚਿਹਰਾ ਧੁੰਦਲਾ ਗਿਆ, ਮਿਰਜ਼ਾ ਮੁਹੰਮਦ ਦਾ ਖੌਫ਼ਜਦਾ ਤੇ ਨਫ਼ਰਤ ਭਰਪੂਰ ਚਿਹਰਾ ਅੱਖਾਂ ਮੂਹਰੇ ਘੁੰਮਣ ਲੱਗਾ।

ਉਹ ਅਗਲੇ ਦਿਨ ਸ਼੍ਰੀਨਗਰ ਪਹੁੰਚੀ। ਇਖ਼ਲਾਕ ਤੋਂ ਚੋਰੀ ਪ੍ਰੋ: ਨਿਰਵੈਰ ਸਿੰਘ ਨੂੰ ਸਾਰੀ ਹਕੀਕਤ ਦੱਸੀ।

"ਤੂੰ ਕੋਮਲ ਕਲਾਵਾਂ ਦੀ ਮਲਕਾਂ ਉਹਦੇ ਹੈਂਕੜਬਾਜ਼ ਜਨੂੰਨ ਦੀ ਹਾਣੀ ਕਦੋਂ ਬਣ ਸਕਦੀ ਐਂ? ਉਹਦਾ ਹੰਕਾਰ ਵਹਿਮ ਪਾਲ਼ ਬੈਠਾ ਐ। ਕੁੜੀਆਂ ਨੂੰ ਬਰਬਾਦ ਕਰ ਅੰਬ ਦੀ ਗੁਠਲ਼ੀ ਵਾਂਗੂੰ ਵਗਾਹ ਮਾਰਨਾਂ ਉਹਦੇ ਵਿਭਚਾਰੀ, ਹੰਕਾਰੀ ਤੇ ਪਾਪੀ ਸੁਭਾਅ ਦਾ ਪ੍ਰਮਾਣ ਐ। ਤੂੰ ਡਰ ਨਾ, ਸਾਨੂੰ ਘਬਰਾਉਣ ਦੀ ਥਾਂ ਸੋਚਣ ਤੇ ਸਤਰਕ ਹੋਣ ਦੀ ਲੋੜ ਐ।" ਪ੍ਰੋ: ਨੇ ਦਲੀਲ ਦਿੱਤੀ।

"ਉਹ ਕਿਵੇਂ ਸਰ?"

"ਕਿਸੇ ਵੀ ਨਾਮੀ ਸਰਕਾਰੀ ਭਗੌੜੇ ਲਈ ਏਡਾ ਕੰਮ ਕਰਨਾ ਖਾਲਾ ਜੀ ਦਾ ਵਾੜਾ ਨਹੀਂ।"

"ਇਹ ਸਾਡਾ ਤੁਹਾਡਾ ਤਰਕ ਹੋ ਸਕਦੈ ਪਰ ਲੰਕਾਂ ਢਾਹੁੰਣ ਲਈ ਉਹਨੇ ਘਰ ਦਾ ਭੇਤੀ ਪੱਟਿਆ ਐ। ਉਹਦਾ ਸ਼ਾਤਿਰ ਦਿਮਾਗ਼ ਏਸ ਮਨਸੂਬੇ ਲਈ ਅਨਵਰ ਨੂੰ ਵਰਤੇਗਾ।"

"ਉਸ ਪਾਪੀ ਨੇ ਵੀ ਕਿਹੜਾ ਰਾਹ ਚੁਣ ਲਿਐ... ?" ਪ੍ਰੋਫ਼ੈਸਰ ਨਜ਼ੀਰਾਂ ਦੀ ਦਲੀਲ ਤੇ ਅਨਵਰ ਦੇ ਚੁਣੇ ਰਾਹ ਤੋਂ ਲਾਜਵਾਬ ਹੋ ਗਿਆ।

"ਕੋਈ ਰਾਹ ਨਹੀਂ ਲੱਭ ਰਿਹੈ ਸਰ?"

"ਤੇਰੇ ਅਗਜ਼ਾਮ ਹੋਣ 'ਚ ਸੱਤ ਮਹੀਨੇ ਪਏ ਨੇ। ਮਿਰਜ਼ਾ ਮੁਹੰਮਦ ਉਦੋਂ ਤੱਕ ਤਾਂ ਕੁੱਝ ਵੀ ਕਰ ਸਕਦੈ।"

"ਅਜਿਹੀ ਸਥਿਤੀ 'ਚ ਅਸੀਂ ਕੀ ਕਰ ਸਕਦੇ ਆਂ ਸਰ?"

"ਮੈਨੂੰ ਸੋਚਣ ਦਾ ਸਮਾਂ ਦੇਹ। ਜ਼ਰੂਰ ਕੋਈ ਹੱਲ ਨਿਕਲ਼ ਜਾਵੇਗਾ। ਤੂੰ ਏਸ ਦਾ ਜ਼ਿਕਰ ਅੱਬੂ ਜਾਨ ਕੋਲ਼ ਨਾ ਕਰੀਂ।"

ਕਹਿ ਕੇ ਪ੍ਰੋਫ਼ੈਸਰ ਗੰਭੀਰ ਹੋ ਗਿਆ। ਉਹ ਨਜ਼ੀਰਾਂ ਨੂੰ ਪ੍ਰੇਸ਼ਾਨ ਨਹੀਂ ਸੀ ਵੇਖ ਸਕਦਾ ਪਰ ਨਜ਼ੀਰਾਂ ਦੀ ਜ਼ਿੰਦਗੀ ਮੌਤ ਦਾ ਮੁੱਦਾ ਉਹਨੂੰ ਵੀ ਵਖ਼ਤਾਂ 'ਚ ਪਾ ਗਿਆ।

"ਜ਼ਰਾ ਸੰਭਲ ਉਏ ਨਿਰਵੈਰ ਸਿਆਂ! ਸਿਰਫਿਰੇ ਜਨੂੰਨ ਨਾਲ਼ ਤੇਰਾ ਪਹਿਲਾ ਵਾਹ ਪਿਐ। ਤੇਰਾ ਇਲਮ ਹੁਣ ਤੱਕ ਅਕਲਾਂ ਵਾਲਿਆਂ ਦਾ ਹਾਕਮ ਰਿਹੈ। ਸਿਆਣੀ ਅਕਲ ਨੇ ਹਮੇਸ਼ਾ ਨਿਆਂ ਨੂੰ ਮੰਨਿਆ ਤੇ ਸੱਚ ਨੂੰ ਵਿਚਾਰਿਐ। ਪਰ ਨਾ ਭੁੱਲੀਂ ਮੂਰਖ਼ਤਾਂ ਹੱਥ ਫੜੀ ਰਫ਼ਲ ਸਾਹਵੇਂ ਤੇਰੀ ਅਕਲ ਅਮਲੋਂ ਹੀਣੀ ਐ। ਬਲਦੀਆਂ ਲਪਟਾਂ ਚੁੱਕੀ ਫਿਰਦੇ ਬਾਂਦਰਾਂ ਨੂੰ ਕੀ ਕਹੇਂਗਾ? ਕੀ ਸਮਝਾਏਂਗਾ? ਕਿੱਥੋਂ ਕਿੱਥੋਂ ਵਰਜੇਗਾ? ਸਿਆਣੀ ਸੋਚ ਆਪਣਾ ਤੇ ਪੀਡਾ ਫ਼ੈਸਲਾ ਲੈ। ਨਜ਼ੀਰਾਂ ਦੇ ਨਿਕਾਹ ਦਾ ਫ਼ਰਜ਼ ਤੇਰੇ ਸਿਰ ਵੱਡਾ ਕਰਜ਼ ਐ। ਏਸ ਤੋਂ ਪਹਿਲਾਂ ਫ਼ਰਜ਼ਾਂ 'ਚ ਵਰਤੀ ਰੱਤੀ ਭਰ ਕੁਤਾਹੀ ਤੈਨੂੰ ਸਮਾਜ ਦਾ ਦੋਖੀ ਬਣਾ ਕੇ ਜ਼ਮੀਰ ਦੀ ਕਚਹਿਰੀ 'ਚ ਲਿਆ ਖੜ੍ਹਾ ਕਰੇ ਤੂੰ ਜਲਦ ਹੀ ਨਜ਼ੀਰਾਂ ਦਾ ਨਿਕਾਹ ਕਰ ਕੇ ਇਖ਼ਲਾਕ ਨੂੰ ਦਿੱਤਾ ਵਾਅਦਾ ਪੁਗਾ। ਮਿਰਜ਼ਾ ਮੁਹੰਮਦ ਨੈਣੀਂ ਮਚਦਾ ਅੰਗਿਆਰ ਬਣ ਚੁੱਕੀ ਨਜ਼ੀਰਾਂ ਨੂੰ ਪਾਉਣ ਲਈ ਹੱਥ ਫੜੇ ਹਥਿਆਰ ਦਾ ਕਦੇ ਵੀ ਸਹਾਰਾ ਲੈ ਸਕਦਾ। ਉਹਦੀ ਅੰਨ੍ਹੀ ਅਕਲ ਨੇ ਤੇਰੇ ਪਿੱਟਦੇ ਫਰਜ਼ਾਂ ਤੇ ਦੁਹਾਈ ਦੇਂਦੇ ਇਨਾਮ ਨੂੰ ਕਦੇ ਨਹੀਂ ਵਿਚਾਰਨਾ। ਅਕਲਾਂ ਦੇ ਖਾਰੇ ਖੂਹ ਦਲੀਲਾਂ ਤੋਂ ਸਾਫ਼ ਨਹੀਂ ਹੁੰਦੇ। ਜੇਹਾਦ ਦਾ ਬੋਲਬਾਲਾ ਤੇਰੀਆਂ ਮਾਸੂਮ ਭਾਵਨਾਵਾਂ ਨੂੰ ਦਰੜ ਕੇ ਅਗਾਂਹ ਲੰਘ ਗਿਆ, ਤੇਰੀ ਰਹਿੰਦੀ ਜਿੰਦਗੀ ਕਿਆਮਤ ਤੱਕ ਪਛਤਾਵੇਂ ਦੀ ਪੀੜ ਹੰਢਾਵੇਗੀ। ਸੋ ਵਕਤ ਵਿਚਾਰ।"

ਪ੍ਰੋਫ਼ੈਸਰ ਦੀ ਝੁਕੀ ਧੌਣ ਕਿਸੇ ਉਤਸ਼ਾਹ ਨਾਲ਼ ਉੱਠ ਖੜ੍ਹੀ। ਉਹ ਲੰਮਾ ਸਮਾਂ ਇਸ ਤੋਂ ਅੱਡ ਪੱਖ ਵੀ ਵਿਚਾਰਦਾ ਰਿਹਾ। ਫੈਸਲਿਆਂ 'ਚ ਉਧੇੜ-ਬੁਣ ਵੀ ਕਰਦਾ ਰਿਹਾ। ਉਸ ਨੇ ਨਜ਼ੀਰਾਂ ਦੇ ਨਿਕਾਹ ਦੀ ਗੱਲ ਬਲਦੇਵ ਕੌਰ ਨਾਲ ਛੇੜੀ ਪਰ ਤਾਜ਼ਾ ਮਸਲੇ ਦੇ ਪੱਤੇ ਬੰਦ ਹੀ ਰੱਖੇ... ?

"ਜਿਸ ਮੂੰਹ ਬੋਲੀ ਧੀ ਲਈ ਅਸੀਂ ਕੁੱਖੋਂ ਜਾਏ ਪੁੱਤ ਤੋਂ ਦੂਰ ਰਹਿਣਾ ਮੰਨ ਲਿਆ ਉਹਦਾ ਨਿਕਾਹ ਵੀ ਵਧੀਆ ਵਰ ਢੂੰਡ ਕੇ ਚੰਗੇ ਚਾਅਵਾਂ ਨਾਲ ਕਰਾਂਗੇ। ਐਡੀ ਕੀ ਕਾਹਲ ਪਈ ਐ?"

ਬਲਦੇਵ ਕੌਰ ਨੇ ਕਿਹਾ।

"ਕਾਹਲ ਕੋਈ ਨਹੀਂ ਪਰ ਸਿਰੋਂ ਭਾਰ ਲਹਿੰਦਾ ਈ ਖ਼ੈਰ। ਹੁਣ ਹਾਲਾਤ ਪਹਿਲਾਂ ਵਾਲੇ ਨਹੀਂ ਰਹੇ।"

"ਕੱਲ੍ਹ ਤੱਕ ਮੈਂ ਕਹਿੰਦੀ ਸਾਂ ਤੁਸੀਂ ਆਖਦੇ ਸੀ ਕਿ ਕੁੜੀ ਦੀ ਉਮਰ ਪੜ੍ਹਨ ਦੀ ਐ। ਅੱਜ ਏਡੀ ਕਾਹਲੀ ਕਿਉਂ?"

"ਨਹੀਂ ਬਲਦੇਵ ਕੌਰੇ ਕਾਹਲੀ ਨਹੀਂ ਪਰ ਸਮੇਂ ਸਿਰ ਯੋਗ ਵਰ ਲਭਦੇ ਵੀ ਨਹੀਂ।"

"ਨਜ਼ੀਰਾਂ ਲਈ ਮੁੰਡਿਆਂ ਦਾ ਤੋੜ ਐ। ਭਲਾ ਜੇਹਦੇ ਤੇ ਮਰਜ਼ੀ ਉਂਗਲ ਧਰ ਨਿਕਾਹ ਕਰ ਲਏ। ਉਹਦੇ ਅੱਬੂ ਨੂੰ ਵੀ ਕੁਝ ਪੁੱਛ ਵੇਖਣਾ ਸੀ?"

"ਮਿਲ਼ਦਾ ਹਾਂ ਉਹਨੂੰ ਵੀ।"

ਸੋਚਦਿਆਂ ਵਿਚਾਰਦਿਆਂ ਇੱਕ ਦਿਨ ਹੋਰ ਵੀ ਲੰਘ ਗਿਆ। ਫਿਰ ਨਜ਼ੀਰਾਂ ਨੇ ਪੁੱਛਿਆ–

"ਸਰ! ਕੀ ਸੋਚਿਆ ਤੁਸਾਂ?"

"ਪਹਿਲੀ ਗੱਲ ਇਹ ਕਿ ਤੂੰ ਬੇਫ਼ਿਕਰ ਹੋ ਕੇ ਐਗਜ਼ਾਮ ਦੀ ਤਿਆਰੀ ਆਰੰਭ। ਕਦੇ ਭੁੱਲ ਭੁਲੇਖੇ ਮਿਰਜ਼ਾ ਮੁਹੰਮਦ ਆਏ ਤਾਂ ਕੋਈ ਤਕਰਾਰ ਨਹੀਂ ਕਰਨਾ ਬੱਸ ਇਹੋ ਆਖ ਕੇ ਟਾਲ਼ ਦੇਣਾਂ ਕਿ ਮੈਂ ਐਗਜ਼ਾਮ ਤੋਂ ਬਾਅਦ ਤੇਰੇ ਨਾਲ ਨਿਕਾਹ ਕਰਵਾ ਲਾਂ ਗੀ।"

"ਅਸੀਂ ਇਹ ਝੂਠ ਬੋਲਾਂਗੇ?"

"ਬਿਲਕੁਲ। ਜ਼ੋਰ ਦੀ ਲੜਾਈ ਅਸੀਂ ਲੜ ਨਹੀਂ ਸਕਦੇ। ਜੁਗਤ ਲੜਾਉਣ ਲਈ ਝੂਠ ਬੋਲਣਾ ਪਊ। ਗਿਰਨ ਭਾਵੇਂ ਕਿੰਨਾ ਵੀ ਅਕਲਮੰਦ ਹੋਵੇ ਪਰ ਗਧੇ ਨਾਲ ਘੁਲਨਾ ਉਹਦੇ ਵਸ ਨਹੀਂ। ਸੱਚ ਤੇ ਅੜੇ ਰਹਾਂਗੇ, ਮੁਫ਼ਤ ਦਾ ਕਲੇਸ਼ ਗੱਲ ਪਏਗਾ। ਇਨ੍ਹਾਂ ਸੱਤ ਮਹੀਨਿਆਂ 'ਚ ਅਸੀਂ ਕੋਈ ਡਸੀਜ਼ਨ ਵੀ ਲੈ ਸਕਦੇ ਹਾਂ। ਸੱਤ ਮਹੀਨਿਆਂ 'ਚ ਮਿਰਜ਼ਾ ਮੁਹੰਮਦ ਢੇਰੀ ਹੋ ਸਕਦੈ। ਸੋ ਬੇਟੀ ਗੱਲ ਵਕਤ ਵਿਚਾਰਨ ਦੀ ਐ।"

ਪ੍ਰੋ: ਦੀ ਗੱਲ ਨਾਲ ਨਜ਼ੀਰਾਂ ਦੇ ਦਿਲੋਂ ਆਤੰਕ ਲਹਿ ਗਿਆ।

"ਫਿਰ ਇੱਕ ਹੋਰ ਸੁਣ ਨਜ਼ੀਰਾਂ।"

"ਕੀ?"

"ਜਹਾਨਗੀਰ ਤੈਨੂੰ ਕਿੰਨਾ ਕੁ ਪਸੰਦ ਏ?"

"ਜਹਾਨਗੀਰ?" ਨਜ਼ੀਰਾਂ ਨੂੰ ਸ਼ਾਇਦ ਖ਼ਿਆਲ ਨਹੀਂ ਸੀ ਆਇਆ।

"ਉਹ ਮੁੰਡਾ ਜੋ ਸਾਨੂੰ ਉਸ ਦਿਨ ਲਾਲ ਬਜ਼ਾਰ ਮਿਲਿਆ ਸੀ?"

"ਜੀ ਜੀ! ਯਾਦ ਆਇਆ। ਲਾਲ ਬਾਜ਼ਾਰ ਹੀ ਨਹੀਂ ਉਹ ਤੇ ਕਈ ਵੇਰ ਮੈਨੂੰ ਤੁਹਾਡੇ ਰਾਹੀਂ ਮਿਲ਼ਿਐ?"

"ਹਾਂ। ਉਹਦਾ ਅੱਬੂ ਮੇਰਾ ਚੰਗਾ ਦੋਸਤ ਏ ਤੇ ਉਹ ਮੇਰਾ ਅਜ਼ੀਜ਼! ਨੌਕਰੀਸ਼ੁਦਾ ਸਾਊ ਤੇ ਸ਼ਰੀਫ਼ ਕੁਨਬਾ।"

"ਕਾਲਜ 'ਚ ਉਹ ਮੈਥੋਂ ਇੱਕੋ ਕਲਾਸ ਅੱਗੇ ਪੜ੍ਹਦਾ ਰਿਹੈ।"

"ਜ਼ਿਆਦੇ ਨੇੜਤਾ ਉੱਥੋਂ ਹੀ ਹੋਈ ਮੇਰੇ ਨਾਲ਼।" ਉਹਦੀ ਫੈਮਲੀ ਨੂੰ ਇਖ਼ਲਾਕ ਵੀ ਜਾਣਦੈ। ਤੂੰ ਹਾਂਅ ਕਰੇ, ਮੈਂ ਉਹਦਾ ਰਿਸ਼ਤਾ ਤੇਰੇ ਨਾਲ ਕਰ ਸਕਦੈ। ਹਾਲਾਤ ਅੱਗਿਉਂ ਕਿਸੇ ਪਾਸੇ ਵੀ ਮੁੜ ਸਕਦੇ ਹੈਂ।"

ਪ੍ਰੋਫ਼ੈਸਰ ਦੀ ਗੱਲ ਸੁਣ ਨਜ਼ੀਰਾਂ ਖਾਮੋਸ਼ ਹੋ ਗਈ। ਜਹਾਨਗੀਰ ਨੂੰ ਵਾਕਿਆ ਹੀ ਉਸ ਨੇ ਨੇੜਿਓਂ ਤੱਕਿਆ ਸੀ। ਪ੍ਰੋਫ਼ੈਸਰ ਦੀ ਪਰਖ ਤੇ ਵੀ ਉਂਗਲ ਨਹੀਂ ਸੀ ਧਰੀ ਜਾ ਸਕਦੀ–
"ਪਰ ਮੈਨੂੰ ਅਜੇ ਇਨਾਂ ਚੱਕਰਾਂ 'ਚ ਨਾ ਪਾਓ ਸਰ। ਮੇਰੀ ਮੰਜ਼ਿਲ ਅਜੇ ਕਾਫ਼ੀ ਲੰਮੇਰੀ ਐ।"

"ਤੇਰੀ ਮੰਜ਼ਿਲ 'ਚ ਹਨ੍ਹੇਰਾ ਨਾ ਹੁੰਦਾ। ਮੈਂ ਅਜੇ ਨਾਂਅ ਤੱਕ ਨਾ ਲੈਂਦਾ। ਉਹਦੀ

ਫੈਮਲੀ ਨੇ ਖ਼ੁਦ ਮੇਰੇ ਤੱਕ ਸਿਫਾਰਸ਼ ਕੀਤੀ ਐ। ਆਪਣੇ ਘਰ ਜਿਹਾ ਘਰ ਤੂੰ ਸਾਥੋਂ ਦੂਰ ਹੋ ਕੇ ਵੀ ਨੇੜੇ ਰਹੇਂਗੀ।"

ਨਜ਼ੀਰਾਂ ਨਾ ਕੁੱਝ ਬੋਲ ਸਕਦੀ ਸੀ ਨਾ ਬੋਲੀ। ਇਖ਼ਲਾਕ ਨੂੰ ਪ੍ਰੋਫ਼ੈਸਰ ਦੀ ਕੀਤੀ ਮੋੜਨ ਦੀ ਫ਼ਿਤਰਤ ਨਹੀਂ ਸੀ। ਫਿਰ ਜਹਾਨਗੀਰ ਤੇ ਨਜ਼ੀਰਾਂ ਦੇ ਪਰਿਵਾਰਾਂ 'ਚ ਹੋਈਆਂ ਮੁਲਾਕਾਤਾਂ ਰਿਸ਼ਤੇ ਦੀ ਤਾਂਘ ਹੋ ਨਿੱਬੜੀਆਂ। ਆਖਿਰ ਇੱਕ ਦਿਨ ਦੋਵਾਂ ਪਰਿਵਾਰਾਂ ਦੀ ਮੌਜੂਦਗੀ 'ਚ ਪ੍ਰੋ: ਨਿਰਵੈਰ ਸਿੰਘ ਨੇ ਜਹਾਨਗਰ ਦੀ ਝੋਲ਼ੀ ਮੂੰਹ ਬੋਲੀ ਧੀ ਦਾ ਸ਼ਗਨ ਪਾ ਕੇ ਫ਼ਰਜ਼ਾਂ ਨੂੰ ਅੰਜ਼ਾਮ ਦੇਣ ਦਾ ਰਾਹ ਖੋਲ੍ਹ ਦਿੱਤਾ।

ਕਾਂਡ-6

ਟਿਕੀ ਅੱਧੀ ਰਾਤ। ਨਿੱਸਰਦੀ ਕਣਕ। ਲਹਿਰਾਉਂਦੇ ਹਰੇ ਖੇਤ। ਪੁੰਨਿਆਂ ਦੇ ਚਾਨਣ ਨਾਲ ਬਾਤਾਂ ਪਾਉਂਦੀ ਨੀਮ ਧੁੰਦ।

ਸ਼ਹਿਬਾਜ਼ ਗੁਲਮੋਹਰ ਦੇ ਰੁੱਖ ਨਾਲ ਢੋਹ ਲਾਈ ਬੈਠਾ ਅੰਬਰੀ ਚਮਕਦੇ ਚੰਨ 'ਚੋਂ ਹਰਮਨ ਦਾ ਚਿਹਰਾ ਤਲਾਸ਼ ਰਿਹਾ ਸੀ। ਕੰਨਾਂ 'ਚ ਉਸ ਦੇ ਬੋਲ ਵਰ੍ਹਿਆਂ ਬਾਅਦ ਵੀ ਬਾਘੀਆਂ ਪਾ ਰਹੇ ਸਨ। "ਸ਼ਹਿਬਾਜ਼। ਕਦੇ ਪੂਰਨਮਾਸ਼ੀ ਦੇ ਚੰਨ 'ਚੋਂ ਮੈਨੂੰ...।"

ਪੋਟਿਆਂ ਤੇ ਗਿਣਵੀਆਂ ਛੁੱਟੀਆਂ ਬਚੀਆਂ ਸਨ। ਵਾਪਸੀ ਦੇ ਸਾਰੇ ਪ੍ਰਬੰਧ ਮੁਕੰਮਲ ਸਨ। ਇਸ ਛੁੱਟੀ ਹਰਮਨ ਨੂੰ ਮਿਲਣ ਦੀ ਪੂਰੀ ਉਮੀਦ ਸੀ ਪਰ ਆਸਾਂ ਦੇ ਸੱਖਣੇ ਰੁੱਖ ਫਿਰ ਵੀ ਰੁੰਡ-ਮਰੁੰਡ ਸਨ। ਆਸ ਦਮ ਤੋੜ ਰਹੀ ਸੀ ਪਰ ਫਿਰ ਵੀ ਮਾਮੀ ਦੀ ਜ਼ਬਾਨੀ ਸੁਣੇ ਬੋਲ ਆਕਸੀਜ਼ਨ ਦੇ ਰਹੇ ਸਨ। ਅੱਜ ਹੀ ਉਸ ਨੇ ਦੱਸਿਆ ਸੀ-

"ਸ਼ਹਿਬਾਜ਼। ਮੈਂ ਘਰ ਨਹੀਂ ਸਾਂ। ਪਤਾ ਲੱਗਾ ਅਜ਼ਨਬੀ ਮਰਦ ਔਰਤ ਆਏ ਸਨ। ਆਖਦੇ ਸੀ ਹਰਮਨ ਕੋਲੋਂ ਆਏ ਹਾਂ। ਮੈਂ ਲੇਟ ਹੋ ਗਈ ਉਹ ਲੰਮੇ ਇੰਤਜ਼ਾਰ ਮਗਰੋਂ ਦੇਵ ਕੋਲ ਏਨਾ ਕੁ ਆਖ ਕੇ ਹੀ ਤੁਰਦੇ ਬਣੇ ਕਿ ਹਰਮਨ ਬੜੀ ਦੁਖੀ ਐ। ਉਹਨੇ ਸੁਨੇਹਾ ਘੱਲਿਆ, "ਮੇਰੀ ਉਮੀਦ ਕਰਿਉ। ਕੀਤੇ ਇਕਰਾਰ ਤੇ ਜ਼ਰੂਰ ਪੁੱਜਾਂਗੀ।" ਪੁੱਤਰਾ। ਸਾਡੀ ਕਿਸਮਤ ਨੇ ਤਾਂ ਮੈਨੂੰ ਘਰੋਂ ਤੋਰਿਆ ਹੀ ਸੀ। ਪਰ ਕਮਲਾ ਦੇਵ ਵੀ ਗੱਲ ਦਾ ਖੁਰਾ ਖੋਜ ਨਾ ਕੱਢ ਸਕਿਆ।"

"ਪਰ ਮਾਮੀ ਕੌਣ ਸਨ ਉਹ? ਕੀ ਨਗਰ ਗਰਾਂ ਸੀ , ਉਨ੍ਹਾਂ ਦਾ? ਕੋਈ ਟੈਲੀਫੋਨ ਜਾਂ ਸੰਪਰਕ ਨਹੀਂ ਦੱਸ ਗਏ? ਹਰਮਨ ਦਾ ਐਡਰੈੱਸ ਹੀ ਪੁੱਛ ਲੈਂਦੇ? ਏਡਾ ਗੰਭੀਰ ਸੁਨੇਹਾ ਲੈ ਕੇ ਆਉਣ ਵਾਲਾ ਜ਼ਰੂਰ ਸਾਡਾ ਕੋਈ ਹਮਦਰਦੀ ਈ ਹੋ ਸਕਦੈ? ਹਰਮਨ ਏਸ ਵੇਲੇ ਕਿਹੜੇ ਹਾਲਾਤ 'ਚ ਕਿੱਥੇ ਤੇ ਕਿਵੇਂ ਦਿਨ ਬਸਰ ਕਰ ਰਹੀ ਐ? ਬੜੇ ਸਵਾਲਾਂ ਦੇ ਜੁਆਬ ਉਹ ਵਾਪਸ ਈ ਲੈ ਕੇ ਮੁੜ ਗਏ ਮਾਮੀ?" ਸ਼ਹਿਬਾਜ਼ ਦਾ ਲਹੂ ਮੱਚ ਉੱਠਿਆ।

"ਇਹੋ ਪਛਤਾਵਾ ਮੈਨੂੰ ਖਾ ਗਿਆ ਪੁੱਤਾ। ਥਹੁ-ਟਿਕਾਣਾ ਪੁੱਛਣ ਲਈ ਬੜੀਆਂ ਜੁਗਤਾਂ ਲੜਾਈਆਂ। ਬੱਸ ਏਹੋ ਪਤਾ ਲੱਗਾ ਉਹ ਹਰਮਨ ਦੇ ਸੱਚੇ ਹਾਮੀ ਸਨ ਤੇ ਅਗਲੇ ਦਿਨ ਹੀ ਪੰਜਾਬ ਤੋਂ ਚਲੇ ਗਏ।"

ਫਿਰ ਸ਼ਹਿਬਾਜ਼ ਨੇ ਉਸ ਔਰਤ ਤੋਂ ਜਾ ਕੇ ਵੀ ਤਹਿਕੀਕਾਤ ਕੀਤੀ ਜੋ ਘਰੋਂ ਨਿਕਲ਼ਦਿਆਂ ਅਚਾਨਕ ਉਨ੍ਹਾਂ ਨੂੰ ਮਿਲੀ ਸੀ। ਉਸ ਕੋਲੋਂ ਕੁੱਝ ਖਾਸ ਤਾਂ ਨਹੀਂ ਸੀ ਲੱਭਿਆ

ਪਰ ਉਸ ਨੇ ਸ਼ਹਿਬਾਜ਼ ਦੀ ਵਕਾਲਤ ਉਨ੍ਹਾਂ ਕੋਲ ਕਰ ਦਿੱਤੀ ਸੀ-"ਭਾਈ ਹਰਮਨ ਦੁਖੀ ਐ ਤਾਂ ਸਤਨਾਮ ਕੌਰ ਕਿੱਥੋਂ ਸੁਖੀ ਐ? ਹਰਮਨ ਦੀ ਉਡੀਕ 'ਚ ਤਾਂ ਹੁਣ ਤੱਕ ਸ਼ਹਿਬਾਜ਼ ਨੇ ਵਿਆਹ ਨਹੀਂ ਕਰਵਾਇਆ। ਤੁਹਾਡਾ ਸੁਨੇਹਾ ਆਉਂਦੇ ਸਤਨਾਮ ਕੌਰ ਨੂੰ ਦੇ ਦਿਆਂਗੀ। ਉਹਦਾ ਹਾਲ ਹਰਮਨ ਨੂੰ ਤੁਸੀਂ ਸੁਣਾ ਦਿਓ।"

...ਤੇ ਉਹ ਅਗਲੀ ਸਵੇਰ ਹੀ ਸਤਨਾਮ ਨੂੰ ਸਾਰੀ ਗੱਲ ਕਹਿ ਸੁਣਾ ਗਈ ਸੀ। ਕਿੱਡਾ ਰਹੱਸਮਈ ਸੱਚ ਸੀ ਜੋ ਹਰਮਨ ਦੇ ਵਿਛੋੜੇ ਬਾਅਦ ਤੂੰਬਾ-ਤੂੰਬਾ ਹੋ ਕੇ ਕਿਸ਼ਤਾਂ 'ਚ ਸ਼ਹਿਬਾਜ਼ ਤੱਕ ਪਹੁੰਚ ਰਿਹਾ ਸੀ।

ਜਦੋਂ ਉਹ ਇਸ ਤੋਂ ਪਿਛਲੀ ਛੁੱਟੀ ਆਇਆ ਤਾਂ ਉਸ ਨੂੰ ਖ਼ਬਰ ਮਿਲੀ ਸੀ ਕਿ ਹਰ ਤੀਜੇ ਦਿਨ ਇੱਕ ਅਜਨਬੀ ਆਦਮੀ ਆ ਕੇ ਅੰਗਰੇਜ ਕੌਰ ਨਾਲ਼ ਲੜਦਾ ਹੈ-"ਮੈਂ ਤੇਰੇ ਨਾਲ ਇਹ ਰਿਸ਼ਤਾ ਏਸ ਲਈ ਨਹੀਂ ਸੀ ਕਰਵਾਇਆ ਕਿ ਉਹ ਮੈਨੂੰ ਹੀ ਅੱਖਾਂ ਕੱਢ-ਕੱਢ ਡਰਾਉਣ। ਉਨ੍ਹਾਂ ਨੂੰ ਕੁੜੀ ਦੀ ਲੋੜ ਸੀ ਵਿਆਹ ਕਰਵਾ ਕੇ ਤੁਰਦੇ ਬਣੇ। ਮੇਰੇ ਪੁੱਤ ਨੂੰ ਬਾਹਰ ਲਿਜਾਉਣ ਦੇ ਡਰੋਂ ਮੇਰਾ ਹੁਣ ਫ਼ੋਨ ਵੀ ਨਹੀਂ ਚੁੱਕਦੇ।"

"ਵੇ ਸਬਰ ਕਰ ਸਬਰ। ਕੌਣ ਕੁੜੀ ਦੇਂਦਾ ਸੀ ਐਹੋ ਜਹੇ ਨਿਖੱਟੂਆਂ ਨੂੰ। ਮੈਂ ਜੇ ਕੁੜੀ ਉਨ੍ਹਾਂ ਘਰੇ ਵਿਆਹੀ ਐ ਤਾਂ ਤੇਰੇ ਕਹਿਣ ਤੇ। ਤੂੰ ਕੀ ਮੈਨੂੰ ਦੱਸਿਆ ਸੀ ਕਿ ਮੈਂ ਆਪਣੇ ਪੁੱਤ ਨੂੰ ਬਾਹਰ ਭੇਜਣਾ ਵੀ ਸਾਕ ਬਦਲੇ ਤਹਿ ਕੀਤੈ?" ਫਿਰ ਅੰਗਰੇਜ਼ ਕੌਰ ਨੇ ਬੁੱਲ੍ਹ ਚੜ੍ਹਾਅ ਕੇ ਉਸ ਦੀ ਸਾਂਗ ਲਗਾਈ ਤੇ ਬੋਲੀ-"ਉਦੋਂ ਤੇ ਬੜਾ ਆਖਦਾ ਸੀ, "ਭੈਣੇ ਕੇਰਾਂ ਰਿਸ਼ਤਾ ਕਰਵਾ ਦੇਹ। ਅਸੀਂ ਦੋਮੇਂ ਮਾਲੋ-ਮਾਲ ਹੋ ਜਾਂਗੇ।" ਤੂੰ ਕੀ ਜਾਣੇ ਜੈ ਵੱਢੀ ਦਿਆ, ਮੈਂ ਸਵਰਨੇ ਸਿਰ ਕਿਵੇਂ ਲੁੱਥਰੀ ਬੰਨ੍ਹੀ ਐ।"

"ਆਵਦਾ ਭੁੱਲਗੀ ਜਦੋਂ ਆਖਦੀ ਸੈਂ," ਇੱਕ ਵੇਰਾਂ ਸੌਂਕਣ ਦੀ ਵੇਲ ਮੇਰੇ ਵਿਹੜਿਉਂ ਵਢਾ ਦੇ। ਤੇਰੀਆਂ-ਮੇਰੀਆਂ ਪੌ ਬਾਰਾਂ ਹੋ ਜਾਣਗੀਆਂ। "ਓਏ ਤੂੰ ਕੀ ਜਾਣੇਂ ਝੁਡੂਆ। ਮੈਂ ਸਵਰਨੇ ਸਿਰ ਕਿਵੇਂ ਜਾਦੂ ਝਾੜਿਆਂ। ਕਿਵੇਂ ਪਿੰਡ ਦੀ ਕੁੱਤ ਖੇਹ ਸਿਰ ਪਵਾਈ। ਜੇਹਦੇ ਲੜ ਗੰਦਲ਼ ਵਰਗੀ ਕੁੜੀ ਲਾਈ ਐ ਉਹ ਤਾਂ ਉਹਦੇ ਪੈਰ ਅਰਗਾ ਨਹੀਂ। ਹੂ।"

"ਬਹੁਤੀਆਂ ਉਰੇ-ਪਰੇ ਦੀਆਂ ਨਾ ਮਾਰ। ਆਵਦੇ ਜੁਆਈ ਤੇ ਕੁੜਮਣੀ ਨਾਲ ਗੱਲ ਕਰ। ਮੇਰੇ ਨਾਲ ਕੀਤਾ ਸੌਦਾ ਨਾ ਨਿਭਾਇਆ ਤਾਂ ਮੈਥੋਂ ਬੁਰਾ ਕੋਈ ਨਹੀਂ। ਹੂ। ਸਮਝੀ?" ਉਸ ਨੇ ਫ਼ਰਸ਼ ਤੇ ਪੈਰ ਮਾਰਿਆ।

"ਵੇ ਮੈਂ ਨਹੀਂ ਸੀ ਕਰਾਈ ਕੋਈ ਸੌਦੇਬਾਜ਼ੀ। ਧਮਕੀਆਂ ਦੇਣੀਆਂ ਏ ਤਾਂ ਆਪਦੇ ਪਿਓ ਨੂੰ ਦੇਹ ਜਾ ਕੇ। ਪਿੱਠ ਪਿੱਛੇ ਰਿਧੀ ਖੀਰ ਦਾ ਮੈਨੂੰ ਕੀ ਪਤੈ? ਅਖੇ ਗੱਲ ਕਰ ਆਪਦੇ ਜੁਆਈ ਤੇ ਕੁੜਮਣੀ ਨਾਲ਼। ਭਲਾ ਮੈਂ ਕਿਉਂ ਕਰਾਂ ਵੇ ਗੱਲ? ਗੱਲ ਕਰਦੀ ਐ ਮੇਰੀ ਜੁੱਤੀ।" ਅੰਗਰੇਜ਼ ਕੌਰ ਨੇ ਵੀ ਫੌਜੀ ਪਰੇਡ ਵਾਂਗੂੰ ਪੈਰ ਮਾਰਿਆ।

"ਬਹੁਤਾ ਬੋਲੀ ਮੂੰਹ ਤੇ ਥੱਪੜ ਧਰ ਦੂੰ। ਵੱਡੀ ਆਈ ਏ ਲਪਰੋ।" ਉਸ ਨੇ ਅੰਗਰੇਜ ਕੌਰ ਤੇ ਹੱਥ ਚੁੱਕਿਆ ਪਰ ਉਸ ਨੇ ਜ਼ੋਰ ਦੀ ਧੱਕਾ ਮਾਰ ਗੇਟ ਨੂੰ ਅੰਦਰੋਂ ਕੁੰਡੀ ਮਾਰ ਲਈ।" ਦਫਾ ਹੋ ਜਾਹ। ਭੈਣ ਦਾ ਯਾਰ ਕਿਸੇ ਥਹੁ ਦਾ। ਅਖੇ ਮੂੰਹ ਨਾ ਮੱਥਾ ਜਿੰਨ ਪਹਾੜੋਂ ਲੱਥਾ। ਮੁੜ ਕੇ ਏਸ ਘਰ ਕੰਨੀ ਝਾਕਿਆਂ ਵੀ ਤਾਂ ਗਿੱਟੇ ਛਾਂਗ ਦੂੰ। ਸਾਲਾ ਕੁੱਤੇ ਦੀ ਨਸਲ਼!

...ਉਸ ਦਿਨ ਅੰਗਰੇਜ ਕੌਰ ਨਾਲ ਅਣਜਾਣੇ ਵਿਅਕਤੀ ਦੀ ਬਹਿਸ 'ਚੋਂ

ਸ਼ਹਿਬਾਜ਼ ਨੂੰ ਭਾਵੇਂ ਜ਼ਿਆਦੇ ਕੁੱਝ ਪੱਲੇ ਨਹੀਂ ਸੀ ਪਿਆ ਪਰ ਸਪਸ਼ਟ ਸੀ ਅੰਗਰੇਜ਼ ਕੌਰ ਨਾਲ ਸ਼ਗਨ ਦੇ ਨਾਂਅ ਤੇ ਕੀਤੀ ਸੌਦੇਬਾਜ਼ੀ 'ਚ ਉਸ ਦੀ ਵੀ ਸਾਂਝ ਭਿਆਲੀ ਸੀ-"ਡੁੱਬ ਮਰੋ ਮੇਰੇ ਸੁਪਨਿਆਂ ਦੇ ਸੌਦਾਗਰੋ। ਮੇਰੀ ਹਰਮਨ ਨੂੰ ਮੈਥੋਂ ਵਿਛੋੜ ਤੁਸੀਂ ਸੁੱਖ ਕਿੱਥੋਂ ਭਾਲਦੇ ਓ?"

"ਉਸ ਦੇ ਸੀਨਿਉਂ ਹਉਕਾ ਨਿਕਲਿਆ ਪਰ ਦਿਲ ਅਜੇ ਵੀ ਪੂਰੀ ਤਲਾਸ਼ ਲਈ ਧੜਕ ਰਿਹਾ ਸੀ। ਫਿਰ ਉਸ ਨੇ ਸੋਚਿਆ ਅੰਦਰੋਂ-ਅੰਦਰ ਵਿਹੁ ਘੋਲਣ ਨਾਲੋਂ ਸੰਜਮ ਤੇ ਰਾਜਨੀਤੀ ਵਰਤਣੀ ਚਾਹੀਦੀ ਐ। ਗਰਮ ਲੋਹਾ ਸੱਟ ਮੰਗਦੈ ਕਿਉਂ ਨਾ ਏਸ ਵਿਅਕਤੀ ਤੋਂ ਹਕੀਕਤ ਪੁੱਛੀ ਜਾਵੇ?"

ਸ਼ਹਿਬਾਜ਼ ਲੰਮੀਆਂ ਪੁਲਾਂਘਾਂ ਪੁੱਟਦਾ ਉਸ ਪਿੱਛੇ ਹੋ ਤੁਰਿਆ ਪਰ ਉਹ ਪਿੰਡ ਦੀ ਜੂਹ ਲੰਘ ਚੁੱਕਾ ਸੀ ਫਿਰ ਉਸ ਨੇ ਕਦੇ ਵੀ ਉਸ ਨੂੰ ਆਪਣੇ ਪਿੰਡ ਘੁੰਮਦਾ ਨਹੀਂ ਵੇਖਿਆ।

ਸ਼ਹਿਬਾਜ਼ ਨੇ ਹਰਮਨ ਦੀ ਸੁੱਖ-ਸਾਂਦ, ਥਹੁ-ਪਤਾ ਪੁੱਛਣ ਲਈ ਕਈ ਵਾਰ ਸਵਰਨੇ ਕੋਲ ਵੀ ਯਤਨ ਲੜਾਏ ਪਰ ਉਹ ਸ਼ਰਮ 'ਚ ਖੁੱਭਿਆ, ਗਰਦਣੋਂ ਝੁਕਿਆ ਕੰਨੀਂ ਕਤਰਾਉਂਦਾ ਰਿਹਾ। ਪਿਛਲੀ ਛੁੱਟੀ 'ਚ ਉਸ ਨੇ ਖ਼ੁਦ ਪਹਿਲ ਕਰਕੇ ਸ਼ਹਿਬਾਜ਼ ਨੂੰ ਬੁਲਾਉਣ ਦੀ ਕੋਸ਼ਿਸ਼ ਕੀਤੀ ਸੀ-"ਉਏ ਭਾਊ। ਕਦੇ ਫ਼ੌਜੀ ਕੋਟੇ ਵਾਲੀ ਰੰਮ-ਸ਼ੰਮ ਸਾਨੂੰ ਵੀ ਪਿਆ ਛੱਡਿਆ ਕਰ। ਧਰਮੀਆਂ ਗੱਲ ਐ ਰੂੜੀ ਮਾਰਕਾ ਦੀਆਂ ਦੋ ਬੋਤਲਾਂ ਵੀ ਏਹਦੇ ਇੱਕ ਪੈੱਗ ਬਰਾਬਰ ਨਹੀਂ ਢੁੱਕਦੀਆਂ। ਛਿੱਟ ਕੁ ਲਾਉਣ ਦੀ ਦੇਰ ਐ, ਸਾਰੇ ਦੁੱਖ ਈ ਦੂਰ ਚਲੇ ਜਾਂਦੇ ਐ...ਘਰੇ ਪਈ ਐ ਤਾਂ ਫੜਾ ਜਾਵੀਂ ਔਂਦਾ...ਜਾਂਦਾ।"

"ਮੈਂ ਕਰਦੀ ਆਂ ਤੇਰੇ ਦੁੱਖ ਦੂਰ। ਕਮਬਖ਼ਤ ਨਾ ਹੋਏ ਕਿਸੇ ਥਹੁ ਦਾ। ਸਾਨੂੰ ਦੁੱਖ ਦੇ ਕੇ ਸਾਥੋਂ ਹੀ ਦੁੱਖ ਭੁਲਾਉਣੀ ਦਵਾਈ ਮੰਗਦੈ? ਅਜੇ ਤਾਂ ਲੋਕਾਂ ਅੱਗੇ ਗਲਾਸੀ-ਗਲਾਸੀ ਨੂੰ ਹਾੜੇ ਕੱਢਦੈ ਅਜੇ ਤਾਂ ਤੇਰੇ ਤਨ ਨੂੰ ਕੀੜਿਆਂ ਨੇ ਨੋਚਣੈਂ, ਪਤਾ ਲੱਗੂ ਉਦੋਂ। ਮੁਸ਼ਟੰਡ ਨਾ ਹੋਵੇ ਕਿਸੇ ਥਾਂ ਦਾ।"

ਚਾਣਚੱਕ ਮੌਕੇ ਤੇ ਢੁੱਕੀ ਸਤਨਾਮ ਕੌਰ ਨੇ ਸਵਰਨੇ ਦਾ ਰਹਿੰਦਾ-ਖੂੰਹਦਾ ਨਸ਼ਾ ਵੀ ਤਿੱਤਰ ਕਰ ਦਿੱਤਾ ਪਰ ਬਿਨਾਂ ਕੁੱਝ ਬੋਲਿਆਂ ਵੀ ਇੱਕ ਪਛਤਾਵਾ ਰੂਪੀ ਚਮਕ ਸਵਰਨੇ ਦੀਆਂ ਅੱਖਾਂ 'ਚ ਤੈਰਦੀ ਰਹੀ। ਫਿਰ ਸ਼ਹਿਬਾਜ਼ ਨੂੰ ਹਰ ਮੌਕਾ-ਮੇਲ ਤੇ ਮੁਲਾਕਾਤ ਤੇ ਇਹੋ ਪਛਤਾਵਾ ਉਸ ਦੇ ਚਿਹਰੇ ਤੋਂ ਨਜ਼ਰੀ ਪੈਂਦਾ। ਕਦੇ-ਕਦੇ ਲੱਗਦਾ ਜਿਵੇਂ ਉਹ ਕੁੱਝ ਪੁੱਛਣ ਦੀ ਕੋਸ਼ਿਸ਼ ਕਰਦਾ ਹੋਵੇ ਪਰ ਹਿੰਮਤ ਇਜਾਜ਼ਤ ਨਾ ਦੇ ਰਹੀ ਹੋਵੇ। ਇਸ ਦੇ ਬਾਵਜੂਦ ਸ਼ਹਿਬਾਜ਼ ਦੀ ਉਤਸੁਕਤਾ ਨੂੰ ਬੋਤਲ ਬਦਲੇ ਹਰਮਨ ਦੀ ਜਾਣਕਾਰੀ ਪ੍ਰਾਪਤ ਕਰਨ ਦਾ ਸੌਦਾ ਸਸਤਾ ਲੱਗਦਾ ਸੀ। ਉਸ ਨੇ ਭਾਵੇਂ ਕਦੇ ਸ਼ਰਾਬ ਦਾ ਸੁਆਦ ਨਹੀਂ ਸੀ ਵੇਖਿਆ ਨਾ ਹੀ ਕਦੇ ਕੰਟੀਨ ਤੋਂ ਖ਼ਰੀਦੀ ਸੀ ਪਰ ਤਾਜ਼ੇ ਮਕਸਦ ਨੇ ਉਸ ਨੂੰ ਮਹਿੰਗੇ ਮੁੱਲ ਦੀ ਸ਼ਰਾਬ ਖਰੀਦਣ ਲਈ ਮਜਬੂਰ ਕਰ ਦਿੱਤਾ ਪਰ ਮਾਮੀ ਤੋਂ ਗੁਪਤ।

ਅਗਲੀ ਸ਼ਾਮ ਸ਼ਹਿਬਾਜ਼ ਨੇ ਰੂਹ ਭਰ ਕੇ ਚੰਨ ਵੱਲ ਤੱਕਿਆ। ਲੰਮੀ ਅੰਗੜਾਈ ਭਰੀ ਤੇ ਖੇਤਾਂ ਦੇ ਬੰਨੇ-ਬੰਨੇ ਸ਼ਾਮੇ ਦੇ ਪੱਤਣ ਵੱਲ ਹੋ ਤੁਰਿਆ। ਪਿੰਡ ਦੀ ਜ਼ਮੀਨ ਦੇ ਲਾਗਿਉਂ ਸ਼ੂਕਾਂ ਵੱਟ-ਵੱਟ ਲੰਘਦੇ ਦਰਿਆ ਤੇ ਸਰਕਾਰ ਵੱਲੋਂ ਸਰਦੀਆਂ ਦੇ ਦਿਨੀਂ ਆਰਜ਼ੀ ਢੋਲਾਂ ਦਾ ਪੁਲ ਬਣਾਇਆ ਜਾਂਦਾ, ਜਿਸ ਨੂੰ ਚੜ੍ਹਦੀ ਬਰਸਾਤ ਚੁੱਕ ਲਿਆ ਜਾਂਦਾ। ਉਨ੍ਹਾਂ ਦਿਨਾਂ 'ਚ ਮਲਾਹ ਲੋਕਾਂ ਨੂੰ ਬੇੜੀਆਂ ਰਾਹੀਂ ਪਾਰ ਲੰਘਾਉਂਦੇ ਅੱਜ-ਕੱਲ੍ਹ ਇਹ ਪੁਲ਼ ਮੌਜੂਦ ਸੀ।

ਸ਼ਹਿਬਾਜ਼ ਲੰਮਾ ਸਮਾਂ ਪੂਰਨਮਾਸ਼ੀ ਦੀਆਂ ਸੋਨ-ਪੱਤੀਆਂ ਚਿਲਕੋਰਾਂ ਦਾ ਚਾਂਦੀ ਰੰਗੇ ਪਾਣੀ ਦਾ ਮਿਲਾਪ ਤੇ ਦਰਿਆ 'ਚ ਆਏ ਚਾਨਣ ਦੇ ਹੜ੍ਹ ਦਾ ਅਨੂਪ ਮੁਜੱਸਮਾ ਤੱਕਦਾ ਰਿਹਾ। ਪਾਣੀ 'ਚ ਤਰਦੇ ਆਪਣੇ ਆਦਮ ਕੱਦ ਪਰਛਾਵੇਂ ਵੱਲ ਵੇਖ ਪੁਰਾਣੀਆਂ ਯਾਦਾਂ ਨਾਲ਼ ਟੱਕਰਾਂ ਮਾਰਦਾ ਰਿਹਾ। ਇਹੋ ਦਰਿਆ ਤੇ ਆਰਜ਼ੀ ਪੁਲ਼ ਸੀ ਜਿਸ ਨੂੰ ਲੰਘ ਕੇ ਉਹ ਤੇ ਹਰਮਨ ਕਦੇ ਕਾਲਜ ਜਾਂਦੇ। ਬਰਸਾਤ ਦੇ ਦਿਨੀਂ ਬੇੜੀ ਚੜ੍ਹਦੇ ਮਲਾਹ ਚੱਪੂ ਲਾਉਂਦਾ। ਦਰਿਆ 'ਚ ਤੈਰਦੇ ਇਕ ਦੂਜੇ ਦੇ ਪਰਛਾਵਿਆਂ 'ਚੋਂ ਆਪੋ-ਆਪਣੇ ਭਵਿੱਖ ਦੇ ਸੁਪਨੇ ਤਲਾਸ਼ਦੇ ਪਰ ਅੱਜ ਆਦਮ ਕੱਦ ਪਰਛਾਵੇਂ 'ਚੋਂ ਸ਼ਹਿਬਾਜ਼ ਨੂੰ ਹਰਮਨ ਦਾ ਚਿਹਰਾ ਤਲਾਸ਼ਣ ਦੇ ਬਾਵਜੂਦ ਨਾ ਦਿੱਸਿਆ।

ਉਹ ਥਿੜਕਦੇ ਪੈਰੀਂ ਵਾਪਸ ਮੁੜਦਾ ਉਸੇ ਕੱਚੇ ਰਾਹ ਨੂੰ ਪੈ ਗਿਆ ਜਿੱਥੇ ਕਦੇ ਢਾਈ ਵਰ੍ਹਿਆਂ ਦੇ ਪੀਡੇ ਵਾਅਦੇ ਤਸਦੀਕ ਕੀਤੇ ਸਨ। ਉਹੀ ਰਾਤ ਤੇ ਉਸੇ ਤਰ੍ਹਾਂ ਦੀ ਰਾਤ। ਉਹ ਤਨਹਾਈ ਤੇ ਸੁਪਨੇ ਦੀ ਪਰਵਾਜ਼ ਪਰ ਮੰਜ਼ਿਲ ਅਜੇ ਵੀ ਦੂਰ ਸੀ।

ਉਸ ਨੇ ਘੜੀ ਤੇ ਸਮਾਂ ਵੇਖਿਆ ਸਵਰਨੇ ਦੇ ਆਉਣ ਦਾ ਲਗਭਗ ਵੇਲਾ ਹੋ ਗਿਆ ਸੀ। ਅੱਜ ਸਵੇਰੇ ਜਦੋਂ ਉਹ ਉਸ ਨੂੰ ਇਤਫਾਕਨ ਮਿਲਿਆ ਤਾਂ ਉਸ ਨੇ ਖੁਦ ਹੀ ਡਰਦੇ-ਡਰਦੇ ਬੁਲਾ ਲਿਆ-"ਕਿਵੇਂ ਐ ਸ਼ਹਿਬਾਜ਼?"

"ਵਧੀਆ ਐ ਚਾਚਾ। ਤੂੰ ਆਪਣਾ ਸੁਣਾਂ?"

"ਲੰਘੀ ਜਾ ਰਿਹੈ ਵੇਲ਼ਾ।" ਉਸ ਦੇ ਬੋਲ ਟੁੱਟੇ-ਟੁੱਟੇ ਸਨ-"ਕਿੰਨੀ ਕੁ ਛੁੱਟੀ ਰਹਿ ਗਈ ਐ। ਤੂੰ ਤਾਂ ਮਿਲਣੋਂ ਵੱਜਣੋਂ ਵੀ ਗਿਆ।"

"ਐਸੀ ਗੱਲ ਤਾਂ ਨਹੀਂ ਚਾਚਾ। ਤੇਰੀ ਬੋਤਲ ਸਾਂਭੀ ਪਈ ਐ। ਵੇਲ਼ੇ-ਕੁਵੇਲੇ ਲਾ ਲਵੀਂ ਹਾੜਾ।"

"ਉਏ ਵਾਹ ਸਦਕੇ ਤੇਰੇ।" ਸਵਰਨੇ ਦੀਆਂ ਵਾਛਾਂ ਖਿੜ ਗਈਆਂ-"ਉਂ ਬਈ ਡਰ ਲੱਗਦੈ ਤੇਰੀ ਮਾਮੀ ਤੋਂ। ਡੂਢ ਸਾਲ ਹੋ ਗੁਜ਼ਰਿਆ, ਮੈਂ ਉਹਦੇ ਮੱਥੇ ਨਹੀਂ ਲੱਗਿਆ। ਰਾਹ ਭੰਨ ਕੇ ਲੰਘ ਜਾਈਦੈ, ਕਿਧਰੇ ਮਿਲ਼ ਵੀ ਪਏ ਤਾਂ।"

ਸ਼ਹਿਬਾਜ਼ ਸਭ ਕੁੱਝ ਜਾਣਦਾ ਸੀ। ਉਹ ਕਿਉਂ ਪੁੱਛਦਾ ਇਸ ਦਾ ਕਾਰਨ? ..."ਖ਼ੈਰ। ਚਾਚਾ ਤੈਨੂੰ ਨਹੀਂ ਕਹਿੰਦੀ ਉਹ ਕੁਛ। ਢਲਦੀਆਂ ਸ਼ਾਮਾਂ ਨਾਲ ਹੀ ਪੱਤਣ ਤੇ ਆ ਜਾਵੀਂ। ਲੈੱਗ-ਪੈੱਗ ਦਾ ਜ਼ੁੰਮਾ ਮੇਰਾ ਪਰ ਹਾੜਾ ਤੇਰਾ।"

"ਉਏ ਖੁਸ਼ ਕਰ ਦਿੱਤਾ ਹੀ ਸ਼ਹਿਬਾਜ਼ ਸਿਆਂ। ਮਨ ਬਾਹਲਾ ਈ ਉਦਾਸ ਸੀ। ਨਾਲ਼ੇ ਗੁਬਾਰ ਲਹਿ ਜੂ। ਤੇਰੇ ਸੰਗ ਦੁੱਖ-ਸੁੱਖ ਕਰਕੇ।"

ਸ਼ਹਿਬਾਜ਼ ਦੇ ਦਿਲ ਦੀ ਖੁਦ ਸਵਰਨਾ ਕਹਿ ਗਿਆ।

ਅੱਜ ਜਦੋਂ ਸ਼ਹਿਬਾਜ਼ ਨੇ ਕੁਝ ਸਮੇਂ ਦੀ ਉਡੀਕ ਮਗਰੋਂ ਸਵਰਨੇ ਨੂੰ ਕੋਲ ਖੜੋਤਾ ਤੱਕਿਆ ਤਾਂ ਬੋਤਲ ਤੇ ਮੱਛੀ ਦੇ ਪਕੌੜਿਆਂ ਦਾ ਲਿਫਾਫਾ ਅੱਗੇ ਕਰਦਿਆਂ ਬੋਲਿਆ-

"ਲੈ ਸਾਂਭ ਚਾਚਾ ਆਪਣੀ ਅਮਾਨਤ। ਦਰਿਆ ਕਿਨਾਰੇ ਉਸ ਥਾਂ ਬਹਿਨੇ ਆਂ।" ਸ਼ਹਿਬਾਜ਼ ਨੇ ਗੱਲਬਾਤ ਲਈ ਸੁਖਾਵਾਂ ਥਾਂ ਪਹਿਲਾਂ ਹੀ ਭਾਲ ਲਈ ਸੀ।

ਦੋ ਪੈੱਗਾਂ ਨਾਲ ਸਵਰਨੇ ਦੀਆਂ ਅੱਖਾਂ ਚੜ੍ਹ ਗਈਆਂ। ਉਹ ਭਰਿਆ ਪੀਤਾ ਬਿਨਾ ਗੱਲ ਛੇੜਿਆਂ ਸੂਈ ਆਨੇ ਵਾਲ਼ੀ ਥਾਂ ਤੇ ਧਰ ਕੇ ਛਿੜ ਪਿਆ-"ਪੁੱਤਾ ਤੇਰੇ ਚਾਚੇ ਤੋਂ ਹਰਮਨ ਨੂੰ ਤੈਥੋਂ ਵਿਛੋੜ ਕੇ ਬੜੀ ਭੁੱਲ ਹੋ ਗਈ ਐ। ਪਲੇਗ ਪੈ ਜੇ ਕੁੱਤੀ ਰੰਨ ਅੰਗਰੇਜ ਕੌਰ ਨੂੰ। ਉਹਨੇ

ਈ ਪਾਇਆ ਮੇਰੀ ਮੱਤ ਤੇ ਪਰਦਾ। ਸਿੱਧੇ ਬੰਦੇ ਨੂੰ ਰੰਡੀ ਜਨਾਨੀ ਦੀ ਚਤਰਾਈ ਲੂਣ ਵਾਂਗੂੰ ਖੋਰ ਦੇਂਦੀ ਐ।"

"ਪਰ ਚਾਚਾ...?"

"ਕੀ ਪੁੱਛਦੈ ਮਿੱਤਰਾਂ! ਮੈਂ ਤੈਥੋਂ ਪੁੱਛ ਕੇ ਸ਼ਰਮਿੰਦਾ ਹਾਂ। ਸੱਤ ਪੱਤਣਾਂ ਦੀ ਤਾਰੂ ਨੇ ਐਸਾ ਚਰਿਤਰ ਖੇਡਿਆ, ਮੈਂ ਮੂੰਹ ਦੋਣੋਂ ਵੀ ਰਿਹਾ। ਤੇਰੀ ਮਾਮੀ ਦੀਆਂ ਸਾਰੀਆਂ ਵਫ਼ਾਦਾਰੀਆਂ ਸਿਰ ਏਹਨੇ ਸੁਆਹ ਪਵਾਈ। ਕੰਨਿਆ ਕੁਮਾਰੀ ਨਾਲ ਧ੍ਰੋਹ ਕਮਾਇਆ। ਏਦੂੰ ਖਰਾ ਸੀ ਮੈਂ ਮਰ ਜਾਂਦਾ ਪਰ ਏਸ ਰੰਨ ਨੇ ਜੀਊਂਦੇ ਨੂੰ ਮੋਇਓਂ ਭੈੜਾ ਕਰ ਦਿੱਤੈ। ਪਹਿਲੀ ਖੁਨਾਮੀ ਕੁੜੀ ਦੇ ਕਰਮ ਬਦਲਣ ਲਈ ਏਦਾ ਡੋਲ੍ਹਾ ਸੁਹੇੜ ਕੇ ਕੀਤੀ। ਦੂਜੀ ਏਦੇ ਪਿੱਛੇ ਲੱਗ ਕੁੜੀ ਨੂੰ ਡੋਲੇ ਪਾ ਕੇ। ਮੈਨੂੰ ਜੱਗ ਨੇ ਦੁਰਕਾਰ ਛੱਡਿਐ ਰੱਬ ਨੇ ਬਖਸ਼ਣਾ ਕੋਈ ਨੀ। ਤੂੰ ਤੇ ਤੇਰੀ ਮਾਮੀ ਏਸ ਗੁਨਾਹ ਦਾ ਕੁੱਜਾ ਮੇਰੇ ਸਿਰ ਭੰਨਦੇ ਪਏ ਓਂ ਪਰ ਰੱਬ ਸਾਥੀ ਮੇਰਾ ਰੱਤੀ ਭਰ ਕਸੂਰ ਨਹੀਂ...।"

ਸਵਰਨਾ ਭੁੱਬੀਂ ਰੋ ਪਿਆ।

"ਖ਼ੈਰ। ਗੁਨਾਹਾਂ ਦੇ ਗੱਡੇ ਕਿੰਨੇ ਲੱਦੇ ਇਹ ਕਿਸੇ ਤੋਂ ਗੁੱਝਾ ਨਹੀਂ ਪਰ ਮੈਂ ਪੁੱਛਦਾ ਆਂ ਅਕਲ ਤੇ ਪਰਦਾ ਕਿਵੇਂ ਪਿਆ? ਸਾਥੋਂ ਅੱਧੇ ਘੰਟੇ 'ਚ ਵਿਛੋੜੀ ਹਰਮਨ ਅੱਜ ਹੈ ਕਿੱਥੇ? ਕਿਹੜੇ ਹਾਲਾਤੀਂ ਲਿਖੀ ਕਿਸਮਤ ਨੂੰ ਪੜ੍ਹ-ਪੜ੍ਹ ਮੱਥਾ ਫੋਰ ਰਹੀ ਐ? ਤੂੰ ਕਿਹੜੀ ਸਾਜ਼ਿਸ਼ ਦਾ ਜ਼ਬਾਨੋਂ ਕੀਲਿਆਂ ਉਹਦੇ ਲਈ ਹਾਅ ਦਾ ਨਾਅਰਾ ਵੀ ਨਾ ਮਾਰ ਸਕਿਆ? ਤੂੰ ਉਹਦੇ ਲਈ ਲੱਗਦੀ ਵਾਹ ਲਾਉਂਦਾ ਤੇਰੀ ਬੇਵਸੀ ਤੈਨੂੰ ਮੁਆਫ਼ ਕਰ ਦੇਂਦੀ ਪਰ ਤੂੰ ਗਿਰਗਟ ਵਾਂਗੂੰ ਰੰਗ ਬਦਲਦਾ ਰਿਹਾ, ਅੰਗਰੇਜ਼ ਕੌਰ ਹਰਮਨ ਦੇ ਲੇਖ ਫੂਕ-ਫੂਕ ਤਮਾਸ਼ਾ ਵਹਿੰਦੀ ਰਹੀ। ਓਏ ਅਸੀਂ ਟਹਿਕਦੇ ਫੁੱਲਾਂ ਨੂੰ ਕਦੇ ਨਾ ਉਜੜਨ ਦੇਂਦੇ ਜੇ ਬਾਗ਼ ਦਾ ਮਾਲੀ ਬੇਈਮਾਨ ਨਾ ਹੁੰਦਾ।" ਸ਼ਹਿਬਾਜ ਜਜਬਾਤੀ ਹੋ ਗਿਆ।

"ਸਭ ਕੁਝ ਦੱਸ ਦਿਆਂਗਾ ਪੁੱਤਰਾ। ਜ਼ਰਾ ਦੱਸਣ ਜੋਗਾ ਹੋ ਲਾਂ।"

ਕਹਿ ਕੇ ਸਵਰਨਾ ਤੀਜਾ ਪੈੱਗ ਵੀ ਚਾੜ੍ਹ ਗਿਆ। ਫਿਰ ਨਾਲ ਲੱਗਦੇ ਹੀ ਚੌਥਾ।

"ਵਾਹ ਜ਼ਿੰਦਗੀ! ਵਾਹ ਕਿਸਮਤ!! ਤੂੰ ਇਹ ਸੁਣਾਉਣ ਲਈ ਸ਼ਰਾਬ ਦਾ ਸਹਾਰਾ ਭਾਲ਼ਦੈ ਜਿਨ੍ਹਾਂ ਇਹ ਕਿਸਮਤ ਹੱਡੀਂ ਹੰਢਾਈ ਉਹ ਮੱਲ੍ਹਮ ਕਿੱਥੋਂ ਭਾਲਣ?" ਸ਼ਹਿਬਾਜ਼ ਇਹ ਸੋਚਦਾ ਲੰਮਾ ਹਉਕਾ ਲੈ ਗਿਆ।

ਸਵਰਨੇ ਨੇ ਸ਼ਰਾਬੀ ਜਿਹੇ ਮੂਡ 'ਚ ਗੱਲ ਸ਼ੁਰੂ ਕੀਤੀ, "ਤੈਨੂੰ ਤਾਂ ਪਤਾ ਈ ਐ ਹਰਮਨ ਪਿੱਛੇ ਮੇਰੀ ਅੰਗਰੇਜ਼ ਕੌਰ ਨਾਲ ਛਿੜੀ ਜੰਗ ਤਲਾਕ ਤੱਕ ਪਹੁੰਚ ਗਈ ਸੀ? ਮੈਂ ਉਹਨੂੰ ਆਖਿਆ ਮੈਂ ਕੁੜੀ ਦਾ ਗੱਦਾਰ ਨਹੀਓਂ ਬਣਨੈ ਤੂੰ ਚਾਹੇ ਤਲਾਕ ਲੈ ਲਾ।"

"ਇਹੋ ਹੈਰਾਨੀ ਸਾਨੂੰ ਐ। ਨੌਬਤ ਏਸ ਪੁਆੜੇ ਤੇ ਜਾ ਕੇ ਵੀ ਘਿਉ-ਖਿਚੜੀ ਕਿਵੇਂ ਹੋ ਗੀ?"

"ਉਹ ਆਖੇ ਮੈਨੂੰ ਤਲਾਕ ਦੇ ਨਾਲ ਇਕ ਹਿੱਸਾ ਜ਼ਮੀਨ ਚਾਹੀਦੀ ਐ। ਮਖਾਂ ਮੈਨੂੰ ਲੋੜ ਕੋਈ ਨੀ। ਤੂੰ ਆਵਦੇ ਸਿਆੜ ਲੈ ਕੇ ਨੌਂ ਦੋ ਗਿਆਰਾਂ ਹੋ ਜੂ, ਸਾਡੇ ਪੱਲੇ ਛੱਕੂ ਰਹਿ ਜੂ? ਮੈਂ ਉਹਦੇ ਉਬਲ਼ਦੇ ਖ਼ਿਆਲਾਂ ਤੇ ਛਿੱਟਾ ਤਾਂ ਮਾਰ ਦਿੱਤਾ, ਉਹ ਚਲੇ ਵੀ ਜਾਣਾ ਚਾਹੁੰਦੀ ਸੀ ਪਰ ਦਫਾ ਕਿੱਥੇ ਹੁੰਦੀ? ਮੈਂ ਨਿੱਤ ਦੀ ਟਾਂਅ-ਟਾਂਅ ਨੂੰ ਜੜ੍ਹੋਂ ਵੱਢਣਾ ਚਾਹੁੰਦਾ ਸਾਂ ਪਰ ਗੱਲ ਕਿਸੇ ਕਿਨਾਰੇ ਨਾ ਲੱਗੀ। ਉਨ੍ਹੀਂ ਦਿਨੀਂ ਏਹਦੀ ਰਿਸ਼ਤੇਦਾਰੀ 'ਚੋਂ ਵਾਇਆ ਬਠਿੰਡਾ ਲੱਗਦੇ

ਏਹਦੀ ਭੂਆ ਦਾ ਪੁੱਤ ਆ ਕੇ ਖੌਰੇ ਏਹਦੀ ਕੰਨੀਂ ਕੀ ਕੰਨਾ ਬਾਟੀ ਕੁਰੱਰ ਕਰ ਗਿਆ, ਅਖੇ : ਡੁਬਈ ਵਸਦੇ ਰੱਜੇ ਪੁੱਜੇ ਪਰਿਵਾਰ 'ਚ ਹਰਮਨ ਦਾ ਸਾਕ ਕਰ ਦਿਓ। ਕਿਸੇ ਚੀਜ਼ ਦੀ ਘਾਟ ਨਹੀਂ। ਕੁੜੀ ਜਾਊ ਕਲੇਸ਼ ਮੁਕੂ, ਦੋਵੇਂ ਧਿਰਾਂ ਖ਼ੁਸ਼! ਮੈਂ ਹਰਮਨ ਲਈ ਸੁੱਖ ਚਾਹੁੰਦਾ ਸਾਂ ਪਰ ਤੁਹਾਡੀ ਵਫ਼ਾ ਨੂੰ ਸੂਲ਼ੀ ਟੰਗ ਕੇ ਨਹੀਂ। ਮੈਂ ਕਦੇ ਤੁਹਾਨੂੰ ਧੀ ਜੁਆਈ ਤੋਂ ਬਿਨਾ ਕਿਸੇ ਹੋਰ ਅੱਖ ਨਾਲ ਤੱਕਿਆ ਤੱਕ ਨਹੀਂ ਸੀ। ਖ਼ੈਰ, ਮੈਂ ਖ਼ਿਆਲੀ ਰਿੱਝਦਾ ਚੁੱਪ ਕਰ ਬੈਠਾ। ਅੰਗਰੇਜ਼ ਕੌਰ ਦਾ ਪੜ੍ਹਾਇਆ ਇਲਮ ਮੈਨੂੰ ਬਰੇਨ ਕੈਂਸਰ ਕਰ ਗਿਆ। ਸੋਚਿਆ ਰਿਸ਼ਤਾ ਹਰਮਨ ਦੇ ਮਨੋਂ ਉਲਟ ਐ ਪਰ ਘਰ ਬਾਰ ਚੰਗੈ। ਅੰਗਰੇਜ਼ ਕੌਰ ਦੀ ਮੋੜਾਂਗਾ, ਮੱਚਦੇ ਕਲੇਸ਼ਾਂ ਤੇ ਤੇਲ ਪਊਗਾ। ਏਹਦੀ ਮੰਨ ਲਗਾਂਗਾਂ ਮਚਦੇ ਭਾਂਬੜ ਗੁੱਲ ਹੋ ਜਾਣਗੇ। ਸਿਆੜ ਤੇ ਘਰ ਵੰਡ-ਬਟਵਾਰਿਓਂ ਬਚੇ ਰਹਿਣਗੇ। ਮੇਰਾ ਵਿਰੋਧ ਮਾਮੂਲੀ ਜਿਹਾ ਥੰਮਿਆ, ਉਹ ਏਨੇ 'ਚ ਈ ਬਾਜ਼ੀ ਲੈ ਗਏ।"

"ਵਾਹ ਓਹੇ ਚਾਚਾ ਵਾਹ! ਤੂੰ ਹਰਮਨ ਲਈ ਘਰ ਵੇਖ ਲਿਆ। ਉਹਦੀ ਰੂਹ ਅਵਸਥਾ ਤੇ ਰਜ਼ਾਮੰਦੀ ਨੂੰ ਖੂਹੇ ਪਾ ਦਿੱਤਾ।"

"ਡੁੱਬੀ ਤਾਂ ਉਦੋਂ ਜਦ ਸਾਹ ਨਾ ਆਇਆ। ਅੰਗਰੇਜ਼ ਕੌਰ ਨੇ ਮੇਰੀ ਢਿੱਲ ਤੇ ਸਤਨਾਮ ਦੀ ਸਖ਼ਤੀ ਤੇ ਗਰਮ ਲੋਹਾ ਵੇਖ ਸੱਟ ਮਾਰਨੀ ਸੀ। ਉਹ ਆਵਦੀ ਭੂਆ ਦੇ ਪੁੱਤ ਨਾਲ ਰਾਤੋ ਰਾਤ ਖਿਚੜੀ ਰਿੰਨ ਹਰਮਨ ਨੂੰ ਅੰਬਰਸਰ ਲੈ ਗਈ। ਦਿਨ ਚੜ੍ਹੇ ਸਤਨਾਮ ਮੇਰੇ ਕੋਲ ਆਈ, ਉਦੋਂ ਭਾਣਾ ਬੀਤ ਚੁੱਕਾ ਸੀ। ਮੈਨੂੰ ਪਛਤਾਵੇ ਨੇ ਉਦੋਂ ਈ ਘੂਰਿਆ ਪਰ ਪਾਣੀ ਸਿਰੋਂ ਪਾਰ ਹੋਏ ਤੋਂ ਮੈਂ ਕੀ ਕਰਦਾ? ਪੂਰਾ ਮਹੀਨਾ ਹਰਮਨ ਉਨ੍ਹਾਂ ਦੀ ਰਿਸ਼ਤੇਦਾਰੀ 'ਚ ਰਹੀ। ਕਾਗਜ਼ ਪੱਤਰ ਪੂਰਦਿਆਂ ਵਿਆਹ ਹੋ ਗਿਆ ਤੇ ਪਿੱਛੋਂ ਫਲੈਟ।"

ਸ਼ਹਿਬਾਜ਼ ਦਿਲੋਂ ਟੁੱਟ ਗਿਆ। ਐਨ ਉਸੇ ਕਦਰ ਜਿਵੇਂ ਹਰਮਨ ਤੋਂ ਵਿਛੜਨ ਮੌਕੇ ਟੁੱਟਿਆ ਸੀ। ਹਾਲਾਤਾਂ ਹੇਠਾ ਕੱਜੀ ਹਕੀਕਤ ਬੇਨਕਾਬ ਹੋ ਚੁੱਕੀ ਸੀ-"ਏਥੇ ਹੀ ਬੱਸ ਨਹੀਂ, ਵਿਆਹ ਮੌਕੇ ਜੋ ਵਾਪਰਿਆ ਉਹ ਵੀ ਸੁਣ ਲੈ। ਮੈਂ ਹਰਮਨ ਲਈ ਸੁਹੇੜਿਆਂ ਵਰ ਪਹਿਲੀ ਵੇਰ ਵੇਖਿਆ ਉਹ ਆਦਤੋਂ ਸ਼ਕਲੋਂ ਤੇ ਉਮਰੋਂ ਉਹਦੇ ਨੇੜੇ ਨਹੀਂ ਸੀ ਢੁੱਕਦਾ। ਘਰ ਦੇ ਭਾਗ ਬੂਹੇ ਤੋਂ ਵੇਖ ਮੈਂ ਵਿਰੋਧ ਕੀਤਾ, ਪਰ ਕੱਲਾ ਸਾਂ ਛੇਤੀ ਬਾਜ਼ੀ ਹਾਰ ਬੈਠਾ। ਉਹ ਦਿਨ ਗਿਆ ਨਾ ਕੋਈ ਹਰਮਨ ਦੀ ਸੁੱਖ-ਸਾਂਦ ਨਾ ਕੋਈ ਥਹੁ ਪਤਾ। ਧੋਖੇ ਦੀਆਂ ਸਜ਼ਾਵਾਂ ਭੁਗਤਦਾ ਮੈਂ ਅੰਦਰੋਂ ਖੁਰਦਾ ਜਾ ਰਿਹੈ। ਅੰਗਰੇਜ ਕੌਰ ਨੇ ਤਾਂ ਉਦਣੇ ਈ ਕਹਿ ਤਾ ਸੀ ਕਿ ਮੇਰੀ ਅੱਗ ਬੁੱਝ ਗੀ, ਤੂੰ ਹੁਣ ਧੁਖਦਾ ਰਹੁ, ਸੋ ਮੈਂ ਧੁਖ ਰਿਹੈਂ। ਲੋਕੀਂ ਮੈਨੂੰ ਸ਼ਰਾਬੀ ਆਖਦੇ ਨੇ ਪਰ ਏਦੂੰ ਬਿਨਾ ਸਹਾਰਾ ਕੋਈ ਨਹੀਂ। ਕਬੀਲਦਾਰੀ ਦੀਆਂ ਸਾਰੀਆਂ ਰਾਸਾਂ ਹਰਮਨ ਦੇ ਨਾਲ ਈ ਰੁੜ੍ਹ ਗਈਆਂ। ਜਿਨ੍ਹਾਂ ਸਿਆੜਾਂ ਬਦਲੇ ਜ਼ੁਬਾਨ ਨੂੰ ਤਾਲਾ ਮਾਰਿਆ ਸੀ ਉਹ ਵੀ ਆਥਣੇ-ਸਵੇਰੇ ਕੁਰਕ ਹੋਣ ਕਿਨਾਰੇ ਐ।"

ਸਵਰਨਾ ਰੋ ਪਿਆ। ਅੰਦਰੋਂ ਸ਼ਹਿਬਾਜ਼ ਵੀ ਰੋ ਰਿਹਾ ਸੀ ਪਰ ਕਮਜ਼ੋਰੀ ਛੁਪਾ ਕੇ। "ਅੱਜ ਅੰਗਰੇਜ਼ ਕੌਰ ਕਿੱਥੇ ਐ?"

"ਅੰਗਰੇਜ਼ਾਂ ਵਾਂਗੂੰ ਘਰ ਨੂੰ ਪਾੜਨ ਆਈ ਸੀ, ਪਾੜ ਕੇ ਤੁਰਦੀ ਬਣੀ। ਸੌਦੇਬਾਜ਼ਾਂ ਦੀ ਸੌਦਾਗਰੀ ਗ਼ਰੀਬਾਂ ਦੀ ਬਰਬਾਦੀ ਪਰ ਰੱਬ ਦੇ ਘਰ ਅਨਿਆਂ ਨਹੀਂ। ਕੀਤੀ ਦੀਆਂ ਸਜ਼ਾਵਾਂ ਉਹ ਵੀ ਭੁਗਤ ਰਹੀ ਐ। ਬਿਮਾਰੀ ਨਾਲ ਲੱਤ ਕੱਟੀ ਗਈ, ਬਚਣ ਦੀ ਆਸ ਫਿਰ ਵੀ ਨਹੀਂ। ਠਾਠਦਾਰ ਜੁੱਸਾ ਪਿੰਜਾਰ ਬਣ ਮੰਜੇ ਨਾਲ ਜੁੜਿਆ ਪਿਐ।"

"ਹਰਮਨ ਉਹਦੇ ਲਈ ਸੌਂਕਣ ਦੀ ਧੀ ਸੀ ਪਰ ਤੇਰਾ ਤਾਂ ਆਪਣਾ ਲਹੂ ਸੀ, ਤੇਰੀ ਰੂਹ ਨਾ ਕਲਪੀ ਉਹਦੀ ਸੁੱਖ ਸਾਂਦ ਲਈ ਜਾਂ ਉਹਨੂੰ ਵੇਖਣ ਵਾਸਤੇ?"

"ਕਿਵੇਂ ਤੇ ਕਿੱਥੋਂ ਲੱਭਾਂ ਉਹਨੂੰ ਮੈਂ? ਉਹਦੀ ਜਾਣ ਵੇਲੇ ਦੀ ਕਹੀ ਇੱਕੋ ਗੱਲ ਨੀ ਮੈਨੂੰ ਭੁੱਲਦੀ, "ਭਾਪਾ ਤੇਰਾ ਮੇਰਾ ਰਿਸ਼ਤਾ ਅੱਜ ਤੋਂ ਮੁੱਕਾ। ਤੂੰ ਮੈਨੂੰ ਵੱਢਣ ਵਾਲ਼ੀਆਂ ਕਟਾਰਾਂ ਨੂੰ ਤਿੱਖੀਆਂ ਕਰ ਮੈਨੂੰ ਪਿਉ ਦੇ ਕਾਫ਼ਰ ਨਾਕਾਬ ਵਾਲ਼ੀ ਸ਼ਕਲ ਨਾ ਵਿਖਾਈ। ਮੈਂ ਮਰ ਵੀ ਜਾਵਾਂ ਪਰ ਤੇਰੇ ਕਫ਼ਨ ਦੀ ਲੋੜ ਨਹੀਂ। ਜਨਮਾਂ-ਜਮਾਂਤਰਾਂ ਦੀ ਸਾਂਝ ਲੈ ਅੱਜ ਤੋਂ ਟੁੱਟੀ...।"

ਸਵਰਨੇ ਦੀ ਭੁੱਬ ਨਿਕਲ ਗਈ। ਹੁਬਕੀਆਂ ਨੂੰ ਛੁਪਾਉਣ ਲਈ ਸ਼ਹਿਬਾਜ਼ ਨੇ ਕੰਬਲੀ 'ਚ ਮੂੰਹ ਕੱਜ ਲਿਆ-"ਵਾਹ ਕਰਮਾਂ ਸੇਤੀਏ। ਵਾਹ ਤੇਰੀ ਵਫ਼ਾ। ਬੇਤਰਸ ਤਕਦੀਰ ਨੇ ਸਦਾ ਸੀਨੇ ਘੱਗ ਪਏ ਪਰ ਮੈਂ ਅਡੋਲ ਰਿਹਾ ਪਰ ਤੇਰੀ ਵਫ਼ਾ ਦਾ ਜਾਮਨ ਸੱਚ ਅੱਜ ਸਿਉਂਤੇ ਫੱਟ ਉਧੇੜ ਗਿਆ। ਪੀੜ ਦੇ ਅਸਾਵੇਂ ਵਹਾਅ 'ਚ ਟੁੱਟੀ ਸਹੁੰ ਨੂੰ ਮਜ਼ਬੂਰੀ ਜਾਣ ਮੈਨੂੰ ਮਾਫ਼ ਕਰ ਦੇਈਂ...।"

ਆਸਮਾਂ ਤੋਂ ਉੱਚਾ ਹਉਕਾ ਜਬਰੀ ਭੁੱਬ ਬਣ ਨਿਕਲ ਗਿਆ।

"ਓਏ ਚਾਚਾ। ਮਰਜੀ ਤੇ ਮਜ਼ਬੂਰ 'ਚ ਬੜਾ ਫਰਕ ਹੁੰਦੈ। ਤੇਰੀ ਦੋਗਲੀ ਪਾਲਿਸੀ ਤੈਨੂੰ ਦੋਸ਼-ਮੁਕਤ ਨਹੀਂ ਕਰ ਸਕਦੀ। ਲਹੂ ਦੇ ਰਿਸ਼ਤਿਆਂ ਦੀਆਂ ਸਾਂਝਾਂ ਸਲਾਮਤ ਰੱਖਣੀਆਂ ਸੀ ਤੂੰ ਹਰਮਨ ਦਾਂ ਪਤਾ ਥਹੁ ਟਿਕਾਣਾ ਲੱਭਦੈਂ? ਨਹੀਂ ਤਾਂ ਮੈਨੂੰ ਦੱਸ ਵਿਚੋਲੇ ਦਾ ਕੋਈ ਅਤਾ-ਪਤਾ। ਉੱਥੋਂ ਖੁਦ ਈ ਲੱਭ ਪਊ ਹਰਮਨ ਦੀਆਂ ਪੈੜਾਂ।"

"ਮੈਨੂੰ ਕਿਤੋਂ ਲੱਭਾ ਨਹੀਂ ਨਾ ਤੈਨੂੰ ਲੱਭਣੈ। ਅੰਗਰੇਜ਼ ਕੌਰ ਦੀ ਭੂਆ ਦੇ ਪੁੱਤ ਤੋਂ ਸ਼ਾਇਦ ਕੁਝ ਮਿਲ ਜਾਂਦੈ ਪਰ ਉਹ ਅੱਜ ਮੈਥੋਂ ਈ ਨਹੀਂ ਅੰਗਰੇਜ ਕੌਰ ਕੋਲੋਂ ਵੀ ਤੜਿਂਗ ਐ। ਖੈਰ ਥਹੁ-ਪਤਾ ਪੁੱਛਣ ਬਦਲੇ ਤਾਂ ਉਹ ਅੰਗਰੇਜ਼ ਕੌਰ ਨਾਲ ਵੀ ਲੜਦਾ ਗਿਐ?"

ਸ਼ਹਿਬਾਜ਼ ਨੂੰ ਅਚਨਚੇਤ ਉਸ ਦਿਨ ਦੀ ਲੜਾਈ ਯਾਦ ਆ ਗਈ। ਫਿਰ ਦੋਵਾਂ ਪਾਸਿਆਂ ਤੋਂ ਲੰਮਾ ਸਮਾਂ ਚੁੱਪ ਛਾਈ ਰਹੀ।

"ਮੈਨੂੰ ਲੱਗਦੈ ਉਹਨੇ ਕਿਤੇ ਆਵਦੇ ਪਰਦੇ ਕੱਜ ਈ ਲਏ ਹੋਣੇ ਐਂ।"

ਸਵਰਨੇ ਨੇ ਚੁੱਪੀ ਤੋੜੀ।

"ਨਹੀਂ ਚਾਚਾ ਉਹ ਏਦਾਂ ਨਹੀਂ ਕਰ ਸਕਦੀ। ਮੰਦੇ ਹਾਲਾਤਾਂ ਨਾਲ ਉਹ ਐਥੇ ਲੜਦੀ ਸੀ ਏਹੋ ਲੜਾਈ ਉੱਥੇ ਲੜਦੀ ਹੋਊ। ਮੈਂ ਪੁਰ ਉਮੀਦ ਹਾਂ, ਉਹ ਜਲਦੀ ਪਰਤੇਗੀ।"

ਸ਼ਹਿਬਾਜ਼ ਦਾ ਦ੍ਰਿੜ੍ਹ ਵਿਸ਼ਵਾਸ ਤੇ ਹਰਮਨ ਦਾ ਸੁਨੇਹਾ ਸਵਰਨੇ ਦੇ ਖਦਸ਼ੇ ਨੂੰ ਭੋਰ ਕੇ ਸੁੱਟ ਗਿਆ ਪਰ ਉਸ ਨੇ ਮੂੰਹ ਖੋਲ੍ਹਣਾ ਮੁਨਾਸਿਬ ਨਾ ਸਮਝਿਆ।

"ਪਰਤ ਕੇ ਕੀ ਕਰੂਗੀ ਉਹ? ਮੈਂ ਕਮਾਉਣੋਂ ਰਿਹਾ। ਉਹਦੇ ਸਰਾਪੇ ਘਰ-ਜ਼ਮੀਨ ਕੁਰਕੀ ਕੰਢੇ ਐ। ਛੱਡੀਆਂ ਤਲਾਕੀਆਂ ਕੁੜੀਆਂ ਨੂੰ ਮੁੜ ਘਰ ਕਦੋਂ ਜੁੜਦੇ ਐ?"

"ਚਾਚਾ! ਇਹ ਕਿਉਂ ਭੁੱਲਦੈ ਮਾਮੀ ਕੋਲ ਤਿੰਨ ਪਿੰਡਾਂ ਦੀ ਜ਼ਮੀਨ ਐ। ਹਰਮਨ ਦੀ ਹਰ ਖ਼ੁਸ਼ੀ ਤੋਂ ਉਹ ਜਿੰਦ ਵਾਰਦੀ ਐ। ਤੇਰੀ ਧੀ ਨੂੰ ਆਪਣੀ ਜਾਣ ਉਹਨੇ ਤਵੀਤੀ ਵਾਂਗੂੰ ਗ਼ਲ ਲਾ ਰੱਖਿਆ ਸੀ ਪਰ ਡੁਬਈ ਦੇ ਝੂਟੇ ਦਾ ਲਾਲਚ ਤੇਰੀ ਮੱਤ ਨੂੰ ਝਪਟ ਮਾਰ ਗਿਆ। ਤੂੰ ਅੰਗਰੇਜ਼ ਕੌਰ ਨੂੰ ਘਰ ਵਾੜ ਪਹਿਲਾਂ ਹਰਮਨ ਦੇ ਆਜ਼ਾਦੀ ਅਰਮਾਨ ਲੁੱਟੇ। ਫਿਰ ਉਹਨੂੰ ਧੋਖੇ ਨਾਲ਼ ਵਿਆਹ ਕੇ ਸਾਨੂੰ ਬਰਬਾਦ ਕੀਤਾ।"

"ਓਏ ਭਾਈ ਸੱਚ ਪੁੱਛਦੈਂ ਤਾਂ ਸਤਨਾਮ ਕੌਰ ਔਰਤ ਐ ਪਤੀ ਵਰਤਾ। ਪਤੀ ਤੁਰ ਗਿਆ ਪਰ ਆਵਦੇ ਉੱਤੇ ਕਿਸੇ ਨੂੰ ਉਂਗਲ ਨਹੀਂ ਧਰਨ ਦਿੱਤੀ। ਅੰਗਰੇਜ ਕੌਰ ਔਰਤ ਐ ਪੇਟ ਭਰਤਾ। ਜਿਹਨੂੰ ਨਾ ਲੋੜ ਪਈ ਐ ਡਰਨੇ ਦੀ, ਨਾ ਲੋੜ ਐ ਸਵਰਨੇ ਦੀ। ਉਹਦੀ ਸ਼ਤਰੰਜ 'ਚ ਹੁਣ ਵੀ ਨਿਕਲ ਜਾਈਏ ਤਾਂ ਵੀ ਡੁੱਲ੍ਹੇ ਬੇਰਾਂ ਦਾ ਕੁਛ਼ ਨਹੀਂ ਵਿਗੜਿਆ। ਭਲਾ ਦੱਸ ਹਰਮਨ ਹੁਣ ਵੀ ਆ ਜੇ ਤਾਂ ਤੇਰੀ ਮਾਮੀ ਉਹਨੂੰ ਕਬੂਲ ਲੂਗੀ?" ਸਵਰਨਾ ਹੌਸਲਾ ਵੱਟ ਕਹਿ ਗਿਆ।

"ਚਾਚਾ! ਤੂੰ ਦੋ ਵਾਰ ਜ਼ਬਾਨੋਂ ਥਿੜਕਿਆਂ, ਆਤਮਾ ਤੇਰੇ ਤੇ ਯਕੀਨ ਕਰਨ ਨੂੰ ਮੰਨਦੀ ਤਾਂ ਨਹੀਂ ਪਰ ਅਸੀਂ ਇਨਸਾਨੀਅਤ ਦੇ ਪੁਜਾਰੀ ਹਾਂ। ਹਰਮਨ ਦੇ ਮੰਦੇ-ਮੁਕੱਦਰਾਂ ਨੂੰ ਗਲ ਲਾਉਣ ਦਾ ਹੌਂਸਲਾ ਕਰ ਲਵਾਂਗੇ।"

"ਮੈਨੂੰ ਹਰਮਨ ਤੋਂ ਮੁਆਫ ਕਰਵਾ ਦਏਂਗਾ ਤੂੰ?"

"ਤੂੰ ਸੱਚ ਹੀ ਬੇਕਸੂਰ ਹੋਇਆ ਤਾਂ ਜ਼ਰੂਰ।"

ਸਵਰਨਾ ਸ਼ਹਿਬਾਜ਼ ਅੱਗੇ ਸਿਰੋਂ ਝੁਕ ਗਿਆ।

"ਪਰ ਹੁਣ ਤੂੰ ਚੱਲ ਘਰ ਨੂੰ। ਹਨ੍ਹੇਰਾ ਕਾਫ਼ੀ ਸੰਘਣਾ ਹੋ ਗਿਐ। ਮੈਂ ਜ਼ਰਾ ਰੁਕ ਕੇ ਆਉਣੈ।"

ਬਿਨਾ ਕੁੱਝ ਬੋਲੇ-ਸੁਣਿਆ ਸਵਰਨਾ ਡਿੱਕ-ਡੋਲ਼ੇ ਖਾਂਦਾ ਪਿੰਡ ਵੱਲ ਹੋ ਤੁਰਿਆ। ਨਿੱਤ ਬਦਲਵੇਂ ਘਰ ਪੀਣ ਦੀ ਆਦਤ ਨੇ ਉਸ ਨੂੰ ਘਰ-ਘਰ ਦਾ ਮੰਗਤਾ ਬਣਾ ਦਿੱਤਾ ਸੀ।

ਲੰਮਾ ਸਮਾਂ ਸ਼ਹਿਬਾਜ਼ ਚਾਨਣੀ ਰਾਤ ਦੇ ਆਲਮ 'ਚ ਦਰਿਆ ਕਿਨਾਰੇ ਘੁੰਮਦਾ ਪੁਰਾਣੀਆਂ ਯਾਦਾਂ ਤੋਂ ਜ਼ਰ ਲਾਹੁੰਦਾ ਰਿਹਾ। ਛੇਵੀਂ ਤੋਂ ਬੀ.ਏ. ਭਾਗ-II ਨੌ ਵਰ੍ਹਿਆਂ ਦਾ ਅਰਸਾ ਅਤੀਤ ਦੀ ਕੰਧ ਤੇ ਉਕਰਿਆ ਪਿਆ ਸੀ। ਮਤਵਾਲੀ ਰੁੱਤ ਦੇ ਨਜ਼ਾਰਿਆਂ 'ਚ ਰੰਗੇ ਇਹੋ ਨੌਂ ਵਰ੍ਹੇ ਸਨ ਜੋ ਜਵਾਨੀ ਦੀ ਫੁੱਟਦੀ ਪ੍ਰਭਾਤ ਤੋਂ ਸਿਖ਼ਰ ਦੁਪਹਿਰ ਤੱਕ ਦੀਆਂ ਯਾਦਾਂ ਦੀ ਨੱਕੋ-ਨੱਕ ਭਰੀ ਸਾਗਰ ਨੂੰ ਸੀਨੇ ਲਗਾਏ ਬੈਠੇ ਸਨ।

ਦਰਿਆ ਦੇ ਜਿਨ੍ਹਾਂ ਕਿਨਾਰਿਆਂ ਤੇ ਹੋਈਆਂ ਅਣਗਿਣਤ ਮੁਲਾਕਾਤਾਂ ਦਾ ਇਹ ਪੱਤਣ ਚਸ਼ਮਦੀਦ ਸੀ। "ਘਬਰਾ ਨਾ ਸ਼ਹਿਬਾਜ਼ ਸਿਆਂ। ਉਹ ਪਾਣੀ ਗੁਜ਼ਰ ਗਏ, ਇਹ ਰਹਿਣੇ ਨਹੀਂ। ਸਮੇਂ ਦਾ ਵਹਿਣ ਸਦਾ ਬਦਲਦਾ ਆਇਐ। ਤੂੰ ਕਿੰਗ ਬਰੂਸ ਵਾਂਗੂੰ ਡਿੱਗ-ਡਿੱਗ ਮੰਜ਼ਿਲ ਤਲਾਸ਼ਦੀ ਮੱਕੜੀ ਤੋਂ ਸਬਕ ਲੈ ਕੇ ਸਿਦਕ ਸਬੂਰੀ ਰੱਖ। ਮੰਜ਼ਿਲ ਦੂਰ ਨਹੀਂ।"

ਸ਼ਾਇਦ ਕੂਕਦੇ ਪਪੀਹੇ ਦੀ ਆਵਾਜ਼ ਉਸ ਨੂੰ ਇਹੋ ਕਹਿ ਰਹੀ ਸੀ। ਪੜ੍ਹਿਆ ਦਾ ਚੰਨ ਬੁੱਕਾਂ ਭਰ-ਭਰ ਚਾਨਣ ਖਿਲਾਰ ਰਿਹਾ ਸੀ। ਸ਼ਹਿਬਾਜ਼ ਤੇ ਹਰਮਨ ਇੱਕੋ ਨੀਝ ਉਸ ਵਲ ਵੇਖ ਰਹੇ ਸਨ। ਜਿਸਮਾਂ ' ਹਜ਼ਾਰਾਂ ਮੀਲ ਦਾ ਫ਼ਾਸਲਾ ਹੋਣ ਦੇ ਬਾਵਜੂਦ ਇਕੱਠੇ। ਰੂਹਾਂ ਇਕ ਦੂਜੀ ਨਾਲ ਗਲਜੋਟ ਹੋਈਆਂ ਸਨ। ਪੰਜਾਬ ਤੇ ਡੁਬਈ ਦਾ ਫ਼ਾਸਲਾ ਸਾਰੀਆਂ ਹੱਦਾਂ ਕਲਾਵੇ 'ਚ ਲੈ ਕੇ ਸਿਮਟ ਚੁੱਕਾ ਸੀ।

ਡੁਬਈ ਸ਼ਹਿਰ ਦੇ ਬਹੁ-ਮੰਜ਼ਲੀ ਫਲੈਟ ਦੀ ਛੱਤ ਤੇ ਖੜ੍ਹੀ ਹਰਮਨ ਨੇ ਹੱਸਦੇ ਚੰਨ ਤੋਂ ਜੁਆਬ ਮੰਗਿਆ-"ਦੱਸ ਓਏ ਮੁਹੱਬਤ ਦੇ ਜਾਮਨਾਂ, ਮੇਰਾ ਚੰਨ ਵੀ ਮੇਰੇ ਵਾਂਗੂੰ ਤੈਨੂੰ ਵੇਖਦੈ। ਘੜੀ ਖਾਤਿਰ ਵਿਛੜਿਆਂ ਨੂੰ ਵਰ੍ਹਿਆਂ ਦੀ ਜੁਦਾਈ ਨੇ ਆ ਘੇਰਿਐ। ਮੇਰਾ ਉਹ

ਦਿਲਬਰ ਜੋ ਮੈਨੂੰ ਵੇਖਿਆਂ ਬਗ਼ੈਰ ਮੂੰਹ ਟੁੱਕ ਨਹੀਂ ਸੀ ਧਰਦਾ। ਮੇਰੀ ਤਨਹਾਈ ਪੀ ਕੇ ਮੇਰੀ ਜ਼ਿੰਦਗੀ ਬਚਾਉਣ ਵਾਲਾ ਅੱਜ ਕਿਹੜੇ ਭਾਅ ਜ਼ਿੰਦਗੀ ਜਿਉਂਦੈ?"

ਉਸ ਨੇ ਚੁੰਨੀ ਨਾਲ ਅੱਖਾਂ ਪੂੰਝੀਆਂ। ਪਿਆਸੇ ਨੈਣ ਮੁੜ ਚੰਨ ਵੱਲ ਭੱਜ ਪਏ। ਸਾਰਾ ਸ਼ਹਿਰ ਨਿੱਤ ਰਾਤ ਦੀਵਾਲ਼ੀ ਵਾਂਗੂੰ ਜਗਦਾ ਪਰ ਹਰਮਨ ਅੰਬਰਾਂ ਦੇ ਚੰਨ 'ਚੋਂ ਜ਼ਿੰਦਗੀ ਤਲਾਸ਼ਦੀ। ਸ਼ਹਿਰ ਸੌਂ ਜਾਂਦਾ ਪਰ ਉਹ ਜਾਗਦੀ। ਯਾਦਾਂ ਖਾਂਦੀ। ਹੰਝੂ ਜਣਦੀ, ਪੀੜਾਂ ਹੰਢਾਉਂਦੀ!!! ਪੱਥਰ ਦਿਲ ਲੋਕਾਂ ਦੇ ਨਫ਼ਰਤਾਂ ਮਾਰੇ ਸ਼ਹਿਰ ਦੀਆਂ ਤੱਤੀਆਂ ਹਵਾਵਾਂ ਸੜਦੇ ਬਲ਼ਦੇ ਹਉਕਿਆਂ ਗਲ-ਲੱਗ ਮਿਲਦੀਆਂ। ਪਕੌੜੇ ਵਾਂਗੂੰ ਤਲੀ ਰੂਹ ਪੰਜਾਬ ਜਾ ਭਟਕਦੀ। ਬੇਗ਼ਾਨਾ ਮੁਲਕਾਂ ਅਰਧ ਰੁੱਖਾ ਕਲਚਰ। ਫਿੱਕੀ ਤਹਿਜੀਬ-ਮੁਹੱਬਤੋਂ ਸੱਖਣੇ ਬਦਨ। ਅਪਣੱਤ ਰਹਿਤ ਰੁੱਖੀਆਂ ਰੂਹਾਂ। ਤਰਸ ਰਹਿਤ ਬੇਸੁਆਦ ਬੋਲੀ। ਹਰਮਨ ਲਈ ਜੂਨ ਗੁਜ਼ਾਰਾ ਸੀ।

ਉਹ ਚੰਨ ਵੱਲ ਤੱਕਦੀ। ਹਜ਼ਾਰਾਂ ਖ਼ੁਆਬ ਅੰਗੜਾਈਆਂ ਲੈ ਕੇ ਮੁਸਕਰਾਉਂਦੇ। ਪੰਜੇਬਾਂ ਛਣਕਦੀਆਂ, ਮੋਰ ਪੈਲਾਂ ਪਾਉਂਦੇ। ਪੰਜਾਬ ਤੋਂ ਪੌਣਾਂ ਆਉਂਦੀਆਂ, ਮੱਥਿਉਂ ਪਸੀਨਾ ਪੂੰਝਦੀਆਂ। ਮੁਸ਼ਕਲਾਂ, ਮੁਸੀਬਤਾਂ, ਪੀੜਾਂ ਭਰਪੂਰ ਜ਼ਿੰਦਗੀ ਮਿਠਾਸੀ ਮਿਠਾਸੀ ਹੋ ਜਾਂਦੀ। ਰੱਬ ਜਾਣੇਂ ਇਹ ਪਿਆਰ ਦੀ ਵਿਲੱਖਣਤਾ ਸੀ ਜਾਂ ਰੰਗੀਨ ਅਤੀਤ ਨਾਲ ਜੁੜੇ ਖਾਰੇ ਵਰਤਮਾਨ ਨੂੰ ਸੁਨਿਹਰੇ ਭਵਿੱਖ 'ਚ ਸੁੱਤੇ ਸਵਰਗ ਦੇ ਜਾਗਣ ਦੀ ਉਮੀਦ ਦਾ ਜਲਵਾ।

ਉਮੀਦਾਂ ਹੋਰ ਵੀ ਹਜ਼ਾਰਾਂ ਸਨ। ਗਿੱਲੀ ਲੱਕੜ ਦੇ ਧੂੰਏਂ ਵਰਗੇ ਕੌੜੇ ਇਮਤਿਹਾਨ ਦੇ ਨਤੀਜੇ ਦੀ ਵੀ ਉਡੀਕ ਸੀ। ਟੁੱਟਿਆ ਜੀਵਨ ਇਨ੍ਹਾਂ ਆਸਾਂ-ਉਮੀਦਾਂ ਤੇ ਨਿਰਭਰ ਨਾ ਹੁੰਦਾ ਸ਼ਾਇਦ ਹਰਮਨ ਸਿਵਿਆਂ ਦੀ ਰਾਖ ਬਣ ਚੁੱਕੀ ਹੁੰਦੀ।

ਰਾਤਾਂ ਨਾਲ ਉਸ ਦਾ ਸੰਘਣਾ ਮੋਹ ਸੀ ਪਰ ਉਹ ਰਾਤ ਨੀਂਦਰਾਵਲੇ ਨੈਣਾਂ ਤੋਂ ਕਦੇ ਦੂਰ ਨਹੀਂ ਸੀ ਹੁੰਦੀ ਜਦੋਂ ਉਹ ਸ਼ਹਿਬਾਜ਼ ਨਾਲੋਂ ਵਿਛੜੀ ਸੀ। ਚੰਦ ਘੜੀਆਂ ਦੀ ਉਡੀਕ ਚੁੰਨੀ ਲੜ ਬੰਨ੍ਹ ਕੇ ਸਤਨਾਮ ਕੌਰ ਨੇ ਉਹਨੂੰ ਸ਼ਹਿਬਾਜ਼ ਨਾਲ ਤੋਰਨ ਦੀ ਥਾਂ ਘਰ ਨੂੰ ਵਾਪਸ ਮੋੜ ਦਿੱਤਾ। ਉਹੀ ਦੋ ਘੜੀਆਂ ਜ਼ਿੰਦਗੀ ਨੂੰ ਐਸੀ ਮੱਸਿਆਂ ਬਣ ਚਿੰਬੜੀਆਂ। ਉਮਰੋਂ ਲੰਮੇਰੀ ਹੋਈ ਰੈਣ ਮੁੜ ਪ੍ਰਭਾਤਾਂ ਨਾ ਮਿਲੀਆਂ। ਸ਼ਹਿਬਾਜ਼ ਵਾਅਦਿਆਂ ਦਾ ਸਾਈਨ ਕੀਤਾ ਪ੍ਰਨੋਟ ਫੜਾ ਕੇ ਚਲਾ ਗਿਆ। ਹਨ੍ਹੇਰੀ ਰਾਤ 'ਚੋਂ ਨਿਕਲ਼ੇ ਸਾਜਿਸ਼ੀ ਹੱਥਾਂ ਨੇ ਹਰਮਨ ਨੂੰ ਕਾਲੇ ਹਨ੍ਹੇਰਿਆਂ ਨਾਲ ਨੂੜ ਦਿੱਤਾ। ਪਿਉ-ਪਵਿੱਤਰ ਲਹੂ ਰੱਤੜੇ ਰਿਸ਼ਤੇ ਦੀ ਆਸ। ਸਫ਼ੈਦ ਹੋ ਗਈ। ਜ਼ਖ਼ਮੀ ਕੂੰਜ ਨੂੰ ਕਿਸਮਤ ਨੇ ਡੁਬਈ ਲਿਆ ਸੁੱਟਿਆ। ਦੁਨੀਆਂ ਪ੍ਰਤੀ ਤਮਾਮ ਆਸਾਂ ਟੁੱਟ ਗਈਆਂ ਪਰ ਸ਼ਹਿਬਾਜ਼ ਤੇ ਸਤਨਾਮ ਪ੍ਰਤੀ ਜ਼ਖ਼ਮੀ ਆਸ ਅਜੇ ਵੀ ਉਸ ਦੀ ਜ਼ਿੰਦਗੀ ਵਾਂਗੂੰ ਤੜਫ ਰਹੀ ਸੀ। ਪਿਉ ਪ੍ਰਤੀ ਉਸ ਦੀ ਰੂਹੋਂ ਅਜੇ ਵੀ ਨਫ਼ਰਤ ਉਛਲ ਰਹੀ ਸੀ। ਉਸ ਨੂੰ ਨਹੀਂ ਸੀ ਭੁੱਲਿਆ ਉਹ ਵੇਲਾ ਜਦੋਂ ਉਸ ਨੇ ਸਵਰਨੇ ਦੇ ਪੈਰੀਂ ਅੰਮ੍ਰਿਤ ਵੇਲ਼ੇ ਚੁੰਨੀ ਧਰ ਕੇ ਮਿੰਨਤਾਂ ਕੀਤੀਆਂ ਸਨ-

"ਬਾਪੂ। ਤੇਰੀ ਧੀ ਲਈ ਅਰਥੀ ਬਣ ਰਹੀ ਐ। ਤੂੰ ਵੈਰੀਆਂ ਸੰਗ ਰਲਕੇ ਕਿੱਲਾਂ ਠੋਕ ਰਿਹੈ। ਵਾਸਤਾ ਈ ਪਹੁ ਫੁਟਾਲੇ ਤੱਕ ਮੇਰੀ ਜ਼ਮਾਨਤ ਦੇ ਦੇ। ਚਿੱਟੇ ਦਿਨ ਮੈਂ ਆਪਣੀ ਕਿਸਮਤ ਖ਼ੁਦ ਸਿਰਜ ਲਾਂਗੀ।"

ਪਰ ਪਿਉ ਦੇ ਹੱਕ ਅਧਿਕਾਰ ਅੰਗਰੇਜ਼ ਕੌਰ ਨੇ ਨਕਾਰਾ ਕਰ ਸੁੱਟੇ ਸਨ। "ਅੱਜ ਕੀ ਹੋ ਗਿਆ ਐ ਤੈਨੂੰ ਬਾਪੂ? ਮੇਰੀ ਅੱਖ 'ਚ ਕਦੇ ਹੰਝੂ ਨਹੀਂ ਸੀ ਔਣ ਦੇਂਦਾ। ਅੱਜ ਮੈਨੂੰ ਘਰੋਂ

ਕੱਢਿਆ ਜਾ ਰਿਹੈ, ਤੂੰ ਦੁਸ਼ਮਣਾਂ ਦਾ ਦਲਾਲ ਬਣ ਬੈਠਾਂ। ਵਾਸਤਾ ਹੀ ਮੈਨੂੰ ਬਚਾ ਲੈ ਮੇਰੀ ਮਾਂ ਨਹੀਂ। ਅੱਜ ਉਹ ਹੁੰਦੀ ਮੈਨੂੰ ਕਿਸਮਤ ਇਉਂ ਨਾ ਘਰੋਂ ਕੱਢਦੀ। ਤੂੰ ਮੈਨੂੰ ਜਾਣ ਵਾਲੀ ਦੀ ਨਿਸ਼ਾਨੀ ਜਾਣ ਕੇ ਈ ਤਰਸ ਕਰ ਲੈ। ਆਪਣੀ ਛੱਤ ਹੇਠ ਫੁੱਟ ਕੁ ਥਾਂਈਂ ਦੇ ਦੇ। ਤੇਰੇ ਘਰ ਜਮਾਂਦਾਰਨੀ ਬਣ ਕੇ ਈ ਰਹਿ ਲੂੰ।"

"ਫੁੱਫੜਾ। ਆਹ ਕੀ ਤਮਾਸ਼ਾ ਐ ਭਲਾ?"

ਅੰਗਰੇਜ਼ ਕੌਰ ਦੇ ਭਤੀਜੇ ਦਾ ਇਸ਼ਾਰਾ ਸਵਰਨੇ ਵੱਲ ਸੀ।

"ਲੈ ਐਵੇਂ ਈ ਖੋਪਰ ਖਰਾਬ ਹੋਇਐ। ਮਾਪਿਆਂ ਦੀ ਕੀਤੀ ਨੂੰ ਧੀਆਂ ਏਦਾਂ ਵੀ ਉਲੱਦੀਆਂ ਹੁੰਦੀਆਂ ਨੇ ਭਲਾ? ਤੂੰ ਪਾਗ਼ਲ ਕਿਸੇ ਥਹੁੰ ਦੀ।"

ਸਵਰਨੇ ਦੀ ਰਸਮੀ ਝਿੜਕ ਧੀ ਨੂੰ ਵਰਾਉਣ ਤੇ ਮਾਮਲੇ ਨੂੰ ਅੰਜ਼ਾਮ ਦੇਣ ਵਾਲੀ ਸੀ।

"ਬਾਪੂ। ਤੂੰ ਮੈਨੂੰ ਖੂਹ 'ਚ ਧੱਕਾ ਦੇਹ, ਮੈਂ ਤੇਰੀ ਮਰਜ਼ੀ ਨੂੰ ਕਦੇ ਨਹੀਂ ਮੋੜਾਂਗੀ। ਪਰ ਇਹ ਸਾਰਾ ਕੀਤਾ ਧਰਿਆ ਸਾਨੂੰ ਦੋਵਾਂ ਨੂੰ ਈ ਖ਼ਤਮ ਕਰਨ ਦੀ ਚਾਲ ਐ। ਏਸ ਜਾਲ 'ਚ ਅੱਜ ਦੇ ਫਸੇ ਅਸੀਂ ਸਦਾ ਨਿਕਲਣ ਲਈ ਤੜਪਾਂਗੇ। ਵਾਸਤਾ ਈ ਮੇਰੇ ਹਾਲ ਤੇ ਤਰਸ ਖਾ।"

"ਤੇਰਾ ਤੇ ਹਰਮਨ ਦਿਮਾਗ ਖ਼ਰਾਬ ਹੋਇਐ।"

"ਹੂੰ। ਦਿਮਾਗ਼ ਖ਼ਰਾਬ ਈ ਦੱਸਦਾ ਰਹੀਂ। ਧੂਹ ਕੇ ਗੱਡੀ 'ਚ ਨਾ ਸੁੱਟੀਂ।" ਸਵਰਨੇ ਦੀ ਗੱਲ ਤੇ ਅੰਗਰੇਜ ਕੌਰ ਨੇ ਤਾਅਨੇ ਭਰਪੂਰ ਵਿਅੰਗ ਕੱਸਿਆ। "ਏਦਾਂ ਨਹੀਂ ਸੂਤ ਔਣਾਂ ਏਹਨੇ।" ਅੰਗਰੇਜ ਕੌਰ ਖੁਦ ਹੱਥੀਂ ਉਤਰ ਪਈ-"ਚੱਲ ਉੱਠ ਕੁੜੇ ਕੀ ਲਪਰ-ਲਪਰ ਲਾਈ ਐ।"

ਹਰਮਨ ਨੇ ਬਾਂਹ ਛਡਾਉਣ ਦੀ ਕੋਸ਼ਿਸ਼ ਕੀਤੀ। ਅੰਗਰੇਜ ਕੌਰ ਨੇ ਖਿਚ ਕੇ ਥੱਪੜ ਮੂੰਹ ਤੇ ਜੜ ਦਿੱਤਾ। ਨਾਲ ਹੀ ਉਸ ਦੇ ਭਤੀਜੇ ਨੇ ਧੂਹ ਕੇ ਹਰਮਨ ਤੂੰ ਕਾਰ ਦੀ ਪਿਛਲੀ ਸੀਟ ਤੇ ਸੁੱਟ ਤਾਕੀ ਲਾ ਦਿੱਤੀ।

"ਤੇਰਾ ਵੀ ਕਦੋਂ ਭਲਾ ਹੋਣੈਂ। ਪਿਉ ਬਣ ਕੇ ਧੀ ਤੇ ਕਹਿਰ ਢਾਹੁਣ ਵਾਲਿਆ। ਉਮਰ ਭਰ ਧੀ ਦੇ ਹੱਕ ਦੀ ਕੀਤੀ ਅੱਜ ਚਪੇੜਾਂ ਮਰਾ ਮਰਾ ਕੇ ਘਰੋਂ ਕਢਾਉਣ ਲੱਗੈਂ। ਮੇਰੀ ਬੇੜੀ ਵੱਟੇ ਪਾਉਣ ਵਾਲਿਓ ਤੁਹਾਨੂੰ ਰੱਬ ਦੀ ਮਾਰ ਪਏ। ਤੁਸੀਂ ਤੜਪ-ਤੜਪ ਮਰੋ। ਕੋਈ ਪਾਣੀ ਦਾ ਘੁੱਟ ਨਾ ਦਵੇ...।"

ਬਾਬਲ ਦੇ ਘਰੋਂ ਜਬਰੀ ਤੋਰੀ ਧੀ ਦੇ ਰੋਣ ਭਿੱਜੇ ਤਾਅਨੇ ਹੌਲੀ-ਹੌਲੀ ਖਾਮੋਸ਼ ਹੁੰਦੇ ਗਏ। ਗੱਡੀ ਦੇ ਸਾਹਮਣੇ ਵਾਲੇ ਸ਼ੀਸ਼ੇ 'ਚੋਂ ਤੇਜ਼ ਕਦਮੀਂ ਤੁਰੀ ਆਉਂਦੀ ਸਤਨਾਮ ਦਾ ਚਿਹਰਾ ਬੱਤੀਆਂ ਦੀ ਰੌਸ਼ਨੀ 'ਚ ਚਮਕ ਕੇ ਅਲੋਪ ਹੋ ਗਿਆ। ਹਰਮਨ ਦੀ ਉੱਚੀ ਆਵਾਜ਼ ਦੇਣ ਦੀ ਕੋਸ਼ਿਸ਼ ਅੰਗਰੇਜ਼ ਕੌਰ ਨੇ ਮੂੰਹ ਤੇ ਹੱਥ ਧਰ ਕੇ ਕਤਲ ਕਰ ਦਿੱਤੀ।

ਅਗਲੇ ਦਿਨ ਉਹ ਕਿੱਥੇ ਤੇ ਕਿੰਨਾਂ ਹਾਲਾਤਾਂ 'ਚ ਰਹੀ, ਕੁੱਝ ਯਾਦ ਨਹੀਂ ਸੀ। ਉਸ ਨੂੰ ਲਾਵਾਂ 'ਚ ਬੰਨ੍ਹਣ ਦਾ ਯਤਨ ਕੀਤਾ ਪਰ ਰੂਹ ਪਿੰਡ ਭਟਕਦੀ ਰਹੀ, ਕਾਇਆ ਰਸਮਾਂ ਨਿਭਾਉਂਦੀ ਰਹੀ। ਪਿਉ ਅੰਤਿਮ ਵਿਦਾਇਗੀ ਦੇਣ ਆਇਆ, ਹਰਮਨ ਨੇ ਬਦਅਸੀਸਾਂ ਦੇ ਕੇ ਉਹਦਾ ਰਿਸ਼ਤਾ ਉੱਥੇ ਹੀ ਦਫਨਾ ਦਿੱਤਾ। ਸਹੁਰੇ ਪਰਿਵਾਰ ਨੂੰ ਉਹ ਦਿਲੋਂ ਨਾ ਕਬੂਲ ਸਕਦੀ ਸੀ ਨਾ ਹੀ ਉਸ ਨੇ ਕਬੂਲਿਆਂ। ਲੋਕਾਚਾਰੀ ਐਕਟਿੰਗ ਨਾਲ ਪਰਿਵਾਰ 'ਚ ਨੂੰਹ ਦਾ

ਕਿਰਦਾਰ ਨਿਭਾਉਣ ਲਈ ਉਸ ਨੇ ਯਤਨ ਲੜਾਏ ਪਰ ਡਬਲ ਰੋਲ 'ਚ ਅੰਗਰੇਜ਼ ਕੌਰ ਸੱਸ ਦੇ ਰੂਪ 'ਚ ਉਹਦੇ ਪੇਸ਼ ਆ ਗਈ। ਉਹੀ ਤਸੀਰ! ਉਹੀ ਬੋਲਚਾਲ ਤੇ ਉਹੀ ਤਾਅਨੇ। ਉਸ ਨੇ ਤੀਜੇ ਹੀ ਦਿਨ ਜ਼ਹਿਰੀਲਾ ਤਾਅਨਾ ਮਾਰ ਕੇ ਹਰਮਨ ਨੂੰ ਜ਼ਮੀਨ 'ਚ ਗੱਡ ਧਰਿਆ–"ਐਵੇਂ ਕਿਸੇ ਵਹਿਮ 'ਚ ਫਸ ਕੇ ਘਰ ਦੀ ਪਟਰਾਣੀ ਬਣਨ ਦੀ ਨਾ ਸੋਚੀਂ, ਤੈਨੂੰ ਵਿਆਹ ਕੇ ਜ਼ਰੂਰ ਲਿਆਏ ਹਾਂ। ਪਰ ਏਸ ਬਦਲੇ ਨੀਲੇ ਨੋਟਾਂ ਦਾ ਭਰਿਆ ਬੈਗ ਤੇਰੀ ਮਾਂ ਨੂੰ ਦਿੱਤਾ।"

ਸੱਸ ਦੀ ਗੱਲ ਸੁਣ ਹਰਮਨ ਦੇ ਸਾਹ ਸੂਤੇ ਗਏ, "ਹੁਣ ਪਤਾ ਲੱਗੈ ਮੈਨੂੰ ਵਿਆਹ ਦਾ ਲੇਬਲ ਲਾ ਕੇ ਨੀਲਾਮ ਕੀਤੈ। ਵਿਆਹ ਤਾਂ ਧੀਆਂ ਦੇ ਕੀਤੇ ਜਾਂਦੇ ਨੇ ਤੂੰ ਅੰਗਰੇਜ਼ ਕੌਰ ਦੀ ਧੀ ਥੋੜ੍ਹੇ ਸੀ। ਧੀਆਂ ਨੂੰ ਤਾਂ ਹਰ ਕੋਈ ਰੋ-ਰੋ ਕੇ ਤੋਰਦੈ ਤੈਨੂੰ ਤਾਂ ਡੰਗਰਾਂ ਵਾਂਗੂੰ ਕੁੱਟ-ਕੁੱਟ ਕੱਢਿਐ। ਹੁਣ ਡੰਗਰਾਂ ਵਾਂਗੂੰ ਏਸ ਘਰ ਲਈ ਕਮਾਈਂ ਪਰ ਮੱਤ ਸੋਚੀ ਮੈਂ ਏਸ ਘਰ ਦੀ ਨੂੰਹ ਹਾਂ।

ਹਰਮਨ ਦੀਆਂ ਭੁੱਬਾਂ ਨਿਕਲ਼ ਗਈਆਂ–"ਮਾਂ ਮੇਰੀਏ ਮੇਰਾ ਮੁੱਲ ਵੱਟਣ ਵਾਲ਼ੀ ਅੰਗਰੇਜ਼ ਕੌਰ ਮੇਰੀ ਮਾਂ ਨਹੀਂ ਸੀ। ਤੂੰ ਮਾਂ ਬਣ ਅਹਿਸਾਸ ਕਰ ਕੋਈ ਮਾਂ ਏਦਾਂ ਵੀ ਆਪਣੀ ਧੀ ਨੂੰ ਵੇਚ ਸਕਦੀ ਐ? ਮੈਂ ਪਟਰਾਣੀ ਬਣਨਾਂ ਤਾਂ ਕਦੇ ਸੁਪਨੇ 'ਚ ਨਹੀਂ ਸੋਚਿਆ, ਤੇਰੇ ਘਰ ਦੀ ਜੂਠ ਧੋ-ਧੋ ਕੇ ਨੌਕਰਾਣੀ ਬਣਨ ਨੂੰ ਤਿਆਰ ਆਂ, ਪਰ ਵਾਸਤਾ ਈ ਆਹ ਮਿਹਣਾ ਮੁੜ ਨਾ ਮਾਰਿਓ।"

"ਮਿਹਣਾ ਤਾਂ ਵਹੁਟੀਏ ਮੈਂ ਨਹੀਂ ਮਾਰਦੀ ਪਰ ਤਾਰੇ ਮੁੱਲ ਬਰਾਬਰ ਤਾਂ ਠੀਕਰਾਂ ਵੀ ਕੱਠੀਆਂ ਕਰਨੀਆਂ ਔਖੀਆਂ ਐ। ਦੁੱਖ ਤਾਂ ਆਖਿਰ ਹੋਣਾ ਈ ਹੋਇਆ।

"ਬਿਲਕੁਲ ਮਾਤਾ ਸੱਚ ਕਿਹੈ ਤੂੰ। ਜਿੱਥੇ ਇਨਸਾਨੀਅਤ ਮੁਕਾਬਲੇ ਪੈਸੇ ਦਾ ਪੱਲੜਾ ਝੁਕ ਜੇ, ਉੱਥੇ ਤਾਂ ਇਹ ਦੁੱਖ ਹੋਰ ਵੀ ਅਸਰਦਾਰ ਹੁੰਦੈ ਪਰ ਮੈਂ ਵਾਅਦਾ ਕਰਦੀ ਹਾਂ ਤੇਰੀ ਰਕਮ ਦਾ ਪੂਰਾ ਮੁੱਲ ਤਾਰਾਂਗੀ।"

"ਮੁੱਲ ਤਾਂ ਆਪੇ ਤਰਜੂਗਾ ਜੇ ਮੇਰੇ ਪੁੱਤ ਦੀ ਜੜ੍ਹ ਲੱਗ ਜੇ ਤਾਂ।" ਹਰਮਨ ਦਾ ਸਿਰ ਮੁੜ ਚਕਰਾ ਗਿਆ–"ਹੂੰ ਮਾਮਲਾ ਪੁੱਤ ਦੀ ਵੇਲ ਵਧਾਉਣ ਦਾ ਐ। ਨੂੰਹ ਦਾ ਹੱਕ ਸਤਿਕਾਰ ਤੇ ਸਵੈਮਾਣ ਢੱਠੇ ਖੂਹ ਪਏ। ਨਾਲੇ ਹਰਮਨ ਉਹ ਸਿਧਾਂਤ ਤੇ ਫਰਜ਼ ਤਾਂ ਪੰਜਾਬ 'ਚ ਰਹਿ ਗਏ ਡੁਬਈ 'ਚ ਏਦੀ ਕੀ ਮਾਨਤਾ?"

ਹਰਮਨ ਅਰਧ ਬੇਹੋਸ਼ੀ ਦੀ ਹਾਲਤ 'ਚ ਟੁੱਟੀ ਟਾਹਣੀ ਵਾਂਗੂੰ ਪਲੰਘ 'ਤੇ ਜਾ ਡਿੱਗੀ।

"ਹਰਮਨ! ਕਿਹੜੇ ਵਹਿਮੀ ਭਟਕੀ ਐ ਤੇਰੀ ਸੱਸ ਮਾਤਾ। ਨਾ ਏਹਦੀ ਵੇਲ ਨੇ ਵਧਣੈਂ ਨਾ ਰਕਮ ਦਾ ਮੁੱਲ ਮੁੜਨੈ। ਹੋਰ ਚਹੁੰ ਮਹੀਨਿਆਂ ਤੱਕ ਏਦੀਆਂ ਨਜ਼ਰਾਂ ਤੇਰਾ ਢਿੱਡ ਪਰਖਣਗੀਆਂ ਪਰ ਰੋਹੀ ਦੀਆਂ ਕਿੱਕਰਾਂ ਨੂੰ ਅੰਬ ਕਦੋਂ ਲੱਗਣੇ ਨੇ? ਤੂੰ ਆਵਦਾ ਮੱਥਾ ਸੰਵਾਰ ਲੈ ਬਾਂਝ ਹੋਣ ਦਾ ਕਲੰਕ ਵੀ ਤੇਰੇ ਮੱਥੇ ਲਈ ਤਿਆਰ ਖੜ੍ਹੈ।"

"...ਵਿਆਹ ਤੋਂ ਅਗਲੀ ਰਾਤ ਦਾ ਖੌਫ ਹਰਮਨ ਨੂੰ ਡਾਹਢਾ ਸੀ। ਸੋਚਦੀ ਸੀ ਜਿਨ੍ਹਾਂ ਅੰਗਾਂ ਨੂੰ ਸ਼ਹਿਬਾਜ਼ ਲਈ ਹੁਣ ਤੱਕ ਕੁਆਰੇ ਰੱਖਿਆ ਸੀ ਉਨ੍ਹਾਂ ਨੂੰ ਗੈਰ ਦੀ ਭੇਟਾ ਕਿਵੇਂ ਕਰੇਗੀ? ਦੋ ਸਾਲਾਂ ਬਾਅਦ ਉਹ ਸ਼ਹਿਬਾਜ਼ ਨੂੰ ਮਿਲੇਗੀ ਪਰ ਇਹ ਸਰਮਾਇਆ ਖੋ

ਢੁੱਕਾ ਹੋਵੇਗਾ। ਪਰ ਜਦੋਂ ਪਤੀ ਦੇਵ ਉਸ ਦੇ ਸਨਮੁੱਖ ਹੋਏ ਤਾਂ ਉਨ੍ਹਾਂ ਦੇ ਵਜੂਦ 'ਚ ਨਾ ਕੋਈ ਹਰਕਤ ਸੀ ਨਾ ਨੈਣੀਂ ਪਿਆਰ ਦੀ ਚਮਕ। ਪਤਝੜ ਮਾਰਿਆ ਮੁਖੜਾ, ਸਲਾਭੇ-ਸਲਾਭੇ ਬੋਲ।

"ਹਰਮਨ! ਮੈਂ ਅੱਜ ਬੜੀ ਜ਼ਰੂਰੀ ਗੱਲ ਕਰਨੀ ਐ ਤੇਰੇ ਨਾਲ।"

ਹਰਮਨ ਦੇ ਫਰਕਦੇ ਬੁੱਲ੍ਹਾਂ 'ਚੋਂ ਕੋਈ ਬੋਲ ਨਾ ਸਰਿਆ, ਸੈਣਤ ਨਾਲ ਉਸ ਨੇ ਹੁੰਘਾਰਾ ਦਿੱਤਾ।

"ਪਰ ਕੀ ਤੂੰ ਸੁਣ ਸਕੇਂਗੀ ਮੇਰੀ ਗੱਲ?"

"ਜੀ।"

"ਫਿਰ ਵਾਅਦਾ ਕਰ। ਇਹ ਗੱਲ ਸਾਡੇ ਵਿਚਕਾਰ ਹੀ ਰਹੇ। ਹੋਰ ਕਿਸੇ ਕੰਨੀਂ ਨਾ ਪਏ।"

"ਮੇਰਾ ਵਾਅਦਾ ਐ।"

"ਮੈਨੂੰ ਪਤਾ ਤੈਨੂੰ ਇਹ ਸੁਣ ਕੇ ਬੜਾ ਦੁੱਖ ਹੋਏਗਾ।"

"ਫਿਰ ਵੀ ਦੱਸੋ। ਮੈਂ ਸਹਿਣ ਕਰਾਂਗੀ।"

"ਕਿਸੇ ਕੰਨੀਂ ਭਿਣਕ ਨਾ ਪਏ। ਖਾਸਕਰ ਮਾਤਾ ਜੀ ਦੇ। ਅਗਰ ਭੇਦ ਖੁੱਲ੍ਹ ਗਿਆ ਮੈਂ ਖੁਦਕੁਸ਼ੀ ਕਰ ਲਵਾਂਗਾ।"

"ਨੌਬਤ ਏਥੇ ਪੁੱਜ ਚੁੱਕੀ ਐ? ਫਿਰ ਵਾਸਤਾ ਏ ਮੈਂ ਤਾਂ ਪਹਿਲਾਂ ਈ ਦੁਖੀ ਆਂ ਮੈਨੂੰ ਅਜਿਹੇ ਮਾਮਲੇ 'ਚ ਨਾ ਖਿੱਚੋ।" ਹਰਮਨ ਦਿਲੋਂ ਦਹਿਲ ਗਈ। "ਨਹੀਂ ਤਾਂ ਤੈਨੂੰ ਦੱਸਣਾ ਜ਼ਰੂਰੀ ਐ। ਮੈਂ ਤੇਰਾ ਦੋਖੀ ਜੁ ਹਾਂ।"

"ਮੇਰੇ ਦੋਖੀ ਤਾਂ ਏਥੇ ਬੜੇ ਨੇ। ਕੀਹਨੂੰ-ਕੀਹਨੂੰ ਦੋਸ਼ ਦਿਆਂ? ਜਦੋਂ ਕਿਸਮਤ ਨੇ ਹੀ ਬੂਹੇ ਢੋਅ ਲਏ ਨੇ। ਤੇਰਾ ਫਿਰ ਵੀ ਧੰਨਵਾਦ ਤੂੰ ਮੇਰੇ ਨਾਲ ਦਿਲ ਤਾਂ ਫਰੋਲਣ ਲੱਗੈ, ਸੱਸ ਮਾਂ ਤਾਂ ਮੇਰੇ ਸਿਰੋਂ ਨੀਲੇ ਨੋਟਾਂ ਦੇ ਬੈਗ ਵਾਰ ਰਹੀ ਐ।" ਹਰਮਨ ਕਹਿਣਾ ਚਾਹੁੰਦੀ ਸੀ ਪਰ ਉਸ ਨੇ ਸੰਜਮ ਵਰਤਿਆ-"ਤੁਸੀਂ ਜੋ ਕਹਿਣਾ ਏ ਨਿਸੰਗ ਕਹੋ?"

"ਮੈਂ ਜਮਾਂਦਰੂ ਨਾਮਰਦ ਹਾਂ। ਏਸ ਲਈ ਤੂੰ ਮੈਥੋਂ ਕਿਸੇ ਤਰ੍ਹਾਂ ਦੀ ਕੋਈ ਆਸ ਨਾ ਰੱਖੀਂ।"

ਹਰਮਨ ਦਿਲਦੋਜ਼ ਖੁਸ਼ੀ 'ਚ ਖੀਵੀ ਹੋ ਗਈ। ਉਸ ਨੂੰ ਪਤੀ ਦਾ ਚਿਹਰਾ ਪਹਿਲੇ ਵਾਰ ਪਿਆਰਾ ਲੱਗਿਆ-"ਤੇਰੇ ਜਿਹਾ ਕੌਣ ਐ ਮੱਖਣਾਂ। ਤੂੰ ਮੈਨੂੰ ਸ਼ਹਿਬਾਜ਼ ਦੀ ਸੁੱਚੀ ਅਮਾਨਤ ਤੇ ਜਿਸਮਾਨੀ ਹੱਕ ਸਾਂਭਣ ਦਾ ਸਬੱਬ ਦੇ ਦਿੱਤੈ। ਹੁਣ ਉਸ ਦੀ ਅਮਾਨਤ ਜਦੋਂ ਮਰਜ਼ੀ ਉਹਦੀ ਝੋਲੀ ਪਾਵਾਂ, ਮੇਰੀ ਕਲਾਈ ਨਹੀਂ ਕੰਬੇਗੀ।"

ਹਰਮਨ ਕੁਦਰਤ ਦੇ ਸ਼ੁਕਰਾਨੇ 'ਚ ਸਿਰੋਂ ਝੁੱਕ ਗਈ ਪਰ ਉਹ ਦਿਲੀਂ ਖੁਸ਼ੀ ਦਾ ਇਜ਼ਹਾਰ ਮੁੱਖੜੇ ਤੋਂ ਨਹੀਂ ਸੀ ਹੋਣ ਦੇਣਾ ਚਾਹੁੰਦੀ। "ਪਰ ਇਹ ਗੱਲ ਵਿਆਹ ਤੋਂ ਪਹਿਲਾਂ ਕਿਉਂ ਨਾ ਵਿਚਾਰੀ?" ਉਸ ਨੇ ਰਸਮੀ ਨਰਾਜ਼ਗੀ ਪ੍ਰਗਟਾਈ।

"ਸੱਚ ਜਾਣੀ ਹਰਮਨ ਮੈਂ ਤੇਰੇ ਨਾਲ ਵਿਆਹ ਨਹੀਂ ਸੀ ਕਰਾਉਣਾ ਚਾਹੁੰਦਾ। ਏਹਦਾ ਲੱਗਦੀ ਵਾਹ ਵਿਰੋਧੀ ਵੀ ਕੀਤਾ ਪਰ ਮਾਂ ਦੀ ਨੇ ਮਰਨ ਦੀ ਧਮਕੀ ਨੇ ਮੈਨੂੰ ਮਜ਼ਬੂਰਨ ਸਿਹਰਾ ਬੰਨ੍ਹ ਦਿੱਤਾ। ਮੈਂ ਆਪਣੀ ਕਮਜ਼ੋਰੀ ਕਦੇ ਕਿਸੇ ਕੋਲ ਜ਼ਾਹਿਰ ਨਹੀਂ ਕੀਤੀ ਪਰ ਏਸ ਦੇ

ਖ਼ਾਤਮੇ ਲਈ ਡਾਕਟਰ ਵੀ ਕੋਈ ਨਹੀਂ ਛੱਡਿਆ। ਮੈਨੂੰ ਹਰ ਪਾਸਿਉਂ ਮਿਲੀ ਨਾਂਹ ਨੇ...ਆਈ ਐਮ ਸੌਰੀ ਹਰਮਨ...।"

"ਮੈਂ ਤੁਹਾਡੀ ਮਜ਼ਬੂਰੀ ਨੂੰ ਕਦੇ ਤੁਹਾਡਾ ਗੁਨਾਹ ਨਹੀਂ ਸਮਝਾਂਗੀ। ਤੁਹਾਡੀ ਬੇਵਸੀ ਦੀ ਪਰਿਵਾਰ ਵੱਲੋਂ ਕੀਤੀ ਦੁਰਵਰਤੋਂ ਨੇ ਤੁਹਾਡੇ ਅੱਧੇ ਗੁਨਾਹ ਕੱਜ ਲਏ ਨੇ। ਰਹਿੰਦੇ ਗੁਨਾਹਾਂ ਦਾ ਵਹੀ ਖਾਤਾ ਮੈਂ ਛੇੜਨਾ ਨਹੀਂ। ਰੁੱਤਾਂ ਬਦਲਣਗੀਆਂ ਤੁਹਾਡੀ ਮਾਂ ਦੀਆਂ ਜੜ੍ਹੋਂ-ਜਮਾਂਦਰੋਂ ਸੁੱਕੀਆਂ ਆਸਾਂ ਮੈਨੂੰ ਬਾਂਝ ਸਮਝਣਗੀਆਂ, ਤੁਹਾਡੀ ਕਮਜ਼ੋਰੀ ਦੇ ਪਰਦੇ ਉੱਥੇ ਵੀ ਕੱਜੇ ਜਾਣਗੇ। ਮੈਂ ਸਭ ਆਪਣੇ ਸਿਰ ਸਹਿ ਲਵਾਂਗੀ ਪਰ ਆਹ ਵਾਅਦਾ ਮੇਰੇ ਨਾਲ ਜ਼ਰੂਰ ਕਰੋ। ਮੁੜ ਸ਼ਰਾਬ ਤਾਂ ਨਹੀਂ ਪੀਉਗੇ?"

ਉਸ ਦੇ ਮੂੰਹੋਂ ਆਉਂਦੀ ਸਮੈੱਲ ਸ਼ਰਾਬੀ ਹੋਣ ਦੀ ਪੁਸ਼ਟੀ ਕਰ ਰਹੀ ਸੀ। "ਇਹ ਕੋਈ ਮੇਰੀ ਪੱਕੀ ਆਦਤ ਨਹੀਂ ਅੱਜ ਮਜਬੂਰੀ ਵਸ ਪੀਤੀ ਐ। ਸੋਫ਼ੀ ਤੋਂ ਆਹ ਸੱਚ ਨਹੀਂ ਸੀ ਦੱਸਿਆ ਜਾਣਾਂ, ਅਗਾਂਹ ਤੋਂ ਏਸ ਆਦਤੋਂ ਵੀ ਤੌਬਾ ਕਰਦਾ ਹਾਂ।"

ਉਸ ਨੇ ਕੰਨ ਖਿੱਚੇ।

"ਪੁੱਤ-ਧੀਆਂ ਕਿਸਮਤ ਦੇ ਲੇਖੇ-ਜੋਖੇ ਨੇ ਪਰ ਕਿਸੇ ਦੀ ਜ਼ਿੰਦਗੀ ਨਾਲ ਮੁੱਲ ਖਰੀਦਿਆ ਕਿਉਂ?"

"ਇਹ ਸਾਡੀ ਮਾਤਾ ਦੀ ਜ਼ਿੱਦ ਐ। ਘਰ 'ਚ ਘਾਟ ਵੀ ਇਹੋ ਐ ਪਰ ਪੈਸੇ ਪ੍ਰਾਪਰਟੀ ਦਾ ਤੋੜ ਕੋਈ ਨਹੀਂ।"

ਪੈਸਾ ਇਨ੍ਹਾਂ ਰੀਝਾਂ ਨੂੰ ਕਦੇ ਨਹੀਂ ਖ਼ਰੀਦ ਸਕਦਾ ਤੇ ਪੈਸੇ ਨਾਲ਼ ਇਹ ਖ਼ੁਸ਼ੀਆਂ ਖਰੀਦਣੀਆਂ ਹੰਕਾਰ ਦਾ ਦੂਜਾ ਰੂਪ ਐ।"

ਹਰਮਨ ਨੇ ਉਸ ਨੂੰ ਸਮਝਾਇਆ ਸੀ।

...ਅੱਜ ਜਦੋਂ ਨੀਲੇ ਨੋਟਾਂ ਵਾਲਾ ਤਾਅਨਾ ਹਰਮਨ ਨੇ ਸੱਸ ਦੀ ਜ਼ੁਬਾਨੀ ਸੁਣਿਆ ਤਾਂ ਉਸ ਦਾ ਲਹੂ ਖੌਲ ਉੱਠਿਆ ਪਰ ਉਸ ਨੇ ਹਰ ਹੀਲੇ ਜ਼ਹਿਰ ਪੀਣ ਦਾ ਤਹੱਈਆ ਕੀਤਾ ਸੀ। ਉਹ ਮੰਜ਼ਿਲ ਪ੍ਰਾਪਤੀ ਲਈ ਢਾਈ ਵਰ੍ਹੇ ਦੇ ਅਰਸੇ ਨੂੰ ਮਿੱਠਾ ਕਰ ਕੇ ਮੰਨਣਾ ਚਾਹੁੰਦਾ ਸੀ। ਜ਼ਹਿਰ ਪਿਆਲੇ ਪੀ ਪੀ ਕੇ ਗੁਜ਼ਾਰੇ ਲੰਮੇ ਅਰਸੇ ਨੇ ਭਾਵੇਂ ਮੰਜ਼ਿਲ ਨੇੜੇ ਲੈ ਆਉਂਦੀ ਸੀ ਪਰ ਸੱਸ ਦੀ ਭੁਰਦੀ ਆਸ ਦਾ ਸੇਕ ਵੀ ਤੱਤਾ ਹੁੰਦਾ ਜਾ ਰਿਹਾ ਸੀ। ਇੱਕ ਦਿਨ ਉਸ ਨੇ ਹਰਮਨ ਨੂੰ ਕਿਹਾ...।

"ਤੂੰ ਡਾਕਟਰ ਦੀ ਸਲਾਹ ਲੈ ਹਰਮਨ।"

"ਲੈ ਲਵਾਂਗੀ।"

"ਕਦੋਂ?"

"ਜਦੋਂ ਵਿਆਹ ਦੇ ਪੂਰੇ ਢਾਈ ਵਰ੍ਹੇ ਹੋ ਜਾਣਗੇ।"

"ਫਿਰ ਕੀ ਇਹ ਮਸਲਾ ਹੱਲ ਹੋ ਜੂਗਾ?"

"ਜੀ! ਫਿਰ ਇਹ ਵੀ ਪੱਕਾ ਐ ਤੁਹਾਨੂੰ ਏਸ ਮਸਲੇ ਤੇ ਮੇਰੇ ਨਾਲ ਲੜਨ ਦੀ ਲੋੜ ਨਹੀਂ ਪਏਗੀ।"

ਸੱਸ ਨੂੰ ਹਰਮਨ ਦੀ ਗੱਲ ਦੇ ਅਰਥ ਸਮਝ ਤਾਂ ਨਾ ਆਏ ਪਰ ਉਹ ਕਈ ਮਹੀਨੇ ਇਹ ਮਸਤੀ ਹੰਢਾਉਂਦੀ ਰਹੀ। ਢਾਈ ਵਰ੍ਹੇ ਪੂਰੇ ਹੋਣ ਨੂੰ ਅਜੇ ਅੱਠ ਮਹੀਨੇ ਬਾਕੀ ਸਨ, ਉਸ ਨੇ ਚਾਈਂ-ਚਾਈਂ ਹਰਮਨ ਨੂੰ ਪੁੱਛਿਆ-

"ਹਰਮਨ ਕਿਵੇਂ ਐ? ਹੈ ਕੁਛ?" ਹਰਮਨ ਨੇ ਨਾਂਹ 'ਚ ਸਿਰ ਹਿਲਾਇਆ।

"ਹਰਾਮਜਾਦੀ, ਕੁੱਤੀ, ਕੁਲੱਛਣੀ, ਨਿਪੁੱਤੀ। ਕੁੱਫਰ ਤੋਲਦੀ ਐ। ਤੂੰ ਕੀ ਸਮਝਦੀ ਐਂ, ਝੂਠ ਬੋਲ ਕੇ ਪਟਰਾਣੀ ਬਣ ਜੂ ਏਸ ਘਰ ਦੀ।"

ਮਹੀਨਿਆਂ ਤੋਂ ਨਰਮ ਪਏ ਸੱਸ ਦੇ ਸੁਰ ਮੁੜ ਤੇਜ਼ ਹੋ ਗਏ।

"ਸ਼ੁਕਰ ਏ ਮਾਤਾ ਭਾਵੇਂ ਤੂੰ ਝੂਠ ਸਹਾਰੇ ਈ ਮੈਨੂੰ ਘਰ ਦੀ ਪਟਰਾਣੀ ਮੰਨਿਐ ਪਰ ਕੁੱਝ ਮਹੀਨਿਆਂ ਲਈ ਮੰਨ ਤਾਂ ਲਿਆ।"

ਉਸ ਦਿਨ ਤੋਂ ਹੀ ਸੱਸ ਦੇ ਤੇਵਰ ਹਰਮਨ ਪ੍ਰਤੀ ਬੇਲਗਾਮ ਹੋ ਗਏ। ਹਰਮਨ ਚਾਹੁੰਦੀ ਸੀ ਉਹ ਇੱਕ ਵਾਰ ਉਸ ਨੂੰ ਘਰੋਂ ਜਾਣ ਲਈ ਮੂੰਹੋਂ ਕਹਿ ਦੇਵੇ, ਮੈਂ ਪੰਜਾਬ ਮੁੜਨ ਲਈ ਦੇਰ ਨਾ ਲਗਾਵਾਂ। ਪਰ ਸ਼ਾਇਦ ਉਸ ਦਿਨ ਸੌ ਢੀਠ ਮਰੇ ਹੋਣਗੇ ਜਿੱਦਣ ਉਹ ਇਕੱਲੀ ਜੰਮੀ ਸੀ। ਇੱਕ ਦਿਨ ਉਸ ਨੇ ਮੁੜ ਉਹੀ ਗੱਲ ਛੇੜੀ-"ਹਰਮਨ ਸੁਣਦੀ ਐਂ। ਮੈਂ ਕਿਧਰੇ ਚੱਲੀ ਆਂ, ਕਈ ਦਿਨਾਂ ਬਾਅਦ ਮੁੜਾਂਗੀ। ਤੂੰ ਇੱਕ ਗੱਲ ਮੰਨ ਲੈ।"

"ਕੀ?"

"ਤੂੰ ਹੁਣ ਡਾਕਟਰ ਦੀ ਸਲਾਹ ਲੈ ਈ ਲਵੀਂ।"

"ਏਡੀ ਕਾਹਲ਼ ਵੀ ਕੀ ਐ?"

"ਕਾਹਲ਼ ਦਾ ਤੈਨੂੰ ਨਹੀਂ ਮੈਨੂੰ ਪਤੇ। ਕੁਆਰੀਆਂ ਕੁੜੀਆਂ ਤੋਂ ਕਈ ਗਲਤੀਆਂ ਏਦਾਂ ਦੀਆਂ ਵੀ ਹੋ ਜਾਂਦੀਆਂ ਨੇ ਜਿਨ੍ਹਾਂ ਦਾ ਬੇਮੌਕਾ ਡਾਕਟਰੀ ਇਲਾਜ ਉਮਰ ਭਰ ਕੁੱਖ ਹਰੀ ਨਹੀਓਂ ਹੋਣ ਦੇਂਦਾ। ਮੈਨੂੰ ਕਦੇ-ਕਦੇ ਲੱਗਦੈ ਤੂੰ ਵੀ ਐਸੀ ਸਮੱਸਿਆ ਦੀ ਘੇਰੀ ਐਂ...।"

ਸੱਸ ਦੀ ਤੇਜ਼ਧਾਰ ਗੱਲ ਨੇ ਹਰਮਨ ਦੇ ਸਵੈ ਬੁਲਟ ਪਰੂਫ ਕੀਤੇ ਇਰਾਦੇ ਨੂੰ ਚੀਰ ਜਾਂ ਖੰਜਰ ਖੋਭਿਆ। ਉਹਦੇ ਚਿੱਤ ਆਇਆ ਕਿ ਉਹ ਹੁਣੇ ਹੀ ਸੱਸ ਨੂੰ ਕਹਿ ਦੇਵੇ-"ਤੂੰ ਕਿਹੜੀ ਉਮਰ ਦੇ ਕੁਆਰੇ ਗੁਨਾਹਾਂ ਨੂੰ ਚਿਤਾਰ ਰਹੀ ਐ, ਤੇਰੇ ਪੁੱਤ ਦੇ ਲੜ ਲੱਗ ਕੇ ਤਾਂ ਮੈਂ ਢਾਈ ਵਰ੍ਹਿਆਂ ਦੀ ਵਿਆਹੀ ਵੀ ਕੁਆਰੀ ਹਾਂ। ਪੋਤਰਿਆਂ ਦੇ ਸੁਪਨੇ ਵੇਖਣ ਤੋਂ ਪਹਿਲਾਂ ਪੁੱਤ ਨੂੰ ਪਿਓ ਅਖਵਾਉਣ ਜੋਗਾ ਤਾਂ ਕਰ ਲੈਂਦੀ।"

...ਉਸ ਦਿਨ ਤੋਂ ਬਾਅਦ ਛੱਤੀ ਦਾ ਅੰਕੜਾ ਭੁੱਲ ਕੇ ਵੀ ਤ੍ਰੇਹਟ 'ਚ ਨਾ ਬਦਲਿਆ। ਹਰਮਨ ਦੀ ਉਦਾਸੀ ਸੰਘਣੀ ਹੁੰਦੀ ਗਈ। ਪਤੀ ਦੇ ਕਹਿਣ ਤੇ ਉਸ ਨੇ ਘਰ ਦੀ ਦਹਿਲੀਜ਼ ਇਕੱਲਿਆਂ ਨਹੀਂ ਸੀ ਲੰਘੀ ਪਰ ਪਰਵਾਜ਼ਾਂ ਭਰ ਪੰਜਾਬ ਘੁੰਮਦੀ ਰੂਹ ਨੂੰ ਰੋਕਣਾ ਉਸ ਦੇ ਵਸ ਨਹੀਂ ਸੀ। ਇਹੋ ਉਸ ਦੀ ਖ਼ੁਰਾਕ ਸੀ, ਇਹੋ ਆਕਸੀਜਨ ਇਸੇ ਆਲਮ 'ਚ ਇੱਕ ਦਿਨ ਫੋਨ ਦੀ ਘੰਟੀ ਵੱਜੀ ਪਰ ਉਸ ਨੇ ਰਸਵੀਰ ਨਾ ਚੁੱਕਿਆ। ਅੱਜ ਤੱਕ ਪੁੱਤ ਦੀ ਗੈਰ-ਮੌਜੂਦਗੀ 'ਚ ਫੋਨ ਮਾਂ ਚੁੱਕਦੀ ਹੁੰਦੀ ਸੀ। ਦੋ ਵਰ੍ਹਿਆਂ 'ਚ ਹਰਮਨ ਨੇ ਇਹ ਸਹੁੰ ਨਹੀਂ ਸੀ ਤੋੜੀ। ਅੱਜ ਜਦੋਂ ਦੂਜੀ ਵਾਰ ਘੰਟੀ ਵੱਜੀ ਉਸ ਨੇ ਨਾ ਚਾਹੁੰਦਿਆਂ ਹੋਇਆਂ ਵੀ ਰਸੀਵਰ ਚੁੱਕ ਲਿਆ-

"ਹੈਲੋ।"

"ਕੌਣ ਬੋਲ ਰਿਹੈ?" ਮਿੱਠੀ ਜਿਹੀ ਆਵਾਜ਼ ਔਰਤ ਦੀ ਸੀ।

"ਜੀ ਹਰਮਨ।"

"ਹਰਮਨ ਕੌਣ?"

"ਵਾਈਫ਼ ਆਫ਼ ਜੌਲੀ ਪਰ ਤੁਸੀਂ ਕੌਣ?"

"ਮੈਂ ਮਨਜਿੰਦਰ।"

"ਮਨਜਿੰਦਰ ਕੌਣ?"

"ਐਕਸ ਵਾਈਫ਼ ਆਫ਼ ਜੌਲੀ।"

ਹਰਮਨ ਦੀਆਂ ਅੱਖਾਂ ਅੱਗੇ ਹਨੇਰਾ ਛਾ ਗਿਆ-"ਆਹ ਕੀ? ਜੌਲੀ ਮੈਥੋਂ ਪਹਿਲਾਂ ਵੀ ਕਿਸੇ ਹੋਰ ਨਾਲ ਵਿਆਹਿਆ ਹੋਇਆ ਸੀ? ਮਨਜਿੰਦਰ ਦਾ ਨਾਂਅ ਤਾਂ ਮੈਂ ਏਸ ਘਰ 'ਚ ਦੋ ਵਰ੍ਹਿਆਂ ਤੋਂ ਨਹੀਂ ਸੁਣਿਆ। ਮੇਰੇ ਨਾਲ ਦੂਜਾ ਧੋਖਾ? ...ਹੋਰ ਕੀ ਕਮਲੀਏ। ਤੈਥੋਂ ਡੂਢ ਦਹਾਕੇ ਵੱਡਾ ਅਮੀਰ ਘਰਾਣੇ ਦਾ ਕਾਕਾ ਕੁਆਰਾ ਈ ਬੈਠਾ ਹੋਊ?"

ਹਰਮਨ ਨੂੰ ਜੌਲੀ ਦੀਆਂ ਥਾਪੀਆਂ ਮਰਦਾਨਾ ਕਮਜ਼ੋਰੀ ਦੀ ਬੇਸ਼ੁਮਾਰ ਖੁਰਾਕਾਂ ਦਾ ਇਕਦਮ ਅਹਿਸਾਸ ਹੋਇਆ। ਪਰ ਉਹ ਡੋਲਣ ਦੀ ਥਾਂ ਸੰਜਮ ਤੋਂ ਕੰਮ ਲੈਂਦੀ ਬੋਲੀ-

"ਥੈਂਕ ਯੂ ਸਿਸਟਰ। ਗੁਸਤਾਖੀ ਦੀ ਮੁਆਫ਼ੀ ਚਾਹਵਾਂਗੀ। ਮੈਂ ਤੁਹਾਨੂੰ ਪਹਿਚਾਣਿਆ ਨਹੀਂ।"

"ਖ਼ੈਰ! ਮੈਨੂੰ ਇਹ ਨਹੀਂ ਸੀ ਪਤਾ ਜੌਲੀ ਨੇ ਦੂਜਾ ਵਿਆਹ ਵੀ ਕਰਵਾ ਲਿਆ ਐ।"

"ਪਰ ਮੈਨੂੰ ਇਹ ਨਹੀਂ ਸੀ ਪਤਾ, ਮੈਥੋਂ ਪਹਿਲਾਂ ਉਹ ਕਿਤੇ ਵਿਆਹਿਆ ਹੋਇਆ ਵੀ ਐ।"

"ਚਲੋ ਹੁਣ ਤਾਂ ਪਤਾ ਲੱਗ ਈ ਗਿਐ। ਹੋਰ ਸੁਣਾ ਸੱਸੂ ਮਾਤਾ ਦੀ ਵੇਲ ਅਜੇ ਵਧਾਈ ਏ ਜਾਂ ਨਾਂ?"

"ਜਿਹੜੀ ਵੇਲ ਨੂੰ ਤੁਹਾਡੀ ਤਪੱਸਿਆ ਨਹੀਂ ਵਧਾ ਸਕੀ। ਉਹਨੂੰ ਮੈਂ ਕਿਵੇਂ ਵਧਾ ਸਕਦੀ ਆਂ?"

"ਭੈਣ ਮੇਰੀਏ। ਬੁੜ੍ਹੀ ਪੁੱਤ ਨੂੰ ਇਕ-ਇਕ ਦਿਨ 'ਚ ਤਿੰਨ-ਤਿੰਨ ਵੇਰ ਵੀ ਵਿਆਹ ਲਏ। ਤਿੰਨ ਵੇਲਿਆਂ ਦੀ ਰੋਟੀ ਮਗਰੋਂ ਪਾਣੀ ਨਵੀਆਂ ਵਿਆਹੀਆ ਸਿਰੋਂ ਘੁਮਾ-ਘੁਮਾ ਵੀ ਪੀ ਲਏ। ਪਰ ਸ਼ੱਕੀ ਵੇਲ ਹੁਣ ਵਧਣੋਂ ਰਹੀ।"

"ਇਹ ਪਤਾ ਤਾਂ ਮੈਨੂੰ ਵੀ ਪਹਿਲੀ ਰਾਤ ਈ ਲੱਗ ਗਿਆ ਸੀ ਪਰ ਮੈਥੋਂ ਪਹਿਲਾਂ ਮੇਰੇ ਰਾਹੋਂ ਹੋਰ ਭੈਣ ਵੀ ਲੰਘ ਗੁਜ਼ਰੀ ਐ। ਇਹ ਇਲਮ ਹੁਣ ਈ ਹੋਇਐ।"

"ਕਾਜੀਆਂ ਕੁਫ਼ਰ ਤੋਲ ਬੋਲਣਾ ਥੋੜ੍ਹੋ ਹੁੰਦੈ। ਪੀੜਾ ਦੀ ਚੀਸ ਤਾਂ ਪੀੜ ਖਾਧੇ ਈ ਦੱਸ ਸਕਦੇ ਨੇ।

"ਸ਼ੈਦ ਇਨ੍ਹਾਂ ਏਸ ਲਈ ਨਹੀਂ ਦੱਸਿਆ ਕਿ ਛੋਟੀ ਭੈਣ ਦੀ ਕੁੱਖ ਨੂੰ ਭਾਗ ਲੱਗਣ ਵੇਲੇ ਵੱਡੀ ਛਿੱਕ ਈ ਨਾ ਮਾਰ ਦਏ।"

ਹਰਮਨ ਨੇ ਵਿਅੰਗ ਕੀਤਾ। ਮਨਜਿੰਦਰ ਖਿੜ-ਖੜਾ ਕੇ ਹੱਸੀ।

"ਚਲੋ ਅਰਿੰਡ ਨੂੰ ਖਰਬੂਜੇ ਲੱਗਣੇ ਚਾਹੀਦੇ ਨੇ ਭਾਵੇਂ ਕਿਸੇ ਹੱਥ ਤਲਾਕ ਫੜਾਇਆਂ ਈ ਲੱਗਣ।" ਉਸ ਨੇ ਵੀ ਹਾਸੇ ਤੇ ਹਾਸਾ ਬਖੇਰ ਦਿੱਤਾ।

"ਤੁਹਾਡੀ ਕਿਸਮਤ ਦੇ ਪੇਪਰ ਹੋ ਚੁੱਕੇ ਨੇ ਮੇਰੀ ਦੇ ਚਲ ਰਹੇ ਨੇ। ਭੋਰਾ ਮੈਨੂੰ ਵੀ ਦੱਸ ਦਿਉ ਏਸ ਸੈਂਟਰ 'ਚ ਕਿਹੜੀ ਸਿਫ਼ਾਰਸ਼ ਚਲਦੀ ਐ?"

"ਸਿਫ਼ਾਰਸ਼ ਕੀ ਸੱਸੂ ਮਾਂ ਨੂੰ ਲੀਡਰਾਂ ਵਾਲੇ ਝੂਠੇ ਲਾਰਿਆਂ ਦੀ ਲੋੜ ਐ, ਜੋ ਭਾਵੇਂ

ਪੂਰੇ ਨਾ ਹੋਣ ਪਰ ਘਸ-ਘਸ ਕੇ ਮੁੱਕ ਜਾਂਦੇ ਨੇ। ਜਿੰਨੀ ਕੁ ਉਹਦੀ ਬਚੀ ਐ ਲਾਰਿਆਂ ਦੀ ਖੂੰਡੀ ਫੜਾ ਕੇ ਲੰਘਾ ਛੱਡੋ।"

"ਸੁਝਾਅ ਤੇ ਬੜਾ ਵਧੀਆ ਐ।" ਹਰਮਨ ਮਨਜਿੰਦਰ ਨਾਲ ਵਰ੍ਹਿਆਂ ਪਿੱਛੋਂ ਖੁੱਲ੍ਹ ਕੇ ਹੱਸੀ-"ਮੈਂ ਕਿਧਰੇ ਤੁਹਾਡਾ ਵਕਤ ਤੇ ਨਹੀਂ ਗਵਾ ਰਹੀ। ਫ਼ੋਨ ਕਰਨ ਦਾ ਕੋਈ ਖਾਸ ਮਕਸਦ?"

"ਭੈਣ ਨੂੰ ਭੈਣ ਮਿਲ ਗਈ ਐ। ਮਕਸਦ ਅਜੇ ਵੀ ਅਧੂਰਾ ਰਹਿ ਗਿਐ?"

"ਇਹ ਸ਼ੁਕਰੀਆ ਤਾਂ ਮੈਂ ਕਰਨਾ ਸੀ। ਪਤਾ ਨਹੀਂ ਕਿਉਂ ਮੇਰਾ ਮਨ ਕਹਿੰਦੈ ਜਿਸ ਮੋੜ ਤੇ ਮੈਨੂੰ ਤੁਸੀਂ ਮਿਲੇ ਓ। ਉਹ ਮੋੜ ਮੇਰੀ ਜ਼ਿੰਦਗੀ ਲਈ ਅਹਿਮ ਮੁਕਾਮ ਸਿਰਜੇਗਾ। ਬਾਕੀ ਗੱਲਾਂ ਮਿਲ ਕੇ ਕਰਾਂਗੇ। ਦੱਸੋ ਕਦੋਂ ਕਿੱਥੇ ਮਿਲਾਂ?"

"ਤੁਹਾਡੇ ਘਰ ਤੋਂ ਕਰੀਬ ਇੱਕ ਕਿੱਲੋਮੀਟਰ ਦੀ ਵਿੱਥ ਤੇ ਲੈਫਟ ਸਾਈਡ ਯੂਨੀਕ ਪਾਰਕ ਐ। ਉੱਥੇ ਸੰਡੇ ਗਿਆਰਾਂ ਵਜੇ ਮੈਂ ਤੁਹਾਡਾ ਇੰਤਜ਼ਾਰ ਕਰਾਂਗੀ।

"ਓ.ਕੇ.।"

"ਤੇ ਹੁਣ ਫੋਨ ਕਰਨ ਦਾ ਮਕਸਦ ਵੀ ਸੁਣ ਲਓ। ਤਲਾਕ ਤੋਂ ਬਾਅਦ ਮੇਰੇ ਸਭ ਨਾਤੇ ਏਸ ਘਰ ਨਾਲ ਟੁੱਟ ਚੁੱਕੇ ਨੇ ਪਰ ਜ਼ਿੰਦਗੀ ਦਾ ਇੱਕ ਅਹਿਮ ਦਸਤਾਵੇਜ਼ ਮੈਂ ਤੁਹਾਡੇ ਘਰ ਭੁੱਲ ਆਈ ਹਾਂ। ਉਹ ਖਰੜੇ ਦੇ ਰੂਪ 'ਚ ਬੱਝਾ ਡਰਾਇੰਗ ਰੂਮ ਦੀ ਅਲਮਾਰੀ ਦੇ ਉੱਤਲੇ ਖਾਨੇ ਪਿਆ ਐ। ਡਰਦੀ ਆਂ ਮਤੇ ਇਨ੍ਹਾਂ ਮੇਰੀ ਜ਼ਿੰਦਗੀ ਵਾਂਗੂੰ ਉਹਨੂੰ ਵੀ ਨਾ ਕੂੜੇਦਾਨੀ ਦੇ ਸਪੁਰਦ ਕਰ ਦਿੱਤਾ ਹੋਵੇ। ਉਹ ਮੇਰੀ ਜ਼ਿੰਦਗੀ ਦਾ ਕੀਮਤੀ ਸਰਮਾਇਆ ਏ ਭੈਣ ਬਣ ਕੇ ਉਸ ਦਿਨ ਉਹਨੂੰ ਕੋਲ਼ ਲੈ ਆਵੀਂ।"

"ਤੁਹਾਨੂੰ ਚਿੰਤਾ ਕਰਨ ਦੀ ਲੋੜ ਨਹੀਂ। ਤੁਹਾਡੀ ਅਮਾਨਤ ਤੁਹਾਡੀ ਭੈਣ ਨਾ ਸਾਂਭਦੀ ਸ਼ੈਦ ਉਹ ਵਾਕਿਆ ਈ ਨਾ ਮਿਲਦੀ ਪਰ ਉਹ ਹੁਣ ਮੇਰੇ ਕੋਲ ਐ।"

"ਬਹੁਤ ਸ਼ੁਕਰੀਆ। ਤੁਸੀਂ ਉਹ ਨਾ ਸਾਂਭਦੇ। ਇਨ੍ਹਾਂ ਮੇਰੀ ਅਮਾਨਤ ਮੈਨੂੰ ਦੇਣ ਲੱਗਿਆਂ ਵੀ ਬੇਈਮਾਨ ਹੋ ਜਾਣਾ ਸੀ।"

"ਮੈਂ ਉਸ ਦੇ ਕੁਝ ਚੈਪਟਰ ਪੜ੍ਹੇ ਸਨ। ਇਤਰਾਜ਼ ਨਾ ਹੋਵੇ ਤਾਂ ਸੰਡੇ ਤੱਕ ਪੜ੍ਹ ਵੇਖਾਂ?"

"ਜ਼ਰੂਰ।"

"ਓ.ਕੇ.।"

"ਮੈਂ ਗਿਆਰਾਂ ਵਜੇ ਇੰਤਜ਼ਾਰ ਕਰਾਂਗੀ।"

"ਮੈਂ ਜ਼ਰੂਰ ਆਵਾਂਗੀ। ਸਤਿ ਸ੍ਰੀ ਅਕਾਲ!!"

"ਸਤਿ ਸ੍ਰੀ ਅਕਾਲ॥"

ਹਰਮਨ ਨੇ ਫੋਨ ਕੱਟਿਆ। ਵਿਭਿੰਨ ਅਨੁਭਵ ਉਸ ਦੇ ਚਿਹਰੇ ਤੇ ਸਨ। ਹਮ-ਖ਼ਿਆਲ ਮਨਜਿੰਦਰ ਨਾਲ ਦੋਸਤੀ ਦਾ ਆਗਾਜ਼। ਜੌਲੀ ਦੇ ਪਹਿਲੇ ਵਿਆਹ ਦੀ ਹੈਰਾਨਗੀ। ਖਾਮੋਸ਼ ਰਾਜ ਦੇ ਖੁੱਲ੍ਹਣ ਦਾ ਇਜ਼ਹਾਰ ਆਦਿ...।

ਹਰਮਨ ਨੇ ਖਰੜਾ ਪੜ੍ਹਨਾ ਸ਼ੁਰੂ ਕੀਤਾ ਪਰ ਉਸ ਤੋਂ ਪੂਰਾ ਪੜ੍ਹੇ ਬਿਨਾ ਛੱਡਿਆ ਨਾ ਗਿਆ। ਕਈ ਸਵਾਲ ਦਿਮਾਗ 'ਚ ਜਨਮੇ ਤੇ ਕਈ ਮਰ ਗਏ ਪਰ ਬਹੁਤੇ ਸਵਾਲ ਅਜਿਹੇ ਸਨ ਜਿਨ੍ਹਾਂ ਦਾ ਉੱਤਰ ਮਨਜਿੰਦਰ ਤੋਂ ਬਿਨਾ ਕਿਸੇ ਕੋਲ਼ ਨਹੀਂ ਸੀ। ਉਤਸੁਕਤਾ ਨੇ ਸੀਨੇ ਅਜਿਹਾ

ਤੱਕਲਾ ਗੱਡਿਆ ਮਨਜਿੰਦਰ ਨੂੰ ਮਿਲਣ ਦੀ ਤਾਂਘ ਨੇ ਸਭ ਕਿਨਾਰੇ ਤੋੜ ਦਿੱਤੇ। ਉਹ ਮਨਜਿੰਦਰ ਦਾ ਕਲਪਤ ਚਿਹਰਾ ਰੂਹ 'ਚ ਚਿਤਰਦੀ ਰਹੀ।

ਐਤਵਾਰ ਜਦੋਂ ਉਹ ਯੂਨੀਕ ਪਾਰਕ ਪੁੱਜੀ ਤਾਂ ਹੱਥ ਖਰੜਾ ਦੇਖ ਕੇ ਮਨਜਿੰਦਰ ਨੇ ਹਰਮਨ ਦੀ ਸ਼ਨਾਖਤ ਕਰ ਲਈ-"ਆ ਗਈ ਐ ਮੇਰੀ ਭੈਣ?" ਉਸ ਨੇ ਹਰਮਨ ਨੂੰ ਮਨਜਿੰਦਰ ਨੇ ਹਰਮਨ ਦੀ ਸ਼ਨਾਖਤ ਕਰ ਲਈ-"ਆ ਗਈ ਐ ਮੇਰੀ ਭੈਣ?" ਉਸ ਨੇ ਹਰਮਨ ਨੂੰ ਘੁੱਟ ਕਾਲ਼ਜੇ ਲਾਇਆ ਤਾਂ ਵਰ੍ਹਿਆਂ ਤੋਂ ਸੁੱਤਾ ਅਹਿਸਾਸ ਹਰਮਨ ਦੀ ਰੂਹ 'ਚੋਂ ਅੰਗੜਾਈ ਭਰ ਉੱਠਿਆ।

"ਮੈਂ ਆ ਗਈ ਆਂ ਭੈਣਾਂ ਤੁਹਾਡੇ ਹੁਕਮ ਨੂੰ ਸਿਰ ਝੁਕਾ ਕੇ। ਡੁਬਈ ਵਰਗੇ ਮੁਲਕ 'ਚ ਕਿਸੇ ਨੇ ਪਹਿਲੀ ਵਾਰ ਏਡੇ ਪਿਆਰ ਨਾਲ ਬੁਲਾਇਆ, ਮੈਂ ਆਉਂਦੀ ਵੀ ਕਿਉਂ ਨਾ। ਲਉ ਆਹ ਸਾਂਭੋ ਪਹਿਲਾ ਆਪਣੀ ਅਮਾਨਤ ਪਰ ਇਹ ਕੋਈ ਨਾਵਲ ਏ ਜਾਂ...?"

"ਕੁੱਝ ਵੀ ਸਮਝ ਲਉ ਪਰ ਤੂੰ ਏਹਨੂੰ ਪੜ੍ਹਿਐ?"

"ਜੀ! ਇੱਕ ਨਹੀਂ ਦੋ ਵਾਰ। ਏਸੇ ਲਈ ਏਸ 'ਚੋਂ ਜਨਮੇ ਕੁੱਝ ਸਵਾਲ ਤੁਹਾਥੋਂ ਪੁੱਛਣਾ ਚਾਹੁੰਦੀ ਆਂ?"

"ਤੇਰੇ ਸਭ ਸੁਆਲਾਂ ਦੇ ਜਵਾਬ ਸਿਰਮੱਥੇ ਦਿਆਂਗੀ ਪਰ ਹਰਮਨ ਏਸ ਖਰੜੇ ਵਿਚਲੇ ਕਹਾਣੀ ਦਾ ਸੰਖੇਪ ਮੂਲ ਪਹਿਲਾਂ ਤੁਹਾਥੋਂ ਸੁਣਨਾ ਚਾਹੁੰਦੀ ਆਂ।"

"ਲਉ ਸੁਣੋ। ਲੇਖਿਕਾ ਪ੍ਰੋ: ਆਲਮਜੀਤ ਕੌਰ ਆਪਣੇ ਕਾਲਜ ਦੇ ਦਿਨਾਂ ਦੀ ਗੱਲ ਕਰਦਿਆਂ ਲਿਖਦੀ ਐ ਕਿ ਉਸ ਦੀ ਕਲਾਸ ਫੈਲੋ ਸਤਿੰਦਰ ਦਾ ਇੱਕ ਵਫ਼ਾਦੀਪ ਨਾਮੀ ਉਸੇ ਕਾਲਜ ਦੇ ਲੜਕੇ ਨਾਲ ਅਥਾਹ ਪਿਆਰ ਸੀ। ਆਲਮਜੀਤ ਤੇ ਮਹਿੰਦਰ ਦੇ ਭੈਣਾਂ ਵਰਗੇ ਸੁਹੇਲਪੁਣੇ 'ਚ ਵਫਾਦੀਪ ਨੇ ਜਿੱਥੇ ਸਤਿੰਦਰ ਦੇ ਪਿਆਰ ਲਈ ਹਰ ਕੁਰਬਾਨੀ ਕੀਤੀ ਉੱਥੇ ਆਲਮਜੀਤ ਨੂੰ ਸਕੀਆਂ ਭੈਣਾਂ ਤੋਂ ਵੱਧ ਕੇ ਪਿਆਰ ਦਿੱਤਾ। ਵਫਾਦੀਪ ਤੇ ਸਤਿੰਦਰ ਦੀਆਂ ਅਨੇਕਾਂ ਮੁਲਾਕਾਤਾਂ ਨੂੰ ਅੱਖੀਂ ਵੇਖਣ ਵਾਲ਼ੀ ਆਲਮਜੀਤ ਨੇ ਲਿਖਿਐ ਕਿ ਸ਼ਾਇਦ ਈ ਕੋਈ ਅਜਿਹਾ ਦਿਨ ਹੋਵੇਗਾ ਜਦੋਂ ਸਤਿੰਦਰ ਦੇ ਦੁਪੱਟੇ ਤੇ ਵਫਾਦੀਪ ਦੀ ਪੱਗ ਦਾ ਰੰਗ ਬਦਲਿਆ ਹੋਏਗਾ। ਕਾਲਜ ਦੇ ਪਾਰਕਾਂ, ਕੰਟੀਨਾਂ ਤੱਕ ਜੱਗ-ਜ਼ਾਹਿਰ ਪਿਆਰ ਆਪਣੀ ਮਿਸਾਲ ਖੁਦ ਸੀ।

ਪ੍ਰੋ: ਆਲਮਜੀਤ ਚੰਗੀ ਲੇਖਿਕਾ ਸੀ, ਸਤਿੰਦਰ ਗਿੱਧਿਆਂ ਦੀ ਰਾਣੀ ਵਫਾਦੀਪ ਕਾਲਜ ਦਾ ਸਿਰਕੱਢ ਕਬੱਡੀ ਖਿਡਾਰੀ।

ਸਮੇਂ ਨਾਲ ਪੜ੍ਹਾਈ ਮੁੱਕੀ ਸਿੱਖਰੀਂ ਪੁੱਜਾ ਪਿਆਰ ਜ਼ਮਾਨੇ ਦੀ ਅਦਾਲਤ 'ਚ ਉਦੋਂ ਕੇਸ ਹਾਰ ਗਿਆ ਜਦੋਂ ਵਫਾਦੀਪ ਦੇ ਪਿਉ ਨੇ ਤਾਜ਼ਾ ਤੇ ਸਿੱਧੇ ਏ.ਐਸ.ਆਈ. ਭਰਤੀ ਹੋਏ ਇਕਲੌਤੇ ਪੁੱਤ ਲਈ ਆਮ ਜਿਹੇ ਘਰ ਦੀ ਸਤਿੰਦਰ ਦੇ ਰਿਸ਼ਤੇ ਨੂੰ ਠੁੱਡ ਮਾਰ ਠੁਕਰਾ ਦਿੱਤਾ ਤੇ ਉੱਚ ਨੱਕ ਵਾਲਿਆਂ ਦੀ ਧੀ ਜਗੀਰੋ ਦਾ ਜਬਰੀ ਸ਼ਗਨ ਪਵਾ ਕੇ ਉਮਰ ਭਰ ਲਈ ਵਫਾਦੀਪ ਨੂੰ ਪਛਤਾਵੇਂ ਦੇ ਖੁੰਡੇ ਲਿਆ ਬੰਨ੍ਹਿਆਂ। ਮਾਪਿਆਂ ਹੱਥੋਂ ਮਜਬੂਰ ਸਤਿੰਦਰ ਕਿਸੇ ਦੀ ਡੋਲ਼ੀ ਚੜ੍ਹ ਗਈ। ਸਮਾਜ ਨੇ ਇੱਕ ਜੋੜਾ ਭੰਨ ਦੋ ਜੋੜੀਆਂ ਬਣਾਈਆਂ, ਦਿਲ ਇੱਕ ਦਾ ਵੀ ਨਾ ਮਿਲਿਆ। ਵਫਾਦੀਪ ਦੇ ਹੰਝੂ ਪੂੰਝਣ ਲਈ ਦੁਨੀਆਂ ਭਰ 'ਚ ਆਲਮਜੀਤ ਹੀ ਰਹਿ

ਗਈ ਉਹ ਭਰਾ ਬਣ ਉਹਦੇ ਸਹੁਰੇ ਘਰ ਜਾਂਦਾ ਪੁਰਾਣੇ ਦਿਨਾਂ ਨੂੰ ਯਾਦ ਕਰ ਕਰ ਰੋਂਦਾ ਝੂਰਦਾ। ਆਮਲਜੀਤ ਦੇ ਪਤੀ ਨਾਲ਼ ਵੀ ਉਸ ਦਾ ਸੰਘਣਾ ਸਨੇਹ ਪੈ ਗਿਆ।

ਫਿਰ ਇੱਕ ਰਾਤ ਸਤਿੰਦਰ ਨੂੰ ਮਿਲਣ ਗਿਆ ਵਫਾਦੀਪ ਉਹਦੇ ਪਤੀ ਦੀ ਨਿਗਾਹ ਚੜ੍ਹ ਗਿਆ। ਪੁਲਿਸ ਵਰਦੀ ਨੇ ਉਹਦਾ ਵਾਲ਼ ਵਿੰਗਾ ਨਾ ਹੋਣ ਦਿੱਤਾ ਪਰ ਸਹੁਰੇ ਪਰਿਵਾਰ ਦੇ ਨਜ਼ਰੋਂ ਡਿੱਗੀ ਸਤਿੰਦਰ ਮੁੜ ਨਾ ਉੱਠ ਸਕੀ। ਉਹ ਸਦਾ ਲਈ ਪਤੀ ਦੀ ਗ਼ੁਲਾਮ ਹੋ ਕੇ ਰਹਿ ਗਈ। ਸਮਾਂ ਅੱਗੇ ਲੰਘਿਆ ਵਫਾਦੀਪ ਦੇ ਘਰ ਪੁੱਤ ਤੇ ਸਤਿੰਦਰ ਕੁੱਖੋਂ ਧੀ ਜੰਮੀ ਪਰ ਛੇ ਵਰ੍ਹਿਆਂ ਦੀ ਬੱਚੀ ਨੂੰ ਵਿਲਕਦੀ ਛੱਡ ਕੈਂਸਰ ਸਤਿੰਦਰ ਨੂੰ ਜਬਰੀ ਖੋਹ ਲੈ ਗਿਆ। ਦੁਨਿਆਵੀ ਪਤੀ ਨੇ ਬੱਚੀ ਨੂੰ ਨਾਨੀ ਕੋਲ਼ ਸੰਭਾਲ ਦੂਜਾ ਵਿਆਹ ਕਰਵਾ ਲਿਆ। ਪਰ ਇਸ ਦੇ ਬਾਵਜੂਦ ਵਫਾਦੀਪ ਦੇ ਦਿਲੋਂ ਸਤਿੰਦਰ ਨਾ ਨਿਕਲ਼ੀ। ਉਸ ਨੇ ਆਲਮਜੀਤ ਤੇ ਉਹਦੇ ਪਤੀ ਨਾਲ ਸਲਾਹ ਮਸ਼ਵਰਾ ਕਰ ਕੇ ਨੰਨ੍ਹੀ ਬੱਚੀ ਨੂੰ ਆਲਮਜੀਤ ਕੋਲ ਲੈ ਆਉਂਦਾ ਤੇ ਫਿਰ ਉਸ ਨੂੰ ਨਾਨੀ ਦੀ ਰਜ਼ਾਮੰਦੀ ਲੈ ਕੇ ਹਿਮਾਚਲ ਪ੍ਰਦੇਸ਼ ਦੀ ਇੱਕ ਨਾਮਵਰ ਅਕਾਡਮੀ 'ਚ ਪੜ੍ਹਨਾ ਪਾ ਦਿੱਤਾ।

ਹੋਸਟਲ 'ਚ ਰਹਿੰਦੀ ਧੱਹੀ ਨੂੰ ਹਫ਼ਤੇ ਦੋ ਹਫ਼ਤੇ ਬਾਅਦ ਵਫਾਦੀਪ ਮਿਲਣ ਜਾਂਦਾ। ਰੱਜ ਲਾਡ ਲਡਾਉਂਦਾ। ਅਨੇਕਾਂ ਵਸਤਾਂ ਲੈ ਕੇ ਦਿੰਦਾ। ਰੂਹ ਨੂੰ ਸਕੂਨ ਮਿਲਦਾ। ਸਤਿੰਦਰ ਦੇ ਵਿਛੋੜੇ ਦਾ ਗ਼ਮ ਮੱਠਾ ਪੈ ਜਾਂਦਾ। ਉੱਧਰ ਬੱਚੀ ਨੂੰ ਵੀ ਮਾਂ ਦੀ ਘਾਟ ਭੁੱਲ ਜਾਂਦੀ।

ਫਿਰ ਇਹ ਜਜ਼ਬਾਤੀ ਕਲੇਸ਼ ਬਣ ਗਿਆ। ਆਪਦੇ ਪੁੱਤ ਤੋਂ ਜ਼ਿਆਦੇ ਬੇਗ਼ਾਨੀ ਧੀ ਪ੍ਰਤੀ ਪਿਆਰ ਤੋਂ ਜਗੀਰੋ ਖ਼ਫ਼ਾ ਹੋ ਗਈ। ਇਸ ਤੋਂ ਪਹਿਲਾਂ ਵੀ ਉਹ ਲੋਕਾਚਾਰੀ ਪਤੀ-ਪਤਨੀ ਸਨ ਪਰ ਰੂਹੋਂ ਨਫ਼ਰਤ ਨੇ ਰਿਸ਼ਤੇ ਦੀਆਂ ਰਗਾਂ ਤੱਕ ਜ਼ਹਿਰ ਫੈਲਾ ਦਿੱਤਾ ਸੀ। ਵਫਾਦੀਪ ਇਸੇ ਤਨਹਾਈ 'ਚ ਅੰਦਰੋਂ-ਅੰਦਰੀਂ ਧੁਖਦਾ ਰਹਿੰਦਾ। ਸਮਾਂ ਲੰਘਿਆ ਨੰਨ੍ਹੀ ਬੱਚੀ ਮੁਟਿਆਰ ਹੋ ਕੇ ਉਸੇ ਅਕਾਡਮੀ 'ਚੋਂ ਬੀ.ਏ. ਕਰ ਗਈ। ਉਂਜ ਪੰਜਾਬ ਆਈ ਵਫਾਦੀਪ ਨੇ ਆਪਣੇ ਪੁੱਤਰ ਨਾਲ ਮੁਲਕਾਤ ਕਰਵਾ ਕੇ ਦੋਵਾਂ ਨੂੰ ਭੈਣ-ਭਰਾ ਦੇ ਰਿਸ਼ਤੇ ਵਜੋਂ ਵਿਚਰਨ ਦੀ ਸਿੱਖਿਆ ਦਿੱਤੀ ਪਰ ਮੁੰਡੇ ਤੇ ਪਿਆ ਮਾਂ ਦਾ ਪ੍ਰਭਾਵ ਪਿਉ ਦੀ ਨਸੀਹਤ ਤੋਂ ਨਿਰਲੇਪ ਰਿਹਾ। ਪਤੀ ਦੀ ਗੈਰ-ਮੌਜੂਦਗੀ 'ਚ ਪੁੱਤ ਦੀ ਰੂਹ ਤੇ ਕੁੜੀ ਦੇ ਵਿਰੋਧ 'ਚ ਮਾਂ ਦੀਆਂ ਫੋਕੀਆਂ ਪੱਕੀਆਂ ਕਿੱਲਾਂ ਨੇ ਨਫ਼ਰਤ ਨੂੰ ਟੱਸੋਂ ਮੱਸ ਨਾ ਹੋਣ ਦਿੱਤਾ। ਕੁੜੀ ਪ੍ਰਤੀ ਮਾਂ ਵੀ ਸਖਾਵਤ, ਪੁੱਤ ਦੀਆਂ ਅੱਖਾਂ 'ਚੋਂ ਪਾਕ ਰਿਸ਼ਤੇ ਦੀ ਪਵਿੱਤਰਤਾ ਕੱਢ ਕੇ ਸ਼ੈਤਾਨੀ ਦਾ ਸੁਰਮਾ ਪਾਉਂਦੀ ਰਹੀ। ਉਸ ਦੀ ਇਹ ਮਨਸ਼ਾ ਭਾਵੇਂ ਪਤੀ ਨੂੰ ਰੂਹੋਂ ਸਾੜਨ ਤੱਕ ਸੀਮਤ ਸੀ ਪਰ ਮਾਂ ਦਾ ਵਿਗਾੜਿਆ ਪੁੱਤ ਕੁੜੀ ਦਾ ਕਲਯੁਗੀ ਆਸ਼ਕ ਬਣ ਕੇ ਰਹਿ ਗਿਆ। ਵਫਾਦੀਪ ਦੇ ਸੰਜਮ ਨੇ ਬਰਦਾਸ਼ਤਹੀਣ ਕਾਰਨਾਮੇ ਨੂੰ ਕਈ ਵਾਰ ਬਰਦਾਸ਼ਤ ਕਰਕੇ ਕੌੜਾ ਘੁੱਟ ਭਰਿਆ ਪਰ ਜਿੰਦਣ ਦੇ ਨਸ਼ੇ ਦੀ ਲੋਰ 'ਚ ਕੁੜੀ ਦੀ ਬਾਂਹ ਫੜ ਕੇ ਪੁੱਤ ਨੇ ਸਣੇ ਵਰਦੀ ਪੁਲਿਸ ਅਧਿਕਾਰੀ ਨੂੰ ਅੱਗ ਲਾ ਦਿੱਤੀ ਤਾ ਉਹਦੇ ਡੱਬ 'ਚ ਪਿਆ ਰਿਵਾਲਵਰ ਵੀ ਪਟਾਕੇ ਪਾਉਣੋਂ ਕਦੋਂ ਰਹਿ ਸਕਦਾ ਸੀ?

ਪਿਉ ਹੱਥੋਂ ਲਹੂ-ਲੁਹਾਨ ਲੋਥ ਬਣੇ ਇਕਲੌਤੇ ਪੁੱਤ ਨੂੰ ਤੱਕ ਜਗੀਰੋ ਦੀਆਂ ਧਾਹਾਂ ਨਿਕਲ ਗਈਆਂ। ਵਫਾਦੀਪ ਵਾਰਦਾਤ ਮੌਕੇ ਕੁੜੀ ਸਣੇ ਫਰਾਰ ਹੋ ਗਿਆ। ਕਤਲ ਦੇ

ਮੁਕੱਦਮੇ ਨੇ ਸੀਨੀਅਰ ਅਧਿਕਾਰੀ ਨੂੰ ਜੂਨੀਅਰ ਅਧਿਕਾਰੀਆਂ ਦਾ ਮੁਜ਼ਰਮ ਬਣਾ ਦਿੱਤਾ। ਜਲਦ ਲੱਗਣ ਵਾਲੇ ਇੰਸਪੈਕਟਰ ਦੇ ਸਟਾਰਾਂ ਨੂੰ ਨੌਕਰੀਉਂ ਬਰਖਾਸਤੀ ਨੇ ਝਾੜ ਸੁੱਟਿਆ। ਕਾਲੇ ਪਾਣੀ ਵਰਗੀ ਜ਼ਿੰਦਗੀ ਨੂੰ ਵਫਾਦੀਪ ਥਹੁੰ-ਥਹੁੰ ਛੁਪਾਉਂਦੇ ਫਿਰੇ। ਉਧਰ ਜਗੀਰਦਾਰ ਭਰਾਵਾਂ ਦੀ ਭੈਣ ਜਗੀਰੋ ਭਰਾਵਾਂ ਸਹਾਰੇ ਕੁੜੀ ਤੇ ਕਾਤਲ ਦੀ ਭਾਲ 'ਚ ਹਰਲ-ਹਰਲ ਕਰਦੀ ਫਿਰੇ। ਪੇਸ਼ਗੀ ਜ਼ਮਾਨਤ ਦੀ ਅਰਜ਼ੀ ਜਦੋਂ ਹਾਈਕੋਰਟ ਨੇ ਵੀ ਕੂੜੇਦਾਨੀ 'ਚ ਵਗਾਹ ਮਾਰੀ ਤਾਂ ਆਲਮਜੀਤ ਤੇ ਉਸ ਦੇ ਪਤੀ ਸਣੇ ਹਰ ਕੋਈ ਵਫਾਦੀਪ ਨੂੰ ਕੋਰਟ ਅੱਗੇ ਆਤਮ ਸਮਰਪਣ ਕਰਨ ਦੀ ਸਲਾਹ ਦੇਣ ਲੱਗਾ। ਫਿਰ ਏਸ ਹਾਲਾਤ 'ਚ ਉਹ ਕੁੜੀ ਦਾ ਕੀ ਕਰਦਾ? ਉਹਨੂੰ ਛੱਡਦਾ ਮੁਹੱਬਤ ਨੂੰ ਢਾਹ ਲੱਗਦੀ ਨਾ ਛੱਡਦਾ ਉਹਨੂੰ ਜਗੀਰੋ ਨਹੀਂ ਸੀ ਛੱਡਣਾ। ਕੁਆਰੀ ਮੁਟਿਆਰ ਕੁੜੀ ਨੂੰ ਕਤਲ ਕਾਂਡ 'ਚ ਬਰਾਬਰ ਦੀ ਦੋਸ਼ੀ ਨਾਮਜ਼ਦ ਕਰਨ ਲਈ ਜਦੋਂ ਜਗੀਰੋ ਨੇ ਕੋਰਟ 'ਚ ਵੱਖਰੀ ਅਰਜ਼ੀ ਲਗਾ ਦਿੱਤੀ ਤਾਂ ਵਫਾਦੀਪ ਨੂੰ ਹਰ ਕਿਸੇ ਨੇ ਇਹੋ ਕਿਹਾ ਕਿ ਕਾਹਲ਼ੀ-ਕਾਹਲ਼ੀ ਕੁੜੀ ਨੂੰ ਵਿਆਹ ਕੇ ਤੂੰ ਖ਼ੁਦ ਪੇਸ਼ ਹੋ ਜਾ। ਹਾਲਾਤਾਂ ਮਾਰੇ ਵਫਾਦੀਪ ਨੂੰ ਅਜਿਹੇ ਹਾਲਾਤਾਂ 'ਚ ਨਾ ਤਾਂ ਰੀਝ ਦੇ ਹਾਣ ਦਾ ਵਰ ਲੱਭ ਸਕਦਾ ਸੀ ਤੇ ਨਾ ਹੀ ਉਹ ਖੁਆਬਾਂ ਦੀ ਸੱਧਰ ਅਨੁਸਾਰ ਕੁੜੀ ਦਾ ਵਿਆਹ ਕਰ ਸਕਦਾ ਸੀ। ਆਖਿਰ ਡੁਬਈ 'ਚ ਚੰਗੇ ਕਾਰੋਬਾਰ ਦੇ ਮਾਲਕ ਪਰਿਵਾਰ ਦੇ ਇਕਲੌਤੇ ਪੁੱਤ ਤੇ ਸਭਨਾਂ ਦੀ ਰਾਇ ਆ ਟਿਕੀ ਤੇ ਉਸ ਕੁੜੀ ਦਾ ਵਿਆਹ ਉਸੇ ਨਾਲ਼ ਹੋ ਗਿਆ।

"...ਇਹੋ ਕਹਾਣੀ ਐ ਏਸ ਖਰੜੇ 'ਚ ਜਿਸ ਨੂੰ ਬਿਆਨਣ ਦੀ ਕਲਾ ਬੜੀ ਕਮਾਲ ਐ ਪਰ ਲੱਗਦੈ ਇਸ ਅਧੂਰੀ ਕਹਾਣੀ ਦਾ ਰਹਿੰਦਾ ਹਿੱਸਾ ਏਸ ਨਾਲ ਜੁੜਨਾ ਅਜੇ ਬਾਕੀ ਐ।"

"ਥੈਂਕ ਯੂ। ਲਉ ਹੁਣ ਪੁੱਛੋ ਜੋ ਤੁਸੀਂ ਮੈਥੋਂ ਪਹਿਲਾਂ ਕੀ ਪੁੱਛਣਾ ਚਾਹੁੰਦੇ ਸੀ? ਮਨਜਿੰਦਰ ਨੇ ਹੱਥ ਲਿਖਤ ਖਰੜਾ ਹਿੱਕ ਨਾਲ ਲਗਾਉਂਦਿਆਂ ਕਿਹਾ।"

"ਵਫਾਦੀਪ ਤੇ ਆਲਮਜੀਤ ਵੱਲੋਂ ਡੁਬਈ ਵਾਲੇ ਮੁੰਡੇ ਨਾਲ ਵਿਆਹੀ ਕੁੜੀ ਦਾ ਨਾਂਅ ਕੀ ਐ? ਅੱਜਕੱਲ੍ਹ ਉਹ ਕਿੱਥੇ ਐ?"

"ਉਸ ਦਾ ਨਾਂਅ ਮਨਜਿੰਦਰ ਤੇ ਉਹ ਡੁਬਈ ਦੇ ਯੂਨੀਕ ਪਾਰਕ 'ਚ ਹਰਮਨ ਕੋਲ਼ ਏਸ ਵੇਲੇ ਖੜ੍ਹੀ ਹੋਈ ਐ।"

ਹਰਮਨ ਦਾ ਸ਼ੱਕ ਯਕੀਨ 'ਚ ਬਦਲ ਗਿਆ। ਸਨਸਨੀਖੇਜ ਪ੍ਰਭਾਵਿਆਂ ਨੇ ਅਨੇਕ ਸਵਾਲ ਉਸ ਦੀ ਜ਼ੁਬਾਨ ਤੇ ਲੈ ਆਉਂਦੇ-"ਪਰ ਭੈਣਾਂ ਵਫਾਪ੍ਰਸਤ ਵਫਾਦੀਪ ਨੇ ਤੈਨੂੰ ਜੌਲੀ ਲੜ ਲਾ ਕੇ ਵ਼ਫ਼ਾ ਦੀ ਮਿਸਾਲ ਸਿਰਜੀ ਸੀ ਪਰ ਜੌਲੀ ਦੀ ਬੇਵਫਾਈ ਤਲਾਕ ਕਿਵੇਂ ਬਣ ਗਈ?"

"ਪੂੰਜੀਪਤੀ ਕਬੀਲਾ ਪੁੱਤ ਨੂੰ ਤਰਸਿਆ ਸੀ, ਮੈਂ ਪੁੱਤ ਨਾ ਦੇ ਸਕੀ। ਉਨ੍ਹਾਂ ਤਲਾਕ ਮੰਗਿਆ, ਮੈਂ ਮਨ੍ਹਾਂ ਨਾ ਕੀਤਾ। ਆਹ ਇਲਮ ਹੁਣ ਹੋਇਆ ਤੇਰੀ ਆਮਦ ਦੀ ਬੇਸਬਰੀ ਹੀ ਤਲਾਕ ਲਈ ਜ਼ਿਆਦੈ ਤ੍ਰਿਹਾਈ ਹੋਈ ਸੀ।"

"ਮੇਰੀ ਆਮਦ ਦਾ ਕਿੱਸਾ ਅਜੇ ਬੰਦ ਰੱਖ ਪਰ ਦੱਸ ਤਲਾਕ ਤੋਂ ਬਾਅਦ ਤੂੰ ਡੁਬਈ ਕੀ ਕਰਦੀ ਐਂ? ਜਗੀਰੋ ਦੀ ਕੋਰਟ 'ਚ ਤੇਰੇ ਖ਼ਿਲਾਫ਼ ਲਗਾਈ ਅਰਜ਼ੀ ਦਾ ਕੀ ਬਣਿਆ? ਵਫਾਦੀਪ ਹੁਣ ਕਿੱਥੇ ਐ? ਉਹਦੇ ਕੇਸ ਦਾ ਕੀ ਬਣਿਆ?"

"ਤਲਾਕ ਦੇ ਮੁੱਦੇ 'ਤੇ ਜੌਲੀ ਖ਼ਿਲਾਫ਼ ਕੀਤੇ ਕੋਰਟ ਕੇਸ ਨੇ ਮੈਨੂੰ ਮੁੜ ਇੰਡੀਆ ਨਹੀਂ ਜਾਣ ਦਿੱਤਾ। ਮੈਂ ਬਿਨਾਂ ਵਜਾਹ ਦਿੱਤੇ ਤਲਾਕ ਤੇ ਧੋਖੇ ਦਾ ਹੱਕ ਮੰਗਦੀ ਹਾਂ। ਤੇਰੇ ਨਾਲ ਕਰਵਾਇਆ ਦੂਜਾ ਵਿਆਹ ਉਹਨੂੰ ਉਲਝਾਉਣ ਲਈ ਸਹਾਰਾ ਬਣੇਗਾ। ਜਗੀਰੋ ਦੀ ਅਰਜ਼ੀ ਮੇਰੇ ਵਿਆਹ ਤੋਂ ਬਾਅਦ ਹੀ ਕੋਰਟ ਨੇ ਰੱਦ ਕਰ ਦਿੱਤੀ ਸੀ। ਵਫਾਦੀਪ ਹੁਰੀਂ ਪੱਕੀ ਜ਼ਮਾਨਤ ਤੇ ਆ ਚੁੱਕੇ ਨੇ। ਮੁੜ ਡਿਊਟੀ ਬਹਾਲੀ ਲਈ ਪਾਇਆ ਕੇਸ ਵੀ ਜਿੱਤ ਹੋ ਚੁੱਕੈ। ਜੁਆਇਨਿੰਗ ਟੈਕਨੀਕਲ ਕਾਰਨਾਂ ਕਰਕੇ। ਫਿਲਹਾਲ ਰੁਕੀ ਐ। ਜਿੱਦਣ ਦਾ ਆਹੁਦਾ ਸੰਭਾਲ ਲਿਆ ਮੈਂ ਚਾਹਵਾਂ ਤਾਂ ਪੰਜਾਬ ਜਾ ਸਕਦੀ ਹਾਂ।"

"ਉਫ਼! ਦੂਜਾ ਵਿਆਹ ਜ਼ਰੂਰ ਉਸ ਨੂੰ ਉਲਝਾ ਲਏਗਾ।"

"ਪਰ ਮੇਰੀ ਭੈਣ ਨੂੰ ਕੋਈ ਇਤਰਾਜ਼ ਹੋਵੇ ਤਾਂ ਵੀ ਦੱਸ ਦਏ। ਮੈਂ ਤੇਰੀ ਖ਼ਾਤਿਰ ਜੌਲੀ ਨੂੰ ਸਬਕ ਸਿਖਾਉਣ ਦਾ ਇਰਾਦਾ ਤਿਆਗ ਵੀ ਸਕਦੀ ਹਾਂ।"

"ਮੈਨੂੰ ਇਤਰਾਜ਼ ਤਾਂ ਹੋਵੇਗਾ ਜੇ ਵੰਡਾ ਤੁਹਾਥੋਂ ਘੱਟ ਮਿਲ਼ਿਆ ਹੋਊ! ਸੱਖਣੀ ਕੁੱਖ ਦੇ ਦੋਸ਼ਾਂ 'ਚ ਪੈਦਾ ਹੋਏ ਹਾਲਾਤ ਮੇਰੇ ਭਵਿੱਖ ਨੂੰ ਵੀ ਤਲਾਕ ਵੱਲ ਲੈ ਜਾਂਦੇ ਲੱਗਦੇ ਐ।"

"ਮੈਂ ਇਸੇ ਦੋਸ਼ ਦੀ ਸਤਾਈ ਚਾਹੁੰਦਿਆਂ ਵੀ ਇਨ੍ਹਾਂ 'ਚ ਨਾ ਭਿੱਜ ਸਕੀ ਸੱਸ ਮਾਂ ਨੂੰ ਸਮਝਾਇਆ ਤੂੰ ਬੇਗਾਨੀ ਧੀ ਦੀਆਂ ਘਾਟਾਂ ਤਲਾਸ਼ਣ ਨਾਲੋਂ ਚੰਗੈ, ਆਪਣੇ ਸੁੱਕੇ ਰੁੱਖ ਵੱਲ ਵੇਖ ਪਰ ਉਹ ਰੋਹੀ ਬੀਆਬਾਨ 'ਚੋਂ ਕੁੱਲ ਵਧਾਊ ਵੇਲ ਢੂੰਡਦੀ ਤਲਾਕ ਦੇ ਡੇਰੇ ਜਾ ਢੁੱਕੀ। ਦੂਜੇ ਵਿਆਹ ਦੇ ਭੂਤ ਤੇ ਅੰਨ੍ਹੇ ਪੈਸੇ ਨੇ ਦਿਮਾਗ 'ਚ ਐਸਾ ਭੌ ਭਰਿਆ, ਮੈਂ ਮਜ਼ਬੂਰ ਹੋ ਗਈ। ਨੌਕਰੀਸ਼ੁਦਾ ਹੋਣ ਦੇ ਨਾਤੇ ਮੈਂ ਆਪਣੇ ਪੈਰਾਂ ਤੇ ਖੜ੍ਹਨ ਦਾ ਵੱਲ ਵੀ ਰੱਖਦੀ ਸਾਂ, ਅੰਤ ਠੋਕ ਕੇ ਕਹਿ ਈ ਦਿੱਤਾ, "ਲੈ ਮਾਈ ਤੂੰ ਪੰਜਾਹ ਵਾਰ ਵੀ ਪੁੱਤ ਨੂੰ ਘੋੜੀ ਚੜ੍ਹਾਅ, ਤੈਨੂੰ ਦਾਦੀ ਕਹਿਣ ਵਾਲ਼ਾ ਇੱਕ ਵੇਰ ਨਹੀਂ ਜੰਮ ਸਕਦਾ ਆਹ ਤਾਂ ਤੈਥੋਂ ਪਤਾ ਲੱਗਾ ਦੂਜੇ ਵਿਆਹ ਦਾ ਭੂਤ ਤਾਂ ਕਦੋਂ ਦਾ ਲੱਥ ਗਿਆ ਪਰ ਬੇਬੇ ਦੀ ਵੇਲ ਨੂੰ ਕੋਈ ਹਦਵਾਣਾ ਨਾ ਲੱਗਾ।"

"ਤੁਹਾਡੀ ਜਿੰਦ ਅਜ਼ਾਬੋ ਛੁੱਟੀ। ਦਸੌਂਟੇ ਕੱਟਣ ਲਈ ਮੈਂ ਆਗੀ ਖੈਰ। ਵਫਾਦੀਪ ਦੀ ਵਫ਼ਾ ਨੂੰ ਬੂਰ ਪਿਆ। ਨਾ ਆਲਮਜੀਤ ਦੀ ਲਿਖਤ ਦਾ ਅੰਤ ਹੋਇਐ ਮੈਂ ਹੁਣ ਤੱਕ ਹੈਰਾਨ ਹੋ ਰਹੀ ਆਂ ਇਹ ਸੋਚਕੇ ਦੁਨੀਆਂ 'ਚ ਕੋਈ ਪ੍ਰੇਮੀ ਐਸਾ ਵੀ ਹੋ ਸਕਦੈ ਜੋ ਮੋਈ ਮਹਿਬੂਬ ਪਿੱਛੋਂ ਫਰਜ਼ ਨਿਭਾਵੇ? ਪਿਆਰ ਦੇ ਮਕਸਦ ਲਈ ਇਕੱਲੇ ਪੁੱਤ ਦੇ ਗੋਲ਼ੀ ਮਾਰ ਦਏ। ਉਫ਼ ਤੌਬਾ।" ਹਰਮਨ ਦੀਆਂ ਅੱਖਾਂ ਅੱਡੀਆਂ ਰਹਿ ਗਈਆਂ।

"ਹਰਮਨ ਮੈਂ ਪਿਆਰ ਦੀ ਦਾਸਤਾਨ ਸਿਰਫ਼ ਆਲਮਜੀਤ ਆਂਟੀ ਤੋਂ ਸੁਣੀ ਐ ਪਰ ਜੋ ਵਫ਼ਾ ਖੁਦ ਪ੍ਰਤੀ ਹੰਢਾਈ ਐ, ਉਹ ਮੇਰੀ ਜ਼ਿੰਦਗੀ ਐ।"

"ਪਰ ਆਹ ਲਿਖਤ ਡੁਬਈ ਤੱਕ ਤੁਹਾਡੇ ਪਿੱਛੇ ਕਿਵੇਂ ਆ ਗਈ?"

"ਸੱਚ ਤਾਂ ਹਰਮਨ ਇਹੋ ਐ ਆਲਮਜੀਤ ਆਂਟੀ ਜੋ ਅੱਖੀਂ ਹੰਢਾਉਂਦੇ ਰਹੇ ਸੋ ਕਲਮਬੱਧ ਕਰਦੇ ਰਹੇ। ਮੇਰੀ ਮਾਂ ਨੂੰ ਉਨ੍ਹਾਂ ਤੋਂ ਬਿਨਾ ਨੇੜਿਉਂ ਤੱਕਣ ਵਾਲ਼ੀ ਸ਼ਾਇਦ ਹੋਰ ਕੋਈ ਔਰਤ ਨਾ ਹੋਵੇ।"

ਮੈਨੂੰ ਯਾਦ ਏ ਵਿਆਹ ਤੋਂ ਬਾਅਦ ਡੁਬਈ ਦੀ ਫਲੈਟ ਵੇਲ਼ੇ ਜਦੋਂ ਉਹ ਤੇ ਵਫਾਦੀਪ ਅੰਕਲ ਸਾਨੂੰ ਤੋਰਨ ਲਈ ਆਏ ਤਾਂ ਰਾਜਾਸਾਂਸੀ ਹਵਾਈ ਅੱਡੇ ਤੇ ਆਲਮਜੀਤ ਆਂਟੀ ਨੇ ਮੈਨੂੰ ਇਹ ਕਾਗਜ਼ ਫੜਾਉਂਦਿਆਂ ਕਿਹਾ, "ਲੈ ਸਾਂਭ ਮਨਜਿੰਦਰ ਆਪਣੀ ਕਰਾਵੀ। ਅੱਖੀਂ

ਹੰਢਾਇਆ ਅਤੀਤ ਮੈਂ ਲਿਖ ਦਿੱਤੈ ਭਵਿੱਖ ਦੀ ਕਹਾਣੀ ਨੇ ਤੇਰੇ ਹੱਥੋਂ ਈ ਬੰਨੇ ਲੱਗਣੈ।" ਮੈਂ ਉਨ੍ਹਾਂ ਦੀ ਗੱਲ 'ਚ ਅਰਥ ਨਿਚੋੜਣਾ ਚਾਹਿਆ ਪਰ ਵਿਛੋੜੇ ਮਾਰੀਆਂ ਅੱਖਾਂ ਮੂਹਰੇਬਾਜ਼ੀ ਮਰ ਗਈਆਂ। ਵਿਛੋੜੇ ਤੋਂ ਜ਼ਿਆਦੈ ਸੱਲ੍ਹ ਵਫਾਦੀਪ ਅੰਕਲ ਦਾ ਸੀ ਜਿਨ੍ਹਾਂ ਮੇਰੀ ਫਲੈਟ ਤੋਂ ਬਾਅਦ ਜੇਲ੍ਹ ਚਲੇ ਜਾਣਾ ਸੀ। ਇਸੇ ਫ਼ਿਕਰ ਨੂੰ ਖਰੜੇ 'ਚ ਬੰਨ੍ਹ ਮੈਂ ਡੂਬਈ ਆ ਗਈ। ਏਥੇ ਆ ਕੇ ਵਕਤ ਦੀ ਹਨ੍ਹੇਰੀ 'ਚ ਵਿਲਕੀ ਅਧੂਰੀ ਕਹਾਣੀ ਤੇਰੇ ਸਨਮੁੱਖ ਖਲੋਤੀ ਐ। ਅੱਜ ਆਲਮਜੀਤ ਆਂਟੀ ਦਾ ਜਦੋਂ ਵੀ ਫੋਨ ਆਉਂਦੇ ਉਹ ਅਧੂਰੀ ਕਹਾਣੀ ਨੂੰ ਪੂਰਾ ਕਰਨ ਲਈ ਕਹਿੰਦੀ ਐ, ਅੱਗਿਉਂ ਮੈਂ ਸੜਦਾ-ਬਲਦਾ ਵਰਤਮਾਨ ਫਿਰੋਲ ਬਹਿੰਦੀ ਆਂ। ਦੋ ਵਰ੍ਹੇ ਬੀਤਣ ਬਾਅਦ ਯਾਦਾਂ ਤਾਜ਼ੀਆਂ ਕਰਨ ਲਈ ਉਦਣ ਜਦੋਂ ਮੈਂ ਇਹ ਖਰੜਾ ਲੱਭਿਆ ਤਾਂ ਰੂਹੋਂ ਸੂਤੀ ਗਈ। ਤੇਰੀ ਕੋਸ਼ਿਸ਼ ਨਾਲ ਇਹ ਮੁੜ ਲੱਭ ਪਿਆ ਧੰਨਵਾਦ। ਮੈਂ ਆਂਟੀ ਨੂੰ ਇਹ ਵੀ ਕਿਹਾ ਕਿ ਕਹਾਣੀ ਤਾਂ ਹੁਣ ਮਰ ਕੇ ਈ ਬੰਨੇ ਲੱਗਣੀ ਐ, ਮੈਂ ਖਰੜਾ ਵਾਪਸ ਪੋਸਟ ਕਰ ਦਿਆਂ? ਪਰ ਉਨ੍ਹਾਂ ਸਖ਼ਤ ਹਿਦਾਇਤ ਨਾਲ ਮਨਾਂਹ ਕਰ ਦਿੱਤੈ। ਮਨਜਿੰਦਰ ਨੇ ਮੌਕੇ ਦੀ ਹਕੀਕਤ ਬਿਆਨੀ।

"ਭੈਣਾਂ। ਤੁਸੀਂ ਅਤੀਤ ਨੂੰ ਕਾਗ਼ਜ਼ ਸਮਝ ਕੇ ਦਫਨਾਂ ਛੱਡੋਗੇ ਤਾਂ ਵਫਾਦੀਪ ਅੰਕਲ ਦੀ ਵਡਮੁੱਲੀ ਵਫ਼ਾ ਦਾ ਮੁੱਲ ਕਦੋਂ ਪਏਗਾ? ਤੁਹਾਡੀ ਏਸ ਰੀਝ ਨੂੰ ਮੈਂ ਪੂਰੀ ਕਰਾਂਗੀ।"

"ਖ਼ੈਰ! ਉਹ ਤਾਂ ਜਦੋਂ ਵਕਤ ਆਊਂ ਵੇਖਾਂਗੇ ਪਰ ਮੈਨੂੰ ਜ਼ਰਾ ਉਨ੍ਹਾਂ ਸਬਜ਼ਬਾਗਾਂ ਤੇ ਵੀ ਪੰਛੀ ਝਾਤ ਪਵਾਉ ਜੋ ਮੈਥੋਂ ਬਾਅਦ ਤੁਹਾਨੂੰ ਜੌਲੀ ਦੀ ਵਹੁਟੀ ਬਣਾ ਕੇ ਏਥੇ ਲੈ ਆਏ?"

ਮਨਜਿੰਦਰ ਦੀ ਗੱਲ ਸੁਣ ਕੇ ਹਰਮਨ ਦੇ ਨੈਣੀਂ ਲਟਾਲਟ ਐਜ਼ਾਬ ਦੇ ਭਾਂਬੜ ਮੱਚ ਉੱਠੇ। ਚਿਹਰੇ ਤੇ ਬੁੱਲ੍ਹਾਂ ਦੀਆਂ ਸਾਰੀਆਂ ਰਸਮੀ ਮੁਸਕਾਨਾਂ ਸੜ ਕੇ ਰਾਖ ਹੋ ਗਈਆਂ।

"ਸਬਜ਼ਬਾਗ ਤੇ ਸੌਦੇਬਾਜ਼ੀ 'ਚ ਬੜਾ ਫਰਕ ਹੁੰਦੈ ਭੈਣਾਂ।" ਉਸ ਨੇ ਹਉਕਾ ਜਿਹਾ ਲੈ ਕੇ ਕਿਹਾ-"ਸਬਜ਼ਬਾਗ" ਦੇ ਲਾਲਚ ਵਸ ਆਈ ਹੁੰਦੀ ਤਾਂ ਮਾੜੀ ਤਕਦੀਰ ਦਾ ਦੋਸ਼ ਖੁਦ ਸਿਰ ਮੜ੍ਹ ਸਬਰ ਕਰ ਬਹਿੰਦੀ ਪਰ ਬੇਗ਼ਾਨਿਆਂ ਦੇ ਧੋਖੇ ਨੇ ਵਿਸ਼ਵਾਸ ਨੂੰ ਸੀਨੇ ਲਾ ਕੇ ਕਸਾਈਆਂ ਕੋਲ਼ ਵੇਚਿਐ?"

ਪਰ ਕੌਣ ਸਨ ਉਹ ਲੋਕ? "ਮਨਜਿੰਦਰ ਰੂਹੋਂ ਪਿਘਲ ਗਈ।" ਕਿਹੜਾ ਪਾਪੀ ਬਰਬਾਦ ਕਰ ਗਿਆ ਮੇਰੀ ਪਰੀ ਵਰਗੀ ਭੈਣ ਦੀ ਜ਼ਿੰਦਗੀ?"

"ਮੈਨੂੰ ਸਿਰਫ਼ ਇਹੋ ਪਤੈ ਏਸ ਸੌਦੇ 'ਚ ਫ਼ਰੀਖ ਅੱਵਲ (ਵੇਚਦਾਰ) ਸੀ ਅੰਗਰੇਜ਼ ਕੌਰ। ਫਰੀਖ ਦੋਮ (ਖਰੀਦਦਾਰ) ਸੀ ਜੌਲੀ ਪਰਿਵਾਰ ਤੇ ਦਲਾਲ ਅੰਗਰੇਜ਼ ਕੌਰ ਦਾ ਭਤੀਜਾ...।" ਅੱਜ ਤੱਕ ਦੇ ਟਾਂਕਿਆਂ ਨਾਲ ਸਿਉਂਤੇ ਦੁਖਾਂਤ ਤੋਂ ਪੱਲਾ ਚੱਕ ਹਰਮਨ ਧਾਹੀ ਰੋ ਪਈ। "ਕੁਆਰੀਆਂ ਨੂੰ ਵਿਆਹ ਕੇ ਕਿਸਮਤ ਸਾਨੂੰ ਦੋਵਾਂ ਨੂੰ ਡੁਬਈ ਲੈ ਆਈ। ਵੇਲ ਮਾਂ ਵਧਾਉਣ ਦੇ ਦੋਸ਼ 'ਚ ਵਿਆਹੀਆਂ ਵੀ ਕੁਆਰੀਆਂ ਰਹਿ ਗਈਆਂ। ਤੇਰੇ ਸਿਰੋਂ ਵਾਰੇ ਪਾਣੀ ਦੀ ਸੱਸ ਨੇ ਉਲਟੀ ਕਰ ਦਿੱਤੀ ਐ ਮੇਰੇ ਵਾਲਾ ਕੱਢਣ ਲਈ ਸੰਘ ਘਰੋੜ ਰਹੀ ਐ। ਪਰ ਭੈਣ ਜੇ ਤੂੰ ਮੈਨੂੰ ਭੈਣ ਕਿਹੈ ਵਾਸਤਾ ਈ ਮੈਨੂੰ ਚੋਰ ਭਲਾਈ ਦੇ ਕੇ ਨਾ ਜਾਵੀਂ।" ਪੰਜਾਬ ਜਾ ਕੇ ਤੂੰ ਮੇਰੇ ਕਲੀਰੇ ਬੰਨ੍ਹੀ ਮੈਂ ਤੇਰੇ ਬੰਨ੍ਹਾਂਗੀ। ਆਗਾਜ਼ ਮੌਕੇ ਏਸ ਕਹਾਣੀ ਦੀ ਨਾਇਕਾ ਮਨਜਿੰਦਰ ਸੀ ਅੰਜ਼ਾਮ ਮੌਕੇ ਹਰਮਨ ਹੋਵੇਗੀ...।" ਹਰਮਨ ਮੁੜ ਰੋ ਪਈ।

"ਰੋ ਨਾ ਮੇਰੀ ਭੈਣ।" ਮਨਜਿੰਦਰ ਨੇ ਛੋਟੀ ਭੈਣ ਵਾਂਗੂੰ ਵਰ੍ਹਾਉਂਦਿਆਂ ਹਰਮਨ ਨੂੰ ਗਲ਼ ਲਾ ਲਿਆ।" ਮੈਂ ਅੱਜ ਹੀ ਆਲਮਜੀਤ ਆਂਟੀ ਨੂੰ ਫੋਨ ਕਰਕੇ ਸਾਰੀ ਕਹਾਣੀ ਦੱਸਦੀ

ਹਾਂ। ਅੰਕਲ ਨਾਲ਼ ਮਿਲ ਕੇ ਉਹ ਸਤਨਾਮ ਕੌਰ ਤੱਕ ਖ਼ੁਦ ਪਹੁੰਚ ਜਾਣਗੇ। ਉਂਝ ਤੈਨੂੰ ਵੀ ਸਤਨਾਮ ਜਾਂ ਸ਼ਹਿਬਾਜ਼ ਨਾਲ ਜਿਕਰ ਕਰਨਾ ਚਾਹੀਦਾ ਸੀ।"

"ਘਰੇਲੂ ਗੁਲਾਮੀ ਨੇ ਮੈਨੂੰ ਚਿੱਠੀ ਪੱਤਰ ਜੋਗੀ ਵੀ ਨਾ ਛੱਡਿਆ। ਤੁਹਾਡੀ ਸਹਾਇਤਾ ਨਾਲ ਲੱਗਦੈ ਹੁਣ ਇਹ ਯਤਨ ਵੀ ਸਿਰੇ ਲੱਗੇਗਾ।"

"ਕਿਉਂ ਨਹੀਂ? ਕਿੰਨੇ ਚੰਗੇ ਹੋਣਗੇ ਉਹ ਲੋਕ ਜੋ ਸਿਦਕ ਨੂੰ ਲੜ ਬੰਨ੍ਹ ਆਖਿਰ ਤੱਕ ਲੜਦੇ ਰਹੇ।"

"ਭੈਣ ਮੇਰੀਏ ਦੁਸ਼ਮਣਾਂ-ਦਰਦੀਆਂ 'ਚ ਵੰਡੀ ਦੁਨੀਆ ਦੀ ਕੀ ਦੱਸਾਂ? ਲਹੂ ਦੇ ਰਿਸ਼ਤੇ ਸਫ਼ੈਦ ਹੋ ਗਏ ਸੱਤ ਬੇਗਾਨੇ ਆਪਣੇ ਬਣਗੇ। ਅੰਗਰੇਜ਼ ਕੌਰ ਮਾਂ ਕਹਾ ਕੇ ਵੀ ਮਾਂ ਨਾ ਬਣੀ। ਸਤਨਾਮ ਕੌਰ ਨੇ ਬੇਗਾਨੀ ਹੋ ਕੇ ਵੀ ਮਾਂ ਦਾ ਸਦਮਾ ਖੋ ਮਾਰਿਆ। ਮਤਰੇਈ ਪਰਾਏ ਜਿਗਰ ਦਾ ਟੋਟਾ ਜਾਣ ਕੇ ਸਦਾ ਈ ਗਿਰਝ-ਚੁੰਝ ਖੋਭਦੀ ਰਹੀ ਸਤਨਾਮ ਜ਼ਿੰਦਗੀ ਦੇ ਚੱਜ-ਆਹਾਰ ਸਿਖਾਉਂਦੀ ਮਾਂ ਵਾਲੇ ਫਰਜ਼ ਪੂਰਦੀ ਰਹੀ। ਅੱਜ ਜਦੋਂ ਵੀ ਸੱਸ ਮੈਨੂੰ ਮੁੱਲ ਖਰੀਦੀ ਮਿਹਣਾ ਮਾਰਦੀ ਐ, ਉਹ ਮੈਨੂੰ ਬੜੀ ਯਾਦ ਆਉਂਦੀ ਐ। ਇਹ ਤਾਂ ਰਕਮ ਖਰਚ ਕੇ ਮੈਥੋਂ ਦੁਖੀ ਨੇ ਉਹ ਮੇਰੇ ਸੁੱਖ ਬਦਲੇ ਏਨੀ ਰਕਮ ਨੂੰ ਲਾਂਬੂ ਲਾਉਣ ਲਈ ਤਿਆਰ ਸੀ, ਫਿਰ ਮੇਰਾ ਪਿਉ ਹੀ ਗਦਾਹਾਂ ਦੀ ਲਾਈਨ 'ਚ ਜਾ ਖਲੌਤਾ ਕਿਸ ਨੂੰ ਕੀ ਦੋਸ਼?"

"ਖ਼ੈਰ ਹਰਮਨ। ਤੂੰ ਸੀਨੇ ਧੂਣੀਆਂ ਤਪਾਣੀਆਂ ਛੱਡ, ਨਵਾਂ ਰਾਹ ਤਲਾਸ਼। ਤੂੰ ਉਦੇਸ਼ ਤੇ ਆਦਰਸ਼ ਨਾਲ ਜੁੜੀ ਰਹੁ, ਨਦੀਓਂ ਵਿਛੜੇ ਨੀਰ ਆਪ ਈ ਮਿਲ਼ ਪੈਣਗੇ। ਤੇਰੀ ਭੈਣ ਹੁਣ ਸਦਾ ਈ ਤੇਰੇ ਨਾਲ ਐ।"

"ਪਰ ਭੈਣਾਂ। ਤੇਰੇ ਹੌਂਸਲੇ ਨੇ ਮੈਨੂੰ ਜੀਉਣ ਜੋਗੀ ਕਰ ਦਿੱਤਾ।"

ਹਰਮਨ ਨੇ ਮਨਜਿੰਦਰ ਦਾ ਦਿਲੋਂ ਧੰਨਵਾਦ ਕੀਤਾ।" ਪਰ ਤੁਹਾਡੀ ਜ਼ਿੰਦਗੀ ਦਾ ਅਗਲਾ ਫ਼ੈਸਲਾ ਕੀ ਐ?"

"ਫ਼ਿਲਹਾਲ ਕੁੱਝ ਨਹੀਂ। ਅੰਕਲ ਤੇ ਆਂਟੀ ਮੈਨੂੰ ਸ਼ੁਸ਼ੀਲ ਵਰ ਲੱਭ ਕੇ ਮੁੜ ਵਿਆਹੁਣਾ ਚਾਹੁੰਦੇ ਨੀ।"

"ਤੁਹਾਨੂੰ ਉਨ੍ਹਾਂ ਦੀ ਮੰਨ ਲੈਣੀ ਚਾਹੀਦੀ ਐ।"

"ਪਰ ਮੈਂ ਕਾਹਲੀ 'ਚ ਕੋਈ ਕਦਮ ਨਹੀਂ ਪੁਟਾਂਗੀ।"

ਮਨਜਿੰਦਰ ਨੇ ਨਿੱਜੀ ਤਰਕ ਦਾ ਪ੍ਰਗਟਾਵਾ ਕੀਤਾ ।

ਲੰਮੇਰੀ ਤੇ ਬਹੁਮੰਤਵੀ ਮੁਲਾਕਾਤ ਤੋਂ ਬਾਅਦ ਮਨਜਿੰਦਰ ਤੇ ਹਰਮਨ ਦੇ ਰਿਸ਼ਤੇ ਦਾ ਰੰਗ ਏਨਾ ਕੁ ਸੂਹਾ ਹੋ ਗਿਆ ਕਿ ਦੋਵਾਂ ਦਾ ਇਕ ਦੂਜੀ ਬਿਨਾਂ ਰਹਿਣਾ ਹੀ ਮੁਹਾਲ ਹੋ ਗਿਆ।

ਹਰਮਨ ਨੇ ਸਿਖਰੀਂ ਪੁੱਜੀਆਂ ਸੱਸ ਦੀਆਂ ਕੌੜੀਆਂ-ਕੁਸੈਲੀਆਂ ਨੂੰ ਸਬਰ ਦੀ ਗੰਢ ਮਾਰ ਦਿੱਤੀ ਪਰ ਜੌਲੀ ਦੀ ਕਮਜ਼ੋਰੀ ਤੋਂ ਪਰਦਾ ਨਾ ਚੁੱਕਿਆ। ਵਾਅਦਿਉਂ ਬੇਈਮਾਨ ਹੋਇਆ ਜੌਲੀ ਦਿਨ ਰਾਤ ਸ਼ਰਾਬ 'ਚ ਟੁੰਨ ਰਹਿਣ ਲੱਗਾ ਪਰ ਹਰਮਨ ਨੇ ਵਿਰੋਧ ਨਾ ਕੀਤਾ। ਉਹ ਪੱਥਰ ਦੇ ਨਰਜਿੰਦ ਬੁੱਤਾਂ ਤੋਂ ਬੇਉਮੀਦ ਹੋਈ ਡੁੱਬਣ ਦੀ ਕੰਗਾਰ ਤੇ ਖੜ੍ਹੇ ਰਿਸ਼ਤਿਆਂ ਨਾਲੋਂ ਰਸਮੀ ਤੌਰ ਤੇ ਵੀ ਟੁੱਟ ਚੁੱਕੀ ਸੀ। ਉਸ ਨੂੰ ਇੱਕ ਦਿਨ ਮਨਜਿੰਦਰ ਨੇ ਕਿਹਾ-"ਮੈਨੂੰ ਸਤਨਾਮ ਤੌਰ ਤੇ ਸ਼ਹਿਬਾਜ਼ ਦਾ ਪੂਰਾ ਪਤਾ ਲਿਖਵਾ। ਮੇਰੇ ਨਾਲ ਡਿਊਟੀ ਕਰਦੀ ਮੇਰੀ ਕਜ਼ਨ ਤੇ ਉਹਦਾ ਹਸਬੈਂਡ ਕੁੱਝ ਦਿਨਾਂ ਖਾਤਰ ਪੰਜਾਬ ਜਾ ਰਹੇ ਨੇ। ਉਨ੍ਹਾਂ ਤੇਰੇ ਪਿੰਡ ਜਾਣ ਤੇ ਖੈਰ-

ਸੁੱਖ ਲੈ ਆਉਣ ਦਾ ਪੱਕਾ ਵਾਅਦਾ ਕੀਤਾ ਐ। ਹੋ ਸਕਦਾ ਹਨ੍ਹੇਰੇ 'ਚ ਹੱਥ ਮਾਰਿਆ ਕੁੱਝ ਲੱਭ ਈ ਪਵੇ।"

ਹਰਮਨ ਨੂੰ ਮਨਜਿੰਦਰ ਦੀ ਰਾਇ ਚੰਗੀ ਲੱਗੀ। ਪੂਰੇ ਮਹੀਨੇ ਪਿੱਛੋਂ ਪੰਜਾਬ ਤੋਂ ਪਰਤ ਕੇ ਉਨ੍ਹਾਂ ਸਤਿਨਾਮ ਦੇ ਘਰ ਜਾਣ, ਉਸ ਦੀ ਗੈਰ-ਮੌਜੂਦਗੀ ਤੇ ਹਰਮਨ ਦੀ ਸ਼ਹਿਬਾਜ਼ ਵੱਲੋਂ ਕੀਤੀ ਜਾ ਰਹੀ ਉਡੀਕ ਬਾਰੇ ਜਦੋਂ ਦੱਸਿਆ ਤਾਂ ਹਰਮਨ ਦੀ ਰੂਹਾਨੀ ਮੁਹੱਬਤ ਪ੍ਰਪੱਕ ਵਿਸ਼ਵਾਸ 'ਚ ਭਿੱਜ ਗਈ। ਉਸ ਨੇ ਅੰਤਰੀਵ ਖ਼ੁਸ਼ੀ ਦੇ ਆਲਮ 'ਚ ਸੁੱਤੇ ਸੁਭਾਅ ਜੌਲੀ ਨੂੰ ਪੁੱਛਿਆ-"ਮੇਰੀ ਰੂਹ ਪੰਜਾਬ ਜਾਣ ਲਈ ਬੜੀ ਕਲਪੀ ਐ। ਕੋਈ ਜੁਗਤ ਲੜਾਓ, ਮੈਂ ਕੁੱਝ ਦਿਨ ਘੁੰਮ ਆਵਾਂ ਉੱਥੇ।"

ਜੌਲੀ ਜਵਾਬ ਦੇਣ ਦੀ ਥਾਂ ਖਾਮੋਸ਼ ਹੋ ਗਿਆ ਤੇ ਫਿਰ ਲੰਮੀ ਚੁੱਪ ਨੂੰ ਤੋੜਦਿਆਂ ਬੋਲਿਆ-"ਪੰਜਾਬ ਜਾਣ ਦੇ ਮਾਮਲੇ ਤੇ ਤੈਨੂੰ ਕੋਈ ਹੋਰ ਸੁਝਾਅ ਦਿਆਂ ਤਾਂ ਨਰਾਜ਼ ਤੇ ਨਹੀਂ ਹੋਵੇਂਗੀ?"

"ਨਹੀਂ! ਦੱਸੋ ਕੀ ਸੁਝਾਅ ਐ ਤੁਹਾਡਾ?"

"ਤੂੰ ਸਦਾ ਲਈ ਵੀ ਜਾਣਾ ਚਾਹਵੇਂ, ਮੈਨੂੰ ਕੋਈ ਨਰਾਜ਼ਗੀ ਨਹੀਂ।"

"ਪਰ ਏਡਾ ਅਹਿਮ ਫ਼ੈਸਲਾ ਹੁਣ ਤੱਕ ਲਟਕਾ ਕੇ ਕਿਉਂ ਰੱਖਿਐ?"

"ਮੇਰੀ ਮਜ਼ਬੂਰੀ ਸੀ। ਤੇਰੀ ਬਰਬਾਦੀ ਦਾ ਮੈਂ ਦੋਸ਼ੀ ਆਂ। ਤੇਰੀ ਵੀਰਾਨ ਜ਼ਿੰਦਗੀ ਨੂੰ ਹੋਰ ਬਰਬਾਦ ਕਰਾਂ। ਪਾਣੀ ਸਿਰੋਂ ਹੋ ਗੁਜਰੇਗਾ। ਅਜੇ ਤੇਰੀ ਅਵਸਥਾ ਕੁੜੀਆਂ ਜਿਹੀ ਐ ਤੂੰ ਚਾਹਵੇਂ ਤਾਂ ਅਗਲਾ ਵਿਆਹ ਕਰਵਾ ਸਕਦੀ ਐਂ। ਵਾਕਿਫ਼ ਅੱਖ ਤੋਂ ਬਿਨਾ ਤੈਨੂੰ ਕੋਈ ਵਿਆਹੀ ਸਮਝ ਈ ਨਹੀਂ ਸਕਦਾ ਸੋ ਤੈਨੂੰ ਮੈਨੂੰ ਛੱਡ ਕੇ ਵੇਲ਼ਾ ਵਿਚਾਰਨਾ ਚਾਹੀਦੈ।"

ਜੌਲੀ ਦੀ ਗੱਲ ਸੁਣ ਹਰਮਨ ਦਾ ਰੂਪ ਸਨਸਨੀਖੇਜ਼ ਹੋ ਗਿਆ। "ਕੀ ਇਹ ਸੱਚ ਹੀ ਜੌਲੀ ਦੀ ਜ਼ਮੀਰ ਦੀ ਆਵਾਜ਼ ਹੈ ਜਾਂ ਕੋਈ ਮਨਸੂਬਾ? ਦੋਵੇਂ ਪੱਖ ਪੇਚੀਦਾ ਨੇ ਹਰਮਨ। ਕਬੀਲੇ ਦਾ ਕਲਚਰ ਇਖਲਾਕੋਂ ਡਿੱਗਾ ਐ ਪਰ ਜੌਲੀ ਦੀ ਨੀਤੀ ਤੇਰੇ ਲਈ ਸਦਾ ਸਪਸ਼ਟ ਰਹੀ ਐ। ਝੁੰਡੂਆ। ਤੂੰ ਵੇਲ਼ਾ ਵਿਚਾਰਨ ਦੀ ਗੱਲ ਕਰਦੈ, ਮੈਨੂੰ ਮੇਰਾ ਸ਼ਹਿਬਾਜ਼ ਦੋ ਵਰ੍ਹਿਆਂ ਤੋਂ ਉਡੀਕ ਰਿਹੈ।" ਉਸ ਦਾ ਚਿਹਰਾ ਮਿਲੇ-ਜੁਲੇ ਪ੍ਰਭਾਵਾਂ ਹੇਠ ਆ ਗਿਆ।

ਕਾਂਡ-7

ਬੂਹੀਂ ਢੁੱਕੇ ਮਲਵਈ ਦੇ ਵਿਆਹ ਦੀ ਖ਼ੁਸ਼ੀ 'ਚ ਸਭ ਖੀਵੇ ਹੋ ਗਏ। ਉਹ ਬਾਜਵਾ ਸਾਹਿਬ ਸਣੇ ਮਝੈਲ ਤੇ ਸ਼ਹਿਬਾਜ਼ ਨੂੰ ਫ਼ਰੀਦਕੋਟ ਲੈ ਜਾਣਾ ਚਾਹੁੰਦਾ ਸੀ ਪਰ ਸੀ.ਉ. ਸਾਹਿਬ ਨੇ ਸ਼ਗਨਾ ਵਾਲ਼ਾ ਲਿਫ਼ਾਫ਼ਾ ਲਿਆ ਹੱਥ ਫੜਾਇਆ-"ਸੌਰੀ ਬਈ ਮਲਵੱਈਆ। ਮੁਬਾਰਕਬਾਦ। ਮੇਰੇ ਹਿੱਸੇ ਦਾ ਲੱਡੂ ਆਰਮੀ ਦੀ ਮਜ਼ਬੂਰੀ ਖਾਗੀ। ਤੈਥੋਂ ਗੁੱਝਾ ਕੀ ਐ? ਪਰ ਤੇਰੇ ਵਿਆਹ ਤੇ ਦੱਸ-ਦੱਸ ਛੁੱਟੀਆਂ ਜੇਬੀਂ ਪਾ ਕੇ ਸ਼ਹਿਬਾਜ਼, ਮਝੈਲ ਤੇ ਰਮਤਾ ਤਿਆਰ ਨੇ। ਜਾਓ ਢੋਲੇ ਦੀਆਂ ਲਾਉ। ਖ਼ੁਸ਼ੀ ਮਨਾਓ।"

"ਡਿਊਟੀ ਦੀ ਮਜ਼ਬੂਰੀ ਤਾਂ ਸਾਬ੍ਹ ਬਹਾਦਰ ਗੁੱਝੀ ਨਹੀਂ ਪਰ ਗੈਰ-ਹਾਜ਼ਰੀ ਫਿਰ ਵੀ ਰੜਕਦੀ ਰਹੂ।"

ਮਲਵਈ ਨੇ ਸੰਗਦਿਆਂ ਕਿਹਾ, ਫਿਰ ਸਭ ਤਿਅਰੀਆਂ 'ਚ ਰੁਝ ਗਏ ਬੀਤੀ ਛੁੱਟੀ ਸ਼ਹਿਬਾਜ਼ ਨੇ ਪੰਦਰਾਂ-ਵੀਹ ਦਿਨਾਂ ਲਈ ਸਤਨਾਮ ਨੂੰ ਕਸ਼ਮੀਰ ਲੈ ਕੇ ਜਾਣ ਦੀ ਰੱਜ ਜਿੱਦ ਪਿੱਟੀ ਪਰ ਘਰੇਲੂ ਮਜ਼ਬੂਰੀਆਂ ਤੇ ਕੜਾਕੇਦਾਰ ਸਰਦੀ ਨੇ ਬੰਨ੍ਹੇ ਬੈਗ ਕੀਲੀਆਂ ਤੇ ਟੰਗਵਾ ਦਿੱਤੇ। ਪਰ ਹੁਣ ਮੁੱਕਦੇ ਵਿਸਾਖ 'ਚ ਹਾੜ੍ਹੀ ਸਮੇਟ ਬੈਠੀ ਕਿਸਾਨੀ ਸਾਉਣੀ ਦੀ ਬੀਜਾਈ ਦੇ ਲੰਮੇ ਇੰਤਜ਼ਾਰ 'ਚ ਸੀ। "ਕੜਾਕੇ ਦੀ ਗਰਮੀ 'ਚ ਵਿਹਲੀ ਮਾਮੀ ਨੂੰ ਕਸ਼ਮੀਰ ਦੀ ਜੰਨਤ ਮਿਲਜੇ, ਏਹ ਤੋਂ ਵੱਡਾ ਇਤਫਾਕ ਕਦੋਂ ਲੱਭਣੈ?" ਤੂੰ ਤਿਆਰੀ ਰੱਖੀਂ। ਮਲਵਈ ਦੇ ਵਿਆਹ ਤੋਂ ਵਿਹਲਾ ਹੋ ਕੇ ਮੈਂ ਤੈਨੂੰ ਲੈਣ ਆਇਆ ਸਮਝ।"

ਉਸੇ ਨੇ ਇਸੇ ਮਕਸਦ ਨਾਲ ਸਤਨਾਮ ਨੂੰ ਤਿਆਰੀ ਲਈ ਸੁਨੇਹਾ ਲਾ ਦਿੱਤਾ। ਕੁੱਝ ਕੁ ਦਿਨ ਪਹਿਲਾਂ ਜਦੋਂ ਉਸ ਨੂੰ ਨਜ਼ੀਰਾਂ ਮਿਲੀ ਤਾਂ ਉਸ ਨੇ "ਡੇਨੂੰ" ਦਾ ਫੁੱਲ ਸ਼ਹਿਬਾਜ਼ ਅੱਗੇ ਕਰਦਿਆਂ ਕਿਹਾ-"ਖੁਸ਼ਆਮਦੀਦ।"

"ਥੈਂਕ ਯੂ! ਪਰ ਆਹ ਕੀ?"

"ਕਸ਼ਮੀਰ ਦਾ ਜੰਗਲੀ ਫੁੱਲ "ਡੇਨੂੰ", ਇਹ ਬਹਾਰ ਆਉਣ ਤੇ ਖਿੜਦੈ ਤੇ ਬਹਾਰ ਦਾ ਪੈਗ਼ਾਮ ਲੈ ਕੇ ਆਉਂਦੈ। ਏਸੇ ਲਈ ਏਹਨੂੰ ਕਸ਼ਮੀਰ 'ਚ ਬਹਾਰ ਦਾ ਪ੍ਰਤੀਕ ਮੰਨਿਆ ਗਿਐ।"

"ਸਾਡੇ ਪੰਜਾਬ ਤਾਂ ਬਸੰਤ ਰੁੱਤ ਤੇ ਸਰ੍ਹੋਂ ਦੇ ਫੁੱਲ ਨੂੰ ਬਹਾਰ ਦਾ ਸੁਨੇਹਾ ਮੰਨਿਆ ਜਾਂਦੈ।"

"ਪਰ ਕਸ਼ਮੀਰ 'ਚ ਵਿਸਾਖੀ ਨੂੰ ਬਸੰਤ ਦਾ ਦਰਜਾ ਮਿਲਿਐ।"

ਕੜਾਕੇਦਾਰ ਸਰਦੀ ਦਾ ਏਸ ਮੌਕੇ ਲੱਕ ਟੁੱਟ ਜਾਂਦੈ। ਬਰਫ਼ਾਂ ਨਾਲ ਕਸ਼ਮੀਰ 'ਚ ਚਹਿਲ-ਪਹਿਲ ਆ ਜਾਂਦੀ ਐ। ਦੇਸ਼-ਵਿਦੇਸ਼ੋਂ ਟੂਰਿਸਟ ਕਸ਼ਮੀਰ ਵੱਲ ਵਹੀਰਾਂ ਘੱਤ ਤੁਰਦੈ। ਮੈਂ ਚਾਹੁੰਦੀ ਆਂ, ਏਸ ਰੁੱਤੇ ਤੁਸੀਂ ਮਾਮੀ ਨੂੰ ਵੀ ਏਥੇ ਬੁਲਾਓ।"

"ਤੂੰ ਮੇਰੇ ਦਿਲ ਦੀ ਸਮਝੀ ਐ ਨਜ਼ੀਰਾਂ। ਪਰ ਮੇਰੀ ਡਿਊਟੀ ਮਾਮੀ ਦੇ ਟੂਰ ਨੂੰ ਕਿਰਕਿਰਾ ਨਾ ਕਰ ਦਏ। ਏਸ ਲਈ ਉਹਨੂੰ ਘੁੰਮਾਉਣ-ਫਿਰਾਉਣ ਦੀ ਡਿਊਟੀ ਤੇਰੀ।"

"ਇਹ ਫ਼ਿਕਰ ਜਨਾਬ ਦਾ ਨਹੀਂ ਪਰ ਤੁਸੀਂ ਉਨ੍ਹਾਂ ਨੂੰ ਬੁਲਾਉਣ ਦਾ ਇੰਤਜ਼ਾਮ ਕਰੋ।"

"ਮੈਂ ਅੱਜ ਈ ਕਹਿ ਦਿਆਂਗਾ ਪੰਜਾਬੀ ਗੇਂਦੇ ਨੂੰ ਛੱਡ ਕਸ਼ਮੀਰ 'ਚ ਤੈਨੂੰ ਡੇਨੂੰ ਉਡੀਕ ਰਿਹੈ।" ਕਹਿੰਦਿਆਂ ਸ਼ਹਿਬਾਜ਼ ਮੁਸਕਰਾਇਆ।

...ਅੱਜ ਅਚਨਚੇਤ ਤੇ ਐਨ ਮੌਕੇ ਬਣੇ ਪ੍ਰੋਗਰਾਮ ਨੇ ਸਤਨਾਮ ਦੇ ਕਸ਼ਮੀਰੀ ਦਾਣਾ ਪਾਣੀ ਤੇ ਪੱਕੀ ਮੋਹਰ ਜੜ ਦਿੱਤੀ।

ਸ਼ਹਿਬਾਜ਼ ਮਝੈਲ ਦੇ ਰਮਤੇ ਨਾਲ ਵਿਆਹ ਤੇ ਮਲਵਈ ਦੇ ਪਿੰਡ ਪਹੁੰਚਿਆਂ ਤਾਂ ਸੱਭਿਅਕ ਤੇ ਚਮਕ-ਦਮਕ 'ਚ ਲਿਸ਼ਕੇ ਮਾਹੌਲ ਨੇ ਰੂਹ ਤੇ ਨਿਵੇਕਲੀਆਂ ਲਹਿਰਾ ਬਿਖੇਰ ਦਿੱਤੀਆਂ। ਭੰਗੜੇ ਤੇ ਗਿੱਧੇ ਦੀਆਂ ਧਮਾਲਾਂ ਨੇ ਧਰਤੀ ਕੰਬਾ ਦਿੱਤੀ। ਨਾ ਬੋਤਲਾਂ ਦੇ ਸਵੇਰ ਤੋਂ ਖੁੱਲ੍ਹਦੇ ਡੱਟ ਦਿਨ ਦੇ ਢਲਾਅ ਤੱਕ ਬੰਦ ਹੋਏ। ਨਾ ਦੋ ਮੰਜੇ ਜੋੜ ਕੇ ਛੱਤ ਤੇ ਲਗਾਇਆ ਸਪੀਕਰ ਕਲੀਆਂ ਗਾਉਣੋਂ ਬੰਦ ਹੋਇਆ। ਮਾਪਿਆਂ ਨੇ ਇਕੱਲੇ ਪੁੱਤ ਦੀਆਂ ਖ਼ੁਸ਼ੀਆਂ ਬਰਾਬਰ ਸਾਰਾ ਜ਼ੋਰ ਲਾਇਆ ਹੋਇਆ ਸੀ। ਮਲਵਈ ਨੂੰ ਸਮਾਜਿਕ ਜ਼ਿੰਮੇਵਾਰੀਆਂ ਕੰਨ ਨਹੀਂ ਸੀ ਖੁਰਚਣ ਦੇ ਰਹੀਆਂ।

ਰਾਤ ਦੀ ਰੋਟੀ ਵੇਲ਼ੇ ਮਹਿਫਲ ਵਿਹੜੇ 'ਚ ਜੁੜੀ ਫੁਰਸਤ ਕੱਢ ਵਿਆਂਦੜ ਵੀ ਆ ਬੈਠਿਆ–"ਲਉ ਖਾ ਲਓ ਬਈ ਮਲਵਈ ਨਾਲ਼ ਜਾਂਦੀ ਵੇਰ ਦੀਆਂ। ਜੋਰੂ ਦੇ ਗ਼ੁਲਾਮ ਲਾਵਾਂ ਪਿੱਛੋਂ ਘੱਟ ਈ ਥਿਆਉਂਦੇ ਐਂ।"

ਇਕ ਸਾਥੀ ਨੇ ਸ਼ੁਗ਼ਲ ਛੇੜਿਆ। ਪੈੱਗ ਨਾਲ਼ ਵੱਜੇ ਪੈੱਗ ਨੇ ਮਾਹੌਲ ਰੋਹ ਬਣਾ ਦਿੱਤਾ। ਯਾਰਾਂ ਬੇਲੀਆਂ ਨੂੰ ਤਾਂ ਸੁੱਖਾਂ ਸੁਖਦਿਆਂ ਮਸਾਂ ਆਹ ਦਿਨ ਆਇਆ ਸੀ

"ਬਈ ਵਾਅਦਾ ਕਰ ਵਿਆਹ ਪਿੱਛੋਂ ਵੀ ਮਹਿਫ਼ਲਾਂ 'ਚ ਏਦਾਂ ਈ ਆਊਂਗਾ ਜਾਂ ਈਦਵਾਲ਼ਾ ਚੰਨ ਹੋ ਜੂ ਗਾ?"

ਇਕ ਹੋਰ ਨੇ ਸ਼ੁਗਲ ਕੀਤਾ।

"ਉਏ ਵਿਆਹ ਕਰਵਾ ਕੇ ਯਾਰ ਬੇਲੀ ਥੋੜ੍ਹੋਂ ਛੁੱਟ ਜਾਂਦੇ ਐ? " ਮਲਵਈ ਨੇ ਲੋਰ 'ਚ ਮਸਤ ਯਾਰਾਂ ਨੂੰ ਵਿਸ਼ਵਾਸ ਦਿਵਾਇਆ।

"ਇਹ ਤਾਂ ਬਈ ਪਿੱਛੋਂ ਈ ਪਤਾ ਲੱਗੂ।"

"ਮਖਾਂ ਯਕੀਨ ਮੰਨੋ।"

"ਸਟੈਂਡ ਪੱਕਾ ਐ ਜਾ?" ਅਗਲਾ ਬੇਲੀ ਜ਼ਿਆਦੇ ਖਿੱਚ ਬੈਠਾ ਸੀ।

"ਸਟੈਂਡ ਭਾਵੇਂ ਪੱਕਾ ਹੋਵੇ ਪਰ ਪਤਾ ਕੋਈ ਨੀ ਲੱਗਦਾ ਏਨੂੰ ਮਿੰਟ 'ਚ ਕਬਜ਼ ਪੈ ਜਾਂਦੀ ਐ ਤੇ ਮਿੰਟ 'ਚ ਮਰੋੜ ਲੱਗ ਜਾਂਦੇ ਨੇ।"

ਰਮਤੇ ਨੇ ਸ਼ੁਰਲੀ ਛੱਡੀ। ਸ਼ਰਾਬੀਆਂ ਦੀ ਢਾਣੀ ਹੱਸ-ਹੱਸ ਦੂਹਰੀ ਹੋ ਹੋ ਡਿੱਗੇ।" ਆਹ ਤਾਂ ਬਈ ਸਿਰੇ ਲਾ ਤੀ ਐ ਫੌਜੀ ਆ।"

"ਉਏ ਮੈਂ ਤਾਂ ਸੋਚਿਆ ਖੌਰੇ ਸੁੱਚੇ ਮੂੰਹ ਈ ਬੈਠਾ ਆ। ਏਨਾ ਤਾਂ ਲੱਗਦੈ ਪੂਰੀ ਬੋਤਲ ਚਾੜ੍ਹ ਛੱਡੀ ਜੇ।" ਮਝੈਲ ਨੇ ਰਮਤੇ ਨੂੰ ਛੇੜਿਆ।" ਕਿਉਂ ਬਈ ਏਦਾਂ ਆ ਜਾ ਬਿਨਾਂ ਤੀਲੀਓਂ ਛੁਰਲੀ ਛੱਡਣ ਡਿਹੈਂ?"

"ਮਝੈਲ ਸਿਆਂ ਜਿੰਨੀ ਕੁ ਕਪੈਸਟੀ ਸੀ ਲਾ ਲਈ।"

"ਸਹੁਰਿਆ ਮਲਵਈ ਦਾ ਵਿਆਹ ਨਿੱਤ ਥੋੜ੍ਹੋ ਆਉਣੈ। ਖਿੱਚ ਮਾਰ ਇੱਕ ਅੱਧਾ ਹੋਰ।"

"ਨ ਬਈ। ਯਾਰ ਟੁੱਲ, ਫਟਕੜੀ ਫੁੱਲ, ਕੱਟੇ ਤੇ ਝੁੱਲ, ਦੀਵਾ ਗੁੱਲ।"

ਰਮਤੇ ਨੇ ਉਹੋ ਡਾਇਲਾਗ ਕੱਢ ਮਾਰਿਆ ਜੋ ਪੈੱਗ ਲਾ ਕੇ ਅਕਸਰ ਬੋਲਦਾ ਸੀ।

ਪਰ ਭਾਈ ਮਝੈਲ ਸਿਆਂ। ਮਲਵਈ ਤਾਂ ਹੋ ਜੂ ਕੱਲ ਨੂੰ ਕਬੀਲਦਾਰ। ਤੂੰ ਦੱਸ ਘਰ ਦੇ ਗੁੜ ਦੀ ਕੱਢੀ ਕਦੋਂ ਪਿਆਉਣੀ ਐ?"

"ਉਏ ਵੇਲਾ ਔਣ ਤੇ ਤੈਨੂੰ ਤੇਰਾ ਵੰਡਾ ਮਿਲ ਜੂਗਾ। ਕੇਰਾਂ ਯਾਰ ਬੇਲੀ ਕੱਠੇ ਹੋਏ ਆਂ। ਕੰਨ ਤੇ ਹੱਥ ਧਰ ਕੇ ਸੁਣਾ ਖਾ ਜ਼ਰਾ ਸੁੱਚਾ ਸੂਰਮਾ।"

"ਲੈ ਬਈ ਆ ਕੀਤੀ ਐ ਮਝੈਲ ਨੇ ਸਿਰੇ ਦੀ। ਰਮਤਿਆ ਜ਼ਰਾ ਹੋ ਫਿਰ ਸਟਾਰਟ...।" ਮਲਵਈ ਨੇ ਥਾਪੀ ਦਿੱਤੀ ਰਮਤਾ ਸ਼ੁਰੂ ਹੋ ਗਿਆ...

...ਓ ਬਈ ਗੱਲਾਂ ਤੇਰੇ ਯਾਰ ਦੀਆਂ ਤੈਨੂੰ ਦੱਸਦਾ,
ਸੁਣ-ਸੁਣ ਵੀਰਨਾ ਕਾਲੇਜਾ ਮੱਚਦਾ।
ਗੁਰੂ ਫ਼ਤਹਿ ਪਿੱਛੋਂ ਲਿਖਾਂ ਹਾਲ ਵੀਰਿਆ,

ਹੁੰਦੀ ਅਣਹੋਣੀ ਮੇਰੇ ਨਾਲ ਵੀਰਿਆ।

ਹੋਰ ਸਾਰੇ ਅੰਗੀ ਸਾਕੀ ਸੁੱਖ ਵੀਰਨਾ, ਭਾਗ ਤੇ ਘੁੱਕਰ ਦਿੰਦੇ ਦੁੱਖ ਵੀਰਨਾ।।

ਭਾਗ...............।

...ਰਮਤੇ ਨੇ ਬਿਨਾ ਸੰਗੀਤੋਂ ਐਸਾ ਰੰਗ ਬੰਨ੍ਹਿਆ। ਹਰ ਕੋਈ ਆਪੋ-ਆਪਣੀ ਥਾਂ ਕੀਲਿਆ ਗਿਆ। ਢੋਲੀ ਦੇ ਢੋਲ ਤੇ ਡੱਗਾ ਲਗਾਇਆ ਹਰ ਕੋਈ ਪੱਬਚੁੱਕ ਨੱਚਣ ਲੱਗ ਪਿਆ।" ਬਾਈ ਤੂੰ ਬੜਾ ਮਸੋਸਿਆ ਪਿਐ। ਅੱਡੀ ਤਾਂ ਕੀ ਹਿਲਾਉਣੀ ਸੀ। ਮੂੰਹ ਤੇ ਈ ਤਾਲਾ ਜੜ ਬੈਠਾਂ। ਰਮਤੇ ਨੇ ਸ਼ਹਿਬਾਜ਼ ਨੂੰ ਢਾਕਾ ਤੋਂ ਹਲੂਣਿਆ।

"ਕਸ਼ਮੀਰੋਂ ਯਾਦ ਔਣ ਡਈ ਐ ਲੱਗਦੈ।" ਮਝੈਲ ਦਾ ਇਸ਼ਾਰਾ ਨਜ਼ੀਰਾਂ ਪ੍ਰਤੀ ਸੀ।" ਬਾਹਲਾ ਹੇਜ ਜਿਤਾਉਣਾ ਸੁ ਤਾਂ ਨਾਲ਼ੇ ਕਿਉਂ ਨਾ ਲੈ ਆਇਉਂ?"

"ਨਾ ਬਈ ਮਝੈਲਾ ਨਾ। ਦੁਖਦੀ ਤੇ ਕਿਉਂ ਹੱਥ ਧਰਦੈ?" ਮਲਵਈ ਨੇ ਜਲੇਬੀ ਜਿਹਾ ਸਿੱਧਾ ਜਵਾਬ ਦਿੱਤਾ ਪਰ ਸ਼ਹਿਬਾਜ਼ ਦਾ ਜੁਆਬ ਪਹਿਲਾਂ ਵਾਲਾ ਹੀ ਸੀ-

"ਬਈ ਐਵੇਂ ਈ ਪਾਕ ਪਵਿੱਤਰ ਨਾਤਿਆਂ ਨੂੰ ਤੁਸੀਂ ਗ਼ਲਤ ਪਾਸੇ ਘਸੀਟਦੇ ਓ?"

"ਲੈ ਵੇਖ ਖਾ ਭਲਾ! ਓਏ ਸਾਰਾ ਦਿਨ ਐਵੇਂ ਈ ਉਹਦੇ ਪਿੱਛੇ ਛਿੱਤਰ ਤੜਵੌਂਦਾ ਫਿਰਦੈਂ ਫਿਰ?"

"ਕੀ ਪਤੈ ਉਹ ਚੋਗ ਖਿਲਾਰਦੀ ਹੋਏ ਪਰ ਪੰਛੀ ਪਿੰਜਰੇ ਵੜਦਾ ਈ ਨਾ ਹੋਵੇ।" ਮਲਵਈ ਬਾਜ਼ ਨਹੀਂ ਸੀ ਆ ਰਿਹਾ।

"ਹੂੰ। ਰਮਤੇ ਨੇ ਚੁੱਪ ਤੋੜੀ," ਅਖੇ ਅੱਡੀ ਮਾਰ ਨਖ਼ਰੋ ਪੰਜੇਬ ਤੋੜ ਗਈ ਪਰ ਜੱਟ ਨੂੰ ਸਮਝ ਨਾ ਆਈ। ਤੇਰੇ 'ਚ ਭੌਂਦੂਆਂ ਉਹਨੂੰ ਦੀਂਹਦਾ ਈ ਹੋਣੈ ਕੁੱਝ, ਐਵੇਂ ਥੋੜ੍ਹੋ ਤੇਰੇ ਮਗਰ ਭੌਂਦੀ ਫਿਰਦੀ ਐ। ਨਾਲੇ ਕਸ਼ਮੀਰ 'ਚ ਸੁੱਲਿਆਂ ਦਾ ਤੋੜ ਥੋੜ੍ਹੋ ਪਿਐ?"

"ਰਮਤਿਆਂ ਤੇਰਾ ਸ਼ੁਗਲ ਤਾਂ ਸਾਡੀ ਸੋਚ ਦੇ ਨੇੜੇ ਤੇੜੇ ਨਹੀਓਂ ਢੁੱਕਦੈ। ਏਦਾਂ ਤਾਂ ਅਸੀਂ ਸੋਚ ਵੀ ਨਹੀਂ ਸਕਦੇ।"

"ਓਏ ਵਾਰਿਸ ਸ਼ਾਹ ਉਹਦਾ ਸ਼ਰੀਕ ਕੋਈ ਨਾ ਜੇਹਦਾ ਰੱਬ ਨੇ ਕਾਜ ਸਵਾਰਿਆ ਈ। ਸਾਨੂੰ ਵੀ ਮਾਣ ਹੋਣਾ ਚਾਹੀਦੈ ਸਾਡੇ ਯਾਰ ਨੇ ਟੀਸੀ ਤੋਂ ਬੇਰ ਲਾਹਿਐ।"

ਮਲਵਈ ਵੀ ਰਮਤੇ ਪਿੱਛੇ ਸ਼ੁਗਲ ਵੱਲ ਹੋ ਤੁਰਿਆ।

"ਕਮਲਿਓ। ਕਿਹੜੇ ਯੱਕੜਾਂ 'ਚ ਫਸ ਕੇ ਸਿਰ ਖਪਾਈ ਕਰ ਰਹੇ ਓ ਉਹਦੀ ਤਾਂ ਮੰਗਣੀ ਵੀ ਹੋ ਚੁੱਕੀ ਐ।" ਸ਼ਹਿਬਾਜ਼ ਨੇ ਵਿਸ਼ੇ ਤੇ ਮਿੱਟੀ ਪਾਉਣ ਦੀ ਕੀਤੀ ਪਰ ਮਝੈਲ ਨੇ ਸਟੇਰਿੰਗ ਗੰਭੀਰਤਾ ਵੱਲ ਨੂੰ ਮੋੜ ਦਿੱਤਾ।"

"ਭਾਅ ਸ਼ਹਿਬਾਜ਼ਿਆਂ ਕੇਰਾਂ ਬੁਰਾ ਨਾ ਮਨਾਵੀਂ ਆਵਦੇ ਭਰਾ ਦੀ ਗੱਲ ਦਾ। ਕਸ਼ਮੀਰੋ ਦਾ ਕਾਇਲ ਤੂੰ ਹੀ ਨਹੀਂ ਸਾਡਾ ਸਾਬ੍ਹ ਵੀ ਬੜਾ ਵਾ, ਅਖੇ ਉਹਦੇ ਜਿਹੀਆਂ ਸਾਰੀਆਂ ਕਸ਼ਮੀਰਨਾਂ ਹੋ ਜਾਣ ਤਾਂ ਮਸਲਾ ਈ ਮੁੱਕ ਜੂ। ਖ਼ੈਰ ਕੁੜੀ ਭਾਮੇ ਕਸ਼ਮੀਰੋ ਸੁਚੱਜੀ ਤੇ ਸਾਊ ਵੀ ਵਾਹਵਾ ਐ ਪਰ ਅਹਾਂ ਆਂ ਫੌਜ਼ੀ। ਸਾਡੇ ਤੇ ਦੇਸ਼ ਫ਼ਖ਼ਰ ਕਰਦੈ। ਓਏ ਭਲਾ ਅਸੀਂ ਈ ਰਾਂਝੇ-ਮਜਨੂਆਂ ਵਾਲ਼ੀ ਲਾਇਨ ਫੜ ਬੈਠੇ ਤਾਂ ਮੁਲਕ ਦਾ ਤੇ ਭੱਠਾ ਬਹਿ ਜੂੰ। ਆਹ ਕਦੇ ਨਾ ਭੁੱਲੀਂ ਸਾਡਾ ਖਿਤਾ ਮੈਦਾਨ ਏ ਜੰਗ ਐ ਕੋਈ ਝੰਗ ਸਿਆਲ ਨਹੀਂ। ਅਸੀਂ ਵਾਰਿਸ ਆਂ ਬਾਬਾ

ਦੀਪ ਸਿਹੁੰ ਦੇ ਖੰਡਾ ਖੜਕਾ ਕੇ ਵੈਰੀ ਨੂੰ ਘਲਿਆਰਾਂਗੇ। ਮਿਰਜ਼ੇ ਵਰਗੀ ਵੱਢੀ-ਟੁੱਕੀ ਮੌਤ ਮਰਨਾ ਸਾਡਾ ਕੰਮ ਨਹੀਂ ਭਊ।"

ਮਝੈਲ ਦੀਆਂ ਸੱਚੀਆਂ ਤੱਤੀਆਂ ਨੇ ਸ਼ਹਿਬਾਜ਼ ਨੂੰ ਸੋਚਣ ਲਗਾ ਦਿੱਤਾ-"ਕੋਈ ਦੋ ਰਾਵਾਂ ਨਹੀਂ ਮਝੈਲ ਸਿਆਂ। ਫੌਜ ਦਾ ਆਪਾਂ ਵਾਰ ਸਿਧਾਂਤ ਸਾਨੂੰ ਏਧਰੋਂ ਵਰਜ਼ਦੈ ਪਰ ਸੱਚੀ ਹਮਦਰਦੀ ਦੇ ਮੂੰਹ ਬਿਨਾਂ ਸੋਚੇ ਸਮਝੇ ਪ੍ਰੇਮਿਕਾ ਦਾ ਲੇਬਲ ਜੜ ਦੇਣਾ ਵੀ ਕਿੱਥੋਂ ਦੀ ਸੂਰਮਤਾ ਐ?

ਉਹ ਕਹਿਣਾ ਚਾਹੁੰਦਾ ਸੀ ਪਰ ਕਹਿ ਨਾ ਸਕਿਆ। ਮਝੈਲ ਫਿਰ ਬੋਲਿਆ-"ਇਸ਼ਕ ਦੀਆਂ ਸੂਰਮਗਤੀ ਗੱਲ ਪਈਆਂ ਬਾਹਾਂ ਨੇ ਸਦਾ ਕਾਇਰਤਾ ਨੂੰ ਦਖ਼ਲਅੰਦਾਜ਼ੀ ਦਾ ਮੌਕਾ ਦਿੱਤਾ ਐ? ਤੇਰੇ ਪੁਰਖਿਆਂ ਦੇ ਲਹੂ-ਲਬਰੇਜ਼ ਇਤਿਹਾਸ 'ਚ ਇਸ਼ਕ ਮਜ਼ਾਜੀ ਨੂੰ ਕਿਤੇ ਥਹੁ ਨਹੀਂ। ਭਰਾ ਸ਼ਹਿਬਜਿਆ ਤੇਰੀ ਕਸ਼ਮੀਰੋ ਦੀ ਨੇੜਤਾ ਤੋਂ ਮੈਂ ਖ਼ਫ਼ਾ ਕੋਈ ਨਹੀਂ ਪਰ ਸੜਦੇ-ਬਲਦੇ ਮੁਲਕ ਦੀ ਤੱਤੀ ਫਿਜ਼ਾ ਆਜ਼ਾਦ ਉਡਾਰੀਆਂ ਦੀ ਇਜਾਜ਼ਤ ਨਹੀਂ ਦੇਂਦੀ।"

"ਪਰ ਮਿੱਤਰਾ ਤੂੰ ਤੇ ਕਹਿਨੈ ਮੇਰੇ ਤੇ ਨਜ਼ੀਰਾਂ ਦੇ ਸਬੰਧ ਏਦਾਂ ਦੇ ਨਹੀਂ। ਕਿਦਾਂ ਦੇ ਨੇ ਇਹ ਤਾਂ ਦੱਸ?" ਮਲਵਈ ਬੋਲਿਆ। ਸ਼ਹਿਬਾਜ਼ ਚੁੱਪ ਰਿਹਾ।

"ਮੈਂ ਦੱਸਦਾ ਹਾਂ ਸਬੰਧ ਕੇਦਾਂ ਦੇ ਨੇ।" ਰਮਤਾ ਬੋਲਿਆ-ਜਿਵੇਂ ਚੂੜੇ ਦੇ ਬਾਂਹ ਨਾਲ। ਵੱਛੜੇ ਦੇ ਗਾਂ ਨਾਲ ਸੁਪਨੇ ਦੇ ਰੈਣ ਨਾਲ। ਜੱਟ ਦੇ ਪਰੈਂਣ ਨਾਲ। ਬੁੱਲ੍ਹਾਂ ਦੇ ਦੰਦਾਸੇ ਨਾਲ। ਜਲਾਦ ਦੇ ਗੰਡਾਸੇ ਨਾਲ਼। ਪੁੱਤ ਦੇ ਭਾਪੇ ਨਾਲ। ਤੀਵੀਂ ਦੇ ਸਿਆਪੇ ਨਾਲ। ਆਸ਼ਕ ਦੇ ਅੱਖ ਨਾਲ। ਸਾਧ ਦੇ ਰੱਖ ਨਾਲ। ਧਾਗੇ ਦੇ ਤਵੀਤ ਨਾਲ। ਤੂੰਬੇ ਦੇ ਗੀਤ ਨਾਲ। ਸਾਧ ਦੇ ਝੋਲੀ ਨਾਲ। ਗੂੰਗੇ ਦੇ ਬੋਲੀ ਨਾਲ। ਵੇਸਵਾ ਦੇ ਯਾਰ ਨਾਲ। ਭਾਂਡੇ ਦੇ ਘੁਮਾਰ ਨਾਲ। ਅਮਲੀ ਦੇ ਫ਼ੀਮ ਨਾਲ। ਨਬਜ਼ ਦੇ ਹਕੀਮ ਨਾਲ... ...।"

"ਉਏ ਚੁੱਪ ਉਏ। ਕੁੜੀ ਜਾਣੇ ਦਾ ਕੀ ਰੱਟ ਲਾਈ ਬੈਠਾ।" ਮਝੈਲ ਨੇ ਝਿੜਕ ਦੇ ਕੇ ਰਮਤੇ ਨੂੰ ਚੁੱਪ ਕਰਵਾਇਆ। "ਸਾਲਿਆ ਵਿਹਲੇ ਵੇਲੇ ਭੌਂਕਦਾ ਰਿਹਾ ਕਰ। ਜਦੋਂ ਗੰਭੀਰ ਗੱਲ ਛਿੜੀ ਹੋਏ ਤਾਂ ਕਿਉਂ ਟੰਗ ਫਸਾ ਬਹਿਨੈ?"

ਰਮਤਾ ਸੁੰਨ ਹੋ ਗਿਆ। ਉਂਝ ਵੀ ਮਝੈਲ ਤੋਂ ਉਹ ਡਰਦਾ ਸੀ। ਮਲਵਈ ਨੇ ਨਿੱਕੀ ਭੈਣ ਨੂੰ ਆਰਡਰ ਮਾਰਿਆ, "ਕੁੜੇ ਏਸ ਕਮਰੇ 'ਚ ਸੁੱਟ ਦੇ ਮੰਜ਼ਿਆਂ ਉਤੇ ਬਿਸਤਰੇ। ਬਾਈ ਹੁਰੀਂ ਲੇਟ ਜਾਣਗੇ।"

"ਵੇਖ ਕਿਮੇਂ ਹੁਕਮ ਚਾੜ੍ਹਦੈ। ਕੱਲ੍ਹ ਨੂੰ ਆ ਜੂ ਹੁਕਮ ਮੰਨਣ ਵਾਲ਼ੀ ਵੇਖਾਂਗੇ ਉਹਤੇ ਵੀ ਏਮੇਂ ਈ ਰੋਹਬ ਪਾਉਂਦੈ।" ਨਿੱਕੀ ਨੇ ਵੱਡੇ ਭਰਾ ਨੂੰ ਸ਼ੁਗਲ ਕੀਤਾ।

"ਨੀ ਭੈਣਾਂ। ਫੌਜੀਆਂ ਪੱਲੇ ਰੋਅਬ ਤੋਂ ਬਿਨਾਂ ਹੋਰ ਹੁੰਦਾ ਵੀ ਕੀ ਆ? ਡਿਊਟੀ ਮੌਕੇ ਅਫ਼ਸਰ ਦਾ ਝੱਲ ਲਿਆ ਪਰ ਆਣ ਕੇ ਤੀਮੀਂ ਤੇ ਪਾ ਛੱਡਿਆ।" ਮਝੈਲ ਨੇ ਨਿੱਕੀ ਨੂੰ ਛੇੜਿਆ।

"ਫਿਰ ਫ਼ੌਜੀਆਂ ਨੂੰ ਤਦੇ ਕਹਿੰਦੇ ਐ ਅੱਧੇ...।"

"ਰੁਕ ਜਾ ਤੇਰੇ ਛੱਡਾਂ ਕੰਨਾਂ ਤੇ ਦੁ ਕੁ।" ਮਝੈਲ ਨੂੰ ਸ਼ੁਗਲ ਕਰ ਕੇ ਨਿੱਕੀ ਅੱਗੇ ਲੰਘਣ ਲੱਗੀ ਤਾਂ ਰਮਤੇ ਨੇ ਬਾਹੋਂ ਫੜ ਹੌਲੀ ਜਿਹੀ ਕਿਹਾ-

"ਨਿੱਕੋ ਤੈਨੂੰ ਇੱਕ ਹੋਰ ਦੱਸਾਂ?"

"ਦੋ ਬੰਦੇ ਆਪਸ 'ਚ ਲੜਦੇ ਪਏ ਸੀ। ਪਹਿਲਾ ਆਖੇ ਤੂੰ ਮੈਨੂੰ ਗਾਲ੍ਹ ਕੱਢੀ ਐ। ਦੂਜਾ ਆਖੇ ਤੂੰ ਮੈਨੂੰ ਫੌਜੀ ਆਖਿਐ।"

ਨਿੱਕੀ ਹੱਸ-ਹੱਸ ਦੂਹਰੀ ਹੋ ਗਈ।

"ਬੱਲੇ ਉਏ ਪਿਉ ਦੇ ਪੁੱਤਾ। ਆਪਣੇ ਛਿੱਤਰ ਆਪਣੇ ਸਿਰ ਜੜੀ ਜਾਹ" "ਮਲਵਈਆ ਤੇਰੇ ਵਿਆਹ ਕਰਕੇ ਸਭ ਕੁਝ ਮੁਆਫ਼ ਐ।" ਨਿੱਕੀ ਨੂੰ ਮੁੜ ਰੋਕਦਿਆਂ ਰਮਤੇ ਨੇ ਕਿਹਾ-"ਕੱਲ ਜਦੋਂ ਬਰਾਤੋਂ ਮੁੜਾਂਗੇ। ਫੌਜੀਆਂ ਦੀ ਇੱਕ ਗੱਲ ਹੋਰ ਭਾਬੀ ਸਾਹਵੇਂ ਸੁਣਾਵਾਂਗਾ।"

"ਮੁਰਦਾ ਬੋਲੂਗਾ। ਕਫ਼ਨ ਪਾੜੂਗਾ।"

ਵਿਆਹੋਂ ਮੁੜਦਿਆਂ ਅਜਿਹਾ ਹੀ ਹੋਇਆ। ਪਾਣੀ ਵਾਰ ਕੇ ਮਲਵਈ ਤੇ ਵਹੁਟੀ ਨੂੰ ਇਤਫਾਕਨ ਉਸੇ ਕਮਰੇ 'ਚ ਲਿਆ ਬਿਠਾਇਆ। ਰਮਤਾ ਮਲਵਈ ਨੂੰ ਛੇੜਦਿਆਂ ਬੋਲਿਆ- "ਉਹ ਭਾਈ ਵਹੁਟੀ ਵਾਲਿਆ ਮੂੰਹ ਕਢਵਾਈ ਟੈਕਸ ਦੀ ਪਰਚੀ ਵੀ ਹੁਣੇ ਕਟਵਾ ਦੇਹ।"

"ਪਰ ਬਈ ਅਹਾਂ ਤੇ ਅਗਲੀ ਛੁੱਟੀ ਤੱਕੋਂ ਉਧਾਰ ਕਰਾਂਗੇ।"

"ਮਸ਼ੈਲ ਵੀਰਿਆ। ਭਾਬੋ ਉਪਰੋਂ ਮੁਨਕਰ ਐ। ਆਖਦੀ ਐ ਤੈਨੂੰ ਨਗਦੀ ਦੇ ਨਾਲ਼ ਡਬਲ ਦੇਣੇ ਪੈਣਗੇ।"

"ਆਹ ਗੱਲ ਆ ਨਿੱਕੋ ਤਾਂ ਮੈਨੂੰ ਜੇਬ ਹਲਕੀ ਕਰਨੀ ਈ ਪਊ ਲੱਗਦੈ ਫਿਰ ਤਾਂ।" ਮਸ਼ੈਲ ਨੇ ਨੋਟ ਵਹੁਟੀ ਦੇ ਹੱਥ ਧਰ ਦਿੱਤਾ-"ਧੰਨ ਗੁਰੂ ਰਾਮਦਾਸ। ਸਲਾਮਤ ਰੱਖੀਂ ਜੋੜੀ ਨੂੰ।" ਉਸ ਦੇ ਨਾਲ ਸ਼ਹਿਬਾਜ਼ ਨੇ ਵੀ ਉਸ ਨੂੰ ਸ਼ਗਨ ਦਿੱਤਾ-"ਰਮਤਿਆ ਹੁਣ ਕੀ ਦਾਏਂ-ਬਾਏਂ ਝਾਕਣ ਡਿਐਂ? ਕੇਰਾਂ ਕਰ ਤੂੰ ਵੀ ਜੇਬ ਹਲਕੀ।"

ਮਸ਼ੈਲ ਦੇ ਤਾਅਨੇ ਤੇ ਰਮਤੇ ਨੇ ਵਹੁਟੀ ਨੂੰ ਸ਼ਗਨ ਦਿੱਤਾ।

"ਪਰ ਵੀਰ ਰਮਤਿਆ। ਕੱਲ੍ਹ ਵਾਲੀ ਗੱਲ ਸੁਣਾ ਸ਼ਗਨ ਤਾਹੀਉਂ ਲੱਗਣੈਂ?"

"ਲੈ ਨਿੱਕੋ ਸੁਣ ਕੰਨ ਖੋਲ੍ਹ ਕੇ।" ਆਲੇ-ਦੁਆਲ਼ੇ ਝੁਰਮਟ ਪਾਈ ਬੈਠੀਆਂ ਔਰਤਾਂ ਚੁੱਪ ਹੋ ਗਈਆਂ। "ਦੋ ਜਨਾਨੀਆ ਆਪੋ 'ਚ ਲੜਨ। ਇੱਕ ਆਖੇ ਤੂੰ ਰੰਡੀ ਹੋ ਜੇਂ। ਦੂਜੀ ਆਖੇ ਤੈਨੂੰ ਫੌਜੀ ਮਿਲ਼ ਜੇ। ਤੀਜੇ ਪੁੱਛੇ ਕਿਉਂ ਨਾ ਰੰਡੀ ਨਾਲੋਂ ਫੌਜੀ ਮਾੜਾ ਐ?" ਉਹ ਆਖੇ ਰੰਡੀ ਹੋਊ ਤਾਂ ਹੋਰ ਤਾਂ ਭਾਲ਼ ਲਊ। ਫੌਜਣ ਤਾਂ ਸੁਹਾਗਣ ਵੀ ਰੰਡੀਓ ਮਾੜੀ ਐ।"

ਨਵੀਂ ਵਹੁਟੀ ਸਣੇ ਸਭ ਖਿੜਖਿੜਾ ਕੇ ਹੱਸ ਪਏ। ਅਗਲੇ ਦਿਨ ਮੁੜਨ ਵੇਲੇ ਰਮਤੇ ਨੇ ਨਿੱਕੋ ਨੂੰ ਕਿਹਾ-"ਤੇਰੇ ਵਿਆਹ ਤੇ ਤੇਰੇ ਪ੍ਰਾਹੁਣੇ ਸਣੇ ਵੀ ਸਭ ਨੂੰ ਏਦਾਂ ਈ ਹਸਾਊਂ।"

ਵਾਪਸੀ ਤੇ ਫਰੀਦਕੋਟ ਪਹੁੰਚ ਕੇ ਰਮਤਾ ਜਗਰਾਵਾਂ, ਮਸ਼ੈਲ ਅੰਮ੍ਰਿਤਸਰ ਤੇ ਸ਼ਹਿਬਾਜ਼ ਪਟਿਆਲੇ ਵਾਲੀ ਬੱਸ ਫੜ ਕੇ ਆਪੋ-ਆਪਣੀਆਂ ਮੰਜ਼ਿਲਾਂ ਨੂੰ ਹੋ ਤੁਰੇ।

ਸਤਨਾਮ ਕੌਰ ਨੂੰ ਸ਼ਹਿਬਾਜ਼ ਦੀ ਬੇਸਬਰੀ ਨਾਲ ਉਡੀਕ ਸੀ ਗਿਣਵੇਂ ਦਿਨਾਂ ਦੀ ਛੁੱਟੀ ਤੇ ਕਸ਼ਮੀਰ ਜਾਣ ਤੋਂ ਉਸ ਨੂੰ ਸਹੀ ਸਲਾਮਤ ਵੇਖਣ ਦੀ ਤਾਂਘ ਵਧੇਰੇ ਬਹਿਬਲ ਸੀ। ਫਿਰ ਘਰ ਦੀਆਂ ਮਜ਼ਬੂਰੀਆਂ ਨੂੰ ਖੁੰਡੇ ਬੰਨ੍ਹ ਕੇ ਤੇ ਦੇਵ ਨੂੰ ਘਰ ਦੀ ਸਾਂਭ-ਸੰਭਾਲ ਦੀਆਂ ਸਖ਼ਤ ਹਿਦਾਇਤਾਂ ਦੇ ਕੇ ਸ਼ਹਿਬਾਜ਼ ਤੇ ਸਤਿਨਾਮ ਕਸ਼ਮੀਰ ਚਲੇ ਗਏ।

ਮਹੀਨਾ ਭਰ ਕਸ਼ਮੀਰ 'ਚ ਗੁਜ਼ਾਰ ਕੇ ਪਿੰਡ ਪਰਤੀ ਸਤਨਾਮ ਕੌਰ ਦੇ ਦਿਲ 'ਚ ਨਵੀਆਂ ਤਰੰਗਾਂ ਤੇ ਨਵੇਂ ਖ਼ਿਆਲ ਸਨ।

ਹਰੀਆਂ ਭਰੀਆਂ ਚੋਟੀਆਂ ਤੇ ਸਥਿਤ ਆਰਮੀ ਹੈੱਡਕੁਆਰਟਰ ਤੋਂ ਬਾਹਰ ਇੱਕ ਨੁੱਕਰ ਤੇ ਖੜ੍ਹੀ ਨਜ਼ੀਰਾਂ ਆਪਣੇ ਹੋਣ ਵਾਲੇ ਖਾਵੰਦ ਜਹਾਨਗੀਰ ਤੇ ਸ਼ਹਿਬਾਜ਼ ਨੂੰ ਦੱਸ ਰਹੀ ਸੀ-"ਏਸ ਖੇਤਰ 'ਚ ਤਾਨੀ ਨਾਂਅ ਦੀ ਇੱਕ ਕਸ਼ਮੀਰਨ ਕੁੜੀ ਦੀ ਲੋਕ ਗਾਥਾ ਬੜੀ ਪੁਰਾਤਨ ਤੇ ਪ੍ਰਚਲਤ ਐ। ਕਹਿੰਦੇ ਐ ਏਸ ਜੰਗਲੀ ਖਿੱਤੇ 'ਚ ਇੱਕ ਲਾਲੇ ਦੀ ਫਰਮ ਨੇ ਕਟਾਈ ਦਾ ਠੇਕਾ ਲਿਆ ਸੀ। ਗੁਲਾਮ ਰਬਾਨੀ ਨਾਂਅ ਦਾ ਉਹਦਾ ਮੁਨਸ਼ੀ ਨੌਕਰ ਲੱਕੜ ਦੀ ਪੈਮਾਇਸ਼ ਕਰਦਾ ਹੁੰਦਾ ਸੀ। ਉਸ ਸੁੰਦਰ ਤੇ ਪਠਾਣ ਦੇ ਰੂਪ ਦੀ ਚਰਚਾ ਏਸ ਇਲਾਕੇ 'ਚ ਏਨੀ ਜ਼ਿਆਦਾ ਫੈਲ ਗਈ ਕਿ ਜੰਗਲ 'ਚੋਂ ਲੱਕੜਾਂ ਲੈਣ ਜਾਂ ਮਈਆਂ ਚਾਰਨ ਆਉਂਦੀਆਂ ਅਨੇਕਾਂ ਕੁੜੀਆਂ ਉਸੇ ਦੇ ਰੂਪ ਦੀਆਂ ਦੀਵਾਨੀਆਂ ਹੋ ਗਈਆਂ ਪਰ ਇਨ੍ਹਾਂ 'ਚੋਂ ਇੱਕ ਤਾਨੀ ਹੀ ਐਸੀ ਕੁੜੀ ਸੀ। ਜਿਹਨੂੰ ਉਹਦਾ ਪਿਆਰ ਨਸੀਬ ਹੋਇਆ। ਉਹ ਲੁਕ ਛਿਪ ਕੇ ਮਿਲ਼ਦੇ ਰਹੇ ਪਰ ਤਾਨੀ ਦੇ ਮਾਪਿਆਂ ਨੂੰ ਇਹ ਚੰਗਾ ਨਾ ਲੱਗਦਾ। ਤਾਨੀ ਨਾ ਟਲ਼ੀ ਤਾਂ ਉਨ੍ਹਾਂ ਮੁਨਸ਼ੀ ਨੂੰ ਮਾਰਨ ਦੀ ਠਾਣ ਲਈ। ਮੁਨਸ਼ੀ ਨੇ ਤਾਨੀ ਨੂੰ ਨੱਸ ਜਾਣ ਲਈ ਪ੍ਰੇਰਿਆ ਪਰ ਉਹ ਨਾ ਮੰਨੀ। ਗੱਲ ਫਰਮ ਦੇ ਮਾਲਕਾਂ ਕੋਲ ਪੁੱਜੀ ਤਾਂ ਉਨ੍ਹਾਂ ਤਾਨੀ ਦੇ ਮਾਪਿਆਂ ਨੂੰ ਵਿਆਹ ਦਾ ਸੁਝਾਅ ਦਿੱਤਾ ਗੱਲ ਉੱਥੇ ਵੀ ਕਿਨਾਰੇ ਨਾ ਲੱਗੀ। ਗੁਲਾਮ ਰੱਬਾਨੀ ਅਦਾਲਤ 'ਚ ਗਿਆ ਪਰ ਉੱਥੇ ਕੇਸ ਹਾਰ ਬੈਠਾ। ਉਹ ਮਾਯੂਸ ਹੋਇਆ ਨੌਕਰੀ ਛੱਡ। ਆਪਣੇ ਪਿੰਡ ਚਲਾ ਗਿਆ। ਪਿਆਰ ਦੀ ਹਾਰ ਨੇ ਉਸ ਨੂੰ ਏਨਾ ਸਤਾਇਆ ਉਹ ਬਿਮਾਰ ਹੋ ਗਿਆ ਅੰਤ ਚਲ ਵਸਿਆ। ਤਾਨੀ ਨੇ ਇਹ ਖ਼ਬਰ ਸੁਣਦਿਆਂ ਹੀ ਛੱਤ ਤੋਂ ਛਾਲ ਮਾਰ ਕੇ ਜਾਨ ਦੇ ਦਿੱਤੀ।"

"ਤੈਨੂੰ ਬੜਾ ਇਲਮ ਐ ਕਸ਼ਮੀਰ ਦੀ ਸੱਭਿਅਤਾ ਬਾਰੇ?" ਸ਼ਹਿਬਾਜ਼ ਨੇ ਕਿਹਾ।

"ਤੁਹਾਡੇ ਪੰਜਾਬ ਦੀ ਤਰ੍ਹਾਂ ਇਹ ਵੀ ਇੱਥੋਂ ਦਾ ਕਲਚਰ ਐ।" ਜਹਾਨਗੀਰ ਨੇ ਦੱਸਿਆ। ਉਹ ਤੇਜ਼ੀ ਨਾਲ ਪਹਾੜੀਆਂ ਤੇ ਟਹਿਲ ਰਹੇ ਸਨ।

"ਸ਼ਹਿਬਾਜ਼?" ਸੀ.ਓ. ਸਾਹਿਬ ਨੇ ਆਵਾਜ਼ ਮਾਰੀ। "ਸਰ ਉਧਰ ਜਾਣੋਂ ਵਰਜ ਰਹੇ ਨੇ।" ਜਹਾਨਗੀਰ ਨੇ ਦੱਸਿਆ। ਉਹ ਵਾਪਿਸ ਉਨ੍ਹਾਂ ਕੋਲ ਆ ਖੜ੍ਹੇ। ਪ੍ਰੋਫ਼ੈਸਰ ਤੇ ਸੀ.ਓ. ਵਿਚਕਾਰ ਕਸ਼ਮੀਰ ਦੇ ਮੁੱਦੇ ਤੇ ਵਿਚਾਰ-ਵਟਾਂਦਰਾ ਜਾਰੀ ਸੀ।

"......। ਸੋ ਪ੍ਰੋਫ਼ੈਸਰ ਸਾਹਿਬ। ਲੋਕ ਲਹੂ ਦਾ ਝਨਾਂ ਬੜਾ ਵਹਿ ਚੁੱਕੈ। ਹਿੰਦੂ ਕਾਫ਼ਲੇ ਭਰ-ਭਰ ਹਿਜ਼ਰਤ ਕਰ ਗਏ। ਬਲ਼ਦੀ ਅੱਗ ਬੁਝਾਉਣ ਲਈ ਸਰਕਾਰੀ ਖਜ਼ਾਨਾ ਵੀ ਬੜਾ ਝੋਕਿਐ ਪਰ ਉਜੜੀਆਂ ਬਹਾਰਾਂ ਨਾ ਪਰਤੀਆਂ।"

"ਬਾਜਵਾ ਸਾਹਿਬ। ਮਾਮਲਾ ਬੜਾ ਪੇਚੀਦਾ ਐ। ਤੇਲ ਦੇ ਖੂਹਾਂ 'ਤੇ ਕੱਟੜ ਭਾਵਨਾਵਾਂ ਨੂੰ ਪਈ ਅੱਗ ਸੌਖਿਆਂ ਨਹੀਂ ਬੁਝਣੀ। ਨਾਪਾਕ ਪਾਕਿਸਤਾਨੀ ਇਲਮ ਤੇ ਮੋਟੀਆਂ ਰਕਮਾਂ ਨੇ ਮੁਜਾਹਿਦਾਂ ਨੂੰ ਅਕਲੋਂ ਨਕਾਰੇ ਕਰ ਦਿੱਤੈ। ਨਿਸ਼ਾਨਿਓਂ ਥਿੜਕੀਆਂ ਰਾਈਫਲਾਂ ਦਾ ਅੰਜ਼ਾਮ ਕਸ਼ਮੀਰ ਭੁਗਤ ਰਿਹੈ।"

"ਮੰਨਿਆ ਜ਼ਹਿਰੀ ਭਾਵਨਾਵਾਂ ਨੂੰ ਕੀਲਣਾਂ ਮੁਹਾਲ ਐ ਪਰ ਏਹਤੇ ਕਾਬੂ ਪਾਉਣ ਦਾ ਤਰੀਕਾ ਕੀ ਐ?"

"ਲੋਕ ਸ਼ਕਤੀ ਨੂੰ ਹਰ ਐਜੀਟੇਸ਼ਨ ਨੇ ਕੀਲਣਾਂ ਮੁਹਾਲ ਐ ਪਰ ਏਹਤੇ ਕਾਬੂ ਪਾਉਣ ਦਾ ਤਰੀਕਾ ਕੀ ਐ?"

"ਲੋਕ ਸ਼ਕਤੀ ਨੂੰ ਹਰ ਐਜੀਟੇਸ਼ਨ ਨੇ ਰੀੜ ਦੀ ਹੱਡੀ ਮੰਨਿਐ। ਕਸ਼ਮੀਰੀ ਜੇਹਾਦ

ਲੋਕਾਂ ਨਾਲੋਂ ਟੁੱਟ ਕੇ ਆਈਆਂ ਗਿਰਾਵਟਾਂ ਵਸ ਨਕਾਰਾ ਹੋ ਚੁੱਕੈ। ਹਾਲਾਤ ਇਹੋ ਰਹੇ ਤਾਂ ਏਦਾ ਲੱਕ ਛੇਤੀ ਟੁੱਟ ਜਾਵੇਗਾ।

"ਤੁਹਾਡੇ ਅਨੁਸਾਰ ਮੁਜ਼ਾਹਿਦਾਂ ਨੂੰ ਕਸ਼ਮੀਰੀ ਲੋਕਾਂ ਤੋਂ ਮਿਲਣ ਵਾਲਾ ਸਹਿਯੋਗ ਘਟਿਆ ਐ?"

"ਬਿਲਕੁਲ।" ਪ੍ਰੋਫ਼ੈਸਰ ਨੇ ਦੱਸਿਆ-"ਬਾਜਵਾ ਸਾਹਿਬ! ਜਦੋਂ ਹੱਕ-ਹਕੀਕਤ ਲਈ ਚੁੱਕਿਆ ਅਸਲਾ ਜਰ-ਜੋਰੂ ਲੁੱਟਣ ਪੈ ਜੇ। ਹਰ ਰਾਤ ਦਾ ਹਨ੍ਹੇਰਾ ਨਿੱਤ ਨਵੀਂ ਤੇ ਮਨ-ਭਾਉਂਦੀ ਸੇਜ਼ ਵਿਛਾਏ। ਲੋਕਾਂ ਦਾ ਖਾਧਾ ਨਮਕ ਲੋਕਾਂ ਲਈ ਹਰਾਮਖ਼ੋਰ ਹੋ ਨਿੱਬੜੇ ਤਾਂ ਭੱਠਾ ਬੈਠਿਆ ਈ ਜਾਣੋ।"

"ਪਰ ਲੋਕ ਸ਼ਕਤੀ ਬਾਗ਼ੀਆਂ ਨਾਲੋਂ ਟੁੱਟ ਕੇ ਫੌਜ ਨਾਲ਼ ਕਿਉਂ ਨਾ ਜੁੜੀ?"

"ਏਸ ਮਾਮਲੇ ਤੇ ਭਾਰਤੀ ਫ਼ੌਜਾਂ ਨੂੰ ਵੀ ਆਪਾਂ ਪੜਚੋਲਣ ਦੀ ਲੋੜ ਐ।"

"ਫੌਜੀ ਜਵਾਨਾਂ 'ਚ ਐਸੀਆਂ ਘਾਟਾਂ ਜ਼ਰੂਰ ਨੇ ਪਰ ਏਨੀਆਂ ਨਹੀਂ ਜਿੰਨੀਆਂ ਨੂੰ ਉਛਾਲ ਕੇ ਪਾਕਿਸਤਾਨ ਬੇਵਜ੍ਹਾ ਬਾਰੂਦ ਭਰ ਦੇ।"

"ਪਰ ਹਿਊਮਨ ਰਾਈਟਸ ਦੀਆਂ ਰਿਪੋਰਟਾਂ ਨੂੰ ਕੌਣ ਧੋ ਸਕਦੈ? ਫੌਜ ਹਵਸੋਂ ਨਾ ਥਿੜ੍ਹਕਦੀ, ਲੋਕ ਸ਼ਕਤੀ ਦੀ ਬਾਗ਼ੀਆਂ ਨਾਲੋਂ ਟੁੱਟ ਪਾਵਰ ਨੂੰ ਫੌਜ ਨਾਲ ਸਹਿਜੇ ਜੋੜਿਆ ਜਾ ਸਕਦਾ ਸੀ। ਅੱਜ ਦੂਹਰੀ ਮਾਰ 'ਚ ਫਸਿਆ ਕਸ਼ਮੀਰ ਸ਼ਰਮਨਾਕ ਮੌਤ ਮਰ ਰਿਹੈ। ਲੋਕ ਪੀੜਾਂ ਪ੍ਰਤੀ ਯੂ.ਐਨ.ਓ. ਤੱਕ ਦੀਆਂ ਜੀਭਾਂ ਖਾਮੋਸ਼ ਨੇ ਪਰ ਸਵਾਲ ਐ, ਲੋਕ ਇਸ ਕੋਹਲੂ 'ਚ ਪੀੜੇ ਜਾਂਦੇ ਰਹਿਣਗੇ ਤਾਂ ਕਦੋਂ ਤੱਕ?"

"ਐਸੀਆਂ ਹਰਕਤਾਂ ਕਰਨ ਵਾਲੇ ਜਵਾਨਾਂ ਵਿਰੁੱਧ ਕਾਰਵਾਈ ਦਾ ਮੈਂ ਮੁੱਢੋ ਹਾਮੀ ਰਿਹਾ ਹਾਂ ਪਰ ਸੱਚ ਜਾਣੋਂ ਮੇਰੀ ਬਟਾਲੀਅਨ 'ਚ ਕਦੇ ਕੋਈ ਐਸਾ ਦਾਗ਼ ਨਹੀਂ ਲੱਭੇਗਾ।"

"ਬਹੁਤ ਮੁਬਾਰਕ! ਪਰ ਜ਼ਿਲ੍ਹਾ ਕੁੱਪਵਾੜਾ ਦੇ ਪਿੰਡ ਕੂਨਾਨ ਪੋਸ਼ਪੁਰਾ 'ਚ ਰਾਜਪੂਤਾਨਾ ਰਾਈਫਲ ਦੇ ਜਵਾਨਾਂ ਨੇ ਜੋ ਹਵਸੀ ਤੇ ਤਾਂਡਵ ਨਾਚ ਨੱਚਿਆ ਉਹਦੇ ਨਾਲ ਪਾਕ ਵਰਦੀ ਤੇ ਕਦੇ ਨਾ ਲੱਥਣ ਵਾਲ਼ਾ ਧੱਬਾ ਲੱਗਿਐ। ਲੋਕ ਦੱਸਦੇ ਨੇ ਉਨ੍ਹਾਂ ਤਫ਼ਤੀਸ਼ ਦੇ ਨਾਂਅ 'ਤੇ ਤੇਰਾਂ ਵਰ੍ਹਿਆਂ ਦੀਆਂ ਬੱਚੀਆਂ ਤੋਂ ਅੱਸੀ ਵਰ੍ਹਿਆਂ ਤੱਕ ਦੀਆਂ ਮਾਈਆਂ ਨਾਲ ਰਾਤ ਗਿਆਰਾਂ ਵਜੇ ਤੋਂ ਅਗਲੇ ਦਿਨ ਨੌਂ ਵਜੇ ਤੱਕ ਰੱਜ ਕੁਕਰਮ ਕੀਤੇ। ਰਜਮੈਂਟ ਦੇ ਮੁਖੀ ਨੇ ਲੋਕਾਂ ਦੀਆ ਫਰਿਆਦਾਂ ਬੂਟਾਂ ਹੇਠ ਲਿਤਾੜ ਮਾਹੀਆਂ ਤਾਂ ਲੋਕ ਰੋਹ ਜ਼ਿਆਦੇ ਬੇਲਗਾਮ ਹੋ ਗਿਆ। ਹਾਈਕੋਰਟ ਨੇ ਦਖ਼ਲ ਦਿੰਦਿਆਂ ਤੱਥ ਖੋਜ ਕਮਿਸ਼ਨ ਕਾਇਮ ਕੀਤਾ ਤਾਂ ਸਿੱਧੇ ਤਰਵੰਜੇ ਇਲਜ਼ਾਮ ਪੱਤ ਲੁੱਟਣ ਲੱਗੇ। ਪੀੜਤਾਂ 'ਚ ਉਹ ਗਰਭਵਤੀ ਮੁਟਿਆਰ ਵੀ ਸੀ ਜੇਹਨੇ ਜਬਰ ਜਿਨਾਹ ਦੌਰਾਨ ਠੁੱਡ ਮਾਰਨ ਦੇ ਦੋਸ਼ ਵੀ ਲਾਏ ਸਨ। ਚੌਥੇ ਦਿਨ ਉਹਦੇ ਟੁੱਟੀ ਬਾਂਹ ਵਾਲਾ ਜਨਮਿਆ ਬੱਚਾ ਸਾਰੇ ਦੋਸ਼ਾਂ ਤੇ ਮੋਹਰ ਲਾ ਗਿਆ। ਦੱਸੋ ਬਾਜਵਾ ਸਾਹਿਬ ਅਜਿਹੇ ਹਾਦਸਿਆਂ 'ਚੋਂ ਜਨਮਿਆ ਬੱਚਾ ਕਿਵੇਂ ਨਾ ਬੰਦੂਕ ਫੜੂ? ਸਾਰੇ ਅਧਿਕਾਰੀ ਤੁਹਾਡੇ ਜਿਹੇ ਨਹੀਂ, ਪਰ ਮੁਜ਼ਾਹਿਦਾਂ ਦੇ ਰੇਪ ਕਾਂਡ ਏਦੂੰ ਵੀ ਦਰਦਨਾਕ ਨੇ ਫਿਰ ਦੱਸੋ ਕੀ ਕਰ ਸਕਦੈ ਕਸ਼ਮੀਰੀ ਆਵਾਮ?"

"ਤੌਬਾ! ਤੌਬਾ!! ਤੌਬਾ!!! ਸੀ.ਓ. ਵਰਦੀ ਤੱਕ ਸ਼ਰਮਿੰਦਾ ਹੋ ਗਿਆ-"ਮੈਂ ਆਪਣੀ ਯੂਨਿਟ ਦੇ ਜਵਾਨਾਂ ਨੂੰ ਆਖਦਾ ਹੁੰਨੈ, ਮਿੱਤਰੋ ਚੰਗਾ ਕਰੋ ਦਸਤਾਰ ਸ਼ਾਨੋਂ ਉੱਚੀ ਹੋਵੇਗੀ।

ਮੰਦਾ ਕਰੋਗੇ ਦਸਤਾਰ ਮਿੱਟੀਓਂ ਮਿੱਟੀ ਹੋਵੇਗੀ। ...ਖੈਰ ਪ੍ਰੋਫ਼ੈਸਰ ਸਾਹਿਬ। ਕਸ਼ਮੀਰ 'ਚ ਘੱਟ ਗਿਣਤੀਆਂ ਦਾ ਘਾਣ ਤੇ ਬੜਾ ਹੋਇਐ?"

"ਜੀ! ਹਿੰਦੂਆਂ ਦਾ ਸਭ ਤੋਂ ਜ਼ਿਆਦੈ। ਤਾਜ਼ਾ ਅੰਕੜਾ ਚਾਲੀ ਲੱਖ ਹਿੰਦੂਆਂ ਦੀ ਹਿਜ਼ਰਤ ਬਿਆਨ ਰਿਹੈ। ਅਕਬਰ ਤੋਂ ਉੱਚ ਅਹੁਦੇ ਲੈਣ ਵਾਲੇ ਅੱਜ ਸ਼ਕਲੋਂ ਅਲੋਪ ਹੋ ਗਏ। ਸੁੰਨੇ ਪਏ ਮੰਦਿਰਾਂ 'ਚ ਕੋਈ ਧੂਪ ਵੱਟੀ ਕਰਨਾ ਵਾਲਾ ਨਹੀਂ। ਨੇਕਦਿਲ ਮੋਮਨਾਂ ਤੇ ਮਿਲਟਰੀ ਨੇ ਗੈਰ-ਹਾਜ਼ਰੀ 'ਚ ਉਨ੍ਹਾਂ ਦੀ ਡਿਊਟੀ ਸੰਭਾਲੀ ਐ।" ਪ੍ਰੋਫ਼ੈਸਰ ਨੇ ਦੁੱਖ ਪ੍ਰਗਟਾਇਆ।

"ਪਰ ਸਰ। ਸਿੱਖ ਮੁਸਲਿਮ ਸੰਬੰਧ ਹਿੰਦੂਆਂ ਮੁਕਾਬਲੇ ਸਹੀ ਲੱਗਦੇ ਨੇ। ਸਿੱਖ ਤਾਂ ਟਾਵਾਂ-ਟਾਵਾਂ ਦਿੱਸ ਵੀ ਪੈਂਦਾ ਪਰ ਹਿੰਦੂ ਤਾਂ ਸ਼ਨਾਖਤ ਲਈ ਵੀ ਨਹੀਂ ਲੱਭਦਾ।"

ਜਹਾਨਗੀਰ ਦੀ ਰਾਇ ਸੀ।

"ਮੰਨਣਯੋਗ ਪੱਖ ਐ। ਸਿੱਖਾਂ ਤੇ ਮਾਰ ਹਿੰਦੂਆਂ ਤੋਂ ਪਹਿਲਾਂ ਬੜੀ ਪਈ ਐ। ਕਬਾਇਲੀ ਹਮਲੇ ਤੋਂ ਪਹਿਲਾਂ ਕਸ਼ਮੀਰ ਦਾ ਮਕਬੂਜ਼ਾ ਹਿਸਾ ਸਿੱਖ ਕਮਿਊਨਿਟੀ ਦਾ ਗੜ੍ਹ ਸੀ ਪਰ ਪੰਜਾਹ ਹਜ਼ਾਰ ਸਿੱਖ ਜਾਨਾਂ ਲੈ ਕੇ ਕਸ਼ਮੀਰੀ ਬਟਵਾਰਾ ਸਿੱਖ ਵਸੋਂ ਨੂੰ ਇਕ-ਅੱਧੇ ਪ੍ਰਸੈਂਟ 'ਤੇ ਲੈ ਆਇਆ। ਭਾਰੀ ਹਿਜ਼ਰਤ ਤੇ ਮਾਰ ਦੇ ਬਾਵਜੂਦ ਉਹ ਮੁੱਠੀ ਭਰ ਸਿੱਖ ਅਜੇ ਤੱਕ ਕਸ਼ਮੀਰ 'ਚ ਆਪਣੀ ਹੋਂਦ ਸੰਭਾਲੀ ਬੈਠੇ ਐ। ਫਿਰਕੂ ਕੁਤੱਤਣਾਂ ਨੇ ਜੱਦੀ-ਪੁਸ਼ਤੀ ਸਿੱਖ ਮੁਸਲਿਮ ਸਾਂਝਾਂ ਨੂੰ ਪ੍ਰਭਾਵਿਤ ਜ਼ਰੂਰ ਕੀਤੈ ਪਰ ਮੁਜ਼ਾਹਿਦਾਂ ਨੇ ਸਿੱਖਾਂ ਤੋਂ ਆਜ਼ਾਦੀ ਦਾ ਹੱਕ ਨਹੀਂ ਖੋਹਿਆ। ਏਦੂੰ ਉਲਟ ਕਸ਼ਮੀਰ 'ਚ ਹਿੰਦੂ ਹੋਂਦ ਨਿਰੰਤਰ ਸੁੰਗੜਦੀ ਰਹੀ। ਨਜ਼ੀਰਾਂ ਬੇਟਾ...?"

"ਜੀ ਸਰ?"

"ਅੰਕਲ ਹੁਰਾਂ ਨੂੰ ਕਸ਼ਮੀਰੀ ਜਨਗਣਨਾ ਤੇ ਝਾਤ ਪਵਾ ਜਰਾ।" ਪ੍ਰੋਫ਼ੈਸਰ ਨੇ ਨਜ਼ੀਰਾਂ ਨੂੰ ਇਸ਼ਾਰਾ ਕੀਤਾ। ਉਹ ਡਾਇਰੀ ਪੜ੍ਹਦਿਆਂ ਬੋਲੀ-"ਸੰਨ 1941 'ਚ ਕਸ਼ਮੀਰ 'ਚ 83 ਫ਼ੀਸਦੀ ਮੁਸਲਮ 17 ਫ਼ੀਸਦੀ ਹਿੰਦੂ ਤੇ ਹੋਰ ਅਬਾਦੀ ਸੀ।

"ਸੰਨ 1981 'ਚ 92 ਫ਼ੀਸਦੀ ਮੁਸਲਮ ਪੰਜ ਫ਼ੀਸਦੀ ਹਿੰਦੂ ਤੇ 3 ਫ਼ੀਸਦੀ ਹੋਰ ਰਹਿ ਗਏ। ਸੰਨ 1991 ਦੇ ਅੰਕੜੇ ਅਨੁਸਾਰ 97 ਫ਼ੀਸਦੀ ਮੁਸਲਮਾਨ 0.1 ਹਿੰਦੂ ਤੇ 2.9 ਆਬਾਦੀ 'ਚ ਬਾਕੀ ਰਹਿ ਗਏ।"

"ਤੇ ਜ਼ਰਾ ਧਿਆਨ ਦਿਓ ਬਾਜਵਾ ਸਾਹਿਬ। ਅੰਕੜਿਆਂ ਅਨੁਸਾਰ ਸਿੱਖ ਤੇ ਬੋਧੀ ਉੱਥੇ ਈ ਘੁੰਮਦੇ ਨੇ ਜਦਕਿ ਹਿੰਦੂ ਇਕ ਫ਼ੀਸਦੀ 'ਚੋਂ ਵੀ ਮਾਈਨਸ ਵੱਲ ਜਾ ਰਹੇ ਨੇ।"

"ਬੜੇ ਅਫ਼ਸੋਸਨਾਕ ਅੰਕੜੇ ਨੇ। ਚਾਹੀਦਾ ਤਾਂ ਇਹ ਸੀ ਕੁਦਰਤੀ ਜੰਨਤ 'ਚ ਕੁਦਰਤ ਦੇ ਸਭ ਭੈਣ-ਭਰਾਵਾਂ ਦੀ ਤਰ੍ਹਾਂ ਰਹਿੰਦੈ, ਪਰ...।"

"......ਪਰ ਮੁਜ਼ਾਹਦੀਨ ਲੋੜਦੇ ਨੇ ਵੈਲੀ 'ਚ ਮੋਮਨਾ ਬਿਨਾਂ ਹੋਰ ਕੋਈ ਨਾ ਦਿਸੇ। ਪਰ ਲੱਖਾਂ ਲੋਕਾਂ ਨੂੰ ਗੋਲੀਆਂ ਦਾ ਨਿਸ਼ਾਨਾ ਬਣਾ ਕੇ ਵੀ ਅਸਲ ਨਿਸ਼ਾਨਿਓਂ ਉਹ ਟਿਕਾਣੇ ਨਹੀਂ ਲੱਗਦੇ ਦਿਸਦੇ।"

ਸੀ.ਓ. ਦੀ ਗੱਲ ਨੂੰ ਨਜ਼ੀਰਾਂ ਨੇ ਅੱਗੇ ਤੋਰਦਿਆਂ ਕਿਹਾ।

"......ਤੇ ਪ੍ਰੋਫ਼ੈਸਰ ਸਾਹਿਬ ਯਾਦ ਆਇਆ।" ਸੀ.ਓ. ਨੇ ਮੱਥੇ ਉਂਗਲ ਧਰਦਿਆਂ ਕਿਹਾ।

"ਕੀ?"

"ਚਾਰ ਕੁ ਦਿਨ ਪਹਿਲਾਂ ਅਸਾਂ ਇੱਕ ਡੇਂਜਰਸ਼ ਟੈਰੋਰਿਸਟ ਫੜਿਆ। ਜਾਮਾ ਤਲਾਸ਼ੀ 'ਚੋਂ ਮਿਲੇ ਕਾਗਜ਼ਾਤ ਉਹਨੂੰ ਮੈਂਟਲੀ ਅਪਸੈੱਟ ਦੱਸਦੇ ਐ ਪਰ ਜਦੋਂ ਗੱਲ੍ਹਾਂ ਕਰਦੈ, ਇਤਿਹਾਸ ਨੂੰ ਜੜ੍ਹੋਂ ਹਲੂਣ ਮਾਰਦੈ। ਵਾਹਵਾ ਜਾਣਕਾਰੀ ਦਾ ਭੰਡਾਰ ਲੱਗਦੈ ਉਹ। ਕਈ ਕੁੱਝ ਤੁਹਾਡੇ ਮਤਲਬ ਦਾ ਉਹਦੇ ਕੋਲ਼।"

"ਕੁੱਝ ਤੁਹਾਨੂੰ ਵੀ ਲੱਭਿਆ ਉਸ ਕੋਲੋਂ?"

"ਅਸਾਂ ਏਨਾ ਇੰਟੈਰੋਗੇਟ ਕੀਤਾ! ਹੱਡੀਓਂ ਗੜ੍ਹ ਛੱਡਿਆ ਪਰ ਜ਼ਬਾਨੋਂ ਅਲ਼ਫ਼ ਨਾ ਫੁੱਟਿਆ। ਆਲਮ ਫਾਜ਼ਲ ਲੱਗਦੈ ਉਹ।"

"ਵੇਖਣ 'ਚ ਕੀ ਹਰਜ਼ ਐ। ਬਹੁਤੀ ਵੇਰ ਐਸੇ ਬੰਦੇ ਦੇ ਬਿਊਜ਼ ਈ ਬੜਾ ਕੁੱਝ ਦੇ ਜਾਂਦੇ ਨੇ। ਵਿਖਾਓ ਕਿੱਥੇ ਐ ਉਹ?"

ਸਭ ਸੀ.ਓ. ਦੇ ਪਿੱਛੇ-ਪਿੱਛੇ ਹੋ ਤੁਰੇ। ਜਿਹੜੇ ਰੂਮ 'ਚ ਉਸ ਨੂੰ ਰੱਖਿਆ ਸੀ ਉਸ 'ਚੋਂ ਨਿਕਲੇ ਇੱਕ ਜਵਾਨ ਨੇ ਅਫ਼ਸਰ ਨੂੰ ਬਾਇਹੈਂਡ ਸਲੂਟ ਮਾਰਿਆ-'ਚਾਰ ਕੁ ਕੁਰਸੀਆਂ ਰੂਮ ਦੀ ਬੈਕਸਾਈਡ ਤੇ ਲਗਾਓ।"

ਸਾਰੇ ਉੱਥੇ ਜਾ ਬੈਠੇ। ਸੱਤ-ਅੱਠ ਜਵਾਨ ਜੰਜ਼ੀਰਾਂ 'ਚ ਨੂੜੇ ਮੁਜਾਹਿਦ ਨੂੰ ਸਾਹਮਣੇ ਲੈ ਆਏ। ਉਸ ਨੇ ਸਿਰ ਝੁਕਾ ਕੇ ਪ੍ਰੋਫ਼ੈਸਰ ਨਿਰਵੈਰ ਸਿੰਘ ਨੂੰ ਫ਼ਤਹਿ ਬੁਲਾਈ। ਅੱਗਿਓਂ ਜਵਾਬ ਵੀ ਉਨ੍ਹਾਂ ਸਤਿਕਾਰ ਨਾਲ ਦਿੱਤਾ-"ਕਿਹੜੇ ਇਲਾਕੇ ਨੂੰ ਬਲੌਂਗ ਕਰਦੇ ਓ ਖਾਨ ਸਾਹਿਬ?"

"ਪੁਣਛ।" ਉਹ ਮੁਸਕਰਾਇਆ-"ਇੰਸ਼ਾ ਅੱਲਾ। ਮੈਂ ਖ਼ੁਸ਼ ਹਾਂ ਮੈਨੂੰ ਕੋਈ ਸਿੱਖ ਭਰਾ ਮਿਲਣ ਆਇਐ। ਤੁਹਾਨੂੰ ਗੁਰੂ ਗੋਬਿੰਦ ਸਿੰਘ ਤੇ ਸਾਨੂੰ ਹਜ਼ਰਤ ਪਾਕ ਨੇ ਸਾਂਝੀ ਦਸਤਾਰ ਦਿੱਤੀ ਐ। ਸਿਰ ਸਜਾਉਣ ਤੇ ਲੱਜ ਪਾਲਣ ਲਈ। ਸਾਡਾ ਸਾਂਝਾ ਸਰੂਪ। ਸਾਂਝਾ ਲਹੂ। ਤੁਸੀਂ ਕੋਈ ਪੱਤਰਕਾਰ ਓ?"

ਉਹ ਨਜ਼ੀਰਾਂ ਦੀ ਡਾਇਰੀ ਵੱਲ ਨਜ਼ਰ ਮਾਰਦਾ ਪੁੱਛਣ ਲੱਗਾ।

"ਪੱਤਰਕਾਰ ਤਾਂ ਨਹੀਂ ਭਰਾਵਾ। ਊਂ ਟੁੱਟੇ ਭੱਜੇ ਲਫਜ਼ ਜੋੜ ਲੈਂਦਾ ਹਾਂ।"

"ਜੇਹਨਾ ਨੂੰ ਪੱਤਰਕਾਰ ਆਖਦੇ ਉਨ੍ਹਾਂ ਦਾ ਨਾਅ ਚੋਟੀ ਦੇ ਲੇਖਕਾਂ 'ਚ ਆਉਂਦੈ।" ਸੀ.ਓ. ਨੇ ਗੱਲ ਤੋਂ ਪੜਦਾ ਚੁੱਕ ਦਿੱਤਾ।

"ਸੁਬਾਹਨ ਅੱਲਾ। ਆਲਮ ਲੋਕ ਓ। ਕਲਮ ਦੀ ਲਾਜ ਰੱਖੋਗੇ ਸੱਚ ਲਿਖਕੇ? ਸਾਡੇ ਆਹ ਭਰਾ ਤੇ ਸਿੱਖ-ਮੋਮਨ ਦਾ ਪਾਕ ਨਾਤਾ ਈ ਖੋਹ ਬੈਠੇ ਨੇ।" ਉਸ ਨੇ ਬੇਖੌਫ਼ ਸੀ.ਓ. ਵੱਲ ਇਸ਼ਾਰਾ ਕੀਤਾ।

"ਪਰ ਮੀਆਂ ਜੀ ਕੀ ਨਾਂਅ ਏ ਤੁਹਾਡਾ?"

"ਇਜ਼ਹਾਰ।"

"ਏਡੀ ਉਮਰ 'ਚ ਏਸ ਰਾਹ ਕਿਵੇਂ ਪੈ ਗਏ?"

"ਜੇਹਾਦ ਦੀ ਖਿਦਮਤ ਲਈ। ਸੋਚਿਆਂ ਮਸਾਂ ਆਹ ਜਾਮਾ ਮਿਲਿਐ। ਏਨੂੰ ਇਸਲਾਮ ਦੇ ਨਾਂਅ ਲਗਵਾ ਦਈਏ।"

"ਕੀ ਚਾਹੁੰਦੇ ਓ?"

"ਆਜ਼ਾਦ ਕਸ਼ਮੀਰ।"

"ਪਾਕਿਸਤਾਨ ਨਾਲ ਕਸ਼ਮੀਰ ਦਾ ਰਲੇਵਾਂ ਚਾਹੁੰਦੇ ਓਂ?"

"ਉੱਕੇ ਨਹੀਂ।"

"ਇੰਡੀਆ ਨਾਲ?"

"ਉੱਕੇ ਨਹੀਂ।"

"ਹਥਿਆਰਬੰਦ ਸੰਘਰਸ਼ ਤੋਂ ਹੱਕ ਪ੍ਰਾਪਤੀ ਦੀ ਕਿੰਨੀ ਕੁ ਉਮੀਦ ਐ?"

"ਉਮੀਦੋਂ ਸੱਖਣੀ ਹੱਕਾਂ ਦੀ ਲੜਾਈ ਅਧੂਰੀ ਐ। ਹਿੰਦ ਸਰਕਾਰਾਂ ਨੇ ਧਰੋਹ ਤੁਹਾਡੇ ਸੰਗ ਵੀ ਸਾਡੇ ਬਰਾਬਰ ਈ ਕਮਾਇਐ ਪਰ ਤੁਸੀਂ ਸਾਂਝੇ ਮੁੱਦਿਆਂ ਵਾਲੀ ਤਵਾਰੀਖ ਨੂੰ ਪੜ੍ਹਿਆ ਈ ਨਹੀਂ।"

"ਖ਼ੈਰ ਮੀਆਂ ਜੀ। ਜ਼ਜਬਾਤੀ ਨਾ ਹੋਵੋ। ਮੈਂ ਗੱਲ ਕਰ ਰਿਹਾ ਸਾਂ। ਹਥਿਆਰਬੰਦ ਸੰਘਰਸ਼ ਦੀ?"

"ਹਥਿਆਰਬੰਦ ਸੰਘਰਸ਼ ਕਸ਼ਮੀਰ ਹਿਤੈਸ਼ੀਆਂ ਦਾ ਸੋਚਿਆ ਸਮਝਿਆ ਵਾਜ਼ਬ ਫ਼ੈਸਲਾ ਐ। ਸਦੀਆਂ ਪੁਰਾਣੀਆਂ ਗ਼ੁਲਾਮੀ ਨੂੰ ਤੋੜਨ ਦਾ ਸੰਘਰਸ਼ਸ਼ੀਲ ਰਾਹ।" ਉਸ ਨੇ ਦੋਵੇਂ ਬਾਹਵਾਂ ਉਲਾਰੀਆਂ। ਬਾਹੀਂ ਪਏ ਸੰਗ਼ਲ ਛਣਕ ਪਏ–"ਗ਼ੁਲਾਮੀ ਦੇ ਸੰਗਲ ਤੋੜਨ ਲਈ ਸਾਡੇ ਪੁਰਖਿਆਂ ਨੇ ਸਦੀਆਂ ਤੋਂ ਲੜਾਈ ਲੜੀ ਪਰ ਮੌਕਾਪ੍ਰਸਤ ਰਾਜਨੀਤੀ ਜਿੱਤ ਨੂੰ ਸੰਭਾਲਣ ਦੀ ਥਾਂ ਇੱਕ ਗ਼ੁਲਾਮੀ ਤੋਂ ਬਾਅਦ ਦੂਜੀ ਗ਼ੁਲਾਮੀ ਕਬੂਲਦੀ ਰਹੀ। ਮੌਜੂਦਾ ਜੇਹਾਦ ਏਸ ਗ਼ੁਲਾਮੀ ਨੂੰ ਗਲੋਂ ਲਾਹੁਣ ਦਾ ਇੱਕੋ ਬਚਿਆ ਰਾਹ ਐ।"

"ਇੱਕ ਗੁਲਾਮੀ ਤੋਂ ਦੂਜੀ ਗੁਲਾਮੀ ਤੋਂ ਭਾਵ ਮੈਂ ਨਹੀਂ ਸਮਝਿਆ?"

"ਜ਼ਰਾ ਧਿਆਨ ਦੇ ਕੇ ਸਮਝ ਸਰਦਾਰਾ। ਕਸ਼ਮੀਰ ਤੇ ਰਾਜ ਕਰਕੇ ਸੌਲ਼ਵੀਂ ਸਦੀ 'ਚ ਹਿਮਾਯੂੰ ਮਰਿਆ ਤਾਂ ਉਹਦੇ ਦਰਬਾਰੀ ਆਪਸ 'ਚ ਭਿੜ ਪਏ। ਅੰਦਰੂਨੀ ਖਾਨਾਜੰਗੀ ਨੇ ਅਕਬਰ ਤੋਂ ਦਖ਼ਲ ਮੰਗਿਆ ਤਾਂ ਦੂਰ-ਅੰਦੇਸ਼ ਅਕਬਰ ਨੇ ਗਰਮ ਲੋਹੇ ਤੇ ਠਾਹ ਸੱਟ ਮਾਰਦਿਆਂ ਹਮਲਾ ਕਰਕੇ ਕਸ਼ਮੀਰ ਨੂੰ ਆਪਣੇ ਰਾਜ਼ 'ਚ ਲਿਆ ਮਿਲਾਇਆ। ਹਿਮਾਯੂੰ ਦਾ ਕਸ਼ਮੀਰ ਅਕਬਰ ਦਾ ਗ਼ੁਲਾਮ ਹੋ ਗਿਆ। ਫਿਰ ਅਕਬਰ ਤੋਂ ਔਰੰਗੇ ਤੱਕ, ਅੱਧੀ ਸਦੀ ਦੇ ਮੁਗ਼ਲ ਸ਼ਾਸ਼ਕ ਨੇ ਕਸ਼ਮੀਰ ਦੇ ਸਵੈ ਮਾਣ ਨੂੰ ਪਾਣੀਓਂ ਪਤਲਾ ਕਰ ਮਾਰਿਆ। ਔਰੰਗਾ ਮਰਿਆ ਕਸ਼ਮੀਰੀ ਅਵਾਮ ਅਬਦਾਲੀ ਦੇ ਪੰਜਿਆਂ 'ਚ ਆ ਫਸਿਆ। ਮੱਥਿਓਂ ਗ਼ੁਲਾਮੀ ਦਾ ਲੇਬਲ ਬਦਲਿਆ ਗਿਆ ਪਰ ਗ਼ੁਲਾਮੀ ਗ਼ਲੇ ਲਟਕਦੀ ਰਹੀ। ਫਿਰ ਅਫਗਾਨਾਂ ਤੋਂ ਕਸ਼ਮੀਰ ਸਿੱਖਾਂ ਨੇ ਖੋਹਿਆ ਤੇ ਫਰੰਗੀ ਨਾਲ਼ ਮਿਲ ਕੇ ਸਿੱਖਾਂ ਤੋਂ ਡੋਗਰਿਆਂ। ਪੂਰੀ ਸਦੀ ਰਾਜ ਭਾਗ ਦਾ ਸੁੱਖ ਭੋਗ ਕੇ ਜਦੋਂ ਹਰੀ ਸਿੰਹੁ ਡੋਗਰੇ ਨੇ ਕਸ਼ਮੀਰ ਨੂੰ ਦਿੱਲੀ ਕੋਲ ਗਹਿਣੇ ਧਰਨ ਦੀ ਸੋਚੀ ਕਸ਼ਮੀਰ ਨੂੰ ਅਸਲੋਂ ਗ਼ੁਲਾਮੀ ਦਾ ਅਹਿਸਾਸ ਉਦੋਂ ਹੋਇਆ। ਫਿਰ ਈਮਾਨ ਤੇ ਹੱਥ ਧਰ ਕੇ ਜ਼ਰਾ ਤੂਹੀਓਂ ਸੋਚ ਸਰਦਾਰਾ ਜੇਹਾਦ ਕਿੱਥੋਂ ਨਜਾਇਜ਼ ਐ? ਅਸੀਂ ਟੋਟੇ ਹੋਏ ਕਸ਼ਮੀਰ ਨੂੰ ਇੱਕ ਲੜੀ 'ਚ ਪਰੋ ਕੇ ਅਗਰ ਆਜ਼ਾਦੀ ਦਾ ਸੁਪਨਾ ਤੱਕ ਈ ਲਿਐ ਤਾਂ ਉਹ ਕਿੱਥੋਂ ਅੱਤਵਾਦ ਐ? ਸਦੀਆਂ ਪੁਰਾਣੀ ਗੁਲਾਮੀ ਤੋੜ ਜੰਗ ਨੂੰ ਕੋਈ ਲੱਖ ਅੱਤਵਾਦ ਕਹੇ ਪਰ ਏਦੂੰ ਵੱਡੀ ਕਸ਼ਮੀਰ ਨਾਲ ਹੋਰ ਕੀ ਵਫ਼ਾਦਾਰੀ ਹੋ ਸਕਦੀ ਐ?"

"ਵਾਕਿਆ ਕਸ਼ਮੀਰ ਸਦੀਓਂ ਗੁਲਾਮ ਐ? ਫਿਰ ਗ਼ੁਲਾਮੀ ਖ਼ਿਲਾਫ਼ ਆਵਾਜ਼ ਨੂੰ

ਅੱਤਵਾਦ ਦਾ ਦਰਜਾ ਦੇਣਾ ਵਾਜ਼ਿਬ ਕਿੱਥੋਂ?" ਉਸ ਦਾ ਮੱਥਾ ਠਣਕਿਆ। ਉਹ ਲੰਮੀ ਸੋਚ ਵਿਚਾਰ ਉਪਰੰਤ ਬੋਲਿਆ-

"ਮੀਆਂ ਜੀ ਸਦੀਆਂ ਦੀ ਗ਼ੁਲਾਮੀ ਨੂੰ ਤੋਲਦਿਆਂ ਇਹ ਵੀ ਨਿਰਣਾ ਕਰੋ ਕਿ ਸ਼ੇਰੇ ਪੰਜਾਬ ਦੀ ਗ਼ੁਲਾਮੀ ਤੁੱਲ ਵੀ ਕੋਈ ਆਜ਼ਾਦੀ ਹੋ ਸਕਦੀ ਐ?"

"ਸ਼ੇਰੇ ਪੰਜਾਬ ਅੱਗੇ ਸਾਡਾ ਸਿਰ ਝੁਕਦੈ। ਸਾਂਝੇ ਕਸ਼ਮੀਰ ਦੀਆਂ ਬਾਈਆਂ 'ਚੋਂ ਸੋਲ਼ਾ ਰਾਜੇ ਹਿੰਦੂ ਤੇ ਛੇ ਮੋਮਨ। ਪਰ ਸੋਚ ਏਡੀ ਵਫ਼ਾਦਾਰੀ ਦੇ ਬਾਵਜੂਦ ਅਸੀਂ ਤਾਂ ਬਦਰੰਗ ਹੋਣਾ ਈ ਸੀ ਤੁਸੀਂ ਵੀ ਹੋ ਗਏ। ਕਿਉਂ? ਕਦੇ ਸੋਚਿਐ?"

"ਮੈਂ ਤੁਹਾਡੀ ਗੱਲ ਦਾ ਅਰਥ ਨਹੀਂ ਸਮਝਿਆ?"

"ਅਰਥੇ ਸੌਖਾ ਈ ਸਰਦਾਰਾ। ਸਾਨੂੰ ਛੱਡ ਸ਼ੇਰੇ ਪੰਜਾਬ ਨੇ ਜਿਨ੍ਹਾਂ ਨੂੰ ਦੁੱਧ ਪਿਆਇਆ ਉਨ੍ਹਾਂ ਈ ਡੰਗ ਮਾਰਿਆ। ਤੁਹਾਡੇ ਤਬੇਲਿਆਂ 'ਚੋਂ ਲਿਦਾਂ ਚੁੱਕਣ ਵਾਲੇ ਨਮਕ ਹਰਾਮ ਡੋਗਰੇ ਫਰੰਗੀ ਨਾਲ਼ ਮਿਲ਼ ਕੇ ਮਹਾਂ-ਪੰਜਾਬ ਨੂੰ ਲਹੂ-ਲੁਹਾਨ ਕਰ ਗਏ। ਅੱਜ ਤੁਹਾਡੇ ਨਾਲ ਡੋਗਰਿਆਂ ਦੀ ਗੱਦਾਰੀ ਖ਼ਿਲਾਫ਼ ਅਸੀਂ ਜੰਗ ਲੜ ਰਹੇ ਹਾਂ।"

"ਆਹ ਕੀ ਕਹਿ ਰਹੇ ਉ ਮੀਆਂ ਜੀ? ਗਏ ਸਿੱਖ ਰਾਜ ਦੀ ਲੜਾਈ ਤੁਸੀਂ ਕਿਵੇਂ ਲੜ ਰਹੇ ਓਂ?"

"ਲੈ ਫਿਰ ਸੁਣ ਲੈ ਆਲਮਾਂ ਕਿਵੇਂ? ਸਿੱਖ ਰਾਜ ਦੀ ਫਰੰਗੀ ਖ਼ਿਲਾਫ਼ ਸਭਰਾਵਾਂ ਦੇ ਮੈਦਾਨ 'ਚ ਹੋਈ ਆਖਿਰੀ ਜੰਗ 'ਚ ਡੋਗਰਿਆਂ ਰਾਜ ਵਿਰੋਧੀ ਭੂਮਿਕਾ ਨਿਭਾਈ ਤੇ ਗੋਰਿਆਂ ਗਦਾਰੀ ਦੇ ਇਨਾਮ 'ਚ ਕਸ਼ਮੀਰ ਗੁਲਾਬ ਸਿੰਹੁ ਡੋਗਰੇ ਨੂੰ ਗਿਫ਼ਟ ਦੇ ਦਿੱਤਾ। ਫਿਰ ਗੁਲਾਬ ਸਿੰਹੁ ਡੋਗਰੇ ਦਾ ਪੁੱਤਰ ਰਣਬੀਰ ਸਿੰਹੁ ਡੋਗਰਾ, ਉਹਦਾ ਪੁੱਤ ਪ੍ਰਤਾਪ ਸਿੰਹੁ ਡੋਗਰਾ ਤੇ ਫਿਰ ਉਹਦਾ ਭਤੀਜਾ ਹਰੀ ਸਿੰਹੁ ਡੋਗਰਾ ਪੂਰੀ ਸਦੀ ਬਾਅਦ ਜੱਦੀ ਪੁਸ਼ਤੀ ਗੱਦੀ ਤਕਸੀਮੇ ਹਿੰਦ ਤੇ ਆ ਪਹੁੰਚੀ। ਹਰੀ ਸਿੰਹੁ ਡੋਗਰੇ ਦੀ ਨਲਾਇਕੀ ਨੇ ਜੰਨਤ ਨੂੰ ਟੋਟੇ ਕਰਵਾ ਕੇ ਜੰਗੀ ਅਖਾੜਾ ਬਣਾ ਦਿੱਤਾ। ਕਸ਼ਮੀਰ ਲਈ ਹਥਿਆਰ ਚੁੱਕ ਅਸੀਂ ਜੇਹਾਦ ਛੇੜ ਲਿਆ ਪਰ ਆਹ ਸਾਡੇ ਸਿੱਖ ਭਰਾ ਅੱਜ ਬੰਦੂਕੜ ਚੁੱਕੀ ਗੱਦਾਰ ਡੋਗਰਿਆਂ ਨੂੰ ਬਚਾਉਣ ਆ ਖੜ੍ਹੇ ਤੇ ਸ਼ਾਂਤੀ ਵਫ਼ਾਦਾਰੀ ਵੱਲ ਗੋਲੀਆਂ ਤਾਨ ਲਈਆਂ। ਹਨੇਰ ਸਾਈਂ ਦਾ ਗੁਰੁ ਕਿਓਂ। ਤੁਹਾਡੇ ਖੁਸੇ ਰਾਜ ਦੀ ਡੋਗਰਾ ਵਸੋਂ ਤੋਂ ਆਜ਼ਾਦੀ ਲਈ ਅਸੀਂ ਲੜੀਏ ਤੇ ਤੁਸੀਂ ਉਨ੍ਹਾਂ ਦੀ ਹਿਫ਼ਾਜ਼ਤ ਕਰਕੇ ਸਾਨੂੰ ਨਿਸ਼ਾਨਾ ਬਣਾਓ? ਵਾਹ ਉਏ ਮੌਲਾ ਸਮੇਂ ਦੇ ਰੰਗ।" ਉਸ ਨੇ ਪੂਰੇ ਜ਼ੋਰ ਨਾਲ ਮੱਥੇ ਤੇ ਹੱਥ ਮਾਰਿਆ। ਪਿੱਛੋਂ ਲੰਮਾ ਸਮਾਂ ਹੱਥ ਉਲਾਰ ਕੇ ਅੱਲ੍ਹਾ ਨੂੰ ਉਲਾਂਭਾ ਦਿੰਦਾ ਰਿਹਾ।

ਪ੍ਰੋ: ਨਿਰਵੈਰ ਸਿੰਘ ਕੋਲ ਇਸ ਗੱਲ ਦਾ ਕੋਈ ਜਵਾਬ ਨਹੀਂ ਸੀ। ਸੀ.ਓ. ਨੂੰ ਬੇਝਿਜਕ ਉਹ ਆਪਣੇ ਪੱਖ ਦਾ ਨਿਸ਼ਾਨਾ ਬਣਾ ਰਿਹਾ ਸੀ। ਉਹ ਫਿਰ ਬੋਲਿਆ-

"ਆਲਮਾ। ਮੈਂ ਪਿੱਛੇ ਲਾਹੌਰ ਗਿਆ ਤਾਂ ਸ਼ੇਰੇ-ਪੰਜਾਬ ਦੀ ਮੜ੍ਹੀ ਤੇ ਧਾਹਾਂ ਮਾਰ-ਮਾਰ ਰੋਇਆ-"ਉਏ ਲੋਹੇ ਵੱਟੇ ਸੋਨਾ ਦੇਣ ਵਾਲਿਆਂ ਤੇਰੇ ਵਾਰਸਾਂ ਕੋਹੇਨੂਰ ਹੀਰੇ ਵੱਟੇ ਕੋਲ ਖਰੀਦ ਲਏ ਨੇ। ਨਿਸ਼ਾਨਿਉਂ ਉੱਕੇ ਅੱਜ ਤੇਰੇ ਮੁਰੀਦ ਤੇਗੀ ਕੀਤੀ ਨੂੰ ਵੱਟੇ ਮਾਰ-ਮਾਰ ਸੋਨੇ ਦੀਆਂ ਮੋਹਰਾਂ ਭਾਲਦੇ ਨੇ। ਕਿਤੇ ਨਿਆਂ ਤਰਾਜੂ ਪਾ ਕੇ ਡੋਗਰਿਆਂ ਦੀਆਂ ਗੱਦਾਰੀਆਂ ਤੇ ਮੋਮਨਾਂ ਦੀਆਂ ਵਫ਼ਾਦਾਰੀਆਂ ਦਾ ਫਰਕ ਤੋਲ ਕੇ ਵੇਖ। ਸਾਡਾ ਪੱਲੜਾ ਕਿੰਨਾ ਨੀਵਾਂ ਝੁਕਿਐ?" ਡੋਗਰਾ ਗੱਦਾਰੀ ਦੇ ਭਰੇ ਸਾਗਰਾਂ 'ਚੋਂ ਮੋਮਨ ਸਿਪਾਸਲਾਰਾਂ ਦੀ ਗ਼ੁਲਾਮੀ ਵੀ ਨਹੀਂ ਭਰਦੀ।

ਉਦੋਂ ਨੂੰ ਛੱਡ ਅੱਜ ਨੂੰ ਈ ਨਿਰਖ ਲਉ। ਇੰਦਰਾ ਦੇ ਕਟਕ ਦਰਬਾਰ ਸਾਹਿਬ ਤੇ ਚੜ੍ਹੇ ਪਹਿਲਾਂ ਬਗਾਵਤੀ ਬੰਬ, ਕਸ਼ਮੀਰ 'ਚ ਫਟਿਆ। ਰੋਸ ਮਾਰਚ ਮੋਮਨ ਸਿੱਖ ਭਰਾਵਾਂ ਨਾਲ ਖੜ੍ਹੇ। ਸ਼ਾਂਤਮਈ ਰੋਸ ਮਾਰਚ ਤੇ ਦਿੱਲੀ ਕਿਆਂ ਦੀ ਗੋਲ਼ੀ ਗੁਰੂ ਕਿਆਂ ਤੇ ਚੱਲੀ ਸ਼ਹੀਦੀ ਸਫ਼ਾਂ ਚਾਰ ਮੋਮਨਾਂ ਨੇ ਬਰਾਬਰ ਨਾਂਅ ਲਿਖਵਾਇਆ। ਕਦੇ ਪੁੱਛੋ ਅਮੀਰਾ ਕਦਲ ਸ਼੍ਰੀਨਗਰ ਦੀ ਲਹੂ-ਜਰਖੇਜ਼ ਧਰਤੀ ਤੋਂ ਜਿੱਥੇ ਸਿੱਖ ਮੋਮਨਾਂ ਦਾ ਡੋਗਰਾਂਵਾਦੀਆਂ ਵੱਲੋਂ ਡੋਲ੍ਹਿਆ ਸਾਂਝਾ ਲਹੂ ਅੱਜ ਤੱਕ ਖੁਸ਼ਬੋ ਮਾਰਦੈ। ਫਿਰ ਸਰਦਾਰੋ ਠੋਕ ਵਜਾ ਕੇ ਵੇਖ ਲਓ ਵਫ਼ਾਦਾਰੀਆਂ ਤੇ ਗੱਦਾਰੀ ਦਾ ਤਕਾਜ਼ਾ?"

ਗੱਲਾਂ ਕਰਦਾ-ਕਰਦਾ ਇਜ਼ਹਾਰ ਸਾਹੋਂ ਸਾਹੀ ਤੇ ਚਿਹਰਿਓਂ ਸੂਹਾ ਹੋ ਗਿਆ।

"ਮੀਆਂ ਜੀ ਤੁਹਾਡੇ ਮੁਕਾਮ ਤੋਂ ਤੁਸੀਂ ਸਹੀ ਓ ਪਰ ਗੱਦਾਰੀਆਂ-ਵਫ਼ਾਦਾਰੀਆਂ ਦੇ ਮਾਮਲੇ 'ਚ ਸਿੱਖ ਹਿਤੈਸ਼ੀ ਸਰਟੀਫਿਕੇਟ ਦਾ ਕੱਲਾ ਕੋਈ ਵੀ ਹੱਕਦਾਰ ਨਹੀਂ। ਪੰਜ ਦਹਾਕੇ ਪਹਿਲਾਂ ਪੰਜਾਹ ਹਜ਼ਾਰ ਸਿੱਖ ਜਾਨਾਂ ਲੈਣ ਵਾਲਾ ਕਬਾਇਲੀ ਹਮਲਾ ਮੋਮਨ ਧਿਰਾਂ ਨੂੰ ਹਰ ਪਾਸਿਉਂ ਜ਼ਿੰਮੇਵਾਰ ਠਹਿਰਾਉਂਦਾ ਐ। ਡੋਗਰਾ ਨੀਤੀ ਦਾ ਸਮੁੱਚਾ ਦੁਖਾਂਤ ਸਿੱਖਾ-ਮੋਮਨਾ ਦਾ ਜ਼ਰੂਰ ਸਾਂਝਾ ਐ।

"ਇੱਕ ਗੱਲ ਮੰਨੀ ਆਲਮਾ! ਮੈਂ ਕੱਟੜ ਮੋਮਨ ਹੋ ਕੇ ਕਬਾਇਲੀ ਹਮਲੇ ਦਾ ਮੁੱਢੋਂ ਵਿਰੋਧੀ ਹਾਂ। ਜੋ ਸਿੱਖਾਂ ਨਾਲ ਹੋਇਆ ਕਦੇ ਨਹੀਂ ਸੀ ਹੋਣਾ ਚਾਹੀਦਾ। ਡੋਗਰਾਵਾਦ ਗੱਦਾਰੀ ਨੇ ਉੱਥੇ ਵੀ ਕਦੋਂ ਘੱਟ ਗੁਜ਼ਾਰੀ ਐ।

ਸਿੱਖ ਮੋਮਨਾ ਨੂੰ ਲੜਾਉਣ ਖ਼ਾਤਰ ਵੱਧ ਸਿੱਖ ਵਸੋਂ ਵਾਲ਼ਾ ਖਿੱਤਾ ਪਾਕਿਸਤਾਨ ਨੂੰ ਦੇ ਦਿੱਤਾ। ਗੁਲਾਬ ਸਿਹੁੰ ਡੋਗਰੇ ਦੀਆਂ ਕਾਲ਼ੀਆਂ ਕਰਤੂਤਾਂ ਤੋਂ ਸਿੱਖ ਕਦੋਂ ਅਣਜਾਣ ਨੇ ਜਿਹਨੇ ਕਸ਼ਮੀਰ ਦਾ ਰਾਜ ਲੈਣ ਤੋਂ ਬਾਅਦ ਅੰਗਰੇਜ਼ ਦੀ ਸਾਬਾਸ਼ ਖ਼ਾਤਰ ਚੋਟੀ ਦੇ ਸਿੱਖ ਜਰਨੈਲਾਂ ਨੂੰ ਤਸੀਹੇ ਦੇ ਦੇ ਕੇ ਮਰਵਾਇਆ। ਹਰੀ ਸਿਹੁੰ ਨਲੂਏ ਤੇ ਸ਼ਾਮ ਸਿੰਘ ਅਟਾਰੀ ਦੀਆਂ ਯਾਦਗਾਰਾਂ ਸਦਾ ਵਾਸਤੇ ਨੇਸਤੋਂ ਨਾਬੂਦ ਕਰ ਦਿੱਤੀਆਂ। ਤੁਹਾਡੇ ਗੁਰਧਾਮਾਂ ਤੇ ਵਿਰਾਸਤੀ ਨਿਸ਼ਾਨੀਆਂ ਨੂੰ ਡੋਗਰਾ ਰਾਜ ਦੇ ਰੂਪ 'ਚ ਬਦਲ ਦਿੱਤਾ। ਉਹੀ ਗੁਲਾਬ ਸਿਹੁੰ ਦਾ ਪੜਪੋਤਰਾ ਹਰੀ ਸਿਹੁੰ ਕਬਾਇਲੀ ਹਮਲੇ ਮੌਕੇ ਰਾਜ ਖੁੱਸਣ ਤੋਂ ਦੁਖੀ ਸੀ ਪਰ ਸਿੱਖਾਂ ਦੀ ਤਬਾਹੀ ਉਹਦੇ ਦਿਲ 'ਚ ਲੱਡੂ ਭੋਰ ਰਹੀ ਸੀ। ਸਰਦਾਰੋ ਤੁਹਾਡੇ ਨਾਲ਼ ਹੋਏ ਏਸ ਅਨਿਆਂ ਦਾ ਦੁੱਖ ਸਾਨੂੰ ਤੁਹਾਥੋਂ ਵੀ ਜ਼ਿਆਦੈ ਐ।"

"ਤੁਹਾਡੀ ਗੱਲ ਨੂੰ ਸੁਣ ਕੇ ਅਣਸੁਣੀ ਕਰਨ ਦੀ ਇਜ਼ਾਜਤ ਫਿਤਰਤ ਤੇ ਫਰਜ਼ ਦੋਵੇਂ ਈ ਨਹੀਂ ਦੇਂਦੇ। ਡੋਗਰਾ ਨੀਤੀਆਂ ਤੋਂ ਉਲਝਣਾਂ ਨੇ ਸਿੱਖਾਂ ਨਾਲ ਮੋਮਨਾਂ ਵੀ ਪ੍ਰਭਾਵਿਤ ਕੀਤੈ ਪਰ ਕੀ ਕਹਿ ਸਕਦੇ ਆਂ। ਇਨਸਾਨ ਮੌਤੋਂ ਬਚ ਸਕਦੈ ਪਰ ਗੱਦਾਰ ਦੀ ਗੱਦਾਰੀ ਤੋਂ ਨਹੀਂ...।

...ਓਏ ਗੱਦਾਰੀ? "ਪ੍ਰੋਫੈਸਰ ਦੀ ਗੱਲ ਨੂੰ ਕੱਟ ਕੇ ਮੁਜ਼ਾਹਿਦ ਵਿਚੇ ਬੋਲ ਪਿਆ- "ਗੱਦਾਰੀ ਦੇ ਕਿੱਸੇ ਪੁੱਛਣੇ ਨੇ ਤਾਂ ਪੁੱਛ ਸਤਲੁਜ ਦੇ ਕਿਨਾਰਿਆਂ ਤੋਂ ਜਿੱਥੇ ਡੋਗਰਿਆਂ ਭਰੇ ਬਾਰੂਦ ਦੇ ਬੇੜੇ ਡਬੋਏ ਸਨ ਜਾਂ ਪੁੱਛ ਲਾਹੌਰ ਦੇ ਕਿਲ੍ਹੇ ਤੋਂ ਜਿੱਥੇ ਕੰਵਰ ਨੌਨਿਹਾਲ ਦੀ ਛੱਤ ਤੇ ਛੱਜਾ ਸੁੱਟਿਆ ਸੀ। ਦੂਰ-ਅੰਦੇਸ਼ ਬੰਦਾ ਗੱਭਰੂ ਅੱਜ ਜੀਉਂਦਾ ਹੁੰਦਾ ਸਿੱਖਾਂ ਦੀ ਨਾ ਕਿਸਮਤ ਫੁੱਟਦੀ ਨਾ ਰਾਜ ਖੁੱਸਦਾ...।" ਮੁਜ਼ਾਹਿਦ ਦੀਆਂ ਅੱਖਾਂ 'ਚ ਚਮਕ ਉਤਰ ਆਈ।

"ਖ਼ੈਰ ਮੀਆਂ ਜੀ। ਸਿੱਖ ਤਵਾਰੀਖ਼ ਦੇ ਪੰਨੇ ਨਹੀਂ ਮੁੱਕਦੇ। ਜਿੰਨੀ ਮਰਜ਼ੀ ਵਿਚਾਰ ਕਰ ਵੇਖੋ?" ਨਜ਼ੀਰਾਂ ਨੇ ਸਵਾਲ ਕੀਤਾ, "ਤੁਹਾਡੇ ਗਰਮ ਸਿਧਾਂਤ ਨੂੰ ਵੀ ਸਹੀ ਮੰਨ ਲੈਂਦੇ ਹਾਂ ਪਰ ਇੱਕ ਫਿਰਕੇ ਦੇ ਬੇਦੋਸ਼ ਲੋਕਾਂ ਨੂੰ ਗੋਲ਼ੀਆਂ ਨਾਲ ਭੁੰਨਣਾਂ ਜਾਂ ਘਰਾਂ 'ਚ ਦਾਖ਼ਲ ਹੋ ਕੇ ਕੁੜੀਆਂ ਨੂੰ ਜਬਰੀ ਬੇਪੱਤ ਕਰਨਾ ਇਹ ਕਿੱਥੋਂ ਦਾ ਜੇਹਾਦ ਐ?"

"ਬੇਟੀ ਬੜਾ ਅੰਤਰ ਐ ਅੱਤਵਾਦੀ ਤੇ ਮੁਜ਼ਾਹਿਦ 'ਚ। ਅੱਤਵਾਤ ਤੇ ਜੇਹਾਦ 'ਚ ਔਰਤਾਂ ਦੀ ਪੱਤ ਲਾਹੁਣ ਵਾਲੇ ਫਾਇਰਨ ਤੇ ਵਰਦੀ 'ਚ ਛੁਪੇ ਕਿਰਦਾਰ ਅੱਤਵਾਦੀਆਂ ਦੇ ਨੇ। ਆਜ਼ਾਦੀ ਲਈ ਨਿਸ਼ਕਾਮ ਜੇਹਾਦ 'ਚ ਜੂਝਣ ਵਾਲੇ ਤੋਂ ਵੱਡਾ ਕੋਈ ਕਸ਼ਮੀਰਪ੍ਰਸਤ ਨਹੀਂ ਖ਼ੌਫ਼ ਖਿਲਾਰਨ ਆਏ ਅਫਗਾਨੀਆ ਤੋਂ ਵੱਡਾ ਕੋਈ ਕਾਫ਼ਰ ਨਹੀਂ। ਭਾਰਤੀ ਫ਼ੌਜਾਂ ਦੀਆਂ ਗੋਲੀਆ ਤੇ ਤਸ਼ੱਦਦ ਸਹਿਣਾ ਜੇਹਾਦ ਦੀ ਖਿਦਮਤ ਐ ਤੇ ਬੇਗੁਨਾਹਾਂ ਤੇ ਫਿਰਕੂ ਗੋਲੀਆਂ ਦਾਗਣਾ ਆਤੰਕਵਾਦ। ਜੇਹਾਦ ਦੇ ਨਾਂਅ ਤੇ ਚਲਦੀ ਰਾਜਨੀਤੀ, ਰਾਸ਼ਟਰ ਦੇ ਨਾਂਅ ਤੇ ਚਲਦੀ ਸਿਆਸਤ ਤੋਂ ਵੱਡਾ ਕਸ਼ਮੀਰ ਦਾ ਕੋਈ ਦੁਸ਼ਮਣ ਨਹੀਂ। ਪਰ ਸਰਦਾਰਾ ਜ਼ਰਾ ਤੂੰ ਜਵਾਬ ਦੇਹ।" ਉਸ ਨੇ ਸੀ.ਓ. ਵੱਲ ਮੁੜ ਇਸ਼ਾਰਾ ਕੀਤਾ-"ਔਰਤਾਂ ਦੀ ਅਜ਼ਮਤ ਨਾਲ ਖੇਡਣ ਵਾਲੇ ਹਰ ਜਿਹਾਦੀ ਨੂੰ ਮੈਂ ਕਸ਼ਮੀਰ ਦਾ ਗੱਦਾਰ ਮੰਨਦਾ ਆਂ। ਪਰ ਤੁਸੀਂ ਇਸੇ ਦੋਸ਼ 'ਚ ਰੰਗੇ ਸਿਪਾਹੀਆਂ ਤੇ ਫੌਜੀਆਂ ਬਾਰੇ ਕੀ ਕਹੋਗੇ?

"ਏਹਦਾ ਜਵਾਬ ਮੈਂ ਦੇਨਾ ਆਂ।" ਸੀ.ਓ. ਦੀ ਥਾਂ ਪ੍ਰੋਫ਼ੈਸਰ ਬੋਲਿਆ-"ਸਿੱਧੀ-ਅਸਿੱਧੀ ਸਰਕਾਰੀ ਦਖ਼ਲਅੰਦਾਜ਼ੀ ਪ੍ਰਸ਼ਾਸਨ ਤੋਂ ਨਿਆਂਪਾਲਿਕਾ ਤੱਕ ਚਲਦੀ ਐ। ਸੋ ਫੌਜ ਦਾ ਕੋਈ ਵੀ ਅਫ਼ਸਰ ਚਾਹੁੰਦਿਆਂ ਹੋਇਆਂ ਵੀ ਇਹ ਕਦਮ ਮਰਜ਼ੀ ਨਾਲ ਨਹੀਂ ਪੁੱਟ ਸਕਦਾ। ਪਰ ਸ਼ੱਕ ਕੋਈ ਨਹੀਂ ਸਰਕਾਰੀ ਤੇ ਗ਼ੈਰ-ਸਰਕਾਰੀ ਬੰਦੂਕਾਂ ਦੇ ਆਤੰਕ ਹੇਠ ਕਸ਼ਮੀਰ 'ਚ ਮਨੁੱਖੀ ਹੱਕਾਂ ਦਾ ਘਾਣ ਹੋ ਰਿਹੈ।

"ਆਹ ਕੀਤੀ ਐ ਲੱਖ ਦੀ। ਕਸ਼ਮੀਰ ਤੇ ਪੰਜਾਬ ਦੀਆਂ ਖਾੜਕੂ ਲਹਿਰਾਂ ਦਾ ਮੂਲ ਤੇ ਨਿਸ਼ਾਨਾ ਇੱਕੋ ਐ। ਸਿੱਖਾਂ ਦੇ ਹੱਕਾਂ ਦੀ ਲੜਾਈ ਲੜਨ ਵਾਲ਼ੇ ਮੁਜਾਹਿਦਾਂ ਦੇ ਮੁਜ਼ਾਹਿਦ, ਮਰਦ-ਏ-ਮੁਜਾਹਿਦ ਸੰਤ ਜਰਨੈਲ ਸਿੰਘ ਭਿੰਡਰਾਂਵਾਲੇ ਦੀ ਕੁਰਬਾਨੀ ਤੇ ਸਾਨੂੰ ਅੱਜ ਵੀ ਨਾਜ਼ ਐ ਪਰ ਦੁੱਖ ਤਾਂ ਉਦੋਂ ਹੁੰਦੈ ਸਰਦਾਰਾ ਜਦੋਂ ਤੁਸੀਂ ਸਰਕਾਰੀ ਏ ਬਣ ਕੇ ਸਰਕਾਰੀ ਬੋਲੀ ਬੋਲਣ ਲੱਗ ਪੈਂਦੇ ਓਂ?

"ਠੀਕ ਐ।" ਏਸ ਨੂੰ ਦੁਬਾਰਾ ਤੰਬੂ 'ਚ ਲੈ ਜਾਓ।

"ਓ.ਕੇ. ਮੀਆਂ ਜੀ। ਅਦਾਬ।" ਪ੍ਰੋ: ਨਿਰਵੈਰ ਸਿੰਘ ਨੇ ਕਿਹਾ।

"ਜਿੰਦਾਬਾਦ ਆਲਮ ਸਾਹਿਬ! ਜਿੰਦਾਬਾਦ!!"

ਉਹ ਸੰਗਲਾਂ 'ਚ ਬੱਝਾ ਫੌਜ ਦੀ ਟੁਕੜੀ 'ਚ ਤੰਬੂ ਵੱਲ ਹੋ ਤੁਰਿਆ।

"ਬਾਜਵਾ ਸਾਹਿਬ। ਜਾਮਾ ਤਲਾਸ਼ੀ ਵਾਲੇ ਕਾਗਜ਼ਾਤ ਏਹਨੂੰ ਪਾਗਲ ਪਏ ਕਹਿਣ ਪਰ ਹਿਸਟਰੀ ਤੇ ਏਨੀ ਪਕੜ ਰੱਖਣ ਵਾਲ਼ਾ ਇਨਸਾਨ ਪਾਗਲ ਨਹੀਂ ਹੋ ਸਕਦਾ।"

ਉਸ ਦੇ ਚਲੇ ਜਾਣ ਬਾਅਦ ਪ੍ਰੋਫ਼ੈਸਰ ਨੇ ਸੀ.ਓ. ਨੂੰ ਕਿਹਾ।

"ਦਾਅਵਾ ਕੋਈ ਨਹੀਂ ਪਰ ਇਹ ਕੱਟੜ ਬੜਾ। ਕੁੱਟ-ਫੈਂਟ ਨੇ ਏਹਨੂੰ ਤੁਰਨੋ ਮੁਹਾਲ ਕਰ ਦਿੱਤਾ ਪਰ ਜ਼ੁਬਾਨੋ ਸੀ ਤੱਕ ਨਾ ਕੀਤੀ। ਉਮਰੋਂ ਵੀ ਸੱਤਰ-ਬਹੱਤਰ ਦਾ ਅੰਕੜਾ ਪਾਰ ਕਰ ਚੁੱਕੈ।"

"ਕੱਚੇ ਪਿੱਲੇ ਮੁਜ਼ਾਹਿਦਾਂ ਤੋਂ ਈ ਤੁਹਾਨੂੰ ਵੀਕ ਪੁਆਇੰਟ ਮਿਲਦੇ ਹੋਣਗੇ। ਐਸੇ ਪੱਥਰਾ ਕੋਲੋਂ ਤਾਂ ਭਾਲਣੈ?"

"ਸਾਡੇ ਕਬਜ਼ੇ 'ਚ ਅਜਿਹੇ ਈ ਖ਼ਤਰਨਾਕ ਅੱਤਵਾਦੀ ਹੁੰਦੇ ਨੇ। ਮਾੜੇ-ਮੋਟੇ ਜਾਂ ਕੱਚੇ ਪਿੱਲੇ ਸਟੇਟ ਪੁਲਿਸ ਜਾਂ ਕੇਂਦਰੀ ਬਲਾਂ ਨੂੰ ਦੇ ਦੇਂਦੇ ਆਂ। ਬਹੁਤੇ ਅਜੇ ਵੀ ਸਾਡੀ ਕਸਟਡੀ 'ਚ ਰੁਲ ਰਹੇ ਨੇ। ਬਹੁਤਿਆਂ ਨੇ ਮੁੱਖ ਧਾਰਾ 'ਚ ਆਉਣ ਮੰਨ ਲਿਐ। ਅਸੀਂ ਉਨ੍ਹਾਂ ਨੂੰ ਟਾਊਟ ਤੌਰ 'ਤੇ ਵਰਤਦੇ ਆਂ।"

"ਕੋਈ ਅੰਕਲ ਐਸੀ ਮਿਸਾਲ?" ਨਜ਼ੀਰਾਂ ਨੇ ਪੁੱਛਿਆ "ਉਹ ਦਿਸਦੇ ਨੇ ਤੰਬੂ ਕੋਲ ਚਾਰ ਜਣੇ ਤਾਸ਼ ਖੇਡਦੇ?"

"ਉਹ ਤਾਂ ਫ਼ੌਜੀ ਵਰਦੀ 'ਚ ਨੇ?" ਜਹਾਨਗੀਰ ਬੋਲਿਆ।

"ਪਰ ਕਿਸੇ ਵੇਲੇ ਦੇ ਖ਼ਤਰਨਾਕ ਅੱਤਵਾਦੀ ਨੇ। ਹਾਲਾਂਕਿ ਇਹ ਪੂਰੀ ਤਰ੍ਹਾਂ ਮੁੱਖ ਧਾਰਾ 'ਚ ਨੇ ਫਿਰ ਵੀ ਅਸੀਂ ਇਨ੍ਹਾਂ ਨੂੰ ਹਰ ਆਪ੍ਰੇਸ਼ਨ 'ਚ ਅਸਲਾ ਫੜਾ ਕੇ ਫੌਜ ਅੱਗੇ ਤੋਰਦੇ ਹਾਂ। ਯੁੱਧਨੀਤੀ ਦੇ ਨਾਲ ਇਹ ਅੱਤਵਾਦੀ ਟਿਕਾਣਿਆਂ ਤੋਂ ਵਾਕਿਫ਼ ਹਨ। ਅੱਤਵਾਦੀ ਲਿਸਟਾਂ 'ਚ ਇਹ ਜੇਹਾਦ ਦੇ ਗਦਾਰ ਨੇ। ਮੇਰੀ ਖ਼ੁਫ਼ੀਆ ਮਜ਼ਬੂਰੀ ਇਨ੍ਹਾਂ ਨੂੰ ਤੁਹਾਡੇ ਰੂਬਰੂ ਨਹੀਂ ਕਰ ਸਕਦੀ। ਇਨ੍ਹਾਂ ਅੱਤਵਾਦੀ ਹੁੰਦਿਆਂ ਅਨੇਕਾਂ ਕਤਲ, ਰੇਪ ਤੇ ਲੁੱਟ-ਖਸੁੱਟ 'ਚ ਆਪਣਾ ਸ਼ਾਮਿਲ ਹੋਣ ਮੰਨਿਐ।"

ਸੀ.ਓ. ਨਜ਼ੀਰਾਂ ਨੂੰ ਦੱਸ ਰਿਹਾ ਸੀ। ਜਹਾਨਗੀਰ ਦੀ ਨਿਗਾਹ ਕੈਂਪ 'ਚ ਘੁੰਮਦੀ ਇੱਕ ਖ਼ੂਬਸੂਰਤ ਔਰਤ ਤੇ ਪਈ-"ਸਰ! ਉਹ ਹੁਸੀਨ ਮੁਹਤਰਮਾ ਕੌਣ ਐ?" ਉਸ ਨੇ ਪੁੱਛਿਆ।

"ਏਹਦਾ ਨਾਂਅ ਰੁਖਸਾਨਾ ਬੇਗ਼ਮ ਐ। ਇਹ ਆਈ.ਬੀ. ਸਟਾਫ਼ ਦੀ ਮੈਂਬਰ ਤੇ ਇੱਕ ਐਸੀ ਗੈਂਗ ਦੀ ਚੀਫ਼ ਐ, ਜਿਸ ਦਾ ਕੰਮ ਅੱਤਵਾਦੀਆਂ ਨਾਲ਼ ਪ੍ਰੇਮ ਸੰਬੰਧ ਬਣਾ ਕੇ ਉਨ੍ਹਾਂ ਦੀਆਂ ਠਾਹਰਾਂ ਤੱਕ ਪਹੁੰਚਣਾ ਐ। ਇਨ੍ਹਾਂ ਰਾਹੀਂ ਤਮਾਮ ਅੱਤਵਾਦੀ ਗਤੀਵਿਧੀਆਂ ਦੀ ਸਾਨੂੰ ਜਾਣਕਾਰੀ ਮਿਲਦੀ ਐ। ਏਹਦੀ ਗੈਂਗ ਜਰੀਏ ਅਸੀਂ ਕਈ ਨਾਮਵਾਰ ਅੱਤਵਾਦੀਆਂ ਨੂੰ ਢੇਰ ਕਰ ਚੁੱਕੇ ਹਾਂ। ਤੁਹਾਨੂੰ ਏਹਦੇ ਰੂਬਰੂ ਕਰਨਾ ਵੀ ਕਾਰਗੁਜ਼ਾਰੀ ਦੇ ਹਿਤ 'ਚ ਨਹੀਂ। ਸੌਰੀ।"

"ਵਾਹ! ਕਿਆ ਖ਼ੂਬ ਜਿਸਮ ਕੈਸੇ ਲੋਕਾਂ ਨਾਲ ਨਾਤੇ?" ਜਹਾਨਗੀਰ ਹੈਰਾਨ ਹੋ ਰਿਹਾ ਸੀ।

"ਬੇਟਾ ਜੀ। ਆਰਮੀ ਦੇ ਜਿਹੜੇ ਉੱਚ ਅਫ਼ਸਰ ਨਾਲ ਏਨੇ ਲਵ-ਮੈਰਿਜ ਕਰਵਾਈ ਸੀ ਉਹ ਅੱਤਵਾਦੀਆਂ ਨਾਲ਼ ਲੋਹਾ ਲੈਂਦਾ ਸ਼ਹੀਦ ਹੋ ਚੁੱਕੈ। ਉਹਦੀ ਮੁਹੱਬਤ ਦਾ ਜਨੂੰਨ ਜਦੋਂ ਏਨੂੰ ਭੰਗ ਦੇ ਨਸ਼ੇ ਵਾਂਗੂੰ ਚੜ੍ਹਦੈ ਤਾਂ ਇਹ ਹਰ ਖ਼ਤਰੇ ਨਾਲ਼ ਖੇਡਦੀ ਅੱਤਵਾਦੀਆਂ ਤੱਕ ਜਾ ਪੁੱਜਦੀ ਐ। ਏਹਦੇ ਖਾਵੰਦ ਦੀ ਮੌਤ ਲਈ ਜ਼ਿੰਮੇਵਾਰ ਅੱਤਵਾਦੀਆਂ ਨੂੰ ਏਨੇ ਕਦੋਂ ਦਾ ਮਰਵਾ ਦਿੱਤਾ ਐ। ਜੇਹਾਦ ਖ਼ਿਲਾਫ਼ ਨਫ਼ਰਤ ਏਹਦੇ ਜ਼ਿਹਨ 'ਚ ਕੁੱਟ-ਕੁੱਟ ਕੇ ਭਰੀ ਹੋਈ ਐ।

"ਕਸ਼ਮੀਰ 'ਚ ਹਰ ਕਿਸੇ ਦਾ ਆਪੋ-ਆਪਣਾ ਦੁਖਾਂਤ ਐ।" ਪ੍ਰੋ: ਨਿਰਵੈਰ ਸਿੰਘ ਨੇ ਕਿਹਾ।

"ਪਰ ਅੱਖੀਂ ਵੇਖਿਆ ਸੱਚ ਤੁਹਾਡੇ ਸਾਹਮਣੇ ਐ। ਲੋਕੀਂ ਸਮਝਦੇ ਐ ਇਸਲਾਮ ਮੱਤ ਸਮੁੱਚੀ ਜੇਹਾਦ ਹਿਤੈਸ਼ੀ ਐ ਪਰ ਏਹਦੇ ਤਿੰਨ ਚਿਹਰੇ ਤੁਹਾਡੇ ਸਾਹਵੇਂ ਨੇ।"

"ਪਲੀਜ਼ ਸਰ। ਮੈਂ ਕਿਸੇ ਵੀ ਤਰ੍ਹਾਂ ਰੁਖ਼ਸਾਨਾ ਨੂੰ ਮਿਲਣਾ ਚਾਹੁੰਦੀ ਆਂ।"

"ਨਹੀਂ ਬੇਟਾ।"

"ਮੈਂ ਸਿਰਫ਼ ਪਾਲਿਸੀ ਮੈਟਰ ਹੀ ਉਸ ਨਾਲ ਡਿਸਕਸ ਕਰਾਂਗੀ।"

"ਮੁਆਫ਼ੀ ਚਾਹਾਂਗਾ ਬੇਟੀ ਪਲੀਜ਼।"

ਸੀ.ਓ. ਬਾਜਵਾ ਡਿਊਟੀ ਤੋਂ ਮਜਬੂਰ ਸਨ।

ਕਾਂਡ-8

ਸੋਨਾਮਾਰਗ ਦੀਆਂ ਉੱਚੀਆਂ ਹਰੀਆਂ ਪਹਾੜੀਆਂ ਤੇ ਕੋਸੀ-ਕੋਸੀ ਧੁੱਪ ਦਾ ਆਲਮ ਮਾਣ ਰਹੇ ਫ਼ੌਜੀ ਜਵਾਨਾਂ ਦੇ ਬੁੱਲ੍ਹਾਂ ਤੇ ਫੁੱਲ ਵਾਂਗੂੰ ਹਾਸੇ ਖਿੜ ਰਹੇ ਸਨ। ਮਈ ਮਹੀਨਾ ਪੰਜਾਬ ਦੇ ਮਾਘ ਵਰਗੀ ਕੰਬਣੀ ਛੇੜ ਰਿਹਾ ਸੀ। ਢਲਦੀਆਂ ਬਰਫ਼ਾਂ ਨੇ ਪਹਾੜੀ ਹਿੱਕਾਂ 'ਚੋਂ ਨਿਕਲਦੇ ਚਾਂਦੀ ਰੰਗੇ ਪਾਣੀ ਦੇ ਸ਼ੋਰ-ਸ਼ਰਾਬੇ 'ਚ ਪੰਛੀਆਂ ਦੀਆਂ ਆਵਾਜ਼ਾ ਆਪਣਾ ਰੰਗ ਘੋਲ਼ ਰਹੀਆਂ ਸਨ।

ਕੋਈ ਸਮਾਂ ਸੀ ਜਦੋਂ ਇਹ ਕਸ਼ਮੀਰ ਦਾ ਸੈਰ-ਤਫਰੀਹ ਖਿੱਤਾ ਦੁਨੀਆਂ ਭਰ ਦੇ ਸੈਲਾਨੀਆਂ ਦਾ ਗੜ੍ਹ ਬਣ ਜਾਂਦਾ। ਸੜਦੇ-ਬਲਦੇ ਮਈ ਜੂਨ ਦੇ ਦਿਨੀਂ ਲੋਕ ਇੱਥੇ ਆ ਕੇ ਬਰਫਾਂ ਦੀ ਠੰਢ ਮਾਣਦੇ। ਜੰਗਲ 'ਚ ਮੰਗਲ ਲੱਗਦੇ। ਪ੍ਰਵਾਸੀ ਸੈਲਾਨੀਆਂ ਲਈ ਲੋੜੀਂਦੀਆਂ ਵਸਤਾਂ ਵੇਚਣ ਵਾਲ਼ੇ ਪਰਬਤਾਂ ਦੇ ਆਗੋਸ਼ 'ਚ ਤੰਬੂ ਲਾ ਕੇ ਆਰਜ਼ੀ ਸ਼ਹਿਰ ਸਿਰਜ ਦਿੰਦੇ। ਅਕਤੂਬਰ-ਨਵੰਬਰ ਤੱਕ ਇਹ ਬਾਜ਼ਾਰ ਖ਼ੂਬ ਰੌਣਕਾਂ ਬਿਖੇਰਦੇ ਫਿਰ ਠੰਡ ਦੀ ਆਮਦ 'ਚ ਸੁੰਗੜ ਜਾਂਦੇ। ਫ਼ਿਲਮ ਨਗਰੀ ਤੋਂ ਚੋਟੀ ਦੇ ਬਾਲੀਵੁੱਡ ਸਿਤਾਰੇ ਫ਼ਿਲਮਾਂ ਦੀ ਸ਼ੂਟਿੰਗ ਲਈ ਪੁੱਜਦੇ। ਯਾਤਰੀ ਕਿਰਾਏ ਦੇ ਘੋੜਿਆਂ 'ਤੇ ਬੈਠ ਕੇ ਅੰਬਰਾਂ ਦੇ ਬੁੱਲ੍ਹ ਚੁੰਮਦੀਆਂ ਪਹਾੜੀਆਂ ਤੱਕ ਦੀ ਸੈਰ ਕਰਦੇ।

ਪਰ ਇਹ ਸੁਪਨਿਆਂ ਦੀ ਨਗਰੀ ਅੱਜ ਦਹਿਸ਼ਤ ਦੇ ਪ੍ਰਛਾਵਿਆਂ ਨੇ ਆ ਦੱਬੀ ਸੀ। ਥਾਂ-ਥਾਂ ਤੋਂ ਪਹਾੜੀਆਂ ਨੂੰ ਖੋਦ ਮਿਲਟਰੀ ਨੇ ਪੱਕੇ ਬੰਕਰ ਬਣਾ ਲਏ ਸਨ।

ਵਿਆਹ ਤੋਂ ਬਾਅਦ ਮਲਵਈ ਅੱਜ ਪੂਰੇ ਦੋ ਮਹੀਨਿਆਂ ਬਾਅਦ ਸੋਨਮਰਗ ਯੂਨਿਟ ਪੁੱਜਿਆ ਤਾਂ ਜੇਠੇ ਵਿਛੋੜੇ ਦੇ ਅਹਿਸਾਸ ਨੇ ਮੁਕਲਾਵੇ ਦੇ ਨਸ਼ੇ ਦੀ ਭੰਨੀ ਰੂਹ ਨੂੰ ਘਰ ਖੱਤ ਪਾਉਣ ਦੀ ਯਾਦ ਤਾਜ਼ਾ ਕਰਵਾ ਦਿੱਤੀ। ਉਹ ਜਦੋਂ ਘਰੋਂ ਤੁਰਿਆ ਸੀ ਤਾਂ ਚੂੜੇ ਦੀ ਟਣਕਾਰ ਤੋਂ ਸੰਗਦਿਆਂ ਮਹਿੰਦੀ ਰੰਗੇ ਹੱਥ ਨੇ ਉਸ ਨੂੰ ਬਾਹੋਂ ਫੜਦਿਆਂ ਇੱਕ ਵਾਅਦਾ ਮੰਗਿਆ ਸੀ-"ਡਿਊਟੀ ਤੇ ਪੁੱਜਦਿਆਂ ਬੈਗ ਪਿੱਛੋਂ ਰੱਖਣਾ ਤੇ ਮੈਨੂੰ ਖ਼ਤ ਪਹਿਲਾਂ ਲਿਖਣਾਂ...।

ਸ਼ਗਨਾਂ ਦੇ ਪਹਿਲੇ ਵਾਅਦੇ 'ਚ ਬੱਝੇ ਉਮਰ ਭਰ ਦੇ ਵਿਸ਼ਵਾਸ ਨੂੰ ਸਿਜਦਾ ਕਰ ਕੇ ਉਸ ਨੇ ਅਥਾਹ ਸਧਰਾਂ ਭਰਪੂਰ ਜਦੋਂ ਖ਼ਤ ਲਿਖਿਆ ਤਾਂ ਉਹ ਅਚਾਨਕ ਰਮਤੇ ਦੀ ਨਜ਼ਰੀਂ ਜਾ ਚੜ੍ਹਿਆ-"ਉਏ ਇਨ੍ਹਾਂ ਚਿੱਠੀਆਂ-ਛਿੱਠੀਆਂ ਕੋਲੋਂ ਵਿਛੋੜੇ ਦੇ ਘੱਗ ਨਹੀਉਂ ਭਰੇ ਜਾਂਦੇ। ਕਿੱਥੇ ਜਲ਼ਦਾ-ਬਲ਼ਦਾ ਟਿੱਬੇ ਖੋਰ ਮਾਲਵਾ ਤੇ ਕਿੱਥੇ ਬਰਫੀਲਾ ਕਸ਼ਮੀਰ। ਭਾਬੋ ਨੂੰ ਸੱਸੀ ਵਾਂਗੂੰ ਥਲਾਂ 'ਚ ਵਿਲਕਦੀ ਛੱਡ ਕੇ ਔਣ ਲੱਗਿਆਂ ਤੈਨੂੰ ਸ਼ਰਮ ਨਾ ਆਈ? ਹੂੰ! ਤਾਇਆ ਵਿਆਹ ਕਰਾਉਣੇ ਦਾ।"

ਮਲਵਈ ਡੂੰਘੀ ਸ਼ਰਮ 'ਚ ਖੁੱਭ ਗਿਆ। "ਉਏ ਤੂੰ ਕਮਲਾ ਹੋਇਐਂ ਭਊ ਰਮਤਿਆ। ਜੇ ਹੁਣ ਛੁੱਟੀ ਜੋੜੂੰ ਤਦੇ ਭਾਬੋ ਦੇ ਪਕਾਏ ਸਾਉਣ ਦੇ ਪੂੜੇ ਛਕੂੰ।" ਮਸ਼ੈਲ ਨੇ ਮਲਵਈ ਨੂੰ ਕਲਾਵੇ ਘੁੱਟਦਿਆਂ ਕਿਹਾ।

"ਮਲਵਈ ਦੇ ਪੂੜੇ ਤਾਂ ਵਹੇ ਹੋਣ ਵਾਲੇ ਨੇ ਪਰ ਤੇਰੀ ਭਾਜੀ ਕਦੋਂ ਕੁ ਉਡੀਕੀਏ?"

"ਉਹ ਵੀ ਵੇਹਦੇਂ ਆ ਯਾਰ। ਮੇਰੀ ਖਾਣ ਪਿੱਛੋਂ ਤਾਂ ਊਂ ਵੀ ਵਿਹਲੇ ਹੋ ਬੈਠੋਗੇ। ਕਿਸੇ ਨੇ ਬੇਰਾਂ ਵੱਟੇ ਨੀ ਪੁੱਛਣਾ ਬਾਅਦ 'ਚ।"

"ਕਿਉਂ ਬਈ ਤੈਥੋਂ ਬਾਅਦ ਸ਼ਹਿਬਾਜ਼ ਦਾ ਵੀ ਨੰਬਰ ਐ।"

"ਏਹਦਾ ਕੀ ਪਤੈ ਮਲਵੀਆ ਕਦੋਂ ਕਸ਼ਮੀਰੋ ਦੇ ਪਿੰਜਰੇ ਜਾ ਪਏ।"

"ਕਿਉਂ ਉਏ ਮਚਲਿਆ ਬੋਲ?" ਰਮਤੇ ਨੇ ਸ਼ਹਿਬਾਜ਼ ਦੇ ਕੂਹਣੀ ਮਾਰੀ ਪਰ ਉਹ ਚੁੱਪ ਰਿਹਾ।

"ਕੇਰਾਂ ਇੱਕ ਦਾਦ ਤਾਂ ਦੇਣੀ ਬਣਦੀ ਆਂ। ਧੁਰੋਂ ਬਣ ਕੇ ਸ਼ਹਿਬਾਜ਼ ਤੇ ਕਸ਼ਮੀਰੋ ਦੀ ਜੋੜੀ ਫੱਬਦੀ ਤਾਂ ਵਾਹਵਾ ਆ।" ਮਸ਼ੈਲ ਮੁੜ ਸ਼ੁਗਲ ਵੱਲ ਹੋ ਤੁਰਿਆ।

"ਮਖਾਂ ਕੀ ਕਹਿਣੇ ਐ ਮਹਿਤਾਬੀ ਨੈਣਾਂ ਦੇ। ਪੁਤਲੀ ਚੀਨ ਦੀ ਨਕਸ਼ ਰੂਮ ਵਾਲੇ, ਲੱਧਾ ਪਰੀ ਨੇ ਚੰਨ ਉਜਾੜ ਵਿਚੋਂ। ਪੂਰਾ ਕਸ਼ਮੀਰ ਛਾਣ ਕੇ ਸਾਡੀ ਯੂਨਿਟ 'ਚ ਲੱਭ ਲਿਆ ਨਾ ਉਹਨੇ ਸ਼ਹਿਬਾਜ਼ ਨੂੰ।"

"ਹੋਰ ਕੀ ਸਾਲ਼ਿਆ ਉਹ ਤੇਰੇ ਜਿਹੇ ਝੱਥੂ ਤੇ ਮਰਦੀ?" ਮਲਵਈ ਰਮਤੇ ਦੁਆਲੇ ਹੋ ਗਿਆ-"ਕਦੇ ਸ਼ੀਸ਼ੇ 'ਚ ਮੂੰਹ ਵੇਖਿਆ ਜਿਵੇਂ ਭਰਿਆ ਕਰੇਲਾ ਤੇਲ 'ਚ ਤਲਿਆ ਹੋਵੇ।"

"ਬਹੁਤ ਸ਼ੁਗਲ ਨਾ ਕੁੱਟੋ ਉਏ।" ਮਸ਼ੈਲ ਦਾ ਦਖਲ ਰਮਤੇ ਨੂੰ ਅੱਗੇ ਬੋਲਣੋਂ ਵਰਜ ਰਿਹਾ ਸੀ-"ਭਲਾ ਸ਼ਹਿਬਾਜ਼ਿਆ। ਕੱਲ੍ਹ ਉਹੋ ਬੜੇ ਤੁਰੇ ਫਿਰਦੇ ਸੁ ਪ੍ਰੋਫ਼ੈਸਰ ਤੇ ਕਸ਼ਮੀਰੋ, ਸਾਹਬ ਬਹਾਦਰ ਨੂੰ ਨਾਲ ਲੈ ਕਰ ਕੇ ਫੜੇ ਅੱਤਵਾਦੀ ਜਹਾਨਗੀਰ ਨਾਲ ਵੀ ਯੱਕੜ ਕੁੱਟ ਰਹੇ ਸੀ?"

"ਸੀ.ਓ. ਸਾਹਿਬ ਨੂੰ ਮਿਲਣ ਆਏ ਸੀ। ਉਹਦੇ ਨਾਲ਼ ਗੱਲ ਛਿੜੀ ਤਾਂ ਉਹ ਫ਼ੌਜੀ ਰੇਪ ਦਾ ਮੁੱਦਾ ਛੇੜ ਬੈਠਾ।"

"ਮਿੱਤਰੋ ਏਸ ਮੁੱਦੇ ਨੇ ਆਰਮੀ ਨੂੰ ਬਦਨਾਮ ਕਰ ਛੱਡਿਆ ਸੁ। ਘੱਟ ਤਾਂ ਸਹੁਰੇ ਸੁੱਲੇ ਵੀ ਨਹੀਂ ਪਰ ਕਾਨੂੰਨ ਦੇ ਬਾਗ਼ੀਆਂ ਨਾਲੋਂ ਕਾਨੂੰਨ ਪਾਬੰਦ ਲੋਕਾਂ ਦੀ ਗਲ਼ਤੀ ਨੂੰ ਵੱਡਾ ਗੁਨਾਹ ਜਾਂਦੈ।"

"ਬਾਈ ਸਿਆਂ ਸਾਡੀ ਬਟਾਲੀਅਨ ਬਚੀ ਐ ਸੀ.ਓ. ਸਾਹਬ ਦੇ ਦਬਕੇ ਦੇ ਡਰੋਂ ਪਰ ਹੋਰਾਂ ਦਾ ਹਾਲ ਬੜਾ ਭੈੜਾ ਐ। ਉੱਦਣ ਅਸੀਂ ਇੱਕ ਕਾਂਡ ਮਗਰੋਂ ਪਿੰਡ 'ਚ ਤਲਾਸ਼ੀ ਲੈਣ ਵੜੇ, ਖੌਰੇ ਕਿਹੜੀ ਰਜ਼ਮੈਂਟ ਦਾ ਜਵਾਨ ਸੀ ਕੁੜੀ ਦਾ ਬੁਰਕਾ ਚੁੱਕ ਬੋਲਿਆ, "ਉਏ ਵੇਖਾਂ ਤਾਂ ਸਹੀ ਏਦੀਆਂ ਦੁੱਧੀਆਂ ਕਿੱਡੀਆਂ-ਕਿੱਡੀਆਂ ਕੁ ਨੇ।" ਰਮਤੇ ਨੇ ਅੱਖੀਂ ਡਿੱਠਾ ਸੱਚ ਬਿਆਨਿਆ। ਕੁੱਝ ਫੌਜੀ ਹੱਸਣ ਲੱਗ ਪਏ। ਮਸ਼ੈਲ ਤੱਤਾ ਹੋ ਬੋਲਿਆ-

'ਕੁੜੀ ਜਾਣੇ ਦੇ ਐਸੇ ਲੁਤਫਖੋਰ ਮਰਵਾਉਂਦੇ ਐ ਹੋਰਾਂ ਨੂੰ ਵੀ। ਮਰਦ ਮਨੁੱਖ ਦੁਸ਼ਮਣ ਨਾਲ ਦੁਸ਼ਮਣੀ ਪਾਲ ਕੇ ਉਹਦੀ ਧੀ-ਭੈਣ ਨੂੰ ਆਵਦੀ ਧੀ ਭੈਣ ਜਾਣੇ ਉਹ ਸੂਰਮਾ ਅਖਵਾਉਣ ਦਾ ਹੱਕਦਾਰ ਬਣਦੈ। ਗਊ-ਗਰੀਬ, ਔਰਤ-ਬਿਰਧ, ਬੱਚੇ-ਨਿਹੱਥੇ ਤੇ ਗਜ਼ਬ

ਢਾਹੁੰਣਾ ਵਰਦੀ ਦੀ ਮਰਿਆਦਾ ਨਹੀਂ। ਕਾਲ਼ੀ ਕਰਤੂਤਾਂ ਪ੍ਰਸਤਾਂ ਲਈ ਈ ਬਾਣੀ 'ਚ ਲਿਖਿਐ ਕਰਤੂਤ ਪਸੂ ਕੀ ਮਾਨਸ ਜਾਤ।"

"ਸੋਲ਼ਾਂ ਆਨੇ ਸੱਚੇ ਕਿਹੈ ਮਝੈਲਾ।" ਸ਼ਹਿਬਾਜ਼ ਨੇ ਤਾਈਦ ਕੀਤੀ-"ਆਏ ਆਂ ਅਸੀਂ ਅਣਖ-ਆਬਰੂ ਦੀ ਲੜਾਈ ਜਿੱਤਣ। ਕਾਰਗੁਜ਼ਾਰੀ 'ਚ ਹਵਸ ਭਰਾਂਗੇ। ਮੌਤ ਮੂਹਰੇ ਹੋ ਕੇ ਘੇਰੇਗੀ।

"ਤੇ ਰਮਤਿਆ ਇਹ ਤੂੰਹੀਓਂ ਸੁਣ ਲਿਆ। ਮੈਂ ਹੁੰਦਾ ਉਹਦੇ ਸੀਨੇ ਗੋਲ਼ੀ ਦਾਗਦਾ।" ਮਝੈਲ ਨੇ ਮੁੱਛ ਨੂੰ ਤਾਅ ਚਾੜ੍ਹਿਆ।

"ਬੱਲੇ ਓਏ ਸੂਰਮਿਆਂ। ਮੈਂ ਨਾ ਕਹਾ ਸੁੱਚਾ ਸੂਰਮਾ ਸੁਣਨ ਲਈ ਏਨੀ ਪੂਛ ਕਿਉਂ ਤੜਵਾਉਂਦੈ।" ਰਮਤੇ ਨੇ ਮਝੈਲ ਦੀ ਸਿਫਤ ਕੀਤੀ-"ਪਰ ਮਝੈਲ ਸਿਆਂ ਕਹਿੰਦੇ ਹੁੰਦੇ ਐ ਦੇਖੀ ਜਾਹ ਛੇੜੀਂ ਨਾ, ਨੇਤਰ ਭੋਜ ਤਾਂ ਕੀਤਾ ਜਾ ਸਕਦੈ? ...।"

"...ਆਰਡਰ।" ਰਮਤੇ ਦੀ ਗੱਲ ਵਿਚਕਾਰੋਂ ਟੁੱਟ ਗਈ। ਕਾਰਗਲ ਦੀਆਂ ਚੋਟੀਆਂ ਤੇ ਘੁਸਪੈਠੀਆਂ ਨੇ ਕਬਜ਼ਾ ਕਰ ਲਿਐ। ਬਟਾਲੀਅਨ ਫੌਜੀ ਜਾਣ ਦੀ ਤਿਆਰੀ ਕਰੇ।"

ਸੁਣਦਿਆਂ ਹੀ ਜਵਾਨਾਂ ਨੂੰ ਹੱਥਾਂ ਪੈਰਾਂ ਦੀ ਪੈ ਗਈ। ਕੁੱਝ ਦਿਨ ਪਹਿਲਾਂ ਖ਼ਬਰ ਆਈ ਸੀ-"ਮੁੱਠੀ ਭਰ ਘੁਸਪੈਠੀਏ ਕੰਟਰੋਲ ਰੇਖਾ ਦਾ ਉਲੰਘਣਾ ਕਰਕੇ ਇੰਡੀਆ ਵੱਲ ਵੱਧ ਰਹੇ ਨੇ। ਉਨ੍ਹਾਂ ਨੂੰ ਖਦੇੜਨ ਲਈ ਭਾਰਤੀ ਫੌਜਾਂ ਵੱਲੋਂ ਕੋਸ਼ਿਸ਼ਾਂ ਜਾਰੀ ਹਨ।"

ਉਸ ਤੋਂ ਵੀ ਕਈ ਦਿਨ ਪਹਿਲੀ ਖ਼ਬਰ ਸੀ-"ਕਸ਼ਮੀਰ ਮੁੱਦੇ ਤੇ ਭਾਰਤ-ਪਾਕਿ ਸੰਬਧਾਂ 'ਚ ਸੁਧਾਰ ਦੀ ਆਸ ਬੱਝੀ ਹੈ। ਇਤਫਾਕ ਦੀਆਂ ਤੰਦਾਂ ਦੀ ਮਜ਼ਬੂਰੀ ਲਈ ਪ੍ਰਧਾਨ ਮੰਤਰੀ ਹਿੰਦ ਬੱਸ ਰਾਹੀਂ ਸਦਭਾਵਨਾ ਦਾ ਸੁਨੇਹਾ ਲੈ ਕੇ ਪਾਕਿ ਜਾ ਰਹੇ ਹਨ।

"ਪਰ ਸਰ! ਇਹ ਉਮੀਦਾਂ ਵੀ ਪਾਕਿਸਤਾਨ ਨੇ ਸ਼ਿਮਲੇ ਸਮਝੌਤੇ ਵਾਂਗੂੰ ਤੜੱਕ ਕਰ ਤੋੜ ਦਿੱਤੀਆਂ? ਸ਼ਹਿਬਾਜ਼ ਨੇ ਬਾਜਵਾ ਸਾਹਿਬ ਤੋਂ ਪੁੱਛਿਆ।

"ਮੁਲਕਾਂ ਦੇ ਸਮਝੌਤੇ ਕੱਚੀਆਂ ਤੰਦਾਂ 'ਚ ਨਹੀਂ ਬੱਝਦੇ। ਵਿਸ਼ਵਾਸਘਾਤ ਸਦਾ ਈ ਸੀਨੇ ਲਾ ਕੇ ਡੰਗਦੈ ਪਰ ਜਵਾਨੋਂ ਤੁਸੀਂ ਹਿੰਮਤ ਵੱਟੋ ਵੈਰੀ ਨੂੰ ਥੱਪੜ ਮਾਰ-ਮਾਰ ਚੌਕੀਆਂ 'ਚੋਂ ਕੱਢ ਦਿਆਂਗੇ।"

ਸਾਰੇ ਚਰਚਿਆਂ ਨੂੰ ਲੈ ਕੇ ਜਵਾਨਾਂ ਦੇ ਚਿਹਰਿਆਂ 'ਤੇ ਫੈਲੀ ਸਨਖਨੀ ਨੂੰ ਮਲੀਆ ਕਰਨ ਲਈ ਕਰਨਲ ਬਾਜਵਾ ਨੇ ਵੰਗਾਰਿਆ। ਬਟਾਲੀਅਨ 15 ਮਈ 1999 ਨੂੰ ਦਰਾਸ ਸੈਕਟਰ ਪੁੱਜੀ। ਤੋਪਾਂ-ਟੈਂਕਾਂ, ਬੰਦੂਕਾਂ ਦੀ ਗੜਗੜਾਹਟ ਨਾਲ ਧੜਕਦੀ ਜ਼ਿੰਦਗੀ ਮੌਤ ਦੇ ਸੱਚ ਨੂੰ ਅੱਖੀਂ ਹੰਢਾਉਂਦੀ ਰਹੀ।

68 ਦਿਨਾਂ ਦੀ ਲੜਾਈ ਨੂੰ ਆਪ੍ਰੇਸ਼ਨ ਵਿਜੈ ਦਾ ਨਾਂਅ ਦੇ ਕੇ 16 ਜੂਨ ਦੇ ਦਿਨ ਜਵਾਨਾਂ ਨੇ ਮਕਬੂਜ਼ਾ ਚੌਕੀਆਂ ਨੂੰ ਘੁਸਪੈਠੀਆਂ ਤੇ ਅਫ਼ਗਾਨੀਆਂ ਹੱਥੋਂ ਆਜ਼ਾਦ ਕਰਵਾ ਲਿਆ। ਪਰ ਜਿਨ੍ਹਾਂ ਤਾਬੂਤਾਂ ਤੇ ਹਿੰਦੁਸਤਾਨ ਨੇ ਜਿੱਤ ਦੇ ਜਸ਼ਨ ਮਨਾਏ ਉਨ੍ਹਾਂ 'ਚ ਇੱਕ ਤਾਬੂਤ ਢਾਈ ਮਹੀਨੇ ਪਹਿਲਾਂ ਵਿਆਹੇ ਮਾਪਿਆਂ ਦੇ ਇਕਲੌਤੇ ਚਸ਼ਮ ਚਿਰਾਗ ਮਲਵਈ ਦਾ ਸੀ। ਪੰਜ ਭੈਣਾਂ ਦੀਆਂ ਟੁੱਟੀਆਂ ਰੱਖੜੀਆਂ। ਇੱਕ ਮਾਂ ਦੀਆਂ ਲੂਹੀਆਂ ਆਂਦਰਾਂ ਤੇ ਇੱਕ ਮਹਿੰਦੀ ਮੱਤੀ ਦੀਆਂ ਤਾਬੂਤ ਬਣੀਆਂ ਸੱਧਰਾਂ ਨੇ ਬਟਾਲੀਅਨ ਦਾ ਜੇਤੂ ਉਤਸ਼ਾਹ ਸਦਮੇਂ 'ਚ

ਡੋਬ ਦਿੱਤਾ। ਇੱਥੇ ਹੀ ਬੱਸ ਰੋਂਦਿਆਂ ਨੂੰ ਹਸਾਉਣ ਵਾਲਾ, ਰੱਬ ਦਾ ਪਿਆਰਾ ਰਮਤਾ ਬਰਫ਼ੀਲੇ ਗਲੇਸ਼ੀਅਰਾਂ ਹੇਠ ਲਾਪਤਾ ਹੋ ਗਿਆ। ਉਹ ਕਿਸ ਹਾਲ 'ਚ ਕਿਵੇਂ ਕਿੱਥੇ ਤੇ ਕਦੋਂ ਗਿਆ? ਸਰਕਾਰੀ ਪੁਸ਼ਟੀ ਦੇ ਹਰ ਪੱਖੋਂ ਬੁੱਲ੍ਹ ਸਿਉਂਤੇ ਗਏ ਪਰ ਅੱਖਾਂ ਸਾਹਮਣੇ ਹਿੱਕ ਤਾਣ ਗੋਲ਼ੀ ਖਾ ਕੇ ਸ਼ਹੀਦ ਹੋਏ ਮਲਵਈ ਨੇ ਸ਼ਹਿਬਾਜ਼ ਨੂੰ ਅੰਦਰੋਂ ਮਾਰ ਸੁੱਟਿਆ, "ਬਹੁੜੀਂ ਵੇ ਰੱਬਾ। ਆਹ ਕੀ ਲੋਹੜਾ ਮਾਰਤੈ? ਕੱਲੇ ਮਲਵਈ ਦੀ ਮੌਤ ਨੇ ਕਿੰਨਿਆਂ ਨੂੰ ਜੀਊਂਦਿਆਂ ਮਾਰ ਦਿੱਤੈ! ਰੱਬਾ ਤੂੰ ਤਰਸ ਕਿਉਂ ਨਾ ਖਾਧਾ? ਮੈਂ ਆਪਣੇ ਤੇ ਹਰਮਨ ਨਾਲ ਹੋਏ ਅਨੇਕਾਂ ਧੋਖਿਆਂ ਦਾ ਦੋਸ਼ ਤਕਦੀਰ ਸਿਰ ਮੜ੍ਹ ਸਦਾ ਈ ਤੇਰੇ ਭਾਣੇ ਅੱਗੇ ਸਿਰੋਂ ਝੁਕਦਾ ਰਿਹਾ ਆ ਪਰ ਢਾਈ ਮਹੀਨੇ ਪਹਿਲਾਂ ਵਿਆਹੀ ਵਿਧਵਾ ਦੇ ਦੁਖਾਂਤ ਪ੍ਰਤੀ ਮੇਰਾ ਤੇਰੇ ਸੰਗ ਸਦੀਵੀ ਇਤਰਾਜ਼ ਐ।" ਉਸ ਨੇ ਮਲਵਈ ਤਾਬੂਤ ਤੇ ਸਿਰ ਧਰ ਕੇ ਰੂਹ ਭਰ ਧਾਹਾਂ ਮਾਰੀਆਂ।

"ਜਿਤੁ ਦਿਨਿ ਦੇਹ ਬਿਨਸਸੀ ਤਿਤੁ ਵੇਲੈ ਕਹਸਨਿ ਪ੍ਰੇਤੁ ॥ ਪਕੜਿ ਚਲਾਇਨ ਦੂਤ ਜਮ ਕਿਸੈ ਨ ਦੇਨੀ ਭੇਤੁ !! ਛਡਿ ਖੜੋਤੇ ਖਿਨੈ ਮਾਹਿ ਜਿਨ ਸਿਉ ਲਗਾ ਹੇਤੁ ॥ ਹਥ ਮਰੋੜੈ ਤਨੁ ਕਪੇ ਸਿਆਹਹੁ ਹੋਆ ਸੇਤੁ ॥ ਜੇਹਾ ਬੀਜੈ ਸੋ ਲੁਣੈ ਕਰਮਾ ਸੰਦੜਾ ਖੇਤੁ ॥ ...ਸ਼ਹਿਬਾਜ਼ ਸਿਆਂ। ਮੁਲਾਹਜ਼ੇਦਾਰੀਆਂ ਦਾ ਮੋਹ ਜਾਣ ਵਾਲਾ ਨਾਲੇ ਲੈ ਗਿਐ। ਜਾਣ ਵਾਲਿਆਂ ਨੂੰ ਪਿੱਛੇ ਰੋਂਦੇ ਨਹੀਂ ਦਿੱਸਦੇ। ਰੋਣ ਵਾਲਿਆਂ ਤੋਂ ਗਏ ਮੋੜੇ ਨਹੀਂ ਜਾਂਦੇ। ਵਜੂਦੋਂ ਬਿਨਸੀਆਂ ਤੇ ਵਜੂਦ ਵਿਚਲਆਂ ਰੂਹਾਂ ਦੇ ਵਿਛੋੜੇ ਦਾ ਇਹੋ ਦੁਖਾਂਤ ਐ।"

ਸੀ.ਓ. ਨੇ ਸ਼ਹਿਬਾਜ਼ ਨੂੰ ਹੌਂਸਲਾ ਦਿੱਤਾ। ਤੂੰ ਮਲਵਈ ਦੀ ਡੈੱਡ ਬਾਡੀ ਲੈ ਕੇ ਫੌਜੀ ਟੁਕੜੀ ਨਾਲ ਫਰੀਦਕੋਟ ਜਾਏਂਗਾ। ਪਰਿਵਾਰ ਦਾ ਨੇੜਿਓਂ ਹੋ ਕੇ ਦੁੱਖ ਵੰਡਾਈ। ਇਸੇ ਲਈ ਮੈਂ ਤੇਰੀ ਡਿਊਟੀ ਸਪੈਸ਼ਲ ਲਗਾਈ ਐ।"

ਸ਼ਹਿਬਾਜ਼ ਨੇ ਸੀ.ਓ. ਦਾ ਹੁਕਮ ਪੱਲੇ ਬੰਨ੍ਹ ਲਿਆ। ਭੱਜੀਆਂ ਬਾਹਵਾਂ ਟੁੱਟੇ ਲੱਕ ਨੂੰ ਕਿਵੇਂ ਸਾਂਭਣਗੀਆਂ? ਇਹੋ ਸਵਾਲ ਅੰਬਰੀਂ ਉਡਦੇ ਜਹਾਜ਼ 'ਚ ਚੰਡੀ ਮੰਦਿਰ ਚੰਡੀਗੜ੍ਹ ਤੱਕ ਉਸ ਦੇ ਜ਼ਿਹਨ 'ਚ ਧੜਕਦਾ ਰਿਹਾ।

"ਜਵਾਨਾਂ ਤੂੰ ਦੱਸਦਾ ਸੀ ਮਲਵਈ ਸ਼ਗਨਾਂ 'ਚ ਰੰਗਰੱਤੀ ਮੁਟਿਆਰ ਦੇ ਸੁਹਾਗ ਤੋਂ ਬਿਨਾਂ ਪੰਜ ਭੈਣਾਂ ਦਾ ਇਕਲੌਤਾ ਭਾਈ ਵੀ ਐ। ਏਹਦੀ ਮੌਤ ਦੀ ਖ਼ਬਰ ਧਰਤੀ ਨੂੰ ਕੰਬਣੀ ਛੇੜ ਦੂ। ਡਿਊਟੀ ਤੋਂ ਬਿਨਾਂ ਸਾਡਾ ਫ਼ਰਜ਼ ਪੀੜਤ ਪਰਿਵਾਰ ਨੂੰ ਹੌਂਸਲਾ ਦੇਣਾ ਵੀ ਬਣਦੈ। ਡੀ.ਸੀ. ਫਰੀਦਕੋਟ ਤੇ ਜ਼ਿਲ੍ਹਾ ਸੈਨਿਕ ਬੋਰਡ ਨੂੰ ਭੇਜੀ ਸੂਚਨਾ ਪਰਿਵਾਰ ਤੱਕ ਅਵੱਸ਼ ਪੁੱਜ ਗਈ ਹੋਏਗੀ। ਅਸੀਂ ਭਲਕੇ ਤੁਰ ਕੇ ਵੀ ਦੋ ਵਜੇ ਤੋਂ ਪਹਿਲਾਂ ਉੱਥੇ ਨਹੀਂ ਪੁੱਜ ਸਕਦੇ। ਸੋ ਮੈਂ ਚਾਹੁੰਨਾ ਆਂ ਤੂੰ ਹੁਣੇ ਉੱਥੇ ਚਲਾ ਜਾਹ। ਡਿਊਟੀ ਤੋਂ ਉੱਤੇ ਦੋਸਤੀ ਦੇ ਫਰਜ਼ਾਂ ਤੋਂ ਵੱਡਾ ਦੁਖੀ ਪਰਿਵਾਰ ਲਈ ਹੋਰ ਹੌਂਸਲਾ ਵੀ ਕੀ ਹੋ ਸਕਦੈ?"

ਸੂਬੇਦਾਰ ਨੇ ਸ਼ਹਿਬਾਜ਼ ਨੂੰ ਕਿਹਾ। ਪਰ ਸ਼ਹਿਬਾਜ਼ ਹਾਲੋਂ ਬੇਹਾਲ ਸੀ-"ਜਿਹੜੇ ਘਰ ਚੰਦ ਦਿਨ ਪਹਿਲਾਂ ਖ਼ੁਸ਼ੀ ਵੰਡਾ ਕੇ ਗਿਆ ਉਸੇ ਘਰ ਦੁੱਖ ਕਿਵੇਂ ਵੰਡਾਊ?"

ਇਸੇ ਖ਼ਿਆਲ ਤੇ ਸਵੇਰ ਹੋਇਆਂ ਉਹ ਦਿਨ ਢਲਦੇ ਹੀ ਮਲਵਈ ਦੇ ਪਿੰਡ ਜਾ ਪੁੱਜਾ। ਜੂਹ ਵੜਦਿਆਂ ਹੀ ਅੱਧਾ ਪਿੰਡ ਵਰਦੀਧਾਰੀ ਫ਼ੌਜੀ ਨੂੰ ਵੇਖਦਿਆਂ ਹੀ ਉਸ ਦੁਆਲੇ ਆ ਜੁੜਿਆ। ਮਾਤਮੀ ਖਾਮੋਸ਼ੀ ਨੇ ਕੁੱਝ ਪੁੱਛਣ ਦੱਸਣ ਦੀ ਥਾਂ ਸਭ ਸਵਾਲ-ਜਵਾਬ ਖ਼ੁਦ ਹੀ ਕਰ ਲਏ-"ਲਾਸ਼ ਕਦੋਂ ਆ ਰਹੀ ਐ?"

"ਕੱਲ੍ਹ ਦੁਪਹਿਰ।"

"ਪਰ ਫ਼ੌਜੀ ਦੇ ਘਰ ਅਜੇ ਕੋਈ ਖ਼ਬਰ ਨਹੀਂ। ਸਭਨਾ ਦੀ ਰਾਇ ਐ ਮੌਕੇ ਤੇ ਈ ਪਤਾ ਲੱਗੇ ਪਹਿਲਾਂ ਬੋਲਿਆਂ ਸੱਚ ਵਾਧੂ ਭਾਂਬੜ ਬਾਲ਼ੇਗਾ।"

"ਮੈਨੂੰ ਸਾਹਿਬ ਨੇ ਸ਼ਪੈਸ਼ਲ ਏਸੇ ਲਈ ਪਹਿਲਾਂ ਭੇਜਿਐ ਫਿਰ ਵੀ ਮੈਂ ਤੁਹਾਡੀ ਰਾਇ ਨਾਲ ਸਹਿਮਤ ਹਾਂ।"

"ਤੁਸੀਂ ਘਰ ਜਾਓ ਪਰ ਭੇਦ ਨਾ ਖੁੱਲ੍ਹੇ, ਮਤੇ ਰਾਤ ਕੱਟਣੀ ਈ ਨਾ ਔਖੀ ਹੋ ਜੇ।" ਸਿਆਣੇ ਬਜ਼ੁਰਗ ਨੇ ਰਾਇ ਦਿੱਤੀ। ਘਰ ਵੱਲ ਵਧਦੇ ਸ਼ਹਿਬਾਜ਼ ਦੇ ਕਦਮ ਕੰਬ ਰਹੇ ਸਨ- "ਕਿਹੜੇ ਇਮਤਿਹਾਨਾਂ 'ਚ ਫ਼ਸ ਗਿਆਂ ਉਏ ਰੱਬਾ? ਮਾਂ ਨੇ ਜਿਗਰ ਦੇ ਟੋਟੇ ਦਾ ਹਾਲ ਪੁੱਛਣੈਂ ਪੀੜ ਦੇ ਕੰਬਦੇ ਬੁੱਲ੍ਹਾਂ ਨੇ ਛੁਪਿਆ ਸੱਚ ਬਿਆਨ ਸੁਣਨੈਂ। ਬਾਪੂ ਡੰਗੋਰੀ ਲੱਭੂ ਮੈਂ ਕਿੱਥੋਂ ਫੜਾਊਂ? ਚੰਦ ਦਿਨ ਪਹਿਲੋਂ ਜਗਮਗਾਉਂਦੇ ਘਰ ਦੇ ਸਭ ਚਿਰਾਗ ਗੁੱਲ ਨੇ। ਕੱਲ੍ਹ ਗੀਤ ਸੁਣੀਂਦੇ ਸਨ, ਭਲਕੇ ਕੀਰਨੇ ਪੈਣਗੇ। ਯਾਰਾਂ ਦਾ ਯਾਰ ਮਲਵਈ। ਜਦੋਂ ਏਸ ਘਰ ਦੀ ਗੱਲ ਛੇੜਦਾ ਕਬੀਲੇ ਦਾ ਫਿਕਰ ਸਿਰ ਚੜ੍ਹ ਕੂਕਦਾ।

"ਫਿਕਰਾਂ ਵਾਲਿਆਂ ਤੇਰੇ ਫਿਕਰ ਤਾਂ ਅੱਜ ਮੁੱਕ ਗਏ ਪਰ ਪੰਜ ਭੈਣਾਂ ਦੀਆਂ ਭੱਜੀਆਂ ਬਾਹਾਂ ਦਾ ਸਹਾਰਾ ਕੌਣ ਬਣੂੰ? ਬਾਬੇ ਵਾਰਿਸ ਨੇ ਐਵੇਂ ਨਹੀਂ ਕਿਹਾ ਭਾਈ ਮਰੇ ਬਰਾਬਰੋਂ ਲੱਕ ਟੁੱਟੇ...।"

ਗੇਟ ਤੋਂ ਬਾਹਰ ਖੜ੍ਹੇ ਸ਼ਹਿਬਾਜ਼ ਦੀ ਭੁੱਬ ਨਿਕਲ ਗਈ। ਪਰ ਅੰਦਰਲਾ ਖ਼ੌਫ਼ ਭੇਦ ਖੁੱਲ੍ਹਣ ਦੇ ਡਰੋਂ ਜਜ਼ਬਾਤ ਨੂੰ ਸੰਜਮ ਵਰਤਣ ਦਾ ਇਸ਼ਾਰਾ ਦੇ ਰਿਹਾ ਸੀ। ਉਸ ਦੀ ਨਿਗਾਹ ਗੇਟ ਤੋਂ ਸਿੱਧੀ ਸਾਹਮਣੇ ਵਾਲੀ ਬੈਠਕ 'ਤੇ ਪਈ। ਨਵੀਂ ਵਹੁਟੀ ਚਿੱਠੀ ਪੜ੍ਹ ਰਹੀ ਸੀ। ਲਿਫ਼ਾਫ਼ੇ ਦੀ ਸ਼ਨਾਖ਼ਤ ਰੰਗ ਤੋਂ ਹੋਈ ਸ਼ਨਾਖ਼ਤ ਨੇ ਪਟੱਕ ਦੱਸ ਦਿੱਤਾ ਚਿੱਠੀ ਉਹੀ ਸੀ ਜੋ ਡਿਊਟੀ ਪੁੱਜਦਿਆਂ ਮਲਵਈ ਨੇ ਵਾਅਦੇ ਨੂੰ ਪੂਰਾ ਕਰਦਿਆਂ ਵਾਹੁਟੀ ਨੂੰ ਲਿਖੀ ਸੀ।

"ਕੁੜੇ ਕੀ ਲਿਖਦੈ?"

"ਲਿਖਦੈ ਮਾਹੌਲ ਖ਼ਰਾਬ ਐ।" ਬੇਬੇ ਦੀ ਗੱਲ ਦੇ ਜੁਆਬ 'ਚ ਵਾਹੁਟੀ ਦੀਆਂ ਮੁਸਕਾਨਾਂ ਜਿਹਰਿਓਂ ਗ਼ਾਇਬ ਹੋ ਗਈਆਂ।

"ਵਾਹਿਗੁਰੂ ਸੁੱਖ ਰੱਖੀਂ ਮੇਰੇ ਪੁੱਤ ਤੇ।" ਬੇਬੇ ਨੇ ਛੱਤ ਵੱਲ ਨਿਗਾਹਾਂ ਮਾਰੀਆਂ।

"ਵੀਰ ਆ ਗਿਆ। ਵੀਰ ਆ ਗਿਆ!!" ਨਿੱਕੀ ਨੇ ਅਚਨਚੇਤ ਸਹਿਬਾਜ ਨੂੰ ਵੇਖਦਿਆਂ ਰੌਲ਼ਾ ਪਾ ਦਿੱਤਾ ਤੇ ਭੱਜੀ ਜਾ ਕੇ ਸ਼ਹਿਬਾਜ਼ ਨੂੰ ਚਿੰਬੜ ਗਈ। ਫਿਰ ਜਦੋਂ ਸ਼ਕਲ ਤਲਾਸ਼ੀ ਤਾਂ ਅਵੱਲੜੀ ਖ਼ੁਸ਼ੀ ਨੂੰ ਤ੍ਰੇੜ ਪੈ ਗਈ-"ਸ਼ਹਿਬਾਜ਼ ਵੀਰ।"

"ਹਾਂ ਨਿੱਕੀਏ ਸ਼ਹਿਬਾਜ਼।" ਉਸ ਨੇ ਕੁੜੀ ਦਾ ਸਿਰ ਪਲੋਸਿਆ-"ਮੱਥਾ ਟੇਕਦਾ ਆਂ ਬੇਬੇ।"

"ਜੀਉਂਦਾ ਰੁਹ ਪੁੱਤਰਾ।"

"ਸਤਿ ਸ੍ਰੀ ਅਕਾਲ ਭਾਜੀ।"

"ਸਤਿ ਸ੍ਰੀ ਅਕਾਲ।" ਉਸ ਨੇ ਨਵੀਂ ਵਹੁਟੀ ਨੂੰ ਹੱਥ ਜੋੜਦਿਆਂ ਜਵਾਬ ਦਿੱਤਾ।

"ਸ਼ਹਿਬਾਜ਼ ਵੀਰਿਆ। ਭਲਾ ਬਾਈ ਨਹੀਓਂ ਆਇਐ?"

"ਨਹੀਂ ਨਿੱਕੋ। ਮੈਂ ਕੱਲਾ ਈ ਆਇਐਂ ਖ਼ਬਰ ਸੁੱਖ ਲੈਣ ਲਈ।"

"ਅੱਜ ਈ ਆਈ ਐ ਉਹਦੀ ਚਿੱਠੀ। ਵਹੁਟੀ ਪੜ੍ਹ ਕੇ ਸੁਣਾ ਰਹੀ ਸੀ। ਸੁਣਾ ਕੀ ਹਾਲ ਐ ਉਹਦਾ। ਜੈ ਵੱਢੀ ਦੀਆਂ ਖ਼ਬਰਾਂ ਨੇ ਈ ਸਾਹ ਸੂਤੇ ਐ। ਡਰ ਲੱਗਦੈ ਭਾਈ।"

"ਉਹ ਤਾਂ ਐ ਬੇਬੇ ਪਰ ਕੀ ਕਰਨਾ।" ਸ਼ਹਿਬਾਜ਼ ਨੇ ਰਸਮੀ ਜਿਹਾ ਜਵਾਬ ਦਿੱਤਾ। ਜ਼ਬਾਨ ਬਹੁਤਾ ਝੂਠ ਬੋਲ ਕੇ ਮਾਂ ਨਾਲ ਧਰੋਹ ਕਮਾਉਣ ਤੋਂ ਸਿਰ ਫੇਰ ਰਹੀ ਸੀ ਤੇ ਉਹ ਉਨਾਂ ਕੁ ਹੀ ਝੂਠ ਬੋਲਣਾ ਚਾਹੁੰਦਾ ਸੀ ਜਿੰਨੇ ਕੁ ਦੇ ਪਰਦੇ ਉਹ ਸਵੇਰੇ ਸਹਿਜੇ ਹੀ ਕੱਜ ਸਕਦਾ ਹੋਵੇ।

"ਸ਼ੈਬਾਜ਼ ਵੀਰਿਆ। ਭਾਬੋ ਪੁੱਛਦੀ ਐ ਖ਼ਬਰ ਸੁੱਖ ਲੈਣ ਲਈ ਖਾਲੀ ਹੱਥੀਂ ਈ ਆ ਤੁਰਿਓਂ?" ਨਿੱਕੀ ਨੇ ਭਰਜਾਈ ਦਾ ਨਾਂਅ ਵਰਤ ਕੇ ਸ਼ੁਗਲ ਕੀਤਾ।

"ਚੁੱਪ ਨੀਂ। ਐਵੇਂ ਲੁਤਰੋ ਵਧਾਈ ਫਿਰਦੀ ਐ ਟੁੱਟੇ ਛਿੱਤਰ ਆਂਗੂੰ।"

"ਮੁਆਫ਼ ਕਰਿਓ ਬੇਬੇ। ਮੇਰੀ ਤਾਂ ਬੁਖ਼ਾਰ ਨੇ ਈ ਸੁੱਧ-ਬੁੱਧ ਭਲਾਈ ਐ। ਸ਼ਹਿਰੋਂ ਦਵਾਈ ਵੀ ਨਾ ਲੈ ਸਕਿਆ। ਮੇਰੇ ਲਈ ਬੈਠਣਾ ਵੀ ਔਖੈ, ਭਰਾ ਦਾ ਕੋਈ ਪੁਰਾਣਾ ਸੂਟ ਲਿਆ ਦਿਉ। ਮੈਂ ਛੇਤੀ ਲੇਟ ਜਾਣੈ।"

"ਪਰ ਭਾਈ ਕਿਸੇ ਡਾਕਟਰ ਨੂੰ ਬੁਲਾ ਲੈਨੇ ਆਂ।"

"ਨਹੀਂ ਬੇਬੇ ਬੁਖ਼ਾਰ ਥਕੇਵੇਂ ਦਾ ਐ। ਆਰਾਮ ਕਰਕੇ ਈ ਲੱਥ ਜੂ।"

"ਫਿਰ ਚਾਰ ਜੱਗ ਜੁੱਸੇ ਤੇ ਪਾਣੀ ਦੇ ਸੁੱਟ ਲੈ। ਥਕੇਵਾਂ ਸਣੇ ਤਾਪ ਲੱਥ ਜੂ। ਉਦੋਂ ਨੂੰ ਰੋਟੀ ਵੀ ਪੱਕ ਜੂ।"

"ਰੋਟੀ ਦੀ ਭੁੱਖ ਨਹੀਂ ਲੱਕ ਤੋੜ ਥਕੇਵਾਂ ਮੰਜਾ ਮੰਗਦੈ।" ਨੀਂਦ ਦਾ ਨੈਣੀਂ ਨਾਮੋ ਨਿਸ਼ਾਨ ਨਾ ਹੋਣ ਤੇ ਵੀ ਬੇਬੇ ਲਈ ਬਹਾਨਾ ਬਣਾਉਣਾ ਜ਼ਰੂਰੀ ਸੀ। ਨਿੱਕੀ ਨੇ ਸਵਾਤ 'ਚ ਬਿਸਤਰਾ ਕਰ ਕੇ ਇੱਕ ਅਧਰਾਣਾ ਕੁੜਤਾ ਲਿਆ ਧਰਿਆ। ਸ਼ਹਿਬਾਜ਼ ਦੁੱਧ ਦਾ ਗਲਾਸ ਪੀ ਕੇ ਲੇਟ ਗਿਆ। ਬੇਬੇ ਦੀ ਪਿਆਸ ਪੁੱਤ ਦੀ ਗੱਲ ਛੇੜਨ ਲਈ ਹੁੱਝਾਂ ਮਾਰਨ ਲਈ ਮਜ਼ਬੂਰ ਸੀ ਪਰ ਸ਼ਹਿਬਾਜ਼ ਹਾਂਅ-ਹੂੰਅ ਕਰਕੇ ਡੰਗ ਟਪਾਉਂਦਾ ਰਿਹਾ। ਦੋ ਧੀਆਂ ਸਣੇ ਕੁਵੇਲੇ ਖੇਤਾਂ ਤੋਂ ਪਰਤੇ ਬਾਪੂ ਨੂੰ ਸ਼ਹਿਬਾਜ਼ ਦੀ ਬਿਮਾਰੀ ਦੀ ਮਜ਼ਬੂਰੀ ਦੱਸਦਿਆਂ ਪੁੱਤ ਦੀ ਖ਼ੈਰ-ਸੁੱਖ ਪੁੱਛਣੋਂ ਵਾਂਝਾ ਕਰ ਦਿੱਤਾ।

ਤੋਲਾਲਿੰਗ ਤੇ ਕਾਰਗਿਲ ਦੀਆਂ ਪਹਾੜੀਆਂ ਤੇ ਫਟਦਾ ਬਾਰੂਦ ਸਾਰੀ ਰਾਤ ਸ਼ਹਿਬਾਜ਼ ਨੂੰ ਖ਼ਿਆਲੋਂ ਜ਼ਖਮੀ ਕਰਦਾ ਰਿਹਾ।

ਸੁਵੱਖਤੇ ਤੇ ਉਹ ਨਹਾ ਧੋ ਕੇ ਜਲਦ ਤਿਆਰ ਹੋ ਗਿਆ। ਪਿੰਡ 'ਚ ਘੁੰਮਦੀ ਖ਼ਬਰ ਦੇ ਗੇਟ ਵੜਨ ਤੋਂ ਪਹਿਲਾ ਉਹ ਸਾਰੇ ਪਰਿਵਾਰ ਨੂੰ ਰੋਟੀ ਖਵਾਉਣੀ ਚਾਹੁੰਦਾ ਸੀ। "ਆਖਿਰ ਏਡੀ ਜਿੱਦ ਵੀ ਕੀ ਐ ਪੁੱਤਾ?" ਬੇਬੇ ਦੇ ਮੋਹਮੱਤੇ ਇਤਰਾਜ਼ ਨੇ ਸ਼ਹਿਬਾਜ਼ ਦੇ ਬੁੱਲ੍ਹਾਂ ਤੋਂ ਰੋਕੀ ਭੁੱਬ ਖੋਹ ਲਈ। ਡਰੀਆਂ ਭੈਣਾਂ ਰਸੋਈ ਵੱਲ ਭੱਜ ਪਈਆਂ।" ਬੇਬੇ ਜੇਹਨੂੰ ਤੂੰ ਖੋਆ ਭੇਜਣਾਂ ਚਾਹੁੰਨੀ ਐ ਉਹਦਾ ਤਾਂ ਤੇਰੇ ਕੋਲ਼ ਤਾਬੂਤ ਆ ਰਿਹੈ।"

ਲੋਕ ਹਜੂਮ ਸੱਚ ਹੀ ਤਿਰੰਗੇ 'ਚ ਡਕਿਆ ਤਾਬੂਤ ਲੈ ਕੇ ਵਿਹੜੇ ਆ ਵੜਿਆ। ਅੱਖ ਅੱਗੇ ਖੜ੍ਹੇ ਜਿਉਂਦੇ ਜਾਗਦੇ ਸੱਚ ਨੇ ਖੌਫ਼ ਦੀ ਕੰਧ ਤੇ ਲਟਕਦੇ ਸਮੁੱਚੇ ਸਵਾਲ-ਜਵਾਨਾਂ ਨੂੰ ਸਿਰੋਂ ਝਟਕ ਦਿੱਤਾ। ਫਿਜ਼ਾ ਵੈਣ ਲਬਰੇਜ਼ ਹੋ ਗਈ। ਰੱਤਾ ਚੂੜਾ ਚੂਰ ਹੋ ਗਿਆ। ਜਿਹੜੇ ਕਮਰੇ ਨੇ ਨਵ-ਵਿਆਹੁਤਾ ਜੋੜੇ ਨੂੰ ਥੋੜ੍ਹੇ ਦਿਨ ਪਹਿਲਾਂ ਗੋਦ ਬਿਠਾ ਜੇਠੇ ਸ਼ਗਨ ਪਵਾਏ ਸਨ। ਘਰ ਦੇ ਮਿੱਟੀ ਹੋਏ ਭਵਿੱਖ ਨੂੰ ਕਲਾਵੇ 'ਚ ਲੈ ਉਹ ਧਾਹੀਂ ਰੋ ਪਿਆ। ਬੇਵਫ਼ਾ ਸਮਾਂ ਜਾਣ ਵਾਲੇ ਨੂੰ ਰੂਹ ਭਰ ਤੱਕਣ ਦੀ ਥਾਂ ਛੇਤੀ ਸ਼ਮਸ਼ਾਨ ਵੱਲ ਲੈ ਤੁਰਿਆ। ਫੌਜੀ ਟੁਕੜੀ ਦੀ

ਸਲਾਮੀ ਲੈ ਕੇ, ਤਮਾਮ ਰਿਸ਼ਤਿਆਂ ਨੂੰ ਕਫ਼ਨ 'ਚ ਬੰਨ੍ਹ ਮਲਵਈ ਸਦੀਵ ਕਾਲ ਲਈ ਰਾਖ ਹੋ ਗਿਆ। ਪਰਿਵਾਰਕ ਦੁਨੀਆਂ 'ਚ ਲੋਥ ਬਣ ਆਇਆ ਭੂਚਾਲ ਜ਼ਿੰਦਗੀ ਭਰ ਦਾ ਨਾਸੂਰ ਦੇ ਕੇ ਤੁਰਦਾ ਬਣਿਆ।

ਸ਼ਹਿਬਾਜ਼ ਦੀ ਇੱਕ ਬਾਂਹ 'ਚ ਬੇਬੇ ਸੀ ਤੇ ਦੂਜੀ ਨਿੱਕੋ।

"ਲੈ ਪੁੱਤਾ। ਉਸ ਦੁੱਧ 'ਚ ਆਹ ਜ਼ਹਿਰ ਸੀ ਤਾਈਓਂ ਤੂੰ ਮੈਨੂੰ ਖੋਆ ਬਣਾਉਣੋਂ ਵਰਜਦਾ ਰਿਹਾ।"

"ਹਾਂ ਸੂਰੇ ਦੀਏ ਮਾਏ। ਸੋਚਦਾ ਸਾਂ ਤੇਰੇ ਵੱਧੋਂ ਵੱਧ ਸਾਹ ਰਿੱਝਦੇ ਖੋਏ ਦੀ ਖ਼ਿਆਲੀ ਖ਼ੁਸ਼ਬੂ ਲੈ ਲੈਣ। ਰਹਿੰਦੇ ਸਾਹਾਂ ਨੂੰ ਤਾਂ ਗੰਦਲ਼ੀਆਂ ਬਦਬੂਆਂ ਹੀ ਖਾ ਲੈਣੇ। ਕਸ਼ਮੀਰ ਮੁੱਦੇ ਦੇ ਕੌੜੇ ਜ਼ਹਿਰ ਨੇ ਤੇਰੀ ਮਾਖਿਓਂ ਮਿੱਠੀ ਮਮਤਾ ਨੂੰ ਬੇਸੁਆਦ ਜ਼ਰੂਰ ਕਰਤੈ ਪਰ ਧੀਰਜ ਵੱਟ ਕੇ ਮਮਤਾ ਨੂੰ ਖੋਏ ਵਾਂਗੂੰ ਕਾੜ੍ਹ ਲੈ। ਸ਼ਹੀਦ ਦੀ ਮਾਂ ਦਾ ਰੁਤਬਾ ਤੇਰੇ ਪੈਰ ਧੋ-ਧੋ ਪੀਏਗਾ। ਜਾਗੋ ਦੀ ਲੋਅ ਜ਼ਰੂਰ ਬੁਝੀ ਐ ਪਰ ਉਹਦੀ ਕੁਰਬਾਨੀ ਦੇਸ਼ ਦਾ ਰਾਹ ਰੁਸ਼ਨਾਏਗੀ। ਘਰੋਂ ਘਰ ਵਿਛੜੇ ਸੱਥਰਾਂ ਤੋਂ ਤਾਰੀਖ਼ ਨੇ ਜਦੋਂ ਕਦੇ ਨਿਆਂ ਮੰਗਣੈ ਤੇਰੀ ਕੁੱਖ ਦਾ ਅਧੂਰਾ ਕਰਜ਼ ਕੌਮ ਨੇ ਦੂਹਰਾ ਤੀਹਰਾ ਮੋੜਨੈ। ਭਾਰਤ ਮਾਂ ਤੇਰੀ ਸਦਾ ਲਈ ਕਰਜ਼ਦਾਰ ਐ। ਭੈਣਾਂ ਦੇ ਹੱਥ ਪੀਲੇ ਕਰਨ ਦਾ ਉਹਦਾ ਰੈਂਕ ਤੋਂ ਉੱਚਾ ਫ਼ਿਕਰ ਅੱਜ ਸਾਡੀ ਕੰਡ ਤੇ ਆ ਗਿਆ। ਸੋ ਮਾਂ ਹੁਣ ਤੂੰ ਕਦੇ ਅੱਖ ਨਾ ਭਰੀਂ।

ਉਸ ਨੇ ਬੇਬੇ ਦੀਆਂ ਅੱਖਾਂ ਪੂੰਝੀਆਂ। ਫੌਜੀ ਟੁਕੜੀ ਨਾਲ ਮੁੜ ਵਾਪਸੀ ਦੀ ਕਾਨੂੰਨੀ ਮਜਬੂਰੀ ਤੋਂ ਮੁਹੱਬਤੇ ਰਿਸ਼ਤਿਆਂ ਲਈ ਕੁੱਝ ਪਲ ਉਧਾਰੇ ਮੰਗ ਉਸ ਨੇ ਕੁੜੀਆਂ ਨੂੰ ਸਮਝਾਇਆ-"ਭੈਣੋ ਮੇਰੀਓ। ਸਿਰ ਕੱਜਣ ਲਈ ਵੀਰ ਦੀ ਪੱਗ 'ਚੋਂ ਦੁਪੱਟੇ ਬਣਾ ਲਓ। ਦੁਨਿਆਵੀ ਰਾਹਾਂ ਤੇ ਟੁਰਦਿਆਂ ਦਿਲ ਕੰਬਾਊ ਸ਼ਹਾਦਤ ਨੂੰ ਦਾਗ ਨਾ ਲੱਗੇ। ਐਸੀ ਤੋਰ ਤੁਰਿਓ ਵੇਖਣ ਵਾਲ਼ੀ ਹਰ ਅੱਖ ਝੁਕ-ਝੁਕ ਆਖੇ, ਅਹੁ ਸ਼ਹੀਦ ਦੀ ਭੈਣ ਜਾ ਰਹੀ ਐ। ਤੁਹਾਡਾ ਗੌਰਵ ਨਾਲ ਉੱਚਾ ਉਠਿਆ ਸਿਰ ਉਹਦੀ ਕੁਰਬਾਨੀ ਨੂੰ ਹੋਰ ਸੂਹੀ ਕਰੇਗਾ।"

ਉਸ ਨੇ ਬਾਪੂ ਨੂੰ ਵੀ ਹੌਸਲਾ ਦਿੱਤਾ-"ਤੇਰੀ ਟੋਹਰੇ ਵਾਲ਼ੀ ਪੱਗ ਸ਼ਾਨੋਂ ਬੁਲੰਦ ਰਹੇ ਬਾਪੂ ਕਦੇ ਭੁੱਲ ਕੇ ਨਾ ਸੋਚੀਂ ਮੈਂ ਪੁੱਤੋਂ ਵਾਂਝਾਂ ਹੋ ਗਿਐ। ਨਾ ਅਸੀਂ ਤੇਰੀ ਕੰਡ ਨੀਵੀਂ ਹੋਣ ਦਿਆਂਗੇ ਨਾ ਮੁੱਛ। ਉਹ ਤੈਨੂੰ ਜਾਣ ਵੇਲੇ ਵੱਡੀ ਜ਼ਿੰਮੇਵਾਰੀ ਦੇ ਗਿਆ ਐ।"

ਫ਼ਿਰ ਉਸ ਨੇ ਨਵ-ਵਿਆਹੀ ਵਾਹੁਟੀ ਵੱਲ ਵੇਖਿਆ। ਨਵੇਂ ਰਿਸ਼ਤੇ ਤੇ ਪਏ ਦੁਨਿਆਵੀ ਖ਼ੌਫ਼ ਨੂੰ ਚੀਰ ਕੇ ਨਵ-ਵਿਆਹੀਆਂ ਨਜ਼ਰਾਂ 'ਚੋਂ ਨਿਕਲਦੇ ਸਵਾਲ ਹੌਸਲਾ ਮੰਗਦੇ ਸਨ। ਸ਼ਹਿਬਾਜ਼ ਸਿਰੋਂ ਝੁਕ ਗਿਆ ਤਾਂ ਉਹ ਖ਼ੁਦ ਬੋਲ ਪਈ।

"ਸੰਗਦਾ ਕਿਉਂ ਐ ਭਰਾਵਾਂ ਤੇਰੇ ਕੋਲ ਤਾਂ ਮੇਰੇ ਹਿੱਸੇ ਦੀਆਂ ਦਿਲਬਰੀਆਂ ਮੁੱਕ ਗਈਆਂ ਪਰ ਮੈਂ ਵਾਅਦਾ ਕਰਦੀ ਆਂ ਉਹਦੇ ਨਾਲ ਜੰਗ 'ਚ ਜਾਣ ਵੇਲੇ ਦੇ ਬੋਲ ਮਰ ਕੇ ਵੀ ਪੁਗਾਊਂਗੀ। ਬਾਪੂ-ਬੇਬੇ ਲਈ ਉਹਦੀ ਥਾਂ ਪੁੱਤ ਤੇ ਭੈਣਾਂ ਲਈ ਭਰਾ ਬਣ ਤੁਰਾਂਗੀ। ਜ਼ਮਾਨੇ ਦੀਆਂ ਵਿਛਾਈਆਂ ਸੂਲਾਂ ਨੇ ਨੰਗੇ ਪੈਰੀਂ ਚੱਲਣਾ ਔਖੇ ਪਰ ਮੈਂ ਸ਼ਹੀਦ ਫੌਜੀਆਂ ਦੀਆਂ ਵਿਧਵਾਵਾਂ ਤੇ ਲੱਗੇ ਬੇਵਫਾਈ ਦੇ ਦਾਗ਼ ਧੋਣ ਲਈ ਮੁਕੱਦਰਾਂ ਨਾਲ ਲੜਾਂਗੀ।"

ਉਸ ਦੀਆਂ ਅੱਖਾਂ 'ਚੋਂ ਸ਼ਿੱਦਤ ਚਮਕ ਪਈ "ਤੇਰੇ ਸਿਦਕ ਨੂੰ ਸੌ ਵਰ੍ਹੇ ਸਲਾਮ।" ਸ਼ਹਿਬਾਜ਼ ਹੈਰਾਨ ਸੀ।

"ਫ਼ਾਂਸੀ ਦਾ ਰੱਸਾ ਚੁੰਮਣ ਜਾਂਦੇ ਸਤਵੰਤ ਸਿਹੁੰ ਦੀ ਤਸਵੀਰ ਨਾਲ ਵਿਆਹ ਕਰਵਾ ਕੇ ਅਜਬ ਮਿਸਾਲ ਸਿਰਜਣ ਵਾਲ਼ੀ ਸੁਰਿੰਦਰ ਕੌਰ ਦਾ ਜ਼ਜਬਾ ਮੈਨੂੰ ਕਦੇ ਵੀ ਡੋਲਣ ਨਹੀਂ ਦਏਗਾ।"

"ਫਿਰ ਮੈਂ 'ਕੱਲਾ ਨਹੀਂ ਤੈਨੂੰ ਦੁਨੀਆਂ ਸਲਾਮ ਕਰੇਗੀ............।"............।"

.........ਖਿੜਕਦੇ ਪੈਰੀਂ ਸ਼ਹਿਬਾਜ਼ ਵਾਪਸ ਮੁੜ ਗਿਆ।

ਕਾਂਡ-9

"ਫਰੀਦਾ ਰਾਤਿ ਕਥੂਰੀ ਵੰਡੀਐ ਸੁਤਿਆ ਮਿਲੈ ਨ ਭਾਉ!! ਜਿਨਾ ਨੈਂਣ ਨੀਂਦ੍ਰਾਵਾਲੇ ਤਿਨਾ ਮਿਲਣੁ ਕੁਆਓ॥

ਧੰਨ ਬਾਬਾ ਫਰੀਦ

ਤੜਕੇ ਪੌਣੇ ਤਿੰਨ ਵਜੇ ਉੱਠ ਕੇ ਇਖਲਾਕ ਨੇ ਮੂੰਹ ਤੇ ਸੁੱਚੇ ਪਾਣੀ ਦੇ ਛਿੱਟੇ ਮਾਰਨ ਉਪਰੰਤ ਤੋਲੀਏ ਨਾਲ ਮੁੱਖ ਪੂੰਝ ਕੇ ਅੱਲਾ ਅੱਗੇ ਦੁਆ ਕੀਤੀ "ਬਿਸਮਿਲਾ ਹਿਰੱਹਮਾ-ਨਿਰਹੀਮ"..., "ਅੱਲਾ ਹੁਮਾ ਬਿਕ' ਅਸਬਹਨਾ ਵ' ਬਿਕ' ਅਮਸਾਇਨਾ ਵੇ ਬਿਕ' ਨਹਯਾ ਵੇ ਬਿਕ' ਨਮੂਤੁ ਵੇ ਇਲਇਕਲ ਮਸੀਰ। (ਐ ਅੱਲ੍ਹਾ! ਤੇਰੀ ਕੁਦਰਤ ਨਾਲ ਸਵੇਰ ਸਮੇਂ 'ਚ ਦਾਖ਼ਲ ਹੋਏ ਆਂ ਤੇਰੀ ਕੁਦਰਤ ਨਾਲ ਹੀ ਸ਼ਾਮ ਦੇ ਸਮੇਂ 'ਚ ਦਾਖ਼ਲ ਹੋਈਏ)

"ਠੱਕ! ਠੱਕ!! ਠੱਕ!!!" ਬਾਹਰੋਂ ਕੁੰਡਾ ਖੜਕਿਆ।" ਕੌਣ ਹੋ ਸਕਦੈ ਏਸ ਵੇਲੇ? ਯਾਦ ਅੱਲਾ ਨੂੰ ਕੀਤੈ ਹਾਜ਼ਰ ਸ਼ੈਤਾਨ ਤਾਂ ਨਹੀਂ ਹੋ ਰਿਹੈ?" ਇਖਲਾਕ ਦੇ ਦਿਲ 'ਚ ਤੌਖਲਾ ਪੈਦਾ ਹੋ ਗਿਆ।

"ਕੌਣ?"

"ਅਨਵਰ।"

"ਬੇਟਾ ਏਸ ਵੇਲੇ? ਖੈਰੀਅਤ ਤਾਂ ਹੈ?" ਕਹਿੰਦਿਆਂ ਉਸ ਨੇ ਕੁੰਡਾ ਖੋਲ੍ਹਿਆ।" ਦੋ ਮੁਜਾਹਿਦਾਂ ਨਾਲ ਅੰਦਰ ਦਾਖਲ ਹੋਏ ਅਨਵਰ ਨੂੰ ਤੱਕਦਿਆਂ ਹੀ ਇਖਲਾਕ ਨੂੰ ਉਸ ਦੇ ਅੱਤਵਾਦੀਆਂ ਨਾਲ ਜਾ ਰਲਣ ਦੀ ਪੁਸ਼ਟੀ ਹੋ ਗਈ। ਕਿਸੇ ਦੀ ਜ਼ਬਾਨੀ ਮਾਮੂਲੀ ਭਿਣਕ ਤਾਂ ਪਹਿਲਾਂ ਵੀ ਕੰਨੀਂ ਪੈ ਚੁੱਕੀ ਸੀ। ਉਹ ਤਿੰਨੇ ਪਲੰਘ 'ਤੇ ਜਾ ਬੈਠੇ। ਕੁੱਝ ਆਲ਼ੇ-ਦੁਆਲੇ ਦੀਆਂ ਰਸਮੀ ਤੋਂ ਬਾਅਦ ਅਨਵਰ ਨੇ ਸਪੈਸ਼ਲ ਆਮਦ ਦਾ ਮਕਸਦ ਛੇੜਿਆ-"ਅੱਬੂ ਮਿਰਜ਼ਾ ਮੁਹੰਮਦ ਨਜ਼ੀਰਾਂ ਤੇ ਫ਼ਿਦਾ ਹੋਇਆ ਉਹਦੇ ਨਾਲ਼ ਨਿਕਾਹ ਚਾਹੁੰਦੈ। ਤੇਰਾ ਕੀ ਵਿਚਾਰ ਐ? ਉਨੇ ਏਸ ਵਾਸਤੇ ਮੈਨੂੰ ਤੇਰੇ ਕੋਲ਼ ਭੇਜਿਐ।"

"ਮੈਥੋਂ ਪਹਿਲਾਂ ਆਪਣਾ ਵਿਚਾਰ ਦੱਸ ਕੀ ਐ?" ਸ਼ਾਇਦ ਇਖਲਾਕ ਅਨਵਰ ਨੂੰ ਨੀਅਤੋਂ ਪਰਖਣਾਂ ਚਾਹੁੰਦਾ ਸੀ।

"ਮੈਂ ਤਾਂ ਚਾਹੁੰਨਾ ਆਂ ਨਜ਼ੀਰਾਂ ਦਾ ਨਿਕਾਹ ਉਹਦੇ ਨਾਲ ਹੀ ਹੋਵੇ।"

"ਏਸੇ ਲਈ ਮੁਨਕਰ ਹੋਣ ਦੀ ਥਾਂ ਉਹਦਾ ਵਕੀਲ ਬਣ ਮੇਰੇ ਕੋਲ਼ ਆ ਗਿਉਂ?"

"ਪਰ ਅੱਬੂ ਉਹਦੇ 'ਚ ਘਾਟ ਵੀ ਕੀ ਐ? ਤੇਰੇ ਵਾਂਗੂੰ ਅੱਲਾ ਦਾ ਪੱਕਾ ਪੁਜਾਰੀ, ਇਸਲਾਮਪ੍ਰਸਤ ਤੇ ਜੇਹਾਦ ਦਾ ਮੁਦਈ।"

"ਫਿਰ ਜੇਹਾਦ ਦੇ ਮੁਦਈ ਨੂੰ ਤਾਂ ਜੇਹਾਦ ਪ੍ਰਸਤ ਬੇਗ਼ਮ ਚਾਹੀਦੀ ਐ। ਨਜ਼ੀਰਾਂ ਤਾਂ ਅੱਲਾ ਪ੍ਰਸਤ ਐ ਤੇ ਉਨ੍ਹੂੰ ਅੱਲ੍ਹਾ ਦੇ ਬੰਦਿਆਂ ਨੂੰ ਮਾਰਨ ਵਾਲ਼ੇ ਇਸਲਾਮਪ੍ਰਸਤਾਂ ਤੋਂ ਨਫ਼ਰਤ ਐ। ਏਸ ਵਾਸਤੇ ਉਹਦੀ ਦਾਅਵਤ ਤੇ ਆਪਣੀ ਵਕਾਲਤ ਨੂੰ ਕੋਲ ਲੈ ਵਾਪਸ ਚਲਾ ਜਾਹ।" ਇਖਲਾਕ ਦਾ ਰੁੱਖ ਤੱਤਾ ਹੋ ਗਿਆ-"ਲੱਖਾਂ 'ਚੋਂ ਇੱਕ ਨਜ਼ੀਰਾਂ ਜਹਾਨਗੀਰ ਨਾਲ ਮੰਗੀ ਜਾ ਚੁੱਕੀ ਐ।"

"ਹੈਂ...?" ਅਨਵਰ ਦੰਗ ਰਹਿ ਗਿਆ।" ਪਰ ਉਸ ਨੂੰ ਤਾਂ ਮਿਰਜ਼ਾ ਮੁਹੰਮਦ ਪਸੰਦ ਕਰਦੈ।

"ਪਿਆਰ ਕਰਦਾ ਹੋਏ ਪਰ ਨਜ਼ੀਰਾਂ ਦੇ ਉਹ ਕਿਸੇ ਪੱਖੋਂ ਪਸੰਦ ਨਹੀਂ।"

"ਨਜ਼ੀਰਾਂ ਸ਼ੁਦੈਣ ਐ।"

"ਨਹੀਂ ਉਏ ਜਨੂੰਨੀਆਂ। ਨਜ਼ੀਰਾਂ ਸੱਚੀ ਇਬਾਦਤ ਦੀ ਵੇਲ ਨੂੰ ਲੱਗਾ ਰਸਿਆ ਫਲ ਐ। ਉਹਦੇ ਇਲਮ ਦਾ ਨਿੱਕਾ ਟੋਟਾ ਵੀ ਤੇਰੇ ਖੋਪਰ 'ਚ ਲੱਗਾ ਹੁੰਦਾ ਤੂੰ ਉਹਨੂੰ ਤਦ ਸਮਝ ਸਕਦਾ ਸੀ। ਅੱਲਾ ਦੀ ਇਲਾਹੀ ਨਜ਼ਰ 'ਚੋਂ ਨਿਕਲੇ ਮੁਜੱਸਮੇ ਦੀ ਸ਼ਨਾਖਤ ਤੂੰ ਨਹੀਂ ਕਰ ਸਕਦਾ।"

"ਉਹ ਵੀ ਤੇਰੇ ਘਰ ਜੰਮੀ ਐ, ਮੈਂ ਵੀ।"

"ਅੱਲਾ ਦੇ ਸਿਧਾਂਤ ਤੋਂ ਬਾਗੀ ਲਹੂ ਮੇਰਾ ਨਹੀਂ ਹੋ ਸਕਦਾ ਤੇਰਾ ਧਰਮ ਦਾ ਹੁਲੀਆ ਵਿਗਾੜ ਕੇ ਪਾਇਆ ਲਿਬਾਸ ਮੈਨੂੰ ਉੱਕਾ ਪਸੰਦ ਨਹੀਂ। ਜਾਹ ਜਾ ਕੇ ਕਹਿ ਦੇ ਵੱਡੇ ਮੁਜ਼ਾਹਿਦ ਮਿਰਜ਼ਾ ਮੁਹੰਮਦ ਨੂੰ ਨਜ਼ੀਰਾਂ ਜਹਾਨਗੀਰ ਨਾਲ ਮੰਗੀ ਗਈ ਐ।"

"ਮੈਂ ਉਸ ਕਾਫਰ ਨੂੰ ਵੀ ਜਾਣਦੈ ਜੇਹਦੇ ਪਿੱਛੇ ਤੂੰ ਲੱਗਿਐਂ। ਮੈਂ ਆਪਣੀ ਭੈਣ ਦੇ ਰਿਸ਼ਤੇ 'ਚ ਕਿਸ ਕਾਫ਼ਰ ਬਦ-ਇਸਲਾਮ ਦਾ ਦਖਲ ਨਹੀਂ ਸਹਾਂਗਾ। ਨਾ ਬਦ-ਇਖਲਾਕ ਜਹਾਨਗੀਰ ਨਾਲ ਉਹਦਾ ਰਿਸ਼ਤਾ ਹੋਣ ਦਿਆਂਗਾ।"

"ਉਏ ਸੜ ਜੇ ਤੇਰੀ ਜੀਭਾ। ਤੂੰ ਉਸ ਬੰਦੇ ਨੂੰ ਕਾਫ਼ਰ ਕਹਿਨੇ ਜੇਹਨੇ ਤੈਨੂੰ ਨਿੱਕੇ ਹੁੰਦੇ ਨੂੰ ਪਾਲਿਐ? ਉਹ ਤਾਂ ਨਜ਼ੀਰਾਂ ਦਾ ਨਿਕਾਹ ਕਰਨਾ ਲੋੜਦੈ ਕਿਸੇ ਸੁੱਚੇ ਮੋਮਨ ਨਾਲ। ਤੂੰ ਜਹਾਨਗੀਰ ਨੂੰ ਬਦ-ਇਖ਼ਲਾਕ ਕਿੱਥੋਂ ਕਹਿੰਨੈ?"

"ਜੇਹਾਦ ਵਿਰੋਧੀ ਜਹਾਨਗੀਰ ਬਦ-ਇਖ਼ਲਾਕ ਹੀ ਨਹੀਂ ਬਦ-ਇਸਲਾਮ ਵੀ ਐ। ਤੇਰਾ ਤਾਂ ਸਿਰ ਫਿਰਐ ਬੁੱਢਿਆ ਮਿਰਜ਼ਾ ਮੁਹੰਮਦ ਤੋਂ ਵੱਡਾ ਅੱਜ ਦੇ ਯੁੱਗ ਦਾ ਇਸਲਾਮ ਦਾ ਕੋਈ ਰਹਿਬਰ ਨਹੀਂ।"

"ਉਏ ਉਹ ਤਾਂ ਧਰਮ ਦੇ ਜਨੂੰਨੀ ਲਿਬਾਸ 'ਚ ਛੁਪੀ ਲੋਕ ਮੁਸੀਬਤ ਐ। ਜਾਹ ਆਖ ਦੇਹ ਉਹਨੂੰ ਮੋਮਨਾ ਘਰ ਜੰਮਿਐ ਤਾਂ ਮੋਮਨ ਬਣ ਕੇ ਵਿਖਾ। ਮਜ਼ਹਬੀ ਪੂਛ ਲਾ ਕੇ ਐਵੇਂ ਆਪਣੀ ਇਨਸਾਨੀ ਸ਼ਨਾਖਤ ਵੀ ਨਾ ਗਵਾ।"

"ਇਹ ਕਿਉਂ ਨਹੀਂ ਸਮਝਦੈ ਅੱਬੂ ਉਹਨੂੰ ਕੁੜੀਆਂ ਦੀ ਘਾਟ ਨਹੀਂ ਨਜ਼ੀਰਾਂ ਭਾਗਾਂਭਰੀ ਐ ਜੇਹਨੂੰ ਉਹਨੇ ਖੁਦ ਮੰਗਿਐ।"

"ਨਜ਼ੀਰਾਂ ਦੀ ਕਿਸਮਤ ਤੂੰ ਅੱਲ੍ਹਾ ਤੇ ਛੱਡ ਪਰ ਉਨ੍ਹਾਂ ਕਿਸਮਤਾਂ ਨਾਲ਼ ਨਿਆਂ ਕਰ ਜਿਨ੍ਹਾਂ ਨੂੰ ਉਹਨੇ ਆਪਣੀ ਹਵਸ ਦਾ ਸ਼ਿਕਾਰ ਬਣਾ ਛੱਡਿਆ। ਮੇਰੀ ਆਲਮ ਲੋਕ ਧੀ

ਤਾਂ ਉਹਦਾ ਨਾਂਅ ਸੁਣਨਾ ਨਹੀਂ ਚਾਹੁੰਦੀ ਤੂੰ ਉਹਨੂੰ ਉਹਦੀ ਬੇਗ਼ਮ ਬਣਾਉਣ ਤੇ ਤੁਰਿਐਂ? ਹਨੇਰ ਸਾਈਂ ਦਾ। ਮੱਤ ਮਾਰੀ ਐ ਤੇਰੀ।"

ਬੇਵਾਕੇ ਇਰਾਦੇ ਦੇ ਪ੍ਰਗਟਾਵਿਆਂ ਨੇ ਇਖ਼ਲਾਕ ਦੇ ਉੱਚੇ ਉਦੇਸ਼ ਦਾ ਪ੍ਰਮਾਣ ਦਿੱਤਾ ਪਰ ਅਨਵਰ ਦੀ ਉਮੀਦ ਅਜੇ ਵੀ ਸਹਿਕਦੀ ਸੀ।

"ਨਜ਼ੀਰਾਂ ਜ਼ਰੂਰ ਆਲਮ ਐ ਪਰ ਉਹ ਉਹਦੇ ਤਾਏ ਦਾ ਪੁੱਤ। ਦੂਹਰਾ ਰਿਸ਼ਤਾ ਹੋਰ ਵੀ ਪੱਕਾ ਹੋਏਗਾ ਨਹੀਂ ਤਾਂ ਧਾਗਾ-ਧਾਗਾ ਹੋ ਖਿਲਰੇਗਾ।"

"ਤੂੰ ਘਰ ਦਾ ਸਿਧਾਂਤ ਤੋੜ ਕੇ ਉਹਦੇ ਨਾਲ਼ ਜਾ ਮਿਲ਼ਿਐ ਇਹ ਤੇਰੀ ਮਰਜ਼ੀ ਪਰ ਆਪਣੀ ਅਕਲ ਕੋਲ਼ ਰੱਖ। ਤੂੰ ਉਹ ਪੱਟੀ ਪੜ੍ਹ ਗਿਉਂ ਪਰ ਸਾਨੂੰ ਨਾ ਪੜ੍ਹਾ।"

"ਫਿਰ ਵੀ ਸੋਚ ਲੈ ਅੱਬੂ? ਤੇਰੀਆਂ ਟੇਕਾਂ ਵਿਚੇ ਈ ਨਾ ਟੁੱਟ ਜਾਣ।"

"ਦਸਤੂਰ-ਏ-ਮੁਹੱਬਤ ਨੇ ਨਵਾਂ ਕੀ ਸੋਚਣੈ?"

"ਹੁਣ ਹਾਲਾਤ ਪਹਿਲਾਂ ਵਾਲੇ ਨਹੀਂ।"

"ਅੱਜ ਤਵਾਰੀਖ ਦਾ ਕੋਈ ਜੰਮ-ਜੰਮ ਗੱਦਾਰ ਬਣੇ ਪਰ ਮੈਂ ਵਫ਼ਾਦਾਰ ਈ ਰਹਿਣੈਂ ਨਾਲੇ ਮੈਨੂੰ ਪਤੈ ਜਲਾਦ ਦੇ ਗੰਡਾਸੇ, ਕਾਤਲ ਦੀ ਗੋਲ਼ੀ ਤੇ ਜਨੂੰਨ ਦੀ ਅੱਖ ਨੂੰ ਕੋਈ ਰਿਸ਼ਤਾ ਨਹੀਂ ਦਿਸਦੈ। ਜਿਸ ਹਾਦੀ ਥੀਂ ਨਹੀਂ ਹਦਾਇਤ, ਉਹ ਹਾਦੀ ਕੀ ਫੜਨਾ। ਹਿਕ ਦਿੱਤਿਆਂ ਹੱਕ ਹਾਸਿਲ ਹੋਵੇ ਮੌਤੋਂ ਮੂਲ ਨਾ ਡਰਨਾ। ਸਾਨੂੰ ਕਿਉਂ ਕੁਰਾਹੇ ਪਾਉਂਦੈ। ਇਹ ਰਾਹ ਸਾਡਾ ਨਹੀਂ।"

"ਸੋਚ ਲੈ ਤੈਨੂੰ ਇੱਕ ਇਤਫ਼ਾਕ ਦੇਨਾ ਆਂ।"

"ਤੂੰ ਕੋਟਿ-ਕੋਟਿ ਇਤਫਾਕ ਦੇਹ ਮੇਰੇ ਮੂੰਹੋਂ ਹਰਾਮ ਲਈ ਹਾਂਅ ਨਹੀਂ।"

ਅਨਵਰ ਭਰਿਆ ਪੀਤਾ ਵਾਪਸ ਪਰਤ ਗਿਆ ਉਸ ਦੀ ਆਮਦ ਦਾ ਜ਼ਿਕਰ ਇਖਲਾਕ ਨੇ ਪ੍ਰੋ: ਨਿਰਵੈਰ ਸਿੰਘ ਸਣੇ ਕਿਸੇ ਕੋਲ਼ ਕਰਨਾ ਮੁਨਾਸਿਬ ਨਾ ਸਮਝਿਆ।

20 ਮਾਰਚ 2000 ਨੂੰ ਕਸ਼ਮੀਰ ਦੇ ਜ਼ਿਲ੍ਹਾ ਅਨੰਤਨਾਗ ਦੇ ਪਿੰਡ ਚਿੱਠੀ ਸਿੰਘਪੁਰਾ 'ਚ ਤਾਂ ਸਿੱਖਾਂ ਨੂੰ ਇੱਕੋ ਲਾਈਨ 'ਚ ਖੜ੍ਹੇ ਕਰ ਕੇ ਗੋਲੀਆ ਨਾਲ਼ ਹਲਾਕ ਕਰਨ ਦੀ ਖ਼ਬਰ ਕੌਮਾਂਤਰੀ ਮੰਚ ਦੀ ਸੁਰਖ਼ੀ ਬਣ ਫੈਲ ਗਈ। ਘਟਨਾਕ੍ਰਮ ਅਮਰੀਕਾ ਦੇ ਰਾਸ਼ਟਰਪਤੀ ਦੇ ਦੌਰੇ ਤੋਂ ਇੱਕ ਦਿਨ ਪਹਿਲਾਂ ਵਾਪਰਿਆ ਤੇ ਐਨ ਉਸ ਵੇਲ਼ੇ ਜਦੋਂ ਸਿੱਖ ਭਾਈਚਾਰਾ ਖ਼ਾਲਸੇ ਦੀ ਜਨਮ ਭੂਮੀ ਅਨੰਦਪੁਰ ਸਾਹਿਬ ਵਿਖੇ ਖ਼ਾਲਸਾਈ ਜਾਹੋ-ਜਲਾਲ'ਚ ਰੰਗਿਆ ਹੋਲਾ-ਮੁਹੱਲਾ ਮਨਾ ਰਿਹਾ ਸੀ। ਕਸ਼ਮੀਰ ਦੇ ਉਹ ਸਿੱਖ ਜਿਨ੍ਹਾਂ ਨੂੰ ਦੂਜੀ ਉਦਾਸੀ ਤੇ ਆਇਆ ਬਾਬਾ ਨਾਨਕ ਨਉਂ ਨਿਧ ਨਾਮ ਗ਼ਰੀਬੀ ਪਾ ਕੇ ਕਿਰਤ-ਵਿਰਤ ਦੀ ਜ਼ਿੰਦਗੀ ਜਿਉਣ ਦੀ ਜਾਂਚ ਸਿਖਾ ਗਿਆ ਸੀ। ਜਿਨ੍ਹਾਂ ਦਾ ਕਬਾਇਲੀ ਹਮਲੇ ਮੌਕੇ ਟੁੱਟਿਆ ਲੱਕ ਹੁਣ ਤੱਕ ਸਿੱਧਾ ਨਹੀਂ ਸੀ ਹੋਇਆ। ਉਨ੍ਹਾਂ ਸੰਗ ਹੋਏ ਇਸ ਖ਼ੂਨੀ ਅਨਿਆਂ ਲਈ ਕੌਣ ਜ਼ਿੰਮੇਵਾਰ ਹੈ? ਇਸ ਸੱਚ ਦੀ ਭਾਲ਼ 'ਚ ਚਿੱਠੀ ਸਿੰਘਪੁਰਾ ਵਿਖੇ ਜੁੜੇ ਹਜੂਮ 'ਚ ਪ੍ਰੋ: ਨਿਰਵੈਰ ਸਿੰਘ, ਨਜ਼ੀਰਾਂ ਤੇ ਜਹਾਨਗੀਰ ਵੀ ਜਾਂ ਸ਼ਾਮਿਲ ਹੋਏ-"ਘਟਨਾ ਲਈ ਹਿਜ਼ਬੁਲ ਤੇ ਲਸ਼ਕਰ-ਏ-ਤੋਇਬਾ ਜ਼ਿੰਮੇਦਾਰ ਐ।"

ਭਾਰਤੀ ਗ੍ਰਹਿ ਮੰਤਰਾਲੇ ਦੇ ਬੁਲਾਰੇ ਦਾ ਪ੍ਰਤੀਕਰਮ ਸੀ।

"ਇਹ ਸਿੱਖ-ਮੁਸਲਮ ਪਾੜਾ ਵਧਾਊ ਮਨਸੂਬੇ ਭਰਿਆ ਕੁਫ਼ਰ ਐ।"

ਹਿਜ਼ਬੁਲ ਤੇ ਹੁਰੀਅਤ ਕਾਨਫਰੰਸ ਦਾ ਪੱਖ ਸੀ।

"ਪਰ ਸਰ! ਇਹ ਕਿਸ ਕਸੂਰ ਬਦਲੇ? ਕੀ ਵਿਗਾੜਿਆ ਸੀ ਕਿਸੇ ਦਾ ਇਨ੍ਹਾਂ ਭੋਲ਼ੇ-ਭਾਲ਼ੇ ਲੋਕਾਂ?" ਨਜ਼ੀਰਾਂ ਨੇ ਪ੍ਰੋ: ਨਿਰਵੈਰ ਸਿੰਘ ਤੋਂ ਪੁੱਛਿਆ।

"ਇਹੋ ਮੇਰੀ ਸਮਝੋਂ ਬਾਹਰ ਐ। "ਚਿੱਠੀ" ਭਾਵ ਮੁਸਲਮ ਬਸਤੀ, "ਸਿੰਘਪੁਰਾ ਭਾਵ ਸਿੱਖ ਬਸਤੀ! ਸਿੱਖ-ਮੁਸਲਮ ਸਾਂਝ ਦੇ ਪ੍ਰਤੀਕ ਏਸ ਪੰਦਰਾਂ ਸੌ ਦੀ ਆਬਾਦੀ ਵਾਲ਼ੇ ਪਿੰਡ ਦੇ ਸਿੱਖ ਪੁਰਖਿਆਂ ਦੀ ਕੁਰਬਾਨੀਪ੍ਰਸਤ ਭਾਵਨਾ ਨੂੰ ਤਵਾਰੀਖ ਨੇ ਉੱਚਾ ਸਥਾਨ ਦਿੱਤੈ ਪਰ ਇਨ੍ਹਾਂ ਦਾ ਮੌਜੂਦਾ ਨਿਰਬਾਹ-ਕਿੱਤਾ ਟਰਾਂਸਪੋਰਟਰ, ਖੇਤੀ, ਫੌਜ ਤੇ ਜੰਗਲਾਤ ਦੁਆਲੇ ਈ ਘੁੰਮਦੈ, ਫਿਰ ਵੀ ਪਤਾ ਨਹੀਂ ਕਿਉਂ ਇਹ ਏਸ ਦੁਖਾਂਤ ਦਾ ਸ਼ਿਕਾਰ ਹੋ ਗਏ।

"ਮੈਂ ਔਰਤਾਂ ਤੋਂ ਸੁਣਿਐਂ ਹਤਿਆਰੇ ਫੌਜੀ ਵਰਦੀ 'ਚ ਆਏ। ਤਲਾਸ਼ੀ ਦੇ ਨਾਂਅ 'ਤੇ ਗੁਰਦੁਆਰੇ ਬੁਲਾਏ ਸਿੱਖਾਂ ਤੇ ਗੋਲ਼ੀਆਂ ਵਰ੍ਹਾ ਕੇ "ਭਾਰਤ ਮਾਤਾ ਕੀ ਜੈ" ਦੇ ਨਾਅਰੇ ਲਾਉਂਦੇ ਅਲੋਪ ਹੋ ਗਏ। ਤਾਜ਼ਾ ਤੇ ਦੋਪਾਸੀ ਕਾਵਾਂਰੌਲੀ ਨੇ ਕਾਤਲਾਂ ਦੀ ਸ਼ਨਾਖਤ ਨੂੰ ਕੱਜ ਲਿਆ।" ਨਜ਼ੀਰਾਂ ਹੈਰਾਨ ਸੀ।

"ਸਰ! ਮੁਜ਼ਾਹਿਦਾਂ ਤੋਂ ਜ਼ਿਆਦੈ ਇਹ ਕਾਰਾ ਸਰਕਾਰੀ ਏਜੰਸੀਆਂ ਦਾ ਲੱਗਦੈ।" ਜਹਾਨਗੀਰ ਨੇ ਦੱਸਿਆ," "ਉਨ੍ਹਾਂ ਤਾਂ ਸਿੱਖਾਂ ਕਦੇ ਰਾਹ ਦਾ ਰੋੜਾ ਨਹੀਂ ਮੰਨਿਆ। ਆਮ ਜਿਹੇ ਪਿੰਡ ਦੀ ਵੱਡਾ ਘਟਨਾ ਨੇ ਪਹਿਲੀ ਵਾਰ੍ਹੇ ਪਾਕਿਸਤਾਨ ਨੂੰ ਨਿੰਦਾ ਕਰਨ ਲਈ ਮਜ਼ਬੂਰ ਕੀਤੈ। ਰੋਸ ਵਜੋਂ ਕਸ਼ਮੀਰ ਦੇ ਨਾਲ਼ ਮਕਬੂਜ਼ਾ ਕਸ਼ਮੀਰ ਵੀ ਬੰਦ ਰਿਹਾ। ਤਮਾਮ ਮੁਜ਼ਾਹਿਦ ਧਿਰਾਂ ਨੇ ਕਾਂਡ ਨੂੰ ਸਿਰਿਉਂ ਨਿੰਦਿਐ ਪਰ ਸਿੱਧਾ ਦੋਸ਼ ਸਹਿ ਕੇ ਵੀ ਗ੍ਰਹਿ ਮੰਤਰਾਲਾ ਗੂੰਗਾ ਹੋਇਆ ਬੈਠਾ ਐ, ਕਿਉਂ?" ਜਹਾਨਗੀਰ ਨੂੰ ਜੋਸ਼ ਚੜ੍ਹ ਰਿਹਾ ਸੀ।

"ਤੇਰੇ ਦੁੱਧ ਚਿੱਟੇ ਸੱਚ ਨੂੰ ਹੁੰਝਣਾਂ ਬੇਵਕੂਫੀ ਹੋਏਗੀ। ਨੱਬੇ ਫ਼ੀਸਦੀ ਲੋਕ ਤਰਕ ਏਹਨੂੰ ਸਰਕਾਰੀ ਕਾਰਾ ਮੰਨਦੈ! ਹੋ ਸਕਦੈ ਅਮਰੀਕਨ ਰਾਸ਼ਟਰਪਤੀ ਦਾ ਪ੍ਰਤੀਕਰਮ ਵੀ ਏਸੇ ਤਰਜ਼ ਤੇ ਆਵੇ।"

ਉਹ ਤੇ ਮੰਨਿਐ ਪਰ ਸਿੱਖ ਕਮਿਊਨਿਟੀ ਦਾ ਗ੍ਰਹਿ ਮੰਤਰਾਲੇ ਤੇ ਦਬਾਅ ਕਿੰਨਾ ਕੁ ਅਸਰਦਾਰ ਹੋ ਸਕਦੈ? ਨਜ਼ੀਰਾਂ ਨੇ ਪੁੱਛਿਆ।

"ਸਿੱਖ ਜੋਸ਼ ਯੋਗ ਅਗਵਾਈ ਮੰਗਦੈ ਪਰ ਦੋਸ਼ਾਂ 'ਚ ਘਿਰੇ ਗ੍ਰਹਿ ਮੰਤਰਾਲੇ ਨਾਲ ਨੁਮਾਇੰਦਾ ਧਿਰ ਦੀ ਸਾਂਝ ਕਿਆਲੀ ਬਿੱਲੀਆਂ ਨੂੰ ਖੀਰ ਦੇ ਛੰਨੇ ਦੀ ਰਾਖੀ ਬਠਾਉਣ ਵਾਲ਼ੀ ਐ। ਪਿਤਾ ਪੁਰਖੀ ਕੁਰਸੀ ਬਚਾਉਣ ਲਈ ਅਕਾਲੀਆਂ ਵੱਲੋਂ ਕੀਤਾ ਡੁੱਲ੍ਹੇ ਲਹੂ ਦਾ ਸਿਆਸੀਕਰਨ ਪੀੜਤ ਹਿਤਾਂ ਨੂੰ ਬੁਰਾਦ ਕਰ ਸੁੱਟੇਗਾ ਹੇ ਫਿਰ ਜਿੱਥੇ ਹੱਕ ਮੰਗਦੀਆਂ ਜ਼ਬਾਨਾ ਹੀ ਸੁਆਰਥੋਂ ਕੀਲੀਆਂ ਜਾਣ ਉੱਥੇ ਹੱਕ ਹਕੀਕਤ ਦੀ ਆਵਾਜ਼ ਖੁਦ ਹੀ ਦਮ ਤੋੜ ਜਾਂਦੀ ਐ।

"ਉਂਝ ਤਾਂ ਪੰਜਾਬ ਤੇ ਕੇਂਦਰ ਸਰਕਾਰ ਦੀ ਸਾਂਝ ਏਸ ਦੁਖਾਂਤ ਨੂੰ ਨਿਆਂ ਦਿਵਾ ਸਕਦੀ ਸੀ?"

"ਹਾਂ! ਪਰ ਚੋਰਾਂ ਨਾਲ ਰਲੀ ਕੁੱਤੀ ਦਾ ਕੀ ਹੋਵੇ?" ਸਿਤਮ ਜ਼ਰੀਫੀ ਵੇਖੋ ਮੁੱਖ ਮੰਤਰੀ ਜੰਮੂ ਕਸ਼ਮੀਰ ਕਾਂਡ ਦੀ ਜਾਂਚ ਸੀ.ਬੀ.ਆਈ. ਤੋਂ ਮੰਗਦੈ। ਮੂੰਹ ਘੁੰਗਣੀਆਂ ਪਾਈ ਬੈਠੇ ਗ੍ਰਹਿ ਮੰਤਰਾਲੇ ਨਾਲ ਯਾਰੀਆਂ ਪੁਗਾਊ ਸਿੱਖ ਲੀਡਰਸ਼ਿਪ ਏਸ ਦਾ ਦੋਸ਼ ਮੁੜ ਮੁਜ਼ਾਹਿਦਾਂ ਸਿਰ ਮੜ੍ਹ ਰਹੀ ਐ। ਸੋ ਮੈਂ ਕਹਾਂਗਾ ਜਿਹੜੀ ਸਿੱਖ ਮੁਸਲਿਮ ਸਾਂਝ ਨੂੰ 37 ਨਿਰਦੋਸ਼ਾਂ ਦਾ ਕਤਲ ਕਾਂਡ ਨਹੀਂ ਤੋੜ ਸਕਿਆ ਉਹਨੂੰ ਸਿੱਖਾਂ ਦੀ ਨੁਮਾਇੰਦਾ ਧਿਰ ਦੀ ਬਿਆਨਬਾਜ਼ੀ ਜ਼ਰੂਰ ਤੋੜੇਗੀ।" ....।

ਉਪਰੋਕਤ ਵਿਸ਼ਾ ਲੰਮੀ ਗੱਲਬਾਤ ਦਾ ਸਿਲਸਿਲਾ ਹੋ ਨਿਬੜਿਆ। ਚਿੱਠੀ ਸਿੰਘਪੁਰਾ ਕਾਂਡ ਤੋਂ ਕੁੱਝ ਕੁ ਦਿਨ ਪਹਿਲਾਂ ਪ੍ਰੋ: ਨਿਰਵੈਰ ਸਿੰਘ ਦਾ ਇੱਕ ਐਡੀਟੋਰੀਅਲ ਅਖ਼ਬਾਰਾਂ 'ਚ ਛਪਿਆ ਸੀ ਜਿਸ ਵਿਚ ਉਸ ਨੇ ਸ਼ੀਆ ਮੁਸਲਮਾਨਾਂ ਨੂੰ ਕਤਲ ਕਰਨ ਬਦਲੇ ਸੁੰਨੀ ਮੁਸਲਮਾਨਾਂ ਨੂੰ ਗ਼ਲਤ ਦੱਸਦਿਆਂ ਸਪਸ਼ਟ ਲਿਖਿਆ ਸੀ ਕਿ ਹਜ਼ਰਤ ਮੁਹੰਮਦ ਸਾਹਿਬ ਨੂੰ ਮੰਨਣ ਵਾਲੇ ਤਮਾਮ ਲੋਕ ਇਸਲਾਮ ਦੇ ਪੈਰੋਕਾਰ ਹਨ ਪਰ ਸ਼ੀਆ ਮੁਸਲਮਾਨਾ ਵੱਲੋਂ ਸੁੰਨੀ ਮੁਸਲਮਾਨਾਂ ਨੂੰ ਮਾਰਨਾ ਨਿਰਾ ਇਸਲਾਮ ਵਿਰੋਧੀ ਹੈ। ਉਨ੍ਹਾਂ ਦੀ ਇਹ ਮਹਿਜ਼ ਕੱਟੜਪੰਥੀ ਭਾਵਨਾ ਕਸ਼ਮੀਰ ਨੂੰ ਆਜ਼ਾਦੀ ਦਾ ਹੱਕ ਮਿਲ਼ਣ ਦੇ ਬਾਅਦ ਵੀ ਨਹੀਂ ਖ਼ਤਮ ਹੋ ਸਕਦੀ। ਇਸ ਪਰਥਾਏ ਜੇ ਮੁਸਲਮ ਕੌਮ ਵਿਚਾਰਧਾਰਕ ਪੱਖ ਤੋਂ ਹੀ ਜੇ ਪੂਰਨ ਰੂਪ 'ਚ ਇਕਜੁੱਟ ਨਹੀਂ ਤਾਂ ਗ਼ੈਰ-ਇਸਲਾਮ ਲੋਕਾਂ ਲਈ ਜੇਹਾਦ ਦਾ ਕੋਈ ਮਾਅਨਾ ਨਹੀਂ।

ਇਹ ਵੀ ਲਿਖਿਆ ਸੀ ਕਿ ਮੁਜਾਹਦੀਨ ਕਸ਼ਮੀਰ ਨੂੰ ਇਸਲਾਮੀ ਰੰਗ 'ਚ ਰੰਗਣ ਲਈ ਬਾਕੀ ਧਰਮਾਂ ਦਾ ਲਹੂ ਵਹਾ ਰਹੇ ਹਨ ਤੇ ਜਬਰਨ ਹਿਜ਼ਰਤ ਲਈ ਮਜ਼ਬੂਰ ਕਰ ਰਹੇ ਹਨ ਪਰ ਖ਼ੁਦ ਭਰਾ ਮਾਰੂ ਜੰਗ ਦਾ ਸ਼ਿਕਾਰ ਹਨ। ਦੂਜਿਆਂ ਤੇ ਹਥਿਆਰ ਤਾਣਨ ਤੋਂ ਪਹਿਲਾਂ ਅੰਦਰੂਨੀ ਖਾਨਾਜੰਗੀ ਨੂੰ ਮਾਰਨਾ ਜ਼ਰੂਰੀ ਹੈ, ਵਰਨਾ ਦੂਜੀਆਂ ਕੌਮਾਂ ਦੇ ਲੋਕਾਂ ਦਾ ਕਤਲ ਬੱਜਰ ਪਾਪ ਤੋਂ ਸਿਵਾਏ ਕੁੱਝ ਵੀ ਨਹੀਂ।

ਉਪਰੋਕਤ ਆਰਟੀਕਲ 'ਚ ਸੁੰਨੀ ਮੁਸਲਮਾਨਾਂ ਵੱਲੋਂ ਸ਼ੀਆ ਮੁਸਲਮਾਨਾਂ ਦੇ ਕਤਲ ਦੀਆਂ ਕਸ਼ਮੀਰ ਭਰ 'ਚ ਨਿਰੰਤਰ ਹੋਈਆਂ ਵਾਰਦਾਤਾਂ ਦਾ ਖੁੱਲ੍ਹ ਕੇ ਜ਼ਿਕਰ ਕੀਤਾ ਸੀ।

ਇਸ ਤੋਂ ਪਹਿਲਾਂ ਵੀ ਪ੍ਰੋ: ਨਿਰਵੈਰ ਸਿੰਘ ਦੇ ਕਸ਼ਮੀਰ ਦੇ ਕਰੰਟ ਮੁੱਦਿਆਂ ਤੇ ਇਸੇ ਤਰਜ਼ ਤੇ ਆਰਟੀਕਲ ਛਪਦੇ ਸਨ। ਹਰ ਲਿਖਤ ਤੋਂ ਬਾਅਦ ਮੁਜ਼ਾਹਿਦਾਂ ਸਣੇ ਵੱਡੇ ਆਗੂ ਵੀ ਵਿਚਾਰ ਗੋਸ਼ਟੀ ਕਰਦੇ ਸਨ ਪਰ ਉਕਤ ਆਰਟੀਕਲ 'ਚ ਪਤਾ ਨਹੀਂ ਕੀ ਐਸਾ ਜਾਦੂ ਸੀ ਜਿਸ ਨੇ ਲੇਖਕ ਤੇ ਮੁਜ਼ਾਹਿਦਾਂ ਵਿਚਕਾਰ ਨਫ਼ਰਤ ਦੀ ਚਿਣਗ ਛੇੜ ਦਿੱਤੀ। ਨਿਰਵੈਰ ਹਸਤੀ ਦਾ ਮਾਲਕ ਨਿਰਵੈਰ ਸਿੰਘ ਕੱਟੜਪੰਥੀ ਅੱਖ ਦਾ ਰੋੜ ਬਣ ਗਿਆ। ਕੱਲ੍ਹ ਤੱਕ ਗਰਮ ਖ਼ਿਆਲੀ ਸਫ਼ਾ 'ਚ ਸ਼ਲਾਘਾਯੋਗ ਨਾਮਣਾਂ ਖੱਟਣ ਵਾਲ਼ੇ ਵਿਅਕਤੀ ਤੇ ਲੱਗਾ ਜੇਹਾਦ ਵਿਰੋਧੀ ਇਲਜ਼ਾਮ ਉਸ ਨੂੰ ਰਸਤਿਓਂ ਪਤਲਾ ਪਾ ਗਿਆ। ਉਕਤ ਸਤਰਾਂ ਤੇ ਇਸਲਾਮ ਭਾਈਚਾਰੇ ਤੇ ਵੱਜੀ ਭਾਵਨਾਤਮਿਕ ਠੇਸ ਪ੍ਰਤੀ ਪ੍ਰੋ: ਨਿਰਵੈਰ ਸਿੰਘ ਵੱਲੋਂ ਮੰਗੀ ਮੁਆਫ਼ੀ ਕੱਟੜਪੰਥੀਆਂ ਦੇ ਗਲ਼ੋਂ ਨਾ ਉਤਰੀ। ਇਸਲਾਮ ਦੇ ਵੱਡੇ ਹਿੱਸੇ ਵੱਲੋਂ ਛਿੜੇ ਵਿਵਾਦ ਨੂੰ ਸਾਜਿਸ਼ ਦੱਸ ਕੇ ਬਲਦੀ ਤੇ ਪਾਣੀ ਪਾਉਣ ਦੀ ਕੀਤੀ ਕੋਸ਼ਿਸ਼ ਸਿਰਫਿਰੇ ਹਾਲਾਤਾਂ ਸਾਹਮਣੇ ਹਾਰ ਮੰਨ ਬੈਠੀ। ਪ੍ਰੋ: ਦਾ ਸਵੈ-ਸੱਚ ਤੋਂ ਮਾਣ ਟੁੱਟ ਗਿਆ ਇਸ ਲੂੰਹਦੀ ਅੱਗ ਦਾ ਸੇਕ ਬਾਬਾ ਫ਼ਰੀਦ ਕਾਲਜ ਦੇ ਪ੍ਰਬੰਧਕੀ ਟਰੱਸਟ ਤੇ ਮੈਨੇਜਮੈਂਟ ਦੀ ਕਾਰਜਸ਼ੈਲੀ ਨੂੰ ਉਦੋਂ ਲੱਗਾ ਜਦੋਂ ਕੱਟੜਪੰਥੀ ਧਮਕੀ ਤੋਂ ਡਰਦਿਆਂ ਉਨ੍ਹਾਂ ਮਜ਼ਬੂਰਨ ਪ੍ਰੋ: ਨਿਰਵੈਰ ਸਿੰਘ ਨੂੰ ਅਹੁਦਿਉਂ ਫਾਰਗ ਕਰ ਕੇ ਕੰਬਦੇ ਹੱਥੀਂ ਗੁਸਤਾਖ਼ੀ ਦੀ ਮਾਫ਼ੀ ਮੰਗ ਲਈ। ਇਖਲਾਕ ਮੁਹੰਮਦ ਨੇ ਪ੍ਰੋਫ਼ੈਸਰ ਦੇ ਹੱਕ 'ਚ ਵਕਾਲਤ ਕੀਤੀ, ਇਸਲਾਮ ਵਿਰੋਧੀ ਸ਼ਾਜ਼ਿਸ਼ਾਂ ਨਾਲ ਸਾਂਝ ਭਿਆਲੀ ਦਾ ਦੋਸ਼ ਉਸ ਦੇ ਅਹੁਦੇ ਨੂੰ ਵੀ ਗਲੋਂ ਨੱਪ ਗਿਆ।

ਬਾਤੋਂ ਬਣੇ ਬਤੰਗੜ ਨੇ ਨਫ਼ਰਤ ਨੂੰ ਇਥੋਂ ਤੱਕ ਤੂਲ ਦਿੱਤਾ ਕਿ ਨਿਆਂਪ੍ਰਸਤ ਸੱਚ ਜ਼ੁਬਾਨਾਂ ਹੇਠ ਹੀ ਦਮ ਤੋੜ ਗਿਆ। ਇਨਸਾਨੀਅਤ ਖ਼ੌਫ ਤੋਂ ਘੁੰਡ ਕੱਢ ਕੇ ਬੈਠ ਗਈ। ਸਮੁੱਚੇ ਸਿਲਸਿਲੇ ਨਾਲ਼ ਕਿਤੇ-ਕਿਤੇ ਜੁੜਦਾ ਮਿਰਜਾ ਮੁਹੰਮਦ ਦਾ ਨਾਂਅ ਪ੍ਰੋਫ਼ੈਸਰ ਨੂੰ ਖੁਦ ਤੋਂ ਜ਼ਿਆਦੇ ਨਜ਼ੀਰਾਂ ਦੇ ਭਵਿੱਖ ਪ੍ਰਤੀ ਫ਼ਿਕਰਮੰਦ ਕਰਦਾ। ਕੁੱਝ ਸਮਾਂ ਪਹਿਲਾਂ ਨਜ਼ੀਰਾਂ ਦੇ ਪ੍ਰਗਟਾਏ ਖਦਸ਼ੇ ਨੂੰ ਨਿਗੂਣਾ ਸਮਝ ਨਾ ਵਿਚਾਰਨਾ ਉਸ ਲਈ ਰੂਹਾਨੀ ਪਛਤਾਵਾ ਬਣ ਬੈਠਾ। "ਮੈਂ ਚਾਹੁੰਨੈ ਏਸ ਅੱਗ ਦੇ ਮੇਰੇ ਸੁਪਨੇ ਤੱਕ ਪਹੁੰਚਣੋਂ ਪਹਿਲਾਂ ਮੈਂ ਨਜ਼ੀਰਾ ਤੇ ਜਹਾਨਗੀਰ ਦਾ ਨਿਕਾਹ ਕਰ ਕੇ ਫਰਜ਼ੋਂ ਮੁਕਤ ਹੋ ਜਾਂ।" ਉਸ ਨੇ ਇਖ਼ਲਾਕ ਨਾਲ਼ ਪੱਖ ਵਿਚਾਰਿਆ।

"ਪਰ ਨਹੀਂ ਹਬੀਬਾ ਤੇਰੀ ਕਾਹਲ਼ ਧੁਖਦੀ ਤੇ ਤੇਲ ਪਾਏਗੀ। ਸਮੇਂ ਨਾਲ਼ ਮਚੀ ਬੈਸੰਤਰ ਖਾਮੋਸ਼ ਹੋ ਜੇ, ਇਹ ਕਾਜ ਉਦੋਂ ਹੀ ਬੰਨੇ ਲਾਵਾਂਗੇ। ਝੋਰਾ ਕਿਉਂ ਖਾਨੈਂ ਸੱਚ ਲਿਖਣ ਬਦਲੇ ਤੇਰੇ ਨਾਲ਼ ਵੀ ਸੋ ਕੁਝ ਈ ਹੋਇਐ ਜੋ ਕਦੇ ਜੋਗੀ ਅੱਲਾ ਯਾਰ ਖਾਨ ਨਾਲ਼ ਹੋਇਆ ਸੀ। ਬੇਗੁਨਾਹ ਲਹੂ ਪੀਣੀਆਂ ਬੰਦੂਕਾਂ ਤੋਂ ਇਹੋ ਮਿਲਣਾ ਸੀ ਪਰ ਬਹੁਗਿਣਤੀ ਦੇ ਸੱਚੇ ਮੋਮਨਾ ਦੀ ਇਬਾਦਤ ਤੇਰਾ ਵਾਲ਼ ਵਿੰਗਾ ਨਹੀਂ ਕਰ ਸਕਦੀ।"

ਇਖਲਾਕ ਨੇ ਬੁਲੰਦ ਹੌਂਸਲੇ ਦਾ ਪ੍ਰਗਟਾਵਾ ਕੀਤਾ। "ਮੇਰੀ ਵਜ੍ਹਾ ਕਰ ਕੇ ਗਈ ਤੇਰੀ ਨੌਕਰੀ ਦਾ ਪਛਤਾਵਾ ਮੈਨੂੰ ਰਹਿੰਦੀ ਉਮਰ ਸਤਾਏਗਾ।"

"ਪਰ ਜਿੱਥੋਂ ਰੱਬ ਜਿਹੇ ਯਾਰ ਤੁਰ ਜਾਣ ਉੱਥੇ ਕਾਫ਼ਰ ਸਦੀ ਕੇ ਨੌਕਰੀ ਕਰਨਾ ਵੀ ਮੇਰਾ ਮੁਨਾਸਿਬ ਨਹੀਂ। ਨਫ਼ਰਤ ਵਿਰੋਧੀ ਜੇਹਾਦ 'ਚ ਰਿਜਕ ਦੇ ਘਾਣ ਦਾ ਲੇਖਾ-ਜੋਖਾ ਛੱਡ। ਸੱਚ ਦੀ ਮੰਜ਼ਿਲ ਅਜੇ ਦੂਰ ਐ। ਤੇਰੀ ਨਜ਼ੀਰਾਂ ਦੇ ਨਿਕਾਹ ਦੀ ਸੁੱਚੀ ਭਾਵਨਾ ਦਾ ਅੱਲ੍ਹਾ ਪਾਕ ਜਾਮਨ ਏ। ਏਹਨੂੰ ਕਤਲ ਕਰਨਾ ਅਖੌਤੀ ਮੁਜ਼ਾਹਿਦਾਂ ਦੇ ਵਸ ਨਹੀਂ।"

ਅਨਵਰ ਰਾਹੀਂ ਨਜ਼ੀਰਾਂ ਦੇ ਨਿਕਾਹ ਦੀ ਆਈ ਨਾਂਹ ਨੇ ਮਿਰਜ਼ਾ ਮੁਹੰਮਦ ਨੂੰ ਲੋਹਾ ਲਾਖਾ ਕਰ ਦਿੱਤਾ। ਉਸ ਨੂੰ ਲੱਗਾ ਜਿਵੇਂ ਇਸ ਪਿੱਛੇ ਪ੍ਰੋ: ਨਿਰਵੈਰ ਸਿੰਘ ਦਾ ਅਹਿਮ ਰੋਲ ਹੈ। ਇਸ ਲਈ ਪਹਿਲਾਂ ਕੰਡਾ ਉਸ ਦਾ ਕੱਢਿਆ ਜਾਵੇ। ਕਾਲਜ ਦੀ ਮੈਨੇਜਮੈਂਟ ਨੂੰ ਦਿੱਤੀ ਧਮਕੀ 'ਚੋਂ ਮਿਲ਼ੀ ਸਫ਼ਲਤਾ ਨੇ ਉਸ ਦੇ ਵਿਸ਼ਵਾਸ ਨੂੰ ਪ੍ਰਪੱਕ ਕਰ ਦਿੱਤਾ। ਉਸ ਨੂੰ ਟੀਸੀ ਦਾ ਬੇਰ ਲਹਿੰਦਾ ਦਿੱਸਿਆ ਤਾਂ ਉਸ ਨੇ ਅਨਵਰ ਨੂੰ ਕਿਹਾ-"ਤੂੰ ਹੁਣ ਚਾਚੂ ਕੋਲ ਜਾਹ। ਉਹ ਕਦੇ ਮੁਨਕਰ ਨਹੀਂ ਹੋਵੇਗਾ।"

"ਐਸਾ ਕੀ ਹੋ ਗਿਆ ਹੁਣ?"

"ਉਹ ਤੇ ਪ੍ਰੋਫ਼ੈਸਰ ਦੋਵੇਂ ਈ ਕਾਲਜੋਂ ਕੱਢ ਦਿੱਤੇ ਐ। ਪ੍ਰੋਫ਼ੈਸਰ ਜਾਨ ਬਚਾਉਂਦਾ ਫਿਰਦੈ ਤੇ ਚਾਚੂ ਦੀ ਅਕਲੋਂ ਗ਼ੁੱਸਾ ਲਹਿ ਚੁੱਕੈ। ਉਹ ਹੁਣ ਨਜ਼ੀਰਾਂ ਦਾ ਨਿਕਾਹ ਮੇਰੇ ਨਾਲ਼ ਕਰਨੋਂ ਮੁਨਕਰ ਨਹੀਂ ਹੋਏਗਾ।"

"ਤੈਨੂੰ ਵਹਿਮ ਐ, ਉਹ ਮਰ ਜਾਏਗਾ ਪਰ ਤੇਰੇ ਨਾਲ਼ ਨਜ਼ੀਰਾਂ ਦੇ ਨਿਕਾਹ ਲਈ ਰਜ਼ਾਮੰਦ ਨਹੀਂ ਹੋਵੇਗਾ। ਰਹੀ ਗੱਲ ਪ੍ਰੋਫ਼ੈਸਰ ਦੀ ਉਹਦੇ ਮੁੱਦੇ ਤੇ ਅੱਧੇ ਮੁਜ਼ਾਹਿਦ ਉਹਦੇ ਨਾਲ਼ ਨੇ। ਰੌਲਾ-ਗੋਲ਼ਾ ਪਾਉਣ ਦਾ ਸਾਡਾ ਛੜੀਯੰਤਰ ਨੰਗਾ ਹੋ ਚੁੱਕੈ।" ਅਨਵਰ ਨੇ ਸਮਝਾਇਆ।

"ਪਰ ਤੂੰ ਮੇਰੇ ਲਈ ਚਾਚੂ ਕੋਲ ਜਾਹ। ਅਗਰ ਉਹ ਨਾ ਮੰਨੇ ਤਾਂ ਪ੍ਰੋਫ਼ੈਸਰ ਦੇ ਗੋਲ਼ੀ ਮਾਰ ਕੇ ਸਭ ਝੇੜੇ ਮੁਕਾ। ਫਿਰ ਸਾਡੇ ਰਾਹ ਕੋਈ ਰੋੜਾ ਨਹੀਂ ਰਹੇਗਾ।"

"ਪ੍ਰੋਫ਼ੈਸਰ ਦੇ ਗੋਲੀ?" ਅਨਵਰ ਡਰ ਕੇ ਕੰਬ ਗਿਆ। ਢਾਈ ਦਹਾਕਿਆਂ ਦੀ

ਵਫ਼ਾ ਉਸ ਨੂੰ ਜ਼ਮੀਰੋਂ ਹਲੂਣ ਰਹੀ ਸੀ-"ਮੈਨੂੰ ਉਹਨੇ ਨਿੱਕੇ ਹੁੰਦੇ ਨੂੰ ਪਾਲਿਐ। ਮੈਂ ਕਿਵੇਂ ਚਲਾ ਸਕਦਾ ਆਂ ਉਹਤੇ ਗੋਲ਼ੀ?"

"ਡਰ ਗਿਐ? ਜੇਹਾਦ ਤਾਂ ਸਕੇ ਪਿਓ ਦਾ ਲਹੂ ਵੀ ਮੰਗ ਸਕਦੈ। ਤੇਰੇ ਇਸਲਾਮਪ੍ਰਸਤ ਹੱਥ ਸਿੱਖ ਤੇ ਗੋਲ਼ੀ ਦਾਗਣੋਂ ਸਾਬਰ ਨੇ।" ਮਿਰਜ਼ਾ ਮੁਹੰਮਦ ਦਾ ਆਦਮਖੋਰ ਮਿਹਣਾਂ ਅਨਵਰ ਨੂੰ ਡੂੰਘੇ ਖ਼ਿਆਲੀਂ ਡੋਬ ਗਿਆ। ਜਦੋਂ ਜ਼ਮੀਰ ਦੇ ਅੰਤਿਮ ਸਾਹ ਵੀ ਮੁੱਕ ਗਏ ਤਾਂ ਅੰਨ੍ਹੀ ਅਕਲ ਤੋਂ ਜਨੂੰਨ ਨੇ ਜ਼ਬਰੀ ਅੰਗੂਠਾ ਬਣਾ ਲਿਆ-"ਮੈਂ ਜੇਹਾਦ ਲਈ ਹਰ ਵਫ਼ਾ ਨਿਭਾਂਵਾਗਾ।" ਉਸ ਨੇ ਮਿਰਜ਼ਾ ਮੁਹੰਮਦ ਨੂੰ ਵਿਸ਼ਵਾਸ ਦਿਵਾਇਆ।

"ਫਿਰ ਅੱਜ ਈ ਚਲਾ ਜਾਹ। ਤੇਰੀ ਕੋਸ਼ਿਸ਼ ਚਾਰੂ ਨੂੰ ਮਨਾ ਲਏ ਤਾਂ ਏਹਤੋਂ ਵੱਡੀ ਜਿੱਤ ਕੋਈ ਨਹੀਂ ਨਾ ਹੀ ਫਿਰ ਪ੍ਰੋਫ਼ੈਸਰ ਤੇ ਗੋਲ਼ੀ ਖ਼ਰਾਬ ਕਰਨ ਦੀ ਕੀ ਲੋੜ ਐ। ਉਹ ਨਾ ਮੰਨੇ ਤਾਂ ਪ੍ਰੋਫ਼ੈਸਰ ਨੂੰ ਬਖਸ਼ਣਾ ਕਿਸੇ ਭਾਅ ਵੀ ਨਹੀਂ।"

"ਪਰ ਇਹ ਕਿਉਂ ਭੁੱਲ ਬੈਠਿਐਂ ਉਹਦਾ ਹੁਰੀਅਤ ਤੇ ਮੁਜ਼ਾਹਿਦਾਂ ਤੱਕ ਸਤਿਕਾਰ ਐ। ਸ਼੍ਰੀਨਗਰ ਵਰਗੇ ਸ਼ਹਿਰ 'ਚ ਐਸੇ ਨਾਮਵਰ ਤੇ ਨਿਰਪੱਖ ਬੰਦੇ ਨੂੰ ਗੋਲ਼ੀ ਮਾਰਨਾ ਸੌਖਾ ਕੰਮ ਨਹੀਂ ਮਿਰਜ਼ਾ ਮੁਹੰਮਦ।

"ਚਿੱਠੀ ਸਿੰਘਪੁਰਾ ਕਾਂਡ ਸਿੱਖ ਦੇ ਕਤਲ ਨੂੰ ਅਸਾਨੀ ਨਾਲ ਢਕ ਲਏਗਾ। ਹੁਰੀਅਤ ਤੇ ਮੁਜ਼ਾਹਿਦ ਏਨੂੰ ਏਜੰਸੀਆਂ ਦਾ ਕਾਰਾ ਦੱਸ ਕੇ ਭੰਬਲ਼ਭੂਸਾ ਖੜ੍ਹਾ ਕਰ ਈ ਦੇਣਗੇ। ਮਕਸਦ ਪ੍ਰਾਪਤੀ ਲਈ ਏਦੂੰ ਖਰਾ ਮੌਕਾ ਮਿਲਣਾ ਔਖੈ।"

ਮਿਰਜ਼ਾ ਮੁਹੰਮਦ ਦੀਆਂ ਨਜ਼ਰਾਂ 'ਚ ਜੇਹਾਦ ਪ੍ਰਸਤ ਬਣਨ ਲਈ ਅਨਵਰ ਨੇ ਨਾ ਚਾਹੁੰਦਿਆਂ ਹੋਇਆ ਵੀ ਨਾਪਾਕ ਜ਼ਿੰਮੇਵਾਰੀ ਝੋਲ਼ੀ ਪਵਾ ਲਈ। ਪ੍ਰੋਫ਼ੈਸਰ ਦੀਆਂ ਢਾਈ ਦਹਾਕੇ ਦੀਆਂ ਬੇਜੋੜ ਵਫ਼ਾਦਾਰੀਆਂ ਨੂੰ ਜੇਹਾਦ ਦਾ ਅੰਨ੍ਹਾ ਭੂਤ ਪੈਰਾਂ ਹੇਠ ਮਸਲ ਗਿਆ। "ਮੇਰਾ ਨਜ਼ੀਰਾਂ ਨੂੰ ਬੇਗ਼ਮ ਬਣਾਉਣ ਦਾ ਮਕਸਦ ਇਹ ਵੀ ਐ ਅਨਵਰ ਕਿ ਉਹ ਕਲਾਵੰਤੀ ਸੂਝਵਾਨ ਲੇਖਕਾ ਐ। ਉਸ ਦੀਆਂ ਜੇਹਾਦ ਹਿਤੈਸ਼ੀ ਲਿਖਤਾਂ ਮੁਕਾਮ ਪ੍ਰਾਪਤੀ ਲਈ ਵਫ਼ਾਦਾਰੀ ਨਿਭਾਉਣਗੀਆਂ। ਮੇਰੀ ਬੇਗ਼ਮ ਬਣਨ ਤੋਂ ਬਿਨਾਂ ਉਹ ਇਹ ਕੰਮ ਨਹੀਂ ਕਰ ਕਸਦੀ।"

ਅਨਵਰ ਨੂੰ ਪੱਕਾ ਕਰਨ ਲਈ ਮਿਰਜ਼ਾ ਮੁਹੰਮਦ ਨੇ ਆਖ਼ਰੀ ਕਿੱਲ ਇਹ ਵੀ ਠੋਕੀ। ਉਹ ਉਸੇ ਸ਼ਾਮ ਭਰਿਆ ਪੀਤਾ ਇਖ਼ਲਾਕ ਕੋਲ਼ ਜਾ ਠਹਿਕਿਆ-

"ਅੱਬੂ ਅੱਜ ਕਹਾਣੀ ਇੱਕ ਬੰਨੇ ਲੱਗ ਕੇ ਈ ਰਹੂ। ਸਿੱਧਾ ਦੱਸ ਨਜ਼ੀਰਾਂ ਨੂੰ ਮਿਰਜ਼ਾ ਮੁਹੰਮਦ ਨਾਲ਼ ਤੋਰਨਾ ਏ ਜਾਂ...?" ਉਸ ਦਿਨ ਨਾਲੋਂ ਜ਼ੁਬਾਨ ਜ਼ਿਆਦੇ ਕੁਸੈਲੀ ਸੀ।

"ਕਿਉਂ? ਉੱਦਣ ਦਾ ਕਿਹਾ ਕੰਨੀਂ ਨਹੀਂ ਸੀ ਪਿਆ? ਜਾਂ ਸਿਰ ਖਪਾਈ ਬੇਅਸਰ ਗਈ?" ਇਖਲਾਕ ਅਕੀਦੇ ਤੇ ਪੱਕਾ ਸੀ।

"ਹੂੰ! ਰੱਸੀ ਸੜ ਕੇ ਵੀ ਵੱਟ ਨਹੀਂ ਗਿਆ। ਨੌਕਰੀ ਗਵਾ ਕੇ ਅਕਲ ਨੀ ਆਈ ਜਿਹੜਾ ਹੁਣ ਜਾਨ ਗਵਾਉਣ ਤੇ ਤੁਲਿਐਂ?"

"ਉਏ ਜਾਹ ਚਲਾ ਜਾਹ ਕਾਫਰਾ ਮੇਰੀ ਜਿੰਦ ਦਾ ਫ਼ਿਕਰ ਛੱਡ ਆਪਣੇ ਬਾਰੇ ਸੋਚ।"

"ਤੇ ਤੂੰ ਪ੍ਰੋਫ਼ੈਸਰ ਕਾਫਰ ਬਾਰੇ ਸੋਚਦਾ ਰਹੁ।"

"ਉਹ ਮੈਂ ਤੈਨੂੰ ਉਦਣੇ ਕਹਿ ਦਿੱਤਾ ਸੀ ਉਹਦਾ ਏਸ ਗੱਲ 'ਚ ਕੋਈ ਦਖ਼ਲ ਨਹੀਂ।"

"ਤੂੰ ਮੈਨੂੰ ਅਸਲ ਗੱਲ ਦਾ ਜਵਾਬ ਦੇਹ। ਕਾਫ਼ਰ ਦੀ ਵਕਾਲਤ ਦੀ ਮੈਨੂੰ ਜ਼ਰੂਰਤ ਨਹੀਂ।" ਅਨਵਰ ਤਲਖੀ 'ਚ ਬੋਲਿਆ।

"ਜਾਹ ਫਿਰ ਦਫਾ ਹੋ ਮੈਨੂੰ ਮਿਰਜ਼ਾ ਮੁਹੰਮਦ ਦੀ ਵਕਾਲਤ ਦੀ ਵੀ ਲੋੜ ਨਹੀਂ।" ਨਾ ਹੀ ਮੈਨੂੰ ਉਹਦੀ ਹਿਟਲਰਸ਼ਾਹੀ ਬਰਦਾਸ਼ਤ ਐ। ਹਵਸੀ-ਜਿਸਮਾਨੀ ਐਸ਼ੋ ਇਸ਼ਰਤ ਦੀਆਂ ਤਮਾਮ ਹੱਦਾਂ ਲੰਘ ਚੁੱਕੇ ਬਦ-ਇਖ਼ਲਾਕ ਬੰਦੇ ਨੂੰ ਆਪਣੀ ਧੀ ਤਾਂ ਕੀ ਕਿਸੇ ਹੋਰ ਨੂੰ ਵੀ ਦੇਂਦਿਆਂ ਮੈਂ ਰੋਕਾਂਗਾ।"

"ਫਿਰ ਸੋਚ ਲੈ ਅੱਬੂ? ਅਨਵਰ ਮੂੰਹੋਂ ਕਿਹਾ ਕਰ ਵਿਖਾਉਂਦੈ।"

"ਤੇ ਇਖਲਾਕ ਮੂੰਹੋਂ ਕੱਢਿਆ ਬੋਝ ਪੁਗਾ ਕੇ ਛੱਡਦੈ। ਮੈਂ ਨਜ਼ੀਰਾਂ ਦਾ ਹੱਥ ਜਹਾਨਗੀਰ ਨੂੰ ਦੇ ਚੁੱਕੈ। ਵਾਅਦਿਓਂ ਬੇਈਮਾਨ ਹੋਣਾਂ ਤੇ ਥੁੱਕ ਕੇ ਚੱਟਣਾ ਕਾਫਰਾਂ ਦਾ ਕੰਮ ਹੁੰਦੈ।"

"ਅਜੇ ਵੇਲ਼ਾ ਐ ਸੋਚ ਲੈ। ਵਰਨਾ ਸੱਥਰ ਵਿਛ ਜਾਣਗੇ, ਤੂੰ ਰੋਏਂਗਾ।"

"ਤੇਰੇ ਹੱਥੋਂ ਮੌਤ ਦਰਗਾਹੋਂ ਲਿਖੀ ਹੋਈ, ਮੈਂ ਬਚ ਨਹੀਂ ਸਕਦਾ ਤੇ ਜੇ ਨਹੀਂ ਤਾਂ ਮੈਨੂੰ ਮਾਰਨਾ ਤੇਰੇ ਤੇ ਤੇਰੇ ਮਿਰਜ਼ੇ ਦੇ ਵਸ ਨਹੀਂ। ਅਗਲੀ ਗੱਲ ਮੌਤ ਦਾ ਖੌਫ ਮੌਤੋਂ ਡਰਨ ਵਾਲਿਆਂ ਨੂੰ ਹੁੰਦੈ। ਸਮਝਿਐ?"

"ਪਰ...।"

"ਬਕਵਾਸ ਬੰਦ। ਬੜੀ ਭੌਂਕ ਲਿਆ ਤੂੰ ਮੈਂ ਹੋਰ ਕੁਸ਼ ਨਹੀਂ ਸੁਣਨਾ।"

"ਜੇਹਾਦ ਤੋਂ ਬਾਗ਼ੀ ਹੋਣਾ ਗਜ਼ਬ ਐ।"

"ਇਹ ਮੈਨੂੰ ਤੂੰ ਸਿਖਾਉਣੈਂ? ਜੰਮਿਆਂ ਮੇਰੇ ਘਰ ਤੂੰ ਐਂ ਮੈਂ ਤੇਰੇ ਨਹੀਂ। ਵੱਡਾ ਆਇਐ ਇਲਮ ਪੜ੍ਹਾਉਣ। ਚੱਲ ਦਫ਼ਾ ਹੋ ਏਥੋਂ। ਤਮਾ ਖ਼ਰਾਬ।" ਉਸ ਨੇ ਅਨਵਰ ਨੂੰ ਧੱਕਾ ਮਾਰ ਕੁੰਡੀ ਮਾਰ ਲਈ। ਭਰਿਆ ਪੀਤਾ ਅਨਵਰ ਪ੍ਰੋਫ਼ੈਸਰ ਨਿਰਵੈਰ ਸਿੰਘ ਵੱਲ ਹੋ ਤੁਰਿਆ। ਫੈਰਨ ਦੀ ਅੰਦਰਲੀ ਜੇਬ 'ਚੋਂ ਰਿਵਾਲਵਰ ਕੱਢ ਗੋਲ਼ੀਆਂ ਭਰ ਲਈਆਂ। ਘਰ 'ਚ ਬਲਦੇਵ ਕੌਰ ਤੇ ਸਰਵਰ ਸਨ। ਪ੍ਰੋਫ਼ੈਸਰ ਤੇ ਨਜ਼ੀਰਾਂ ਚਿੱਠੀ ਸਿੰਘਪੁਰਾ ਤੋਂ ਨਹੀਂ ਸਨ ਪਰਤੇ-

"ਐੱਸਲਾਮ ਅਲੈਕਮ ਬਾਈ ਜਾਨ।" ਸਰਵਰ ਨੇ ਅਨਵਰ ਨੂੰ ਪਹਿਚਾਣਦਿਆਂ ਕਿਹਾ ਪਰ ਅਨਵਰ ਦੀ ਛਾਤੀ ਦਾ ਤਾਜ਼ਾ ਚੀਰਿਆ ਫੋੜਾ ਅਜੇ ਰਿਸ ਰਿਹਾ ਸੀ। ਉਸ ਨੇ ਕੋਈ ਜਵਾਬ ਨਾ ਦਿੱਤਾ। ਨਾ ਹੀ ਪਹਿਲਾਂ ਵਾਂਗੂੰ ਬਲਦੇਵ ਕੌਰ ਦੇ ਪੈਰੀਂ ਹੱਥ ਲਾਇਆ-"ਆ ਜਾ ਪੁੱਤ ਅਨਵਰ! ਤੂੰ ਤਾਂ ਗੇੜਾ ਮਾਰਨਾ ਈ ਭੁੱਲ ਗਿਉਂ?"

ਪਰ ਜਵਾਬ ਦੇਣ ਦੀ ਥਾਂ ਅਨਵਰ ਦੀਆਂ ਤਿਊੜੀਆ ਟੇਟ ਹੋ ਗਈਆਂ। ਸ਼ਾਇਦ ਬਲਦੇਵ ਕੌਰ ਨੂੰ ਅਨਵਰ ਦੇ ਕੁਰਾਹੇ ਪੈਣ ਦਾ ਬਹੁਤਾ ਇਲਮ ਵੀ ਨਹੀਂ ਸੀ ਪਰ ਪਾਲਤੂ ਪੁੱਤਰ ਦਾ ਇਹ ਅਨੋਖਾ ਰਵੱਈਆ ਉਸ ਨੂੰ ਰੂਹੋਂ ਹੈਰਾਨ ਕਰ ਰਿਹਾ ਸੀ। ਥਿੜ੍ਹਕੇ ਨਿਸ਼ਾਨੇ ਨੇ ਅਨਵਰ ਦੇ ਗੁੱਸੇ ਨੂੰ ਲਾਂਬੂ ਲਾ ਦਿੱਤਾ। ਉਹ ਨੀਮ ਤਲਖ਼ੀ 'ਚ ਬੋਲਿਆ-"ਆਂਟੀ ਮੈਂ ਤਾਂ ਅੰਕਲ ਨਾਲ ਜ਼ਰੂਰੀ ਗੱਲ ਕਰਨ ਖ਼ਾਤਰ ਆਇਆ ਸਾਂ?"

"ਉਨ੍ਹਾਂ ਵਾਲੀ ਜ਼ਰੂਰੀ ਗੱਲ ਉਨ੍ਹਾਂ ਨਾਲ ਕਰੀਂ ਪਰ ਮੈਨੂੰ ਤੇਰਾ ਮੂਡ ਅੱਜ ਠੀਕ ਨਹੀਂ ਲੱਗਦੈ ਐਸੀ ਕੀ ਗੱਲ ਐ?" ਬਲਦੇਵ ਕੌਰ ਨੂੰ ਸਦਾ ਬੇਜੀ ਕਹਿਣ ਵਾਲ਼ੇ ਅਨਵਰ ਮੂੰਹੋਂ ਆਂਟੀ ਸੁਣ ਕੇ ਉਸ ਨੂੰ ਰਵੱਈਆ ਕੁੱਝ ਸ਼ੱਕੀ ਜਾਪਿਆ।" ਖ਼ੈਰ ਗੱਲਾਂ ਫਿਰ ਵੀ ਕੀਤੀਆਂ ਜਾਣਗੀਆਂ ਪਹਿਲਾਂ ਦੱਸ ਕੀ ਲਏਂਗਾ? ਚਾਹ ਜਾਂ ਕਾਫ਼ੀ?"

"ਕੁੱਝ ਨਹੀਂ।"

"ਫਿਰ ਵੇਲ਼ਾ ਰੋਟੀ ਦਾ ਹੋਇਐ ਤੂੰ ਸਰਵਰ ਕੋਲ਼ ਬੈਠ ਮੈਂ ਹੁਣੇ ਤਿਆਰ ਕਰ ਦੇਂਨੀ ਆਂ।" ਅਨਵਰ ਨੇ ਸਿਰ ਹਿਲਾ ਕੇ ਨਾਂਹ ਕੀਤੀ ਪਰ ਜ਼ਬਾਨ ਬੰਦ ਰੱਖੀ।

"ਮੈਨੂੰ ਸਿਹਤ ਠੀਕ ਨਹੀਂ ਲੱਗ ਰਹੀ ਪੁੱਤਰਾ?" ਉਸ ਨੇ ਮੱਥੇ ਤੇ ਹੱਥ ਧਰ ਕੇ ਅਨਵਰ ਦੇ ਬੁਖਾਰ ਹੋਣ ਦਾ ਅੰਦਾਜ਼ਾ ਲਗਾਇਆ ਪਰ ਬੁਖ਼ਾਰ ਨਹੀਂ ਸੀ। ਉਹ ਰਸੋਈ ਵੱਲ ਗਈ ਤਾਂ ਸਰਵਰ ਨੇ ਪਿੱਛੇ ਜਾ ਕੇ ਸਾਰੀ ਹਕੀਕਤ ਦੱਸ ਦਿੱਤੀ। ਬਲਦੇਵ ਕੌਰ ਹੈਰਾਨਗੀ ਦੇ ਬਾਵਜੂਦ ਸੰਤੁਸ਼ਟ ਸੀ? ਉਸ ਨੇ ਸੁਤੈ-ਸੁਭਾ ਕਹਿ ਦਿੱਤਾ-

"ਤੂੰ ਕਿਹੜੇ ਕੁਰਾਹੇ ਪੈ ਗਿਉਂ ਪੁੱਤਰਾਂ?"

"ਕੁਰਾਹੇ ਪੈ ਕੇ ਈ ਤੁਹਾਡੇ ਜਿਹੇ ਕਾਫ਼ਰਾਂ ਤੋਂ ਕਸ਼ਮੀਰ ਆਜ਼ਾਦ ਕਰਵਾਇਆ ਜਾ ਸਕਦੈ।" ਬਲਦੇਵ ਕੌਰ ਇਹ ਸੁਣ ਕੇ ਵੀ ਸੰਤੁਸ਼ਟ ਸੀ।

"ਉਏ ਪੁੱਤਰਾ! ਪ੍ਰੋਫ਼ੈਸਰ ਸਾਹਿਬ ਦੇ ਐਡੀਟੋਰੀਅਲ ਨੇ ਖਾਹ-ਮਖ਼ਾਹ ਵਿਵਾਦ ਪਾ ਦਿੱਤੈ। ਕੋਈ ਬਹੁਤੀ ਵੱਡੀ ਗੱਲ ਨਹੀਂ ਸੀ ਉਹ।"

ਬਲਦੇਵ ਕੌਰ ਨੇ ਅਨਵਰ ਦੇ ਗ਼ੁੱਸੇ ਦਾ ਭਾਵ ਤਾਜ਼ਾ ਵਿਵਾਦ ਸਮਝਿਆ।

"ਉਹ ਗੱਲ ਨਹੀਂ ਆਂਟੀ ਪਰ ਜਿਹੜਾ ਤੁਸਾਂ ਗੰਦ ਪਾ ਛੱਡਿਐ...।"

ਬਲਦੇਵ ਕੌਰ ਨੇ ਅਨਵਰ ਨੂੰ ਨੀਅਤੋਂ ਪਰਖ ਲਿਆ ਪਰ ਸ਼ਾਂਤ-ਸੁਭਾਅ ਫਿਤਰਤ ਨੇ ਮੂੰਹੋਂ ਕੁੱਝ ਨਾ ਬੋਲਿਆ।

"ਕਿੱਥੇ ਛੁਪਿਐ ਵੱਡਾ ਆਲਮ ਜੋ ਸਾਡੇ ਅੱਬੂ ਤੇ ਭੈਣ ਨੂੰ ਪੁੱਠਾ ਇਲਮ ਪੜ੍ਹਾਉਂਦੈ?" ਉਸ ਨੇ ਫਰਨ 'ਚੋਂ ਕੱਢ ਰਿਵਾਲਵਰ ਤਾਣਿਆ ਤਾਂ ਸਰਵਰ ਤੋਂ ਰਿਹਾ ਨਾ ਗਿਆ।

"ਕੀ ਬਕਵਾਸ ਕਰ ਰਿਹੈਂ ਉਏ ਤੂੰ? ਲੰਡਿਆਂ ਦੇ ਲਾਣੇ 'ਚ ਵੜ ਕੇ ਵੱਡਿਆਂ ਦਾ ਅਦਬ ਵੀ ਭੁੱਲ ਬੈਠਿਐਂ?" ਉਸ ਨੇ ਹਿੱਕ ਤਾਣ ਅਨਵਰ ਨੂੰ ਹਲੂਣਿਆਂ।

"ਹੂੰ! ਕਿਹੜਾ ਅਦਾਬ-ਕਿਹੜੀਆਂ ਗੱਲਾਂ? ਅਸੀਂ ਜੇਹਾਦ ਦੇ ਮੁਰੀਦ ਕੁੱਲ ਆਲਮ ਸਾਡਾ ਅਦਾਬ ਕਰਦੈ। ਅਸੀਂ ਹੁਣ ਕਾਫ਼ਰਾਂ ਦੇ ਪੈਰ ਫੜੀਏ। ਜੇਹਾਦ ਲਈ ਜੰਮੇ, ਜੇਹਾਦ ਲਈ ਜੀਆਂ ਮਰਾਂਗੇ। ਜੋ ਸਾਡੇ ਖ਼ਿਲਾਫ਼ ਬੋਲੂ-ਲਿਖੂ! ਉਹਨੂੰ ਗੋਲ਼ੀ ਮਾਰ ਪਾਰ ਬੁਲਾ ਦਿਆਂਗੇ।" ਉਸ ਨੇ ਹੱਥਾਂ 'ਚ ਰਿਵਾਲਵਰ ਉਲਾਰਿਆਂ ਤਾਂ ਕੁਵੇਲੇ ਆਮਦ ਦਾ ਮਕਸਦ ਪ੍ਰਤੱਖ ਜ਼ਾਹਿਰ ਹੋ ਗਿਆ।

"ਅਨਵਰ! ਤੂੰ ਸੱਚਾ ਮੁਜ਼ਾਹਿਦ ਤਾਂ ਹੁੰਦਾ ਜੇ ਛਿੜੇ ਵਿਵਾਦ ਨੂੰ ਦੋਵਾਂ ਧਿਰਾਂ ਦੇ ਸਮਝੌਤੇ 'ਚ ਰੰਗਦਾ। ਆਹ ਤਾਂ ਬਲ਼ਦੀ ਤੇ ਪਾਣੀ ਦੀ ਥਾਂ ਤੇਲ ਪਾਉਣ ਵਾਲ਼ੀਆਂ ਗੱਲਾਂ ਨੇ।" ਅਨਵਰ ਨੇ ਅੰਦਰ ਰਿੱਝਦੇ ਪਾਪ ਨੂੰ ਭਾਂਪਦਿਆਂ ਬਲਦੇਵ ਕੌਰ ਦਾ ਸੱਚ ਸਾਹਮਣੇ ਆ ਗਿਆ।

"ਤੁਸੀਂ ਨਾ ਬੋਲੋ ਅੰਮਾ। ਕੋਈ ਕੀ ਬੋਲਦੈ ਜਾਂ ਲਿਖਦੈ ਉਹਨੂੰ ਸਮਝਾਉਣ ਦਾ ਠੇਕਾ ਏਸ ਕੰਜਰ ਨੇ ਕਦੋਂ ਤੋਂ ਲੈ ਲਿਐ? ਮੈਨੂੰ ਪਤੈ ਜਿਹੜਾ ਦੁਸ਼ਟ ਤੇਰੇ ਅੰਦਰ ਬੋਲਦੈ ਤੇ ਜੇਹਦਾ ਚੁੱਕਿਆਂ ਤੂੰ ਏਥੇ ਆਇਐਂ। ਜੇਹੜੀ ਗੋਲ਼ੀ ਦਾ ਡਰਾਵਾ ਦੇਨੈਂ। ਉਹ ਤੁਹਾਡੇ ਲਈ ਵੀ ਬਣ ਚੁੱਕੀ ਐ।" ਸਰਵਰ ਤੱਤਾ ਹੋਇਆ।

"ਉਏ ਪਰ ਤੂੰ ਮੈਨੂੰ ਕੀ ਪੜ੍ਹਾਏਂਗਾ?

"ਉਏ ਤੈਥੋਂ ਛੋਟੇ ਨੇ ਤੈਨੂੰ ਪੜ੍ਹਾਉਣਾ ਵੀ ਕੀ ਐ। ਤੂੰ ਤਾਂ ਅੱਬੂ ਦਾ ਪੜ੍ਹਾਇਆ ਵੀ ਕੋਰਾ ਚਿੱਟਾ ਅਨਪੜ੍ਹ ਈ ਫਿਰਦੈਂ।" ਇਕਦਮ ਅੰਦਰ ਦਾਖ਼ਲ ਹੋਇਆ ਇਖਲਾਕ ਅਨਵਰ ਤੇ ਚਿੜ੍ਹ ਪਿਆ। ਉਹ ਅਨਵਰ ਦਾ ਇੱਥੇ ਆਉਣ ਦੇ ਖਦਸ਼ੇ ਨਾਲ ਪੈੜਾਂ ਨੱਪਦਾ ਮਗਰ-ਮਗਰ ਹੋ ਤੁਰਿਆ ਸੀ।

"ਚੁੱਪ ਉਏ ਅੱਬੂ। ਇਹ ਸਭ ਤੇਰਾ ਕੀਤਾ ਧਰਿਆ ਏ।"

"ਉਏ ਇਹ ਤੇਰੇ ਖਸਮ ਮਿਰਜ਼ਾ ਮੁਹੰਮਦ ਦਾ ਪਾਇਆ ਪੁਆੜਾ ਏ।" ਖ਼ੈਰ! ਭਾਈ ਸਾਹਿਬ ਤੁਸੀਂ ਤਲਖੀ 'ਚ ਨਾ ਆਵੋ।" ਬਲਦੇਵ ਕੌਰ ਵਿਚਕਾਰ ਜਾ ਖੜ੍ਹੀ-"ਦੱਸ ਬੇਟਾ ਅਨਵਰ ਤੂੰ ਕੀ ਚਾਹੁੰਨੈ? ਕੀ ਕਰ ਸਕਦੇ ਆਂ ਅਸੀਂ ਤੇਰੇ ਲਈ? ਤੇਰਾ ਕਿਸੇ ਨਾਲ ਲੱਖ ਇਤਰਾਜ਼ ਹੋਏ ਪਰ ਮੈਂ ਤਾਂ ਤੇਰੀ ਮਾਂ ਹਾਂ।" ਬਲਦੇਵ ਕੌਰ ਨੇ ਵਹਿੰਦੇ ਪਾਣੀ ਵਾਂਗੂੰ ਸ਼ਾਂਤ ਦਲੀਲ ਦਿੱਤੀ।

"ਪਰ ਤੂੰ ਮੇਰੀ ਅੰਮਾਂ ਨਹੀਂ। ਕਾਫਰ ਲਹੂ ਐ।" ਸਰਵਰ ਦੀ ਗਰਜ਼ ਨੇ ਕੰਧਾਂ ਹਿਲਾ ਦਿੱਤੀਆਂ।"

"ਓਏ ਦੂਰ ਲਾਹਨਤ ਕਾਫ਼ਰਾ ਤੇਰੇ। ਤੂੰ ਜੰਮਦਾ ਈ ਕਿਉਂ ਨਾ ਮਰ ਗਿਐ?" ਇਖ਼ਲਾਕ ਰੋਣ ਲੱਗ ਪਿਆ-"ਜੇਹਨੇ ਹਜ਼ਾਰਾਂ ਔਕੜਾਂ ਸਹਿ ਕੇ ਤੈਨੂੰ ਪਾਲਿਐ ਜੇਹਾਦ ਨੇ ਉਹ ਲਹੂ ਕਾਫ਼ਰਾ ਬਣਾ ਦਿੱਤੈ?"

"ਜੇਹਾਦ ਵਿਰੋਧੀਆਂ ਨਾਲ਼ ਮੇਰਾ ਕੋਈ ਨਾਤਾ ਨਹੀਂ।" ਇਖਲਾਕ ਦੇ ਹੰਝੂਆਂ ਨੂੰ ਪੈਰਾਂ ਹੇਠ ਮਸਲ਼ਦਾ ਅਨਵਰ ਬੋਲਿਆ-"ਇਹ ਮੇਰੀ ਮਾਂ ਨਹੀਂ। ਜੇ ਅੱਬੂ ਤੂੰ ਏਹਦੀ ਵਕਾਲਤ ਕਰਦੇ ਤਾਂ ਤੂੰ ਵੀ ਮੇਰਾ ਬਾਪ ਨਹੀਂ।"

ਕਹਿੰਦਿਆਂ ਉਸ ਨੇ ਫੈਰਨ 'ਚੋਂ ਰਿਵਾਲਵਰ ਕੱਢ ਬਲਦੇਵ ਕੌਰ ਵੱਲ ਤਾਣ ਲਿਆ। ਸਰਵਰ ਦੇ ਵਿਰੋਧ ਨੇ ਅਨਵਰ ਨੂੰ ਗੁੱਟੋਂ ਜਾ ਫੜਿਆ। ਨਿਸ਼ਾਨਿਓਂ ਉੱਕੀ ਗੋਲ਼ੀ ਨੇ ਸਰਵਰ ਦੀ ਖੋਪਰੀ ਕੱਚੇ ਘੜੇ ਵਾਂਗੂੰ ਠੀਕਰੀਆਂ ਕਰ ਸੁੱਟੀ। ਲਹੂ-ਲਬਰੇਜ਼ ਗੋਸ਼ਤ ਅਨਾਰ ਦੇ ਦਾਨਿਆਂ ਵਾਂਗੂੰ ਫਰਸ਼ 'ਤੇ ਜਾ ਖਿੰਡਿਆ। ਭਰਾ ਹੱਥੋਂ ਭਰਾ ਦੇ ਕਤਲ ਨੇ ਕਸ਼ਮੀਰੀ ਫਿਜ਼ਾ ਲਹੂ-ਲੁਹਾਨ ਕਰ ਦਿੱਤੀ। ਬਿੰਦ ਕੁ ਪਹਿਲਾਂ ਬੋਲਦੇ ਅਨਵਰ ਦਾ ਪਰਛਾਵਾਂ ਵੀ ਨਾਲ।

"ਵਾਹ ਕਰਤਾਰ! ਵਾਹ ਤੇਰੀਆਂ ਬੇਪਰਵਾਹੀਆਂ। ਅਨਵਰ-ਸਰਵਰ ਦੀ ਜੋੜੀ ਨੂੰ ਤੱਕ ਹੰਢਾਈ ਖ਼ੁਸ਼ੀ ਨੇ ਕਦੇ ਮੇਰੇ ਪ੍ਰਦੇਸੀ ਪੁੱਤ ਦੀ ਯਾਦ ਨੂੰ ਵੀ ਨੇੜੇ ਨਾ ਫਰਕਣ ਦਿੱਤਾ ਪਰ ਅੱਜ ਅਭਾਗਣ ਲਈ ਦੋਵੇਂ ਕਾਤਲ-ਮਕਤੂਲ ਬਣ ਗਏ। ਕਾਸ਼ ਅਨਵਰ ਦੀ ਗੱਦਾਰੀ ਨੂੰ ਮੇਰੀ ਅਕਲ ਨਿੱਕੇ ਹੁੰਦਿਆਂ ਈ ਟੋਹ ਲੈਂਦੀ। ਅੱਜ ਸਰਵਰ ਦੀ ਵਫ਼ਾ ਲਹੂ ਭਿੱਜੀ ਲੋਥ ਕਦੇ ਨਾ ਬਣਦੀ।

ਨਰਜਿੰਦ ਲੋਥ ਤੇ ਹੱਥ ਮਾਰਦੀ ਬਲਦੇਵ ਕੌਰ ਦੀਆਂ ਤਲ਼ੀਆਂ ਸਰਵਰ ਦੇ ਲਹੂ 'ਚ ਭਿੱਜ ਗਈਆਂ।

"ਕਿਉਂ ਰੋਂਦੀ ਐ ਭੈਣੇਂ? ਤੇਰੇ ਪੁੰਨਿਆ ਤੋਂ ਕੋਰੇ ਫਰਜ਼ਾਂ ਨੂੰ ਗ੍ਰਹਿਣ ਲਾਉਣ ਵਾਲ਼ਾ ਲਾਲ ਭਾਵੇਂ ਸਫੈਦ ਲਹੂ ਮੇਰਾ ਈ ਐ। ਸਰਵਰ ਦੀ ਵਫ਼ਾਦਾਰ ਮੌਤ ਨੇ ਅਨਵਰ ਦੀ ਗੱਦਾਰੀ ਨੂੰ ਕੱਜ ਕੇ ਮੈਨੂੰ ਅਹਿਸਾਨ ਫਰਮੋਸ਼ੀ ਦੇ ਦੋਸ਼ੋਂ ਮੁਕਤ ਕਰਵਾਇਆ ਐ। ਅਨਵਰ ਦੇ ਸਹੀ ਟਿਕਾਣੇ ਪਏ ਨਿਸ਼ਾਨੇ ਨੇ ਸਾਡੇ ਦਹਾਕਿਆਂ ਪੁਰਾਣੇ ਰਿਸ਼ਤੇ ਨੂੰ ਫੂੰਡਣਾ ਸੀ। ਮੈਨੂੰ ਕੰਨੋਂ ਫੜ

ਜ਼ਮੀਰ ਨੇ ਖੁਦਕੁਸ਼ੀ ਤੇ ਲੈ ਆਉਣਾ ਸੀ। ਸੋ ਭੈਣੇ ਤੇ ਰੋਣਾ ਕਿਸੇ ਪੱਖੋਂ ਵਾਜ਼ਿਬ ਨਹੀਂ।

"ਤੂੰ ਤੇ ਆਪਣੇ ਲਹੂ ਦੇ ਲਾਲ-ਸਫ਼ੈਦ ਰੰਗ ਦੀ ਸ਼ਨਾਖਤ ਕਰ ਕੇ ਗੱਦਾਰੀਆਂ-ਵਫ਼ਾਦਾਰੀਆਂ ਤੋਲ ਬੈਠਿਐ ਪਰ ਮੈਂ ਤਾਂ ਮਾਂ ਹਾਂ। ਦੱਸ ਕਿਵੇਂ ਮਮਤਾ ਦੇ ਦੋ ਹਿੱਸੇ ਕਰਾਂ? ਇੱਕ ਪੁੱਤ ਮੇਰੇ ਲਈ ਜਾਨ ਦੇ ਕੇ ਵਫ਼ਾ ਨਿਭਾ ਗਿਆ ਦੂਜਾ ਮੇਰੀ ਜਾਨ ਦਾ ਤ੍ਰਿਹਾਇਆ ਬੰਦੂਕ ਚੁੱਕੀ ਫਿਰਦੈ। ਮਾਂ ਤਾਂ ਪੁੱਤ ਨੂੰ ਜਾਣਦੀ ਐ ਲਾਲ-ਸਫ਼ੈਦ ਲਹੂ ਦੇ ਨਮੂਨੇ ਕੱਢਣੇ ਨਹੀਂ। ਤੂੰ ਪੁੱਤ-ਕਪੁੱਤ ਦਾ ਫਰਕ ਕੱਢ ਸਕਦੈਂ ਪਰ ਮੈਂ ਨਹੀਂ।"

"ਤੂੰ ਏਸ ਗੱਲੋਂ ਸੱਚੀ ਐ ਭੈਣੇਂ ਪਰ ਸੋਚ ਸਰਵਰ ਦੀ ਥਾਂ ਗੋਲ਼ੀ ਤੇਰੇ ਵੱਜ ਜਾਂਦੀ ਫਿਰ?"

"ਫਿਰ ਮੈਂ ਪੁੱਤ ਦੀ ਆਈ ਮਰ ਜਾਂਦੀ ਆਹ ਦੁੱਖ ਤਾਂ ਨਾ ਵੇਖਦੀ। ਨਾ ਕਦੇ ਸਿੱਖ ਮੋਮਨ ਦਾ ਫਰਕ ਉੱਭਰਦਾ। ਨਾ ਸੂਹਾ ਲਹੂ ਕਸੁੰਭੜਾ ਹੁੰਦਾ। ਅੱਜ ਮੇਰੇ ਕੋਲ਼ ਮੇਰੀ ਧੀ ਨਜ਼ੀਰਾਂ ਹੁੰਦੀ ਮੈਂ......।"

ਉਹ ਫਿਰ ਰੋ ਪਈ।

"ਨਜ਼ੀਰਾਂ ਤੇਰੀ ਸੀ ਤੇਰੀ ਰਹੇਗੀ। ਸਰਵਰ ਤੇਰਾ ਸੀ ਤਦੇ ਤੇਰੇ ਲਈ ਜਾਨ ਗਵਾ ਗਿਆ। ਅਨਵਰ-ਸਰਵਰ ਪ੍ਰਤੀ ਤੇਰੀ ਬੇਜੋੜ ਮਮਤਾ ਦੀਆਂ ਬਾਤਾਂ ਜੱਗ ਪਾਉਂਦੈ। ਆਹ ਸਰਵਰ ਦੇ ਇਨਸਾਫ਼ ਲਈ ਡੁੱਲ੍ਹੇ ਲਹੂ ਦੀ ਸਹੁੰ ਤੇਰੀ ਮਮਤਾ ਨਾਲ਼ ਮੈਂ ਕਦੇ ਅਨਿਆਂ ਨਹੀਂ ਹੋਣ ਦਿਆਂਗਾ।"

ਉਸ ਨੇ ਫਰਸ਼ ਤੇ ਡੁੱਲ੍ਹਾ ਸਰਵਰ ਦਾ ਲਹੂ ਉਂਗਲ ਨੂੰ ਲਗਾਉਂਦਿਆਂ ਕਿਹਾ। "ਰਿਸ਼ਤੇ ਦੀ ਮਜ਼ਬੂਤ ਤੰਦ ਨੂੰ ਫਿਰਕਾਪ੍ਰਸਤੀ ਨਹੀਂ ਤੋੜ ਸਕਦੀ। ਇਹ ਤੇਰੇ ਭਰਾ ਦਾ ਤੇਰੇ ਨਾਲ਼ ਕੀਤਾ ਵਾਅਦਾ ਏ।" ਉਸ ਨੇ ਰੋਂਦੀ ਬਲਦੇਵ ਕੌਰ ਨੂੰ ਹੌਂਸਲਾ ਦਿੱਤਾ। ਫਿਰ ਦਗੜ-ਦਗੜ ਕਰਦੀਆਂ ਸੈਨਿਕ ਧਾੜਾਂ ਅੰਦਰ ਆ ਵੜੀਆ-"ਕੈਸੇ ਹੂਆ ਯੇਹ ਕੁਸ਼?"

"ਮੌਕਾ-ਏ-ਵਾਰਦਾਤ ਦਾ ਮੈਂ ਗਵਾਹ ਆਂ। ਮੇਰੇ ਛੋਟੇ ਪੁੱਤਰ ਦਾ ਕਤਲ ਵੱਡਾ ਫਰਜੰਦ ਅਨਵਰ ਤੇ ਏਸ ਖ਼ੂਨੀ ਮੰਜਿਰ ਦਾ ਕਰਤਾ-ਧਰਤਾ ਮੇਰਾ ਭਤੀਜਾ ਮਿਰਜ਼ਾ ਮੁਹੰਮਦ ਐ। ਮੇਰੇ ਬਿਆਨਾਂ 'ਤੇ ਕਾਨੂੰਨੀ ਕਾਰਵਾਈ ਕਰੋ ਨਾਜ਼ਮ ਸਾਹਿਬ। ਆਖੋਂ ਤਾਂ ਇਸ ਹਕੀਕਤ ਨੂੰ ਮੈਂ ਆਪਣੇ ਫਰਜੰਦ ਦੇ ਲਹੂ ਨਾਲ਼ ਲਿਖ ਕੇ ਦੇ ਦੇਵਾਂਗਾ।

"ਮਿਰਜ਼ਾ ਮੁਹੰਮਦ ਤੇ ਅਨਵਰ ਤੋ ਖ਼ਤਰਨਾਕ ਟੈਰੋਰਿਸਟ ਹੈ?" ਇਖਲਾਕ ਦੀ ਗੱਲ ਤੇ ਅਫ਼ਸਰ ਨੇ ਪੁੱਛਿਆ।

"ਸਹੀ ਆਖਿਐ ਨਾਜ਼ਮ ਸਾਹਿਬ।"

"ਮਗਰ ਉਨਹੋ ਨੇ ਆਪਨੇ ਹੀ ਬਰਦਰ ਕਾ ਮਰਡਰ ਕਿਉਂ ਕੀਆ?"

"ਅਸੀਂ ਉਨ੍ਹਾਂ ਦੇ ਇਨ੍ਹਾਂ ਕਾਰਨਾਮਿਆਂ ਤੋਂ ਬਰਖ਼ਿਲਾਫ਼ ਸਾਂ।" "ਓ.ਕੇ. ਕਾਰਵਾਈ ਕਰੋ।"

ਪੁਲਿਸ ਨੇ ਅਗਲੇਰੀ ਕਾਰਵਾਈ ਨੂੰ ਅੰਜ਼ਾਮ ਦਿੰਦਿਆਂ ਸਰਵਰ ਦੀ ਲੋਥ ਪੋਸਟਮਾਰਟਮ ਲਈ ਭੇਜ ਦਿੱਤੀ।" ਇਖਲਾਕ ਆਪਣੇ ਸਿਧਾਂਤ ਤੇ ਸੌ ਫ਼ੀਸਦੀ ਸੱਚਾ ਐ। ਕੁਰਾਹੇ ਪਈ ਔਲਾਦ ਦਾ ਕਾਰਾ ਦਰਵੇਸ਼ ਪਿਓ ਨਾਲ ਜੋੜਨਾ ਬੇਵਕੂਫ਼ੀ ਤੋਂ ਬਿਨਾ ਕੁੱਝ ਨਹੀਂ। ਸਰਵਰ ਦੀ ਪਾਲਤ ਮਾਂ ਲਈ ਕੀਤੀ ਕੁਰਬਾਨੀ ਨੂੰ ਕੋਈ ਅਣਡਿੱਠ ਨਹੀਂ ਕਰ ਸਕਦਾ। ਪੰਜ ਉਂਗਲਾਂ ਬਰਾਬਰ ਨਹੀਂ ਹੁੰਦੀਆਂ।"

ਲੋਕ-ਵਿਚਾਰ ਇਖ਼ਲਾਕ ਪ੍ਰਤੀ ਹਮਦਰਦੀ ਪ੍ਰਗਟਾ ਰਿਹਾ ਸੀ। ਸੀਨੇ ਅਕ੍ਰਿਤਘਣਤਾ ਦੀ ਪੀੜ ਨੂੰ ਢੱਕ ਕੇ ਕੰਬਦੇ ਹੱਥੀਂ ਬਲਦੇਵ ਕੌਰ ਵੀ ਇਨ੍ਹਾਂ ਖ਼ਿਆਲਾਂ 'ਚ ਰੰਗੀ ਫਰਸ਼ ਤੇ ਜੰਮਿਆ ਅਨਵਰ ਦਾ ਵਫਾਪ੍ਰਸਤ ਲਹੂ ਪੋਚ ਰਹੀ ਸੀ।

ਢਲ਼ਦੀ ਸ਼ਾਮ ਸ੍ਰੀਨਗਰ ਪੁੱਜਦਿਆਂ ਹੀ ਪ੍ਰੋ: ਨਿਰਵੈਰ ਸਿੰਘ, ਨਜ਼ੀਰਾਂ ਤੇ ਜਹਾਨਗੀਰ ਦੇ ਕੰਨੀਂ ਪਈ ਮਨਹੂਸ ਖ਼ਬਰ ਨੇ ਚਿਹਰਿਓਂ ਨੂਰ ਉਡਾ ਦਿੱਤਾ-"ਫਿਰਕੂ ਤੂਫ਼ਾਨ 'ਚ ਗੁੱਲ ਹੋਏ ਸਾਊ ਸ਼ਰੀਫ਼ ਚਿਰਾਗ ਦਾ ਮੈਂ ਦੋਸ਼ੀ ਹਾਂ।" ਉਸ ਨੇ ਨਜ਼ੀਰਾਂ ਨੂੰ ਸੀਨੇ ਲਾ ਕੇ ਹੌਂਸਲਾ ਦਿੱਤਾ।

"ਇੱਦਾਂ ਨਾ ਕਹੋ ਅੰਕਲ ਸਰਵਰ ਦੀ ਆਈ ਨੂੰ ਮੋੜਨਾ ਸਾਡੇ ਵੱਸ ਨਹੀਂ ਸੀ ਅਨਵਰ ਸਾਡੇ ਭਾਣੇ ਜਿਉਂਦਾ ਈ ਮਰ ਗਿਆ। ਕਾਸ਼ ਸਰਵਰ ਦੀ ਥਾਂ ਗੋਲ਼ੀ ਉਹਦੇ ਵੱਜਦੀ ਸਾਨੂੰ ਅੱਲਾ ਨਾਲ਼ ਕੋਈ ਸ਼ਿਕਵਾ ਨਾ ਰਹਿੰਦਾ।"

ਉਸੇ ਸ਼ਾਮ ਕਰਨਲ ਪੀ.ਐੱਸ. ਬਾਜਵਾ ਤੇ ਸ਼ਹਿਬਾਜ਼ ਵੀ ਇਖ਼ਲਾਕ ਦੇ ਘਰ ਪਹੁੰਚੇ। ਦਸ ਕੁ ਦਿਨ ਲਈ ਕਿਊ.ਆਰ.ਟੀ.ਬਣੇ ਸ੍ਰੀਨਗਰ ਪੁੱਜੇ ਕਰਨਲ ਬਾਜਵਾ ਦੀ ਇਸ ਤੋਂ ਬਾਅਦ ਬਾਰਾਮੁੱਲਾ ਰਵਾਨਗੀ ਸੀ। ਨਾਮਵਾਰ ਕਾਲਮ ਨਵੀਸ ਦੇ ਘਰ ਸਕੇ ਭਰਾ ਹੱਥੋਂ ਭਰਾ ਦੇ ਕਤਲ ਦੀ ਖ਼ਬਰ ਉਨ੍ਹਾਂ ਨੂੰ ਮੱਲੋਮੱਲੀ ਇੱਥੇ ਲੈ ਆਈ ਸੀ-

"ਪ੍ਰੋਫ਼ੈਸਰ ਸਾਹਿਬ। ਮੁੱਦਾ ਬੜਾ ਸੰਗੀਨ ਹੋ ਗਿਆ। ਅਨਵਰ ਦਾ ਨਿਸ਼ਾਨਾ ਜ਼ਰੂਰ ਖੁੰਝਿਐ ਪਰ ਵੈਰ ਨਹੀਂ ਮੁੱਕਿਆ। ਰੋਹ ਆਏ ਸ਼ੇਰ ਵਾਂਗੂੰ ਉਹ ਮੁੜ ਕੇ ਕਦੇ ਵੀ ਝਪਟ ਮਾਰ ਸਕਦੈ।"

"ਕਰਨਲ ਸਾਹਿਬ ਮੈਂ ਕਸੂਤਾ ਫਸ ਚੁੱਕੈਂ। ਨਜ਼ੀਰਾਂ ਦਾ ਨਿਕਾਹ ਜਲਦੀ ਕਰਨਾ ਜ਼ਰੂਰੀ ਐ ਪਰ ਚਾਲੀ ਦਿਨਾਂ 'ਚ ਇਹ ਕਾਜ਼ ਕਿਸੇ ਕੀਮਤ ਨੇਪਰੇ ਨਹੀਂ ਚੜ੍ਹਦਾ। ਪ੍ਰੋ: ਨੇ ਸੀ.ਓ. ਨਾਲ ਮਿਰਜ਼ਾ ਮੁਹੰਮਦ ਦੀ ਨੀਅਤ ਪ੍ਰਤੀ ਗੱਲ ਛੇੜ ਕੇ ਮੌਜੂਦਾ ਸਥਿਤੀ ਬਾਰੇ ਜ਼ਿਕਰ ਕੀਤਾ।

"ਇਖ਼ਲਾਕ ਤਰਕਵਾਦੀ ਇਨਸਾਨ ਐ। ਸਰਵਰ ਨੂੰ ਸਪੁਰਦ-ਏ-ਖ਼ਾਕ ਕਰਨ ਤੋਂ ਬਾਅਦ ਇਹ ਮਜ਼ਬੂਰੀ ਵਿਚਾਰੋ ਉਹ ਨਜ਼ੀਰਾਂ ਦੇ ਨਿਕਾਹ ਲਈ ਅਵੱਸ਼ ਰਜ਼ਾਮੰਦ ਹੋਏਗਾ।"

ਸੀ.ਓ. ਇਖਲਾਕ ਦੀ ਫਿਤਰਤ ਪ੍ਰਤੀ ਜਾਣੂੰ ਸੀ।

ਫਿਰ ਅਗਲੇ ਦਿਨ ਸਰਵਰ ਨੂੰ ਸਪੁਰਦ-ਏ-ਖ਼ਾਕ ਵੀ ਕਰ ਦਿੱਤਾ। ਮਿਰਜ਼ਾ ਮੁਹੰਮਦ ਤੇ ਅਨਵਰ ਖ਼ਿਲਾਫ਼ ਕਤਲ ਦਾ ਸਿੱਧਾ ਮੁਕੱਦਮਾ ਦਰਜ ਕਰਨ ਤੋਂ ਬਾਅਦ ਪੁਲਿਸ ਇਸਪੈਕਟਰ ਨੇ ਪ੍ਰੋਫ਼ੈਸਰ ਨੂੰ ਨਸੀਹਤ ਦਿੱਤੀ-"ਸਰ! ਆਪ ਕੋ ਕੁਸ਼ ਸਮੇਂ ਕੇ ਲੀਏ ਕਸ਼ਮੀਰ ਕੋ ਛੋਡ ਕਰ ਕਹੀਂ ਔਰ ਚਲਾ ਜਾਨਾ ਚਾਹੀਏ। ਯੇ ਹੀ ਸਮੇਂ ਕੀ ਨਜ਼ਾਕਤ ਹੈ।"

ਇਸ ਪੱਖ ਤੇ ਵੀ ਪ੍ਰੋ: ਨਿਰਵੈਰ ਸਿੰਘ ਦੀ ਪੁਲਿਸ ਅਧਿਕਾਰੀ ਨਾਲ ਲੰਮੀ ਗੱਲਬਾਤ ਹੋਈ।

"ਸਰ! ਪੁਲਿਸ ਇੰਸਪੈਕਟਰ ਦੀ ਰਾਇ ਨੂੰ ਗੰਭੀਰਤਾ ਨਾਲ ਵਿਚਾਰੋ ਤਾਂ ਸਹੀ ਐ।" ਜਹਾਨਗੀਰ ਨੇ ਵੀ ਉਸ ਦੀ ਗੱਲ ਦੀ ਤਾਈਦ ਕੀਤੀ।

"ਪਰ ਜਹਾਨਗੀਰ ਮੈਂ ਚਾਹੁੰਨਾ ਆਂ ਮੈਂ ਨਜ਼ੀਰਾਂ ਦਾ ਨਿਕਾਹ ਕਰ ਕੇ ਹੀ ਜਾਵਾਂ। ਤੇਰੇ ਸਹਿਯੋਗ ਤੋਂ ਬਿਨਾਂ ਮੇਰਾ ਇਹ ਖ਼ਿਆਲ ਅਧੂਰਾ ਏ। ਤੂੰ ਮੈਨੂੰ ਹਫ਼ਤੇ 'ਚ ਨਿਕਾਹ ਲਈ ਸਹਿਮਤੀ ਦੇ ਦਏ ਤਾਂ ਮੈਨੂੰ ਏਹਤੋਂ ਵੱਡੀ ਹੋਰ ਖ਼ੁਸ਼ੀ ਨਹੀਂ।"

"ਤੁਹਾਡੀ ਖ਼ੁਸ਼ੀ ਤੋਂ ਮੈਂ ਬਾਹਰ ਨਹੀਂ ਪਰ ਇਖਲਾਕ ਅੱਬੂ ਸਹਿਮਤ ਹੋਣਗੇ?"

"ਉਨ੍ਹਾਂ ਨੂੰ ਮਨਾਉਣ ਦਾ ਜ਼ੁੰਮਾ ਮੇਰਾ। ਤੈਨੂੰ ਵੀ ਆਪਣੇ ਡੈਡੀ ਤੋਂ ਪੁੱਛਣਾ ਪਊਗਾ।" ਉਨ੍ਹਾਂ ਨੂੰ ਰਜ਼ਾਮੰਦ ਮੈਂ ਕਰ ਲਵਾਂਗਾ।"

ਜਹਾਨਗੀਰ ਨੇ ਪ੍ਰੋਫ਼ੈਸਰ ਦੇ ਸਿਰੋਂ ਅੱਧਾ ਭਾਰ ਲਾਹ ਦਿੱਤਾ। ਇਖਲਾਕ ਨੇ ਨਾਂ ਚਾਹੁੰਦਿਆਂ ਵੀ ਰਜ਼ਾਮੰਦੀ ਦੇ ਦਿੱਤੀ। ਨਜ਼ੀਰਾਂ ਲਈ ਪ੍ਰੋਫ਼ੈਸਰ ਦਾ ਹੁਕਮ ਇਲਾਹੀ ਸੀ। ਅਗਲੀ ਸਵੇਰ ਇਕ ਅਖ਼ਬਾਰ 'ਚ ਮੁਜ਼ਾਹਿਦਾਂ ਵੱਲੋਂ ਪ੍ਰੋ: ਨਿਰਵੈਰ ਸਿੰਘ ਨੂੰ ਤਿੰਨ ਦਿਨਾਂ 'ਚ ਕਸ਼ਮੀਰ ਛੱਡਣ ਦੀ ਦਿੱਤੀ ਧਮਕੀ ਨੇ ਸਾਰੇ ਸਿਲਸਿਲੇ ਤੇ ਪਾਣੀ ਰੋੜ੍ਹ ਦਿੱਤਾ। ਉਸ ਨੇ ਕਰਨਲ ਬਾਜਵਾ ਤੇ ਸ਼ਹਿਬਾਜ਼ ਨੂੰ ਫ਼ੋਨ ਕਰ ਕੇ ਫੌਰੀ ਘਰ ਬੁਲਾਇਆ ਤੇ ਇੰਸਪੈਕਟਰ ਖ਼ੁਦ ਹੀ ਆ ਗਿਆ।" ਮੈਨੂੰ ਨਜ਼ੀਰਾਂ ਤੇ ਜਹਾਨਗੀਰ ਦੇ ਨਿਕਾਹ ਲਈ ਸਖ਼ਤ ਸਕਿਉਰਿਟੀ ਦੀ ਜ਼ਰੂਰਤ ਏ।"

ਉਸ ਨੇ ਕਿਹਾ। "ਜਿਤਨੀ ਚਾਹੀਏ ਸਕਿਉਰਿਟੀ ਮਿਲ ਜੇਗੀ। ਮਗਰ ਮੇਰੀ ਬਾਤ ਪੇ ਮੁੜ ਗੌਰ ਕੀਜੀਏ।" ਇੰਸਪੈਕਟਰ ਨੇ ਸ਼੍ਰੀਨਗਰ ਛੱਡਣ ਦੀ ਗੱਲ ਦੁਹਰਾਈ ਤਾਂ ਸੀ.ਓ. ਨੇ ਉਸ ਦੀ ਪ੍ਰੋੜ੍ਹਤਾ ਕੀਤੀ–"ਸਮਾਂ ਵਿਚਾਰਨ 'ਚ ਈ ਭਲਾਈ ਏ ਪ੍ਰੋ: ਸਾਹਿਬ।"

"ਮੈਂ ਤੁਹਾਡੀ ਗੱਲ ਨੂੰ ਨਿਕਾਹ ਤੋਂ ਬਾਅਦ ਜ਼ਰੂਰ ਅਮਲ 'ਚ ਲਿਆਵਾਗਾਂ ਪਰ ਏਸ ਘੜੀ ਤੁਸੀਂ ਮੇਰਾ ਸਾਥ ਦਿਓ।"

"ਹਬੀਬਾ! ਹਬੀਬਾ!! ਅਸੀਂ ਸਾਰੇ ਲੁੱਟੇ ਗਏ।" ਬਾਹਰੋਂ ਸਾਹੋ-ਸਾਹ ਹੋਏ ਆਏ ਇਖ਼ਲਾਕ ਨੇ ਸਭ ਦੇ ਸਾਹ ਸੂਤੇ।" ਕੀ ਹੋਇਐ?"

"ਅੱਤਵਾਦੀਆਂ ਨੇ ਜਹਾਨਗੀਰ ਨੂੰ ਮਾਰ ਤੈ।"

ਸਭ ਹੈਰਾਨ ਰਹਿ ਗਏ। ਪ੍ਰੋਫ਼ੈਸਰ ਦੇ ਸੁਪਨਿਆਂ ਦੀ ਲੰਕਾ ਰਾਖ ਹੋ ਗਈ। ਅਖ਼ਬਾਰਾਂ ਤੋਂ ਬਾਅਦ ਉਸ ਨੂੰ ਕਸ਼ਮੀਰ ਛੱਡਣ ਦੀ ਧਮਕੀ ਸਬੰਧੀ ਖ਼ਬਰ ਉਸੇ ਵੇਲੇ ਟੀ.ਵੀ. ਤੇ ਵੀ ਆ ਗਈ।

"ਪ੍ਰੋਫ਼ੈਸਰ ਸਾਹਿਬ। ਹੁਣ ਵੇਲਾ ਵਿਚਾਰ ਮੰਗਦੈ ਖਾਹ-ਮਖਾਹ ਦੀ ਅੜੀ ਛੱਡੋ। ਸੀ.ਓ. ਨੇ ਮੁੜ ਨਸੀਹਤ ਦਿੱਤੀ।

"ਪਰ ਕੀ ਮੈਂ ਪੁੱਤੋਂ ਪਿਆਰੇ ਜਹਾਨਗੀਰ ਦੇ ਆਖ਼ਿਰੀ ਵੇਰ ਦੀਦਾਰੇ ਵੀ ਨਾ ਕਰਾਂ?" ਪ੍ਰੋਫ਼ੈਸਰ ਰੋ ਪਿਆ।

"ਪ੍ਰੋਫ਼ੈਸਰ ਸਾਹਿਬ। ਸਹੀ ਫੈਸਲਾ ਮੰਗਦੇ ਵਕਤ ਨੂੰ ਜਜ਼ਬਾਤੀ ਨਾ ਕਰੋ। ਮੰਜ਼ਿਲ ਜਾਨੋਂ ਪਿਆਰੇ ਕਸ਼ਮੀਰ ਤੋਂ ਜੁਦਾਈ ਮੰਗ ਰਹੀ ਐ।" ਸ਼ਹਿਬਾਜ਼ ਨੇ ਵੀ ਇਹੋ ਹਾਮੀ ਭਰੀ।

"ਚਿੰਤਾ ਤਾਂ ਕੀ ਕੀਜੀਐ ਜੋ ਅਨਹੋਣੀ ਹੋਇ!! ਮੌਤ ਜਿਹੀ ਅਟੱਲ ਹਕੀਕਤ ਕਦੇ ਸੋਚਾਂ, ਜੁਗਤਾਂ ਜਾਂ ਕੋਸ਼ਿਸ਼ਾਂ ਨਹੀਂ ਬੰਨ੍ਹੀ ਜਾਂਦੀ। ਸਰਵਰ ਤੇ ਜਹਾਨਗੀਰ ਦੇ ਲਹੂ ਤੋਂ ਲੰਘਣਾ, ਮੇਰੀ ਜ਼ਿੰਦਗੀ ਦੀ ਵੱਡੀ ਲਾਹਣਤ ਹੋਏਗਾ। ਮੈਨੂੰ ਕੁੱਝ ਨਹੀਂ ਸਮਝ ਪੈਂਦਾ। ਸੋਚ ਦਾ ਹਰ ਬੂਹਾ ਬੰਦ ਐ।

"ਤੁਸੀਂ ਏਥੇ ਰਹਿ ਕੇ ਜਾਨ ਦੇ ਕੇ ਵੀ ਸਰਵਰ ਤੇ ਜਹਾਨਗੀਰ ਨੂੰ ਨਹੀਂ ਮੋੜ ਸਕਦੇ। ਏਸ ਵਿਸ਼ੇ ਤੇ ਝੂਰਨਾ ਫਜ਼ੂਲ ਏ। ਹਾਲਾਤ ਉਹ ਨਹੀਂ ਰਹੇ ਤਾਂ ਇਹਵੀ ਕਿੱਥੋਂ ਰਹਿਣਗੇ। ਬਦਲੇ ਹਾਲਾਤਾਂ ਨਾਲ਼ ਲੋਕ ਸਿੰਪਥੀ ਤੁਹਾਨੂੰ ਛੇਤੀ ਮੋੜ ਲਿਆਵੇਗੀ। ਸਮੇਂ ਦੀ ਨਬਜ਼ ਟੋਹ ਕੇ ਗੁਰੂ ਜੀ ਨੇ ਅਨੰਦਗੜ੍ਹ ਕਿਲ੍ਹਾ ਛੱਡ ਦਿੱਤਾ। ਸਿੰਘਾਂ ਦੀ ਮੰਨ ਚਮਕੌਰ ਦੀ ਗੜ੍ਹੀ ਨੂੰ ਛੱਡ

ਦਿੱਤਾ। ਇਤਿਹਾਸ ਨੇ ਮੌਕੇ ਦੀ ਰਾਜਨੀਤੀ ਨੂੰ ਕਦੇ ਵੀ ਲਾਹਣਤ ਨਹੀਂ ਦਿੱਤੀ।" ਸੀ.ਓ. ਨੇ ਸਮਝਾਇਆ।

"ਪਰ ਬਾਜਵਾ ਸਾਹਿਬ। ਮੇਰੇ ਜਿਗਰ ਦੇ ਟੋਟੇ ਵੱਲ ਮਿਰਜ਼ਾ ਬਘਿਆੜ ਮੂੰਹ ਅੱਡੀਂ ਆਉਂਦੈ। ਸਿਰਜੇ ਸੁਪਨੇ ਜਹਾਨਗੀਰ ਦੀ ਲੋਥ ਬਣ ਗਏ। ਮੈਨੂੰ ਹੱਥੀਂ ਬਘਿਆੜ ਮੂੰਹ ਨਜ਼ੀਰਾਂ ਨੂੰ ਧੱਕਾ ਦੇਣ ਤੋਂ ਮਰਨਾ ਮਨਜ਼ੂਰ ਏ।" ਪ੍ਰੋਫ਼ੈਸਰ ਮੁੜ ਭਾਵੁਕ ਹੋ ਗਿਆ।

"ਅਨਵਰ ਤੇ ਜਹਾਨਗੀਰ ਦਾ ਕੰਮ ਤਮਾਮ ਕਰਕੇ ਹੋਣੀ ਬੇਲਗਾਮ ਤੁਹਾਡੇ ਵੱਲ ਆ ਰਹੀ ਐ। ਸੁਪਨਾ ਵਿਆਹੁਣੋਂ ਪਹਿਲਾਂ ਤੁਸੀਂ ਨਾ ਰਹੇ ਫਿਰ ਇਹ ਫ਼ਿਕਰ ਕੌਣ ਹੰਢਾਊ? ਜ਼ਿੰਦਗੀ ਸਲਾਮਤ ਰਹੇ ਫਰਜ਼ਾਂ ਨੂੰ ਹੁੰਗਾਰਾ ਦੇਣ ਦਾ ਇਤਫ਼ਾਕ ਫਿਰ ਜੁੜ ਜੂਗਾ। ਇਖ਼ਲਾਕ ਤੇ ਨਜ਼ੀਰਾਂ ਦੀ ਹਿਫ਼ਾਜ਼ਤ ਤੁਹਾਡੀ ਗੈਰ-ਮੌਜੂਦਗੀ 'ਚ ਮੈਂ ਕਰਾਂਗਾ। ਇਹ ਮੇਰਾ ਜਜ਼ਬਾਤ ਨਹੀਂ ਇੱਕ ਫੌਜੀ ਅਫ਼ਸਰ ਦਾ ਵਾਅਦਾ ਐ।" ਕਰਨਲ ਬਾਜਵਾ ਨੇ ਠੋਸ ਵਿਸ਼ਵਾਸ ਦਿਵਾਇਆ।

"ਹਬੀਬਾ।" ਹਾਲਾਤਾਂ 'ਚ ਘਿਰੇ ਇਖ਼ਲਾਕ ਨੇ ਚੁੱਪ ਤੋੜੀ-"ਅਫ਼ਸਰ ਸਹੀ ਕਹਿੰਦੈ। ਰੁੱਸੇ ਤੇ ਪ੍ਰਦੇਸੀ ਹੋਏ ਮੁੜ ਪੈਂਦੇ ਨੇ ਪਰ ਕਬਰੀਂ ਜਾਂ ਕਾਲੇ ਪਾਣੀ ਗਿਆ ਬੰਦਾ ਕਦੇ ਨੀ ਮੁੜਦਾ। ਤੂਫ਼ਾਨ 'ਚ ਟੁੱਟੇ ਰੁੱਖਾਂ ਦੇ ਪੁੰਗਰਨ ਦੀ ਉਮੀਦ ਹੁੰਦੀ ਐ ਪਰ ਪੁੱਟੇ ਰੁੱਖਾਂ ਨੇ ਸੁੱਕਣਾਂ ਹੀ ਹੁੰਦੈ। ਗਏ ਜਹਾਨਗੀਰ ਨੇ ਕਦੇ ਨੀ ਮੁੜਨਾ ਕਿਸੇ ਹੋਰ ਜਹਾਨਗੀਰ ਦਾ ਤਲਾਸ਼ ਤੈਨੂੰ ਖ਼ੁਦ ਮੋੜ ਲਿਆਊਗੀ ਕਰਨਲ ਸਾਹਿਬ ਦੀ ਮੰਨ ਕੇ ਐਥੋਂ ਚਲਾ ਜਾਹ..... ਚਲਾ......ਜਾਹ......ਹਬੀਬਾ।"

ਇਖ਼ਲਾਕ ਨੇ ਪ੍ਰੋਫ਼ੈਸਰ ਗੱਲ ਲੱਗ ਕੇ ਔਰਤਾਂ ਵਾਂਗੂੰ ਧਾਹਾਂ ਮਾਰੀਆਂ।

"ਸਰ?" ਲੰਮੇ ਸਮੇਂ ਤੋਂ ਹਉਕੇ ਦੱਬੀ ਬੈਠੀ ਨਜ਼ੀਰਾਂ ਬਾਹਰ ਆਈ ਤੇ ਕੰਬਦੀਆ ਕਲਾਈਆਂ ਨਾਲ ਇਖਲਾਕ ਨੂੰ ਸਾਂਭਦਿਆਂ ਬੋਲੀ-"ਮੈਨੂੰ ਪਤੈ ਮੌਤ ਦਾ ਖ਼ੌਫ਼ ਤੁਹਾਡੇ ਸਿਦਕ ਤੋਂ ਹਾਰ ਚੁੱਕੈ ਪਰ ਵਾਸਤਾ ਈ ਤੁਸੀਂ ਚਲੇ......।" ਨਜ਼ੀਰਾਂ ਦੀਆਂ ਬੇਰੋਕ ਭੁੱਬਾਂ ਨੇ ਮਾਹੌਲ ਵੈਣ-ਜੰਕਸ਼ਨ ਬਣਾ ਦਿੱਤਾ। ਵਿਛੋੜਾ ਅੱਗੇ ਹੋ ਹੋ ਰੰਗ ਦਿਖਾ ਰਿਹਾ ਸੀ।

"ਨਜ਼ੀਰਾਂ ਇਹ ਤੂੰ ਕਹਿ ਰਹੀ ਐ ਉਹ ਵੀ ਮੈਨੂੰ?" ਪ੍ਰੋਫ਼ੈਸਰ ਨੇ ਵਿਲਕਦੀ ਨਜ਼ੀਰਾਂ ਨੂੰ ਮਸਾਂ ਸਾਂਭਿਆ।

"ਜੀ ਮੈਂ ਤੁਹਾਨੂੰ ਕਹਿ ਰਹੀਆਂ ਤੁਹਾਡੇ ਖ਼ਾਤਰ।"

"ਹਬੀਬਾ! ਨਜ਼ੀਰਾਂ ਤੇਰੀ ਪ੍ਰਛਾਈ ਐ। ਤਕਦੀਰ ਏਹਨੂੰ ਤੈਥੋਂ ਨਹੀਂ ਨਿਖੇੜ ਸਕਦੀ। ਏਹਨੂੰ ਡੋਲੀ ਚੜ੍ਹਾਉਣ ਦਾ ਤੇਰਾ ਖੁਆਬ ਪ੍ਰਵਾਨ ਚੜੂਗਾ। ਉੱਥੇ ਵਹਾਉਣ ਲਈ ਰੱਖੇ ਹੰਝੂਆਂ ਨੂੰ ਏਥੇ ਈ ਨਾ ਗਵਾ। ਫੋਹਾਂ ਭਰਦੀ ਬੋਟੀ ਲਈ ਤੂੰ ਐਸਾ ਖ਼ੁਦਾ ਬਣ ਬਹੁੜਿਆਂ, ਇਹ ਯਤੀਮੋਂ ਆਲਮ ਬਣ ਗਈ। ਏਹਨੂੰ ਨਿਕਾਹ ਕੇ ਤੋਰਨ ਦਾ ਸਮਾਂ ਆਇਆ, ਤਕਦੀਰ ਤੈਨੂੰ ਈ ਏਹਤੋਂ ਵਿਛੋੜ ਗਈ......।"

ਉਸ ਨੇ ਹੁਭਕੀਆਂ ਬੁੱਲ੍ਹਾਂ 'ਚ ਘੁੱਟ ਲਈਆਂ।

"ਮੇਰਾ ਵੀਰ ਏਦਾਂ ਨਾ ਕਰ।"

ਬਲਦੇਵ ਕੌਰ ਨੇ ਇਖ਼ਲਾਕ ਨੂੰ ਵਰਾਇਆ।

"ਦੱਸ ਭੈਣ ਮੇਰੀਏ ਫਿਰ ਮੈਂ ਕੀ ਕਰਾਂ? ਨਿੱਕੀ ਹੁੰਦੀ ਨਜ਼ੀਰਾਂ ਤੂੰ ਕਦੇ ਨਹੀਂ ਰੋਣ ਦਿੱਤਾ। ਮੁਟਿਆਰ ਹੋਈ ਨੂੰ ਤੇਰੇ ਬਿਨਾਂ ਵਰਾਊਂ ਕੌਣ?"

"ਮੈਨੂੰ ਪਤੈ ਵੀਰਿਆ ਅੱਜ ਦੇ ਵਿਛੜਿਆਂ ਨੇ ਖੌਰੇ ਕਦੋਂ ਮਿਲ਼ਣੈ। ਮਿਲ਼ਣਾ ਵੀ ਐ ਜਾਹ ਜੁਦਾਈ ਨੂੰ ਥਾਹ ਪਾਉਣ ਵਾਲਾ ਲਾਰਾ ਈ ਐ ਪਰ ਵਾਸਤੇ ਈ ਨਜ਼ੀਰਾਂ ਨੂੰ ਅੱਜ ਉਸੇ ਤਰ੍ਹਾਂ ਮੁੜ ਮੇਰੇ ਪੱਲੇ ਪਾ ਦੇ ਜਿਵੇਂ ਵੀਹ ਵਰ੍ਹੇ ਪਹਿਲਾਂ ਪਾਇਆ ਸੀ।" ਜਾਓ ਬੇਟੀ ਨਜ਼ੀਰਾਂ। ਆਪਣੀ ਅੰਮਾ ਨਾਲ ਜਾਓ।

"ਮੈਂ ਜ਼ਰੂਰ ਚਲੀ ਜਾਊਂਗੀ ਅੱਬੂ ਪਰ ਤੈਥੋਂ ਇਕ ਵਾਅਦਾ ਲੈ ਕੇ। ਤੇਰਾ ਇਕ ਫਰਜ਼ੰਦ ਅਣਆਈ ਮੌਤ ਮਰ ਗਿਆ। ਦੂਜਾ ਤੇਰੇ ਭਾਣੇ ਜੀਉਂਦਾ ਈ ਮਰ ਗਿਆ। ਧੀ ਤੇਰੀਆਂ ਅੱਖਾਂ ਅੱਗੇ ਨਹੀਂ ਹੋਊ ਕੀ ਤੂੰ ਇਨ੍ਹਾਂ ਹਾਲਾਤਾਂ 'ਚ ਇਕੱਲਾ ਮਰ-ਮਰ ਜੀਅ ਲਏਂਗਾ?"

"ਜੋ ਮਨਜ਼ੂਰ-ਏ-ਖੁਦਾ ਹੋਏਗਾ ਉਹਨੂੰ ਸਿਜਦਾ ਕਰ ਮੈਂ ਜੀਅ ਲਮਾਂਗਾਂ। ਆਪਣੇ ਯਾਰ ਦੇ ਫਰਜ਼ਾਂ ਲਈ।" ਇਖਲ਼ਾਕ ਨੇ ਸ਼ਾਹਦੀ ਭਰੀ।

"ਪ੍ਰੋਫ਼ੈਸਰ ਸਾਹਿਬ। ਮੈਂ ਆਖ ਰਿਹਾ ਸਾਂ ਜਜ਼ਬਾਤ ਦੇ ਵਹਿਣੀ ਨਾ ਵਾਰੋ। ਤੁਹਾਡੇ ਕਸ਼ਮੀਰ ਛੱਡਣ ਦੀ ਖ਼ਬਰ ਜ਼ਿਆਦੇ ਤੋਂ ਜ਼ਿਆਦੇ ਤੁਹਾਨੂੰ ਡਰਪੋਕ ਸਾਬਤ ਕਰ ਸਕਦੀ ਐ ਪਰ ਨਾਲ਼ ਨਜ਼ੀਰਾਂ ਨੂੰ ਲਿਜਾਉਣ ਦਾ ਫ਼ੈਸਲਾ ਵੱਡੇ ਤੋਂ ਵੱਡਾ ਕਲੰਕ ਬਣ ਸਕਦੈ। ਮਸ਼ਕਰੀਆਂ ਤੇ ਚਸਕਾਖੋਰ ਜੀਭਾਂ ਨੇ ਨਾ ਤੁਹਾਡੀ ਭਾਵਨਾ ਨੂੰ ਸਿਆਨਣੈ ਨਾ ਰਿਸ਼ਤਾ। ਉਲਟਾ ਕਸ਼ਮੀਰ ਵਾਪਸੀ ਦਾ ਰਾਹ ਸਦਾ ਲਈ ਬੰਦ ਹੋ ਜਾਣੈ।" ਸੀ.ਓ. ਨੇ ਇਖਲਾਕ ਦੀ ਗੱਲ ਨੂੰ ਰੱਦ ਕਰ ਦਿੱਤਾ।

"ਮੈਂ ਵੀ ਇਖਲਾਕ ਦੇ ਦੁੱਖਾਂ ਤੇ ਤੇਜ਼ਾਬ ਨਹੀਂ ਪਾਉਣਾ ਚਾਹੁੰਦਾ। ਜ਼ਿੰਦਗੀ ਨੇ ਕਿਧਰ ਜਾਣੈ? ਕੀ ਹੰਢਾਊਣੈ? ਵੈਰੀ ਦੇ ਪੈਂਤੜੇ ਦਾ ਵਜਾਹ ਕੋਈ ਨਹੀਂ। ਸਾਰਾ ਸਿਲਸਿਲਾ ਸਿਰ ਲਟਕਦੈ। ਨਜ਼ੀਰਾਂ ਦੇ ਸਿਰ ਖੜ੍ਹੇ ਐਗਜ਼ਾਮਾਂ ਨਾਲ ਵਕਤ ਮੇਰੀ ਪ੍ਰੀਖਿਆ ਮੰਗਦੈ। ਕਸ਼ਮੀਰ ਦੀ ਸੋਨਰੰਗੀ ਧਰਤੀ ਤੇ ਕਦੇ ਇਫਤਾਰ ਖ਼ਾਨ ਨੇ ਕਸ਼ਮੀਰੀ ਪੰਡਤਾਂ ਵਿਰੁੱਧ ਫਤਵਾ ਲਾਇਆ ਸੀ ਅੱਜ ਅਖੌਤੀ ਮੁਜ਼ਾਹਿਦਾਂ ਮੇਰੇ ਖ਼ਿਲਾਫ਼। ਇਹੋ ਆਦਿ ਤੋਂ ਅੱਜ ਦਾ ਸੱਚ ਐ। ਗਾਰੰਟੀਦਾਰ ਹਿਫ਼ਾਜ਼ਤ ਤੋਂ ਪ੍ਰਸ਼ਾਸਨ ਦੇ ਹੱਥ ਖੜ੍ਹੇ ਨੇ। ਸੋ ਮੇਰੀ ਧੀ ਨਜ਼ੀਰਾਂ ਏਸ ਪੱਖੋਂ ਤੂੰ ਮੈਨੂੰ ਮੁਆਫ਼ੀ ਦੇਹ।"

ਪ੍ਰੋਫ਼ੈਸਰ ਨੇ ਮੁੜ ਨਜ਼ੀਰਾਂ ਨੂੰ ਹਿੱਕ ਨਾਲ ਲਗਾਇਆ ਤੇ ਉਹ ਮੁੜ ਰੋ ਪਈ।

"ਰੋਣਾਂ ਥੰਮ ਮੇਰੀ ਧੀ।" ਬਲਦੇਵ ਕੌਰ ਨੇ ਨਜ਼ੀਰਾਂ ਦੀਆਂ ਅੱਖਾਂ ਪੂੰਝੀਆਂ-"ਜਦੋਂ ਕਿਸਮਤ ਹੱਥੋਂ ਦਾਣਾ-ਪਾਣੀ ਹਰਜੇ ਤਾਂ ਹੰਝੂਆਂ ਨਾਲ ਬਹੁਤਾ ਮੋਹ ਨਹੀਂ ਜਿਤਾਈਦੈ। ਤੈਨੂੰ ਲੋਰੀਆਂ ਦੇਂਦੀ ਨੇ ਕਦੇ ਨਹੀਂ ਸੀ ਸੋਚਿਆ ਤੇਰਾ ਨਿਕਾਹ ਆਹ ਦਿਨ ਵੀ ਦਿਖਾਏਗਾ।"

"ਖਤਰਾ ਕੰਧਾਂ ਨਾਲ ਕੰਨ ਲਾ ਕੇ ਮੌਕਾ ਤਾੜ ਰਿਹੈ ਪ੍ਰੋਫ਼ੈਸਰ ਸਾਹਿਬ। ਦੁਖਾਂਤ ਦੇ ਜਿੰਨ੍ਹਾਂ ਨੇੜੇ ਜਾਓਗੇ ਇਹ ਉਨ੍ਹਾਂ ਈ ਅਸਰਦਾਰ ਹੋਏਗਾ। ਪਲੀਜ਼ ਸੰਭਲ਼ੋ।" ਸੀ.ਓ. ਨੇ ਫਿਰ ਸਮਝਾਇਆ।

"ਕਰਨਲ ਸਾਹਿਬ ਕੀ ਕਰੀਏ ਲੋਕਾਂ ਦਾ ਦੁਖਾਂਤੀ ਬਿਆਨਣ ਵਾਲ਼ਾ ਖ਼ੁਦ ਦੁਖਾਂਤ ਹੋ ਗਿਆ ਤੇ ਲੋਕਾਂ ਲਈ ਕਹਾਣੀਆਂ ਲਿਖਣ ਵਾਲ਼ੀ ਕਹਾਣੀ। ਹੋਰ ਕੁੱਝ ਸਮੇਂ ਲਈ ਅਸੀਂ

ਸਭ ਨੇ ਇੱਕ ਦੂਜੇ ਲਈ ਕਲਪਨਾ ਹੋ ਜਾਣੈ। ਖ਼ੈਰ ਤੁਸੀਂ ਆਪਣੇ ਬੋਲ ਜ਼ਰੂਰ ਪਗਾਇਓ ਬਾਜਵਾ ਸਾਹਿਬ।"

ਪ੍ਰੋਫ਼ੈਸਰ ਜ਼ੁਬਾਨੋਂ ਥਰਥਰਾ ਰਿਹਾ ਸੀ।

"ਤੁਹਾਡੀ ਜ਼ਿੰਮੇਵਾਰੀ ਮੇਰੀ ਹੋਏਗੀ ਪ੍ਰੋਫ਼ੈਸਰ ਸਾਹਿਬ।"

"ਇਖ਼ਲਾਕ ਤੁਸੀਂ ਨਜ਼ੀਰਾਂ ਨੂੰ ਮੇਰੀ ਅਮਾਨਤ ਸਮਝ ਸੰਭਾਲਿਓ।"

"ਤੇਰੀ ਅਮਾਨਤ ਜਾਨੋਂ ਪਿਆਰੀ ਰੱਖਾਂਗਾ। ਵੀਹ ਵਰ੍ਹਿਆਂ ਤੋਂ ਬਾਅਦ ਧੀ ਦੀ ਜ਼ਿੰਮੇਵਾਰੀ ਦਾ ਅਹਿਸਾਸ ਪਹਿਲੀ ਵੇਰ ਹੋਇਐ। ਮੈਂ ਇਹਦੇ ਨਿਕਾਹ ਲਈ ਤੈਨੂੰ ਆਖੀਰ ਤੱਕ ਉਡੀਕਾਂਗਾਂ।"

"ਪਰ ਜੇ ਯੋਗ ਵਰ ਮਿਲੇ ਤਾਂ ਵੱਡਾ ਭਰਾ ਬਣ ਕੇ ਛੋਟੇ ਦਾ ਫਰਜ਼ ਵੀ ਨਿਭਾ ਦਵੀਂ।"

"ਹਬੀਬਾ। ਇਹ ਚੰਦ ਕੁ ਦਿਨਾਂ ਦਾ ਰੌਲਾ ਖੁਦੀ ਤੇ ਖੁਦਾ ਦੇ ਵੈਰ 'ਚ ਛੇਤੀ ਸਿਮਟ ਜੂਗਾ। ਤਵਾਰੀਖ ਨੂੰ ਪੁੱਛ ਵੇਖ ਮਾਘੀ ਤੇ ਈਦ, ਸਿੰਧ ਤੇ ਸਰਸਵਤੀ, ਨੀਲੀ ਅਤੇ ਹਰੀ ਦੇ ਬਟਵਾਰੇ ਦੀਆਂ ਕੋਸ਼ਿਸ਼ਾਂ ਸਦਾ ਈ ਹਾਰੀਆਂ ਨੇ। ਅੱਖਾਂ 'ਚੋਂ ਨਫ਼ਰਤ, ਦਿਲਾਂ 'ਚੋਂ ਕਾਲਖ਼ ਮੁੱਕਣ ਦੀ ਦੇਰ ਐ ਭਰਾਵਾਂ ਨੂੰ ਭਰਾ ਖੁਦ ਈ ਮਿਲ ਪੈਣਗੇ।"

ਇਖ਼ਲਾਕ ਦੀਆਂ ਗੱਲਾਂ ਸੁਣ ਬਲਦੇਵ ਕੌਰ ਮੁੜ ਰੋ ਪਈ। ਫਿਰ ਉਸ ਦੇ ਮਗਰ ਨਜ਼ੀਰਾਂ ਵੀ। "ਇੱਕ ਗੱਲ ਕਦੇ ਨਾ ਭੁੱਲਿਓ ਪ੍ਰੋਫ਼ੈਸਰ ਸਾਹਿਬ। ਤੁਹਾਡੀ ਗੈਰ-ਮੌਜੂਦਗੀ 'ਚ ਪਹਿਲੀ ਗੱਲ ਤਾਂ ਅਸੀਂ ਨਜ਼ੀਰਾਂ ਦਾ ਨਿਕਾਹ ਨਹੀਂ ਕਰਦੇ। ਅਗਰ ਹਾਲਾਤਾਂ ਤੋਂ ਮਜ਼ਬੂਰ ਹੋ ਗਏ ਤਾਂ ਤੁਸੀਂ ਇਸ ਦੀ ਕਨਸੋਅ ਮਿਲ਼ਦਿਆਂ ਹੀ ਸਾਡੇ ਨਾਲ਼ ਸੰਪਰਕ ਕਰਨਾ ਹੋਏਗਾ।"

"ਮੇਰਾ ਇਹ ਪ੍ਰੋਮਿਜ਼ ਐ। ਜ਼ਰੂਰ ਆਵਾਂਗਾ ਪਰ ਇਖ਼ਲਾਕ ਮੇਰੀ ਨਜ਼ੀਰਾ ਲੱਖਾਂ 'ਚੋਂ ਇੱਕ ਐ ਕਰਦਿਆਂ ਏਹਦੀ ਮਰਜ਼ੀ ਦੀ ਮੁਖ਼ਾਲਫ਼ਿਤ ਨਾ ਕਰੀਂ।" ਪ੍ਰੋਫ਼ੈਸਰ ਨੇ ਕੋਟ ਦੀ ਜੇਬ 'ਚੋਂ ਚਾਬੀ ਦਾ ਗੁੱਛਾ ਕੱਢ ਇਖਲਾਕ ਨੂੰ ਫੜਾਉਂਦਿਆਂ ਕਿਹਾ-"ਏਸ ਘਰ ਦੀ ਉਸਾਰੀ 'ਚ ਸਾਡੀ ਮਿਹਨਤ ਦਾ ਸਾਂਝਾ ਪਸੀਨਾ ਡੁਲ੍ਹਿਐ ਤੈਨੂੰ ਝਾੜੂ ਲਾਉਂਦਿਆਂ ਵੀ ਸਾਂਝੇ ਪਿਆਰ ਦੀ ਮਹਿਕ ਆਵੇਗੀ।"

ਫਿਰ ਲੰਮਾਂ ਸਮਾਂ ਚੁੱਪ ਆਪਸੀ ਸਵਾਲ-ਜਵਾਬ ਕਰਦੀ ਰਹੀ। ਨਜ਼ੀਰਾਂ ਦੀ ਝਲੀ ਮਣਮੂੰਹੀਂ ਪਿਆਰ ਪਾ ਕੇ ਸਿਲਸਿਲਾ ਖਾਮੋਸ਼ ਹੋ ਗਿਆ। ਸਤਲੁਜ ਤੇ ਜਿਹਲਮ ਦੇ ਵਿਛੜੇ ਵਹਿਣ ਅਣਡਿੱਠ ਮੰਜ਼ਿਲ ਦੀ ਕਲਪਨਾ ਕਰਦੇ ਰਹੇ। ਜਹਾਨਗੀਰ ਦੇ ਅੰਤਿਮ ਦਰਸ਼ਨ ਕਰ ਕੇ ਕਸ਼ਮੀਰ ਦਾ ਨਾਮਵਰ ਲੇਖਕ ਗੁੰਮਨਾਮ ਸਿਰਨਾਵਾਂ ਹੋ ਗਿਆ।

ਦਿਨਾਂ ਦੇ ਨਾਲ਼ ਮੁੱਦਾ ਸੁਗੜਦਾ ਗਿਆ। ਨਜ਼ੀਰਾਂ ਨਿਰਜਿੰਦ ਲਾਸ਼ ਦਾ ਬੋਝ ਚੁੱਕੀ ਘੁੰਮਦੀ ਰਹੀ। ਕਿਸੇ ਪੀਡੇ ਫ਼ੈਸਲੇ ਨੂੰ ਗੰਢ ਮਾਰ ਕੇ ਉਸ ਨੇ ਘਰੋਂ ਨਿਕਲ਼ਣਾ ਉੱਕਾ ਬੰਦ ਕਰ ਦਿੱਤਾ। ਦੀਵੇ ਦੀ ਵੱਟੀ ਵਾਂਗੂੰ ਅੰਦਰੋਂ ਅੰਦਰੀਂ ਧੁਖਦੇ ਇਖ਼ਲਾਕ ਨੇ ਨਜ਼ੀਰਾਂ ਸਾਹਵੇਂ ਕੋਈ ਕਮਜ਼ੋਰੀ ਜ਼ਾਹਿਰ ਨਾ ਕੀਤੀ ਪਰ ਸ਼ਹਿਬਾਜ਼ ਨਾਲ ਉਹ ਖੁੱਲ੍ਹ ਕੇ ਢਿੱਡੀਂ ਫਿਰੋਲਦਾ ਰਹਿੰਦਾ-"ਮੈਂ ਦੁਖੀ ਆਂ ਸ਼ਹਿਬਾਜ਼ ਪਰ ਪ੍ਰੋਫ਼ੈਸਰ ਮੈਥੋਂ ਜ਼ਿਆਦੇ ਦੁਖੀ ਹੋਊਗਾ। ਪਿਆਰ ਦੀ ਤੜਪ ਸਾਨੂੰ ਬਹੁਤੀ ਦੇਰ ਜੁਦਾ ਨਹੀਂ ਰੱਖ ਸਕਦੀ।"

"ਸੁਖਾਵੇਂ ਹਾਲਾਤਾਂ ਨੇ ਜਦੋਂ ਵੀ ਬਾਹਾਂ ਪਸਾਰੀਆਂ। ਤੁਹਾਡੇ ਅੱਲਾ ਨਾਲ਼ ਸਾਰੇ ਸ਼ਿਕਵੇ ਮੁੱਕ ਜਾਣਗੇ। ਕਾਨਿਆਂ ਦੀ ਅੱਗ ਦਾ ਸੇਕ ਬਹੁਤ ਵੇਲ਼ਾ ਨਹੀਂ ਕੱਟਦਾ।"

"ਪਰ ਘਰ ਦੀ ਗੱਦਾਰੀ ਨੂੰ ਘਰ ਦੀ ਵਫ਼ਾਦਾਰੀ ਨਾ ਧੋਂਦੀ ਮੈਂ ਜੀਉਂਦੇ ਜੀਅ ਮਰ ਜਾਣਾ ਸੀ। ਨਜ਼ੀਰਾਂ ਦੇ ਅਧੂਰੇ ਫਰਜ਼ਾਂ ਤੇ ਜਹਾਨਗੀਰ ਦੀ ਮੌਤ ਦਾ ਸੱਲ ਪ੍ਰੋਫ਼ੈਸਰ ਨਾਲ ਜ਼ਰੂਰ ਲੈ ਗਿਐ ਪਰ ਪੀੜ ਮੈਨੂੰ ਵੀ ਬਰਾਬਰ ਦੇ ਗਿਐ।

ਇਖ਼ਲਾਕ ਸਹਿਬਾਜ਼ ਨਾਲ ਦੁੱਖ-ਸੁੱਖ ਫੋਲਦਾ ਰਹਿੰਦਾ। ਇੱਕ ਦਿਨ ਉਹ ਸ਼ਹਿਬਾਜ਼ ਤੇ ਨਜ਼ੀਰਾਂ ਨੂੰ ਨਾਲ਼ ਲੈ ਕੇ ਜਹਾਨਗੀਰ ਦੀ ਕਬਰ ਤੋਂ ਹੋ ਕੇ ਉਸ ਦੇ ਘਰ ਗਿਆ। ਦੁਖੀ ਪਰਿਵਾਰ ਨਾਲ਼ ਦਰਦ ਸਾਂਝਾ ਕਰਕੇ ਪੁੱਤ ਤੇ ਜਵਾਈ ਦੇ ਵਿਛੋੜੇ ਦੀ ਪੀੜ ਦਿਲ 'ਚ ਹੰਢਾਈ। ਉਸੇ ਸ਼ਾਮ ਦੋ ਸ਼ੱਕੀ ਤੇ ਅਜਨਬੀ ਹੁਲੀਏ ਵਾਲ਼ੇ ਗੈਰ ਵਿਅਕਤੀਆਂ ਨੂੰ ਤੱਕ ਕੇ ਉਹ ਸੀ.ਓ. ਕੋਲ ਪੁੱਜਿਆ-"ਸਰ! ਇਹੋ ਉਹ ਅੱਤਵਾਦੀ ਨੇ ਜੋ ਉਸ ਰਾਤ ਅਨਵਰ ਨਾਲ਼ ਆਏ ਸੀ। ਹਰਕਤਾਂ ਦੱਸਦੀਆਂ ਨੇ ਮਿਰਜ਼ਾ ਮੁਹੰਮਦ ਨੇ ਅਨਵਰ ਨੂੰ ਪਾਸੇ ਕਰ ਕੇ ਇਨ੍ਹਾਂ ਨੂੰ ਮਨਸੂਬਾ ਅੱਗੇ ਵਧਾਉਣ ਲਈ ਭੇਜਿਐ।"

ਸੀ.ਓ. ਨੇ ਇਸ ਵਿਸ਼ੇ 'ਤੇ ਇੰਸਪੈਕਟਰ ਨਾਲ ਗੱਲ ਕਰ ਕੇ ਦੱਸਿਆ-"ਇਖ਼ਲਾਕ ਜੀ ਰਿਪੋਰਟਾਂ ਖ਼ੂੰਖਾਰ ਤੇ ਡਰਾਉਣੀਆਂ ਮਿਲੀਆਂ ਨੇ। ਪਰਸੋਂ ਅਸੀਂ ਇੱਥੋਂ ਬਾਰਾਮੁੱਲਾ ਚਲੇ ਜਾਣੈ। ਤੁਸੀਂ ਵੀ ਸ਼੍ਰੀਨਗਰ ਛੱਡ ਕੇ ਆਪਣੇ ਪਿੰਡ ਚਲੇ ਜਾਓ।"

"ਬਾਜਵਾ ਸਾਹਿਬ। ਉਹ ਖਿੱਤਾ ਮਿਰਜ਼ਾ ਮੁਹੰਮਦ ਗੜ੍ਹ ਮੰਨਿਆ ਗਿਐ।"

ਇਖਲਾਕ ਨੇ ਖਦਸ਼ਾ ਪ੍ਰਗਟਾਇਆ।

"ਤੁਹਾਡਾ ਪਿੰਡ ਸਾਡੀ ਯੂਨਿਟ ਅੰਡਰ ਈ ਆਉਂਦੈ। ਤੁਹਾਡੀ ਹਿਫ਼ਾਜ਼ਤ ਦੀ ਜ਼ਿੰਮੇਦਾਰ ਨਾਲ ਮੈਂ ਵਿਸਵਾਸ ਦਿਵਾਉਨੈਂ ਮਹੀਨੇ 'ਚ ਮਿਰਜ਼ਾ ਮੁਹੰਮਦ ਦੀ ਗੈਂਗ ਦਾ ਸਫ਼ਾਇਆ ਕਰ ਕੇ ਅਮਨ ਬਹਾਲ ਕਰ ਦਿਆਂਗੇ।"

ਇਖਲਾਕ ਨੇ ਸੀ.ਓ. ਦੀ ਮੰਨ ਕੇ ਸਰਵਰ ਦਾ ਚਾਲੀਸਾ ਪਿੰਡ ਕਰਨ ਦਾ ਫ਼ੈਸਲਾ ਕਰ ਲਿਆ। ਸ਼ਹਿਬਾਜ਼ ਨੇ ਉਸ ਨੂੰ ਦੱਸਿਆ-"ਬਾਜਵਾ ਸਾਹਿਬ ਨੇ ਮਿਰਜ਼ਾ ਮੁਹੰਮਦ ਤੋਂ ਅਨਵਰ ਤੇ ਜਹਾਨਗੀਰ ਦੀ ਮੌਤ ਦਾ ਬਦਲਾ ਲੈਣ ਖ਼ਾਤਰ ਇਹ ਖਿੱਤਾ ਸਿਫ਼ਾਰਸ਼ ਕਰ ਕੇ ਮੰਗਿਆ। ਪ੍ਰੋਫ਼ੈਸਰ ਸਾਹਿਬ ਦੀ ਹਿਜ਼ਰਤ ਤੇ ਤੁਹਾਡਾ ਦੁਖਾਂਤ ਉਨ੍ਹਾਂ ਦੇ ਜ਼ਿਹਨ 'ਚ ਰੜਕਦੈ।

"ਇਹ ਵੀ ਸੱਚ ਐ ਸ਼ਹਿਬਾਜ਼ ਮੁਜ਼ਾਹਿਦਾਂ 'ਚ ਮਿਰਜ਼ਾ ਮੁਹੰਮਦ ਤੋਂ ਬਿਨਾਂ ਪ੍ਰੋਫ਼ੈਸਰ ਸਾਹਿਬ ਦਾ ਕੋਈ ਵਿਰੋਧੀ ਨਹੀਂ। ਉਹਦੇ ਲਾਣੇ ਦਾ ਸਫਾਇਆ ਉਹਦੀ ਆਮਦ ਦਾ ਰਾਹ ਖੋਲ੍ਹ ਦੇਵੇਗਾ।"

"ਇਹ ਸਾਜਿਸ਼ ਦੋਵੇਂ ਸ਼ੈਤਾਨਾਂ ਨੇ ਮੈਨੂੰ ਮੁੱਦਾ ਬਣਾ ਕੇ ਖੇਡੀ ਐ। ਪ੍ਰੋਫ਼ੈਸਰ ਸਾਹਿਬ ਦੀ ਹਿਜ਼ਰਤ ਉਨ੍ਹਾਂ ਦੀ ਪਾਲਿਸੀ ਦਾ ਪੜਾਅ ਸੀ, ਮੁਕਾਮ ਮੈਂ ਹਾਂ।" ਨਜ਼ੀਰਾਂ ਨੂੰ ਪੱਕਾ ਖਦਸ਼ਾ ਸੀ।

ਸਹਿਮ ਦੇ ਸਾਏ ਤੇ ਬੰਦੂਕਾਂ ਛਾਵੇਂ ਧੜਕਦੀ ਜ਼ਿੰਦਗੀ ਨੇ ਦੋ ਮੂੰਹੇ ਲੋਕ ਰਵੱਈਏ ਨੂੰ ਸਹਿਜੇ ਹੀ ਪਹਿਚਾਣ ਲਿਆ। ਲੋਕ ਇਖਲਾਕ ਕੋਲ ਸਰਵਰ ਦੀ ਮੌਤ ਦਾ ਅਫ਼ਸੋਸ ਕਰਦੇ ਨਾਲ਼ ਹੀ ਅਨਵਰ ਦੇ ਸਟੈਂਡ ਦੀ ਸਿਫ਼ਤ-ਸ਼ਲਾਘਾ ਕਰ ਜਾਂਦੇ। ਪੁੱਤਰ ਦੇ ਨਾਲ਼ ਜਵਾਈ ਦੀ ਹੱਤਿਆ ਦੀ ਦੂਹਰੀ ਮਾਰ ਨਾਲ ਨਜ਼ੀਰਾਂ ਪ੍ਰਤੀ ਨਰਮ ਹੋਈਆਂ ਜ਼ੁਬਾਨਾਂ ਅੱਤਵਾਦੀ ਕਾਰਨਾਮੇ

ਨੂੰ ਜੇਹਾਦ ਹਿਤੈਸ਼ੀ ਗੱਲਾਂ ਨਾਲ਼ ਢੱਕਣ ਦੀ ਕੋਸ਼ਿਸ਼ ਕਰਦੀਆਂ। ਫ਼ੌਜ ਨੂੰ ਕਸ਼ਮੀਰ ਦੇ ਦੁਖਾਂਤਪ੍ਰਤੀ ਮੁਜ਼ਾਹਿਦਾਂ ਤੋਂ ਜ਼ਿਆਦੇ ਦੋਸ਼ੀ ਠਹਿਰਾਇਆ ਜਾਂਦਾ-"ਬੇਟੀ ਤੇਰੇ ਅੱਬੂ ਦੀ ਜਨਮ ਭੂਮੀ ਵੀ ਬੇਵਫ਼ਦਾ ਹੋ ਗਈ ਲੱਗਦੀ ਐ। ਹਮਦਰਦੀ 'ਚੋਂ ਜਨਮੀਆਂ ਬਹੁਤੀਆਂ ਨਸੀਅਤਾਂ ਮੈਨੂੰ ਤੇਰਾ ਨਿਕਾਹ ਮਿਰਜ਼ਾ ਮੁਹੰਮਦ ਨਾਲ ਕਰਨ ਲਈ ਕਹਿੰਦਿੀਆਂ ਨੇ।" ਇਖਲਾਕ ਨੇ ਨਜ਼ੀਰਾਂ ਨੂੰ ਦੱਸਿਆ।

"ਮੈਥੋਂ ਕੀ ਛੁਪਿਐ ਅੱਬੂ? ਸਾਡਾ ਫੌਜ ਨਾਲ਼ ਮਿਲਵਰਤਨ ਲੋਕਾਂ ਨੂੰ ਉੱਕਾ ਹਜ਼ਮ ਨਹੀਂ। ਸਾਡੀ ਆਮਦ ਦੀਆਂ ਖ਼ਬਰਾਂ ਏਥੋਂ ਈ ਤੁਰਕ ਮਿਰਜ਼ੇ ਨੂੰ ਹੋਈਆਂ ਹੋਣਗੀਆਂ।"

ਨਜ਼ੀਰਾਂ ਬੁਰੀ ਤਰ੍ਹਾਂ ਪੀੜਤ ਸੀ।

ਸੀ.ਓ. ਬਾਜਵਾ ਨੇ ਸਖ਼ਤ ਹੁਕਮ ਦੇ ਕੇ ਪਹਾੜੀ ਗਰਾਂ ਦੇ ਹਰ ਰਸਤੇ ਖੁੰਭਾਂ ਵਾਂਗੂੰ ਸੁਰੱਖਿਆ ਤਾਇਨਾਤ ਕਰ ਦਿੱਤੀ। ਖ਼ੁਫ਼ੀਆ ਵਿਭਾਗ ਦੀਆਂ ਸਨਸਨੀਖੇਜ ਤੇ ਰੌਂਗਟੇ ਖੜਾਊ ਰਿਪੋਰਟਾਂ ਉਸ ਲਈ ਚਿੰਤਾਜਨਕ ਸਨ। ਨਜ਼ੀਰਾਂ ਨੂੰ ਬੀਵੀ ਬਣਾਉਣ ਦਾ ਭੂਤ ਮਿਰਜ਼ਾ ਮੁਹੰਮਦ ਸਿਰੋਂ ਲਹਿਣਾ ਤਾਂ ਕਿੱਥੋਂ ਸੀ ਪਰ ਦੋ ਕਤਲ ਕਰਨ ਦੇ ਬਾਵਜੂਦ ਨਿਸ਼ਾਨਿਉਂ ਉੱਕਾ ਉਹ ਖੁਦ ਨੂੰ ਲਾਹਣਤਾਂ ਪਾ ਰਿਹਾ ਸੀ।

ਇੱਕ ਰਾਤ ਸੀ.ਓ. ਦਾ ਭੇਜਿਆ ਸ਼ਹਿਬਾਜ਼ ਇੱਕ ਸਾਥੀ ਸਣੇ ਨਜ਼ੀਰਾਂ ਨੂੰ ਘਰੋਂ ਬੁਲਾ ਕੇ ਲੈ ਗਿਆ। "ਬੇਟੀ ਸਾਡੀ ਹਰ ਵਾਹ ਤੁਹਾਨੂੰ ਖਤਰਿਓਂ ਆਜ਼ਾਦ ਕਰਵਾਉਣ ਤੇ ਲੱਗੀ ਐ। ਡਿਊਟੀ ਤੋਂ ਜ਼ਿਆਦੈ ਤੇਰਾ ਨਿੱਜੀ ਮੋਹ ਤੇ ਪ੍ਰੋਫ਼ੈਸਰ ਨੂੰ ਦਿਵਾਇਆ ਵਿਸ਼ਵਾਸ ਮੈਨੂੰ ਜਾਨੋਂ ਜ਼ਿਆਦੈ ਐ ਪਰ ਖ਼ਤਰਨਾਕ ਰਿਪੋਰਟਾਂ ਨੇ ਮੈਨੂੰ ਏਸ ਵੇਲ਼ੇ ਤੈਨੂੰ ਬੁਲਾਉਣ ਲਈ ਮਜ਼ਬੂਰ ਕਰ ਦਿੱਤੈ।

"ਅੰਕਲ ਤੁਹਾਡਾ ਇਹੋ ਵਿਸ਼ਵਾਸ ਹਜ਼ਾਰਾਂ ਜੋਖ਼ਮ ਚੀਰ ਕੇ ਮੈਨੂੰ ਏਥੇ ਲੈ ਆਇਐ। ਜ਼ਿੰਦਗੀ ਦੀ ਕੀਮਤੀ ਸਰਮਾਇਆ ਗਵਾ ਚੁੱਕੀ ਜਿੰਦ ਨੂੰ ਮੌਤ ਦੀ ਕੋਈ ਪ੍ਰਵਾਹ ਨਹੀਂ। ਤੁਸੀਂ ਤਾਜ਼ਾ ਰਿਪੋਰਟ ਬਾਰੇ ਮੈਨੂੰ ਜ਼ਰੂਰ ਦੱਸੋ?" ਸੀਤ ਪੌਣ ਦੇ ਬੁੱਲ੍ਹਿਆਂ ਨਾਲ ਕੰਬਦੀ ਨਜ਼ੀਰਾਂ ਦੇ ਵਿਸ਼ਵਾਸ ਨੇ ਫੁੰਕਾਰਾ ਮਾਰਿਆ।

"ਆਹ ਇੱਕ ਰਿਕਾਰਡਿੰਗ ਕੀਤੀ ਹੋਈ ਟੇਪ ਐ। ਏਹਦੇ 'ਚ ਮਿਰਜ਼ਾ ਮੁਹੰਮਦ ਦੀ ਆਪਣੇ ਇੱਕ ਸਾਥੀ ਨਾਲ ਚੱਲਦੀ ਗੱਲਬਾਤ ਸਾਡੀ ਆਈ.ਬੀ. ਦੇ ਮੈਂਬਰ ਨੇ ਬੰਦ ਕੀਤੀ ਐ। ਏਹ ਆਪਣੇ ਮਾਮਲੇ ਦੀਆਂ ਕਈ ਪਰਤਾਂ ਖੋਲ੍ਹਦੀ ਐ।" ਅਫ਼ਸਰ ਨੇ ਧੀਮੀ ਆਵਾਜ਼ 'ਚ ਆਰਮੀ ਦੇ ਖ਼ੁਫ਼ੀਆਂ ਨਿਜ਼ਾਮ ਨੂੰ ਬੇਨਕਾਬ ਕੀਤਾ।

"ਆਈ.ਬੀ. ਦਾ ਮੈਂਬਰ......?"

"ਹਾਂ! ਆਈ.ਬੀ. ਮੀਨ ਇੰਟੈਲੀਜੈਂਸ ਬਿਊਰੋ ਦੀ ਮੈਂਬਰ। ਯਾਦ ਕਰ ਉਹ ਦਿਨ ਜਦੋਂ ਤੂੰ ਪ੍ਰੋਫ਼ੈਸਰ ਤੇ ਜਹਾਨਗੀਰ ਸਾਡੀ ਯੂਨਿਟ 'ਚ ਆਏ ਸਨ ਤੇ ਤੂੰ ਰੁਖਸਾਨਾ ਨਾਂ ਦੀ ਇੱਕ ਔਰਤ ਨੂੰ ਮਿਲਣ ਦੀ ਇੱਛਾ ਪ੍ਰਗਟਾਈ ਸੀ?"

"ਪਰ ਤੁਸੀਂ ਮਨਾਂਹ ਕਰ ਦਿੱਤਾ ਸੀ? ਉਹ ਰੁਖਸਾਨਾ ਜੋ ਆਪਣੇ ਖਾਵੰਦ ਦੀ ਮੌਤ ਬਦਲੇ ਮੁਜ਼ਾਹਿਦਾਂ 'ਚ ਦਾਖਲ ਹੋ ਕੇ ਉਨ੍ਹਾਂ ਨੂੰ ਮਰਵਾਉਂਦੀ ਐ?"

"ਬਿਲਕੁਲ। ਇਹ ਰਿਕਾਰਡਿੰਗ ਉਸੇ ਨੇ ਮਿਰਜ਼ਾ ਮੁਹੰਮਦ ਕੋਲ਼ ਜਾ ਕੇ ਕੀਤੀ ਐ। ਤੂੰ ਆਖੇ ਤਾਂ ਸੁਣਾ ਦੇਨਾ ਆਂ।"

"ਸੁਣਾਓ।"

ਸੀ.ਓ. ਨੇ ਬਟਨ ਦੱਬਿਆ। ਸੱਚ ਆਪ-ਮੁਹਾਰੇ ਸਾਹਮਣੇ ਉਭਰਿਆ। ਟੇਪ ਰਿਕਾਰਡ ਬੋਲ ਰਹੀ ਸੀ......

"ਵ ਛੋ ਮੇ ਵਰੇ ਚਾਰ ਕਿਥ ਕਿਨ ਕਰਯੇ ਨਜੀਰਨ ਨਿਕਾ ਬਈ ਕੇਸੰ ਸੀਤ।

ਮਯੋਨ ਨਾਓ ਛੁ ਮਿਰਜਾ ਮਿਰਜਾ ਮਹੰਮਦ, ਮਿਰਜੀ ਪੈਠ ਨਿਮਨ ਨਜੀਰ ਤੁਲਯਥ।"

(ਵੇਖਦਾ ਆਂ ਮੈਥੋਂ ਬਿਨਾ ਚਾਰੂ ਕਿਵੇਂ ਨਿਕਾਹ ਕਰਦੈ ਨਜ਼ੀਰਾਂ ਦਾ ਕਿਸੇ ਹੋਰ ਨਾਲ਼। ਮੇਰਾ ਨਾਂਅ ਮਿਰਜ਼ਾ ਮੁਹੰਮਦ ਐ ਤੇ ਮੈਂ ਨਜ਼ੀਰਾਂ ਨੂੰ ਮਿਰਜ਼ੇ ਵਾਂਗੂੰ ਚੁੱਕ ਕੇ ਲੈ ਜਾਵਾਂਗਾ।) ਮਿਰਜ਼ਾ ਮੁਹੰਮਦ ਦੀ ਆਵਾਜ 'ਚ ਤਲਖੀ ਸੀ।

"ਸਾਹਿਬ ਨਿਆਏ ਨੁ ਮਿਰਜਨ ਤੁਲਿਥ ਜਬਰੀ। ਸੁ ਗਾਇਆਇ ਪਨਨੀ ਮਰਜੀ ਤਿਨਨ ਸੀਤ।

ਬਾਯਨ ਹੰਦ ਮਾਏ ਪਤਰ ਤਿਰਹ ਹੱਥ ਕਾਈ ਫਟਰਾਇਆ ਨੁ, ਮਿਰਜ ਮਰਿਆ ਨ ਜੁਹੀ।

(ਸਾਹਿਬਾ ਨੂੰ ਮਿਰਜ਼ਾ ਜਬਰੀ ਚੁੱਕ ਕੇ ਨਹੀਂ ਸੀ ਲੈ ਗਿਆ। ਉਹ ਮਰਜ਼ੀ ਮੁਤਾਬਿਕ ਉਸ ਨਾਲ਼ ਗਈ ਸੀ। ਭਰਾਵਾਂ ਦੇ ਮੋਹ 'ਚ ਤਿੰਨ ਸੌ ਕਾਨੀਆਂ ਨਾ ਤੋੜਦੀ ਕਦੇ ਮਿਰਜ਼ਾ ਨਹੀਂ ਸੀ ਮਰਦਾ)

ਅਗਲਾ ਬੰਦਾ ਉਸ ਨੂੰ ਸਮਝ ਰਿਹਾ ਸੀ।

"ਅਸੀਂ ਛਨਾ ਖਾਮ ਕਾਇ ਯਮ ਫੁਟਨ, ਯਿ ਵੁਛ ਏ.ਕੇ., ਸਤਜੀ, ਯਾਰ ਯੇ ਗੋਲਿ ਡਰਨ ਛਾਡਿ ਉਪੋਰ।"

(ਪਰ ਮੇਰੇ ਕੋਲ਼ ਕੱਚੀਆਂ ਕਾਨੀਆਂ ਨਹੀਂ ਜੋ ਟੁੱਟ ਜਾਣਗੀਆਂ। ਆਹ ਵੇਖੀਂ ਐ ਏ.ਕੇ.ਸੰਤਾਲੀ। ਸਾਰੇ ਦਾ ਸਾਰਾ ਬਰੱਸਟ ਛਾਤੀਓਂ ਪਾਰ ਕਰ ਦੂੰ)

"ਹਯਾ ਕਾਫਰਾ ਕਿਆ ਜੇ ਛੁਕ ਮਸ਼ਰਾਵਨ, ਨਿਸ ਛੁ ਨੁ ਜਬਰੀ ਇਵਨ ਕਰਨੁ।"

(ਓਏ ਕਾਫ਼ਰਾ, ਇਹ ਕਿਉਂ ਭੁਲਿਆਂ ਫਿਰਦਾ ਐਂ! ਕਿਸੇ ਨਾਲ ਨਿਕਾਹ ਜਬਰੀ ਨਹੀਂ ਹੁੰਦਾ)

"ਮੇਰਜਾ ਮਹੰਮਦ ਯੇ ਯਸੀ ਛੁ ਕਰੀਥ ਡਰਾਵਨ, ਯੁ ਸ ਕੌਮ ਬਿਯਾਖ ਹਿਕ ਨੁ ਕਰਯਥ।"

(ਪਰ ਮਿਰਜ਼ਾ ਮੁਹੰਮਦ ਉਹ ਕਰ ਕੇ ਛੱਡਦਾ ਜੋ ਉਸ ਦੇ ਮਨ ਆਉਂਦੈ। ਜੋ ਕੰਮ ਕਿਸੇ ਤੋਂ ਨਹੀਂ ਕਰ ਹੁੰਦਾ।)

"ਨਜ਼ੀਰ ਕੋਚਾ ਛੇ ਟੋਠ, ਯਮ ਖਤਰ ਖ਼ੂਨ ਖ਼ਰਾਬਾ ਛੁਖ ਕਰਨ ਯਸਨ।"

(ਤੈਨੂੰ ਨਜ਼ੀਰਾਂ ਕਿੰਨੀ ਕੁ ਪਸੰਦ ਐ, ਜਿਸ ਬਦਲੇ ਤੂੰ ਖ਼ੂਨ ਖ਼ਰਾਬਾ ਕਰਨ ਤੇ ਤੁਲਿਆਂ ਹੋਇਆ ਐਂ)

"ਜੀਰਨ ਛੁ ਮਯੋਨ ਜਿਗਰ ਜ਼ਖਮੀ ਕੁਰ ਮੁਤ, ਨਿਕਾ ਛੁ ਤਿਮੁਕ ਕੁਨੀ ਇਲਾਜ।"

(ਨਜ਼ੀਰਾਂ ਨੇ ਮੇਰਾ ਦਿਲ ਜ਼ਖਮੀ ਕੀਤਾ ਐ। ਨਿਕਾਹ ਹੀ ਉਸ ਜ਼ਖ਼ਮ ਦਾ ਇਲਾਜ ਹੈ)

"ਚੇ ਉਸੀ ਅਨਵਰਸ ਸੀਤ ਕਥ ਕਰਯਥ ਵੁਛਨ।"

(ਤੂੰ ਅਨਵਰ ਨਾਲ ਗੱਲ ਛੇੜ ਵੇਖਣੀ ਸੀ)

"ਅਨਵਰਨ ਲੋਗ ਕਾਫ਼ੀ ਜੋਰ ਪਨਨੀ ਕਿਨ, ਚਾਚ ਛੁ ਨਾ ਬੋਜਨਮ ਤਿਆਰ।"

(ਅਨਵਰ ਆਪਣੇ ਤੌਰ ਤੇ ਪੂਰਾ ਜ਼ੋਰ ਲਾ ਚੁੱਕਿਆ ਐ ਪਰ ਚਾਚੂ ਇਹ ਸੁਣਨ ਲਈ ਵੀ ਤਿਆਰ ਨਹੀਂ)

"ਚਾਚ ਕਿਆ ਛੁ ਯਸਨ।"

(ਚਾਚੂ ਕੀ ਚਾਹੁੰਦਾ ਐ)

"ਸੁ ਛੁ ਜਹਾਦਸ ਬਰਖਲਿਾਫ, ਮੁਜਾਹਿਦ ਨ ਖ਼ਿਲਾਫ਼ ਤੀ ਛੁ ਬੋਲਨਾ।"

(ਉਹ ਜੇਹਾਦ ਤੋਂ ਬਰਖ਼ਿਲਾਫ਼ ਐ ਤੇ ਮੁਜ਼ਾਹਿਦਾਂ ਦੇ ਵੀ ਖ਼ਿਲਾਫ਼ ਬੋਲਦਾ ਹੈ)

"ਅਨਵਰਸ ਨਿਸ਼ ਬੋਜਾਮ, ਨਜੀਰ ਤੀ ਛੁ ਜਹਾਦਨ ਖ਼ਿਲਾਫ਼ ਬੋਲਨ।"

(ਅਨਵਰ ਤੋਂ ਸੁਣਿਆ ਸੀ ਜੇਹਾਦ ਤੋਂ ਖ਼ਿਲਾਫ਼ ਤਾਂ ਨਜ਼ੀਰਾਂ ਵੀ ਬੋਲਦੀ ਐ)

"ਨਿਕਾ ਪਤ ਬਦਲੀ ਸੁ ਪਾਨੇ।"

(ਉਹ ਨਿਕਾਹ ਤੋਂ ਬਾਅਦ ਆਪੇ ਹੀ ਬਦਲ ਜਾਵੇਗੀ)

"ਚੇ ਸੀਤ ਗਮੀ ਨੁ ਨਿਕਾ ਖਤਰ ਜਾਹ ਤਿਆਰ।"

(ਪਰ ਉਹ ਕਦੇ ਵੀ ਤੇਰੇ ਨਾਲ਼ ਨਿਕਾਹ ਲਈ ਸਹਿਮਤ ਨਹੀਂ ਹੋਣਗੇ)

"ਚੁ ਵਛੁਖ ਨੁ ਜਮੀਨਸ ਪੈਠ ਜਿੰਦ ਜ਼ਾਹ। ਜਹਾਦਸ ਖ਼ਿਲਾਫ਼ ਯਮ ਆਸਨ ਜਿੰਦੇ ਵਾਲ ਕਬਰੀਂ।"

(ਫਿਰ ਉਹ ਕਦੇ ਵੀ ਇਸ ਧਰਤੀ ਤੇ ਨਹੀਂ ਦਿਖਣਗੇ। ਜੇਹਾਦ ਵਿਰੋਧੀਆਂ ਨੂੰ ਮੈਂ ਜੀਉਂਦੇ ਜੀਅ ਕਬਰਾਂ 'ਚ ਦਫਣਾਂ ਦਿਆਂਗਾਂ)...........।

ਟੇਪ ਰਿਕਾਰਡ ਬੰਦ ਹੋਣ ਪਿੱਛੋਂ ਨਜ਼ੀਰਾਂ ਸਿਰ ਫੜ ਕੇ ਬਹਿ ਗਈ। "ਸਰ! ਮੈਂ ਮਿਰਜ਼ਾ ਮੁਹੰਮਦ ਦੀ ਏਸ ਮੁਕਾਮ ਤੱਕ ਕਮਜ਼ੋਰੀ ਬਣ ਚੁੱਕੀ ਆਂ, ਇਹ ਤਾਂ ਤੁਹਾਨੂੰ ਵੀ ਪਤੈ। ਅੱਬੂ ਕੋਲ ਦੋ ਵਾਰ ਅਨਵਰ ਏਸ ਕੰਮ ਲਈ ਆ ਚੁੱਕੇ। ਸ਼ੈਦ ਇਹ ਵੀ ਪ੍ਰੋਫ਼ੈਸਰ ਸਰ ਨੇ ਦੱਸ ਹੀ ਦਿੱਤਾ ਹੋਏਗਾ।"

"ਹਾਂ। ਮੈਨੂੰ ਪਤੈ ਪਰ ਅਫ਼ਸੋਸ ਇਹ ਗੱਲ ਇਖਲਾਕ ਸਾਨੂੰ ਉਦੋਂ ਹੀ ਦੱਸ ਦਿੰਦਾ ਤਾਂ ਸ਼ੈਦ ਇਹ ਭਾਣੇ ਨਾ ਵਰਤਦੇ। ਪਤਾ ਨਹੀਂ ਕਿਉਂ ਏਡਾ ਅਕਲਮੰਦ ਇਨਸਾਨ ਏਡਾ ਵੱਡਾ ਧੋਖਾ ਕਿਉਂ ਖਾ ਬੈਠਾ?"

"ਸ਼ੈਦ ਅੱਬੂ ਪ੍ਰੋਫ਼ੈਸਰ ਸਾਹਿਬ ਦੀਆਂ ਟੈਨਸ਼ਨਾਂ 'ਚ ਵਾਧਾ ਨਹੀਂ ਸੀ ਚਾਹੁੰਦੇ। ਨਜ਼ੀਰਾਂ ਨੇ ਕਿਹਾ। "ਆਖਿਰ ਟੈਨਸ਼ਨਾਂ ਹੀ ਏਹਦਾ ਐਲਟਰਨੇਟਿਵ ਹੱਲ ਸੀ। ਖ਼ੈਰ ਵੇਲੇ ਦੀ ਨਮਾਜ ਕੁਵੇਲ਼ੇ ਦੀਆਂ ਟੱਕਰਾਂ, ਖਾਮਿਆਜ਼ਾ ਅਸੀਂ ਭੁਗਤ ਰਹੇ ਆਂ। ਤੈਨੂੰ ਫੌਰੀ ਬੁਲਾਉਣ ਦਾ ਕਾਰਨ ਇਹ ਕਿ ਤੁਹਾਡੀ ਆਮਦ ਦੀ ਖ਼ਬਰ ਪਾ ਕੇ ਮਿਰਜ਼ਾ ਮੁਹੰਮਦ ਦੇ ਕੁੱਝ ਸਾਥੀ ਏਸ ਪਿੰਡ 'ਚ ਆ ਵੜੇ ਨੇ। ਸ਼ਨਾਖਤ ਦੀ ਲੋੜ ਐ ਭੱਜ ਕੇ ਅਸੀਂ ਨਿਕਲਣ ਨਹੀਂ ਦਿਆਂਗੇ ਪਰ ਤੁਹਾਡਾ ਸਤਰਕ ਰਹਿਣਾ ਜ਼ਰੂਰੀ ਐ...... ।"

ਕਰਨਲ ਬਾਜਵਾ ਨੇ ਨਜ਼ੀਰਾਂ ਨੂੰ ਸਮਝਾਇਆ।

"ਅੰਕਲ ਇੱਕ ਗੱਲ ਮੈਂ ਨਾ ਚਾਹੁੰਦਿਆਂ ਵੀ ਕਹਿਣਾ ਚਾਹੁੰਦੀ ਆਂ?" ਨਜ਼ੀਰਾਂ ਦੇ ਬੋਲ ਸਲਾਭੇ ਜਿਹੇ ਹੋ ਗਏ।

"ਜੋ ਕਹਿਣਾ ਏ ਸੋ ਨਿਸ਼ੰਗ ਕਹੋ ਬੇਟੀ?"

"ਦੋ ਪ੍ਰੀਖਿਆਵਾਂ ਦੇ ਨਤੀਜੇ 'ਚੋਂ ਮਸਾਂ ਨਿਕਲੀ ਆਂ। ਤੀਜਾ ਤੇ ਸਭ ਤੋਂ ਔਖਾ ਸਿਰ ਖਲੋਤਾ ਕਠਨ ਖ਼ੂਨੀ ਤਪੱਸਿਆ ਮੰਗ ਰਿਹੈ। ਏਦੂੰ ਪਹਿਲਾਂ ਮਿਰਜ਼ਾ ਮੁਹੰਮਦ ਦੇ ਨਾਪਾਕ ਹੱਥ ਮੇਰੇ ਪਾਕ ਬਦਨ ਵੱਲ ਵੱਧਣ, ਮੈਂ ਗੋਲ਼ੀ ਮਾਰ ਕੇ ਮਰ ਜਾਂਗੀ...... ।"

"...... ਠਾਹ! ਠਾਹ!!" ਨਿਰੰਤਰ ਦੋ ਫਾਇਰਾਂ ਨੇ ਨਜ਼ੀਰਾਂ ਦੀ ਵੇਦਨਾਭਰਪੂਰ ਗੱਲ ਵਿਚਕਾਰੋਂ ਕੱਟ ਦਿੱਤੀ। ਫਿਰ ਨਿਰੰਤਰ ਕਈ ਫਾਇਰ ਹੋਏ ਤੇ ਫਿਰ ਮਾਤਮੀ ਚੁੱਪ। ਰਾਤ ਕਾਫ਼ੀ ਗੁਜ਼ਰ ਚੁੱਕੀ ਸੀ। ਕਿਤੇ-ਕਿਤੇ ਬੂਟਾਂ ਦੀ ਦਗੜ-ਦਗੜ ਵੀ ਕੰਨੀਂ ਪੈ ਰਹੀ ਸੀ। ਸੀ.ਓ. ਨੂੰ ਵਾਇਰਲੈਸ ਸੈੱਟ ਤੇ ਕੋਈ ਮੈਸਿਜ ਮਿਲਿਆ। ਉਹ ਸਿਰੋਂ ਪੈਰੀਂ ਕੰਬ ਗਿਆ।

"ਬੇਟੀ ਆਉ ਮੇਰੇ ਨਾਲ।"

"ਪਰ ਕੀ ਹੋਇਐ ਸਰ?"

"ਅੱਤਵਾਦੀਆਂ ਨਾਲ ਮੁਕਾਬਲਾ ਹੋ ਗਿਐ। ਮੈਂ ਤੈਨੂੰ ਹਿਫਾਜ਼ਤ ਜਗ੍ਹਾ ਲੈ ਜਾਉਨਾ ਆ...... ।" ਲੰਮੇ ਕਦਮ ਧਰਤੀ ਨਜ਼ੀਰਾਂ ਕਰਨਲ ਬਾਜਵਾ ਤੇ ਕਿਯੂ.ਆਰ.ਟੀ. ਨਾਲ ਤੁਰ ਪਈ। ਪੰਜ ਜਵਾਨ ਆਲੇ-ਦੁਆਲੇ ਹੋਰ ਵੀ ਸਨ। ਸਰਚ ਲਾਈਟ ਦੀ ਰੌਸ਼ਨੀ ਧੁੰਦ ਨੂੰ ਚੀਰ ਕੇ ਰਾਹ ਵਿਖਾਉਂਦੀ ਗਈ। ਸਰਦੀ ਦੀ ਮਜ਼ਬੂਤ ਪਕੜ 'ਚ ਕਿਤੇ-ਕਿਤੇ ਟਾਵੀਂ-ਟਾਵੀਂ ਕਣੀ ਵੀ ਅਸਮਾਨੋਂ ਕਿਰ ਰਹੀ ਸੀ। ਇਸ ਦੇ ਬਾਵਜੂਦ ਚਾਨਣੇ ਪੱਖ ਦਾ ਜਲਵਾ ਆਪਣਾ ਰੰਗ ਦਿਖਾ ਰਿਹਾ ਸੀ।

"ਨਜ਼ੀਰਾਂ......ਬੇਟੀ......ਨਜ਼ੀਰਾਂ......?" ਮਾਤਮੀ ਖਾਮੋਸ਼ੀ ਚੀਰ ਕੇ ਆਉਂਦੀ ਟੁੱਟਵੀਂ ਆਵਾਜ਼ ਇਖਲਾਕ ਦੀ ਸੀ। ਗਰਾਂ ਤੋਂ ਕਰੀਬ ਸੌ ਗਜ਼ ਦੂਰ ਨੀਮ ਪਹਾੜੀ ਤੇ ਸ਼ਹਿਬਾਜ਼ ਦੇ ਸੱਜੇ ਪੱਟ ਤੇ ਸਿਰ ਧਰ ਉਹ ਤੜਫ਼ ਰਿਹਾ ਸੀ।

"ਬਾਬਾ। ਆ ਗਈ ਐ ਨਜ਼ੀਰਾਂ।" ਸ਼ਹਿਬਾਜ਼ ਨੇ ਉਸ ਦਾ ਸਿਰ ਸਾਂਭਦਿਆਂ ਕਿਹਾ।

"ਬੋਲ ਅੱਬੂ ਬੋਲ? ਮੈਂ ਆ ਗਈ ਆਂ।" ਇਖਲਾਕ ਦੀ ਦਸ਼ਾ ਤੋਂ ਬੇਖ਼ਬਰ ਨਜ਼ੀਰਾਂ ਦਿਮਾਗੋਂ ਬੇਸੁਰਤ ਸੀ। ਨੀਮ ਚਾਨਣੀ 'ਚ ਨਜ਼ੀਰਾਂ ਦਾ ਮੁੱਖੜਾ ਤਲਾਸ਼ਦਿਆਂ ਕੰਬਦੇ ਹੱਥੀਂ ਉਸ ਨੇ ਨਜ਼ੀਰਾਂ ਦੀ ਕਲਾਈ ਫੜਦਿਆਂ ਕਿਹਾ-"ਬੇਟੀ ਨਜ਼ੀਰਾਂ। ਤੇਰਾ ਅੱਬੂ ਜਾ ਰਿਹੈ। ਜਦੋਂ ਕਦੇ ਪ੍ਰੋਫ਼ੈਸਰ ਪਰਤੇ ਉਹਨੂੰ ਮੇਰਾ ਆਖਰੀ ਅਦਾਬ ਕਹਿਣਾ ਨਾ ਭੁੱਲ ਜੀਂ। ਮੈਂ ਵਾਅਦਾ ਤੋੜ ਕੇ ਉਹਨੂੰ ਬਿਨਾ ਉਡੀਕੇ ਜਾ ਰਿਹੈ।

"ਨਹੀਂ ਅੱਬੂ ਨਹੀਂ। ਤੂੰ ਕਿਤੇ ਨੀ ਜਾ ਰਿਹੈ, ਮੈਨੂੰ ਕੱਲੀ ਛੱਡ ਕੇ, ਤੂੰ......ਕਿਤੇ......ਨੀ......ਜਾ......ਰਿਹੈ......।" ਨਜ਼ੀਰਾਂ ਦੀ ਭੁੱਬ ਨਿਕਲ ਗਈ। ਸ਼ਹਿਬਾਜ਼ ਨੂੰ ਕੰਨ 'ਚ ਕੁੱਝ ਸਮਝਾ ਕੇ ਕਰਨਲ ਬਾਜਵਾ ਉਸ ਪਾਸੇ ਨੂੰ ਚਲਾ ਗਿਆ ਜਿਧਰੋਂ ਅਜੇ ਵੀ ਟਾਵੀਂ-ਟਾਵੀਂ ਗੋਲੀ ਦੀ ਆਵਾਜ਼ ਆ ਰਹੀ ਸੀ।

"ਮੈਂ ਜਾ ਰਿਹੈਂ ਬੇਟੀ ਮੈਂ ਜਾ ਰਿਹੈਂ......।"

"ਕਿੱਥੇ ਜਾ ਰਿਹੈਂ ਅੱਬੂ?" ਨਜ਼ੀਰਾਂ ਨੇ ਉਸ ਨੂੰ ਛਾਤੀ ਕੋਲੋਂ ਹਲੂਣਿਆ......"ਦੱਸ ਤੂੰ ਮੈਨੂੰ ਛੱਡ ਕਿੱਥੇ ਜਾ ਰਿਹੈਂ?"

"ਅਨਵਰ ਦਾ ਭੇਜਿਆ ਸਰਵਰ ਕੋਲ......।"

"ਅਨਵਰ ਦਾ ਭੇਜਿਆ?" ਨਜ਼ੀਰਾਂ ਦੇ ਵੈਣ ਇਕਦਮ ਖਾਮੋਸ਼ ਹੋ ਗਏ।

"ਹਾਂ ਨਜ਼ੀਰਾਂ। ਬਾਬੇ ਦੇ ਸੀਨੇ 'ਚ ਗੋਲੀ ਅਨਵਰ ਨੇ ਈ ਮਾਰੀ ਐ।" ਸ਼ਹਿਬਾਜ਼ ਨੇ ਦੱਸਿਆ।

"ਸ਼ਹਿਬਾਜ਼ ਸੱਚ ਐ? ਕਿੱਥੇ ਐ ਅਨਵਰ? ਫੜਾ ਬੰਦੂਕ ਉਹਦੇ ਗੋਲ਼ੀ ਮਾਰ ਕੇ ਰਿਸ਼ਤੇ 'ਚ ਮਿਲ਼ਿਆ ਗੰਦਾ ਲਹੂ ਮੈਂ ਕੱਢਦੀ ਆਂ।"

"ਪਰ ਨਹੀਂ ਬੇਟਾ।"

"ਕਿਉਂ ਨਹੀਂ ਅੱਬੂ? ਉਹ ਤੇਰਾ ਈ ਨਹੀਂ ਅੰਮਾਂ ਜਾਏ ਭਰਾ ਤੇ ਸਕੀ ਭੈਣ ਦੇ ਸੁਹਾਗ ਦਾ ਵੀ ਕਾਤਲ ਐ। ਕਬੀਲੇ ਦੇ ਕਾਤਲ ਨੂੰ ਕਾਲਖ਼ ਜਾਣ ਧੋ ਦੇਣਾ ਚਾਹੀਦੈ।"

"ਬੇਟੀ ਕਲਮਾਂ ਵਾਲੇ ਹੱਥੀਂ ਰਫ਼ਲਾਂ ਨੀ ਸੋਂਹਦੀਆਂ ਨਾ ਆਲਮ ਲੋਕ ਕਾਤਲ ਹੁੰਦੇ ਐ।" ਕੰਬਦੀ ਬਾਂਹ, ਥਰਥਰਾਉਂਦੇ ਬੋਲ ਨਜ਼ੀਰਾਂ ਨੂੰ ਵਰਜ ਰਹੇ ਸਨ।" ਤੇਰੇ ਅੱਬੂ ਦੀ ਜਿੰਦ ਟੁੱਟੀ ਪਈ ਐ। ਹਸ਼ਰ ਵੇਲੇ ਦੀਆਂ ਚਾਰ ਕੁ ਗੱਲਾਂ ਲੜ ਬੰਨ੍ਹ ਲੈ ਉਨ੍ਹਾਂ ਤੇ ਅਮਲ ਕਰੀਂ।"

"ਦੱਸ ਅੱਬੂ ਮੈਂ ਤੇਰੀ ਹਰ ਗੱਲ ਮੰਨਾਂਗੀ?" ਨਜ਼ੀਰਾਂ ਨੇ ਇਖਲਾਕ ਦੇ ਮੱਥੇ ਤੇ ਹੱਥ ਫੇਰਿਆ।

"ਬੇਟਾ ਸ਼ਹਿਬਾਜ਼?"

"ਦੱਸੋ ਬਾਬਾ ਜੀ?"

"ਨਜ਼ੀਰਾਂ ਦਾ ਮੇਰੇ ਪਿੱਛੋਂ ਸਾਥ ਦਏਂਗਾ?" ਉਸ ਨੇ ਕੰਬਦੀ ਬਾਂਹ ਮੁੜ ਉਲਾਰ ਕੇ ਸ਼ਹਿਬਾਜ਼ ਦਾ ਸੱਜਾ ਹੱਥ ਫੜਦਿਆਂ ਕਿਹਾ-"ਜ਼ਰੂਰ ਦਿਆਂਗਾ ਬਾਬਾ।"

"ਬੇਟੀ ਨਜ਼ੀਰਾਂ?" ਉਸ ਨੇ ਦੂਜੇ ਹੱਥ 'ਚ ਨਜ਼ੀਰਾਂ ਦਾ ਹੱਥ ਫੜ ਲਿਆ।

"ਬੋਲੋ ਅੱਬੂ ਜਾਨ ਬੋਲੋ?"

"ਆਹ ਲੈ ਮੈਂ ਤੇਰਾ ਹੱਥ ਸ਼ਹਿਬਾਜ਼ ਨੂੰ ਫੜਾ ਚੱਲਿਐ।" ਉਸ ਨੇ ਨਜ਼ੀਰਾਂ ਦਾ ਹੱਥ ਸ਼ਹਿਬਾਜ਼ ਨੂੰ ਫੜਾ ਦਿੱਤਾ।" ਬੇਟਾ ਸ਼ਹਿਬਾਜ਼?"

"ਜੀ?"

"ਫੜੇ ਹੱਥ ਦੀ ਲੱਜ ਪਾਲ਼ੀਂ। ਇਹੋ ਜਾਣੀ ਮੈਂ ਅੱਲ੍ਹਾ ਪਾਕ ਨੂੰ ਜ਼ਾਮਨ ਜਾਣ ਕੇ ਤੈਨੂੰ ਨਜ਼ੀਰਾਂ ਦਾ ਹੱਥ ਫੜਾਇਐ। ਸਿੱਖ ਮੋਮਨ ਦਾ ਤਕਾਜ਼ਾ ਮੇਟ ਕੇ ਇਨਸਾਨ ਨੂੰ ਇਨਸਾਨੀਅਤ ਲੜ ਲਾਇਐ। ਕਸ਼ਮੀਰ ਮਸਲੇ ਦਾ ਹੱਲ ਇਹੋ ਭਾਵਨਾ ਮੰਗਦੈ।" ਬਾਹਿ ਜਿਨਾ ਕੀ ਪਕੜੀਐ ਸਿਰ ਦੀਜੈ ਬਹਿ ਨਾ ਛੋਡੀਐ। ਡੁੱਬਦੇ ਕਸ਼ਮੀਰ ਦੀ ਬਾਂਹ ਫੜ ਕੇ ਤੇਰੇ ਗੁਰੂ ਤੇਗ਼ ਬਹਾਦਰ ਨੇ ਤੈਨੂੰ ਲਾ ਕੇ ਨਿਭਾਉਣ ਦੀ ਵਲ਼ ਸਿਖਾਇਐ। "ਕਾਫ਼ਰ ਐ ਜੋ ਨਿਹੁੰ ਲਗਾ ਕੇ ਪਿੱਛੋਂ ਆਖੇ ਮੇਰੀ ਬੱਸ ਏ, ਜਿੰਦ ਦੇਵੀਂ ਮੁਫ਼ਾਦ ਨਾ ਮੰਗੀ, ਇਹੋ ਪੀਰ ਫ਼ਰੀਦ ਦਾ ਦੱਸ ਐ।" ਨਜ਼ੀਰਾਂ ਤੇਰੇ ਤੇ ਵੀ ਇਸਲਾਮ ਇਹੋ ਹੁਕਮ ਲਾਗੂ ਐ। ਜਾ ਜਾਣੋਂ ਦੋ ਮਜ਼ਹਬਾਂ ਦੇ ਦੋ ਰਹਿਬਰਾਂ ਦੀ ਜਾਮਨੀ 'ਚ ਤੁਹਾਨੂੰ ਦੋਵਾਂ ਨੂੰ ਇਕ ਕਰ ਚੱਲਿਐ। ਸ਼ਹਿਬਾਜ਼......। ਸਿੱਖ ਕੌਮ ਦੀ ਫਿਰਾਖਦਿਲੀ ਨੇ ਤਕਸੀਮੇ ਹਿੰਦ ਮੌਕੇ ਖੌਰੇ ਕਿੰਨੀਆਂ ਮੋਮਨ ਪੀੜਤਾਂ ਨੂੰ ਕੇਸਰੀ ਦੁਪੱਟੇ ਹੇਠ ਉਮਰ ਨਿਭਾਉਣ ਜੋਗੀ ਥਹੁ ਦਿੱਤੀ ਐ। ਤੂੰ ਏਹਨੂੰ ਅੰਮ੍ਰਿਤ ਛਕਾ ਕੇ ਸਿੰਘਣੀ ਬਣਾ ਲਈਂ। ਚਾਰ ਲਾਵਾਂ ਦਾ ਫਰਜ਼ ਏਹਨੂੰ ਸਾਡੇ ਮੋਹ ਤੋਂ ਨਿਖੇੜ ਦੂ। ਹਬੀਬ ਮਿਲਿਆ ਤਾਂ ਪੱਲਾ ਫੜਾਉਣ ਦੀ ਰਸਮ ਨਿਭਾ ਦਊਗਾ ਨਹੀਂ......ਨਜ਼ੀਰਾਂ?"

"ਬੋਲੋ ਅੱਬੂ ਮੈਂ ਸੁਣ ਰਹੀ ਹਾਂ?"

"ਮੁਕੱਦਰਾਂ ਤੇ ਪਈ ਮਾਰ ਨੇ ਪ੍ਰੋਫ਼ੈਸਰ ਦੀਆਂ ਸਭੇ ਰੀਝਾਂ ਕੁਆਰੀਆਂ ਰੱਖ ਲਈਆਂ ਨੇ ਪਰ ਤੂੰ ਨਾ ਡੋਲੀਂ।" ......ਲਾ ਇਲਾਹ......ਲਾ ਅੱਲਾ ਦੀ ਥਹੁੰ ਭਾਈ ਸਾਹਬ ਪਹਿਲੀ ਲਾਂਵ ਪੜ੍ਹੇਂਗਾ ਪਰ ਕੋਈ ਕਾਜ਼ੀ ਤੈਥੋਂ ਰਜ਼ਾ ਕਬੂਲਣ ਲਈ ਨਹੀਂ ਪੁੱਛੇਗਾ। ਆਨੰਦ ਕਾਰਜ ਤੇ ਨਿਕਾਹ ਦੇ ਦੋਵੇਂ ਰਾਹ ਮੁਕੱਦਮ ਹੋਣ ਦੇ ਬਾਵਜੂਦ ਅੱਡੋ-ਅੱਡ ਨੇ।......ਤੇ ਸ਼ਹਿਬਾਜ਼?"

"ਜੀ ਬਾਬਾ ਜੀ?"

"ਮੈਂ ਤੇਰੇ ਨਾਲ਼ ਕੋਈ ਵਧੀਕੀ ਤੇ ਨਹੀਂ ਕਰ ਰਿਹੈ?"

"ਉਹ ਤੇ ਨਹੀਂ ਬਾਬਾ......ਪਰ ਬਾਬਾ......?" ਖਾਮੋਸ਼ ਅਕਲ ਨੇ ਸ਼ਹਿਬਾਜ਼ ਨੂੰ ਜ਼ਬਾਨੋਂ ਕੀਲ ਦਿੱਤਾ ਉਹ ਹਰਮਨ ਦੀ ਜ਼ਿੰਦਗੀ ਦਾ ਸਭ ਤੋਂ ਮਹਿੰਗਾ ਵਕੀਲ ਹੋ ਕੇ ਵੀ ਉਸ ਦੇ ਸੱਚ ਦੀ ਵਕਾਲਤ ਨਾ ਕਰ ਸਕਿਆ। "ਖੈਰ ਬੋਲੋ ਬਾਬਾ?"

"ਮੈਂ ਕਹਿ ਰਿਹਾ ਸੀ ਨਾ ਸਿੱਖ ਫੜੀ ਬਾਂਹ ਛੱਡਦੇ ਤੇ ਨਾ ਜ਼ੁਬਾਨੋਂ ਬਦਲਦੇ। ਤੇਰੇ ਪੁਰਖਿਆਂ ਦੀਆਂ ਲਹੂ ਨਿੱਚੜਦੀਆਂ ਕੁਰਬਾਨੀਆਂ 'ਚ ਗੱਦਾਰੀ ਨੂੰ ਗਿੱਠ ਭਰ ਥਾਂ ਨਹੀਂ। ਸੋ "ਮੁਲਕ ਮੇ ਔਜ-ਏ-ਅੰਜ਼ਾਮ ਬਿੜ ਕੇ ਖੁਦ ਆਪਸ ਮੇ ਕਟ ਜਾਏ, ਜਾ ਖੁਰਸ਼ੀਦ ਅਪਨੀ ਜਗਾ ਲੈ ਕੇ ਕੂਜਾ ਮੇਂ ਸਿਮਟ ਜਾਏ। ਮੁਲਕ ਬਦਲੇ। ਫਲਕ ਬਦਲੇ!! ਜਮੀਂ ਉਂ ਆਸਮਾਂ ਬਦਲੇ, ਮਗਰ ਮੁਮਕਨ ਨਹੀਂ ਏਕ ਸਿੱਖ ਕੀ ਜੁਬਾਂ ਬਦਲੇ।" ਸ਼ਹਿਬਾਜ਼ ਸਿਆਂ। ਇਹੋ ਵਿਸ਼ਵਾਸ ਨੇ ਤਵਾਰੀਖ ਨੂੰ ਖ਼ੂਨੀ ਰੰਗ ਚਾੜ੍ਹਿਐ। ਨਜ਼ੀਰਾਂ। ਜ਼ਬਾਨੋਂ ਬਦਲਣਾ ਇਸਲਾਮ ਦੇ ਵੀ ਅਨੁਕੂਲ ਨਹੀਂ।"

"ਮੈਂ ਜ਼ੁਬਾਨੋਂ ਨਹੀਂ ਬਦਲਦੀ ਅੱਬੂ ਪਰ......।"

"ਆਪਣੀ ਫਿਰ ਸੁਣਾਈਂ। ਪਹਿਲਾਂ ਮੇਰੀ ਸੁਣ। ਤੁਸੀਂ ਅੱਜ ਦੇ ਵਾਅਦੇ ਦੇ ਵਫ਼ਾਦਾਰ ਹੋਵੋ। ਮਿਰਜ਼ਾ ਤੇ ਅਨਵਰ ਬਿਨਾਂ ਗੋਲੀਓਂ ਮਰ ਜਾਣਗੇ। ਇਨ੍ਹਾਂ ਵੱਲੋਂ ਬਿਨਾਂ ਵਜੂਹਾਤ ਵਧਾਇਆ ਸਿੱਖ-ਮੋਮਨ ਦਾ ਪਾੜਾ ਏਸ ਇਤਫ਼ਾਕ ਨੇ ਜੜ੍ਹੋਂ ਪੁੱਟ ਸੁੱਟਣੈ।"

"ਠਾਹ! ਠਾਹ!! ਠਾਹ!!!"

ਬਿਲਕੁਲ ਲਾਗੇ ਨਿਰੰਤਰ ਤਿੰਨ ਫਾਇਰ ਹੋਏ।

"ਖ਼ਤਰਾ ਨੇੜੇ ਆ ਗਿਐ ਅੱਬੂ। ਉੱਠ ਕਿਨਾਰੇ ਲੱਗੀਏ।"

"ਨਾ ਬੇਟਾ ਨਾ।" ਉਸ ਨੇ ਨਜ਼ੀਰਾਂ ਨੂੰ ਵਰਜਿਆ-"ਬੇਟਾ ਸ਼ਹਿਬਾਜ਼ ਅਤੀ ਜ਼ਰੂਰੀ ਗੱਲ ਵੀ ਸੁਣ ਲੈ। ਏਦੂੰ ਪਹਿਲਾਂ ਮਿਰਜ਼ੇ ਦੇ ਨਾਪਾਕ ਹੱਥ ਨਜ਼ੀਰਾਂ ਦੀਆਂ ਬੋਟੀਆਂ ਚੂਸਣ। ਅੱਲਾ ਸੇਤੀ ਤੂੰ ਬੇਵੱਸ ਹੋ ਜੇਂ, ਉਸ ਮੁਕਾਮ ਤੇ ਨਜ਼ੀਰਾਂ ਨੂੰ ਖੁਦ ਗੋਲ਼ੀ ਮਾਰ ਦਵੀਂ......।"

"ਅੱਬੂ?" ਇਹ ਸੁਣਦਿਆਂ ਹੀ ਨਜ਼ੀਰਾਂ ਚੀਖ ਉੱਠੀ।" ਵਾਅਦਾ ਕਰ ਤੂੰ ਮੈਨੂੰ ਕੱਲੀ ਛੱਡ ਕਿਤੇ ਨੀ ਜਾਏਂਗਾ।"

"ਝੂਠਾ ਵਾਅਦਾ ਕਿਵੇਂ ਕਰਾਂ ਬੇਟੀ? ਏਸੇ ਖਾਤਿਰ ਤੈਨੂੰ ਸ਼ਹਿਬਾਜ਼ ਲੜ ਲਾ ਚੱਲਿਐਂ। ਬਲਦੇ ਕਸ਼ਮੀਰ ਨੇ ਭਰਾਵਾਂ ਹੱਥੋਂ ਭਰਾ ਤੇ ਪੁੱਤਾਂ ਕੋਲੋਂ ਪਿਉ ਮਰਵਾ ਦਿੱਤੇ। ਕੁੱਲ ਆਲਮ 'ਚੋਂ ਤੇਰੇ ਯੋਗ ਇੱਕੋ ਸ਼ਹਿਬਾਜ਼ ਲੱਭਿਐ। ਇਹੋ ਤੇਰੇ ਅੱਬੂ ਨਾਲ ਵਾਅਦਾ ਪੁਗਾ ਸਕਦੈ ਤੇ ਇਹੋ ਤੇਰੀ ਪੀੜ ਵੰਡਾ ਸਕਦੈ। ਹੁਣ ਮੈਂ ਕਬਰੀ ਵੀ ਜਾ ਪਵਾਂ ਏਹਦੇ 'ਤੇ ਹੱਥ ਰੱਖੀਂ, ਟੇਕ ਨਹੀਂ ਟੁੱਟੇਗੀ। ਮਿਸ਼ਾਲ ਮੈਂ ਜਗਾ ਦਿੱਤੀ, ਤੇਲ ਤੁਸੀਂ ਪਾਉਂਦੇ ਰਹਿਓ......ਸ਼ੱਬਾ ਖ਼ੈਰ।"

ਕਹਿੰਦਿਆਂ ਇਖਲਾਕ ਦੀ ਜ਼ਿੰਦਗੀ ਦੀ ਸ਼ਮ੍ਹਾਂ ਗੁੱਲ ਗਈ। ਸਿੱਖ ਫ਼ੌਜੀ ਦੀਆਂ ਤਲੀਆਂ ਤੇ ਲੱਗਿਆ ਇਸਲਾਮ ਦਾ ਨਿਰਪੱਖ ਲਹੂ ਖੁਰਸ਼ੀਦ ਦੀ ਲੋਅ 'ਚ ਚਮਕ ਰਿਹਾ ਸੀ।

"ਅੱਬੂ?......ਅੱਬੂ?" ਨਜ਼ੀਰਾਂ ਰੋ ਰੋ ਬੇਹਾਲ ਹੋ ਗਈ। ਹੌਂਸਲਾ ਦੇਣ ਵਾਲਾ ਸ਼ਹਿਬਾਜ਼ ਅੰਦਰੋਂ ਖੁਰ ਗਿਆ। ਪੰਜ ਜਵਾਨਾਂ ਤੇ ਡਾਕਟਰਾਂ ਸਣੇ ਪੁੱਜਿਆ ਕਰਨਲ ਬਾਜਵਾ ਇਖ਼ਲਾਕ ਦੇ ਖੌਫ਼ਜ਼ਦਾ ਅੰਤ ਨੂੰ ਤੱਕ ਕੇ ਧੁਰ ਅੰਦਰੋਂ ਪਸੀਜਿਆ ਗਿਆ।

"ਡੈੱਡ ਬਾਡੀ ਨੂੰ ਛੇਤੀ ਕੈਂਪ 'ਚ ਲੈ ਜਾਓ।" ਜਵਾਨਾਂ ਨੂੰ ਹੁਕਮ ਦੇ ਕੇ ਉਸ ਨੇ ਰੋਂਦੀ ਨਜ਼ੀਰਾਂ ਨੂੰ ਸੀਨੇ ਲਾ ਲਿਆ।" ਰੋ ਨਾ ਮੇਰੀ ਬੱਚੀਏ ਤੇਰੇ ਅੱਬੂ ਤੇ ਇਸਲਾਮ 'ਤੇ ਦੇਸ਼ ਨੂੰ ਸਦਾ ਫਖ਼ਰ ਹੇਗਾ।"

ਫਿਰ ਇੱਕ ਜਵਾਨ ਸਾਹੋ-ਸਾਹ ਹੋਇਆ ਆਇਆ ਤੇ ਸਲੂਟ ਮਾਰ ਬੋਲਿਆ, "ਜੈ ਹਿੰਦ ਸਰ। ਖ਼ਬਰ ਐ, ਇੱਕ ਸਾਥੀ ਸਣੇ ਅਨਵਰ ਮਾਰਿਆ ਗਿਆ।" ਸਭ ਹੈਰਾਨ ਰਹਿ ਗਏ। ਨਜ਼ੀਰਾਂ ਨੇ ਸਿਰ ਝੁਕਾ ਕੇ ਅੱਲ੍ਹਾ ਦਾ ਸ਼ੁਕਰਾਨਾ ਕੀਤਾ।

"ਫੱਟੜ ਅੱਤਵਾਦੀ ਤੇ ਸਖ਼ਤੀ ਵਰਤੋ, ਉਹ ਨੇੜੇ-ਤੇੜੇ ਛੁਪੇ ਸਾਥੀਆਂ ਬਾਰੇ ਖੁਦ ਈ ਦੱਸ ਦਏਗਾ।" ਜਵਾਨ ਹੁਕਮ ਤਾਲੀਮ ਕਰ ਕੇ ਚਲਾ ਗਿਆ।

ਢਲਦੀ ਸ਼ਾਮ ਜਦੋਂ ਸ਼ਹਿਬਾਜ਼ ਨਜ਼ੀਰਾਂ ਨੂੰ ਬਾਜਵਾ ਸਾਹਿਬ ਕੋਲ ਲੈ ਕੇ ਗਿਆ ਤਾਂ ਉਸ ਪਿੱਛੋਂ ਦੁੱਧ ਵੇਚਣ ਵਾਲਿਆਂ ਦੇ ਰੂਪ 'ਚ ਮਿਰਜ਼ਾ ਮੁਹੰਮਦ ਦੇ ਟੁਕੜ ਬੋਚ ਸੁਰੱਖਿਆ ਬਲਾਂ ਨੂੰ ਚਕਮਾ ਦੇ ਕੇ ਇਖਲਾਕ ਦੇ ਘਰ ਜਾ ਵੜੇ। ਉਨ੍ਹਾਂ ਦੀ ਮਨਸ਼ਾ ਨਜ਼ੀਰਾਂ ਨੂੰ ਬੰਦੂਕ ਦੀ ਨੋਕ ਤੇ ਧਮਕਾ ਕੇ ਮਿਰਜ਼ਾ ਮੁਹੰਮਦ ਕੋਲ ਲਿਜਾਉਣ ਦੀ ਸੀ ਪਰ ਅਸਫ਼ਲ ਹੋਈ ਕੋਸ਼ਿਸ਼ ਗ਼ਲਤ ਰਿਪੋਰਟ ਦੇਣ ਵਾਲੇ ਸੂਹੀਏ ਤੇ ਕ੍ਰੋਧ ਬਣ ਫੁੱਟ ਪਈ। ਉਨ੍ਹਾਂ ਇਖਲਾਕ ਦੇ ਘਰ ਨੂੰ ਅੱਗ ਲਗਾਉਣ ਦੀ ਸੋਚੀ ਪਰ ਉਹ ਫੌਜੀ ਖ਼ਤਰਾ ਸਹੇੜਨਾ ਨਹੀਂ ਸਨ ਚਾਹੁੰਦੇ। ਉਸ ਵੇਲੇ ਕੰਨੀਂ ਭਿਣਕ ਪਈ ਕਿ ਇਖਲਾਕ ਤੇ ਨਜ਼ੀਰਾਂ ਪਹਾੜੀ ਬਣੀਆਂ ਕਿਆਰੀਆ ਲਾਗੇ ਘੁੰਮ ਰਹੇ ਹਨ। ਉਨ੍ਹਾਂ ਇਹ ਖ਼ਬਰ ਪਿੰਡੋਂ ਬਾਹਰ ਬੈਠੇ ਅਨਵਰ ਨੂੰ ਦਿੱਤੀ। ਕੋਸ਼ਿਸ਼ ਨਸ਼ਟ ਹੋਣ ਤੇ ਚਿੜਿਆ ਅਨਵਰ ਉਨ੍ਹਾਂ ਮੁਜ਼ਾਹਿਦਾਂ ਨੂੰ ਨਾਲ਼ ਲੈ ਕੇ ਉੱਥੇ ਜਾ ਠਹਿਕਿਆ ਪਰ ਨਜ਼ੀਰਾਂ ਤੋਂ ਬਿਨਾਂ ਇਕੱਲੇ ਇਖਲਾਕ ਨੂੰ ਵੇਖਦਿਆਂ ਹੀ ਧੁਖਦੇ ਗੁੱਸੇ ਤੇ ਪੈਟਰੋਲ ਆ ਪਿਆ। ਉਸ ਨੇ ਇਖਲਾਕ ਨੂੰ ਜਾ ਘੇਰਿਆ-"ਨਜ਼ੀਰਾਂ ਕਿੱਥੈ?" ਕੰਨ ਤੇ ਬੰਦੂਕ ਤਾਣ ਉਹ ਬੋਲਿਆ।

"ਮੈਨੂੰ ਕੀ ਪਤੈ? ਤੂੰ ਨਜ਼ੀਰਾਂ ਤੋਂ ਲੈਣਾ ਵੀ ਕੀ ਏ? ਕੀ ਲੱਗਦੀ ਐ ਉਹ ਤੇਰੀ?"

"ਲੱਗਦੈ ਤੂੰ ਵੀ ਜਿੰਦ ਸਲਾਮਤ ਨਹੀਂ ਚਾਹੁੰਨੈ?"

"ਜਿੰਦ ਤੋਂ ਜ਼ਿਆਦੈ ਨਜ਼ੀਰਾਂ ਦੀ ਆਬਰੂ ਸਲਾਮਤੀ ਜ਼ਰੂਰੀ ਐ।"

"ਕਿਆਮਤ ਦਾ ਵੇਲ਼ਾ ਐ। ਅਜੇ ਵੀ ਸੋਚ ਲੈ?"

"ਕਿਆਮਤ ਵੇਲੇ ਸੋਚ ਕੇ ਫ਼ੈਸਲਾ ਕਾਇਰ ਕਰਦੇ ਐ। ਮੈਨੂੰ ਮੌਤ ਦਾ ਖੌਫ਼ ਨਹੀਂ। ਨਾ ਹੀ ਗੱਦਾਰ ਲਹੂ ਤੋਂ ਵਫ਼ਾ ਦੀ ਉਮੀਦ।" ਇਖਲਾਕ ਅਡੋਲ ਸੀ। ਪੈਲ਼ੀ ਦੀ ਕਿੱਲੇ ਕੁ ਦੀ ਵਿੱਥ ਤੇ ਮਝੈਲ ਦੋ ਸਾਥੀ ਫੌਜੀਆਂ ਸਣੇ ਗਸ਼ਤ 'ਚ ਮਸ਼ਰੂਫ ਸੀ। ਹੁਣੇ-ਹੁਣੇ ਸ਼ਹਿਬਾਜ ਨਜ਼ੀਰਾਂ ਨੂੰ ਸੀ.ਓ. ਕੋਲ ਛੱਡ ਆਇਆ ਸੀ। ਉਨ੍ਹਾਂ ਆਵਾਜ਼ ਸੁਣਦਿਆਂ ਹੀ ਟਾਰਚ ਜਗਾਈ। ਅਨਵਰ ਨੂੰ ਖ਼ਤਰਾ ਨੇੜੇ ਜਾਪਿਆ। ਉਸ ਨੂੰ ਇਖਲਾਕ ਵੱਲ ਰਾਈਫਲ ਤਾਣ ਖੜ੍ਹਾ ਵੇਖ ਫੌਜੀ ਜਵਾਨ ਉਧਰ ਵਧੇ ਤਾਂ ਬੌਂਦਲੇ ਅਨਵਰ ਨੇ ਇਖਲਾਕ ਤੇ ਗੋਲ਼ੀ ਦਾਗ ਦਿੱਤੀ। ਫੈਰਨ

ਹੇਠ ਛੁਪੀ ਕਾਂਗੜੀ ਦੇ ਚੀਥੜੇ ਉਡਾਉਂਦੀ ਗੋਲ਼ੀ ਜ਼ਿਹਨ 'ਚ ਜਾ ਉਤਰੀ। ਲੜਖੜਾਉਂਦੇ ਇਖਲਾਕ ਤੇ ਦੂਜੀ ਗੋਲ਼ੀ ਦਾ ਨਿਸ਼ਾਨਾ ਭਾਵੇਂ ਟਿਕਾਣੇ ਨਾ ਲੱਗਾ ਪਰ ਉਸ ਬੁਰੀ ਤਰ੍ਹਾਂ ਵਜੂਦੋਂ ਜ਼ਖਮੀ ਕਰ ਗਿਆ।

ਅਨਵਰ ਦੀ ਪਹਾੜੀ ਦੇ ਨਿਵਾਣ ਵੱਲ ਉਤਰਨ ਦੀ ਕੋਸ਼ਿਸ਼ ਫੌਜੀ ਗੋਲ਼ੀਆਂ 'ਚ ਘਿਰ ਕੇ ਨਾਕਾਮ ਹੋ ਗਈ। ਇੱਕ ਸਾਥੀ ਮੁਜ਼ਾਹਿਦ ਦੇ ਥਾਂ ਤੇ ਦਮ ਤੋੜਨ ਬਾਅਦ ਦੂਜਾ ਜ਼ਖਮੀ ਹੋ ਗਿਆ। ਅਨਵਰ ਨੇ ਭੱਜਣ ਦੀ ਜੁਗਤ ਲੜਾਈ ਪਰ ਮਸ਼ੈਲ ਦੀ ਗੋਲ਼ੀ ਗੀੜ੍ਹ ਦੀ ਹੱਡੀ ਨੂੰ ਚੀਰ ਕੇ ਪਾਰ ਹੋ ਗਈ। ਜੇਹਾਦ ਦਾ ਮੁਖੌਟਾ ਜਰਦ ਲਾਸ਼ ਬਣ ਗਿਆ।

ਕੈਂਪ 'ਚ ਲਿਆਂਦੇ ਫੱਟੜ ਮੁਜ਼ਾਹਿਦ ਨੂੰ ਫੌਜੀ ਖਿਦੋਕੁੱਟ ਨੇ ਸੱਚੋ-ਸੱਚ ਕਹਿਣ ਲਈ ਮਜ਼ਬੂਰ ਕਰ ਦਿੱਤਾ। ਉਸ ਨੇ ਜਿੰਦਾ ਰਹਿਣ ਦੇ ਲਾਲਚ ਵਸ ਮਿਰਜ਼ਾ ਮੁਹੰਮਦ ਦੀ ਸਮੁੱਚੀ ਨਾਪਾਕ ਨੀਤੀ ਬੇਨਕਾਬ ਕਰ ਦਿੱਤੀ। ਉਸ ਨੇ ਮਿਰਜ਼ਾ ਮੁਹੰਮਦ ਦੇ ਅਸਲ ਟਿਕਾਣੇ ਬਾਰੇ ਦੱਸਦਿਆਂ ਉਸ ਨਾਲ ਅਜੇ ਵੀ ਅੱਠ ਹੋਰ ਸਾਥੀ ਹੋਣ ਦੀ ਪੁਸ਼ਟੀ ਕੀਤੀ ਤੇ ਦੱਸਿਆ ਅੱਜ ਰਾਤ ਨਜ਼ੀਰਾਂ ਨੂੰ ਅਗਵਾ ਕਰਨ ਦਾ ਉਨ੍ਹਾਂ ਦਾ ਪੱਕਾ ਪ੍ਰੋਗਰਾਮ ਸੀ। ਬਹੁਤੇ ਮੁਜ਼ਾਹਿਦ ਪ੍ਰੋ: ਨਿਰਵੈਰ ਸਿੰਘ ਦੇ ਜਲਾਵਤਨ ਹੋਣ ਦੇ ਵਿਰੋਧ 'ਚ ਮਿਰਜ਼ਾ ਮੁਹੰਮਦ ਦਾ ਪੱਕੇ ਤੌਰ 'ਤੇ ਸਾਥ ਛੱਡ ਚੁੱਕੇ ਹਨ ਤੇ ਕਈ ਜਿਹਾਦ ਦੇ ਨਾਂ ਤੇ ਜਿਸਮਾਨੀ ਖੇਡ ਤੋਂ ਬੁਰੀ ਤਰ੍ਹਾਂ ਖਫ਼ਾ ਹਨ। ਅਨਵਰ ਤੋਂ ਵੱਡਾ ਵਫ਼ਾਦਾਰ ਉਸ ਦੇ ਟੋਲੇ 'ਚ ਹੋਰ ਕੋਈ ਨਹੀਂ ਸੀ, ਨਿਸ਼ਚੇ ਹੀ ਉਸ ਦੀ ਮੌਤ ਅੱਜ ਦੀ ਰਾਤ ਉਸ ਨੂੰ ਬੇਚੈਨ ਕਰੇਗੀ ਅਤੇ ਇਸ ਦੇ ਵਿਰੋਧ 'ਚ ਕੋਈ ਅਣਸੁਖਾਵਾਂ ਕਾਰਾ ਕਰਨ ਲਈ ਮਜਬੂਰ ਕਰੇਗੀ। ਦੱਸਦਿਆਂ-ਦੱਸਦਿਆਂ ਉਹ ਜ਼ਖਮਾਂ ਦੀ ਪੀੜ ਨਾਲ ਕੁਰਲਾਉਣ ਲੱਗ ਪਿਆ।

"ਜਵਾਨੋਂ! ਤੜਕੇ ਚਾਰ ਵਜੇ ਦੱਸੀ ਥਾਂ ਤੇ ਗੁਰੀਲਾ ਐਕਸ਼ਨ ਕਰਨੈਂ। ਪੌਣੇ ਤਿੰਨ ਹੋ ਚੁੱਕੇ ਐ। ਤੁਹਾਡੀ ਮਾਣਮੱਤੀ ਸੂਰਮਗਤੀ ਕਸ਼ਮੀਰ ਘਾਟੀ 'ਚੋਂ ਅੱਤਵਾਦ ਦਾ ਲੱਕ ਤੋੜ ਦਏਗੀ। ਮਿਰਜ਼ਾ ਮੁਹੰਮਦ ਵੱਲੋਂ ਇਖਲਾਕ ਦੇ ਕਬੀਲੇ ਦੇ ਕੀਤੇ ਅੰਤ ਦਾ ਬਦਲਾ ਉਹਦੇ ਲਾਣੇ ਦਾ ਸਫਾਇਐ ਮੰਗਦੈ। ਤਿਆਰੀ ਖਿੱਚ ਲਓ।"

ਸੀ.ਓ. ਨੇ ਜਵਾਨਾਂ ਨੂੰ ਹੌਂਸਲਾ ਦਿੱਤਾ। ਸੀਤ ਪੌਣਾਂ ਦੇ ਆਲਮ 'ਚ ਸੀਨੇ ਮਚੀ ਬੈਸੰਤਰ ਨੇ ਜਵਾਨਾਂ ਨੂੰ ਡੌਲਿਉਂ ਫੜ-ਫੜ ਹਲੂਣਿਆ। ਮਲਵਈ ਤੇ ਰਮਤੇ ਵਰਗੇ ਸਦੀਵ ਵਿਛੁੰਨੇ ਯਾਰਾਂ ਦੇ ਬਦਲੇ ਦੀ ਅੱਗ ਤੇ ਨਿਆਂਪ੍ਰਸਤ ਇਖਲਾਕ ਨਾਲ਼ ਹੋਏ ਅਨਿਆਂ ਨੇ ਸਭ ਨੂੰ ਖਤਰਿਆਂ ਖੌਫ਼ ਨਾਲੋਂ ਤੋੜ ਕੇ ਲੜ-ਮਰਨ ਦੀ ਸਮਰੱਥਾ ਨਾਲ਼ ਲਿਆ ਜੋੜਿਆ। ਮਸ਼ੈਲ ਨੇ ਸਿਰ ਤੇ ਹੱਥ ਧਰ ਕੇ ਪਹਿਲੀ ਵਾਰ ਨਜ਼ੀਰਾਂ ਨੂੰ ਮੁਖਾਤਿਬ ਹੁੰਦਿਆਂ ਕਿਹਾ-"ਤੇਰੇ ਅੱਬੂ ਦੇ ਕਾਤਲ ਨੂੰ ਢੇਰ ਕਰ ਕੇ ਅਹਾਂ ਬਦਲਾ ਲੈ ਛੱਡਿਐ। ਹੁਣ ਵਾਰੀ ਤੇਰੇ ਖ਼ੁਆਬਾਂ ਦੇ ਕਾਤਲ ਮਿਰਜ਼ਾ ਮੁਹੰਮਦ ਦੀ ਐ। ਵੇਖਦੀ ਰਹੀਂ ਉਸ ਕੰਜਰ ਨੂੰ ਕੁੱਤੇ ਵਾਂਗੂੰ ਘੜੀਸ ਕੇ ਤੇਰੇ ਪੈਰੀਂ ਨਾ ਲਿਆ ਸੁੱਟਿਆ ਤਾਂ ਮੈਨੂੰ ਵੀ ਮਸ਼ੈਲ ਕਿਹਨੇ ਆਖਣੈ ਭੈਣ ਕਸ਼ਮੀਰਾਂ।"

"ਉਏ ਕਸ਼ਮੀਰਾਂ ਨਹੀਂ ਨਜ਼ੀਰਾਂ।" ਸੀ.ਓ. ਦੀ ਮਸ਼ੈਲ ਨੂੰ ਮਾਰੀ ਪਿਆਰ ਭਰੀ ਝਿੜਕ ਜਵਾਨਾਂ ਦੇ ਚਿਹਰੇ ਦੀ ਮੁਸਕਾਨ ਬਣ ਗਈ।

"ਚਲੋ ਨਜ਼ੀਰਾਂ ਈ ਸਹੀ।" ਮਸ਼ੈਲ ਨੇ ਭੁੰਜੇ ਪੈਂਦੀ ਗੱਲ ਨੂੰ ਦਬੋਚ ਲਿਆ।" ਮੇਰੀ ਗੱਲ ਮਨਜ਼ੂਰ ਏ ਭੈਣਾਂ ਤਾਂ ਆਪਣੇ ਖੁਦਾ ਸਾਹਮਣੇ ਅਰਦਾਸ ਕਰ।"

"ਮੈਂ ਅਰਦਾਸ ਕਰਦੀ ਹਾਂ। ਮਿਰਜ਼ਾ ਕਾਫ਼ਰ ਤੇਰੇ ਹੱਥੋਂ ਐਸੀ ਖੌਫ਼ਨਾਕ ਮੌਤ ਮਰੇ। ਜਹਾਨਗੀਰ ਦੀਆਂ ਕਬਰੀ ਪਈਆਂ ਆਦਰਾਂ ਸੀਤ ਹੋ ਜਾਣ।" ਨਜ਼ੀਰਾਂ ਦੇ ਬੋਲਾਂ 'ਚੋਂ ਕਿਸੇ ਨਿਧੜਕ ਔਰਤ ਨੇ ਅੰਗੜਾਈ ਭੰਨੀ। ਰੂਹਾਨੀ ਜ਼ਖਮ ਕਿਆਂ ਲਈ ਪਿਆਸਾ ਹੋ ਗਿਆ।

"ਫਿਰ ਪਹੁ-ਫੁਟਾਲੇ ਤੇ ਲਿਖੀ ਇਬਾਰਤ ਕਸ਼ਮੀਰ ਨੂੰ ਮਿਰਜ਼ੇ ਦੀ ਮੌਤ ਦਾ ਸੁਨੇਹਾ ਦਏਗੀ। ਬਾਬੇ ਦੇ ਜਿਸਮ ਨੂੰ ਦਫਨਾਉਣੋਂ ਪਹਿਲਾਂ ਮਿਰਜ਼ੇ ਦੇ ਲਹੂ ਦਾ ਤਿਲਕ ਲਗਾਉਣਾ ਵਾਂ।" ਸ਼ਹਿਬਾਜ਼ ਨੇ ਬਾਂਹ 'ਚ ਸਟੇਨਗੰਨ ਉਲਾਰੀ।

"ਦਰਵੇਸ਼ ਦੀ ਜੀਰਾਨ ਨੂੰ ਕਾਫ਼ਰ ਦੇ ਗੰਦੇ ਲਹੂ ਦੀ ਕੋਈ ਲੋੜ ਨਹੀਂ।"

"ਫਿਰ ਜਿਵੇਂ ਤੇਰਾ ਹੁਕਮ ਭੈਣਾਂ।"

"ਪਰ ਮਸ਼ੈਲ ਸਿਆਂ। ਮਿਰਜ਼ਾ ਮੁਹੰਮਦ ਸ਼ਿਕਾਰ ਤੇ ਮੇਰਾ ਐ?" ਸ਼ਹਿਬਾਜ਼ ਨੇ ਕਿਹਾ।

"ਸ਼ਹਿਬਾਜ਼।" ਸੀ.ਓ. ਨੇ ਇਸ਼ਾਰਾ ਕੀਤਾ-"ਨਜ਼ੀਰਾਂ ਨੂੰ ਮੇਰੇ ਕੁਆਰਟਰ ਆਪਣੀ ਬੇਜੀ ਕੋਲ ਛੱਡ ਆ।"

"ਅੰਕਲ। ਮਿਰਜ਼ਾ ਮੁਹੰਮਦ ਦੀ ਮੌਤ ਦੀ ਖ਼ਬਰ ਮੈਂ ਏਥੇ ਉਡੀਕਾਂਗੀ।"

"ਤੇਰਾ ਏਸ ਵੇਲੇ 'ਕੱਲੀ ਠਹਿਰਨਾ ਮੁਨਾਸਿਬ ਨਹੀਂ।"

ਸ਼ਹਿਬਾਜ ਨਜ਼ੀਰਾਂ ਨੂੰ ਕੁਆਰਟਰ 'ਚ ਛੱਡ ਆਇਆ। ਆਖਰ ਪੂਰੇ ਲਾਮ-ਓ-ਲਸ਼ਕਰ ਨਾਲ ਫੌਜਾਂ ਪੈਦਲ ਚੱਲ ਪਈਆਂ। ਛਾਉਣੀ ਤੋਂ ਸਾਢੇ ਚਾਰ ਕੁ ਮੀਲ ਦੇ ਵਿੱਥ ਤੇ ਸੰਘਣੇ ਦਰਖ਼ਤਾਂ 'ਚ ਬਣੇ ਚੀਲ ਦੀ ਲੱਕੜ ਦੇ ਨੀਮ ਕਮਰੇ 'ਚ ਮਿਰਜ਼ਾ ਮੁਹੰਮਦ ਦੇ ਛੁਪੇ ਹੋਣ ਦੀ ਖਬਰ ਸੀ। ਤਣੀਆਂ ਰਫ਼ਲਾਂ ਮੂਹਰੇ ਤੁਰਿਆ ਜਾਂਦਾ ਜ਼ਖਮੀ ਸਾਥੀ ਕਠਪੁਤਲੀ ਬਣਿਆ ਰਾਹ ਦਸੇਰਾ ਫ਼ੌਜੀ ਟੁਕੜੀ ਦੇ ਅੱਗੇ ਸੀ।

"ਸ਼ਹਿਬਾਜ਼?" ਹਨ੍ਹੇਰੇ ਦੀ ਲੰਗਾਹ ਚੀਰ ਕੇ ਆਈ ਆਵਾਜ਼ ਮਸ਼ੈਲ ਦੀ ਸੀ-ਆਰ-ਪਾਰ ਦੀ ਲੜਾਈ ਲੜਨ ਜਾ ਰਹੇ ਆਂ। ਦਮ ਦਾ ਕੋਈ ਵਸਾਹ ਨਹੀਂ। ਮੈਂ ਤੈਨੂੰ ਕੁੱਝ ਕਹਿਣਾ ਚਾਹੁੰਨਾ ਵਾਂ।"

"ਦੱਸ ਭਰਾ ਮੇਰਿਆ?"

"ਮੈਂ ਤੇਰੇ ਤੇ ਕਸ਼ਮੀਰੋ ਦੀ ਨੇੜਤਾ ਦਾ ਮੁੱਢੋਂ ਵਿਰੋਧੀ ਰਿਹੈਂ। ਤੈਨੂੰ ਦਿੱਤੀਆਂ ਨਸੀਅਤਾਂ 'ਚ ਤੇਰੀ ਰੂਹ ਨੂੰ ਪੁੱਜੀ ਠੇਸ ਦੀ ਮੁਆਫ਼ੀ ਚਾਹੁੰਨਾ ਆਂ। ਉਦੋਂ ਦੀ ਗੈਰ-ਵਾਜ਼ਿਬ ਗੱਲ ਨੂੰ ਅੱਜ ਦੇ ਹਾਲਾਤਾਂ ਨੇ ਵਾਜ਼ਿਬ ਐਲਾਨ ਦਿੱਤਾ। ਉਦੋਂ ਦਾ ਸੱਚ ਬਾਬੇ ਇਖ਼ਲਾਕ ਨਾਲ਼ ਈ ਚਲਾ ਗਿਐ। ਅੱਜ ਦੀ ਹਕੀਕਤ ਅਬਲਾ ਲਈ ਪਨਾਹ ਮੰਗਣ ਡਹੀ ਐ। ਤੂੰ ਏਸ ਕੁੜੀ ਨੂੰ ਕਦੇ ਨਾ ਵਿਸਾਰੀਂ। ਧੱਕੇ ਨਾਲ ਕਿਸੇ ਨੂੰ ਮਜ਼ਹਬੋਂ ਤੋੜਨਾ ਮਹਾਂ ਪਾਪ ਐ, ਪਰ ਸ਼ਰਨ ਆਏ ਨੂੰ ਧਰਮ 'ਚ ਮਿਲਾਉਣਾ ਸਾਡਾ ਸਦੀਆਂ ਪੁਰਾਣਾ ਇਤਿਹਾਸ ਐ। ਉਹਨੇ ਏਡੀ ਫਖਰਮੰਦ ਜ਼ਿੰਮੇਵਾਰੀ ਲਈ ਤੈਨੂੰ ਅਨੇਕਾਂ 'ਚੋਂ ਇੱਕ ਚੁਣਿਐ। ਵੇਖੀਂ ਉਹਦੀ ਕਬਰੀ ਪਈਂ

ਭਾਵਨਾ ਨਾ ਤੜਪੇ। ਅਣਖ ਲਈ ਜਾਨਾਂ ਨਿਛਾਵਰ ਕਰਨ ਵਾਲ਼ਿਆਂ ਦੀ ਸੋਚ ਨੂੰ ਜਿੰਦਾ ਰੱਖਣ ਵਰਗੀ ਸ਼ਰਧਾਂਜਲੀ ਕੋਈ ਨਹੀਂ। ਤੁਰ ਗਿਆਂ ਨਾਲ ਕੀਤੀ ਗੱਦਾਰੀ ਬੰਦੇ ਨੂੰ ਪੁਸ਼ਤਾਂ ਤੱਕ ਦਾਗੀ ਕਰ ਛੱਡਦੀ ਐ। ਸੋ ਆਵਦੇ ਭਰਾ ਦੀ ਗੱਲ ਨਾ ਵਿਸਾਰੀਂ, ਭਾਵੇਂ ਏਹਨੂੰ ਤਰਲਾ ਈ ਜਾਣ ਲੀਂ......।"

ਸ਼ਹਿਬਾਜ਼ ਦੀ ਹੈਰਾਨਗੀ ਦੀ ਕੋਈ ਹੱਦ ਨਾ ਰਹੀ-"ਵੇਖੋ ਸਮੇਂ ਨੂੰ ਕਿਹਾ ਰੰਗ ਚੜ੍ਹਿਐ। ਨਜ਼ੀਰਾਂ ਦਾ ਸਦਾ ਵਿਰੋਧੀ ਮਝੈਲ ਅੱਜ ਉਸੇ ਦਾ ਸੱਚਾ ਹਮਦਰਦ ਬਣ ਗਿਐ?" ਉਹ ਕਹਿਣੋਂ ਨਾ ਰਹਿ ਸਕਿਆ।

"ਹਾਲਾਤ ਬਦਲੇ ਆ ਭਾਊ ਮੈਂ ਨਹੀਂ ਬਦਲਿਆ। ਗੱਲ ਉਦੋਂ ਵੀ ਸਿਧਾਂਤਕ ਕਰਦਾ ਸਾਂ ਅੱਜ ਵੀ। ਆਦੋਂ-ਜੁਗਾਦ ਦਾ ਸੱਚ ਇਹੋ ਐ।"

"ਪਰ ਮਝੈਲ ਸਿਆਂ। ਸਾਈਂ ਮੀਆਂਮੀਰ ਤੇ ਮੀਰ ਮੰਨੂੰ ਦੇ ਤਰਕ 'ਚ ਬੜਾ ਫਰਕ ਸੀ।"

"ਉਸ ਸੱਚ ਨੂੰ ਬਾਬਾ ਇਖਲਾਕ ਜਾਨ ਦੇ ਕੇ ਤਾਜ਼ਾ ਕਰਵਾ ਗਿਐ। ਮੋਮਨਾਂ 'ਚੋਂ ਇਨਸਾਨੀਅਤ ਕਦੇ ਮੀਆਂ ਮੀਰ, ਕਦੇ ਪੀਰ ਬੁੱਧੂ ਸ਼ਾਹ, ਕਦੇ ਗਨੀ ਤੇ ਨਬੀ ਖਾਂ ਜਾ ਰਾਏ ਕੱਲੇ ਦਾ ਰੂਪ ਧਾਰ ਕੇ ਸੱਚ ਦਾ ਸੁਨੇਹਾ ਦੇਂਦੀ ਰਹੀ ਐ।"

ਮਿਸ਼ਾਲ ਵਾਂਗੂੰ ਮਚਦੀ ਸਿੱਖ ਤਵਾਰੀਖ ਯੋਧਿਆਂ ਦੇ ਪੈਂਡੇ ਰੁਸ਼ਨਾਉਂਦੀ ਗਈ। ਫਿਰ ਜ਼ਖਮੀ ਮੁਜ਼ਾਹਿਦ ਦੇ ਨਾਲ ਹੀ ਫੌਜੀ ਜਵਾਨਾਂ ਦੇ ਕਦਮ ਰੁਕ ਗਏ। ਉਸ ਨੇ ਦੂਰ ਦਿਸਦੇ ਧੁੰਦਲੇ ਜਿਹੇ ਚਿਰਾਗ ਵੱਲ ਇਸ਼ਾਰਾ ਕੀਤਾ। ਫ਼ੌਜ ਨੇ ਚਾਰੇ ਦਿਸ਼ਾਵਾਂ ਸੀਲ੍ਹ ਕਰ ਦਿੱਤੀਆਂ। ਫਿਰ ਅਚਾਨਕ ਹੀ ਅੰਦਰੋਂ ਆਈ ਗੋਲ਼ੀ ਨਾਲ ਫੱਟੜ ਮੁਜ਼ਾਹਿਦ ਦਮ ਤੋੜ ਗਿਆ। ਫਿਰ ਦੋਵਾਂ ਦਿਸ਼ਾਵਾਂ ਤੋਂ ਅੱਭੜਵਾਹੀਆਂ ਉੱਠੀਆਂ ਰਾਈਫਲਾਂ ਬਾਰੂਦ ਦੀਆਂ ਕੁਰਲੀਆਂ ਕਰਨ ਲੱਗ ਪਈਆਂ। ਅੰਮ੍ਰਿਤ ਵੇਲੇ ਦੀ ਆਮਦ ਲਹੂ-ਲੁਹਾਨ ਹੋ ਗਈ ਦੁਸ਼ਮਣਾਂ ਵੱਲੋਂ ਸੁੱਟਿਆ ਹੈਂਡ ਗਰੇਨਡ ਪਹਾੜੀ ਦੀ ਹਿੱਕ ਤੇ ਡੂੰਘਾ ਘੱਗ ਪਾ ਗਿਆ। ਉਹ ਫ਼ੌਜੀ ਟੁਕੜੀ ਤੇ ਡਿੱਗਦਾ ਤਾਂ ਬਹੁਤ ਨੁਕਸਾਨਦੇਹ ਹੁੰਦਾ ਪਰ ਨਿਸ਼ਾਨਿਓਂ ਉੱਕੀ ਕੋਸ਼ਿਸ਼ ਮੁਜ਼ਾਹਿਦਾਂ ਦੇ ਹੌਂਸਲੇ ਢੇਰੀ ਕਰ ਗਈ। ਫਿਰ ਪਤਾ ਲੱਗਾ ਇਹ ਗਰਨੇਡ ਦੇ ਘੇਰੇ 'ਚ ਆਇਆ ਹਵਾਲਦਾਰ ਸ਼ਹਿਬਾਜ਼ ਅਰਧ ਬੇਹੋਸ਼ ਹੋ ਕੇ ਡਿੱਗ ਪਿਆ ਹੈ ਤੇ ਫੌਜੀ ਕਾਰਕੁੰਨ ਉਸ ਨੂੰ ਚੁੱਕ ਕੇ ਬਾ-ਹਿਫਾਜ਼ਤ ਸੁਰੱਖਿਅਤ ਥਾਂ ਲੈ ਗਏ ਹਨ।

ਮਝੈਲ ਇਹ ਖ਼ਬਰ ਮਿਲ਼ਦਿਆਂ ਹੀ ਦਿਲੋਂ ਕੰਬ ਗਿਆ। "ਵਾਹਿਗੁਰੂ ! ਭਲੀ ਕਰੀ ਸ਼ਹਿਬਾਜ਼ ਦੀ ਸ਼ਹੀਦੀ ਕਈ ਚਿਰਾਗ ਬੁਝਾ ਦਏਗੀ।" ਉਸ ਦੇ ਜ਼ਿਹਨ 'ਚ ਇਬਾਦਤ ਸੀ। ਲੱਕੜ ਦੇ ਨਿੱਕੇ ਜਿਹੇ ਕਮਰੇ 'ਚ ਛੁਪੇ ਅੱਤਵਾਦੀਆਂ ਵੱਲੋਂ ਚਾਰੇ ਦਿਸ਼ਾਵਾਂ ਸਾਂਭ ਕੇ ਯੋਜਨਾਬੱਧ ਤਰੀਕੇ ਨਾਲ ਫਾਇਰਿੰਗ ਜਾਰੀ ਸੀ। ਉਨ੍ਹਾਂ ਵੱਲੋਂ ਉੱਚੀ ਚੋਟੀ ਵੱਲ ਕੀਤੀ ਫਾਇਰਿੰਗ ਦੇ ਮੁਕਾਬਲੇ ਫੌਜ ਵੱਲੋਂ ਉੱਚੀ ਥਾਂ ਤੋਂ ਚਲਾਈ ਜਾਣ ਵਾਲ਼ੀ ਗੋਲ਼ੀ ਕਾਰਗਰ ਸਾਬਤ ਹੋ ਰਹੀ ਸੀ।

ਚਲਦੀ ਫਾਇਰਿੰਗ 'ਚ ਧਰਤੀ ਤੇ ਸੱਪ ਵਾਂਗੂੰ ਰੀਂਗਦੇ ਜਾ ਰਹੇ ਮਿਰਜ਼ਾ ਮੁਹੰਮਦ ਦੇ ਖੱਬੇ ਪੈਰ 'ਚ ਅਚਾਨਕ ਵੱਜੀ ਗੋਲੀ ਨੇ ਉਸ ਨੂੰ ਅਰਧ ਮੋਇਆ ਕਰ ਦਿੱਤਾ ਫਿਰ ਉਹ

ਤੇਜ਼ਧਾਰ ਪੀੜ ਨੂੰ ਨੱਪਦਾ ਉਸ ਮਕਾਨ ਤੋਂ ਕਿਤੇ ਦੂਰ ਚਲਾ ਗਿਆ। ਉਸ ਦੇ ਸਾਥੀਆਂ ਨੇ ਮੌਤ ਨੇੜੇ ਦੇਖ ਕੇ ਉਹਨੂੰ ਨਿਕਲਣ ਦੀ ਸਲਾਹ ਦਿੱਤੀ ਸੀ।

ਕੁੱਝ ਕੁ ਸਮੇਂ ਬਾਅਦ ਫੌਜ ਵੱਲ ਆਉਂਦੀ ਗੋਲ਼ੀਆਂ ਦੀ ਬੁਛਾੜ ਮੱਧਮ ਪੈ ਗਈ। ਫਿਰ ਟਿਕ-ਟਿਕ ਕੇ ਚਲਦੀ ਗੋਲ਼ੀ ਵੀ ਬੰਦ ਹੋ ਗਈ। ਫਿਰ ਵੀ ਫੌਜੀ ਜਵਾਨ ਜਲਾਲ 'ਚ ਸਨ।

ਦੂਰ ਰੀਂਗਦਾ ਜਾਂਦਾ ਮਿਰਜਾ ਮੁਹੰਮਦ ਮਸ਼ੈਲ ਦੀ ਦੂਰਬੀਨ 'ਚ ਕੈਦ ਹੋ ਇਆ ਉਸ ਨਜ਼ਰੀਂ ਚੜ੍ਹ ਗਿਆ। ਸੁਰੱਖਿਆ ਅਧਿਕਾਰੀਆਂ ਵੱਲੋਂ ਜਾਰੀ ਕੀਤੇ ਸਕੈੱਚ ਨਾਲ ਮਿਲ਼ਦੇ ਹੁਲੀਏ ਨੂੰ ਉਸ ਨੇ ਝੱਟ ਪਹਿਚਾਣ ਲਿਆ।" ਸਾਲਾ। ਬਾਹਲੀ ਚੀਹੜੀ ਹੱਡੀ ਦਾ ਬਣਿਐ। ਖੜੱਪੇ ਵਾਂਗੂੰ ਰੀਂਗਦਾ ਈ ਮਾਣ ਨਹੀਂ।"

ਉਹ ਲੰਮੀਆਂ ਛਾਲਾਂ ਮਾਰਦਾ ਉੱਚੀਆਂ ਨੀਵੀਆਂ ਥਾਵਾਂ ਤੋਂ ਬੇਪ੍ਰਵਾਹ ਉਸ ਵੱਲ ਦੌੜ ਪਿਆ। ਲੰਮੇ ਫ਼ਾਸਲੇ ਨੂੰ ਮੇਟ ਉਹ ਜਿਉਂ ਹੀ ਨੇੜੇ ਪੁੱਜਿਆ ਤਾਂ ਮਿਰਜ਼ਾ ਮੁਹੰਮਦ ਨੇ ਵੀ ਹੋਣੀ ਦਾ ਅੰਦਾਜ਼ਾ ਲਾ ਲਿਆ। ਐਨ ਨੇੜੇ ਪੁੱਜੇ ਮਸ਼ੈਲ ਤੇ ਉਹ ਪਿਸਤੌਲ ਕੱਢ ਕੇ ਜਿਉਂ ਹੀ ਨਿਸ਼ਾਨਾ ਸਾਧਨ ਲੱਗਾ ਤਾਂ ਮਸ਼ੈਲ ਨੇ ਨੀਵੀਂ ਥਾਂ ਨੂੰ ਛਾਲ ਮਾਰਦਿਆਂ ਬੰਦੂਕ ਅੱਗੇ ਲੱਗੀ ਸੰਗੀਨ ਦਾ ਵਾਰ ਉਸ ਦੀ ਪਿੱਠ 'ਤੇ ਕਰ ਦਿੱਤਾ। ਵਾਰ ਇੰਨਾ ਤੇਜ਼ ਸੀ ਕਿ ਸੰਗੀਨ ਸੀਨਾ ਚੀਰ ਪਹਾੜੀ ਦੀ ਹਿੱਕ 'ਚ ਜਾ ਖੁੱਭੀ ਤੇ ਮਸ਼ੈਲ ਦਾ ਪੂਰਾ ਜ਼ੋਰ ਲਗਾ ਕੇ ਸਣੇ ਆਂਦਰਾਂ ਲਹੂ ਦੀ ਧਾਰ ਵਹਾਉਂਦੀ ਬਾਹਰ ਨਿਕਲੀ। ਪੈਂਦੇ ਸੱਟੇ ਬੰਦੂਕਾਂ ਦੇ ਵੱਟ ਮਾਰ-ਮਾਰ ਉਸ ਦਾ ਸਿਰ ਲਹੂ-ਲੁਹਾਨ ਕਰ ਦਿੱਤਾ। ਟਾਰਚ ਜਗਾ ਕੇ ਬੂਟ ਦੀ ਠੁੱਡ ਮਾਰ ਵੇਖਿਆ ਦੁਸ਼ਟ ਮਰ ਚੁੱਕਾ ਸੀ।

"ਵੈਰੀ ਗੁੱਡ ਯੋਧਿਆ।" ਅੱਧੀ ਦਰਜਨ ਜਵਾਨਾਂ ਸਣੇ ਪੁੱਜੇ ਸੀ.ਓ. ਨੇ ਮਸ਼ੈਲ ਨੂੰ ਸੀਨੇ ਲਾ ਲਿਆ।" ਏਸ ਦੁਸ਼ਟ ਦੀ ਮੌਤ ਇਖਲਾਕ ਦੀ ਆਤਮਾ ਨੂੰ ਸ਼ਾਂਤੀ ਦਏਗੀ। ਇਹ ਬਚ ਜਾਂਦਾ ਮੈਂ ਇਖਲਾਕ ਦਾ ਉਮਰ ਭਰ ਲਈ ਕਰਜ਼ਦਾਰ ਰਹਿ ਜਾਂਦਾ।

"ਪਰ ਸਰ ਸ਼ਹਿਬਾਜ਼ ਦੀ ਕੀ ਖ਼ਬਰ ਆ?"

"ਖਤਰਿਓਂ ਬਾਹਰ, ਹੋਸ਼ 'ਚ ਐ।"

"ਸ਼ੁਕਰ ਏ! ਮੈਨੂੰ ਬਾਹਲ਼ਾ ਈ ਫਿਕਰ ਸੁ।" ਫਿਰ ਮੁੜ ਰੈੱਡ ਅਲਰਟ ਹੋ ਗਿਆ। ਮਿਰਜ਼ੇ ਦੀ ਸਾਥੀਆਂ ਸਣੇ ਮੌਤ ਦੇ ਬਾਵਜੂਦ ਸਰਕਾਰੀ ਸੂਚਨਾ ਅਜੇ ਇੱਕ ਮੁਜ਼ਾਹਿਦ ਨੂੰ ਜਿੰਦਾ ਦੱਸ ਰਹੀ ਸੀ। ਸਾਰੇ ਫ਼ੌਜੀ ਕਾਫ਼ਲੇ ਦੇ ਰੂਪ 'ਚ ਮੁਜ਼ਾਹਿਦਾਂ ਵੱਲ ਹੋ ਤੁਰੇ। ਮਸ਼ੈਲ ਨੇ ਟਾਰਚ ਜਗਾਈ। ਅਗਲੇ ਬੰਦੇ ਨੇ ਭਰਿਆ ਮੈਗਜ਼ੀਨ ਖ਼ਾਲੀ ਕਰ ਦਿੱਤਾ। ਗੋਲ਼ੀ ਸਿੱਧੀ ਮਸ਼ੈਲ ਦੀ ਛਾਤੀਓਂ ਪਾਰ ਹੋ ਗਈ-"ਗੁਰੂ ਫ਼ਤਹਿ ਪਿਆਰਿਓ...... ਵਾਹਿਗੁਰੂ...... ਜੀ...... ਕਾ...... ਖ਼ਾਲਸਾ......ਵਾਹਿਗੁਰੂ ਜੀ......ਕੀ ਫ਼ਤਹਿ......।" ਸਿਦਕ ਦਾ ਸੂਰਾ ਆਖਰੀ ਫਤਹਿ ਬੁਲਾ ਕੇ ਵੀਰਗਤੀ ਪਾ ਗਿਆ। ਬਟਾਲੀਅਨ ਦਾ ਜੇਤੂ ਆਪ੍ਰੇਸ਼ਨ ਸੁਆਦੋਂ ਕਿਰਕਰਾ ਹੋ ਗਿਆ।

ਵਾਸਤਵ 'ਚ ਫੌਜ ਦੀਆਂ ਗੋਲੀਆਂ 'ਚ ਫੱਟੜ ਹੋਇਆ ਉਹ ਮੁਜ਼ਾਹਿਦ ਆਪ੍ਰੇਸ਼ਨ ਖ਼ਤਮ ਹੋਣ ਤੇ ਉੱਥੋਂ ਨਿਕਲ਼ਣ ਲਈ ਆਸਵੰਦ ਸੀ ਪਰ ਅਚਾਨਕ ਫੌਜ ਦੀ ਆਮਦ ਨੇ ਉਸ ਨੂੰ ਮਰਨ-ਮਾਰਨ ਦੀ ਨੀਤੀ ਤੇ ਮਜ਼ਬੂਰ ਕਰ ਦਿੱਤਾ। ਬਰਸਟ ਖੋਲ੍ਹਦਿਆਂ ਹੀ ਉਹ ਇੱਕ ਜਵਾਨ ਦੀ ਗੋਲ਼ੀ ਦਾ ਸ਼ਿਕਾਰ ਹੋ ਕੇ ਆਪ੍ਰੇਸ਼ਨ ਦਾ ਅੰਤ ਕਰ ਗਿਆ।

ਪ੍ਰਭਾਤ ਦੀ ਦਸਤਕ ਨਾਲ ਮਿਰਜ਼ਾ ਮੁਹੰਮਦ ਦੇ ਲਾਣੇ ਦਾ ਸਮਾਚਾਰ ਫ਼ਿਜ਼ਾ 'ਚ ਗੂੰਜ ਉਠਿਆ। ਮਸ਼ੈਲ ਦੀ ਜਾਂਬਾਜ਼ ਕਾਰਗੁਜ਼ਾਰੀ ਸ਼ਹਾਦਤ ਤੋਂ ਬਾਅਦ ਵੀ ਵਾਹ-ਵਾਹ ਖੱਟ ਗਈ। ਸਭ ਤੋਂ ਜ਼ਿਆਦੇ ਨਜ਼ੀਰਾਂ ਲਈ ਇਹ ਰਾਤ ਡਰਾਉਣੀ ਤੇ ਪੀੜਗ੍ਰਸਤ ਹੋ ਨਿੱਬੜੀ। ਇਖ਼ਲਾਕ ਦਾ ਸਾਇਆ ਟੁੱਟ ਗਿਆ। ਜ਼ਿੰਦਗੀ ਹਰ ਪਾਸਿਓਂ ਹਨ੍ਹੇਰੀ ਹੋ ਗਈ। ਰਾਤ ਦਾ ਸਹਾਰਾ ਬਣਿਆ ਸ਼ਹਿਬਾਜ਼ ਪ੍ਰਭਾਤ ਦੀ ਗੋਦ 'ਚ ਫੱਟੜ ਹੋ ਗਿਆ। ਆਰਮੀ ਦੇ ਡਾਕਟਰਾਂ ਨਾਲ ਉਸ ਦੀ ਦੇਖਭਾਲ 'ਚ ਮਸ਼ਰੂਫ ਨਜ਼ੀਰਾਂ ਦੇ ਕੰਡ ਦੇ ਹੱਥ ਧਰਦਿਆਂ ਜਗਪਾਲ ਨੇ ਦੱਸਿਆ। "ਨਜ਼ੀਰਾਂ ਮਿਰਜ਼ਾ ਮੁਹੰਮਦ ਵੀ ਮਾਰਿਆ ਗਿਆ।"

"ਸੱਚ ਕਿਹੈ ਬੇਜੀ?"

"ਹਾਂ ਨਜ਼ੀਰਾਂ।" ਐਮ.ਆਈ. ਰੂਮ'ਜ ਵੜਦਿਆਂ ਹੀ ਉਸ ਨੇ ਪੁਸ਼ਟ ਕੀਤੀ- "ਮਸ਼ੈਲ ਨੇ ਜਿਵੇਂ ਕਿਹਾ ਸੀ ਉਵੇਂ ਈ ਉਹਨੂੰ ਕੁੱਤੇ ਦੀ ਮੌਤ ਮਾਰਿਐ।"

"ਵੈਰੀ ਗੁੱਡ ਬਰਦਰ। ਪਰ ਉਹ ਹੈ ਕਿੱਥੇ? ਮੈਂ ਉਹਦੇ ਮੂੰਹ ਮਿੱਠਾ ਲਾਉਨੀ ਆਂ।" ਨਜ਼ੀਰਾਂ ਧੁਰ ਅੰਦਰੋਂ ਖਿੜ ਗਈ।

"ਪਰ ਸੌਰੀ ਨਜ਼ੀਰਾਂ। ਉਹ ਜੇਤੂ ਆਪ੍ਰੇਸ਼ਨ ਦਾ ਹੀਰੋ ਬਣ ਕੇ ਵੀ ਸ਼ਹੀਦ ਹੋ ਗਿਆ।"

ਪਲ ਭਰ ਦੀ ਖ਼ੁਸ਼ੀ ਨਜ਼ੀਰਾਂ ਦੇ ਮੁੱਖ ਤੋਂ ਮੁੜ ਪਰਵਾਜ਼ ਭਰ ਗਈ। ਨਿਰੰਤਰ ਵਗਦੇ ਨੈਣਾਂ 'ਚ ਚੰਦ ਹੰਝੂ ਮਸ਼ੈਲ ਦੇ ਨਾਂ ਦੇ ਵੀ ਆ ਗਏ।" ਉਫ! ਕੀਤੀ ਪ੍ਰਤਿਗਿਆ ਪੁਗਾ ਕੇ ਵੀ ਚੁੱਪ-ਚੁਪੀਤਾ ਤੁਰ ਗਿਐ?"

"ਪ੍ਰਤਿਗਿਆ ਪੁਗਾਉਣ ਲਈ ਜਾਨ ਦੀ ਬਾਜ਼ੀ ਲਾ ਕੇ ਈ ਸਰਦੈ। ਪਰ ਤੂੰ ਰੋ ਕੇ ਉਹਦੀ ਸ਼ਹਾਦਤ ਨੂੰ ਢਾਹ ਨਾ ਲਾ ਨਜ਼ੀਰਾਂ। ਸ਼ਹੀਦ ਮਰਦੇ ਨਹੀਂ ਅਮਰ ਹੁੰਦੇ ਐ। ਉਹ ਮਰ ਕੇ ਵੀ ਸਾਥੋਂ ਦੂਰ ਨਹੀਂ।" ਕਰਨਲ ਬਾਜਵਾ ਦੀ ਨਸੀਹਤ ਨੇ ਨਜ਼ੀਰਾਂ ਦੇ ਹਉਕੇ ਰੋਕ ਦਿੱਤੇ।

"ਸ਼ਹਿਬਾਜ਼ ਦਾ ਕੀ ਹਾਲ ਐ?"

"ਇੱਕਦਮ ਸਹੀ। ਪਰ ਸਾਥੀ ਦੀ ਮੌਤ ਨੇ ਜ਼ਖ਼ਮਾਂ ਨੂੰ ਰੂਹ ਤੱਕ ਰਿਸਣ ਲਾ ਦਿੱਤੈ।"

"ਮਲਵਈ ਤੇ ਰਮਤੇ ਤੋਂ ਬਾਅਦ ਇੱਕੋ ਯਾਰ ਤਾਂ ਉਹਦਾ ਬਚਿਆ ਸੀ। ਜ਼ਖ਼ਮਾਂ ਨੇ ਤਾਂ ਰਿਸਣਾ ਈ ਹੋਇਐ।" ਸੀ.ਓ. ਖ਼ੁਦ ਮਸ਼ੈਲ ਦੀ ਸ਼ਹਾਦਤ ਤੋਂ ਫ਼ਿਕਰਮੰਦ ਸੀ-"ਬੜੀ ਸ਼ਿੱਦਤ ਨਾਲ ਏਨੇ ਮੇਰੀ ਰੀਝ ਨੂੰ ਪੂਰਿਐ। ਬੜਾ ਅਣਖੀ ਤੇ ਅਸੂਲਪ੍ਰਸਤ ਜਵਾਨ ਸੀ ਇਹ।"

"ਸੱਚ ਪੁੱਛੋਂ ਅੰਕਲ। ਰਾਤ ਜਦੋਂ ਏਹਨੇ ਮੈਨੂੰ ਹੌਂਸਲਾ ਦਿੱਤਾ, ਮੈਂ ਭਰਾ ਦੇ ਅਹਿਸਾਸ ਦਾ ਨਿੱਘ ਪਹਿਲੀ ਵੇਰ ਮਹਿਸੂਸ ਕੀਤਾ। ਏਡੀ ਭਾਵਨਾ ਨਾਲ ਤਾਂ ਮੈਂ ਕਦੇ ਸਰਵਰ ਦੇ ਚਿਹਰੇ 'ਤੇ ਨਹੀਂ ਸੀ ਵੇਖੀ। ਏਡਾ ਹੌਂਸਲਾ ਈ ਮੈਨੂੰ ਅੱਬੂ ਦੇ ਵਿਛੋੜੇ ਦੇ ਤਾਬ ਤੋਂ ਬਚਾ ਗਿਆ।"

ਨਜ਼ੀਰਾਂ ਸੱਚ ਹੀ ਮਸ਼ੈਲ ਤੋਂ ਕਾਇਲ ਸੀ।

"ਪਰ ਨਜ਼ੀਰਾਂ। ਕੈਂਪ 'ਚ ਪਈਆਂ ਦਸ ਲਾਸ਼ਾਂ 'ਚੋਂ ਤਿੰਨਾਂ ਨਾਲ ਸਿੱਧਾ ਤੇਰਾ ਨਾਤਾ ਜੁੜਿਐ। ਜਿਉਂਦੇ ਜੀਅ ਮਿਰਜ਼ਾ ਤੇ ਅਨਵਰ ਤੇ ਦੁਸ਼ਮਣ ਸਨ, ਮਰ ਕੇ ਦੁਸ਼ਮਣੀ ਮੁੱਕ ਗਈ ਏ ਪਰ ਰਿਸ਼ਤਾ ਜੀਉਂਦੈ। ਮੇਰੇ ਅਨੁਸਾਰ ਉਨ੍ਹਾਂ ਨੂੰ ਵੀ ਇਖਲਾਕ ਨਾਲੇ ਸਪੁਰਦੇ ਖਾਕ ਕਰਕੇ ਸਾਨੂੰ ਦੁਨਿਆਵੀ ਫਰਜ਼ ਨਿਭਾ ਦੇਣਾ ਚਾਹੀਦੈ?"

ਸੀ.ਓ. ਨੇ ਫਿਰਾਖ਼ਦਿਲੀ ਦਿਖਾਈ। ਪਰ ਨਜ਼ੀਰਾਂ ਨੇ ਨਾਂਹ 'ਚ ਸਿਰ ਮਾਰ ਦਿੱਤਾ- "ਰੂਹਾਂ ਜਹੱਨਮ ਪਹੁੰਚ ਗਈਆਂ ਨੇ। ਮਿੱਟੀ-ਮਿੱਟੀ ਦੇ ਗ਼ਲ ਲੱਗਣ ਲਈ ਤਿਆਰ ਹੈ। ਜਿਉਂਦੇ ਰਿਸ਼ਤਿਆਂ ਦੇ ਕਾਤਲਾਂ ਦੀ ਮਿੱਟੀ ਨਾਲ਼ ਨਾਤੇ ਰੱਖਣੇ ਦੁਨਿਆਵੀ ਪਾਖੰਡ ਤੋਂ ਜ਼ਿਆਦੈ ਕੁਝ ਨਹੀਂ। ਅੰਮਾ ਜਾਏ ਭਰਾ ਨਾਲੋਂ ਮੂੰਹ ਬੋਲਿਆ ਭਰਾ ਮਝੈਲ ਮੈਨੂੰ ਸੌ ਦਰਜੇ ਖਰੈ। ਅੱਬੂ ਤੋਂ ਬਾਅਦ ਅਕੀਦਤ ਦੇ ਚਾਰ ਹੰਝੂ ਉਹਦੇ ਹਿੱਸੇ ਦੇ ਹੀ ਨੇ।" ਕਹਿੰਦਿਆਂ ਨਜ਼ੀਰਾਂ ਹੰਝੂ ਪੂੰਝਣ ਲੱਗ ਪਈ।

"ਮਝੈਲ ਦੀ ਲਾਸ਼ ਪੰਜਾਬ ਭੇਜਣੋਂ ਪਹਿਲਾਂ ਤੈਨੂੰ ਉਹਦੇ ਅੰਤਿਮ ਦਰਸ਼ਨ ਜ਼ਰੂਰੀ ਕਰਾਵਾਂਗੇ। ਫਿਲਹਾਲ ਤੂੰ ਸ਼ਹਿਬਾਜ਼ ਦਾ ਧਿਆਨ ਧਰ।"

"ਅੰਕਲ। ਕਿੰਨਾ ਚੰਗਾ ਹਵੇ ਜੇ ਪ੍ਰੋ.ਫੈਸਰ ਸਾਹਿਬ ਹੁਣ ਵੀ ਆ ਕੇ ਆਪਣੇ ਭਰਾ ਦਾ ਮੂੰਹ ਵੇਖ ਲੈਣ?" ਨਜ਼ੀਰਾਂ ਮੁੜ ਰੋ ਪਈ।

"ਉਨ੍ਹਾਂ ਦਾ ਆਉਣਾ ਪੱਕਾ ਯਕੀਨੀ ਹੋਵੇ, ਅਸੀਂ ਦਸ ਦਿਨਾਂ ਦਾ ਇੰਤਜ਼ਾਰ ਵੀ ਕਰ ਲਾਂਗੇ ਪਰ ਐਸੀ ਜਜ਼ਬਾਤੀ ਭਟਕਣ 'ਚੋਂ ਤੜਪ ਤੋਂ ਸਿਵਾਏ ਹੋਰ ਕੁੱਝ ਨੀ ਲੱਭਣਾ। ਫਿਰ ਵੀ ਇਖਲਾਕ ਨੂੰ ਦਫਨਾਉਣ ਦੀ ਰਸਮ ਅਸੀਂ ਚੌਵੀ ਘੰਟੇ ਦੇ ਇੰਤਜ਼ਾਰ ਨਾਲ਼ ਹੋਰ ਬੰਨ੍ਹ ਲੈਂਦੇ ਆਂ।"

"ਤੁਹਾਡਾ ਸੁਝਾਅ ਕੀਮਤੀ ਐ।"

"ਅਗਲੇ ਚੌਵੀ ਘੰਟਿਆਂ ਤੱਕ ਇਖਲਾਕ ਦੀ ਲਾਸ਼ ਨੂੰ ਸਿਵਲ ਹਸਪਤਾਲ ਭੇਜ ਦੇਨੇ ਆਂ।"

...ਤੇ ਇਖਲਾਕ ਦੀ ਲਾਸ਼ ਨੂੰ ਉੱਥੋਂ ਭੇਜ ਦਿੱਤਾ ਗਿਆ।

ਸ਼ਹਿਬਾਜ਼ ਤੇ ਨਜ਼ੀਰਾਂ ਜਦੋਂ ਮਝੈਲ ਦੇ ਅੰਤਿਮ ਦਰਸ਼ਨਾਂ ਨੂੰ ਗਏ ਤਾਂ ਦੋਵੇਂ ਇੱਕ ਦੂਜੇ ਨੂੰ ਵਰਾਉਣ ਦੀ ਥਾਂ ਰੱਜ-ਰੱਜ ਰੋਏ-"ਤੂੰ ਹੀ ਸਾਰੇ ਸੱਜਣਾਂ 'ਚੋਂ ਇੱਕ ਬੱਚਿਆ ਸੀ। ਅੱਜ ਤੂੰ ਵੀ ਛੱਡ ਤੁਰਿਐ?" ਉਸ ਨੇ ਵਾਪਸ ਮੁੜਦਿਆਂ ਹਉਕਾ ਲੈਂਦਿਆਂ ਕਿਹਾ।

"ਮੈਂ ਏਹਨੂੰ ਅੰਤਿਮ ਤੇ ਪਹਿਲੀ ਵਾਰ ਨੇੜਿਓਂ ਬੀਤੀ ਰਾਤ ਹੀ ਤੱਕਿਐ। ਪਰ ਇਹ ਮੈਨੂੰ ਇੱਕੋ ਦਮ ਮਹਿਸੂਸ ਹੋ ਗਿਆ, ਇਹ ਵਲ਼-ਛਲ ਤੋਂ ਰਹਿਤ ਸਿੱਧੇ ਸਾਦੇ ਤੇ ਅਣਖੀ ਸੁਭਾਅ ਦਾ ਮਾਲਕ ਸੀ।"

ਨਜ਼ੀਰਾਂ ਨੇ ਮਝੈਲ ਦੀ ਸਿਫ਼ਤ ਕੀਤੀ ਸਹੀ ਆਖਿਐ ਨਜ਼ੀਰਾਂ। ਸਿਦਕ ਦਾ ਸੂਰਾ, ਕਹਿਣੀ ਕਥਨੀ ਦਾ ਪੂਰਾ। ਖਾਲਸਾਈ ਰੰਗ 'ਚ ਰੰਗਿਆ ਮਾਝੇ ਦਾ ਜ਼ਮੀਰਪ੍ਰਸਤ ਪੁੱਤ। ਮੰਗੇਤਰ ਤੇ ਮਾਪਿਆਂ ਨੂੰ ਮੰਗਣੀ ਵੇਲ਼ੇ ਈ ਇਹ ਆਖ ਤੈ, ਮੈਂ ਸ਼ਹੀਦ ਹੋ ਗਿਆ ਤਾਂ ਮੇਰੀ ਮੰਗ ਛੋਟੇ ਨੂੰ ਵਿਆਹ ਦਿਓ।" ਸ਼ਹਿਬਾਜ਼ ਨੇ ਮਝੈਲ ਦਾ ਅਤੀਤ ਫਰੋਲਿਆ।"

"ਵੱਖਰੀ ਖਸਲਤ ਵਾਲ਼ਿਆਂ ਨੂੰ ਜੱਗ ਯਾਦ ਕਰਦੈ ਸ਼ਹਿਬਾਜ਼। ਸਾਹਮਣੇ ਵੇਖੋ।

ਖ਼ਾਕ ਸੰਗ ਖ਼ਾਕ। ਖਾਕ ਤੋਂ ਰਾਖ ਹੋਣ ਵਾਲ਼ੀਆਂ ਦਸ ਢੇਰੀਆਂ ਪਈਆ ਨੇ ਪਰ ਸਾਡੇ ਮੂੰਹ ਮਝੈਲ ਦੀ ਸਿਫ਼ਤ ਤੇ ਹੋਰਨਾਂ ਦਾ ਨਾਂਅ ਤੱਕ ਨਹੀਂ। ਇਨਸਾਨ ਇਹੋ ਨਾਲ਼ ਲੈ ਕੇ ਜਾਂਦੈ। ਦਰਜਨਾਂ ਕੁੜੀਆਂ ਨੂੰ ਹਉਮੈ-ਹਵਸ ਦਾ ਸ਼ਿਕਾਰ ਬਣਾਉਣ ਵਾਲੇ ਮਿਰਜ਼ਾ ਮੁਹੰਮਦ ਦਾ ਕਿਰਦਾਰ ਫੋਲ ਵੇਖੋ। ਹਜ਼ਾਰਾਂ ਲੋਕਾਂ ਦੇ ਆਂਹੀ, ਹਉਕੇ, ਲੁੱਟ-ਖਸੁੱਟ ਦੇ ਕਿੱਸੇ ਤੇ ਕੀਰਨੇ ਲੱਖਾਂ ਨਿਕਲਣਗੇ ਪਰ ਕਬਰ ਤੇ ਦੀਵਾ ਧਰਨ ਵਾਲ਼ਾ ਇੱਕ ਵੀ ਨਹੀਂ। ਹਿੰਦੂਆਂ ਨੇ ਰਸਮੀ ਹੇਜ਼ ਕਿੱਥੋਂ ਜਿਤਾਉਣੈ, ਮੌਤ ਮੋਮਨਾ ਲਈ ਵੀ ਜਸ਼ਨ ਬਣੀ ਹੋਏਗੀ। ਇਹ ਐ ਜੇਹਾਦ ਦੇ ਮੁਰੀਦ ਮਿਰਜ਼ਾ ਮੁਹੰਮਦ ਦੀ ਮਿੱਟੀ ਦਾ ਹਕੀਕੀ ਸੱਚ।

ਦੂਜੇ ਮਿੱਟੀ ਦੇ ਢੇਰ 'ਚ ਅੱਬੂ ਜਾਨ ਪਿਐ। ਉਹਦੇ ਕਿਰਦਾਰ ਬਾਰੇ ਤੈਨੂੰ ਦੱਸਣ ਦੀ ਲੋੜ ਨਹੀਂ ਪਰ ਮੈਂ ਏਨਾਂ ਜ਼ਰੂਰ ਕਹਾਂਗੀ ਜੋ ਏਹਦੇ ਵਾਂਗੂੰ ਧਰਮਾਂ-ਮਜ਼ਹਬਾਂ ਦੀਆਂ ਵਲਗਣਾ ਤੋੜ ਕੇ ਇਨਸਾਨੀਅਤ ਨੂੰ ਗਲ਼ ਲਾਏਗਾ। ਉਹੀ ਏਸ ਦੀ ਕਬਰ ਨੂੰ ਸਜਦਾ ਕਰੇਗਾ। ਸੋ ਹੀ ਜੇਹਾਦ ਦਾ ਅਸਲ ਵਫਾਦਾਰ ਹੋਏਗਾ।

ਤੀਜੀ ਮਿੱਟੀ ਨੂੰ ਆਪਣਾ ਹਮਸ਼ੀਰ ਕਹਿੰਦਿਆਂ ਵੀ ਸੰਗ ਆਉਂਦੀ ਐ। ਏਹਦੀ ਅੰਨ੍ਹੀ ਫਿਤਰਤ ਮਾਂ ਨੂੰ ਦੁੱਧ ਤੇ ਅੱਬੂ ਨੂੰ ਲਹੂ ਤੋਂ ਕਲੰਕਤ ਨਾ ਕਰਦੀ, ਮੈਂ ਆਤਮਿਕ ਮੌਤੇ ਨਾ ਮਰਦੀ। ਪਿਉ ਦਾ ਕਾਤਲ ਔਰੰਗੇ ਦਾ ਮੁਰੀਦ। ਪ੍ਰੋਫੈਸਰ ਦਾ ਵਫਾ-ਗੱਦਾਰ, ਗੰਗੂ ਦਾ ਕਿਰਦਾਰ। ਏਹਦਾ ਤਾਂ ਨਾ ਲੈਂਦਿਆਂ ਵੀ ਸਿਰ ਸ਼ਰਮ ਨਾਲ ਝੁਕਦੈ...।

...ਚੌਥੀ ਮਿੱਟੀ ਸ਼ਹੀਦ ਦੀ ਐ-ਅਮਰ ਮਿੱਟੀ। ਰੱਤ ਨਾਲ ਲਿਖੀ ਤਾਰੀਖ਼ ਨੂੰ ਨਸਲਾਂ ਪੜ੍ਹਨਗੀਆਂ। ਸਦਾ ਸਿਜਦੇ ਕਰਨਗੀਆਂ। ਆਪਣੇ ਕੌਮੀ ਫਰਜ਼ਾਂ ਤੋਂ ਜ਼ਿਆਦੈ ਜੋ ਉਹ ਮੇਰੇ ਲਈ ਕਰ ਗਿਐ ਉਹਦਾ ਚਿਰਾਗ ਕਬਰੀਂ ਪੈ ਕੇ ਵੀ ਰੂਹ ਤੋਂ ਨਹੀਂ ਬੁਝੇਗਾ। ਸੋ ਸ਼ਹਿਬਾਜ਼। ਇਹੋ ਐ ਏਸ ਜਨਮ ਦਾ ਕੀਤਾ ਵੱਢਿਆ...।

ਮੁਜ਼ਾਹਿਦਾਂ ਦੀਆਂ ਲਾਸ਼ਾਂ ਪੁਲਿਸ ਨੂੰ ਸੌਂਪ ਕੇ ਜਦੋਂ ਮਝੈਲ ਦਾ ਤਾਬੂਤ ਪੰਜਾਬ ਭੇਜਣ ਦੀ ਤਿਆਰੀ ਹੋਈ ਤਾਂ ਨਜ਼ੀਰਾਂ ਨੇ ਹੰਝੂਆਂ ਭਰੀ ਅਕੀਦਤ ਅਰਪਿਤ ਕੀਤੀ।

ਡਾਕਟਰਾਂ ਦੀਆਂ ਮੁਕੰਮਲ ਆਰਾਮ ਦੀਆਂ ਹਦਾਇਤਾਂ ਤੇ ਭਾਰੂ ਪਏ ਦਵਾਈ ਦੇ ਨਸ਼ੀਲੇਪਨ ਨੇ ਸ਼ਹਿਬਾਜ਼ ਨੂੰ ਅਰਧ ਬੇਹੋਸ਼ਾ ਤੇ ਬੇਸੁਰਤਾ ਕਰ ਕੇ ਪਲੰਘ ਤੇ ਲਿਆ ਸੁੱਟਿਆ। ਕਿਸੇ ਰਿਸਦੀ ਯਾਦ ਦੀ ਬੁਲਾਈ ਹਰਮਨ ਸਾਹਮਣੇ ਆ ਖੜ੍ਹੀ। ਚਿਰੀਂ ਵਿਛੁੰਨੇ ਚਿਹਰੇ ਤੇ ਮੁਸਕਾਨ ਸੀ "ਸ਼ਹਿਬਾਜ਼। ਲਹੂ ਪੀਣੀ ਜ਼ੁਦਾਈ ਨੂੰ ਮਾਰ ਕੇ ਇਹ ਮੁਸਕਾਨ ਤੈਨੂੰ ਮੇਰੀ ਵਾਪਸੀ ਦਾ ਸੁਨੇਹਾ ਲੈ ਕੇ ਪਰਤੀ ਐ। ਉੱਠ ਕੇ ਤੇਲ ਚੌਅ। ਢਾਈ ਵਰ੍ਹੇ ਪਹਿਲਾਂ ਰੂਹ ਨੂੰ ਤੇਰੇ ਕੋਲ ਛੱਡ ਕੇ ਗਿਆ ਵਜੂਦ ਤੇਰੇ ਜਿਸਮਾਨੀ ਹੱਕਾਂ ਸਣੇ ਛੇਤੀ ਸਬੂਰਾ ਪਰਤ ਰਿਹੈ। ਤੇਰੀ ਸ਼ਿਦਤ ਨੇ ਸੀਨੇ ਲੱਗ ਐਸੀ ਵਫ਼ਾ ਨਿਭਾਈ ਤੇਰੀ ਹਰਮਨ ਲਾਵਾਂ ਲੈ ਕੇ ਵੀ ਤੇਰੇ ਲਈ ਕੁਆਰੀ ਰਹਿ ਗਈ। ਵਿਛੋੜੇ ਨੇ ਜਲਾਦ ਬਣ ਰੂਹ ਤੇ ਗੰਡਾਸੇ ਤਾਣੇ ਪਰ ਮੁਹੱਬਤ ਨੇ ਖ਼ੁਦ ਮੁਕਾਮ ਲੱਭ ਲਿਆ। ਹੁਣ ਕੋਈ ਅੰਗਰੇਜ਼ ਕੌਰ ਮੈਥੋਂ ਤੈਨੂੰ ਨਹੀਂ ਖੋਹ ਸਕਦੀ।

ਸ਼ਹਿਬਾਜ਼ ਅੱਭੜਵਾਹਾ ਜਿਹਾ ਹੋ ਕੇ ਉੱਠਿਆ। ਦਿਲ ਦੀ ਤੇਜ਼ ਧੜਕਣ ਆਂਦਰੋਂ ਲਹੂ ਨਿਚੋੜਨ ਲਈ ਯਤਨਸ਼ੀਲ ਸੀ। ਉਹ ਇੱਕ ਘੁੱਟ ਪਾਣੀ ਪੀ ਕੇ ਮੁੜ ਲੇਟ ਗਿਆ। ਕੁੱਝ ਸਮੇਂ ਬਾਅਦ ਹਰਮਨ ਦੀ ਥਾਂ ਨਜ਼ੀਰਾਂ ਆ ਖੜ੍ਹੀ-"ਸ਼ਹਿਬਾਜ਼। ਤੁਹਾਡੀ ਵੇਦਨਾਂ, ਤੁਹਾਡੀ

ਹਕੀਕਤ, ਤੁਹਾਡੇ ਹਰਮਨ ਪ੍ਰਤੀ ਵਾਅਦੇ 'ਤੇ ਢਾਈ ਵਰ੍ਹਿਆਂ ਦੀ ਉਡੀਕ ਦਾ ਸੱਚ ਸ਼ਾਇਦ ਮੈਥੋਂ ਜ਼ਿਆਦੇ ਕਿਸੇ ਨੇ ਨੇੜਿਓਂ ਨਹੀਂ ਤੱਕਿਆ। ਪਰ ਮੇਰੇ ਅੱਬੂ ਦਾ ਇਤਿਹਾਸਕ ਕਾਰਨਾਮਾ ਤੈਥੋਂ ਤੇਰੀ ਮੁਹੱਬਤ ਦਾ ਬਲੀਦਾਨ ਮੰਗਦੈ। ਜਾਤਾਂ, ਮਜ਼ਹਬਾਂ ਤੇ ਊਚ ਨੀਚ ਦਾ ਤਕਾਜ਼ਾ ਮੇਟ ਕੇ ਉਹਦਾ ਇਨਸਾਨੀਅਤ ਤੇ ਕੀਤਾਂ ਵਿਸ਼ਵਾਸ ਸਿਰਫ਼ ਤੂੰਹੀਓਂ ਬੁਲੰਦ ਰੱਖ ਸਕਦੈਂ। ਤੂੰ ਉਹਦੇ ਖ਼ੁਆਬਾਂ ਤੇ ਪਹਿਰਾ ਦੇਵੇਂਗਾ ਨਿਰਪੱਖਤਾ ਦਾ ਪੈਗ਼ਾਮ ਪੁਸ਼ਤਾਂ ਦੇ ਰਾਹ ਰੁਸ਼ਨਾਏਂਗਾ। ਤੂੰ ਇਕ ਵੀ ਪੈਰ ਪਿੱਛੇ ਹਟੇਂਗਾ ਦਰਵੇਸ਼ ਨਾਲ ਕਮਾਇਆ ਧਰੋਹ ਆਤਮਾ ਤੱਕ ਸੇਕ ਮਾਰੇਗਾ। ਅੰਮਾ ਤੋਂ ਅੱਬੂ ਤੱਕ ਮੇਰਾ ਹਰ ਰਿਸ਼ਤਾ ਕਬਰੀਂ ਜਾ ਪਿਆ। ਸੂਫ਼ ਹਨੇਰਿਆਂ ਨੇ ਪਿਉ ਤੋਂ ਪਿਆਰੇ ਪ੍ਰੋਫ਼ੈਸਰ ਦੇ ਫਰਜ਼ ਖੋਹ ਲਏ। ਜੀਉਂਦੇ ਜੀਅ ਜੁਦਾਈ ਨੇ ਮੈਨੂੰ ਮੋਇਆਂ ਬਰਾਬਰ ਲਿਆ ਖੜ੍ਹਾਇਐ। ਮੈਂ ਜ਼ਿੰਦਗੀ ਤੋਂ ਯਤੀਮ ਹੋਈ ਘਣਘੋਰ ਸ਼ਾਮਾਂ 'ਚ ਖੋ ਗਈ। ਕਾਸ਼! ਜਾਣ ਵੇਲੇ ਅੱਬੂ ਰਹਿੰਦੀ ਜ਼ਿੰਦਗੀ ਨੂੰ ਅੱਲਾ ਦੀ ਗਵਾਹੀ 'ਚ ਤੇਰੇ ਨਾਲ਼ ਨਾ ਜੋੜਦਾ, ਮੈਂ ਜ਼ਿੰਦਗੀ ਦੇ ਨਾਟਕ ਦਾ ਏਥੇ ਈ ਅੰਤ ਕਰ ਦੇਂਦੀ। ਉਹਦਾ ਤੇਰੇ ਤੇ ਕੀਤਾ ਮੈਥੋਂ ਉੱਚਾ ਫ਼ਖ਼ਰ ਮੈਨੂੰ ਤੈਥੋਂ ਵੀ ਘੁਟਵੀਆਂ ਜੰਜ਼ੀਰਾਂ 'ਚ ਬੰਨ੍ਹ ਗਿਐ। ਤੇਰੀ ਹਰਮਨ ਦੀ ਭਰ ਜ਼ਿੰਦਗੀ ਦੀ ਖੋਏ ਵਾਂਗੂੰ ਕੜ੍ਹੀ ਪ੍ਰੀਤ-ਤਪੱਸਿਆ 'ਚ ਮੈਨੂੰ ਲੂਣ ਦੀ ਕਣੀਂ ਬਣਨਾ ਮੁਨਾਸਿਬ ਨਹੀਂ ਪਰ ਮਾਮੀ ਦੀ ਚਰਨਦਾਸੀ ਬਣਨਾਂ ਮੈਨੂੰ ਦਿਲੋਂ ਕਬੂਲ ਐ। ਮੈਂ ਜਦੋਂ ਤੋਂ ਹਰਮਨ ਦੀ ਵੇਦਨਾਂ ਨੂੰ ਪੜ੍ਹਿਐ ਉਦੋਂ ਤੋਂ ਤੇਰੇ ਨੇੜੇ ਰੱਖਿਐ, ਅੱਜ ਆਪਣੇ ਹਿੱਤ ਲਈ ਤੈਥੋਂ ਜੁਦਾ ਕਰਨਾਂ ਮੈਂ ਕਦੰਤ ਨਹੀਂ ਸੋਚਦੀ ਪਰ ਕੀ ਕਰਾਂ ਤਕਦੀਰ ਨੇ ਹਰ ਬੂਹੇ ਨੂੰ ਜਿੰਦਰਾ ਜੜ ਚਾਬੀਆਂ ਦਾ ਗੁੱਛਾ ਤੇਰੇ ਹੱਥ ਧਰ ਕੇ ਮੈਨੂੰ ਤੇਰੇ ਪਿੱਛੇ ਤੋਰ ਦਿੱਤੈ। ਤੂੰ ਮੈਨੂੰ ਜਮਾਂਦਾਰਨੀ ਬਣਾ ਕੇ ਵੀ ਰੱਖ ਲਏ ਤਾਂ ਮਨਜ਼ੂਰ ਐ। ਮੈਂ ਕੁਮਲਾ ਜਾਵਾਂਗੀ। ਕਾਸ਼, ਅੱਬੂ ਦੀ ਥਾਂ ਮੇਰੇ ਈ ਗੋਲ਼ੀ ਵੱਜ ਜਾਂਦੀ...?"

"ਨਜ਼ੀਰਾਂ?" ਸ਼ਹਿਬਾਜ਼ ਮੁੜ ਅੱਭੜਵਾਹਾ ਹੋ ਉੱਠਿਆ। ਪਰ ਆਲ਼ੇ-ਦੁਆਲੇ ਕੋਈ ਨਹੀਂ ਸੀ। ਉਸ ਨੂੰ ਆਪਣੀ ਹੀ ਅਕਲ ਤੇ ਚਿੜ੍ਹ ਫੁੱਟੀ ਪਰ ਖ਼ਿਆਲੀ ਪੱਖਾਂ ਨੂੰ ਹਕੀਕਤ 'ਚ ਵੀ ਉਹ ਅਣਗੌਲੇ ਨਹੀਂ ਸੀ ਕਰ ਸਕਦਾ। ਉਹ ਸੱਚਮੁੱਚ ਹੀ ਖ਼ੁਦ ਨੂੰ ਦੁਬਿਧਾ 'ਚ ਫਸਿਆ ਮਹਿਸੂਸ ਕਰ ਰਿਹਾ ਸੀ।

"ਸ਼ਹਿਬਾਜ਼? ਤੁਸਾਂ ਮੈਨੂੰ ਬੁਲਾਇਆ ਸੀ?"

"ਨਹੀਂ।"

"ਪਰ ਮੈਨੂੰ ਲੱਗੈ ਜਿਵੇਂ ਤੁਸੀਂ ਮੇਰਾ ਨਾਂਅ ਲੈ ਕੇ ਆਵਾਜ਼ ਮਾਰੀ ਹੋਵੇ?"

ਨਹੀਂ।

"ਲੱਗਦੈ ਮੈਨੂੰ ਈ ਭੁਲੇਖਾ ਲੱਗੈ।" ਕਹਿ ਕੇ ਨਜ਼ੀਰਾਂ ਚਲੀ ਗਈ। ਸ਼ਹਿਬਾਜ਼ ਚਾਹੁੰਦਿਆਂ ਵੀ ਪੱਖ ਨਾ ਛੂਹ ਸਕਿਆ। ਇਖ਼ਲਾਕ ਨੂੰ ਸਪੁਰਦ-ਏ-ਖਾਕ ਕਰਨ ਤੋਂ ਪਹਿਲਾਂ ਇਹ ਪੱਖ ਵਿਚਾਰਨਾ ਉਸ ਨੂੰ ਚੰਗਾ ਨਾ ਲੱਗਾ। ਉਸ ਨੇ ਸੱਚ ਨੂੰ ਕੁਫ਼ਰ ਹੇਠ ਢੱਕ ਦਿੱਤਾ। ਜ਼ਮੀਰ ਕਹਿ ਰਹੀ ਸੀ-"ਸ਼ਹਿਬਾਜ਼! ਤੂੰ ਇਕ ਸੱਚ ਨੂੰ ਕੱਜਣ ਲਈ ਸੌ ਕੁਫ਼ਰ ਤੋਲ। ਰਾਹ ਭੰਨ ਕੁਰਾਹੇ ਤੁਰ ਪਰ ਚੰਦਰਾ ਵਕਤ ਹਰ ਥਾਂ ਭੁੱਖੇ ਬਘਿਆੜ ਵਾਂਗੂੰ ਮੂੰਹ ਅੱਡੀਂ ਖਲੋਤੈ। ਮੈਥੋਂ ਭਗੌੜੇ ਕਤਰਾ-ਕਤਰਾ ਹੋ ਮਰੇ ਨੇ। ਔਰੰਗੇ ਨੂੰ ਛੱਡ ਦਸ਼ਰਥ ਨੂੰ ਪੁੱਛ ਵੇਖੀਂ। ਤੂੰ ਨਜ਼ੀਰਾਂ ਨਹੀਂ ਸੀ ਵਿਆਹੁਣੀ ਇਖਲਾਕ ਅੱਗੇ ਉਦੋਂ ਹੀ ਮੁਨਕਰ ਹੋ ਜਾਂਦੈ? ਹਰਮਨ ਦੀ ਇਨਸਾਫ਼ ਮੰਗਦੀ

ਵਫ਼ਾ ਤੇ ਇਖਲਾਕ ਦੇ ਵਾਅਦੇ 'ਚ ਪਿਆ ਸਿਰ ਵੱਢਣਾਂ ਵੈਰ ਤੇਰਾ ਫ਼ੈਸਲਾ ਉਡੀਕ ਰਿਹੈ। ਸੱਪ ਦੇ ਮੂੰਹ ਕੋਹੜ ਕਿਰਲੀ ਆ ਗਈ ਐ ਬੋਲ ਕੋਹੜੀ ਜਾ ਕਲੰਕੀ ਬਣਨੈ? ਨਜ਼ੀਰਾਂ ਜਾਂ ਹਰਮਨ 'ਚੋਂ ਕੇਹਨੂੰ ਰੱਖਣੈ? ਇਖਲਾਕ ਦੇ ਵਾਅਦੇ ਤੇ ਤੁਰਨਾ ਜਾਂ ਮਾਮੀ ਦੇ?"

ਉਸ ਨੇ ਆਤਮਿਕ ਪ੍ਰਸਥਿਤੀ ਦਾ ਜ਼ਿਕਰ ਬਾਜਵਾ ਸਾਹਿਬ ਕੋਲ ਕੀਤਾ।

"ਇਹ ਮਾਮਲਾ ਹੁਣ ਮੇਰੇ ਕੱਦ ਤੋਂ ਉੱਚਾ ਲੰਘ ਚੁੱਕੈ ਸ਼ਹਿਬਾਜ਼।" ਉਸ ਨੇ ਸਪਸ਼ਟ ਹੱਥ ਝਾੜ ਦਿੱਤੇ–"ਨਾ ਮੈਂ ਨਜ਼ੀਰਾਂ ਨੂੰ ਛੱਡਣ ਦੀ ਨਾ ਹਰਮਨ ਨੂੰ ਵਿਆਹੁਣ ਦੀ ਹਾਮੀ ਭਰਦਾ ਆਂ। ਜਦੋਂ ਤੂੰ ਇਖਲਾਕ ਦੇ ਵਾਅਦਿਓਂ ਸੁਰਖਰੂ ਸੈਂ, ਮੈਂ ਤੇਰੇ ਹਰਮਨ ਦੇ ਵਾਅਦੇ ਦੀ ਸਿਰ ਚੜ੍ਹ ਵਕਾਲਤ ਕੀਤੀ। ਇੱਥੇ ਤੀਕ ਕਿ ਕਈ ਮਹੀਨੇ ਪਹਿਲਾਂ ਮੈਂ ਸਤਨਾਮ ਨੂੰ ਇਹ ਡਿਊਟੀ ਨਿਭਾਉਣ ਲਈ ਹੋਰ ਵੀ ਜ਼ੋਰ ਦੇ ਕੇ ਕਿਹਾ। ਪਰ ਇਖਲਾਕ ਨੂੰ ਵਾਅਦਾ ਦੇ ਕੇ ਤੂੰ ਖ਼ੁਦ ਪੈਰੀਂ ਕੁਹਾੜਾ ਮਾਰ ਲਿਐ। ਦੱਸ ਮੈਂ ਕੀ ਕਰਾਂ?"

"ਸਰ ਮੈਂ ਉਸ ਵੇਲੇ ਜਜ਼ਬਾਤੋਂ ਗੁੰਗਾ ਹੋ ਗਿਆ ਸਾਂ ਪਰ ਉਹ ਮੈਨੂੰ ਹੁਣ ਸਰਾਪ ਬਣ ਆ ਲੱਗੀ ਐ। ਵਾਸਤਾ ਐ ਮੈਨੂੰ ਬਚਾਓ। ਕੋਈ ਸੁਖਾਵਾਂ ਹੱਲ ਕੱਢ ਕੇ ਮੈਨੂੰ ਈਮਾਨੋਂ ਸਲਾਮਤ ਰੱਖੋ।"

"ਹੋ ਸਕਦੈ ਮਿਰਜ਼ੇ ਦੀ ਸਣੇ ਗੈਂਗ ਮੌਤ ਦੀ ਖ਼ਬਰ ਪ੍ਰੋਫ਼ੈਸਰ ਨੂੰ ਕਸ਼ਮੀਰ ਮੋੜ ਲੈ ਆਏ। ਉਹ ਦੀ ਵਾਪਸ ਨਜ਼ੀਰਾਂ ਦੇ ਰੋਂਦੇ ਯਤੀਮ ਫਰਜ਼ਾਂ ਨੂੰ ਜਦੋਂ ਆ ਸੀਨੇ ਲਗਾਏਗੀ ਤਾਂ ਇਖਲਾਕ ਦੀ ਤੈਨੂੰ ਸੌਂਪੀ ਜ਼ਿੰਮੇਦਾਰੀ ਖ਼ੁਦ ਏ ਟੁੱਟ ਜਾਵੇਗੀ। ਉਹ ਨਜ਼ੀਰਾਂ ਦਾ ਨਿਕਾਹ ਕਰਕੇ ਆਪਣੇ ਨਾਲ਼ ਤੈਨੂੰ ਵੀ ਫਰਜ਼ੋਂ ਸੁਰਖਰੂ ਕਰ ਦਏਗਾ। ਪਰ ਇਹ ਕੀਮਤੀ ਖ਼ਿਆਲ ਅਜੇ ਆਸ ਦੀ ਕੱਚੀ ਤੰਦ 'ਚ ਈ ਬੱਝਿਆ ਐ।"

"ਊਸ਼ਾ ਦੀ ਆਮਦ ਸੁਪਨਾ ਜ਼ਿਆਦੈ ਯਕੀਨੀ ਘੱਟ ਐ।"

"ਫਿਰ ਹਾਲਾਤਾਂ ਦੇ ਰੂਬਰੂ ਤੈਨੂੰ ਹੋਣਾਂ ਈ ਪਊ। ਸੜਦੇ-ਬਲ਼ਦੇ ਜ਼ਮਾਨੇ 'ਚ ਵਾਰ ਪਾਲਣੀ ਸਭ ਤੋਂ ਔਖਾ ਕੰਮ ਐ। ਇਖਲਾਕ ਨੇ ਅਸੂਲ ਸਿਰਜ ਕੇ ਜਬਰ ਦਾ ਭਰਿਆ ਘੜਾ ਭੰਨ ਸੁੱਟਿਐ। ਤੂੰ ਉਨ੍ਹਾਂ ਅਸੂਲਾਂ ਦਾ ਹਾਵੀ ਮੁਹੱਬਤ ਦੀ ਆਹੂਤੀ ਦਿਤਿਆਂ ਈ ਹੋ ਸਕਦੈ। ਵਿਸ਼ਵਾਸਘਾਤ ਨੂੰ ਲੋਕ ਤਰਕ ਨੇ ਸਦਾ ਹੀ ਗੱਦਾਰ ਆਖਿਐ। ਮੈਂ ਤਾਂ ਹੁਣ ਤੱਕ ਤੇਰੇ ਕਿਰਦਾਰ ਤੇ ਮੱਖੀ ਨਹੀਂ ਬਹਿਣ ਦਿੱਤੀ ਇਹ ਕਲੰਕ ਤੇਰੇ ਮੱਥੇ ਕਿਵੇਂ ਵੇਖ ਸਕਦੈਂ? ਨਜ਼ੀਰਾਂ ਤੇਰਾ ਰਾਹ 'ਚ ਨਾ ਆਉਂਦੀ ਤੇਰਾ ਜ਼ਮਾਨੇ ਹੱਥੋਂ ਫੱਟੜ ਹਰਮਨ ਨਾਲ਼ ਵਿਆਹ ਕਰਵਾਉਣ ਦਾ ਸਮਾਜ ਸੁਧਾਰਕ ਫੈਸਲਾ ਵਾਕਿਆ ਹੀ ਧੀ-ਦੁਰਕਾਰੂ ਲੋਕਾਂ ਦੇ ਮੂੰਹ ਕਰਾਰੀ ਚਪੇੜ ਬਣ ਵੱਜਦਾ। ਬੇਗਾਨੇ ਧਨ ਦਾ ਜ਼ੋਬਨ ਚੂਸ ਕੇ ਫਿੱਕੇ ਖਰਬੂਜੇ ਵਾਂਗੂੰ ਵਗਾਹ ਮਾਰਨ ਵਾਲ਼ਾ ਸੁਆਦਖੋਰ ਸਮਾਜ ਦੰਗ ਰਹਿ ਜਾਂਦਾ। ਅੱਜ ਹਰਮਨ ਤੇ ਨਜ਼ੀਰਾਂ ਦੇ ਪੱਖ ਬਰਾਬਰ ਤੋਲਦੇ ਤੇਰੇ ਤਰਾਜ਼ੂ ਦੇ ਕਿਸੇ ਪੱਲੜੇ ਵੀ ਮੇਰੀ ਅਕਲ ਪਾਸਕੂ ਨਹੀਂ ਚੜ੍ਹਦੀ। ਫਿਰ ਦੱਸ ਮੈਂ ਕੀ ਰਾਇ ਦੇਵਾਂ?"

ਕਰਨਲ ਬਾਜਵਾ ਵਾਕਿਆ ਹੀ ਕੁੱਝ ਕਹਿਣੋਂ ਕਾਸਰ ਸੀ।

"ਪ੍ਰੋਫ਼ੈਸਰ ਸਾਹਿਬ ਕਸ਼ਮੀਰ ਛੱਡ ਗਏ। ਇਖਲਾਕ ਦੁਨੀਆਂ। ਜ਼ਿੰਮੇਦਾਰੀਆਂ ਤੇ ਫਰਜ਼ਾਂ ਹੇਠ ਦੱਬੀ ਮੇਰੀ ਕੰਡ ਲਈ ਹੋਰ ਸਹਾਰਾ ਵੀ ਕੌਣ ਐ ਸਰ ਜੇਹਦੇ ਅੱਗੇ ਮੈਂ ਦੁੱਖ ਫੋਲਾਂ। ਤੁਸੀਂ ਮੈਨੂੰ ਹਰ ਮੋੜ ਤੇ ਬਾਹੋਂ ਫੜ ਸਹੀ ਰਾਹ ਦਿਖਾਇਐ। ਸਮਾਂ ਹੁਣ ਵੀ ਤੁਹਾਥੋਂ ਦਖ਼ਲ

ਮੰਗਦੈ। ਵਾਸਤਾ ਈ ਮੇਰੇ ਲਈ ਬਹੁੜੋ। ਤੁਹਾਥੋਂ ਬਿਨਾਂ ਮੇਰਾ ਹੋਰ ਕੋਈ ਮਹਿਰਮ ਨਹੀਂ।" ਸ਼ਹਿਬਾਜ਼ ਦੇ ਤਰਲੇ ਅੱਗੇ ਕਰਨਲ ਬਾਜਵਾ ਦਿਲੋਂ ਪਿਘਲ ਗਿਆ।

24 ਘੰਟਿਆਂ 'ਚ ਗੁੰਦੀ ਪ੍ਰੋਫ਼ੈਸਰ ਨਿਰਵੈਰ ਸਿੰਘ ਦੇ ਮੁੜਨ ਦੀ ਉਮੀਦ 30 ਘੰਟੇ ਲੰਘਣ ਦੇ ਬਾਵਜੂਦ ਬੂਰ ਨਾ ਪਿਆ। ਲੋਥ ਬਣੀਆਂ ਸ਼ਹਿਬਾਜ਼ ਤੇ ਨਜ਼ੀਰਾਂ ਦੀਆਂ ਉਡੀਕਾਂ ਇਖਲਾਕ ਦੇ ਨਾਲ਼ ਹੀ ਸਪੁਰਦ-ਏ-ਖਾਕ ਹੋ ਗਈਆਂ।

"ਮਾਟੀ ਮਾਟੀ ਹੋਈ ਏਕ ਰੋਵਨਹਾਰੇ ਕੀ ਕਵਣੁ ਟੇਕ!! ਇਨਸਾਨ ਦਾ ਇਹੋ ਅਮਲ ਟਿਕਾਣਾ ਐ ਨਜ਼ੀਰਾਂ। ਜੀਉਂਦੇ ਰਿਸ਼ਤਿਆਂ ਦੇ ਮੋਹ ਨੂੰ ਜਾਣ ਵਾਲਿਆਂ ਸੰਗ ਹੀ ਤੋਰਨਾ ਭਲਾ ਐ।" ਰੋਂਦੀ ਨਜ਼ੀਰਾਂ ਨੂੰ ਗਲ਼ ਲਾ ਕੇ ਸੀ.ਓ. ਨੇ ਹੌਂਸਲਾ ਦਿੱਤਾ-"ਤੇਰੇ ਅੱਬੂ ਨੇ ਜਿੰਦ ਵਾਰ ਸਿਧਾਂਤ ਬਚਾਇਆ। ਸਮੇਂ ਦੇ ਬੀਤਣ ਨਾਲ ਉਹਦੀ ਕੁਰਬਾਨੀ ਹੋਰ ਚਮਕੇਗੀ।"

ਜੋ ਲੋਕ ਅੱਜ ਤੱਕ ਇਖਲਾਕ ਨੂੰ ਜੇਹਾਦ ਵਿਰੋਧੀ ਤੇ ਮਿਰਜ਼ੇ ਨੂੰ ਇਸਲਾਮਪ੍ਰਸਤ ਆਖਦੇ ਸਨ। ਉਨ੍ਹਾਂ ਵੱਲੋਂ ਨਜ਼ੀਰਾਂ ਦੀ ਝੋਲ਼ੀ ਪਾਈ ਰੱਜ ਹਮਦਰਦੀ ਨੇ ਸੀ.ਓ. ਦੇ ਉਪਰੋਕਤ ਬੋਲਾਂ ਨੂੰ ਸੱਚ ਕਰ ਦਿਖਾਇਆ। ਲੱਗਦਾ ਸੀ ਗੁਲਾਮ ਜ਼ਬਾਨਾਂ ਆਜ਼ਾਦ ਹੋ ਕੇ ਸੱਚ ਬੋਲਣ ਦੀ ਹਿੰਮਤ ਕਰ ਗਈਆਂ ਸਨ। ਖੌਫ਼ ਪਰਵਾਜ਼ ਭਰ ਚੁੱਕਾ ਸੀ।

ਭਰੀ ਭੀੜ 'ਚ ਜਦੋਂ ਕੋਈ ਇਖਲਾਕ ਦੀ ਗੱਲ ਛੇੜਦਾ ਤਾਂ, "ਜਾਨ ਛੂ...ਜਾਨ ਛੂ...(ਬਹੁਤ ਅੱਛਾ-ਬਹੁਤ ਅੱਛਾ) ਦੀਆਂ ਆਵਾਜ਼ਾਂ ਆਉਂਦੀਆ। ਕੋਈ ਮਿਰਜ਼ਾ ਮੁਹੰਮਦ ਜਾਂ ਅਨਵਰ ਦਾ ਜ਼ਿਕਰ ਕਰਦਾ ਤਾਂ "ਛੂਨ ਜਾਨ...ਛੂਨ ਜਾਨ (ਬਹੁਤ ਮਾੜਾ-ਬਹੁਤ ਮਾੜਾ) ਦੀਆਂ ਆਵਾਜ਼ਾਂ ਸੁਣਨ ਲਈ ਮਿਲ਼ਦੀਆਂ। ਪਰ ਇਨ੍ਹਾਂ ਤਮਾਮ ਚਰਚਿਆਂ ਨੂੰ ਸੁਣ ਕੇ ਵੀ ਨਜ਼ੀਰਾਂ ਖਾਮੋਸ਼ ਸੀ। "ਚੰਗੇ-ਮੰਦੇ ਦੀ ਪਰਖ ਦਾ ਸਮਾਂ ਹੁਣ ਤੇ ਲੰਘ ਚੁੱਕੈ। ਜਦੋਂ ਲੋੜ ਸੀ ਉਦੋਂ ਸਭ ਬੁੱਲ ਸਿਉਂਤੇ ਸਨ ਪਰ......।"

ਉਹ ਮਨ ਹੀ ਮਨ ਸੋਚ ਰਹੀ ਸੀ।

ਲੰਮਾ ਸਮਾਂ ਔਰਤਾਂ ਦੀ ਹਮਦਰਦੀ 'ਚ ਰੁੱਝੀ ਰਹਿਣ ਤੋਂ ਬਾਅਦ ਜਦੋਂ ਉਹ ਘਰ ਦੀ ਥਾਂ ਸੀ.ਓ. ਦੇ ਕੁਆਰਟਰ ਗਈ ਤਾਂ ਅੱਖਾਂ ਅੱਡੀ ਪਏ ਸ਼ਹਿਬਾਜ਼ ਨੂੰ ਦੇਖ ਕੇ ਦੰਗ ਰਹਿ ਗਈ-"ਲੱਗਦੈ ਅਜੇ ਤੱਕ ਸ਼ਹਿਬਾਜ਼ ਮੈਥੋਂ ਕੋਈ ਗੁੱਝੀ ਸਰੀਰਕ ਪੀੜ ਛੁਪਾ ਰਿਹੈ?" ਉਸ ਨੇ ਅੰਦਾਜ਼ਾ ਲਗਾਇਆ-"ਕੀ ਪੀੜ ਦਾ ਅਸਰ ਅਜੇ ਵੀ ਐ?" ਉਸ ਨੇ ਪੁੱਛਿਆ। ਸ਼ਹਿਬਾਜ਼ ਨੂੰ ਲੱਗਾ ਜਿਵੇਂ ਜਿਸਮਾਨੀ ਫੱਟ ਦਾ ਫ਼ਿਕਰ ਖਾਂਦੀ ਨਜ਼ੀਰਾਂ ਤੋਂ ਰੂਹਾਨੀ ਫੱਟ ਉਧੇੜਿਆ ਗਿਆ ਹੋਵੇ।

"ਖ਼ੈਰ! ਐਸੀ ਕੋਈ ਗੱਲ ਨਹੀਂ। ਸ਼ਾਇਦ ਠੰਡ ਲੱਗਣ ਕਰਕੇ ਪੀੜ ਵਧੀ ਐ?" ਉਸ ਨੇ ਅਜੇ ਵੀ ਰੂਹਾਨੀ ਫੱਟ ਨੰਗਾ ਕਰਨਾ ਮੁਨਾਸਿਬ ਨਾ ਸਮਝਿਆ।

"ਪਰ ਐਸਾ ਤਾਂ ਨਹੀਂ ਹੋ ਸਕਦੈ। ਮੈਂ ਹਿਰਨ ਤੇ ਬਾਰਾਸਿੰਗੇ ਦੇ ਸਿੰਗਾਂ ਨੂੰ ਰਗੜ ਕੇ ਤੇਰੇ ਗੁੱਝੇ ਜ਼ਖ਼ਮਾਂ ਤੇ ਲਾਇਐ। ਇਹ ਫਾਰਮੂਲਾ ਤਾਂ ਦਸੰਬਰ-ਜਨਵਰੀ ਦੀ ਸਰਦੀ ਦੇ ਪ੍ਰਭਾਵ ਨੂੰ ਵੀ ਬੇਅਸਰ ਕਰ ਦੇਂਦੇ, ਹੁਣ ਤਾਂ ਬਹੁਤੀ ਠੰਢ ਵੀ ਨਹੀਂ। ਫਿਰ ਬਨਕਸ਼ੇ ਦੇ ਫੁੱਲਾਂ ਤੇ ਕਾਰ ਜ਼ਬਾਨ ਦੇ ਕਾਹੜੇ ਦਾ ਵੀ ਤੁਹਾਡੇ ਤੇ ਅਸਰ ਹੋਏਗਾ। ਸੰਭਵ ਨਹੀਂ ਕਿ ਪੀੜ ਦਾ ਅਸਰ ਅਜੇ ਵੀ ਹੋਵੇ? ਕੀ ਤੁਸੀਂ ਮੈਥੋਂ ਕੁੱਝ ਹੋਰ ਨਹੀਂ ਛੁਪਾ ਰਹੇ?"

ਕਹਿੰਦਿਆਂ-ਕਹਿੰਦਿਆਂ ਨਜ਼ੀਰਾਂ ਦੀ ਕਾਇਆਂ ਕੁਮਲਾ ਗਈ। ਉਸ ਨੇ ਸ਼ਹਿਬਾਜ਼ ਦੇ ਚਿਹਰਿਓਂ ਬੇਵੱਸੀ ਪੜ੍ਹ ਕੇ ਹੀ ਅਸਲ ਕਾਰਨ ਤਲਾਸ਼ ਲਿਆ-"ਇਹੋ ਜਿਹਾ ਚਿਹਰਾ ਤਾਂ ਮੈਂ ਤੁਹਾਡਾ ਉਦੋਂ ਦੇਖਦੀ ਸਾਂ। ਜਦੋਂ ਤੁਸੀਂ ਹਰਮਨ ਦੇ ਵਿਛੋੜੇ 'ਚ ਰੂਹੋਂ ਤੜਪਦੇ ਸੀ?"

ਸ਼ਹਿਬਾਜ਼ ਚੁੱਪ-ਚੁਪੀਤੇ ਨਜ਼ੀਰਾਂ ਵੱਲ ਬਿੱਟ-ਬਿੱਟ ਝਾਕਦਾ ਰਿਹਾ। ਅੱਖਾਂ ਇਕਦਮ ਰਿਸ ਪਈਆਂ ਤਾਂ ਸ਼ਹਿਬਾਜ਼ ਦੀ ਵੇਦਨਾਂ ਨਜ਼ੀਰਾਂ ਖੁਦ ਹੀ ਸਮਝ ਗਈ।

"ਮੈਥੋਂ ਕੁੱਝ ਛੁਪਿਆ ਨਹੀਂ ਸ਼ਹਿਬਾਜ਼। ਦੋ ਵਰ੍ਹੇ ਤੁਹਾਡੀਆਂ ਅੱਖਾਂ ਪੂੰਝਦੀ ਨੂੰ ਕਿਸਮਤ ਨੇ ਧੱਕਾ ਮਾਰ ਤੁਹਾਡੇ ਮੂਹਰੇ ਸੁੱਟ ਦਿੱਤੈ। ਮੈਨੂੰ ਮੇਰੇ ਹਮਸਾਏ ਧੋਖਾ ਨਾ ਦੇਂਦੇ ਮੈਂ ਤੁਹਾਡੇ ਵਿਚਕਾਰ ਕਦੇ ਨਾ ਆਉਂਦੀ।" ਕਹਿ ਕੇ ਨਜ਼ੀਰਾਂ ਵੀ ਰੋ ਪਈ।

"ਕੀ ਕਰਾਂ ਨਜ਼ੀਰਾਂ ਬਾਬੇ ਤੇ ਹਰਮਨ ਦੇ ਬਰਾਬਰ ਦੇ ਵਾਅਦੇ ਮੈਨੂੰ ਕੌੜੇ ਇਮਤਿਹਾਨ 'ਚ ਪਾ ਗਏ ਨੇ।"

"ਖੈਰ। ਤੁਹਾਡਾ ਹਰਮਨ ਦੀ ਉਡੀਕ 'ਚ ਵਿਸ਼ਵਾਸ ਕਿੰਨਾ ਕੁ ਬੱਝਿਐ?" ਨਜ਼ੀਰਾਂ ਨੇ ਅੱਖਾਂ ਪੂੰਝਦਿਆਂ ਕਿਹਾ।

"ਸੌ ਫ਼ੀਸਦੀ।"

"ਹਰਮਨ ਅਗਰ ਨਾ ਪਰਤੇ?"

"ਤਾਂ ਮਾਮੀ ਤੋਂ ਰਜ਼ਾਮੰਦੀ ਦੀ ਲੈ ਕੇ ਅੱਬੂ ਇਖ਼ਲਾਕ ਨਾਲ਼ ਕੀਤਾ ਵਾਅਦਾ ਨਿਭਾ ਦਿਆਂਗਾ।"

"ਉਹ ਪਰਤ ਆਵੇ ਤਾਂ?"

"ਫਿਰ ਖੌਰੇ ਆਪਣੀ ਜ਼ਿੰਦਗੀ ਦਾ ਫ਼ੈਸਲਾ ਹੀ ਤੇਰੇ ਹਵਾਲੇ ਕਰ ਦਿਆਂ। ਮੈਨੂੰ ਸਿਦਕ, ਈਮਾਨ ਤੇ ਮੁਹੱਬਤ ਦੀ ਸਲਾਮਤੀ ਲਈ ਤੇਰਾ ਸਾਥ ਚਾਹੀਦੈ।"

"ਮੈਂ ਖ਼ੁਦ ਸਾਰੇ ਸਾਥ ਗੁਆ ਕੇ ਕੰਗਾਲ ਹੋਈ ਬੈਠੀ ਆਂ। ਫਿਰ ਵੀ ਤੁਹਾਡੇ ਬਰਾਬਰ ਖੜ੍ਹਾਂਗੀ। ਮੈਂ ਹਰਮਨ ਦੇ ਸਿਰਨਾਵੇਂ ਵਾਲੇ ਹੰਝੂਆਂ ਨੂੰ ਤੁਹਾਡੇ ਨੈਣੋਂ ਜ਼ਰੂਰ ਪੂੰਝਿਐ ਪਰ ਦਿਲੋਂ ਉਹਦਾ ਸਿਰਨਾਵਾਂ ਨਹੀਂ ਮੇਟ ਸਕਦੀ।"

"ਤਾਂ ਫਿਰ ਦੱਸ ਸਾਨੂੰ ਕੀ ਕਰਨਾ ਚਾਹੀਦੈ?"

ਇੰਤਜ਼ਾਰ। ਤੁਹਾਨੂੰ ਹਰਮਨ ਤੇ ਮੈਨੂੰ ਪ੍ਰੋਫ਼ੈਸਰ ਸਰ ਦਾ। ਇੰਤਜ਼ਾਰ ਦੀਆਂ ਲੰਮੀਆਂ ਬਾਹਵਾਂ ਖੁਦ ਤੀਜਾ ਰਾਹ ਲੱਭ ਲੈਣਗੀਆਂ। ਅੱਬੂ ਦੇ ਫਰਜ਼ਾਂ ਨੂੰ ਭਾਰ ਨਾ ਸਮਝੋ ਮੇਰੇ ਪ੍ਰਤੀ ਪ੍ਰੋਫ਼ੈਸਰ ਸਾਹਿਬ ਦੇ ਫਰਜ਼ ਵੀ ਅਧੂਰੇ ਹਨ। ਉਹ ਆਉਣਗੇ, ਮੈਂ ਉਦੋਂ ਹੀ ਕੋਈ ਫ਼ੈਸਲਾ ਤਸਦੀਕ ਕਰਾਂਗੀ।"

"ਗੱਲ ਮੁੜ ਉੱਥੇ ਆ ਖੜ੍ਹ ਗਈ। ਪਰ ਉਨ੍ਹਾਂ ਦੇ ਆਉਣ ਦੀ ਉਮੀਦ ਵੀ ਕਿੰਨੀ ਕੁ ਐ।"

"ਜਿੰਨੀ ਕੁ ਤੁਹਾਨੂੰ ਹਰਮਨ ਦੇ ਆਉਣ ਦੀ।"

"ਮੇਰਾ ਵਿਸ਼ਵਾਸ ਕਹਿੰਦੈ ਹਰਮਨ ਤਾਂ ਜ਼ਰੂਰ ਆ ਜਾਏਗੀ।"

"ਫਿਰ ਮੈਨੂੰ ਵੀ ਉਨ੍ਹਾਂ ਦੀ ਆਮਦ ਦਾ ਸੱਚ ਯਕੀਨੀ ਐ।"

"ਏਹਦਾ ਮਤਲਬ ਅਸੀਂ ਉਦੋਂ ਤੱਕ ਫ਼ਿਕਰ ਮੁਕਤ ਹੋ ਜਾਈਏ?"

"ਬਿਲਕੁਲ। ਬੇਲੋੜੀਆਂ ਲਹੂ ਪੀਣੀਆਂ ਸੋਚਾਂ ਨੂੰ ਦਿਲੋਂ ਲਾਹ ਸੁੱਟੋ।" ਸ਼ਹਿਬਾਜ਼ ਨੂੰ ਨਜ਼ੀਰਾਂ ਨੇ ਟੈਨਸ਼ਨ ਮੁਕਤ ਕਰ ਦਿੱਤਾ।

ਕੁੱਝ ਦਿਨਾਂ ਬਾਅਦ ਉਹ ਰਿਸ਼ਟ-ਪੁਸ਼ਟ ਹੋ ਕੇ ਜਿਸਮੋਂ ਵੀ ਕਾਇਮ ਹੋ ਗਿਆ। ਗਰਨੇਡ ਦੀਆਂ ਸ਼ੈਲਗਾਂ ਦੇ ਜ਼ਖਮ ਭਰ ਚੁੱਕੇ ਹਨ। ਪਰ ਇਸ ਦੇ ਬਾਵਜੂਦ ਮੈਡੀਕਲ ਬੋਰਡ ਨੇ ਸ਼ਹਿਬਾਜ਼ ਨੂੰ ਅਣਫਿੱਟ ਐਲਾਨ ਕੇ ਡਿਸਏਬਲਟੀ ਪੈਨਸ਼ਨ ਤੇ ਉਸ ਨੂੰ ਸੇਵਾਮੁਕਤ ਕਰਨ ਦੇ ਆਰਡਰ ਕਰ ਦਿੱਤੇ।" ਮੈਨੂੰ ਲੱਗਦੈ ਇਹ ਕੁੱਝ ਤੁਹਾਡਾ ਕਰਵਾਇਆ ਈ ਹੋਇਐ। ਸਤਨਾਮ ਨੇ ਜੁ ਜ਼ੋਰ ਪਾਇਆ ਸੀ? ਜਗਪਾਲ ਨੇ ਖਦਸ਼ਾ ਪ੍ਰਗਟਾਇਆ।

"ਫਿਰ ਵੀ ਸ਼ਹਿਬਾਜ਼ ਘਾਟੇ 'ਚ ਨਹੀਂ। ਨਿੱਕੀ ਉਮਰ 'ਚ ਹਵਾਲਦਾਰ ਰਿਟਾਇਰਡ ਹੋ ਰਿਹੈ। ਵਿਭਾਗੀ ਸਨਮਾਨ ਤੇ ਵੀਰਤਾ ਦੇ ਪੁਰਸਕਾਰ ਨੇ ਖੁੱਲ੍ਹੀ ਪੈਨਸ਼ਨ ਲਵਾ ਦੇਣੀ ਐ। ਬੈਟਲ ਕੈਜ਼ੂਅਲਟੀ ਲਈ ਸਿਵਲ ਦੀਆਂ ਨੌਕਰੀਆਂ 'ਚ ਰਾਖਵਾਂ ਕੋਟਾ ਮਿਲਦੈ। ਫੌਜ 'ਚ ਨੌਕਰੀ ਕਰ ਕੇ ਏਨੇ ਚਾਅ ਲਾਹ ਲਿਐ। ਸਤਨਾਮ ਦੇ ਚਾਅ ਅਧੂਰੇ ਨੇ। ਮੈਂ ਏਸੇ ਲਈ ਇਹ ਜੁਗਤ ਲੜਾਈ ਸੀ।

"ਸ਼ਹਿਬਾਜ਼ ਨੇ ਚਾਹ ਕੇ ਆਰਮੀ ਦੀ ਨੌਕਰੀ ਕੀਤੀ ਪਰ ਹੁਣ ਛੱਡਣ ਲਈ ਉਹ ਖੁਦ ਮਜਬੂਰ ਸੀ।" ਜਗਪਾਲ ਨੇ ਸ਼ਹਿਬਾਜ਼ ਦੀ ਕੀਤੀ। "ਖ਼ੈਰ! ਸ਼ਹਿਬਾਜ਼ ਦੇ ਫੱਟੜ ਹੋਣ ਦੀ ਖ਼ਬਰ ਤੁਸੀਂ ਸਤਨਾਮ ਨੂੰ ਤਾਂ ਨਹੀਂ ਕੀਤੀ?"

"ਨਹੀਂ। ਪਰ ਸੇਵਾਮੁਕਤੀ ਦੀਆਂ ਵਧਾਈਆਂ ਜ਼ਰੂਰ ਦੇ ਦਿੱਤੀਆਂ ਨੇ। ਉਹ ਦਾ ਤਾਂ ਚਾਅ ਨਹੀਂ ਸਾਂਭਿਆਂ ਜਾਂਦੈ।" ਗੱਲਾਂ ਕਰਦਿਆਂ ਕਰਦਿਆਂ ਸ਼ਹਿਬਾਜ਼ ਵੀ ਆ ਗਿਆ। ਉਸ ਨੂੰ ਇਹ ਖ਼ਬਰ ਮਿਲੀ ਤਾਂ ਕਹਿਣ ਲੱਗਾ।

"ਬੇਜੀ ਭਲਾ ਹੋਇਆ ਚਰਖਾ ਟੁੱਟਾ, ਜਿੰਦ ਅਜ਼ਾਬੋਂ ਛੁੱਟੀ।"

"ਤੈਥੋਂ ਚੰਦ ਦਿਨਾਂ ਬਾਅਦ ਮੈਂ ਵੀ ਰਿਟਾਇਰਡ ਹੋ ਜਾਣੈ।" ਸੀ.ਓ. ਨੇ ਕਿਹਾ।

"ਫਿਰ ਮੈਂ ਤੁਹਾਥੋਂ ਬਿਨਾਂ ਨੌਕਰੀ ਕਰਕੇ ਲੈਣਾ ਵੀ ਕੀ ਸੀ?" ਸਭ ਸਾਥੀ ਚਲੇ ਗਏ।

"ਮਝੈਲ ਤੇ ਮਲਵਈ ਸ਼ਹੀਦ ਹੋ ਗਏ। ਰਮਤਾ ਬੇਨਾਮ ਸ਼ਹੀਦ ਹੋ ਗਿਆ। ਮੈਨੂੰ ਤਾਂ ਡਿਊਟੀ ਤੋਂ ਵੀ ਭੈਅ ਆਉਣਾ ਸੀ।"

"ਪਰ ਸ਼ਹਿਬਾਜ਼। ਮਝੈਲ ਅਮਰ ਸ਼ਹੀਦ ਹੋ ਗਿਆ। ਰਮਤਾ ਬੇਨਾਮੇ ਸ਼ਹੀਦ। ਜਿੰਦਾ ਸ਼ਹੀਦ ਦਾ ਰੁਤਬਾ ਤਾਂ ਤੂੰ ਮੱਲ ਲਿਐ? ਜੱਗ 'ਤੇ ਬੜੇ ਦਬੜੂ-ਘੁਸੜੂ ਫਿਰਦੇ ਨੇ ਨਕਲੀ ਸ਼ਹੀਦ ਬਣਾਈ ਪਰ ਬੜੇ ਔਖੇ ਪ੍ਰਾਪਤ ਹੁੰਦੇ ਨੇ ਇਹ ਰੁਤਬੇ।"

ਬਾਜਵਾ ਸਾਹਿਬ ਸ਼ਹਿਬਾਜ਼ ਨਾਲ ਲੰਮਾ ਸਮਾਂ ਉਪਰੋਕਤ ਪੱਖ ਤੇ ਵਿਚਾਰ ਚਰਚਾ 'ਚ ਮਸ਼ਰੂਫ਼ ਰਹੇ। ਫਿਰ ਸ਼ਹਿਬਾਜ਼ ਨੇ ਸੀ.ਓ. ਦੀ ਸਲਾਹ ਤੇ ਸਤਿਨਾਮ ਨੂੰ ਫ਼ੋਨ ਕੀਤਾ। ਖੁਦ ਜ਼ਖਮੀ ਹੋਣ ਦੀ ਗੱਲ ਨੂੰ ਛੁਪਾ ਕੇ ਨਜ਼ੀਰਾਂ ਵਾਲੀ ਦੁਵਿਧਾ ਦੱਸੀਂ-"ਮੈਂ ਹਰਮਨ ਨੂੰ ਸਦਾ ਹੀ ਸੀਨੇ ਲਾ ਕੇ ਰੱਖਿਐ ਪਰ ਕੁਦਰਤੀ ਝੋਲੀ ਪਈ ਨਜ਼ੀਰਾਂ ਨਾਲ ਵੀ ਧੋਖਾ ਨਹੀਂ ਕਰਨਾ। ਕਰਮ ਆਪੋ-ਆਪਣੇ ਤੂੰ ਨਜ਼ੀਰਾਂ ਨੂੰ ਨਾਲ ਲੈ ਆ।" ਉਸ ਨੇ ਸ਼ਹਿਬਾਜ਼ ਨੂੰ ਵਿਸ਼ਵਾਸ ਦਿਵਾ ਕੇ ਸੀ.ਓ. ਨਜ਼ੀਰਾਂ ਤੇ ਜਗਪਾਲ ਨਾਲ ਵੀ ਇਸ ਪੱਖ ਤੇ ਲੰਮੇਰੀ ਗੱਲਬਾਤ ਕੀਤੀ ਆਖਰ ਨਜ਼ੀਰਾਂ ਨੇ ਸਭਨਾਂ ਦੀ ਸਾਂਝੀ ਰਾਇ ਤੋਂ ਬਾਅਦ ਪੰਜਾਬ ਜਾਣਾ ਮੰਨ ਲਿਆ।

"ਪਰ ਮੈਂ ਵਿਆਹ ਪ੍ਰੋਫ਼ੈਸਰ ਸਾਹਿਬ ਦੇ ਆਉਣ 'ਤੇ ਹੀ ਕਰਾਵਾਂਗੀ। ਹਰਮਨ ਨੂੰ ਤੁਹਾਡੇ ਸੰਗ ਉਡੀਕਾਂਗੀ। ਉਹ ਆ ਜਾਵੇ ਤਾਂ ਜੀ ਸਕਦੇ।"

"ਅਗਰ ਉਹ ਆ ਜਾਵੇ?"

"ਫਿਰ ਸਾਡੇ ਵਿਚਕਾਰ ਮਾਮਲੇ ਦੇ ਹੱਲ ਮੌਕੇ ਉਹਦੀ ਰਾਇ ਕਿਸੇ ਵੀ ਕੋਨਿਓਂ ਨਜ਼ਰ ਅੰਦਾਜ਼ ਨਹੀਂ ਹੋਏਗੀ। ਬਾਕੀ ਗੱਲ ਉੱਥੇ ਜਾ ਕੇ ਵਿਚਾਰਾਂਗੇ।"

"ਬਹੁਤ ਵਧੀਆ। ਲਾਵਾਂ ਤੋਂ ਪਹਿਲਾਂ ਤੂੰ ਮੇਰੀ ਦੋਸਤ ਤੇ ਇਸਲਾਮਪ੍ਰਸਤ ਰਹੇਗੀ। ਨੌਬਤ ਵਿਆਹ ਕਰਵਾਉਣ 'ਤੇ ਆਈ ਤੈਨੂੰ ਅੰਮ੍ਰਿਤ ਛਕਾ ਕੇ ਸਿੱਖ ਰਹੁ-ਰੀਤਾਂ ਨਾਲ ਵਿਆਹ ਕਰਵਾਉਣਾ ਪਏਗਾ।"

"ਕਬੂਲ ਐ।" ਨਜ਼ੀਰਾਂ ਨੇ ਦਿਲੋਂ ਹਾਮੀਂ ਭਰੀ।

"ਇਸ ਮਹੀਨੇ ਦੇ ਅੰਤ 'ਚ ਅਸੀਂ ਵੀ ਤੁਹਾਡੇ ਕੋਲ ਆ ਜਾਂਗੇ। ਤੁਹਾਡਾ ਪ੍ਰੋਫ਼ੈਸਰ ਸਾਹਿਬ ਨਾਲ ਰਾਬਤਾ ਜੁੜੇ ਸਾਨੂੰ ਫੌਰੀ ਦੱਸਣਾ। ਸਾਡੇ ਨਾਲ ਜੁੜੇ ਅਸੀਂ ਦੱਸਾਂਗੇ। ਗੁਰੂ ਭਲੀ ਕਰੇ।"

ਨਜ਼ੀਰਾਂ ਨੂੰ ਸਿਰੋਂ ਪਿਆਰਦਿਆਂ ਸੀ.ਓ. ਨੇ ਹੌਂਸਲੇ ਨਾਲ ਜਲਦ ਪੰਜਾਬ ਆਉਣ ਦਾ ਵਿਸ਼ਵਾਸ ਦਿਵਾਇਆ।

ਨਜ਼ੀਰਾਂ ਇਸ ਦੇ ਬਾਵਜੂਦ ਦਿਲੋਂ ਖੁਰ ਰਹੀ ਸੀ। ਨੈਣੀਂ ਮਚਦੀ ਪ੍ਰੋਫ਼ੈਸਰ ਨਿਰਵੈਰ ਸਿੰਘ ਦੀ ਉਡੀਕ ਰੂਹ ਤੱਕ ਸੇਕ ਮਾਰ ਰਹੀ ਸੀ। ਉਹ ਸ਼ਹਿਬਾਜ਼ ਨਾਲ਼ ਜਾ ਰਹੀ ਸੀ ਸਿਰਫ਼ ਇਨਸਾਨੀਅਤ ਤੇ ਵਿਸ਼ਵਾਸ ਦਾ ਨਾਤਾ ਜੋੜ ਕੇ। ਯਾਦਾਂ ਤੇ ਤਨਹਾਈ ਦੀ ਗੱਠੜੀ ਤੋਂ ਬਿਨਾਂ ਮਾਂ-ਮਿੱਟੀ ਤੋਂ ਉਸ ਨੇ ਕੁੱਝ ਮੰਗਣ ਦੀ ਥਾਂ ਉਸ ਦਾ ਕਰਜ਼ ਮੋੜਨ ਦਾ ਰੂਹੋਂ ਵਿਸ਼ਵਾਸ ਦਿਵਾਇਆ। ਇਤਫਾਕਨ ਉਸ ਨੇ ਤਾਂ ਅੱਜ ਹਲਕੇ ਕਰੀਮ ਕਲਰ ਤੇ ਜਾਮਣੀ-ਤੋਤੇ ਰੰਗੀ ਕਢਾਈ ਵਾਲ਼ਾ ਸੂਟ ਵੀ ਉਹ ਹੀ ਪਾਇਆ ਸੀ ਜੋ ਉਸ ਨੂੰ ਕਦੇ ਲਾਲ ਚੌਂਕ ਵਾਲੀ ਮਾਰਕੀਟ ਤੋਂ ਸ਼ਹਿਬਾਜ਼ ਨੇ ਬਤੌਰ ਗਿਫ਼ਟ ਲੈ ਕੇ ਦਿੱਤਾ ਸੀ। ਪਤਾ ਨਹੀਂ ਕਿਉਂਕਿ ਇਹ ਸੂਟ ਉਸ ਨੂੰ ਰੂਹੋਂ ਪਸੰਦ ਸੀ।

ਕਸ਼ਮੀਰ ਤੋਂ ਰੁਖ਼ਸਤ ਹੋਣ ਮੌਕੇ ਉਸ ਨੇ ਮੁਕੱਦਸ ਖਾਕ ਨੂੰ ਚੁੱਕ ਮੱਥੇ ਲਾਇਆ- "ਐ ਅੰਮਾ। ਏਨੀ ਕੁ ਸ਼ਕਤੀ ਜ਼ਰੂਰ ਦਵੀਂ ਤੇਰੀ ਕੁੱਖ 'ਚ ਸੁੱਤੇ ਅੱਬੂ ਦੇ ਸੁਪਨਿਆਂ ਨੂੰ ਅੰਜ਼ਾਮ ਦੇ ਸਕਾਂ। ਤੇਰੀ ਆਬਰੂ ਲਈ ਤਮਾਮ ਰਿਸ਼ਤੇ ਦਫ਼ਣਾਂ ਕੇ ਵੀ ਸਿਰ ਉੱਚਾ ਕਰ ਕੇ ਚੱਲੀ ਆਂ ਪਰ ਵੇਖੀਂ ਕਸ਼ਮੀਰ ਦੇ ਚੁੰਘੇ ਦੁੱਧ ਨੂੰ ਪੰਜਾਬ 'ਚ ਜਾ ਕੇ ਲਾਜ ਨਾ ਲੱਗੇ, ਆਮੀਨ! ਸ਼ੱਬਾ ਖ਼ੈਰ।"

ਕਾਂਡ-10

ਨਜ਼ੀਰਾਂ ਦੀ ਆਮਦ ਸ਼ਹਿਬਾਜ਼ ਵਾਂਗੂੰ ਸਤਨਾਮ ਲਈ ਵੀ ਗੁੰਝਲਦਾਰ ਸਵਾਲ ਬਣ ਗਈ। ਹੱਡੀਂ ਰਚੀ ਹਰਮਨ ਨੂੰ ਕੱਢਣਾ ਉਹਦੇ ਵਸ ਨਹੀਂ ਸੀ ਪਰ ਕਸ਼ਮੀਰ 'ਚ ਗੁਜ਼ਾਰੇ ਚੰਦ ਦਿਨ ਨਜ਼ੀਰਾਂ ਦੀ ਸੂਰਤ-ਸੀਰਤ ਤੋਂ ਉਹ ਬੁਰੀ ਤਰ੍ਹਾਂ ਫੱਟੜ ਹੋ ਚੁੱਕੀ ਸੀ। ਕਸ਼ਮੀਰ ਵਿਚਲਾ ਹਰ ਗੁਰਧਾਮ ਤੇ ਸੈਰਗਾਹ ਨਜ਼ੀਰਾਂ ਨੇ ਉਸ ਨੂੰ ਖੁਦ ਦਿਖਾਇਆ ਸੀ। ਉਸ ਦਾ

ਟੂਣੇਹਾਰਾ ਮੋਹ ਸ਼ਾਇਦ ਇਸੇ ਲਈ ਉਸ ਦੀ ਆਮਦ ਦਾ ਵਿਰੋਧ ਨਹੀਂ ਸੀ ਕਰ ਸਕਿਆ।

"ਮਾਮੀ ਕੀ ਹੋ ਸਕਦੈ ਹੁਣ?" ਸ਼ਹਿਬਾਜ਼ ਨੇ ਪੁੱਛਿਆ ਤਾਂ ਉਸ ਨੇ ਬਿਨਾਂ ਕੁੱਝ ਬੋਲਿਆਂ ਬੀਤੇ 6 ਮਹੀਨਿਆਂ ਤੋਂ ਆਈਆਂ ਹਰਮਨ ਦੀਆਂ ਚਿੱਠੀਆਂ ਦਾ ਰੁਗ ਸ਼ਹਿਬਾਜ਼ ਦੇ ਅੱਗੇ ਲਿਆ ਧਰਿਆ। ਹਰ ਚਿੱਠੀ ਨਿਸ਼ਚਿਤ ਸਮੇਂ ਪਹੁੰਚਣ ਦਾ ਵਾਅਦਾ ਦੁਹਰਾ ਰਹੀ ਸੀ। "ਪਰ ਇਨ੍ਹਾਂ ਚਿੱਠੀਆਂ ਬਾਰੇ ਤੂੰ ਪਹਿਲਾਂ ਕਦੇ ਨਹੀਂ ਦੱਸਿਆ ਮਾਮੀ?"

"ਮੈਂ ਨਹੀਂ ਸੀ ਚਾਹੁੰਦੀ ਤੇਰੇ ਸਿਊਂਤੇ ਫੱਟ ਮੁੜ ਰਿਸਣ। ਪੂਰੇ ਦੋ ਵਰ੍ਹੇ ਹਰਮਨ ਦੇ ਚਿੱਠੀ ਪੱਤਰ ਦੀ ਆਜ਼ਾਦੀ ਦਾ ਗਲ਼ ਉਸ ਦੇ ਸਹੁਰਿਆਂ ਦੀ ਸਖ਼ਤੀ ਨੇ ਘੁੱਟ ਰੱਖਿਆ। ਇਹ ਚਿੱਠੀਆਂ ਵੀ ਮਨਜਿੰਦਰ ਦੀ ਹਿੰਮਤ ਨਾਲ ਈ ਆਈਆਂ। ਉਸ ਨੇ ਕਈ ਵਾਰ ਫੋਨ 'ਤੇ ਵੀ ਗੱਲ ਕੀਤੀ ਐ।" ਸ਼ਹਿਬਾਜ਼ ਖਾਮੋਸ਼ੀ ਹੋ ਗਿਆ। ਉਸ ਨੇ ਚਿੱਠੀਆਂ ਕਾਲਜੇ ਲਾ ਲਈਆਂ।

...ਆਖਰ ਹਰਮਨ ਤੇ ਮਨਜਿੰਦਰ ਆਪਾਂ ਬਣੀਆਂ ਭੈਣਾਂ ਨਫ਼ਰਤਖੋਰ ਮੁਲਕ ਨੂੰ ਸਦਾ ਸਲਾਮ ਕਹਿ ਕੇ ਮਾਂ-ਮਿੱਟੀ ਵੱਲ ਪਰਵਾਜ਼ਾ ਭਰ ਗਈਆਂ। ਦਿੱਲੀ ਏਅਰਪੋਰਟ ਤੋਂ ਕਈ ਵਰ੍ਹੇ ਪਹਿਲਾਂ ਵਿਦਾ ਕਰਨ ਲਈ ਪਹੁੰਚੇ ਵਫਾਦੀਪ ਤੇ ਆਲਮਜੀਤ ਅੱਜ ਉਸ ਨੂੰ ਲੈਣ ਆਏ। ਹਰਮਨ ਦੇ ਸੰਗ ਜਿਹੜੀ ਤਨਹਾਈ ਗਈ ਸੀ ਉਹੀ ਮੁੜ ਕੇ ਆਈ ਸੀ। ਵਰ੍ਹਿਆਂ ਦੇ ਵਿਛੜੇ ਗੱਲ ਲੱਗ ਮਿਲੇ। ਹਰਮਨ ਨੂੰ ਆਲਮਜੀਤ 'ਚੋਂ ਅਪਣੱਤ ਲੱਭੀ। ਨਜ਼ਰਾਂ ਆਲੇ-ਦੁਆਲਿਓਂ ਸ਼ਹਿਬਾਜ਼ ਨੂੰ ਤਲਾਸ਼ਦੀਆਂ ਰਹੀਆਂ। ਉਹ ਛੇਤੀ ਹੀ ਉੱਡ ਕੇ ਪਿੰਡ ਪਹੁੰਚਣਾ ਚਾਹੁੰਦੀ ਸੀ ਪਰ ਸਾਂਝਾ ਪ੍ਰੋਗਰਾਮ ਰਾਤ ਦਿੱਲੀ ਕੱਟਣ ਦਾ ਸੀ। ਆਲਮਜੀਤ ਨੇ ਮਨਜਿੰਦਰ ਨੂੰ ਦੱਸਿਆ-"ਵਰ੍ਹੇ ਬੀਤਣ ਦੇ ਬਾਵਜੂਦ ਜਗੀਰੋ ਤੇ ਉਹਦੇ ਭਰਾਵਾਂ ਅੰਦਰ ਮਚਦੀ ਜੁਆਲਾ ਖਾਮੋਸ਼ੀ ਨਹੀਂ ਹੋਈ। ਤੇਰੇ ਲਹੂ ਦੇ ਤ੍ਰਿਹਾਏ ਉਹ ਕੁੱਝ ਵੀ ਕਰ ਸਕਦੇ ਨੇ। ਜ਼ਰਾ ਸੰਭਲ ਕੇ ਤੁਰਨ ਦੀ ਲੋੜ ਐ। ਉਨ੍ਹਾਂ ਨੂੰ ਤੇਰੇ ਆਉਣ ਦੀ ਭਿਣਕ ਵੀ ਖੌਰੇ ਕਿੱਥੋਂ ਪੈ ਗਈ।"

"ਡਰ ਕੇ ਵਕਤ ਕਿੰਨਾ ਕੁ ਗੁਜ਼ਾਰਿਆ ਜਾ ਸਕਦੈ ਆਂਟੀ। ਨਾ ਲਿਖੀ ਨੂੰ ਕੋਈ ਮੋੜ ਸਕਦੈ। ਨਾ ਸਿਰਜੀ ਨੂੰ ਤੋੜ ਸਕਦੈ। ਮੈਨੂੰ ਰੱਤੀ ਭਰ ਮਲਾਰ ਨਹੀਂ। ਅੰਕਲ ਦੀ ਵਫਾ ਨਾਲ ਜਗੀਰੋ ਦਾ ਗੁੱਸਾ ਆਪਣੀ ਥਾਂ ਵਾਜਿਬ ਐ। ਮੈਂ ਸਮੁੱਚੇ ਦੁਖਾਂਤ 'ਚੋਂ ਬੇਕਸੂਰ ਹੋ ਕੇ ਵੀ ਮਾਂ ਦੇ 'ਕਲੋਤੇ ਪੁੱਤ ਤੇ ਮਾਮਿਆਂ ਦੇ ਭਾਣਜੇ ਦੀ ਰੜਕ ਬਣ ਚੁੱਕੀ ਆਂ। ਸੋ ਵੇਖੋ ਕਹਾਣੀ ਕਿਸ ਬੰਨੇ ਲੱਗਦੀ ਐ?"

"ਵਫਾਦੀਪ ਦੀ ਵਫਾ ਅੱਗੇ ਉਨ੍ਹਾਂ ਦਾ ਪੱਖ ਮਜ਼ਬੂਤ ਹੋ ਕੇ ਵੀ ਹੀਣਾ ਲੱਗਦੈ। ਕੋਈ ਪਿਓ ਆਪਣੀ ਮੁਹੱਬਤ ਦੇ ਫਰਜ਼ਾਂ ਹਿੱਤ 'ਕੱਲੇ ਪੁੱਤ ਦਾ ਕਾਤਲ ਨਹੀਂ ਬਣਾ ਸਕਦਾ। ਮੁਹੱਬਤੀ ਕਰਜ਼ ਲਈ ਉਹਦਾ ਚੰਗਾ ਜਾਣ ਲੱਭਿਆ ਵਰ ਤੇਰੇ ਬਰਾਬਰ ਨਹੀਂ ਤੁਲਿਆ ਪਰ ਉਹਦੀ ਤਲਾਸ਼ ਏਦੂੰ ਅਗਲੇ ਫਰਜ਼ ਤਲਾਸ਼ ਕੇ ਤੇਰੇ ਪੁਨਰ ਵਿਆਹ ਦਾ ਸੁਪਨਾ ਵੇਖ ਰਹੇ ਨੇ।"

"ਮੈਨੂੰ ਉਨ੍ਹਾਂ ਦੇ ਇਸ ਉਦੇਸ਼ ਦਾ ਫ਼ਿਕਰ ਨਾ ਹੁੰਦਾ। ਸ਼ਾਇਦ ਮੈਂ ਦੂਜੇ ਵਿਆਹ ਲਈ ਰਜ਼ਾਮੰਦ ਵੀ ਨਾ ਹੁੰਦੀ ਪਰ ਵੇਖਦੇ ਆਂ ਰੱਬ ਨੂੰ ਕੀ ਮਨਜ਼ੂਰ ਐ?"

"ਰਾਤ ਪਿੱਛੋਂ ਪ੍ਰਭਾਤ, ਦੁੱਖਾਂ ਬਾਅਦ ਸੁੱਖ ਤੇ ਗਮਾਂ ਪਿੱਛੋਂ ਮੁਸਕਾਨ ਇਹੋ ਕੁਦਰਤੀ ਨਿਜ਼ਾਮ ਕਿਸਮਤ ਦੇ ਰੰਗ ਬਦਲਦਾ ਰਹਿੰਦਾ ਐ। ਜੋ ਵਰ ਅਸੀਂ ਤੈਨੂੰ ਹੁਣ ਤਲਾਸ਼ਿਐ ਉਹ ਵਧੁਰ ਤੇ ਵੱਡਾ ਕਾਰੋਬਾਰੀ ਐ। ਤਿੰਨ ਤੇ ਸੱਤ ਸਾਲਾਂ ਦੇ ਲੜਕੇ-ਲੜਕੀ ਨੂੰ ਛੱਡ ਉਹਦੀ ਪਤਨੀ ਘਰ ਸੁੰਨਾ ਕਰ ਗਈ ਐ। ਬਿਰਧ ਮਾਂ ਤੋਂ ਬਿਨਾਂ ਘਰ 'ਚ ਹੋਰ ਕੋਈ ਨਹੀਂ।"

ਆਲਮਜੀਤ ਨੇ ਦੱਸਿਆ।

"ਪਰ?"

"ਮੈਂ ਸਮਝ ਗਈ ਤੂੰ ਕੀ ਕਹਿਣਾ ਚਾਹੁੰਨੀ ਐ? ਅਸੀਂ ਉਸ ਨੂੰ ਕੁੱਝ ਛੁਪਾਇਆ ਨਹੀਂ ਉਹਨੇ ਸਭ ਕਬੂਲ ਲਿਆ। ਸਵੇਰੇ ਆਪਣੀ ਮਾਂ ਤੇ ਬੱਚਿਆਂ ਸਣੇ ਉਹ ਇੱਥੇ ਆ ਵੀ ਰਿਹੈ। ਤੁਹਾਡੇ ਵਿਚਕਾਰ ਹੋਣ ਵਾਲ਼ੀ ਗੱਲਬਾਤ ਤੇਰੇ ਸਭ ਖਦਸ਼ੇ ਧੋ ਦਏਗੀ।"

"ਪਰ ਆਂਟੀ ਉਹ ਕਿਸ ਇਲਾਕੇ ਦੇ ਨੇ?" ਹਰਮਨ ਨੇ ਚੁੱਪ ਤੋੜੀ। "ਪੰਜਾਬੀ ਮੂਲ ਤੋਂ ਜਲੰਧਰ ਦੇ ਨੇ। ਬਿਜ਼ਨਸ ਕਰਕੇ ਵਾਸੀ ਦਿੱਲੀ ਦੇ ਐ।"

"ਫਿਰ ਤਾਂ ਕਿਸੇ ਕਿਸਮ ਦਾ ਖ਼ਤਰਾ ਸੰਭਵ ਨਹੀਂ?"

"ਨਹੀਂ! ਏਸੇ ਲਈ ਅਸੀਂ ਏਥੇ ਵੀ ਵਿਆਹ ਕਰਨ ਦੀ ਸੋਚੀ ਐ।" ਮਨਜਿੰਦਰ ਚੁੱਪ ਹੋ ਗਈ।

ਅਗਲੇ ਦਿਨ ਉਸ ਨੌਜਵਾਨ ਨਾਲ ਮਨਜਿੰਦਰ ਦੀ ਹੋਈ ਗੱਲਬਾਤ ਉਸ ਦੇ ਸਭ ਖਦਸ਼ੇ ਧੋ ਕੇ ਆਮਲਜੀਤ ਦੀਆਂ ਗੱਲਾਂ ਦੀ ਪੁਸ਼ਟੀ ਕਰ ਗਈ। ਉਸ ਨੂੰ ਹੋਣ ਵਾਲ਼ੀ ਸੱਸ ਡਾਹਢੀ ਸਾਊ ਸੁਭਾਅਤੇ ਗੁਰਮੁਖ ਵਿਚਾਰਾਂ ਵਾਲ਼ੀ ਲੱਗੀ। ਦੋਵੇਂ ਬੱਚੇ ਵੀ ਮਾਮੂਲੀ ਲਾਡ ਤੇ ਮੰਮੀ-ਮੰਮੀ ਕਹਿੰਦੇ ਘਿਉ-ਸ਼ੱਕਰ ਹੋ ਗਏ। ਉਨ੍ਹਾਂ ਦਾ ਮਾਸੂਮ ਮੋਹ ਮਨਜਿੰਦਰ ਤੋਂ ਵੀ ਜ਼ਿਆਦੇ ਹਰਮਨ ਦਾ ਦੁੱਖ ਤੋੜ ਗਿਆ। ਹਰਮਨ ਦੀ ਛੇਤੀ ਪਿੰਡ ਪੁੱਜਣ ਦੀ ਤਾਂਘ ਨੂੰ ਮਨਜਿੰਦਰ ਦੇ ਵਿਆਹ ਨੇ ਕਈ ਦਿਨ ਕਾਬੂ ਰੱਖਿਆ। ਫਿਰ ਮਨਜਿੰਦਰ ਤੇ ਉਪਜੀਤ ਦਾ ਵਿਆਹ ਵੀ ਉਨ੍ਹਾਂ ਦੀ ਝੋਲੀ ਸੱਤੇ ਖੈਰਾਂ ਪਾ ਕੇ ਲੰਘ ਗਿਆ।" ਤੁਹਾਨੂੰ ਲੱਖ-ਲੱਖ ਮੁਬਾਰਕਬਾਦ ਭੈਣਾਂ। ਮੇਰੇ-ਸ਼ਹਿਬਾਜ਼ ਦੇ ਸਾਂਝੇ ਵਾਅਦੇ ਦੀ ਮਿਆਦ ਪੁੱਗਣ ਕੰਢੇ ਐ। ਨਿਸ਼ਚਿਤ ਸਮੇਂ ਤੋਂ ਪਹਿਲਾਂ ਮੇਰਾ ਉੱਥੇ ਪੁੱਜਣਾ ਲਾਜ਼ਮੀ ਐ।" ਹਰਮਨ ਨੇ ਮਨਜਿੰਦਰ ਅੱਗੇ ਮਜਬੂਰੀ ਪ੍ਰਗਟਾਈ।

"ਚਾਹੁੰਦਿਆਂ ਵੀ ਤੈਨੂੰ ਰੋਕ ਨਹੀਂ ਸਕਦੀ ਹਾਂ, ਹਰਮਨ।" ਮਨਜਿੰਦਰ ਮਜ਼ਬੂਰੀ ਤੋਂ ਜਾਣੂ ਸੀ। ਇਹ ਸੱਚ ਉਸ ਨੇ ਵਫਾਦੀਪ, ਆਲਮਜੀਤ ਤੇ ਉਪਜੀਤ ਨੂੰ ਦੱਸ ਕੇ ਉਨ੍ਹਾਂ ਨੂੰ ਵੀ ਹਰਮਨ ਦੀ ਹਮਦਰਦੀ ਨਾਲ ਲਿਆ ਜੋੜਿਆ ਸੀ।

"ਤੁਸੀਂ ਸਭ ਨੇ ਮੇਰੀ ਭੈਣ ਦੀ ਝੋਲੀ ਖ਼ੁਸ਼ੀਆਂ ਭਰ ਦਿੱਤੀਆਂ। ਧੰਨਵਾਦ! ਮੇਰੀਆਂ ਵਿਲਕਦੀਆਂ, ਮੋਹ ਮੰਗਦੀਆਂ ਉਮੰਗਾਂ ਦਾ ਕਾਜ਼ ਵੀ ਸਿਰ ਆ ਖਲੋਤੇ। ਤੁਸੀਂ ਵੱਡੀ ਭੈਣ ਦੇ ਫਰਜ਼ੋਂ ਸੁਰਖ਼ਰੂ ਹੋਏ ਛੋਟੀ ਦੇ ਕਾਜ਼ ਨਿਭਾਉਣ ਦੇ ਸਮਰੱਥ ਓ। ਸੋ ਮੇਰੀ ਦਾਅਵਤ ਨੂੰ ਕਬੂਲ ਕੇ ਜ਼ਰੂਰ ਮੇਰੇ ਪਿੰਡ ਪੁੱਜਿਓ। ਮੈਂ ਸ਼ਹਿਬਾਜ਼ ਦੀ ਉਡੀਕ ਨੂੰ ਹੋਰ ਨਾ ਲਟਕਾਉਂਦੀ ਹੋਈ ਤੁਹਾਥੋਂ ਜਾਣ ਦੀ ਇਜ਼ਾਜਤ ਮੰਗਦੀ ਆਂ।"

ਹਰਮਨ ਨੇ ਸਭ ਨੂੰ ਸਮੂਹਿਕ ਰੂਪ 'ਚ ਕਿਹਾ। "ਅਸੀਂ ਹਰ ਹੀਲੇ ਪੁੱਜਾਂਗੇ...ਜ਼ਰੂਰ...।" ਆਲਮਜੀਤ ਤੇ ਵਫਾਦੀਪ ਨੇ ਇਕੱਠਿਆਂ ਕਿਹਾ।

"ਪਰ ਅੰਦਾਜ਼ਾ ਕਦੋਂ?" ਉਪਜੀਤ ਨੇ ਪੁੱਛਿਆ।

"ਮੈਂ ਕੱਲ੍ਹ ਸ਼ਾਮ ਹਰ ਹੀਲੇ ਜਾ ਪਹੁੰਚਾਂਗੀ। ਤੁਸੀਂ ਸ਼ੁੱਕਰਵਾਰ ਤੱਕ ਪਹੁੰਚਣ ਦੀ ਕੋਸ਼ਿਸ਼

"ਪਰ ਹਰਮਨ। ਜਦੋਂ ਤੇਰੀ ਸ਼ਹਿਬਾਜ ਨਾਲ ਅਜੇ ਤੱਕ ਗੱਲ ਹੀ ਨਹੀਂ ਹੋਈ ਫਿਰ ਕੀ ਭਰੋਸਾ ਐ ਤੇਰਾ ਵਿਆਹ ਨਿਸ਼ਚਿਤ ਸਮੇਂ ਹੋ ਸਕੇ?" ਮਨਜਿੰਦਰ ਨੇ ਹਰਮਨ ਨੂੰ ਸਭ ਤੋਂ ਅਲੱਗ ਹੋਣ ਤੇ ਹੌਲੀ ਜਿਹੀ ਪੁੱਛਿਆ।

"ਮੁਹੱਬਤ ਦੀਆਂ ਤੰਦਾਂ ਕੱਚੇ ਵਿਸ਼ਵਾਸ ਨਹੀਂ ਬੱਝੀਆਂ ਭੈਣਾਂ। ਵਿਆਹ ਇੱਕ ਅੱਧਾ ਦਿਨ ਲੇਟ ਜ਼ਰੂਰ ਹੋ ਸਕਦੈ ਪਰ ਢਾਈ ਵਰ੍ਹਿਆਂ ਦੇ ਇਕਰਾਰ ਦਾ ਕੂਹਣੀ ਮੋੜ ਵਸਲ ਦਾ ਨਵਾਂ ਇਤਿਹਾਸ ਸਿਰਜੇਗਾ।" ਹਰਮਨ ਨੂੰ ਪ੍ਰਪੱਕ ਵਿਸ਼ਵਾਸ ਸੀ। ਸਭ ਨੇ ਉਸ ਨੂੰ ਵਿਆਹ ਤੇ ਪਹੁੰਚਣ ਦੇ ਪ੍ਰਪੱਕ ਵਾਅਦੇ ਝੋਲ਼ੀ ਪਾ ਕੇ ਦਿੱਲੀਓਂ ਬੱਸ ਚੜ੍ਹਾਇਆ। ਨਵੇਂ ਹਮਸਾਇਆਂ ਦੀ ਮੋਹਮੱਤੀ ਪ੍ਰਾਪਤੀ ਨੇ ਜ਼ਿਹਨ 'ਚ ਅਵੱਲੀ ਖ਼ੁਸ਼ੀ ਦੀ ਤਰੰਗ ਛੇੜ ਦਿੱਤੀ। ਅਣਗਿਣਤ ਸੁਪਨੇ ਲੰਮੇ ਸਫ਼ਰ 'ਚ ਵੀਡੀਓ ਫ਼ਿਲਮ ਵਾਂਗੂੰ ਅੱਖਾਂ ਅੱਗੇ ਘੁੰਮਦੇ ਰਹੇ। ਢਾਈ ਵਰ੍ਹਿਆਂ ਬਾਅਦ ਪਿੰਡ ਪਹੁੰਚ ਕੇ ਲੰਮਾਂ ਹਉਕਾ ਲਿਆ। ਕਦੇ ਇਨ੍ਹਾਂ ਜੂਹਾਂ 'ਚੋਂ ਨਾ ਮੁੜਨ ਦੇ ਖਦਸ਼ੇ 'ਚ ਬੱਝੀ ਗਈ ਸੀ, ਅੱਜ ਮਲੀਆਮੇਟ ਹੋਏ ਸੁਪਨਿਆਂ ਦੀਆਂ ਪੁੰਗਰਦੀਆਂ ਆਸਾਂ ਲੈ ਕੇ ਪਰਤੀ ਖੁਦ ਨੂੰ ਕਿਸਮਤ ਪ੍ਰਸਤ ਸਮਝ ਰਹੀ ਸੀ।

ਆਪਣੇ ਘਰ ਵੱਲ ਵੇਖਣ ਦਾ ਖ਼ਿਆਲ ਵੀ ਵਿਸਾਰ ਬੈਠੇ ਕਦਮ ਸਤਿਨਾਮ ਦੇ ਘਰ ਵੱਲ ਹੋ ਤੁਰੇ। ਦੀਦਿਆਂ 'ਚ ਸ਼ਹਿਬਾਜ਼ ਦੇ ਦੀਦਾਰਿਆਂ ਦੀ ਸਿੱਕ ਜ਼ਿਆਦੇ ਤੇਜ਼ ਹੋ ਗਈ। ਸਾਹਮਣੇ ਖੜ੍ਹੀ ਸਤਿਨਾਮ ਨੂੰ ਸ਼ਾਇਦ ਇਸ ਘੜੀ ਦਾ ਇੰਤਜ਼ਾਰ ਸੀ-

"ਆ ਗਈ ਐ ਮੇਰੀ ਧੀ?" ਉਸ ਦੀਆਂ ਆਪ-ਮੁਹਾਰੇ ਬਾਹਾਂ ਉਲਰ ਪਈਆਂ "ਡਾਹਢੀ ਬੇਸਬਰੀ ਲੈ ਕੇ ਤੈਨੂੰ ਹੀ ਉਡੀਕ ਰਹੀ ਸਾਂ।" ਉਸ ਨੇ ਹਰਮਨ ਹੱਥੋਂ ਬੈਗ ਫੜਦਿਆਂ ਉਸ ਨੂੰ ਘੁੱਟ ਕਲਾਵੇ ਲੈ ਲਿਆ।

"ਜੇ ਮੈਂ ਅੱਜ ਨਾ ਔਂਦੀ ਭੂਆ ਤੇਰੀ ਢਾਈ ਵਰ੍ਹਿਆਂ ਦੀ ਉਡੀਕ ਤੜਪ-ਤੜਪ ਮਰ ਮੁੱਕਦੀ।" ਹਰਮਨ ਦੇ ਬੁੱਲ੍ਹੀਂ ਮੁਸਕਾਨ ਤੇ ਨੈਣੀਂ ਹੰਝੂ ਸਨ-"ਤੇਰੀ ਏਸ ਗਲਵੱਕੜੀ ਨੇ ਢਾਈ ਵਰ੍ਹਿਆਂ ਦਾ ਨਰਕ ਧੋ ਸੁੱਟਿਐ। ਸੱਚ ਜਾਣੀਂ। ਏਸ ਬਹਿਸ਼ਤ ਨੇ ਰੱਬ ਨਾਲ ਕੀਤੇ ਸਭ ਸ਼ਿਕਵੇ ਜੀਉਂਦੇ ਈ ਰਾਖ ਕਰ ਦਿੱਤੇ।"

"ਚੰਦਰੀਏ। ਆਪਣੀ ਅਕਲ ਤੇ ਹੁਸਨ ਦੇ ਬਰਾਬਰ ਦੀ ਤਕਦੀਰ ਵੀ ਲਿਖਾ ਕੇ ਜੰਮਦੀ, ਤੈਥੋਂ ਸਾਨੂੰ ਕੋਈ ਝਪਟ ਕੇ ਨਾ ਲਿਜਾਉਂਦਾ। ਖੈਰ ਜੂ ਰੱਬ ਨੂੰ ਮਨਜ਼ੂਰੀ ਸੀ ਸੋ ਝੋਲ਼ੀ ਪੈ ਗਿਆ। ਕਿੰਨਾ ਚੰਗਾ ਹੁੰਦਾ ਤੂੰ ਆਪਣੀ ਤਬਾਹੀ ਦੇ ਲੰਬੜਦਾਰਾਂ ਦਾ ਹਸ਼ਰ ਵੀ ਅੱਖੀਂ ਵੇਖਦੀ। ਅੰਗਰੇਜ ਕੌਰ ਦੀ ਆਕੜ ਨੂੰ ਡਾਕਟਰਾਂ ਨੇ ਤਿੰਨ ਵੇਰ ਲੱਤੋਂ ਵੱਢਿਐ। ਕੀੜੇ ਪਏ ਸਨ ਕੰਨਾਂ ਨੂੰ ਹੱਥ ਲਾ-ਲਾ ਕੀਰਨੇ ਪਾਉਂਦੀ ਰਹੀ। ਦਾਰੂ 'ਚ ਟੁੰਨ ਰਹਿਣ ਵਾਲੇ ਸਵਰਨੇ ਨੂੰ ਅਖੀਰ ਵੇਲੇ ਕਿਸੇ ਨੇ ਪਾਣੀ ਦਾ ਘੁੱਟ ਨਹੀਂ ਦਿੱਤਾ। ਖ਼ੈਰ ਤੂੰ...ਅੰਦਰ ਬਹਿ। ਫਿਰ ਸੁਣਾਵਾਂਗੀ ਤੈਨੂੰ ਤੈਥੋਂ ਬਾਅਦ ਦਾ ਬੀਤਿਆ ਵਾਕਿਆ।"

ਉਹ ਚਾਈਂ-ਚਾਈਂ ਹਰਮਨ ਨੂੰ ਅੰਦਰ ਲੈ ਗਈ। ਉਸ ਨੇ ਹੌਲ਼ੀ-ਹੌਲ਼ੀ ਅੰਗਰੇਜ ਕੌਰ ਦੇ ਭਤੀਜੇ ਵੱਲੋਂ ਪੁੱਤ ਨੂੰ ਡੁਬਈ ਭੇਜਣ ਦੇ ਲਾਲਚ ਵਸ ਕਰਵਾਏ ਰਿਸ਼ਤੇ ਤੇ ਇਸ ਪਿੱਛੋਂ ਭੂਆ-ਭਤੀਜੇ 'ਚ ਪਈ ਕੁੱਕੜ ਖੇਹ ਤੇ ਹੋਈ ਜੂਤ-ਪਤਾਂਗ। ਭਿਆਨਕ ਬਿਮਾਰੀ ਹੱਥੋਂ ਅੰਗਰੇਜ਼ ਕੌਰ ਦੀ ਦੁਰਦਸ਼ਾ ਅਤੇ ਸਵਰਨੇ ਵੱਲੋਂ ਖਿੰਡਾਈ ਭੁੱਖ-ਨੰਗ ਦਾ ਕਿਸਾ ਹਰਮਨ ਨੂੰ ਸੁਣਾਇਆ ਤੇ ਫਿਰ ਉਸ ਤੋਂ ਢਾਈ ਵਰ੍ਹੇ ਡੁਬਈ 'ਚ ਹੰਢਾਈ ਤ੍ਰਾਸਦੀ ਦਾ ਕਿੱਸਾ ਸੁਣਿਆਂ।

"ਭੂਆ। ਇਹ ਲੋਕ ਸਾਡੇ ਸੁਪਨਿਆਂ ਦੀ ਸੌਦਾਗਰੀ ਨਾ ਕਰਦੇ ਤਾਂ ਸਾਨੂੰ ਆ ਦਸੌਂਟੇ ਕਦੇ ਨਾ ਕੱਟਣੇ ਪੈਂਦੇ।" ਹਰਮਨ ਅਜੇ ਵੀ ਝੂਰ ਰਹੀ ਸੀ।

"ਤੇਰਾ ਸ਼ਹਿਬਾਜ਼ ਦਾ ਨਾਤਾ ਸਿਦਕ ਭਰਿਆ ਸੀ, ਏਸੇ ਲਈ ਰੱਬ ਤੈਨੂੰ ਇਸ਼ਕ-ਈਮਾਨ ਸਣੇ ਮੋੜ ਲੈ ਆਇਐ। ਸ਼ਹਿਬਾਜ਼ ਨੇ ਵੀ ਤੇਰੇ ਵਾਅਦੇ ਤੇ ਪੂਰਾ ਪਹਿਰਾ ਦਿੱਤਾ, ਮੈਂ ਵੀ ਦਿਲ ਦੀ ਹਰ ਰੀਝ ਤੁਹਾਡੀ ਮੁਹੱਬਤ ਤੋਂ ਕੁਰਬਾਨ ਕਰ ਦਿੱਤੀ। ਮੈਂ ਤਾਂ ਹੁਣ ਵੀ ਇੰਚ ਭਰ ਤੁਹਾਡੇ ਫੈਸਲਿਉ ਵੱਖ ਨਹੀਂ। ਦਿਲੋਂ-ਦੁਆਵੋਂ ਉਵੇਂ ਹੀ ਖੜ੍ਹੀ ਆਂ। ਸਤਿਨਾਮ ਨੇ ਵਿਸ਼ਵਾਸ ਦੁਆਇਆ ਖ਼ੈਰ ਦੇਰ ਆਇਦ ਦਰੁੱਸਤ ਆਇਦ। ਕੌੜੇ ਸਬਰ ਦਾ ਰਸਿਆ ਫ਼ਲ ਮਿੱਠਾ। ਪਰ ਸਹਿਬਾਜ਼ ਹੈ ਕਿੱਥੇ?" ਹਰਮਨ ਦੀਆਂ ਤੇਜ਼ਧਾਰ ਨਜ਼ਰਾਂ ਘਰ ਦੀ ਨੁੱਕਰ-ਨੁੱਕਰ ਤਲਾਸ਼ ਰਹੀਆਂ ਸਨ।

"ਸ਼ਹਿਰ ਗਿਐ।"

"ਕਿਸੇ ਖਾਸ ਕੰਮ?"

"ਕੋਈ ਆ ਰਿਹੈ ਉਹਨੂੰ ਲੈਣ ਵਾਸਤੇ।"

"ਜੇਹਦੀ ਅੱਜ ਉਡੀਕ ਸੀ ਉਹ ਤਾਂ ਘਰ ਵੀ ਪੁੱਜਗੀ। ਲੱਗਦੈ ਬੇਸਬਰੀ ਹੀ ਉਹਨੂੰ ਲੈ ਗਈ ਹੋਣੀ ਐ?" ਹਰਮਨ ਅਵੱਲੜੀ ਖ਼ੁਸ਼ੀ 'ਚ ਖੀਵੀ ਹੋ ਰਹੀ ਸੀ।

"ਉਡੀਕ ਤਾਂ ਉਹ ਤੈਥੋਂ ਜਾਣ ਬਾਅਦ ਅਗਲੇ ਦਿਨੋਂ ਹੀ ਕਰਨ ਲੱਗ ਪਿਆ ਸੀ ਅੱਜ ਤਾਂ ਉਹਦਾ ਵੱਡਾ ਅਫ਼ਸਰ ਸਣੇ ਪਰਿਵਾਰ ਆ ਰਿਹੈ। ਉਹਨੂੰ ਲੈਣ ਲਈ ਗਿਐ।" ਕਹਿੰਦੀ-ਕਹਿੰਦੀ ਸਤਨਾਮ ਨੇ ਸ਼ਹਿਬਾਜ਼ ਦਾ ਭਰਤੀ ਤੋਂ ਸੇਵਾਮੁਕਤੀ ਤੱਕ ਦਾ ਫੌਜੀ ਸਫ਼ਰ ਵੀ ਸੰਖੇਪ 'ਚ ਬਿਆਨ ਦਿੱਤਾ। ਸੀ.ਓ. ਬਾਜਵਾ ਨਾਲ ਪਰਿਵਾਰਕ ਸਨੇਹ ਤੇ ਆਪਣੇ ਕਸ਼ਮੀਰ ਜਾਣ ਬਾਰੇ ਦੱਸਣ ਦੇ ਬਾਵਜੂਦ ਨਜ਼ੀਰਾਂ ਦਾ ਤਾਜ਼ਾ ਮੁੱਦੇ ਨਾਲ ਪੰਜਾਬ ਆਉਣਾ ਮੂਲੋਂ ਗੁਪਤ ਕਰ ਦਿੱਤਾ।

"ਫਿਰ ਇਹ ਵੀ ਕਿੱਥੋਂ ਘੱਟ ਖ਼ੁਸ਼ੀ ਵਾਲੀ ਗੱਲ ਐ। ਸ਼ਹਿਬਾਜ਼ ਦੀ ਖ਼ੂਬੀ ਹੀ ਸਾਹਬ ਨੂੰ ਖਿੱਚ ਲਿਆਈ ਹੋਣੀ ਐ। ਐਵੇਂ ਕੀਤਿਆਂ ਤਾਂ ਵੱਡੇ ਅਫ਼ਸਰ ਆਮ ਜਵਾਨਾਂ ਦੇ ਘਰੇ ਜਾਂਦੇ ਨਹੀਂ।"

"ਆਹ ਤੇ ਐ ਹਰਮਨ। ਪਰ ਕਦੇ-ਕਦੇ ਉੱਚੇ ਨੱਕ ਵਾਲ਼ਿਆਂ ਨੂੰ ਵੀ ਮਜ਼ਬੂਰੀ ਜਾਂ ਫਰਜ਼ਾਂ ਵਸ ਨੀਵਿਆਂ ਨਾਲ਼ ਨਿਭਾਉਣੀ ਪੈ ਜਾਂਦੀ ਐ। ਖ਼ੈਰ ਇਹ ਲੋਕ ਬੜੇ ਨੇਕ ਦਿਲ ਨੇ।"

"ਨੇਕ ਦਿਲ ਤੇ ਹੋਣਗੇ ਪਰ ਆਹ ਮਜ਼ਬੂਰੀਆਂ-ਫ਼ਰਜ਼ ਵਗੈਰਾ ਤੋਂ ਕੀ ਮਤਲਬ?" ਹਰਮਨ ਨੇ ਸਤਿਨਾਮ ਦੇ ਚਿਹਰਿਓਂ ਬਦਲਵੇਂ ਪ੍ਰਭਾਵਾਂ ਨੂੰ ਤੁਰੰਤ ਫੜ ਲਿਆ। ਪਰ ਸਤਿਨਾਮ

ਨਜ਼ੀਰਾਂ ਦਾ ਸੱਚ ਹਰਮਨ ਅੱਗੇ ਆਪਣੀ ਜ਼ੁਬਾਨੀ ਬਿਆਨਣਾਂ ਨਹੀਂ ਚਾਹੁੰਦੀ ਸੀ। ਸੋਚਦੀ ਸੀ ਸ਼ਹਿਬਾਜ਼ ਆਪਣੀ ਮਜ਼ਬੂਰੀ ਖੁਦ ਬਿਆਨੇਗਾ। ਪਰ ਵਕਤ ਦੇ ਪਤਲੇ ਤੇ ਮਖਮਲੀ ਕੱਪੜੇ ਹੇਠ ਛੁਪਿਆ ਕੋਬਰਾ ਸੱਚ ਫੁੰਕਾਰੇ ਮਾਰਨ ਲੱਗ ਪਿਆ। ਸਤਿਨਾਮ ਕਸੂਤੀ ਜਿਹੀ ਫਸ ਗਈ।

"ਲੱਗਦੈ ਕੁੱਝ ਕਹਿਣੋਂ ਸ਼ਰਮਾਉਂਦੀ ਐ ਭੂਆ? ਕੀ ਗੱਲ?"

ਹਰਮਨ ਨੇ ਕਿਹਾ। ਸਤਿਨਾਮ ਨੇ ਸਭ ਕੁੱਝ ਮਜ਼ਬੂਰੀ ਵਸ ਕਹਿ ਸੁਣਾਇਆ।

"ਪਰ ਤੂੰ ਝੋਰਾ ਨਾ ਖਾਵੀਂ ਹਰਮਨ। ਹੋਵੇਗਾ ਉਹ ਜੋ ਤੂੰ ਚਾਹੇਂਗੀ। ਸ਼ਹਿਬਾਜ਼ ਨੇ ਉਹਦੇ ਪਿਉ ਨੂੰ ਜ਼ੁਬਾਨ ਦੇਣ ਦੇ ਬਾਵਜੂਦ ਫ਼ੈਸਲਾ ਤੇਰੀ ਉਡੀਕ ਤੇ ਈ ਰੱਖਿਐ। ਮੇਰੇ ਲਈ ਵੀ ਨਜ਼ੀਰਾਂ ਤੋਂ ਕਿਤੇ ਜ਼ਿਆਦੈ ਤੂੰ ਐ।" ਸਤਿਨਾਮ ਦਾ ਫੌਲਾਦੀ ਵਿਸ਼ਵਾਸ ਹਰਮਨ ਨੂੰ ਮਾਨਸਿਕ ਮਾਤਮ ਤੋਂ ਬਚਾ ਨਾ ਸਕਿਆ। ਖ਼ੁਆਬਾਂ ਦੇ ਭਰੇ ਕਾਫ਼ਲੇ ਅੱਗੇ ਤਲਵਾਰਾਂ ਤਾਣ ਖੜ੍ਹੀ ਕਿਸਮਤ ਅੱਗੇ ਦ੍ਰਿੜ੍ਹਤਾ ਹਥਿਆਰ ਸੁੱਟਣ ਲਈ ਮਜ਼ਬੂਰ ਹੋ ਗਈ। ਦੋਵਾਂ ਕੋਲ਼ ਇਸ ਤੋਂ ਅੱਗੇ ਕੁੱਝ ਕਹਿਣ-ਸੁਣਨ ਹਿੰਮਤ ਜਵਾਬ ਦੇ ਗਈ। ਫਿਰ ਸ਼ਹਿਬਾਜ਼ ਤੇ ਨਜ਼ੀਰਾਂ ਨੇ ਬਾਜਵਾ ਸਾਹਿਬ ਤੇ ਜਗਪਾਲ ਨੂੰ ਲੈ ਕੇ ਆ ਦਸਤਕ ਦਿੱਤੀ। ਹਰਮਨ ਤੇ ਸ਼ਹਿਬਾਜ਼ ਨੇ ਇਕ ਦੂਜੇ ਨੂੰ ਤੱਕਦਿਆਂ ਹੀ ਗਲਵੱਕੜੀ ਦਾ ਰੂਪ ਧਾਰ ਲਿਆ। ਦੁਨਿਆਵੀ ਖੌਫ਼ ਉਡਾਰੀ ਮਾਰ ਗਿਆ। ਦੋਵੇਂ ਜਿੰਦਾ ਇਕ ਦੂਜੇ ਨੂੰ ਮਿਲ਼ ਕੇ ਧਾਹੀਂ ਰੋਈਆਂ। ਵੇਖਣ ਵਾਲੇ ਦੋਵਾਂ ਦੀ ਤਨਹਾਈ ਦਾ ਵਸਲੀ ਰੂਪ ਨੀਝਾਂ ਭਰ-ਭਰ ਤੱਕਦੇ ਰਹੇ। ਹਰ ਕੋਈ ਕੁੱਝ ਕਹਿਣੋਂ ਬੇਵੱਸ ਸੀ। ਹਰਮਨ ਦੀ ਗੈਰ-ਮੌਜੂਦਗੀ 'ਚ ਸ਼ਹਿਬਾਜ਼ ਦੇ ਨੈਣ ਪੂੰਝਣ ਵਾਲ਼ੀ ਨਜ਼ੀਰਾਂ ਅੱਜ ਦੋਵਾਂ ਦੇ ਮਿਲਾਪ ਨੂੰ ਤੱਕ ਪੱਥਰ ਦਾ ਖਾਮੋਸ਼ ਬੁੱਤ ਬਣ ਗਈ। ਸ਼ਾਇਦ ਜ਼ਮੀਰ ਭਵਿੱਖ ਪ੍ਰਤੀ ਸੋਚ ਗ੍ਰਸਤ ਸੀ।

"ਕੁੜੇ ਕਿਉਂ ਰੋਂਦੀ ਐ? ਸਾਨੂੰ ਤੇਰਾ ਸਿਦਕ ਮਜਬੂਰਨ ਏਥੇ ਲੈ ਕੇ ਆਇਐ।"

"ਮੇਰਾ ਸਿਦਕ?" ਹਰਮਨ ਨੇ ਹਉਕੇ ਥੰਮ੍ਹਦਿਆਂ ਸਨਖਨੀ ਪ੍ਰਗਟਾਈ।

"ਹਾਂ ਬੇਟਾ।" ਜਗਪਾਲ ਦੀ ਥਾਂ ਸੀ.ਓ. ਬੋਲਿਆ-"ਅਸੀਂ ਤੈਨੂੰ ਭਾਵੇਂ ਅੱਜ ਵੇਖਿਐ ਪਰ ਤੇਰੇ ਬਾਰੇ ਸ਼ਹਿਬਾਜ਼ ਤੋਂ ਬੜਾ ਸੁਣਿਐ।" ਉਸ ਨੇ ਹਰਮਨ ਨੂੰ ਸੰਖੇਪ ਰੂਪ 'ਚ ਸਾਰੀ ਗੱਲ ਸੁਣਾਈ। ਫਿਰ ਹਰਮਨ ਨਜ਼ੀਰਾਂ ਨੂੰ ਬਾਹਾਂ 'ਚ ਲੈ ਕੇ ਮਿਲੀ। ਲੰਮਾ ਸਮਾਂ ਚੱਲਦਾ ਸਿਲਸਿਲਾ ਦਿਨ ਦੇ ਢਲਾਅ ਤੇ ਆ ਪੁੱਜਾ-"ਚੱਲ ਹਰਮਨ। ਆਪਾਂ ਦਰਿਆਏ ਪੱਤਣ ਤੇ ਚੱਲੀਏ। ਉਨ੍ਹਾਂ ਰਾਤਾਂ 'ਚ ਸੁੱਤੇ ਵਾਅਦਿਆਂ ਨੂੰ ਜਗਾਈਏ। ਜੋ ਵਹਿੰਦੇ ਪਾਣੀਆਂ ਸੰਗ ਦੂਰ ਚਲੀਆਂ ਗਈਆਂ ਨੇ।"

ਦੋਵੇਂ ਇਕੱਲਿਆਂ ਕੀਤੀ ਤਜਵੀਜ ਨੂੰ ਅਮਲੀ ਜਾਮਾ ਪਹਿਨਾਉਣ ਲਈ ਸਤਿਨਾਮ ਦੇ ਕੰਨੀਂ ਫੂਕ ਮਾਰ ਬਾਕੀਆਂ ਨੂੰ ਬਿਨਾ ਕੁੱਝ ਦੱਸਿਆਂ ਉੱਥੋਂ ਨਿਕਲ ਤੁਰੇ। "ਚੱਲ ਪਹਿਲਾਂ ਧਰੇਕ ਦਾ ਬੂਟਾ ਵੇਖ ਲਈਏ?"

"ਹਰਮਨ ਦੀ ਗੱਲ ਦਾ ਜੁਆਬ ਦੇਣ ਦੀ ਬਜਾਏ ਸ਼ਹਿਬਾਜ਼ ਸਵਰਨੇ ਦੇ ਘਰ ਵਲ ਹੋ ਤੁਰਿਆ। "ਬੂਟਾ ਰੁੰਡ-ਮਰੁੰਡ ਸੁੱਕਣ ਕਿਨਾਰੇ ਐ।" ਉਸ ਨੇ ਬੂਟੇ ਨੂੰ ਸਿਖਰੋਂ ਫੜ ਹਿਲਾਉਂਦਿਆਂ ਕਿਹਾ।

"ਸਾਡੇ ਪਿਆਰ ਨਾਲ ਹਜ਼ਾਰਾਂ ਧੁੱਪਾਂ ਏਨੇ ਵੀ ਸਿਰ ਸਹੀਆਂ ਨੇ। ਜੜ੍ਹ ਸਲਾਮਤ ਹੋਵੇ। ਮਿਹਨਤ ਤੇ ਦੇਖਭਾਲ ਏਹਨੂੰ ਖੁਦ ਬਚਾ ਲਏਗੀ।" ਹਰਮਨ ਨੇ ਖਦਸ਼ਾ ਪ੍ਰਗਟਾਇਆ।

"ਮੈਂ ਏਹਨੂੰ ਹਰ ਛੁੱਟੀ 'ਚ ਖੁਦ ਵੀ ਵੇਖਦਾ ਰਿਹਾ ਤੇ ਦੇਵ ਨੂੰ ਏਹਦੀ ਦੇਖ-ਭਾਲ਼ ਕਰਨ ਲਈ ਉਚੇਚਾ ਕਹਿੰਦਾ ਰਿਹਾ।" ਸ਼ਹਿਬਾਜ਼ ਦਾ ਵਿਸ਼ਵਾਸ ਪੱਕਾ ਸੀ।

"ਪਰ ਜਿਸ ਸ਼ੈਅ ਨੂੰ ਕੁਦਰਤ ਦੀ ਮਾਰ ਪੈ ਜੇ ਉਹ ਸੌਖਿਆਂ ਨਹੀਂ ਬਚਦੀ। ਇਹ ਪਰਵਸੋਂ ਮੇਰੇ ਨਾਲ ਜੁੜਿਐ। ਮੈਂ ਵਧਦੀ ਰਹੀ ਇਹ ਮੇਰੇ ਨਾਲ਼ ਵਧਦਾ ਗਿਆ। ਮੈਂ ਕੁਮਲਾਉਣ ਤੇ ਆਈ ਇਹ ਵੀ......।" ਹਰਮਨ ਨੇ ਲੰਮਾ ਹਉਕਾ ਲਿਆ।

"ਚੰਦਰੇ ਬੋਲ ਬੋਲਣ ਦੀ ਆਦਤ ਡੁਬਈ ਹੀ ਛੱਡ ਆਉਣੀ ਸੀ।" ਸ਼ਹਿਬਾਜ਼ ਨੇ ਪਿਆਰ ਭਰਿਆ ਹੱਥ ਹਰਮਨ ਦੀ ਪਿੱਠ ਤੇ ਮਾਰਿਆ।

"ਆਦਤ 'ਚ ਵਸਦੀ ਮੁੱਹਬਤ ਨੂੰ ਕਿਵੇਂ ਛੱਡਦੀ?"

ਪੂਰੇ ਢਾਈ ਵਰ੍ਹਿਆਂ ਬਾਅਦ ਮੁਲਾਕਾਤ ਨੇ ਅਤੀਤ ਦੁਹਰਾਇਆ ਉਹੀ ਬਾਹਵਾਂ। ਉਹੀ ਚੰਨ। ਉਹੀ ਸੂਰਜ। ਉਹੀ ਫਿਜ਼ਾ। ਉਹ ਦਰਿਆ। ਉਹੀ ਕਿਨਾਰਾ। "ਹਰਮਨ ਮੈਂ ਵਾਅਦਾ ਵੀ ਉਹੀ ਮੰਗਦੈ। ਦੱਸ ਮੈਨੂੰ ਛੱਡ ਹੁਣ ਕਿਤੇ ਜਾਵੇਂਗੀ ਤਾਂ ਨਹੀਂ?"

"ਮੈਂ ਰੂਹੋਂ ਕਿਤੇ ਨਹੀਂ ਸਾਂ ਗਈ। ਮੁਕੱਦਰ ਜਿਸਮੋਂ ਧੂਹ ਲੈ ਗਏ ਸਨ। ਤੇਰੀ ਜਿਸਮਾਨੀ ਅਮਾਨਤ ਚਿੱਟੀ ਚਾਦਰ ਵਾਂਗੂ ਪਾਕ ਲੈ ਮੁੜੀ ਆਂ। ਤੈਨੂੰ ਇਹ ਮੁਬਾਰਕ ਹੋਵੇ।"

ਕਾਂਡ-11

ਹਰਮਨ ਨੇ ਢਾਈ ਵਰ੍ਹਿਆਂ ਦਾ ਸੱਚ ਸ਼ਹਿਬਾਜ਼ ਦੀ ਬੁੱਕਲ ਪੈ ਕੇ ਬਿਆਨ ਦਿੱਤਾ।

"ਸ਼ੁੱਕਰਵਾਰ ਉਹ ਸਭ ਇੱਥੇ ਆਉਣਗੇ, ਮੈਂ ਆਪਣੇ ਤੌਰ ਤੇ ਦਾਅਵਤ ਦੇ ਆਈ ਆਂ। ਨਜ਼ੀਰਾਂ ਬਾਰੇ ਇਲਮ ਭੂਆ ਤੋਂ ਹੋਇਐ। ਮੇਰਾ ਤੇਰੇ ਫਰਜ਼ਾਂ 'ਚ ਕੋਈ ਦਖਲ ਨਹੀਂ ਪਰ ਧੰਨਵਾਦ ਐ ਤੂੰ ਏਡੇ ਫਰਜ਼ਾਂ ਹੇਠ ਆ ਕੇ ਮੇਰੇ ਵਾਅਦਿਆਂ ਨੂੰ ਉਡੀਕ 'ਚ ਬਦਲ ਦਿੱਤੈ।"

ਹਰਮਨ ਦਾ ਚਿਹਰਾ ਨਿਮੋਝੂਣਾਂ ਜਿਹਾ ਹੋ ਗਿਆ।

"ਤੈਨੂੰ ਇਹ ਸੱਚ ਅਗਰ ਮਾਮੀ ਨਾ ਸੁਣਾਉਂਦੀ ਤਾਂ ਮੇਰੇ ਲਈ ਇਹ ਕੁੱਝ ਬਿਆਨਣਾਂ ਵੀ ਔਖਾ ਹੋ ਜਾਂਦੈ। ਤੈਥੋਂ ਵਿਛੜ ਕੇ ਭੋਇੰ ਪਏ ਨੂੰ ਚੁੱਕ ਕੇ ਮੱਲਮਾਂ ਲਗਾਉਣ ਵਾਲ਼ੀ ਨਜ਼ੀਰਾਂ ਸਾਡੀ ਮੁਹੱਬਤ ਨੂੰ ਰੋਮ-ਰੋਮ ਤੋਂ ਸਮਝਦੀ ਐ। ਸ਼ਾਇਦ ਏਸੇ ਕਰਕੇ ਈ ਉਹ ਤੇਰੀ ਉਡੀਕ 'ਚ ਮੇਰੇ ਬਰਾਬਰ ਖੜ੍ਹੀ ਰਹੀ......। ਸ਼ਹਿਬਾਜ਼ ਨੇ ਲੰਮਾ ਸਮਾਂ ਇਹ ਪੱਖ ਹਰਮਨ ਨਾਲ ਵਿਚਾਰਿਆ। ਗਹਿਰ-ਗੰਭੀਰ ਹੋਈ ਹਰਮਨ ਵੀ ਲੰਮੀ ਚੁੱਪ ਦੀ ਗੋਦ 'ਚ ਪਈ ਰਹੀ-

"ਸ਼ਹਿਬਾਜ਼ ਨਾ ਤੇਰੀ ਮੁਹੱਬਤ ਹਾਰੇਗੀ ਨਾ ਫਰਜ਼ ਝੂਠੇ ਪੈਣਗੇ। ਨਾ ਤੇਰੇ ਨੈਣ ਪੂੰਝਣ ਵਾਲੀ ਨਜ਼ੀਰਾਂ ਨਾਲ ਅਨਿਆਂ ਹੋਵੇਗਾ। ਨਾ ਮੇਰੀ ਹਮਦਰਦ ਮਨਜਿੰਦਰ ਨਾਲ। ਮੁਹੱਬਤ ਇਨ੍ਹਾਂ ਦੋਵਾਂ ਦੀ ਕਰਜ਼ਦਾਰ ਐ। ਮੈਂ ਇਸ ਕਰਜ਼ ਬਦਲੇ ਤਪਦੇ ਖੰਭੇ ਨੂੰ ਜੱਫੀ ਪਾਉਣ ਲਈ ਤਿਆਰ ਆਂ। ਕੋਈ ਐਸਾ ਹੱਲ ਵਕਤ ਖੁਦ ਲੱਭ ਲਏਗਾ।"

"ਕਿਵੇਂ?"

"ਇਹ ਸਮਾਂ ਆਉਣ ਤੇ ਹੀ ਦੱਸਾਂਗੀ ਪਰ ਮਸਾਂ ਥਿਆਹੇ ਵਸਲ ਦੇ ਪਲਾਂ ਨੂੰ ਐਵੇਂ ਨਾ ਗਵਾ। ਚਿਰਾਂ ਤੋਂ ਵਾਂਝਾ ਮੁਹੱਬਤ ਦਾ ਜੋਸ਼ ਏਸ ਮੁਲਾਕਾਤਾਂ 'ਚ ਭਰ ਕੇ ਫਿਜ਼ਾ ਤੇ ਏਹਦਾ ਸਿਰਨਾਵਾਂ ਉਕਰ ਦੇ।" ਸ਼ਹਿਬਾਜ਼ ਦੀਆਂ ਬਾਹਵਾਂ ਦੀ ਹਰਮਨ ਦੇ ਵਜੂਦ ਨੂੰ ਪਈ ਜਕੜ ਹੋਰ ਮਜ਼ਬੂਤ ਹੋ ਗਈ।" ਵੇਖੀਂ ਕਿਤੇ ਪਹਿਲਾਂ ਵਾਂਗੂੰ ਚੋਰ ਭਲਾਈ ਦੇ ਕੇ ਨਾ ਤੁਰ ਜੀਂ?"

"ਪਹਿਲਾਂ ਵੀ ਦੱਸ ਕੇ ਗਈ ਸਾਂ! ਹੁਣ ਵੀ ਚੁੱਪ-ਚੁਪੀਤੇ ਨਹੀਂ ਜਾਂਦੀ।"

"ਤੈਥੋਂ ਵਿਛੜ ਕੇ ਕੀ ਜੀਊਣਾ ਕੀ ਮਰਨਾ......।" ਸ਼ਹਿਬਾਜ਼ ਖਾਮੋਸ਼ੀ ਦੇ ਆਲਮ 'ਚ ਗ੍ਰਿਫ਼ਤ ਹੋ ਗਿਆ। ਮੁਲਾਕਾਤ ਤੜਕਸਾਰ ਤੋਂ ਅਗਾਂਹ ਲੰਘ ਗਈ। ਘਰ ਵਾਪਿਸੀ ਤੇ ਭੁੱਖ-ਪਿਆਸ ਦਾ ਖ਼ਿਆਲ ਨੇੜੇ ਨਾ ਭਟਕਿਆ। ਦੋਵੇਂ ਘਰ ਪੁੱਜੇ ਤਾਂ ਸਭ ਸੁੱਤੇ ਪਏ ਸਨ।

ਅਗਲਾ ਦਿਨ ਸਭ ਚਿਹਰਿਆਂ 'ਤੇ ਸਵਾਲੀਆਂ ਚਿੰਨ ਬਣਾਉਂਦਾ ਰਿਹਾ। ਪੁੱਛਣ-ਕਹਿਣ ਦੀ ਕੋਸ਼ਿਸ਼ ਜ਼ੁਬਾਨੋਂ ਹਾਰਦੀ ਰਹੀ। ਸਤਿਨਾਮ ਨੇ ਹਰਮਨ ਨੂੰ ਇਕੱਲਿਆਂ ਬਿਠਾ ਕੇ ਕਸੂਤੀ ਗੰਢ ਖੋਲ੍ਹਣ ਦੀ ਕੋਸ਼ਿਸ਼ ਲੜਾਈ-"ਕੀ ਕਹਾਂ ਭੂਆ? ਜ਼ਿੰਦਗੀ ਦਾ ਅਲਫ਼ ਨੰਗਾ ਸੱਚ ਕਿਸੇ ਤੋਂ ਗੁੱਝਾ ਨਹੀਂ। ਜ਼ਿੰਦਗੀ ਖੁੱਲ੍ਹੀ ਕਿਤਾਬ ਵਾਂਗੂੰ ਤੁਹਾਡੇ ਪਈ ਐ। ਸਭ ਦਾ ਸਾਂਝਾ ਫੈਸਲਾ ਮੇਰੇ ਲਈ ਇਲਾਹੀ ਹੋਏਗਾ। ਕਿਸਮਤ ਦੀਆਂ ਲਕੀਰਾਂ 'ਚ ਡਾਹਢੇ ਦੇ ਪਰੋਏ ਰਾਹੂ-ਕੇਤੂ ਮੈਥੋਂ ਮਿਲੇ ਸ਼ਹਿਬਾਜ ਨੂੰ ਮੁੜ ਝਪਟ ਲੈ ਜਾਣ, ਮੈਂ ਤੱਤੜੀ ਕਰ ਵੀ ਕੀ ਸਕਦੀ ਆਂ?" ਕਹਿੰਦਿਆਂ-ਕਹਿੰਦਿਆਂ ਹਰਮਨ ਰੋ ਪਈ।

"ਏਦਾਂ ਕਿਉਂ ਕਰਦੀ ਐ ਮੇਰੀ ਧੀ? ਤੇਰੇ ਹੱਕਾਂ ਲਈ ਮੁੱਢੋਂ ਆਡਾ ਲਾਉਂਦੀ ਆਈ ਆ। ਹੁਣ ਕਿਵੇਂ ਹਟ ਜਾਂਗੀ?" ਸਤਨਾਮ ਨੇ ਹਰਮਨ ਨੂੰ ਸੀਨੇ ਲਾ ਕੇ ਵਰਾਇਆ।

ਫਿਰ ਇਕੱਲੀ ਨਜ਼ੀਰਾਂ ਨੂੰ ਪੁੱਛਿਆ ਤਾਂ ਉਸ ਨੇ ਆਪਣਾ ਦੁਖਾਂਤ ਫਿਰੋਲ ਮਾਰਿਆ-"ਆਂਟੀ। ਸ਼ਹਿਬਾਜ਼ ਤੋਂ ਅੱਗੇ ਮੇਰੀ ਜ਼ਿੰਦਗੀ ਦੀ ਸਰਹੱਦ ਐ। ਹਰਮਨ ਨੂੰ ਵੱਡੀ ਭੈਣ ਮੰਨ ਕੇ ਤਮਾਮ ਜ਼ਿੰਦਗੀ ਉਹਦੀ ਗੋਲੀ ਬਣਨ ਲਈ ਵੀ ਤਿਆਰ ਆਂ। ਸ਼ਹਿਬਾਜ਼ ਮੈਨੂੰ ਦੂਜੇ ਦਰਜੇ ਦੀ ਪਤਨੀ ਵੀ ਮੰਨ ਲਏ ਮੈਂ ਤਾਂ ਵੀ ਹਰ ਹੁਕਮੋਂ ਪਾਬੰਦ ਹੋਈ ਸ਼ਿਕਾਇਤ ਦਾ ਮੌਕਾ ਨਹੀਂ ਦਿਆਂਗੀ। ਬੱਸ ਮੈਨੂੰ ਮਾਮੂਲੀ ਹੁੰਗਾਰਾ ਈ ਬੜਾ ਐ।"

"ਨਜ਼ੀਰਾਂ। ਸਮਾਜ ਦਾ ਤਾਣਾਂ ਬੜਾ ਉਲਝਿਆ ਪਿਐ। ਏਥੇ ਲੋਕਾਂ ਦੇ ਪੰਜ ਮੁੱਦਿਆਂ ਤੇ ਪੰਜਾਹ ਰਾਹ ਹਨ। ਪਰ ਇਹ ਮੋੜ ਐਸਾ ਐ ਜੇਹਦੇ ਵਿਰੋਧ 'ਚ ਪੰਜਾਹ ਰਾਹਾਂ ਦਰਮਿਆਨ ਚੌਕ ਇੱਕ ਐ। ਧਰਮ ਦੀਆਂ ਪਾੜਾਂ ਤੇਰੇ ਬਾਪੂ ਦੇ ਨਿਸ਼ਨਿਓਂ ਕਿਤੇ ਦੂਰ ਨੇ।"

"ਮੈਨੂੰ ਤੁਹਾਡਾ ਹੁੰਗਾਰਾ ਚਾਹੀਦੈ, ਮੈਂ ਅੰਮ੍ਰਿਤ ਛਕ ਕੇ ਏਸ ਪਾੜੇ ਨੂੰ ਖ਼ਤਮ ਕਰ ਦਿਆਂਗੀ। ਕੀ ਫਿਰ ਵੀ ਸਮਾਜ ਇੱਕੋ ਧਰਮ ਦੀਆਂ ਦੋ ਪਤਨੀਆਂ ਨਹੀਂ ਕਬੂਲੇਗਾ?"

"ਨਹੀਂ ਕਬੂਲੇਗਾ। ਇਸਲਾਮ ਇੱਕ ਤੋਂ ਜ਼ਿਆਦੇ ਨਕਾਹ ਕਰਵਾਉਣ ਦੀ ਖ਼ੁਦ ਇਜ਼ਾਜਤ ਦੇਂਦੈ ਪਰ ਗੈਰ-ਇਸਲਾਮਾਂ ਨੂੰ ਇੱਕ ਤੋਂ ਵੱਧ ਵਿਆਹ ਕਰਨ ਵਾਲੇ ਨੂੰ ਧਰਮ ਤੋਂ ਅੱਗੇ ਹੋ ਕੇ ਕਾਨੂੰਨ ਘੇਰਦੈ। ਜੇ ਇਹ ਮਜ਼ਬੂਰੀ ਮੈਥੋਂ ਦੋ ਨੂੰਹਾਂ ਸਿਰੋਂ ਵਾਰਿਆ ਪਾਣੀ ਦਾ ਗੜਵਾ ਨਾ ਖੋਂਹਦੀ, ਮੇਰੀ ਜ਼ਿੰਦਗੀ ਭਰ ਦੀ ਕੁੜੱਤਣ ਮਿਠਾਸ ਹੋ ਨਿਬੜਦੀ। ਦੋ ਨੂੰਹਾਂ ਦੇ ਪੈਰ ਪੈਣ ਨਾਲ ਘਰ ਜੋੜੇ ਪੁੱਤ ਜੰਮਣ ਵਾਲੀ ਖ਼ੁਸ਼ੀ ਹੰਢਾਉਂਦੀ।"

ਸਤਨਾਮ ਖੁਦ ਕਿਸੇ ਕਿਨਾਰੇ ਨਹੀਂ ਸੀ ਲੱਗੀ। ਉਸੇ ਸ਼ਾਮ ਹਰਮਨ ਤੇ ਨਜ਼ੀਰਾਂ ਨੂੰ ਇਕੱਲਿਆਂ ਬੈਠ ਦੁੱਖ ਫੋਲਣ ਦਾ ਸਬੱਬ ਇਤਫ਼ਾਕਨ ਜੁੜਿਆ-ਨਜ਼ੀਰਾਂ ਤੂੰ ਵਾਕਿਆ ਈ ਮੇਰੀ ਛੋਟੀ ਭੈਣ ਬਣ ਕੇ ਸ਼ਹਿਬਾਜ਼ ਨਾਲ ਵਿਆਹ ਕਰਵਾਉਣ ਨੂੰ ਤਿਆਰ ਐਂ?" ਹਰਮਨ ਨੇ ਪੁੱਛਿਆ।

"ਹਾਂ ਜੀ। ਪਰ ਤੁਹਾਡੀ ਸਹਿਮਤੀ ਤੋਂ ਬਿਨਾਂ ਨਹੀਂ।"

"ਮੈਨੂੰ ਵੀ ਕੋਈ ਮਲਾਰ ਨਾ ਰਹਿੰਦਾ ਜੇ ਐਸਾ ਹੋ ਸਕਦਾ।"

"ਸੱਚ ਤਾਂ ਇਹ ਵੀ ਐ ਸਿਸਟਰ ਹਰਮਨ ਜੁ ਥਾਂ ਤੁਹਾਡੀ ਮੇਰੇ ਦਿਲ 'ਚ ਬਣ ਚੁੱਕੀ ਐ ਉਹ ਅਜੇ ਤੱਕ ਕੋਈ ਹੋਰ ਨਹੀਂ ਲੈ ਸਕਿਆ। ਪਰ ਕੀ ਕਰਾਂ ਤੁਹਾਡੇ ਰਾਹ 'ਚ ਖੜ੍ਹਦੀ ਵੀ ਸ਼ਰਮਸਾਰ ਹੋ ਰਹੀ ਆਂ।" ਨਜ਼ੀਰਾਂ ਮਜਬੂਰ ਜਿਹੀ ਹੋ ਕੇ ਬੋਲੀ।

"ਖ਼ੈਰ ਛੱਡ ਨਜ਼ੀਰਾਂ ਰੋਣ-ਧੋਣ ਨੂੰ। ਬੜਾ ਰੋ-ਰੋ ਵੇਖ ਲਿਆ। ਕੁੱਝ ਨਹੀਂ ਲੱਭਦਾ ਏਸ 'ਚੋਂ। ਇੱਕ ਵਾਅਦਾ ਕਰ ਮੈਂ ਜੋ ਪੁੱਛਾਂ ਕੁੱਝ ਛੁਪਾਵੇਂਗੀ ਤਾਂ ਨਹੀਂ?"

"ਤੁਹਾਥੋਂ ਕੁਝ ਛੁਪਾਣਾਂ ਅੱਲਾ ਦੋਜ਼ਕ ਪਾਏ। ਤੁਸੀਂ ਫਰੈਂਕਲੀ ਪੁੱਛੋ ਕੀ ਪੁੱਛਣਾ ਚਾਹੁੰਨੇ ਉਂ?"

"ਮੇਰੇ ਸ਼ਹਿਬਾਜ਼ ਦੇ ਸੰਬੰਧਾਂ ਦਾ ਬੋਝ ਦਿਲੋਂ ਲਾਹ ਕੇ ਦੱਸੀ ਤੂੰ ਸ਼ਹਿਬਾਜ਼ ਦੀ ਵਹੁਟੀ ਬਣਨਾ ਕਿੱਥੋਂ ਕੁ ਤੱਕ ਚਾਹੁੰਦੀ ਐਂ?"

"ਚਾਹਤ ਦੀ ਤਾਂ ਮੰਜ਼ਿਲ ਈ ਇਹੋ ਬਚੀ ਐ। ਅੱਬੂ ਵੱਲੋਂ ਮੈਨੂੰ ਸ਼ਹਿਬਾਜ਼ ਦੇ ਹੱਥ ਫੜਾਉਣਾ ਬੇਸ਼ੱਕ ਮੌਕਾ ਮੇਲ ਸੀ ਪਰ ਉਹਦਾ ਉਹੀ ਸੁਪਨਾ ਮੇਰੀ ਮਜਬੂਰੀ ਬਣ ਗਿਆ। ਕੁਰਆਨ-ਏ-ਪਾਕ ਨੂੰ ਹਾਜ਼ਰ ਜਾਣ ਕਹਿੰਦੀ ਆਂ ਮੈਂ ਅੱਜ ਵੀ ਤੁਹਾਨੂੰ-ਸ਼ਹਿਬਾਜ਼ ਨੂੰ ਰੂਹੋ-ਵਜੂਦੋ ਇੱਕ ਵੇਖਣਾ ਚਾਹੁੰਦੀ ਆਂ। ਪਰ ਸਿਰ ਖੜ੍ਹਾ ਸਵਾਲ ਜੁਆਬ ਮੰਗਦਾ ਐ ਜੇ ਸ਼ਹਿਬਾਜ਼ ਨਹੀਂ ਤਾਂ ਮੈਨੂੰ ਹੋਰ ਕੌਣ ਅਪਣਾਏਗਾ? ਮੈਂ ਕੱਲੀ ਕਹਿਰੀ ਕਿੱਥੇ ਜਾਵਾਂਗੀ? ਦੁਨੀਆ ਤੇ ਮੇਰੇ ਹੰਝੂਆਂ ਦਾ ਜ਼ਾਮਨ ਹੋਰ ਕੌਣ ਬਚਿਐ? ਅੱਬੂ ਦਾ ਟੁੱਟਿਆ ਖ਼ੁਆਬ ਉਹਨੂੰ ਬਹਿਸ਼ਤ ਕਿਵੇਂ ਦਿਖਾਏਗਾ? ਸ਼ਹਿਬਾਜ਼ ਤੋਂ ਬਿਨਾ ਅੱਬੂ ਦੀ ਹੁਕਮ ਅਦੂਲੀ ਕਰ ਕੇ ਹੋਰ ਥਾਂ ਕਾਜ਼ ਰਚਾਉਣਾ ਉਹਦੀ ਸ਼ਰ੍ਹਾ ਨੇ ਹਰਾਮ ਮੰਨਿਐ, ਮੈਂ ਇਹ ਜ਼ਹਿਰ ਕਿਵੇਂ ਪੀਵਾਂਗੀ? ਇੱਥੇ ਰਹਾਂਗੀ ਤਾਂ ਕਿਹੜੇ ਅਧਿਕਾਰ ਨਾਲ? ਕਸ਼ਮੀਰ ਮੁੜਾਂਗੀ ਕਿਹੜੇ ਸਤਿਕਾਰ ਨਾਲ? ਹਰਮਨ ਤੁਹਾਡੇ ਲਈ ਮਤਰਈ ਅੰਮਾ ਸਰਾਪ ਬਣ ਗਈ ਮੇਰੇ ਲਈ ਕਸ਼ਮੀਰ ਦੀ ਮਾਂ-ਮਿੱਟੀ। ਅੱਲ੍ਹਾ ਨੇ ਮੈਨੂੰ ਦਿਲ ਖੋਹਲ ਕੇ ਇਲਮ ਦਿੱਤਾ ਪਰ ਕਿਸਮਤ ਦੇਣ ਵੇਲੇ ਹੱਥ ਘੁੱਟ ਲਿਆ। ਫਿਰ ਦੱਸੋ ਭੈਣ ਮੈਂ ਕੀ ਕਰ ਸਕਦੀ ਆਂ.........?"

ਨਜ਼ੀਰਾਂ ਹੁਬਕੀਆਂ ਭਰ ਕੇ ਰੋ ਪਈ।

"ਰੋ ਨਾ ਨਜ਼ੀਰਾਂ। ਅੱਜ ਤੂੰ ਰੋਂਦੀ ਐ। ਕੱਲ੍ਹ ਇਸੇ ਮਜਬੂਰੀ ਦਾ ਭੰਨਿਆਂ ਏਦਾਂ ਈ ਸ਼ਹਿਬਾਜ਼ ਰੋ ਰਿਹਾ ਸੀ। ਜੇ ਤੁਹਾਡੇ ਸਾਂਝੇ ਦੁਖਾਂਤ ਦਾ ਹੱਲ ਮੇਰੇ ਕੋਲ ਐ ਤਾਂ ਮੈਂ ਜ਼ਰੂਰ ਕੱਢਣ ਦੀ ਕੋਸ਼ਿਸ਼ ਕਰਾਂਗੀ।" ਹਰਮਨ ਨੇ ਹੌਂਸਲਾ ਦਿੱਤਾ।

"ਮੇਰਾ ਹੱਥ ਸ਼ਹਿਬਾਜ਼ ਨੂੰ ਫੜਾ ਕੇ ਅੱਬੂ ਨੇ ਕਿਹਾ ਸੀ, "ਅਗਰ ਤੈਨੂੰ ਨਜ਼ੀਰਾਂ ਬੋਝ ਲੱਗੇ ਤਾਂ ਮੇਰੇ ਨਾਲ ਕੀਤਾ ਵਾਅਦਾ ਯਾਦ ਕਰ ਲਵੀਂ ਪਰ ਕੋਈ ਕੁੱਤਾ ਏਹਦਾ ਗੋਸ਼ਤ

ਨੋਚਣ ਲਈ ਆ ਪਏ ਤਾਂ ਏਹਦੇ ਗੋਲ਼ੀ ਮਾਰ ਦਵੀਂ। ਅੱਜ ਮੈਨੂੰ ਲੱਗਦੈ ਮੈਂ ਸ਼ਹਿਬਾਜ਼ ਦੇ ਸਿਰ ਦਾ ਭਾਰ ਵੀ ਬਣ ਗਈ ਆਂ ਤੇ ਕਸ਼ਮੀਰ ਬੈਠੇ ਕੁੱਤੇ ਮੇਰਾ ਗੋਸ਼ਤ ਨੋਚਣ ਲਈ ਉਡੀਕ ਕਰ ਰਹੇ ਨੇ...।"

"ਨਾ ਰੋ ਨਜ਼ੀਰਾਂ ਨਾ ਰੋ।" ਹਰਮਨ ਨੇ ਉਸ ਨੂੰ ਘੁੱਟ ਕਲੇਜੇ ਲਾਇਆ-"ਅਜਨਬੀ ਫੌਜੀ ਹੱਥ ਧੀ ਦਾ ਹੱਕ ਦੇਣ ਵਾਲੇ ਬਾਬਲ ਦੇ ਜਿਗਰੇ ਨੂੰ ਮੈਂ ਸਲਾਮ ਆਖਦੀ ਆਂ। ਸੱਚ ਜਾਣੀ ਨਜ਼ੀਰਾਂ ਨਾ ਉਸ ਬਾਪ ਦਾ ਵਿਸ਼ਵਾਸ ਮੈਂ ਕਦੇ ਟੁੱਟਣ ਦਿਆਂਗੀ। ਨਾ ਤੂੰ ਕਸ਼ਮੀਰ ਜਾਏਂਗੀ। ਕਿਸਮਤ ਦੀ ਡੋਰ ਇਨਸਾਨ ਹੱਥ ਨਹੀਂ ਹੁੰਦੀ ਨਾ ਡਾਹਡਾ ਵਕਤ ਪੁੱਛ ਕੇ ਆਉਂਦੈ। ਤੇਰੇ ਫਰਜ਼ ਕੁਆਰੇ ਨਹੀਂ ਰਹਿਣਗੇ। ਇਹ ਮੇਰਾ ਤੇਰੇ ਸੰਗ ਵਾਅਦਾ ਐ। ਤੂੰ ਸੱਚ ਨੂੰ ਮੇਰੇ ਸਾਹਵੇਂ ਅਲਫ਼ ਨੰਗਾ ਕੀਤੈ, ਏਸ ਵਾਸਤੇ ਤੇਰਾ ਉਚੇਚਾ ਧੰਨਵਾਦ।"

"ਪਰ ਏਦਾਂ ਹੋਏਗਾ ਕਿਵੇਂ ਸਿਸਟਰ? ਤੁਸੀਂ ਮੇਰੇ ਲਈ ਆਪਣੇ ਅਰਮਾਨ ਕੁਆਰੇ ਰੱਖੋਗੇ? ਜਾਂ ਮੇਰੀ ਥਾਂ ਖੁਦ ਸਜ਼ਾਵਾਂ ਭੁਗਤੋਗੇ? ਜੇ ਇਹ ਸੋਚਿਐ ਤਾਂ ਇਹ ਮੈਨੂੰ ਮਨਜ਼ੂਰ ਨਹੀਂ।"

"ਖ਼ਿਨ੍ਹਾਂ ਸੁਆਲਾਂ ਦਾ ਜੁਆਬ ਸਮਾਂ ਆਉਣ ਤੇ ਦਿਆਂਗੀ। ਖ਼ੈਰ ਇਹ ਦੱਸ, ਮੈਂ ਸ਼ਹਿਬਾਜ਼ ਨੂੰ ਅਗਰ ਤੇਰੇ ਹਵਾਲੇ ਛੱਡ ਜਾਂ ਤੂੰ ਉਹਨੂੰ ਪਹਿਲਾਂ ਵਾਂਗੂ ਹਿਜਰੋਂ ਦੂਰ ਰੱਖਣ ਦਾ ਫਰਜ਼ ਨਿਭਾਏਂਗੀ?"

"ਜੀ? ਪਰ ਤੁਹਾਡਾ ਏਸ ਮੁੱਦੇ ਤੇ ਛੱਡ ਕੇ ਜਾਣਾ ਵੀ ਮੇਰੇ ਮੁਨਾਸਿਬ ਨਹੀਂ। ਵੈਸੇ ਵੀ ਉਹਦੇ ਲਈ ਤੁਹਾਡੀ ਜੁਦਾਈ ਦਾ ਜ਼ਿਕਰ ਕੈਂਸਰ ਤੋਂ ਖ਼ਤਰਨਾਕ ਐ।"

"ਫਿਰ ਵੀ ਤੂੰ ਉਹਨੂੰ ਖਤਰਿਆਂ ਨਾਲ ਖੇਡਣਾਂ ਸਿਖਾਈਂ। ਸ਼ੈਦ ਸਮਾਂ ਮੈਥੋਂ ਕੁਰਬਾਨੀ ਦੇ ਨਾਲ ਤੈਥੋਂ ਇਹ ਜੱਦੋ-ਜ਼ਹਿਦ ਵੀ ਮੰਗਦੈ।"

"ਓ.ਕੇ.।" ਨਜ਼ੀਰਾਂ ਨੂੰ ਹਰਮਨ ਦਾ ਉਦਾਸਿਆਂ ਚਿਹਰਾ ਹਰਫਨ ਮੌਲ਼ਾ ਜਿਹਾ ਲੱਗਿਆ। ਨਿਰਾਸ਼ਾ ਦੀ ਥਾਂ ਉਤਸ਼ਾਹ ਨੇ ਆ ਮੱਲੀ। ਉਸ ਨੇ ਪੂਰੇ ਜ਼ੋਰ ਨਾਲ ਨਜ਼ੀਰਾਂ ਨੂੰ ਸੀਨੇ ਲਾ ਕੇ ਕਸ਼ਮੀਰੀ ਸੇਬ ਵਰਗੀਆਂ ਗੱਲ੍ਹਾਂ ਤੋਂ ਚੁੰਮਣ ਭਰ ਲਿਆ।

"ਲੱਗਦੈ ਆਂਟੀ-ਅੰਕਲ ਏਸ ਗੱਲੋਂ ਜ਼ਿਆਦੈ ਫਿਕਰਮੰਦ ਨੇ ਤੂੰ ਏਸ ਵਿਸ਼ਵਾਸ ਨਾਲ ਉਨ੍ਹਾਂ ਦਾ ਫ਼ਿਕਰ ਵੀ ਲਾਹ ਦੇਵੀਂ।"

"ਫਿਕਰ ਤਾਂ ਮੰਨਿਐ ਬਾਜਵਾ ਅੰਕਲ ਨੂੰ ਵੀ ਬੜੈ ਪਰ ਕੀ ਹੋ ਸਕਦੈ ਪ੍ਰੋਫ਼ੈਸਰ ਸਾਹਿਬ ਦੀ ਉਡੀਕ ਨਾਲ ਸਭ ਦੀਆਂ ਆਸਾਂ ਹੀ ਦਮ ਤੋੜ ਗਈਆਂ ਨੇ।" ਨਜ਼ੀਰਾਂ ਨੇ ਹਉਕਾ ਭਰਦਿਆਂ ਕਿਹਾ।

"ਹੁਣ ਉਨ੍ਹਾਂ ਦੀ ਉਡੀਕ ਕਿੰਨੀ ਕੁ ਐ?"

"ਸਾਗਰ ਦੇ ਮੁਕਾਬਲੇ ਬੂੰਦ ਜੇਡੀ। ਤੁਹਾਡੇ ਵਾਅਦੇ ਅਨੁਸਾਰ ਸ਼ਹਿਬਾਜ਼ ਦਾ ਏਥੇ ਆਉਣਾ ਜ਼ਰੂਰੀ ਸੀ, ਬਾਜਵਾ ਅੰਕਲ ਨੇ ਪ੍ਰੋਫ਼ੈਸਰ ਸਾਹਿਬ ਦੀ ਉਡੀਕ ਆਪਣੇ ਜਿੰਮੇ ਲੈ ਕੇ ਮੈਨੂੰ ਵੀ ਨਾਲੇ ਤੋਰ ਦਿੱਤਾ। ਵੀਹ ਦਿਨ ਸ਼੍ਰੀਨਗਰ ਉਨ੍ਹਾਂ ਦੀ ਉਡੀਕ 'ਚ ਬਿਤਾ ਕੇ ਬੁੱਝੀ ਆਸ ਲੈ ਕੇ ਏਥੇ ਆ ਗਏ। ਉਡੀਕ ਦਾ ਜ਼ੁੰਮਾ ਅਜੇ ਵੀ ਉਨ੍ਹਾਂ ਉੱਥੇ ਕਿਸੇ ਦਾ ਲਗਾਇਐ। ਪ੍ਰੋਫ਼ੈਸਰ ਸਾਹਿਬ ਸ਼੍ਰੀਨਗਰ ਆ ਜਾਣ, ਹਾਲਾਤਾਂ ਤੋਂ ਜਾਣੂੰ ਕਰਵਾ ਕੇ ਉਹ ਵਿਅਕਤੀ ਉਨ੍ਹਾਂ ਨੂੰ ਖੁਦ ਏਥੇ ਲੈ ਆਏਗਾ।"

"ਫਿਰ ਨਜ਼ੀਰਾਂ ਆਸ ਬੁਝੀ ਨਹੀਂ ਅਜੇ ਵੀ ਸੁਲਘ ਰਹੀ ਐ।"

"ਬਿਲਕੁਲ। ਪਰ ਸ਼ੱਕੀ ਤੇ ਪਤਲੀ ਆਸ ਨੂੰ ਬਹੁਤਾ ਸਮਾਂ ਸਾਂਭਿਆਂ ਵੀ ਨਹੀਂ ਜਾ ਸਕਦੈ।" ਨਜ਼ੀਰਾਂ ਅੰਦਰੋਂ ਪੀੜਤ ਹੋ ਗਈ।

"ਹਰਮਨ?" ਸਤਨਾਮ ਨੇ ਆਵਾਜ਼ ਮਾਰੀ।

"ਜੀ?"

"ਤੇਰੀ ਭੈਣ ਮਨਜਿੰਦਰ ਹੁਰੀਂ ਆਏ ਨੇ। ਆ ਵੇਖ।"

"ਧੰਨਭਾਗ ਮੇਰੇ।"

ਹਰਮਨ ਗੇਟ ਤੋਂ ਅੰਦਰ ਦਾਖ਼ਲ ਹੋ ਰਹੀ ਮਨਜਿੰਦਰ ਨੂੰ ਉੱਡ ਕੇ ਮਿਲ਼ੀ। ਆਲਮਜੀਤ ਤੇ ਵਫਾਦੀਪ ਨੇ ਉਸ ਨੂੰ ਸੀਨੇ ਲਾ ਕੇ ਪਿਆਰ ਦਿੱਤਾ। ਦੋਵੇਂ ਬੱਚੇ ਹਰਮਨ ਨੂੰ ਮੋਹ 'ਚ ਇਕੱਠੇ ਆ ਚਿੰਬੜੇ।

"ਸਾਨੂੰ ਦਿੱਲੀ ਛੱਡ ਇਕੱਲੇ ਇੱਥੇ ਆ ਗੇ ਆਂਟੀ?" ਉਨ੍ਹਾਂ ਇਤਰਾਜ਼ ਜਿਤਾਇਆ। ਹਰਮਨ ਦੀਆਂ ਅੱਖਾਂ ਭਰ ਆਈਆਂ। ਉਸ ਨੇ ਕਾਹਲ਼ੀ-ਕਾਹਲ਼ੀ ਹੰਝੂ ਸਮੇਟਦਿਆਂ ਸ਼ਹਿਬਾਜ਼ ਨਾਲ ਸਭ ਦੀ ਜਾਣ-ਪਹਿਚਾਣ ਕਰਵਾਈ ਤੇ ਪਿੱਛੋਂ ਸ਼ਹਿਬਾਜ਼ ਨੇ ਉਨ੍ਹਾਂ ਦੀ ਬਾਜਵਾ ਸਾਹਿਬ ਨਾਲ।

ਸ਼ਾਇਦ ਇਸ ਘਰ ਨੂੰ ਅਰਸੇ ਤੋਂ ਇਨ੍ਹਾਂ ਰੌਣਕਾਂ ਦੀ ਉਡੀਕ ਸੀ-"ਡਾਢਿਆਂ ਵੇਖੀਂ ਕੋਈ ਨਜ਼ਰ ਈ ਨਾ ਲਾ ਦਏ?" ਖ਼ੁਸ਼ੀ 'ਚ ਖੀਵੀ ਹੋਈ ਸਤਨਾਮ ਦੀ ਦਿਲੋਂ ਅਰਜ਼ ਸੀ।

ਬਾਹਰ ਤੇਜ਼ ਹਾਰਨ ਦਿੰਦੀ ਆ ਰਹੀ ਕਾਰ ਦੀਆਂ ਇਕਦਮ ਬਰੇਕਾਂ ਵੱਜੀਆਂ ਤੇ ਫਿਰ ਜ਼ੋਰ-ਜ਼ੋਰ ਨਾਲ ਬੰਦ ਹੋਈਆਂ ਬਾਰੀਆਂ ਦੀ ਆਵਾਜ਼ ਨੇ ਗੰਭੀਰ ਆਮਦ ਦਾ ਸੰਕੇਤ ਦਿੱਤਾ। ਕਾਲ਼ੇ ਮੂੰਢਾਸਿਆਂ ਨਾਲ ਮੂੰਹ ਬੰਨ੍ਹੀ ਬੰਦੂਕਧਾਰੀ ਚਾਰ ਬੰਦਿਆਂ ਦੀ ਅਗਵਾਈ ਕਰਦੀ ਜਗੀਰੋ ਹਰਲ-ਹਰਲ ਕਰਦੀ ਅੰਦਰ ਆ ਵੜੀ। ਸਭ ਦੀਆਂ ਬਾਜ਼ ਵਰਗੀਆਂ ਅੱਖਾਂ ਨੂੰ ਸਿਰਫ਼ ਮਨਜਿੰਦਰ ਦੀ ਤਲਾਸ਼ ਸੀ। ਲੋਹੀ-ਲਾਖੀ ਜਗੀਰੋ ਦੇ ਇਸ਼ਾਰੇ ਤੇ ਇੱਕ ਬੰਦੂਕ ਦਾ ਨਿਸ਼ਾਨਾ ਮਨਜਿੰਦਰ ਵੱਲ ਸੇਧ ਗੋਲ਼ੀ ਚਲ ਗਈ। ਖੌਫ਼ਨਾਕ ਧਮਾਕੇ ਨਾਲ ਪਿੰਡ ਗਲ਼ੀਆਂ ਤੱਕ ਦਹਿਲ ਗਿਆ। ਮਨਜਿੰਦਰ ਦੀ ਥਾਂ ਗੋਲ਼ੀ ਆਪਣੇ ਸੀਨੇ ਸਹਿ ਕੇ ਤੜਪਦੀ ਹਰਮਨ ਫਰਸ਼ ਤੇ ਡਿੱਗ ਪਈ।

"ਕੀ ਕਰਨਾ ਸੀ-ਕੀ ਹੋ ਗਿਆ?"

ਜਗੀਰੋ ਦਾ ਸਿਰ ਚਕਰਾ ਗਿਆ। ਕਤਲ ਦਾ ਮਨਸੂਬਾ ਪੁੱਠਾ ਪੈਂਦਾ ਵੇਖ ਉਸ ਨੇ ਬਾਕੀਆਂ ਨੂੰ ਛੇਤੀ ਭੱਜਣ ਦਾ ਇਸ਼ਾਰਾ ਕੀਤਾ ਤੇ ਉਹ ਸਣੇ ਭਰਾ ਫੌਰੀ ਪਤਰਾ ਵਾਚ ਗਈ। ਵਰ੍ਹਿਆਂ ਤੋਂ ਸੀਨੇ ਮਚਦੀ ਪੁੱਤ ਦੇ ਬਦਲੇ ਦੀ ਅੱਗੇ ਨੇ ਕਿਸੇ ਗਰੀਬ ਦੇ ਅਰਮਾਨ ਝੁਲਸ ਮਾਰੇ।

"ਹਰਮਨ? ਕੱਟੀ ਟਾਹਣ ਵਾਂਗੂੰ ਸਤਨਾਮ ਹਰਮਨ ਦੀ ਲਹੂ-ਲਬਰੇਜ਼ ਲਾਸ਼ ਤੇ ਡਿੱਗ ਪਈ। ਸ਼ਹਿਬਾਜ਼ ਭੁੱਬੀਂ ਰੋ ਪਿਆ। ਮਨਜਿੰਦਰ ਵੱਲ ਆਉਂਦੀ ਗੋਲ਼ੀ ਨੂੰ ਹਿੱਕ ਡਾਹ ਕੇ ਸੀਨੇ ਖਾਂਦੀ ਹਰਮਨ ਨੂੰ ਸਭ ਨੇ ਅੱਖੀਂ ਦੇਖਿਆ ਪਰ ਇਸ ਦਾ ਕਾਰਨ ਕਿਸੇ ਨੂੰ ਨਾ ਲੱਭ ਸਕਿਆ।

"ਹਰਮਨ ਅਜੇ ਜੀਉਂਦੀ ਐ। ਰੋਣ-ਧੋਣ ਛੱਡ ਕੇ ਕਿਸੇ ਚੰਗੇ ਹਸਪਤਾਲ ਦਾ ਸਹਾਰਾ ਲੱਭੋ।" ਕੰਬਦੇ ਹੱਥੀਂ ਨਬਜ਼ ਟੋਹ ਕੇ ਆਲਮਜੀਤ ਨੇ ਸਭ ਨੂੰ ਵਿਸ਼ਵਾਸ ਨਾਲ਼ ਝਿੰਜੋੜਿਆ। ਮਨਜਿੰਦਰ ਨੇ ਬਾਹਵਾਂ ਦਾ ਪੂਰਾ ਜ਼ੋਰ ਲਾ ਕੇ ਉਸ ਨੂੰ ਚੁੱਕ ਲਿਆ। ਉਪਜੀਤ ਨੇ ਗੱਡੀ ਸਟਾਰਟ ਕੀਤੀ ਅਤੇ ਹਸਪਤਾਲ ਵੱਲ ਸਪੀਡਾਂ ਵੱਟ ਦਿੱਤੀਆਂ।

ਪੂਰੇ ਪੰਜ ਦਿਨ ਡਾਕਟਰਾਂ ਦੀਆਂ ਕੋਸ਼ਿਸ਼ਾਂ ਹਰਮਨ ਦੀ ਕਿਸਮਤ ਨਾਲ਼ ਸਿਰਤੋੜ ਲੜਾਈ ਲੜਦੀਆਂ ਰਹੀਆਂ। ਆਲਮਜੀਤ, ਵਫਾਦੀਪ ਤੇ ਉਪਜੀਤ ਨੇ ਦਿਨ ਰਾਤ ਦਾ ਫਾਸਲਾ ਮੇਟ ਦਿੱਤਾ। ਸ਼ਹਿਬਾਜ਼ ਦੀ ਸੁੱਧ-ਬੁੱਧ ਅਸਤੀਫਾ ਦੇ ਗਈ। ਸਤਨਾਮ, ਮਨਜਿੰਦਰ ਤੇ ਜਗਪਾਲ ਦੀਆਂ ਅਰਦਾਸਾਂ 'ਤੇ ਨਜ਼ੀਰਾਂ ਦੀਆਂ ਇਬਾਦਤਾਂ ਡਾਕਟਰਾਂ ਦੀਆਂ ਕੋਸ਼ਿਸ਼ਾਂ ਨਾਲ ਹਰਮਨ ਦੀ ਬੇਹੋਸ਼ੀ ਤੋੜਨ 'ਚ ਸਫ਼ਲ ਹੋਈਆਂ।

ਵਫਾਦੀਪ ਦੀ ਵਿਭਾਗੀ ਪਹੁੰਚ ਨੇ ਪੁਲਿਸ ਨੂੰ ਕੇਸ ਜਲਦ ਟਰੇਸ ਕਰਨ ਲਈ ਭਾਜੜਾਂ ਪਾ ਦਿੱਤੀਆਂ। ਪੁਲਿਸ ਨੇ ਡਾਕਟਰਾਂ ਤੋਂ ਹਰਮਨ ਦੇ ਬਿਆਨ ਲੈਣ ਦੀ ਆਗਿਆ ਮੰਗੀ ਤਾਂ ਸਭ ਨੂੰ ਆਈ.ਸੀ.ਯੂ. 'ਚ ਜਾਣ ਦਾ ਸਬੱਬ ਜੁੜ ਗਿਆ। ਹਰਮਨ ਦੇ ਕਾਤਲਾਨਾਂ ਹਮਲੇ ਦਾ ਸਿੱਧਾ ਦੋਸ਼ ਜਗੀਰੋ ਤੇ ਉਸ ਦੇ ਭਰਾਵਾਂ ਸਿਰ ਮੜ੍ਹ ਕੇ ਉਨ੍ਹਾਂ ਨੂੰ ਕਤਲ ਦੇ ਮੁਕੱਦਮੇ 'ਚ ਪੱਕੇ ਬੰਨ੍ਹ ਦਿੱਤਾ।

ਪੁਲਿਸ ਬਿਆਨ ਲੈ ਕੇ ਨਿਕਲ਼ੀ ਤਾਂ ਸਭ ਨੇ ਹਰਮਨ ਨੂੰ ਨੇੜਿਉਂ ਮਿਲਣ ਦੀ ਇੱਛਾ ਪ੍ਰਗਟਾਈ-"ਤੁਸੀਂ ਥੋੜ੍ਹਾ ਇੰਤਜ਼ਾਰ ਹੋਰ ਕਰੋ। ਪੂਰੇ ਇੱਕ ਵਜੇ ਮੈਂ ਤੁਹਾਨੂੰ ਹਰਮਨ ਨਾਲ ਮਿਲ਼ਾ ਦਿਆਂਗਾ।"

ਡਾਕਟਰ ਨੇ ਵਿਸ਼ਵਾਸ ਦਿਵਾਇਆ। ਹਰਮਨ ਦੇ ਦੁਖਾਂਤ ਪ੍ਰਤੀ ਹਮਦਰਦੀ ਉਸ ਦੀਆਂ ਰਗਾਂ ਚ ਵੀ ਖੌਲ਼ ਰਹੀ ਸੀ।

"ਅਜੇ ਦਸ ਵੱਜੇ ਨੇ।" ਉਪਜੀਤ ਨੇ ਘੜੀ ਵੇਖ ਦੱਸਿਆ।

"ਜਿੱਥੇ ਪੰਜ ਦਿਨ ਸਣੇ ਰਾਤਾਂ ਗੁਜ਼ਾਰੇ ਨੇ ਉੱਥੇ ਔਖੇ-ਸੌਖੇ ਆਹ ਤਿੰਨ ਘੰਟੇ ਵੀ ਕੱਟੋ।"

ਸਤਨਾਮ ਨੇ ਸਭ ਨੂੰ ਹੌਂਸਲਾ ਦਿੱਤਾ ਪਰ ਇਹੋ ਘੜੀਆਂ ਬਿਖਮ ਪਹਾੜ ਸਨ।

"ਤੁਸੀਂ ਏਨੇ ਸਮੇਂ 'ਚ ਕਿਤੇ ਜਾਣਾ ਏ ਤਾਂ ਜਾ ਸਕਦੇ ਓ।" ਨਰਸ ਨੇ ਕਿਹਾ।

"ਭੁੱਖ ਕੰਨਟੀਨ ਦਾ ਸਹਾਰਾ ਮੰਗ ਰਹੀ ਐ।" ਵਫਾਦੀਪ ਨੇ ਕਿਹਾ। ਕਿਸੇ ਦਾ ਪੇਟ ਮੁਨਕਰ ਹੋਣ ਲਈ ਤਿਆਰ ਨਹੀਂ ਸੀ। ਇੱਕ ਨੁੱਕਰ ਨਾਲ਼ ਢੋਅ ਲਗਾਈ ਗੋਡਿਆਂ 'ਚ ਸਿਰ ਦੇ ਕੇ ਬੈਠਾ ਸ਼ਹਿਬਾਜ਼ ਡੂੰਘੇ ਸਦਮੇ 'ਚ ਗ੍ਰਿਫ਼ਤ ਸੀ।

"ਉੱਠ ਸ਼ਹਿਬਾਜ਼। ਹਰਮਨ ਨੂੰ ਬੇਹੋਸ਼ੀ ਨੇ ਛੱਡ ਤੈ, ਤੂੰ ਸਦਮੇ ਨੂੰ ਛੱਡ ਦੇ। ਤੇਰੀਆਂ ਵਫਾਪ੍ਰਸਤ ਦੁਆਵਾਂ, ਉਹਦੀ ਜ਼ਿੰਦਗੀ ਲਈ ਮੁਬਾਰਕ ਹੋ ਨਿੱਬੜਨਗੀਆਂ।"

ਹੌਂਸਲਾ ਦੇ ਕੇ ਕਰਨਲ ਬਾਜਵਾ ਉਸ ਨੂੰ ਵੀ ਕੰਨਟੀਨ ਵੱਲ ਲੈ ਤੁਰਿਆ। ਸਭ ਉਸ ਦੀ ਤਰਸਯੋਗ ਹਾਲਤ ਪ੍ਰਤੀ ਗੰਭੀਰ ਫ਼ਿਕਰਮੰਦ ਸਨ। ਸਭ ਦੀਆਂ ਦਿੱਤੀਆਂ ਦਿਲਬਰੀਆਂ ਬੇਅਰਥ ਸਨ।

ਅੱਤ ਦੀ ਭੁੱਖ ਦੇ ਬਾਵਜੂਦ ਕੋਈ ਰੱਜ ਕੇ ਰੋਟੀ ਨਾ ਖਾ ਸਕਿਆ। ਹਰਮਨ ਨੂੰ

ਮਿਲਣ ਦੀ ਤਾਂਘ ਨੇ ਸਭ ਨੂੰ ਇੱਕ ਵਜੇ ਤੋਂ ਪਹਿਲਾਂ ਹੀ ਆਈ.ਸੀ.ਯੂ. 'ਚ ਲਿਆ ਵਾੜਿਆ। ਉਸ ਨੇ ਮੋਹ ਭਰੀਆਂ ਨਜ਼ਰਾਂ ਨਾਲ ਜਿਉਂ ਹੀ ਸਭ ਸੁਨੇਹੀਆਂ ਨੂੰ ਤੱਕਿਆ ਤਾਂ ਅੱਖਾਂ 'ਚ ਚਮਕ ਆ ਗਈ। "ਬੀਬਾ ਕੀ ਹਾਲ ਏ ਤੇਰਾ?" ਸੀ.ਓ. ਨੇ ਪੁੱਛਿਆ।

"ਠੀਕ ਐ ਸਰ। ਜ਼ਖ਼ਮ ਡੂੰਘਾ ਹੋਣ ਕਰ ਕੇ ਪੀੜ ਕਰ ਰਿਹੈ।" ਉਸ ਨੇ ਕਸੀ ਜਿਹੀ ਵੱਟਦਿਆਂ ਕਿਹਾ।

"ਪਰ ਤੂੰ ਇਹ ਕਿਉਂ ਕੀਤੈ ਹਰਮਨ?" ਸ਼ਹਿਬਾਜ਼ ਦੀ ਦਿਲੀ ਤੜਪ ਕੁਰਲਾਈ।

"ਨਜ਼ੀਰਾਂ ਦੀ ਕੁਰਾਹੇ ਪਈ ਜ਼ਿੰਦਗੀ ਨੂੰ ਰਾਹ ਪਾਉਣ ਲਈ, ਇਹੋ ਰਾਹ ਬਚਿਆ ਸੀ ਸ਼ਹਿਬਾਜ਼।"

"ਕਮਲੀਏ ਤੂੰ ਕੁਝ ਸਮਾਂ ਤਾਂ ਉਡੀਕਦੀ?" ਮਨਜਿੰਦਰ ਨੇ ਵੀ ਸ਼ਿਕਵਾ ਕੀਤਾ।

"ਫਿਰ ਵੀ ਇਹੋ ਸਮਾਂ ਉਡੀਕਣਾ ਸੀ। ਇਹੋ ਡਾਹਢੇ ਨੂੰ ਮਨਜ਼ੂਰ ਸੀ। ਸ਼ਹਿਬਾਜ਼?"

"ਬੋਲ ਹਰਮਨ?"

"ਪ੍ਰਾਣਾਂ ਦਾ ਕੀ ਪਤਾ ਕਦੋਂ ਟੁੱਟ ਪੈਣ। ਮੇਰੇ ਚਕਰਾਉਂਦੇ ਸਿਰ ਨੂੰ ਗੋਦ ਦਾ ਸਹਾਰਾ ਦੇ ਦੇ।"

ਸ਼ਹਿਬਾਜ਼ ਉਸ ਦੇ ਸਿਰਹਾਣੇ ਜਾ ਬੈਠਾ। ਨਜ਼ੀਰਾਂ ਨੇ ਹਰਮਨ ਦੀ ਗਰਦਣ ਉਸ ਦੀ ਗੋਦ 'ਚ ਟਿਕਾ ਦਿੱਤੀ-"ਲੱਗਦੈ ਤੇਰੀਆਂ ਬਾਹਵਾਂ 'ਚ ਮਰਨ ਦੀ ਖਾਹਿਸ਼ ਪੂਰੀ ਹੋ ਈ ਜਾਏਗੀ।"

"ਐਸੇ ਲਫ਼ਜ਼ ਮੂੰਹ 'ਚ ਈ ਰੱਖ ਲੈ ਨਭਾਗਣੀਏ। ਗੁਰੂ ਭਲੀ ਕਰੇਗਾ।" ਸਤਿਨਾਮ ਨੇ ਹਰਮਨ ਨੂੰ ਝਿੜਕ ਦਿੱਤੀ-"ਹੁਣ ਤੇ ਸੁੱਖ ਨਾਲ ਠੀਕ ਹੋ ਰਹੀ ਐ ਤੂੰ।"

ਪਰ ਹਰਮਨ ਸ਼ਹਿਬਾਜ਼ ਦੀ ਗੋਦ 'ਚ ਸਿਰ ਧਰ ਕੇ ਕੀਤੀਆਂ ਪੁਰਾਣੀਆਂ ਮੁਲਾਕਾਤਾਂ ਨੂੰ ਰੂਪਮਾਨ ਕਰ ਰਹੀ ਸੀ। ਸ਼ਹਿਬਾਜ਼ ਨੂੰ ਵੀ ਉਸ ਦੇ ਨਸ਼ੀਲੇ ਨੈਣਾਂ 'ਚੋਂ ਉਹੀ ਮੋਹੱਮਤਾ ਜਲਵਾ ਫੁੱਟਦਾ ਦਿਖਾਈ ਦੇ ਰਿਹਾ ਸੀ।

"ਸੱਚ ਸ਼ਹਿਬਾਜ਼ ਹੁਣ ਜ਼ਿੰਦਗੀ ਜਾਂਦੀ ਜਾਏ ਮੈਨੂੰ ਕੋਈ ਮਲਾਰ ਨਹੀਂ।"

"ਕੀ ਪੁੱਠੀਆਂ-ਉਲਟੀਆਂ ਗੱਲਾਂ ਕਰ ਰਹੀ ਐਂ?" ਸ਼ਹਿਬਾਜ਼ ਨੇ ਨਿੱਕੀ ਜਿਹੀ ਝਿੜਕ ਨਾਲ ਉਸ ਨੂੰ ਮੱਥਿਉਂ ਫੜ ਹਲੂਣਿਆ।

"ਮੌਤ ਨੇੜੇ ਦੇਖ ਕੇ ਜਿਊਣ ਦੀ ਆਸ ਰੱਖਣਾ ਫਜ਼ੂਲ ਐ। ਮੈਂ ਤੁਹਾਡੇ ਸਭ ਨਾਲ ਕੁੱਝ ਗੱਲਾਂ ਕਰਨੀਆਂ ਚਾਹੁੰਦੀ ਆਂ।" ਹਰਮਨ ਨੇ ਨਜ਼ਰਾਂ ਨਾਲ ਸਭ ਦੇ ਚਿਹਰੇ ਟੋਹੇ।

"ਪਲੀਜ਼ ਸਿਸਟਰ। ਐਸੀਆਂ ਗੱਲਾਂ ਨਾ ਕਰੋ। ਤੁਹਾਨੂੰ ਵਸਲਾਂ ਦੇ ਰੰਗ ਮਾਣਨ ਦਾ ਇਤਫਾਕ ਮਸਾਂ ਜੁੜਿਐ। ਮੈਂ ਤੁਹਾਡੇ ਅੱਗੇ ਦੁੱਖ ਫੋਲ ਕੇ ਦੁੱਖ ਭੁਲਾਉਣੀ ਦੁਆ ਮੰਗੀ ਸੀ ਤੁਸੀਂ ਉਸ ਬਦਲੇ ਉਮਰ ਭਰ ਦਾ ਪਛਤਾਵਾ ਦੇ ਰਹੇ ਓ? ਬੜਾ ਗਾਖੜਾ ਰਾਹ ਲੱਭਿਐ ਸਭ ਨੂੰ ਰੋਂਦਿਆਂ ਛੱਡ ਤੁਰ ਜਾਣ ਦਾ।"

ਨਜ਼ੀਰਾਂ ਦੇ ਬੇਕਾਬੂ ਅੱਥਰੂ ਆਪ ਮੁਹਾਰੇ ਹਰਮਨ ਦੇ ਜਿਸਮ ਤੇ ਚੋਅ ਪਏ।

"ਮੰਜ਼ਿਲ ਪ੍ਰਾਪਤੀ ਦਾ ਇਹੋ ਰਾਹ ਐ ਨਜ਼ੀਰਾਂ। ਜਿਨ੍ਹਾਂ ਬਲਦੇ ਗਲੇਸ਼ੀਅਰਾਂ ਨੇ ਤੈਨੂੰ ਯਤੀਮ ਬਣਾ ਕੇ ਏਥੇ ਪਹੁੰਚਾ ਦਿੱਤਾ, ਮੈਂ ਤੈਨੂੰ ਉਨ੍ਹਾਂ ਵੱਲ ਕਿਵੇਂ ਤੋਰਦੀ? ਕਠਿਨ

ਪ੍ਰੀਖਿਆ ਨੇ ਵੱਡੀ ਭੈਣ ਤੋਂ ਛੋਟੀ ਲਈ ਕੁਰਬਾਨੀ ਮੰਗੀ, ਮੈਂ ਹਿੱਕ ਡਾਹ ਕੇ ਗੋਲ਼ੀ ਖਾ ਲਈ, ਸਰੀਰ ਤੇ ਫੱਟ ਜ਼ਰ ਲਿਆ ਜ਼ਮੀਰ ਤੇ ਜ਼ਰਨਾਂ ਔਖਾ ਸੀ। ਮੇਰੇ ਜਿਉਂਦੇ ਜੀਅ ਨਾਂ ਤੈਨੂੰ ਸ਼ਹਿਬਾਜ਼ ਆਪਣਾ ਸਕਦਾ ਸੀ, ਨਾ ਕਬਰੀਂ ਪਏ ਅੱਬੂ ਦਾ ਖੁਆਬ ਵਿਆਹਿਆ ਜਾਣਾ ਸੀ। ਉਹਨੇ ਤੇਰੇ ਸ਼ਹਿਬਾਜ਼ ਦੇ ਰਿਸ਼ਤੇ ਨੂੰ ਜੋੜ ਕੇ ਪੰਜਾਬ-ਕਸ਼ਮੀਰ ਸਾਂਝ ਨੂੰ ਐਸੀ ਪੀਡੀ ਗੰਢ ਮਾਰੀ ਜੇਹਨੂੰ ਖੋਹਲਦਿਆਂ ਕਲਯੁੱਗ ਤੋਂ ਕਾਲਾ ਕਲੰਕ ਮੇਰੇ ਮੱਥੇ ਆ ਲੱਗਦਾ ਸੀ। ਕਾਸ਼, ਉਹਦਾ ਤੇਰੀ ਬਾਂਹ ਸ਼ਹਿਬਾਜ਼ ਨੂੰ ਫੜਾ ਕੇ ਪੰਜਾਬ ਦੀ ਅਣਖ ਭਿੰਨੀ ਪੱਗ ਤੇ ਕੀਤਾ ਫਖ਼ਰ ਮੇਰੀ ਮਾਮੂਲੀ ਹਿੰਡ ਨਾਲ਼ ਟੁੱਟ ਜਾਂਦਾ ਮੈਂ ਕਸ਼ਮੀਰ ਦੇ ਨਾਲ਼ ਪੰਜਾਬ ਦੀ ਵੀ ਦੋਖੀ ਹੋ ਜਾਂਦੀ। ਤੇਰੇ ਅਰਮਾਨਾਂ ਤੇ ਗ੍ਰਹਿਸਤ ਦਾ ਸਖ਼ਤ ਕਾਨੂੰਨ ਲਾਗੂ ਕਰਕੇ ਮੈਂ ਸ਼ਹਿਬਾਜ਼ ਨੂੰ ਪਾ ਕੇ ਵੀ ਅਧੂਰੀ ਆਂ, ਪਰ ਢਾਈ ਵਰ੍ਹੇ ਰੋਂਦੇ ਦੇ ਹੰਝੂ ਪੂੰਝਣ ਵਾਲੀਏ, ਹੁਣ ਏਨੇ ਸਦਾ ਈ ਰੋਣਾਂ ਐ ਵੇਖੀਂ ਤੇਰੀਆਂ ਤਲ਼ੀਆਂ ਨਾਂ ਥੱਕ ਜਾਣ। ਵਿਚਾਰਾਂ ਮਸਾਂ ਈ ਜ਼ਿੰਦਗੀ ਜਿਉਣ ਜੋਗਾ ਹੋਇਆ ਸੀ......।

"ਉਫ ਅੱਲ੍ਹਾ। ਮੇਰੇ ਪ੍ਰਤੀ ਏਡੀ ਗੰਭੀਰ ਸੋਚ?" ਨਜ਼ੀਰਾਂ ਦੰਗ ਰਹਿ ਗਈ।

"ਨਜ਼ੀਰਾਂ। ਮੈਂ ਢਾਈ ਵਰ੍ਹੇ ਵਤਨੋਂ ਬੇਵਤਨ ਹੋ ਕੇ ਵੇਖ ਲਿਐ, ਕਿਸੇ ਕੋਰਟ ਕੋਲ ਦੁਖੀ ਕੁੜੀਆਂ ਲਈ ਨਿਆਂ ਨਹੀਂ। ਮੈਂ ਨਹੀਂ ਸਾਂ ਚਾਹੁੰਦੀ ਬੇਵਤਨ ਨਿਜ਼ਾਮ ਦਾ ਉਹ ਸੰਤਾਪ ਤੂੰ ਵੀ ਹੰਢਾਏ ਜੋ ਮੈਂ ਢਾਈ ਵਰ੍ਹੇ ਹੰਢਾ ਕੇ ਆਈ ਆਂ। ਭੂਆ?"

"ਬੋਲ ਹਰਮਨ?" ਸਤਨਾਮ ਥੋੜ੍ਹਾ ਅੱਗੇ ਹੋ ਬੈਠੀ।

"ਮੁਆਫ਼ ਕਰੀ ਤੇਰੇ ਸੁਪਨੇ ਨਾਲ ਈ ਲੈ ਚੱਲੀ ਆਂ। ਰੱਬ ਨੇ ਤੇਰੇ ਲੇਖੀਂ ਸੁੱਖ ਲਿਖਿਆ ਈ ਨਹੀਂ ਜੇ ਕਿਤੇ ਉਹ ਗਲਤੀ ਨਾਲ਼ ਲਿਖ ਈ ਬੈਠਾ ਤਾਂ ਅਸੀਂ ਭੋਗਣ ਈ ਨਹੀਂ ਦਿੱਤਾ। ਮੈਂ ਤੱਤੀ ਤਾਂ ਮਾਂ-ਪਿਆਰ ਦਾ ਕਾਸਾ ਖਾਲੀ ਲੈ ਕੇ ਜੰਮੀ ਸਾਂ ਤੂੰ ਜੱਗ ਤੇ ਰੱਬ ਤੋਂ ਚੋਰੀ ਉਹਨੂੰ ਵੀ ਭਰਨ ਦੀ ਕਸਰ ਨਾ ਛੱਡੀ। ਅੱਜ ਤੇਰੀ ਹੋਣ ਦਾ ਵੇਲਾ ਆਇਆ ਵਕਤ ਨੇ ਕਸੂਤੇ ਮੋੜ ਲਿਆ ਖੜ੍ਹਾਇਆ। ਚਾਹ ਕੇ ਵੀ ਤੇਰੀ ਹੋ ਨਾ ਸਕੀ, ਅਰਮਾਨ ਕੁਆਰੇ ਰਹਿ ਗਏ ਪਰ ਕਿੰਨਾ ਕੁ ਚਿਰ? ਤੇਰਾ ਸੁਪਨਾ ਮੇਰੇ ਜਾਣ ਤੇ ਈ ਸਾਕਾਰ ਹੋਣਾ ਸੀ। ਤੇਰੇ ਦੁੱਖਾਂ ਨੇ ਵੀ ਮੇਰੇ ਸਿਵੇ 'ਚ ਈ ਸੜਨਾ ਸੀ। ਸੋ ਜਿੰਨੀ ਕੁ ਤੇਰੀ ਛਾਂ ਮਾਣ ਚੁੱਕੀ ਆਂ ਉਹਨੂੰ ਕਬੂਲੀ...।"

"ਆਹ ਕੀ ਹਰਮਨ?" ਮਨਜਿੰਦਰ ਨੇ ਵੱਡੀ ਭੈਣ ਦੀ ਹੈਸੀਅਤ 'ਚ ਝਿੜਕ ਮਾਰੀ-"ਵੇਲਾ ਰੱਬ ਦਾ ਨਾਂਅ ਲੈਣ ਦਾ ਏ।"

"ਰੱਬ ਕੋਲ ਈ ਜਾ ਰਹੀ ਆ ਭੈਣਾਂ।"

"ਤੂੰ ਚਲੇ ਜਾਏਂਗੀ ਤਾਂ ਮੈਂ ਕੀ ਕਰਾਂਗੀ? ਏਡੇ ਭਾਰੇ ਅਹਿਸਾਨ ਹੇਠ ਦੱਬੀ ਜ਼ਿੰਦਗੀ ਨੂੰ ਮੈਂ ਕਿਵੇਂ ਕੱਢਾਂਗੀ?" ਮਨਜਿੰਦਰ ਦਾ ਰੋਣ ਨਿਕਲ ਗਿਆ। ਏਦੂੰ ਚੰਗਾ ਸੀ ਤੂੰ ਮੈਨੂੰ ਈ ਮਰਨ ਦੇਂਦੀ?"

"ਮੇਰੀ ਮੌਤ ਨੂੰ ਅਹਿਸਾਨਖੋਰ ਮੌਤ ਸਮਝਣ ਤੋਂ ਪਹਿਲਾਂ ਜਰਾ ਸੋਚ ਮੇਰੀ ਥਾਂ ਗੋਲੀ ਤੇਰੇ ਵੱਜਦੀ ਤਾਂ ਵਫਾਦੀਪ ਅੰਕਲ ਦੀ ਭਾਵਨਾਂ ਦਾ ਦੂਜਾ ਤੇ ਆਖਿਰੀ ਕਤਲ ਹੋ ਜਾਂਦਾ। ਮੈਂ ਨਾ ਤਾਂ ਇਹ ਮੌਤ ਦੇਖ ਸਕਦੀ ਸਾਂ ਨਾ ਦੂਜੀ ਮਾਂ ਦੀ ਮੌਤੋਂ ਬਾਅਦ ਯਤੀਮ ਹੋਏ ਬੱਚਿਆਂ ਦਾ ਦੁਖਾਂਤ। ਮਾਵਾਂ ਤੋਂ ਬਾਅਦ ਬੱਚਿਆਂ ਦੀ ਯਤੀਮੀ ਜ਼ਲਾਲਤ ਦਾ ਹੱਡੀਂ

ਹੰਢਾਇਆ ਤਜ਼ਰਬਾ ਅੱਜ ਤੱਕ ਮੇਰੇ ਸਿਰ ਚੜ੍ਹ ਬੋਲਦੈ। ਦੱਸ ਇਹ ਦੂਜੀ ਮਾਂ ਦੀ ਮੌਤ ਕਿਵੇਂ ਸਹਾਰਦੇ? ਮੇਰੇ ਬਿਆਨਾਂ ਨੇ ਜਗੀਰੋ ਨੂੰ ਏਨਾਂ ਨੂੜ ਦੇਣਾ, ਤੂੰ ਬੇਖੌਫ਼ ਬੱਚਿਆਂ ਦੀ ਪਰਵਰਿਸ਼ ਕਰੀਂ। ਨਾਲੇ ਇਹ ਕਿਉਂ ਭੁੱਲੀ ਬੈਠੀ ਐਂ, ਮੈਂ ਡੁਬਈਓਂ ਤੇਰੀ ਬਚਾਈ ਏਥੇ ਆਈ ਆਂ? ਤੂੰ ਨਾ ਹੁੰਦੀ ਮੇਰੇ ਕਾਗਜ਼ਾਂ ਕੌਣ ਬਣਾਉਂਦਾ? ਕੌਣ ਮੇਰਾ ਟਿਕਟ ਖਰੀਦਦਾ? ਕੌਣ ਏਥੇ ਪਹੁੰਚਾਉਂਦਾ? ਉਸ ਮਰਾ-ਮਰ ਕੇ ਜਿਊਣ ਵਾਲ਼ੀ ਜ਼ਿੰਦਗੀ ਸਾਹਵੇਂ ਏਹ ਮੌਤ ਤਾਂ ਨਸ਼ਈ ਐ। ਸੋ ਤੂੰ ਮੇਰੇ ਅਹਿਸਾਨਾਂ ਦੀ ਗੱਲ ਛੱਡ ਕੇ ਆਪਣਿਆਂ ਦੀ ਸੋਚ। ਏਸ ਮੋੜੋਂ ਮੈਂ ਵਫਾਦੀਪ ਅੰਕਲ ਦੀ ਵਫਾ ਨੂੰ ਸਿਜਦਾ ਕਰੇ ਬਗੈਰ ਵੀ ਨਹੀਂ ਲੰਘ ਸਕਦੀ।"

"ਮੈਂ ਮਨਜਿੰਦਰ ਤੋਂ ਬਾਅਦ ਤੈਨੂੰ ਦੂਜੀ ਧੀ ਮੰਨਿਐ। ਮੇਰੇ ਫਰਜ਼ਾਂ ਨੂੰ ਦੁਨਿਆਵੀ ਵਫਾ ਨਾ ਸਮਝ ਹਰਮਨ। ਵਫਾਦੀਪ ਨੇ ਕਿਹਾ।

"ਫਿਰ ਵੀ ਤੁਹਾਡੇ ਨਿਭਾਏ ਫਰਜ਼ ਦਾ ਮੇਰੀ ਨਿਮਾਣੀ ਜਿੰਦ ਤੇ ਕਰਜ਼ ਐ...ਖੈਰ...ਸ਼ਹਿਬਾਜ?"

ਉਸ ਨੇ ਬੇਸੁਰਤ ਸ਼ਹਿਬਾਜ਼ ਵੱਲ ਅੱਖਾਂ ਅੱਡ ਵੇਖਿਆ-ਹੂੰ?"

"ਜਿਵੇਂ ਤੂੰ ਢਾਈ ਵਰ੍ਹੇ ਨਜ਼ੀਰਾਂ ਦੀ ਹਮਦਰਦੀ ਹੇਠ ਗੁਜ਼ਾਰੇ ਉਵੇਂ ਰਹਿੰਦੀ ਜੂਨ ਵੀ ਗੁਜ਼ਾਰ ਲਵੀਂ। ਮੇਰੇ ਹਿਜ਼ਰ ਦੀ ਅੱਗ ਨਾ ਸੇਕੀਂ, ਨਜ਼ੀਰਾਂ 'ਚੋਂ ਹਰਮਨ ਦਾ ਰੂਪ ਚਿਤਾਰ ਲਈਂ।"

"ਦਿਲ ਦੁਖਾਉਣੀਆਂ ਛੱਡ ਵੀ ਦੇਹ, ਮੈਂ ਤਾਂ ਇਹ ਸੁਣ-ਸੁਣ ਕੇ ਰੂਹੋਂ ਪੱਛਿਆ ਪਿਐਂ।"

"ਹੁਣ ਦੀਆਂ ਦਿਲ ਦੁਖਾਉਣੀਆਂ ਨੇ ਜ਼ਿੰਦਗੀ ਭਰ ਕੰਮ ਆਉਣੀਆਂ ਹੋ ਨਿਬੜਨੈ, ਝੋਰਾ ਨਾ ਖਾਹ ਧੀਰਜ ਵੱਟ।

"ਇਹ ਮੇਰੇ ਨਾਲ ਸਰਾਸਰ ਧੋਖਾ ਐ।"

"ਹਾਂ, ਜ਼ਿੰਦਗੀ ਦਾਅ ਤੇ ਲਾ ਕੇ ਵੀ ਧੋਖਾ?"

"ਨਹੀਂ। ਕੱਠਿਆਂ ਸ਼ੁਰੂ ਕੀਤੀ ਜ਼ਿੰਦਗੀ ਦਾ ਸਾਥ ਵਿਚਕਾਰੇ ਛੱਡਣ ਦਾ ਧੋਖਾ।"

"ਇਹਨੂੰ ਧੋਖਾ ਕਹਿਣ ਤੋਂ ਪਹਿਲਾਂ ਸੋਚਣ ਦਾ ਯਤਨ ਕਰ ਕਮਲਿਆ। ਅਗਰ ਮੇਰਾ ਵਜੂਦ ਗੋਲੀਓਂ ਬਚ ਜਾਂਦਾ ਤਾਂ ਹਾਲਾਤ ਮੈਨੂੰ ਰੂਹੋਂ ਕਤਲ ਕਰ ਦੇਂਦੇ। ਮੈਂ ਸੀਨੇ ਗੋਲ਼ੀ ਖਾ ਕੇ ਤੇਰੇ ਪਿਆਰ 'ਚ ਭਰੀ ਆਤਮਾ ਨੂੰ ਸਲਾਮਤ ਲੈ ਕੇ ਜਾ ਰਹੀ ਆਂ। ਹੁਣ ਨਾ ਜ਼ਮਾਨੇ ਦੇ ਹੱਥ ਏਨੂੰ ਖੋਹ ਸਕਦੇ ਨੇ, ਨਾ ਸਿਵੇ ਦੀ ਅੱਗ ਸਾੜ ਸਕਦੀ ਐ।"

"ਵਾਹ ਹਰਮਨ ਵਾਹ! ਤੇਰੀ ਸੋਚ ਸਿਦਕ ਦਾ ਮੁੱਲ ਕੌਣ ਪਾਏਗਾ?" ਕਰਨਲ ਬਾਜਵਾ ਸਿਰੋਂ ਝੁਕ ਗਿਆ।

"ਕੋਈ ਪਾਵੇ ਨਾ ਪਾਵੇ ਪਰ ਏਹਦਾ ਮੁੱਲ ਤੁਸੀਂ ਜ਼ਰੂਰ ਪਾ ਸਕਦੇ ਓ।"

"ਕਿਵੇਂ? ਮੈਂ ਹਰ ਕੀਮਤ ਤੇਰੀ ਗੱਲ ਤੇ ਫੁੱਲ ਚੜ੍ਹਾਉਣ ਲਈ ਤਿਆਰ ਆਂ।"

"ਤੁਸੀਂ ਸ਼ਹਿਬਾਜ਼ ਨਜ਼ੀਰਾਂ ਨੂੰ ਵਿਆਹ ਕੇ ਇਖਲਾਕ ਦਾ ਅਧੂਰਾ ਸੁਪਨਾ ਸਾਕਾਰ ਕਰ ਦਿਓ। ਉਨੇ ਏਦਾਂ ਈ ਸੀਨੇ ਗੋਲ਼ੀ ਖਾ ਕੇ ਕਦੇ ਨਜ਼ੀਰਾਂ ਦਾ ਹੱਥ ਸ਼ਹਿਬਾਜ਼ ਨੂੰ ਫੜਾਇਆ ਸੀ। ਉਸ ਸੰਕਲਪ ਵਿਚਕਾਰ ਖੜ੍ਹੀ ਸਮੱਸਿਆ ਦਾ ਭੋਗ ਪਾ ਕੇ ਅੱਜ ਉਹੋ ਫ਼ਰਜ਼ ਮੈਂ ਤੁਹਾਨੂੰ ਸੌਂਪਦੀ ਆਂ।"

"ਮੇਰੀਆਂ ਅਰਬਾਂ-ਖ਼ਰਬਾਂ ਤੈਨੂੰ ਬਚਾਉਣ ਦੀਆਂ ਰੱਬ ਅੱਗੇ ਕੀਤੀਆ ਦੁਆਵਾਂ ਅਗਰ ਪ੍ਰਵਾਨ ਨਾ ਚੜ੍ਹੀਆਂ ਤਾਂ ਮੈਂ ਮਰ ਕੇ ਵੀ ਤੇਰੇ ਨਾਲ਼ ਕੀਤਾ ਵਾਅਦਾ ਨਿਭਾਵਾਗਾਂ।" ਸੀ.ਓ. ਜਜ਼ਬਾਤੀ ਹੋ ਗਿਆ।

"......ਤੇ ਸ਼ਹਿਬਾਜ਼?"

"ਹਾਂ?"

"ਨਾਂ ਹੁਣ ਤੂੰ ਮੈਨੂੰ ਦਰਿਆ ਦੇ ਪੱਤਣੀ ਤਲਾਸ਼ੀ ਨਾ ਪੁੰਨਿਆਂ ਦੇ ਚੰਨ 'ਚੋਂ ਨਜ਼ੀਰਾਂ ਨੂੰ ਰੂਹ 'ਚ ਵਸਾ ਲਈ ਮੈਂ ਖ਼ੁਦ ਈ ਆ ਜਾਵਾਂਗੀ।" ਉਸ ਨੇ ਸ਼ਹਿਬਾਜ਼ ਦੇ ਮੁਖੜੇ ਤੇ ਗੋਰੀਆਂ-ਲੰਮੀਆਂ ਉਂਗਲਾਂ ਫੇਰਦਿਆਂ ਕਿਹਾ। ਸ਼ਹਿਬਾਜ਼ ਦੀਆਂ ਅੱਖਾਂ ਭਰ ਆਈਆਂ।

"ਹਰਮਨ ! ਹਾਰ ਜਾਣ ਨਾਲ਼ ਇਨਸਾਨ ਨਹੀਂ ਹਾਰਦਾ, ਹਾਰ ਮੰਨ ਲੈਣ ਨਾਲ਼ ਜ਼ਰੂਰ ਹਾਰ ਜਾਂਦੈ। ਤੂੰ ਤੇ ਜਿੱਤ ਕੇ ਹਾਰ ਮੰਨੀ ਜਾ ਰਹੀਂ ਐਂ। ਪਲੀਜ਼ ਬੰਦ ਕਰ ਕੇ ਮਰਨ-ਜਿਉਣ ਦਾ ਵਿਸ਼ਾ।" ਆਲਮਜੀਤ ਨੇ ਚੁੱਪ ਤੋੜੀ।

"ਵਾਹ ਆਂਟੀ! ਐਸੀਆਂ ਗੱਲਾਂ ਤਾਂ ਤੁਹਾਡੀ ਅਧੂਰੀ ਕਹਾਣੀ 'ਚੋਂ ਪੜ੍ਹੀਆਂ ਸਨ। ਮੈਂ ਆਖਦੀ ਸਾਂ ਮਨਜਿੰਦਰ ਨੂੰ ਅਧੂਰੀ ਕਹਾਣੀ ਮੇਰੇ ਤੇ ਆ ਪੂਰੀ ਹੋਣੀ ਐ, ਤੇ ਆ ਵੇਖੋ ਹੋ ਗਈ। ਤੁਸੀਂ ਇੱਕ ਪਿਓ ਵੱਲੋਂ ਪੁੱਤ ਦੇ ਗੋਲ਼ੀ ਮਾਰਨ ਦੇ ਕਾਂਡ ਨੂੰ ਪੂਰਾ ਜ਼ੋਰ ਦੇ ਕੇ ਬਿਆਨਿਐ ਪਰ ਨਜ਼ੀਰਾਂ ਦੇ ਕਸ਼ਮੀਰ 'ਚ ਤਾਂ ਸਕੇ ਭਰਾਵਾਂ ਤੋਂ ਭਰਾ ਮਰ ਗਏ ਤੇ ਪੁੱਤਾਂ ਤੋਂ ਪਿਓ। ਭਰਾਵਾਂ ਹੱਥੋਂ ਭੈਣਾਂ ਵਿਧਵਾ ਹੋ ਗਈਆਂ। ਮਾਂ ਦਾ ਦੁੱਧ ਬੇਈਮਾਨ। ਸੱਚ ਕਿਹੈ ਨਜ਼ੀਰਾਂ ਮੈਂ?"

"ਦਸੰਬਰ ਦੀ ਕਸ਼ਮੀਰੀ ਬਰਫਬਾਰੀ ਜਿਹਾ ਚਿੱਟਾ ਸੱਚ ਕੁਰਬਾਨੀ ਤੋਂ ਬਾਅਦ ਤੇਰੇ ਲਈ ਦੂਜੀ ਦਾਦ ਮੰਗਦੈ।"

"ਫਿਰ ਇਹੋ ਦਾਦ ਦੇਹ ਨਜ਼ੀਰਾਂ ਸ਼ਹਿਬਾਜ਼ ਦੇ ਨੈਣੀਂ ਮੇਰੇ ਸਿਰਨਾਵੇਂ ਵਾਲ਼ਾ ਹੰਝੂ ਕਦੇ ਨਾ ਛਲਕੇ। ਸਤਨਾਮ ਭੂਆ ਦੀ ਰੂਹ ਤੇ ਏਨੀ ਡੂੰਘੀ ਉਤਰੀ ਕਿ ਉਹਨੂੰ ਹਰਮਨ ਭੁੱਲ ਜੇ। ਕੀ ਹੋਇਐ ਵੇਲ਼ੇ ਦੀ ਬੱਦਲੀ ਨੇ ਚਕੋਰ ਤੋਂ ਚੰਨ ਦੇ ਦੀਦਾਰੇ ਖੋਹ ਲਏ ਪਰ ਚੰਨ ਤੇ ਚਾਨਣੀ ਦੀ ਸਦੀਵੀ ਸਾਂਝ ਕੌਣ ਤੋੜ ਸਕਦੈ? ਤੂੰ ਚੰਨ ਨਾਲ ਚਾਨਣੀ ਤੇ ਜ਼ਖਮ ਨਾਲ ਮੱਲ੍ਹਮ ਬਣ ਨਿਭਾਈਂ। ਉਦੇਸ਼ ਮਿਥ ਕੇ ਪੁੱਟੇ ਕਦਮ ਕਦੇ ਪੈਰਾਂ ਨੂੰ ਨੂੰ ਸਾੜਦੇ ਪਰ ਥਿੜ੍ਹਕਦੇ ਕਦਮਾਂ ਨੂੰ ਮੰਜ਼ਿਲਾਂ ਵੀ ਕਦੇ ਨੀਂ ਥਿਆਉਂਦੀਆਂ। ਤੂੰ ਕਦੇ ਥਿੜ੍ਹਕੀਂ ਨਾ, ਮੇਰੀ ਥਾਂ ਮਨਜਿੰਦਰ ਨਾਲ ਭੈਣ ਬਣ ਚੱਲੀਂ...।"

"ਅਸੀਂ ਤੇਰੇ ਨਾਲ਼-ਨਾਲ਼ ਨਜ਼ੀਰਾਂ ਸੰਗ ਵੀ ਨਿਭਾਂਗੇ।" ਮਨਜਿੰਦਰ ਦੀ ਥਾਂ ਉਪਜੀਤ ਬੋਲਿਆ-"ਪਲੀਜ ਐਸੀਆਂ ਗੱਲਾਂ ਬੰਦ ਕਰੋ। ਅਸੀਂ ਤੇਰੇ ਸੱਦੇ ਖ਼ੁਸ਼ੀ 'ਚ ਸ਼ਰੀਕ ਹੋਣ ਆਏ ਆਂ। ਕਿਸਮਤ ਦਾ ਗੇੜ ਪੁੱਠਾ ਪੈ ਗਿਆ, ਅਸੀਂ ਤੇਰੇ ਹਰ ਦੁੱਖ ਨੂੰ ਤੋੜਨ ਲਈ ਯਤਨਸ਼ੀਲ ਹਾਂ। ਪਰ ਪਲੀਜ਼...।" ਉਸ ਦੇ ਚਿਹਰੇ 'ਤੇ ਤਰਲਾ ਸੀ।

"ਤੁਹਾਡਾ ਧੰਨਵਾਦ। ਮੇਰੇ ਲਈ ਲਿਆਉਂਦੀਆਂ ਖ਼ੁਸ਼ੀਆਂ ਨਜ਼ੀਰਾਂ ਦੀ ਝੋਲ਼ੀ ਪਾ ਦਿਓ। ਮੇਰੀ ਖ਼ੁਸ਼ੀ ਦਾ ਕਾਜ ਸਮਝ ਕੇ ਨਜ਼ੀਰਾਂ ਦੇ ਵਿਆਹ 'ਚ ਹਾਜ਼ਰੀ ਭਰ ਲਇਓ...। ਮੇਰਾ ਮਾਣ...ਬੁਲੰਦ...ਰਹੇ।"

ਲੰਮੀ ਜਿਹੀ ਕਸੀਸ ਵੱਟ ਹਰਮਨ ਜ਼ਬਾਨੋਂ ਖਾਮੋਸ਼ ਹੋ ਗਈ।

"ਕੀ ਹੋਇਐ?"

"ਹਰਮਨ?"

"ਸਿਸਟਰ?"

"ਹਰਮਨ? ਹਰਮਨ?"

ਸਭ ਨੇ ਵਜੂਦੋਂ ਹਲੂਣ-ਹਲੂਣ ਬੁਲਾਇਆ। ਹਰ ਇੱਕ ਨੂੰ ਹੱਥਾਂ ਪੈਰਾਂ ਦੀ ਪੈ ਗਈ।

"ਮੈਡਮ?" ਨਜ਼ੀਰਾਂ ਨੇ ਨਰਸ ਨੂੰ ਬੁਲਾਇਆ। ਉਸ ਨੇ ਲੰਮੇ ਚੈੱਕਅੱਪ ਤੋਂ ਬਾਅਦ ਚਾਕੂ ਵਾਂਗੂ ਸਿਰ ਹਿਲਾ ਕੇ ਖਰਬੂਜ਼ੇ ਵਾਂਗੂੰ ਹੌਂਸਲੇ ਚੀਰ ਦਿੱਤੇ। ਧਾਹੀ ਰੌਂਦੇ ਸ਼ਹਿਬਾਜ਼ ਦੀ ਗੋਦ 'ਚ ਪਈ ਹਰਮਨ ਦੀਆਂ ਅੱਖਾਂ ਅੱਡੀਆਂ ਰਹਿ ਗਈਆਂ। ਉਹ ਅੱਖਾਂ ਜੋ ਸਦਾ ਹੀ ਸ਼ਹਿਬਾਜ਼ ਦੇ ਦੀਦਾਰ ਲਈ ਤੜਪਦੀਆਂ ਸਨ। ਜਿਨ੍ਹਾਂ ਹਜ਼ਾਰਾਂ, ਦੁਖਾਂਤਾਂ ਦੇ ਹੰਝੂ ਆਪਣੀ ਕੁੱਖੋਂ ਜਣੇ ਸਨ। ਜਿਨ੍ਹਾਂ 'ਚ ਤੈਰਦੇ ਮੁਹੱਬਤੀ ਜ਼ਜ਼ਬੇ ਨੂੰ ਸ਼ਹਿਬਾਜ਼ ਹਰ ਮੁਲਾਕਾਤ 'ਚ ਰੂਹ ਭਰ-ਭਰ ਤੱਕਦਾ ਸੀ। ਜਿਨ੍ਹਾਂ ਦਾ ਹੰਝੂਆਂ ਨਾਲੋਂ ਨਿੱਕੀ ਹੁੰਦੀ ਦਾ ਗੂੜ੍ਹਾ ਸੁਹੇਲਪੁਣਾ ਅੱਜ ਟੁੱਟਿਆ ਸੀ।

ਉਹ ਅੱਖਾਂ ਅੱਜ ਪੱਥਰ ਬਣ ਗਈਆਂ ਸ਼ਹਿਬਾਜ਼ ਦੀਆਂ ਧਾਹਾਂ ਲਈ। ਨਜ਼ੀਰਾਂ ਦੇ ਭਵਿੱਖ ਤੇ ਸਤਨਾਮ ਦੇ ਸੁਪਨਿਆਂ ਲਈ। ਅਹਿਸਾਨ ਹੋ ਨਿੱਬੜੀਆਂ ਮਨਜਿੰਦਰ ਦੀ ਰਹਿੰਦੀ ਜ਼ਿੰਦਗੀ ਲਈ। ਹਰਫ਼ ਬਣ ਗਈਆਂ ਆਲਮਜੀਤ ਦੀ ਕਲਮ ਲਈ। ਯਾਦ ਬਣ ਗਈਆਂ ਉਪਜੀਤ ਤੇ ਉਸ ਦੇ ਬੱਚਿਆਂ ਲਈ। ਕੌੜਾ ਫਰਜ਼ ਬਣ ਗਈਆਂ ਸੀ.ਓ. ਬਾਜਵਾ ਲਈ।

ਸ਼ਾਇਦ ਇਸੇ ਸੱਚ 'ਚ ਬੱਝੇ ਇਹ ਸਭ ਧਾਹੀਂ ਰੋ ਰਹੇ ਸਨ। ਸਮੇਂ ਦੀ ਤੇਜ਼ਧਾਰ ਹਨ੍ਹੇਰੀ ਨੇ ਸਿਖਰੀ ਅੱਪੜੀਆਂ ਸਧਰਾਂ ਦਾ ਮਹਿਲ ਨੇਸਤੋਂ ਨਾਬੂਤ ਕਰ ਦਿੱਤਾ। ਮਾਹਿਰ ਡਾਕਟਰਾਂ ਨੂੰ ਪਹਿਲੀ ਵਾਰੀ ਆਪਣੀ ਕਾਰਗੁਜ਼ਾਰੀ ਤੇ ਚਿੜ ਫੁੱਟੀ। ਚਾਵਾਂ ਨਾਲ਼ ਪਾਣੀ ਪਾ-ਪਾ ਪਾਲਿਆ ਧਰੇਕ ਦਾ ਬੂਟਾ ਜੜ੍ਹੋਂ ਪੁੱਟਿਆ ਗਿਆ। ਧਾਰਾ 307 ਛੇਤੀ ਹੀ 302 ਦਾ ਰੂਪ ਅਖ਼ਤਿਆਰ ਕਰ ਗਈ। ਭਾਵੇਂ ਹਰਮਨ ਦਾ ਸਕਾ ਕੋਈ ਨਹੀਂ ਸੀ ਪਰ ਸਨੇਹੀ ਸਕਿਆਂ ਤੋਂ ਵੀ ਵੱਧ ਰੋਇਆ।

ਫਿਰ ਧਾਹਾਂ ਦਾ ਤੂਫ਼ਾਨ ਥੰਮ੍ਹ ਕੇ ਹੁਬਕੀਆਂ ਬਣ ਗਿਆ। ਲਾਸ਼ ਦੇ ਪੋਸਟ ਮਾਰਟਮ ਦੀ ਤਿਆਰੀ ਹੋਈ। ਸ਼ਮਸ਼ਾਨਭੂਮੀ ਵਰਗੇ ਖਾਮੋਸ਼ ਆਲਮ 'ਚ ਇੱਕ ਵਿਅਕਤੀ ਕੁੰਡਾ ਖੋਲ੍ਹ ਕੇ ਅੰਦਰ ਆਇਆ।

"ਬਾਜਵਾ ਸਾਹਿਬ?" ਉਸ ਦੀ ਧੀਮੀ ਆਵਾਜ਼ ਕੰਬ ਰਹੀ ਸੀ। ਬਿਮਾਰ ਨਜ਼ਰਾਂ ਕਾਹਲੀ-ਕਾਹਲੀ ਉਦਾਸੇ ਚਿਹਰਿਆਂ 'ਚੋਂ ਸਿਰਨਾਵੇਂ ਤਲਾਸ਼ ਰਹੀਆਂ ਸਨ।

"ਉਫ! ਪ੍ਰੋਫ਼ੈਸਰ ਨਿਰਵੈਰ ਸਿੰਘ? ਆਈ.ਐਮ. ਵੈਰੀ ਸੌਰੀ। ਏਨੇ ਸਮੇਂ 'ਚ ਸਿਹਤ 'ਚ ਏਨਾ ਵੱਡਾ ਬਦਲਾਅ?" ਉਸ ਨੂੰ ਯਕੀਨ ਨਾ ਆਇਆ। ਜਲਾਲ ਭਰਪੂਰ ਚਿਹਰਾ ਕਾਫ਼ੀ ਕਮਜ਼ੋਰ ਸੀ-"ਸੱਚ ਜਾਣੋਂ ਮੈਂ ਤੁਹਾਨੂੰ ਸਿਆਨਿਆਂ ਹੀ ਨਹੀਂ।"

"ਸਰ? ਆ ਗਏ ਓਂ ਤੁਸੀਂ?" ਨਿੱਕੀ ਬੱਚੀ ਵਾਂਗੂੰ ਨਜ਼ੀਰਾਂ ਵੀ ਪ੍ਰੋਫ਼ੈਸਰ ਨੂੰ ਜਾ ਚਿੰਬੜੀ-"ਕਿੱਥੇ ਛੁਪ ਗਏ ਸਉਂ? ਏਡੀ ਦੇਰ ਲਾ ਦਿੱਤੀ ਮੁੜਦਿਆਂ" ਹਜ਼ਾਰਾਂ ਤਨਹਾਈਆਂ ਨਾਲ਼ ਲਿਬੜੇ ਚਿਹਰੇ ਤੇ ਮਾਮੂਲੀ ਉਤਸ਼ਾਹ ਤਿਤਰਖੰਭੀ ਬਿਖੇਰ ਗਿਆ। ਸਭ ਹੈਰਾਨ ਪ੍ਰੇਸ਼ਾਨ ਸਨ। ਉਪਰੋਂ-ਥੱਲ਼ੀ ਸਵਾਲਾਂ ਦੀ ਬੁਛਾੜ 'ਚ ਪ੍ਰੋਫ਼ੈਸਰ ਦੇ ਜੁਆਬ ਗੁਆਚ ਗਏ।

"ਤੁਹਾਡਾ ਮਿਸ਼ਾਲ ਵਾਂਗੂੰ ਜਗਦਾ ਚਿਹਰਾ ਕਿੱਥੇ ਗਿਆ? ਆਖਿਰ ਕੀ ਬੀਤੀ ਤੁਹਾਡੇ ਸੰਗ? ਤੁਸੀਂ ਇੱਥੇ ਆ ਕੇ ਮੈਨੂੰ ਕਿਵੇਂ ਲੱਭ ਲਿਆ? ਕਾਸ਼ ਤੁਸੀਂ ਪਹਿਲਾਂ ਆ ਜਾਂਦੇ ਵੱਡੀ ਟਰੈਜਡੀ ਨਾ ਵਰਤਦੀ। ਮੈਂ...ਮੈਂ...।" ਨਜ਼ੀਰਾਂ ਦੀਆਂ ਹੁਬਕੀਆਂ ਭੁੱਬਾਂ ਬਣ ਗਈਆਂ। ਸ਼ਹਿਬਾਜ਼ ਬਲਦੇਵ ਕੌਰ ਦੇ ਗਲ਼ ਜਾ ਲਿਪਟਿਆ। ਅਜੀਬ ਰਹੱਸ ਬੇਜੋੜ ਮੁਹੱਬਤ ਦੀ ਕਲਾਕ੍ਰਿਤ ਸਿਰਜ ਰਿਹਾ ਸੀ। ਦਿਲਾਂ 'ਤੇ ਚੜ੍ਹੇ ਗੁਬਾਰ ਨੂੰ ਸਭ ਨੇ ਹੰਝੂਆਂ ਨਾਲ ਪਲਕਾਂ ਮਲਮਲ ਧੋਤਾ।

"ਮੈਨੂੰ ਹਿਜ਼ਰਤ ਕਸ਼ਮੀਰੋਂ ਡਲਹੌਜੀ ਲੈ ਗਈ। ਨਿਰੰਤਰ ਦੋ ਹੋਏ ਹਾਰਟ ਅਟੈਕਾਂ ਨੇ ਉੱਥੇ ਅਧਮੋਇਆਂ ਕਰ ਸੁੱਟਿਆ। ਕੁੱਝ ਦਿਨ ਪਹਿਲਾਂ ਤੇਰੇ ਫਰਜ਼ਾਂ ਦੀ ਤਾਂਘ ਬਿਮਾਰ ਨੂੰ ਮੁੜ ਸ਼੍ਰੀਨਗਰ ਲੈ ਗਈ। ਸੀਨੇ ਤੇ ਬੰਬ ਵਾਂਗੂੰ ਫਟੀ ਇਖਲਾਕ ਦੀ ਮੌਤ ਦੀ ਖ਼ਬਰ ਨੇ ਜਵਾਂ ਈ ਲੋਥ ਤੋੜ ਦਿੱਤਾ। ਤੈਨੂੰ ਮਿਲਣ ਦੀ ਤਾਂਘ ਤੇ ਭਾਰੂ ਪਿਆ ਬਾਜਵਾ ਸਾਹਿਬ ਦਾ ਸਖ਼ਤ ਸੁਨੇਹਾ ਉੱਥੋਂ ਪੰਜਾਬ ਲੈ ਆਇਐ। ਦੱਸੇ ਪਤੇ ਦੀ ਨਿਸ਼ਾਨਦੇਹੀ ਕਰਦਾ ਮਸਾਂ ਪਿੰਡ ਪੁੱਜਿਆ ਸਾਂ, ਹਰਮਨ ਗੋਲੀ ਕਾਂਡ ਦੀ ਖ਼ਬਰ ਰੂਹ ਤੇ ਕਿੱਲ ਵਾਂਗੂੰ ਆ ਖੁੱਭੀ। ਅਧਮੋਈ ਹਾਲਤ 'ਚ ਏਥੇ ਪੁੱਜਦਿਆਂ ਆਹ ਖ਼ਬਰ ਨੇ ਘੇਰ ਲਿਆ......।"

ਰੁਕੇ ਬੋਲਾਂ ਨਾਲ਼ ਹੀ ਪ੍ਰੋਫ਼ੈਸਰ ਦੇ ਨੈਣਾਂ ਦਾ ਵਹਾਅ ਤੇਜ਼ ਹੋ ਗਿਆ। ਸਤਿਨਾਮ ਦੀ ਕੰਬਦੀ ਜ਼ਬਾਨ ਸਭ ਦੀ ਵਾਕਫੀਅਤ ਦੀ ਵਕੀਲ ਬਣੀ। ਪ੍ਰੋਫ਼ੈਸਰ ਨੂੰ ਮਿਲਣ ਤੋਂ ਬਾਅਦ ਨਜ਼ੀਰਾਂ ਬਲਦੇਵ ਨੂੰ ਗ਼ਲ ਲੱਗ ਮਿਲ਼ੀ। ਬੇਸੁੱਧ ਸ਼ਹਿਬਾਜ਼ ਨੂੰ ਪ੍ਰੋਫ਼ੈਸਰ ਨੇ ਮਸਾਂ ਚੁੱਪ ਕਰਵਾਇਆ।

ਲਾਸ਼ ਪੋਸਟ ਮਾਰਟਮ ਲਈ ਮੋਰਚਰੀ 'ਚ ਭੇਜਣ ਉਪਰੰਤ ਲੰਮੀ ਉਡੀਕ ਨੇ ਸਭ ਨੂੰ ਦੁੱਖ ਫੋਲਣ ਦਾ ਸਬੱਬ ਦਿੱਤਾ। ਇਖਲਾਕ ਦੀ ਮੌਤ ਤੋਂ ਬਾਅਦ ਨਜ਼ੀਰਾਂ ਨੂੰ ਮਿਲਣ ਦੀ ਹੁਸੀਨ ਤਾਂਘ ਨੂੰ ਤਾਜ਼ਾ ਘਟਨਾਕ੍ਰਮ ਨੇ ਪ੍ਰੋਫ਼ੈਸਰ ਦੇ ਦਿਲੋਂ ਹੂੰਝ ਦਿੱਤਾ।

"ਕਾਸ਼ ਸਰ ਤੁਸੀਂ ਪਹਿਲਾਂ ਆ ਜਾਂਦੇ, ਸ਼ੈਦ ਹਰਮਨ ਆਹ ਫ਼ੈਸਲਾ ਕਦੇ ਨਾ ਲੈਂਦੀ।" ਨਜ਼ੀਰਾਂ ਨੇ ਪਛਤਾਵਾ ਪ੍ਰਗਟਾਇਆ।

"ਤਕਦੀਰਾਂ ਸਿਰਜਣ ਵਾਲੇ ਨੇ ਤਕਦੀਰਾਂ ਘੜਣ-ਭੰਨਣ ਦਾ ਅਧਿਕਾਰ ਮਨੁੱਖ ਨੂੰ ਦਿੱਤਾ ਹੁੰਦਾ ਫਿਰ ਪਛਤਾਵੇ ਵਿਚਲੀ ਤਾਂਘ ਜ਼ਰੂਰ ਹਕੀਕਤ ਹੋ ਸਕਦੀ ਸੀ। ਜਿਊਂਦੀ ਹਰਮਨ ਨੂੰ ਮਿਲਣ ਦਾ ਸੁਪਨਾ ਮੈਨੂੰ ਮੋਈ ਦਾ ਮੂੰਹ ਵਿਖਾ ਕੇ ਜ਼ਿੰਦਗੀ ਭਰ ਲਈ ਜ਼ਮੀਰ ਦਾ ਮੁਲਜ਼ਮ ਬਣਾ ਗਿਆ ਐ......।"

ਉਹ ਦਿਲੋਂ ਝੂਰ ਰਿਹਾ ਸੀ।

ਪੂਰੇ ਦੋ ਘੰਟੇ ਬਾਅਦ ਹਰਮਨ ਦਾ ਪੋਸਟ ਮਾਰਟਮ ਹੋ ਗਿਆ।

ਉਸ ਤੋਂ ਤਿੰਨ ਘੰਟੇ ਬਾਅਦ ਅੰਤਿਮ ਸੰਸਕਾਰ।

ਫਿਰ ਉਸ ਤੋਂ ਅਗਲੇ ਦਿਨ ਸਭ ਨੇ ਹਰਮਨ ਦੇ ਫੁੱਲ ਪਤਾਲ਼ਪੁਰੀ ਜਾ ਕੇ ਸਮੂਹਿਕ ਰੂਪ 'ਚ ਪਾਏ। ਹਰਮਨ ਦੇ ਭੋਗ ਤੱਕ ਸਭ ਸਤਨਾਮ ਦੇ ਘਰ ਰਹੇ। ਫਿਰ ਭੋਗ ਵੀ ਪੈ ਗਿਆ।

"ਮੈਂ ਜਿਉਂਦੀ ਜਾਗਦੀ ਲਾਸ਼ ਆ। ਰਹਿੰਦੀ ਜ਼ਿੰਦਗੀ ਭੋਗਣਾਂ ਮੇਰੀ ਮਜਬੂਰੀ ਬਣ ਗਿਐ। ਕੁੱਝ ਮਾਮੀ ਲਈ ਤੇ ਕੁੱਝ ਨਜ਼ੀਰਾਂ ਲਈ। ਮਕਸਦ ਵਿਹੂਣੀ ਖ਼ਾਨਾਪੂਰਤੀ ਜਿਹੀ ਜ਼ਿੰਦਗੀ ਪੱਕੇ ਰੋਗੀ ਵਾਂਗੂੰ ਵਿਲਕਦਿਆਂ ਲੰਘ ਜੂੰਗੀ।" ਸ਼ਹਿਬਾਜ਼ ਨੇ ਕਿਹਾ।

"ਝੋਰਾ ਕਿਉਂ ਕਰਦੈ ਪੁੱਤਾ। ਰੌਂਦੇ ਨੈਣਾਂ ਨੂੰ ਹਰਮਨ ਨਹੀਂ ਮਿਲਣੀ। ਪਰ ਨਜ਼ੀਰਾਂ 'ਚੋਂ ਹਰਮਨ ਨੂੰ ਤੱਕ ਲਾਂਗੇ। ਵਿਆਹ ਤੋਂ ਪਹਿਲਾਂ ਨਜ਼ੀਰਾਂ ਦਾ ਨਾਂਅ ਬਦਲ ਕੇ ਹਰਮਨ ਰੱਖਿਆ ਜਾਵੇਗਾ।" ਸਤਨਾਮ ਨੇ ਸ਼ਾਹਦੀ ਭਰੀ, ਤੇ ਮਨਜਿੰਦਰ ਤੇਰੇ ਲਈ ਜਾਨ ਗਵਾ ਲਈ ਤੇਰੀ ਭੈਣ ਦੇ ਕਤਲ ਕਾਂਡ ਦੀ ਮੁੱਖ ਗਵਾਹ ਬਣ ਕੇ ਮੈਂ ਆਖ਼ਿਰੀ ਸਾਹਾਂ ਤੱਕ ਕਾਨੂੰਨੀ ਲੜਾਈ ਲੜਾਂਗੀ।"

"ਅਸੀਂ ਸਭ ਨਾਲ਼ ਹੋਵਾਂਗੇ ਪਰ ਹੁਣ ਤੁਸੀਂ ਅਨੰਦ ਕਾਰਜ ਦਾ ਵੇਲ਼ਾ ਮਿੱਥੋ ਮੈਂ ਨਜ਼ੀਰਾਂ ਦਾ ਪਿਤਾ ਬਣ ਕੇ ਫਰਜ਼ ਪੂਰਾਂਗਾ।" ਪ੍ਰੋਫ਼ੈਸਰ ਨਿਰਵੈਰ ਸਿੰਘ ਨੇ ਕਿਹਾ।

"ਸ਼ਹਿਬਾਜ ਦੇ ਪਿਤਾ ਦੇ ਫਰਜ਼ ਮੈਨੂੰ ਦੇ ਦਿਓ।" ਕਰਨਲ ਬਾਜਵਾ ਬੋਲਿਆ।

"ਅਸੀਂ ਹਰਮਨ ਲਈ ਵਿਆਹ ਦੀਆਂ ਜੋ ਵਸਤਾਂ ਲਿਆਏ ਹਾਂ, ਸੋ ਵੀ ਨਜ਼ੀਰਾਂ ਦੀ ਝੋਲ਼ੀ ਪਾਵਾਂਗੇ। ਮਨਜਿੰਦਰ ਨੇ ਕਿਹਾ।

"ਪਰ ਨਜ਼ੀਰਾਂ ਏਸ ਤੋਂ ਪਹਿਲਾਂ ਬੜੀ ਗੰਭੀਰਤਾ ਨਾਲ਼ ਵਿਚਾਰਨ ਵਾਲੀ ਗੱਲ ਐ?" ਸਤਨਾਮ ਨੇ ਚੁੱਪ ਤੋੜੀ।

"ਕੀ? ਦੱਸੋ?"

"ਅਸੀਂ ਸਿੱਖ ਹਾਂ ਤੇ ਸਿੱਖ ਕੌਮ ਵੀ ਫ਼ਿਰਾਖ਼ਦਿਲ ਐ। ਮੈਂ ਤੈਨੂੰ ਨੂੰਹ ਬਣਾਉਣ ਖ਼ਾਤਿਰ ਤੈਨੂੰ ਤੇਰੇ ਮਜ਼ਹਬੋਂ ਨਹੀਂ ਨਿਖੇੜਾਂਗੀ। ਤੇਰਾ ਧਰਮ ਤੈਨੂੰ ਮੁਬਾਰਕ। ਮੈਨੂੰ ਤੂੰ ਇਸਲਾਮ 'ਚ ਰਹਿ ਕੇ ਵੀ ਕਬੂਲ ਐਂ। ਜੋ ਏਸ ਘਰ ਨਾਲ਼ ਨਾਤਾ ਜੋੜਨ ਵੇਲੇ ਨਾ ਤਾਂ ਇਖਲਾਕ ਨੇ ਮਜ਼ਹਬਾਂ ਵੱਲ ਵੇਖਿਆ ਸੀ ਤੇ ਨਾਂ ਹੀ ਅਸੀਂ ਵੇਖਾਂਗੇ।" ਸਤਨਾਮ ਕੌਰ ਨੇ ਫਿਰਾਖ਼ਦਿਲੀ ਦਿਖਾਈ।

"ਪਰ ਮਾਮੀ! ਇਸਲਾਮ ਨੇ ਗੈਰ-ਇਸਲਾਮ ਮਰਦ ਨਾਲ਼ ਰਿਸ਼ਤਾ ਰੱਖਣ ਵਾਲੇ ਨੂੰ ਹਰਾਮ ਮੰਨਿਐ। ਏਸ ਸਥਿਤੀ 'ਚ ਮੈਂ ਆਪਣੇ ਧਰਮ ਤੋਂ ਬੇਧਰਮ ਤਾਂ ਪਹਿਲਾਂ ਹੀ ਹੋ ਚੁੱਕੀ ਆਂ। ਮੇਰੀ ਜ਼ਿੰਦਗੀ ਫਿਰਾਖ਼ਦਿਲ ਧਰਮ ਤੋਂ ਫਿਰਾਖ਼ਦਿਲੀ ਨਹੀਂ ਪਨਾਹ ਮੰਗ ਰਹੀ ਐ। ਮੇਰਾ ਇਸਲਾਮ ਨਾਲ ਨਾਤਾ ਤਾਂ ਅੱਬੂ ਨੇ ਖ਼ੁਦ ਈ ਤੋੜ ਦਿੱਤਾ ਸੀ। ਸੋ ਮਾਮੀ ਮੇਰੇ ਤੇ ਨਦਰਿ-ਏ-ਅਨਾਇਤ ਕਰੋ ਮਾਮੀ।" ਨਜ਼ੀਰਾਂ ਦਿਲੋਂ ਪਨਾਹ ਮੰਗ ਰਹੀ ਸੀ।

"ਇਖ਼ਲਾਕ ਦੀ ਸੋਚ ਧਰਮਾਂ ਤੋਂ ਉੱਤੇ ਉੱਠ ਕੇ ਇਨਸਾਨੀਅਤ ਹਿਤੈਸ਼ੀ ਸੀ। ਤੁਸੀਂ ਇਸ ਨੂੰ ਅੰਡਰ ਪ੍ਰੈਸ਼ਰ ਫ਼ੈਸਲਾ ਨਾ ਸਮਝੋ ਭੈਣਾਂ।" ਕਰਨਲ ਬਾਜਵਾ ਨੇ ਸਤਨਾਮ ਨੂੰ ਸਮਝਾਇਆ।

"ਮੇਰੇ ਸ਼ਹਿਬਾਜ਼। ਜ਼ਿੰਦਗੀ 'ਚੋਂ ਜ਼ਿੰਦਗੀ ਲੱਭਦੀ ਐ। ਸੂਰਜ ਵੱਲ ਮੂੰਹ ਕਰ ਕੇ ਤੁਰਾਂਗੇ ਪਰਛਾਵਾਂ ਪਿੱਛੇ ਆਏਗਾ। ਪਿੱਠ ਕਰ ਕੇ ਤੁਰਾਂਗੇ ਪਰਛਾਵਾਂ ਅੱਗੇ ਤੁਰੇਗਾ। ਮੈਂ ਤੇਰਾ ਪਰਛਾਵਾਂ ਬਣਾਂਗੀ। ਮੈਨੂੰ ਕਿਵੇਂ ਤੋਰਨੈ? ਇਹ ਤੇਰੇ ਹੱਥ ਐ।" ਨਜ਼ੀਰਾਂ ਬੋਲੀ।

"ਮਲਾਹੋਂ ਵਿਸਰੀ ਬੇੜੀ ਨੂੰ ਆਖਿਰ ਛੱਲਾਂ ਈ ਕਿਨਾਰੇ ਲਾਉਂਦੀਆਂ ਨੇ। ਤੁਹਾਡੀ ਗ੍ਰਹਿਸਤੀ ਜ਼ਿੰਦਗੀ ਦੀਆਂ ਰਗਾਂ 'ਚ ਹਮੇਸ਼ਾ ਹਰਮਨ ਦੀ ਕੁਰਬਾਨੀ ਮੁਸਕਰਾਏਗੀ।"

ਪ੍ਰੋਫ਼ੈਸਰ ਨੇ ਦੋਵਾਂ ਨੂੰ ਸਾਂਝਾ ਹੌਂਸਲਾ ਦਿੱਤਾ।

"ਕਿਸਮਤ ਨੇ ਧੋਖੇ ਤੋਂ ਬਾਅਦ ਵੀ ਅਗਰ ਤੁਹਾਡੀ ਲੀਹੋਂ ਲੱਥੀ ਜ਼ਿੰਦਗੀ ਨੂੰ ਮੁੜ

ਲੀਹੇ ਪਾ ਦਿੱਤੈ ਤਾਂ ਮੈਂ ਏਸ ਨੂੰ ਵੀ ਕੁਦਰਤ ਦਾ ਉੱਚ ਦਮ੍ਹਾਲੜਾ ਨਿਆਂ ਸਮਝਦੈ।" ਬਾਜਵਾ ਨੇ ਵੀ ਇਹੋ ਸਮਝਾਇਆ।

"ਸਹੀ ਕਿਹੈ ਅੰਕਲ। ਬੀਜਾਂ ਤੋਂ ਪੌਦੇ ਤੇ ਪੌਦਿਆਂ ਤੋਂ ਬੀਜ ਪੈਦਾ ਹੋਣ ਦਾ ਅਟੁੱਟ ਇਲਾਹੀ ਸਿਲਸਿਲਾ ਰੁੱਖੀ ਜ਼ਿੰਦਗੀ 'ਚ ਮਿਠਾਸ ਭਰੇਗਾ।"

ਉਪਜੀਤ ਨੇ ਸਾਂਝੀ ਵਿਚਾਰਕ ਸਹਿਮਤੀ ਪ੍ਰਗਟਾਈ।

"ਰਿਸ਼ਤੇ ਉਹੋ ਈ ਹੁੰਦੈ ਐ ਜੋ ਜਿਊਂਦੀਆਂ ਜਾਨਾਂ 'ਚੋਂ ਜਨਮ ਕੇ ਕਬਰਾਂ ਤੱਕ ਸਾਥ ਨਿਭਾਉਂਦੇ ਨੇ। ਨਜ਼ੀਰਾਂ ਦਾ ਨਾਤਾ ਜਿਊਂਦੇ ਅਨਵਰ ਨਾਲ ਟੁੱਟ ਗਿਆ ਸੀ ਪਰ ਇਖ਼ਲਾਕ ਨਾਲ਼ ਕਬਰੀਂ ਪੈਣ ਤੋਂ ਬਾਅਦ ਵੀ ਕਾਇਮ ਐ।"

ਪ੍ਰੋਫ਼ੈਸਰ ਨੇ ਦੱਸਿਆ।

"ਜੀ ਸਰ। ਜਿਵੇਂ ਵਫਾਦੀਪ ਦਾ ਜਿਉਂਦੇ ਪੁੱਤ ਤੇ ਜਗੀਰੋ ਨਾਲ ਰਿਸ਼ਤਾ ਟੁੱਟ ਕੇ ਵੀ ਮੋਈ ਮਨਜਿੰਦਰ ਦੀ ਮਾਂ ਨਾਲ ਅਜੇ ਤੱਕ ਕਾਇਮ ਐ।"

ਆਲਮਜੀਤ ਨੇ ਪ੍ਰੋੜ੍ਹਤਾ ਕੀਤੀ।

"ਮੰਨਿਐ ਰੂਹਾਨੀ ਰਿਸ਼ਤਿਆਂ ਨੂੰ ਕਬਰਾਂ ਨਹੀਂ ਕੱਜਦੀਆਂ।" ਸਤਿਨਾਮ ਕੌਰ ਨੇ ਦੋਵਾਂ ਪੱਖਾਂ ਨੂੰ ਕੱਟਦਿਆਂ ਕਿਹਾ-"ਹਰਮਨ ਦੇ ਏਸ ਘਰ ਦੇ ਨਾਤੇ ਨੂੰ ਸਵਾਹ ਕਰਨਾ ਵੀ ਸਿਵਿਆਂ ਦੀ ਅੱਗ ਦੇ ਵਸ ਨਹੀਂ, ਪਰ ਪ੍ਰੋਫ਼ੈਸਰ ਸਾਹਿਬ ਤੁਸੀਂ, ਆਮਲਜੀਤ ਤੇ ਨਜ਼ੀਰਾਂ ਤਿੰਨੋਂ ਕਲਮਾਂ ਵਾਲ਼ਿਆਂ ਨੇ ਉਹਦੇ ਸਿਦਕ ਨੂੰ ਅੱਖੀਂ ਪਰਖਿਐ। ਦੱਸੋ ਉਹਦੀ ਕੁਰਬਾਨੀ ਨਾਲ਼ ਤਿੰਨਾਂ 'ਚੋਂ ਕਿਹਦੀ ਕਲਮ ਰਿਸ਼ਤਾ ਨਿਭਾਏਗੀ..................?